ನ್ಯಾಂಡೊ ಪರಾಡೊ

ನ್ಯಾಂಡೊ ಪರಾಡೊರವರು, 1972ರ ವಿಮಾನಾಪಘಾತದ ಸಮಯದ ಯುವ ಪರಾಕ್ರಮಿ ಎಂದು ಜಗತ್ತಿನಾದ್ಯಂತ ಹೆಸರುಗಳಿಸಿದ್ದಾರೆ. ಈ ಬಗ್ಗೆ ಸಂಕೋಚವನ್ನೇ ವ್ಯಕ್ತಪಡಿಸುವ ಅವರು ಇಂದು ಉರಗ್ವೇಯ ಹಲವಾರು ಉದ್ಯಮಗಳ ಮುಖ್ಯಸ್ಥರಾಗಿದ್ದಾರೆ. ತನ್ನ ತಂದೆಯ ಹಾರ್ಡ್ವೇರ್ ವ್ಯವಹಾರವನ್ನು ಒಳಗೊಂಡಂತೆ, ಜಾಹೀರಾತು–ವ್ಯಾಪಾರೋದ್ಯಮ, ದೂರದರ್ಶನ ಮಾಧ್ಯಮದಲ್ಲಿ ಇವರು ಪ್ರವಾಸ, ಫ್ಯಾಶನ್, ಪ್ರಸ್ತುತ ಘಟನೆಗಳು ಮತ್ತು ಮೋಟಾರು ಸ್ಪರ್ಧೆಗಳು ಮುಂತಾದ ಕಾರ್ಯಕ್ರಮಗಳನ್ನು ನಡೆಸಿಕೊಡುತ್ತಾರೆ. 1991ರ ನಂತರ ಇವರು ಅಂತರ್ರಾಷ್ಟ್ರೀಯ ಮಟ್ಟದ ಅತ್ಯುತ್ತಮ ಭಾಷಣಕಾರರೆಂದು ಕರೆಸಿಕೊಂಡಿರುತ್ತಾರೆ ಮತ್ತು ಅನೇಕ ಸ್ಫೂರ್ತಿದಾಯಕ ಉಪನ್ಯಾಸಗಳನ್ನು ಮಾಡಿರುತ್ತಾರೆ. ಇವರು ಎಫ಼್ ಒನ್ ಫಾರ್ಮುಲಾ ಕಾರ್ ಸ್ಪರ್ಧಿಯಾಗಿದ್ದು, 'ಟೂರಿಂಗ್ ಕಾರ್ ರೇಸಿಂಗ್'ನಲ್ಲಿ ಯೂರೋಪಿನ ಟೀಮ್ ಕಪ್ ಗೆದ್ದಿರುತ್ತಾರೆ. ಈಗಲೂ ಅವರು ಕಾರು, ಮೋಟಾರು ಸೈಕಲ್ಲು ಮತ್ತು ಸ್ಪೀಡ್ ಬೋಟುಗಳನ್ನು ಇಷ್ಟಪಡುತ್ತಾರೆ. ಉರಗ್ವೇಯ ಮಾಂಟೆವಿಡಿಯೋದಲ್ಲಿ ಪತ್ನಿ ವೆರೋನಿಕ್ ಮತ್ತು ಮಕ್ಕಳಾದ ವೆರೋನಿಕಾ ಮತ್ತು ಸಿಸಿಲಿಯಾರೊಡನೆ ವಾಸ.

nando1@parrado.com

ವಿನ್ಸ್ ರಾಸ್

ವಿನ್ಸ್ ರಾಸ್ ಅವರು ಈ ಪುಸ್ತಕದ ಮತ್ತೊಬ್ಬ ಲೇಖಕರು. ನ್ಯಾಂಡೊರಿಗೆ ಈ ಪುಸ್ತಕ ರಚಿಸಲು ರಾಸ್ ಸಹಾಯಕರಾಗಿದ್ದಾರೆ. ಇವರು ಪ್ರಮುಖ ಲೇಖಕರಾಗಿದ್ದಾರೆ. ಇವರ ಕಥೆಗಳು ನ್ಯೂ ಯಾರ್ಕ್ ಟೈಮ್ಸ್, ಲಾಸ್ ಏಂಜಲ್ಸ್ ಟೈಮ್ಸ್, ರೀಡರ್ಸ್ ಡೈಜೆಸ್ಟ್, ಸ್ಪೋರ್ಟ್ಸ್ ಇಲ್ಲಸ್ಟ್ರೇಟೆಡ್, ಮತ್ತಿತರ ರಾಷ್ಟ್ರೀಯ ಮತ್ತು ಪ್ರಾದೇಶಿಕ ಪತ್ರಿಕೆಗಳಲ್ಲಿ ಪ್ರಕಟವಾಗಿವೆ. 'ವೈ ಗಾಡ್ ವೋಂಟ್ ಗೋ ಅವೇ: ಬ್ರೈನ್ ಸೈನ್ಸ್ ಅಂಡ್ ಬೈಯಾಲಜಿ ಆಫ಼್ ಬಿಲೀಫ಼್' ಎಂಬುದು ಇವರ ಈ ಹಿಂದಿನ ಪುಸ್ತಕವಾಗಿದೆ. ಇವರು ಪ್ರಸ್ತುತ ಪಿಟ್ಸ್‌ಬರ್ಗ್‌ನಲ್ಲಿ ತಮ್ಮ ಪತ್ನಿ ಕ್ರಿಸ್ಟೀನ್ ಮತ್ತು ಮಗಳು ಕಾರ್ಮೆಲಾ ಜೊತೆಗಿದ್ದಾರೆ.

PARVATADALLI PAVAADA
- Kannada translation of Nando Parrado's English book 'Miracle in the Andes'
translated by Samyuktha Puligal
Published by Chanda Pustaka
I-004, Mantri Paradise,
Bannerughatta Road, Bangalore-560 076 M. 98444 22782
ISBN: 978-93-84908-29-4

ಮೊದಲ ಮುದ್ರಣ: 2017
ಮುಖಪುಟ ವಿನ್ಯಾಸ, ಭೂಪಟ ಚಿತ್ರಗಳು: ಸೌಮ್ಯ ಕಲ್ಯಾಣಕರ್
ಕರಡು ತಿದ್ದುವಿಕೆ: ಅರುಣ್, ಜ್ಯೋತಿ ಮಹಾದೇವ, ಪು.ಸೂ.ಲಕ್ಷ್ಮೀನಾರಾಯಣ ರಾವ್
ಪುಟಗಳು: 284 ಬೆಲೆ: ₹ 340
ಕಾಗದ: ಎನ್‌ಎಸ್ ಮ್ಯಾಪ್ಲಿತೊ 70 ಜಿಎಸ್‌ಎಂ, 1/8 ಡೆಮಿ

ಪ್ರತಿಗಳಿಗಾಗಿ ಸಂಪರ್ಕಿಸಿ:

ಛಂದ ಪುಸ್ತಕ
ಐ-004, ಮಂತ್ರಿ ಪ್ಯಾರಡೈಸ್
ಬನ್ನೇರುಘಟ್ಟ ರಸ್ತೆ
ಬೆಂಗಳೂರು-560 076
ಸೆಲ್: 98444 22782
me@vasudhendra.com

ಮುದ್ರಣ:

ಟ್ರಿನಿಟಿ ಅಕಾಡೆಮಿ, ಕುಡ್ಲು ಗೇಟ್, ಹೊಸೂರು ರಸ್ತೆ, ಬೆಂಗಳೂರು

ಪರ್ವತದಲ್ಲಿ ಪವಾಡ

ಆಂಡೀಸ್ ಹಿಮಪರ್ವತಶ್ರೇಣಿಯಲ್ಲಿ ಕಳೆದ 72 ದಿನಗಳ ರೋಚಕ ಅನುಭವ ಕಥನ

ನ್ಯಾಂಡೊ ಪರಾಡೊ

ಕನ್ನಡಕ್ಕೆ:
ಸಂಯುಕ್ತಾ ಪುಲಿಗಲ್

ಛಂದ ಪುಸ್ತಕ

ಸಂಯುಕ್ತಾ ಪುಲಿಗಲ್

ಬೆಂಗಳೂರಿನ ನಿವಾಸಿ. ಪ್ರಾಥಮಿಕ ಶಿಕ್ಷಣವನ್ನು ಕನ್ನಡ ಮಾಧ್ಯಮದಲ್ಲಿ ಪೂರೈಸಿ, ಪತ್ರಿಕೋದ್ಯಮ, ಮನಃಶಾಸ್ತ್ರ, ಇಂಗ್ಲಿಷ್ ವಿಷಯಗಳಲ್ಲಿ ಪದವಿಯನ್ನು ಪಡೆದು, ಬೆಂಗಳೂರು ವಿವಿಯಲ್ಲಿ ಇಂಗ್ಲಿಷ್ ಹಾಗೂ ಕರ್ನಾಟಕ ಮುಕ್ತ ವಿವಿಯಲ್ಲಿ (KSOU) ಕನ್ನಡ ಸ್ನಾತಕೋತ್ತರ ಪದವಿಯನ್ನು ಗಳಿಸಿ ಪ್ರಸ್ತುತ ಐಟಿ ಉದ್ಯೋಗಿಯಾಗಿ ಕಾರ್ಯನಿರ್ವಹಿಸುತ್ತಿದ್ದಾರೆ. ವೀಣಾವಾದನದಲ್ಲಿ ಆಸಕ್ತಿ. ಓದು ಮತ್ತು ಬರಹ ಇವರ ಹವ್ಯಾಸ. ದೈನಂದಿನ, ಮಾಸಿಕ ಹಾಗೂ ಅಂತರ್ಜಾಲ ಪತ್ರಿಕೆಗಳಲ್ಲಿ ಅಂಕಣಗಳು ಹಾಗೂ ಲೇಖನಗಳನ್ನು ಪ್ರಕಟಿಸಿದ್ದಾರೆ. 'ಪರ್ವತದಲ್ಲಿ ಪವಾಡ' ಇವರ ಮೊದಲ ಅನುವಾದಿತ ಪುಸ್ತಕ.

samyu59@gmail.com

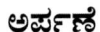

ಅರ್ಪಣೆ

ಓದಿನ ಅಭಿರುಚಿ ಹತ್ತಿಸಿ, ಕನ್ನಡ ಪ್ರೀತಿ ಬೆಳೆಸಿದ ಅಪ್ಪ
ಪು.ಸೂ. ಲಕ್ಷ್ಮೀನಾರಾಯಣ ರಾವ್‌ಗೆ

ಈ ಪುಸ್ತಕವನ್ನು ಬರೆಯಲು ಕಾರಣರಾದ ಗಂಡ
ಕೆ.ಎನ್. ಗುರುದತ್ತನಿಗೆ

'ಅವಧಿ'ಯ ಮೂಲಕ ಬರಹ–ಲೋಕಕ್ಕೆ ಮೊದಲು ಪರಿಚಯಿಸಿದ
ಜಿ.ಎನ್. ಮೋಹನ್ ಸರ್‌ಗೆ

ನ್ಯಾಂಡೊ ಪರಾಡೊ

Author photograph: Greg Martin

"Dear Samyuktha Puligal, we all have sometimes a mountain to climb in our lives, even if we do not see it. You have climbed yours, working so hard on this project to have my story published in India. My deep and sincere admiration for your efforts"

Nando Parrado

ಯಾರ್ ಯಾರಾ ನೆನೆಯಾಲಿ...

ಬಿಡುವಿಲ್ಲದ ವೇಳೆಯಲ್ಲೂ ನನಗಾಗಿ 'ತಟ್ಟು ಚಪ್ಪಾಳೆ ಪುಟ್ಟ ಮಗು' ಪುಸ್ತಕವನ್ನು ತಂದುಕೊಟ್ಟು ಓದಿಸುತ್ತಾ, ನನ್ನ ಪುಟ್ಟ ತಂಗಿ ಮೊದಲ ಬಾರಿ ನಕ್ಕಾಗ ಖುಷಿಯಿಂದ ಗೀಚಿದ ನಾಲ್ಕು ಸಾಲನ್ನು ಕಂಡು ಬೆನ್ನು ತಟ್ಟುತ್ತಾ, ನನ್ನಲ್ಲಿ ಭಾಷೆ, ಓದು, ಬರಹದ ಪ್ರೀತಿ ಹುಟ್ಟಿಸಿದ ಅಪ್ಪ. ನನ್ನ ಖುಷಿಯೆಲ್ಲಾ ತನ್ನ ಖುಷಿ, ನನ್ನ ನೋವೆಲ್ಲಾ ತನ್ನ ನೋವು ಎಂದು ಸಂಪೂರ್ಣವಾಗಿ ನಂಬಿ ಅದಕ್ಕಾಗಿಯೇ ಬದುಕ ಮೀಸಲಿಟ್ಟ ಅಮ್ಮ. ತಲೆಯ ಮೇಲೆ ಕೈಹೊತ್ತು ಕೂತಾಗ, "ಅಕ್ಕಾ... ಇರು" ಎಂದು ಸಂತೈಸುವ ತಂಗಿ, ನನ್ನ ಪ್ರತಿ ಹೆಜ್ಜೆಗೂ ಹೆಜ್ಜೆ ಜೋಡಿಸುತ್ತಾ ಎಂದೂ ನನ್ನೊಟ್ಟಿಗಿರುವ ಗುರುದತ್ತ, ಕಂಪ್ಯೂಟರೆಂಬ ಪ್ರಪಂಚದಲ್ಲಿ ನಾನು ಮುಳುಗಿರುವಾಗ ಅಗತ್ಯ ಕಾರ್ಯಗಳನ್ನೆಲ್ಲಾ ಪೂರೈಸಿ ಮೌನವಾಗಿಯೇ ಸದಾ ನನ್ನ ಜೊತೆಗಿರುವ ಅತ್ತೆ.

ನನ್ನೆಲ್ಲಾ ಚಟುವಟಿಕೆಗಳನ್ನು ಗಮನಿಸುತ್ತಾ, ಪ್ರೋತ್ಸಾಹಿಸುವ ನನ್ನ ನೆಂಟರು ಮತ್ತು ಪ್ರೀತಿಯ ಸ್ನೇಹಿತರು. ನಾನು ತಿಂಗಳುಗಟ್ಟಲೆ ಮಾತನಾಡದೇ ಹೋದರೂ ಲೆಕ್ಕಿಸದೆ ಎಂದೆಂದಿಗೂ ಒಂದೇ ರೀತಿ ನನ್ನ ಪ್ರೀತಿಸುವ, ಎಂದಿಗೂ ನನ್ನೊಟ್ಟಿಗಿರುವ ನನ್ನ ಗೆಳತಿ ಮಂಜು ಮೂರ್ತಿ.

ಅಕ್ಕಂದಿರಂತೆ ನನ್ನ ತಲೆ ನೇವರಿಸುತ್ತಾ, ಹೆಗಲಾನಿಕೆಯಾಗಿ ಸದಾ ನನ್ನೊಟ್ಟಿಗಿರುವ ಸಂಧ್ಯಾರಾಣಿ ಅಕ್ಕ ಮತ್ತು ಬಿ.ವಿ ಭಾರತಿ ಅಕ್ಕ. ಕಳೆದುಕೊಂಡ ಮುತ್ತೊಂದು ಅಕಸ್ಮಾತಾಗಿ ಕಂಡಂತೆ ಕಂಡು, ನನ್ನೊಟ್ಟಿಗಿರುವ ಸಿಂಧು ರಾವ್. ಬ್ಲಾಗಿನಲ್ಲಿ ನನ್ನಷ್ಟಕ್ಕೇ ಬರೆದುಕೊಂಡ ಬರಹಗಳನ್ನು ಆಯ್ದು 'ಅವಧಿ'ಯಲ್ಲಿ ಪ್ರಕಟಿಸಿ ನನ್ನನ್ನು ಒಂದು ಹೊಸ ಜಗತ್ತಿಗೆ ಪರಿಚಯಿಸಿದ ಜಿ.ಎನ್. ಮೋಹನ್ ಸರ್. ಬರೆದ ಲೇಖನ ಓದಿ, ಫೋನ್ ಮಾಡಿ ಮೆಚ್ಚುಗೆ ಸೂಚಿಸುವ ಪ್ರೀತಿಯ ಜಯಶ್ರೀ ಕಾಸರವಳ್ಳಿ ಮೇಡಂ ಮತ್ತು ದಿವಾಕರ್ ಸರ್. "ಬರೆದು ತುಂಬಾ ದಿನಾ ಆಯ್ತು, ಏನಾದರೂ ಬರಿಯೇ ತಾಯಿ", ಎಂದು ಪ್ರೀತಿಯಿಂದ ಬೈಯುವ ಕುಸುಮಬಾಲೆ. ಜಯಲಕ್ಷ್ಮೀ ಪಾಟೀಲ್ ಅಕ್ಕಾ ಮತ್ತು ಮೆಚ್ಚಿನ ಜನದನಿ ತಂಡ, 'ಅವಿರತ'ದ ಸ್ನೇಹಿತರು, 'ಅಭ್ಯಾಸ'ದ ಬಳಗ, 'ಕಥಾಕೂಟ'ದ ಹೊಸ ಬಂಧುಗಳು.

ಮೆಚ್ಚಿನ ಹೆಸರುಗಳ ದೊಡ್ಡ ಪಟ್ಟಿಯೇ ಇರುವ, ನನ್ನ ಸಲುವಾಗಿ ಕಾಳಜಿವಹಿಸುವ, ತಿದ್ದುವ, ಪ್ರೀತಿಸುವ ಎಲ್ಲಾ ಫೇಸ್ಬುಕ್ ಗೆಳೆಯ-ಗೆಳತಿಯರು. ಹಿರಿಯರು, ಹಿತೈಶಿಗಳು...

ಎಲ್ಲರನ್ನೂ ಈ ನನ್ನ ಮೊದಲ ಪುಸ್ತಕದಲ್ಲಿ ಮೊದಲು ನೆನೆಯಬಯಸುತ್ತೇನೆ.

ಕೃತಜ್ಞತೆಗಳು

>> ತಮ್ಮ ಜೀವಂತ ಕಥಾನಕದ ಮೂಲಕ ಬದುಕಿನ ಆಳದ ಸತ್ಯಗಳನ್ನು ಸರಳವಾಗಿ, ಹೃದಯಸ್ಪರ್ಶಿಯಾಗಿ ಚಿತ್ರಿಸಿ ಪುಸ್ತಕವಾಗಿಸಿರುವ ನ್ಯಾಂಡೊ ಪರಾಡೊ (Nando Parrado) ಅವರಿಗೆ.

>> ನನ್ನ ತರ್ಜುಮೆಯ ಮೊದಲ ಓದುಗರಾದ ಮೆಚ್ಚಿನ ಜಯಲಕ್ಷ್ಮೀ ಸುಬ್ಬರಾವ್ ಅವರಿಗೆ.

>> ಪುಸ್ತಕದ ಹಕ್ಕುಸ್ವಾಮ್ಯದ ಪ್ರಕ್ರಿಯೆಯನ್ನು ಸುಲಭವಾಗಿ ನೆರವೇರಿಸಿಕೊಟ್ಟದ್ದಷ್ಟೇ ಅಲ್ಲದೆ ನ್ಯಾಂಡೊ ಪರಾಡೊರವರಿಂದ ಅಭಿನಂದನಾ ಪತ್ರವನ್ನು ಕಳುಹಿಸಿಕೊಟ್ಟ ಎಲಿಜಬೆತ್ ಫಿಷರ್ (Elizabeth Fisher) ಅವರಿಗೆ.

>> ನಾನು ತರ್ಜುಮೆಯ ಕುರಿತು ಮಾತನಾಡಿದ ತಕ್ಷಣ ಅತ್ಯಂತ ಪ್ರೀತಿಯಿಂದ ಪುಸ್ತಕವಾಗಿಸಲು ಒಪ್ಪಿ ಸಹಕರಿಸಿದ ನನ್ನ ಮೆಚ್ಚಿನ ಲೇಖಕ, ಪ್ರಕಾಶಕ ವಸುಧೇಂದ್ರರಿಗೆ.

>> ಕೇಳಿದಕೂಡಲೇ ಪ್ರೀತಿಯಿಂದ ಒಪ್ಪಿ ಅನುವಾದಕ್ಕೆ ಬೆನ್ನುಡಿಯನ್ನು ಬರೆದುಕೊಟ್ಟಿರುವ ನಾಗೇಶ್ ಹೆಗಡೆ ಸರ್ ಅವರಿಗೆ.

>> ಪುಸ್ತಕದ ಮುಖಪುಟ ಮತ್ತು ಚಿತ್ರಗಳನ್ನು ಸುಂದರವಾಗಿ ರಚಿಸಿಕೊಟ್ಟ ಸೌಮ್ಯ ಕಲ್ಯಾಣಕರ್ ಅವರಿಗೆ.

>> ಪುಸ್ತಕಕ್ಕೆ ಸೂಕ್ತ ಹೆಸರು ಸೂಚಿಸಿದ ರಘು ಅಪಾರ ಅವರಿಗೆ.

>> ಪುಸ್ತಕದ ಕರಡನ್ನು ಸವಿವರವಾಗಿ ತಿದ್ದಿ, ತಮ್ಮ ಅನುಭವೀ ಸಲಹೆಗಳನ್ನು ಸೂಚಿಸಿರುವ ಅರುಣ್ ಸರ್ ಮತ್ತು ಜ್ಯೋತಿ ಮಹಾದೇವ ಮೇಡಂ ಅವರಿಗೆ.

ಪರಿವಿಡಿ

ಮೊದಲ ಮಾತು

ಅದೊಂದು ದಿನ ಕಂಪ್ಯೂಟರ್‌ನಲ್ಲಿ ಮುಖ ಹುದುಗಿಸಿಕೊಂಡು ಕೆಲಸದಲ್ಲಿ ತೊಡಗಿದ್ದ ನನ್ನ ಮುಂದೆ ನೀಲಿ ಬಣ್ಣದ ಪುಸ್ತಕವೊಂದನ್ನು ಹಿಡಿದು, "ಈ ಪುಸ್ತಕವನ್ನು ಓದಿ ನೋಡು" ಎಂದದ್ದು ನನ್ನ ಗಂಡ. ಅದು "Miracle in the Andes" ಎಂಬ ಪುಸ್ತಕ. ಆ ದಿನ ಸುಮ್ಮನೆ ತಿರುವಿ ನೋಡುವ ಎಂದು ತೆರೆದ ಪುಸ್ತಕವನ್ನು ಓದಿ ಮುಗಿಸುವವರೆಗೂ ಕೆಳಗಿಡಲು ಸಾಧ್ಯವಾಗಲೇ ಇಲ್ಲ. ಪುಸ್ತಕವನ್ನು ಓದುತ್ತಾ ಅದರ ಭಾವಲಹರಿಯಲ್ಲಿ ಲೀನವಾಗಿ ಹೋದ ನನಗೆ ಅದರ ಬಗ್ಗೆ ಬರೆಯಲೇಬೇಕು ಎನಿಸಿತ್ತು.

ಓದುತ್ತಾ ಹೋದಂತೆ, ಅತ್ಯಂತ ಸರಳವಾದ ನಿರೂಪಣೆಯೊಂದಿಗೆ ಈ ಕಥಾನಕವು ಬದುಕಿನಾಳದ ಸತ್ಯಗಳನ್ನು ಶೋಧಿಸುವ ಸಾಧನವಾಗಿ ಕಂಡುಬಂದಿತ್ತು. ತನ್ನಿಂದ ತನ್ನದೆಲ್ಲವನ್ನೂ ಕಸಿದುಕೊಂಡ ಬದುಕನ್ನು ಹಿಂದೊಮ್ಮೆ ದ್ವೇಷಿಸಿದ್ದ ವ್ಯಕ್ತಿಯೊಬ್ಬ ಇಂದು ಅದೇ ಬದುಕಿನತ್ತ ಅಗಾಧ ಪ್ರೇಮವನ್ನು ಬೆಳೆಸಿಕೊಂಡದ್ದು, ಪ್ರೀತಿ-ಪ್ರೇಮಗಳಿಂದಲೇ ಬದುಕನ್ನು ಆಪ್ತವಾಗಿಸಿಕೊಂಡದ್ದರ ಕಥೆಯು ನನ್ನ ಬದುಕಿನ ಹುಡುಕಾಟಕ್ಕೆ ಹತ್ತಿರವೆನಿಸಿತ್ತು.

ಅತ್ಯಂತ ಪ್ರಾಮಾಣಿಕವಾಗಿ ನಡೆದ ಘಟನೆಯ ವಿವರಗಳನ್ನು ನೀಡುತ್ತಲೇ, ನ್ಯಾಂಡೊ ಪರಾಡೊರವರು ಬದುಕಿನ ಪಾಠಗಳನ್ನು, ಆ ಪಾಠಗಳಿಂದ ಅವರು ಅನುಭವಿಸಿ ಅರಿತ ಆಧ್ಯಾತ್ಮಿಕ ಹೊಳಹುಗಳನ್ನು ಸರಳವಾಗಿ ನಮಗೆ ತಿಳಿಸುತ್ತಾ ಹೋಗುತ್ತಾರೆ. ಭಯ, ಆತಂಕ, ದುಃಖಗಳಿಂದ ಪ್ರಾರಂಭವಾಗುವ ಕಥೆ ಬೆಳೆಯುತ್ತಾ ಹೋದಂತೆ ಸುಖ, ಶಾಂತಿ, ನೆಮ್ಮದಿ, ಪ್ರೀತಿಗಳ ಕೇಂದ್ರವಾಗಿ ಮಾರ್ಪಡುತ್ತಾ ಜೊತೆಗೆ ನಮ್ಮನ್ನೂ ರೂಪಾಂತರಗೊಳಿಸುತ್ತದೆ.

ಬದುಕನ್ನು ಪ್ರೀತಿಸುವ ಮತ್ತು ಅದರ ಸಾಧ್ಯತೆಗಳನ್ನು ಅರಿಯಬಯಸುವ ಪ್ರತಿಯೊಬ್ಬರೂ ಓದಬೇಕಾದ ಈ ಕಥಾನಕವನ್ನು ನನ್ನ ಭಾಷೆಯಲ್ಲಿ ತರ್ಜುಮೆ ಮಾಡಲೇಬೇಕು ಎನಿಸಿ, ಈ ಭಾಷಾಂತರದ ಪ್ರಯತ್ನವನ್ನು ಮಾಡಿದ್ದೇನೆ. ನನ್ನಂತೆ ಇನ್ನಷ್ಟು ಸ್ನೇಹಿತರು ಇದರಿಂದ ರೋಮಾಂಚನಗೊಂಡರೆ ಅದರಷ್ಟು ಸಮಾಧಾನ ಇನ್ನೊಂದಿಲ್ಲ.

ಇದೊಂದು ಓದಲೇಬೇಕಾದ, ಸಾರ್ಥಕ ಕಥೆ. ಓದಿ, ನಿಮ್ಮನಿಸಿಕೆ ಹಂಚಿಕೊಳ್ಳಿ.

- ಸಂಯುಕ್ತಾ ಪುಲಿಗಲ್

ಪ್ರಸ್ತಾವನೆ

ಮೊದಲ ಕೆಲ ಘಂಟೆಗಳು ಯಾವ ಭಯ, ಆತಂಕಗಳಾಗಲೀ, ಸಮಯದ ಅರಿವಾಗಲೀ, ನೆನಪಿನ ಶಕ್ತಿಯಾಗಲೀ ಯಾವುದೂ ಇರಲಿಲ್ಲ. ಇದ್ದುದೆಲ್ಲ ಕಡುಗಪ್ಪು ಕತ್ತಲು ಮತ್ತು ನಿಶ್ಶಬ್ದ. ನೀರಿನಾಳದಲ್ಲಿರುವ ಮುಳುಗುಗಾರನಿಗೆ ಮೇಲೆಲ್ಲೋ ಬೆಳಕಿನ ಸೆಲೆ ಕಾಣುವಂತೆ ಕಿರಣವೊಂದು ದೂರದಲ್ಲೆಲ್ಲೋ ಹಾದು ಹೋದಂತಾಯಿತು. ಅವನು ಬೆಳಕಿನ ಬೆಂಬತ್ತಿ ಈಜುತ್ತ ನೀರಿನ ಮೇಲ್ಮೈನತ್ತ ಚಲಿಸುವಂತೆ ನಿಧಾನವಾಗಿ ಎಚ್ಚರಗೊಳ್ಳತೊಡಗಿದೆ. ನೆತ್ತರು ನಿಧಾನವಾಗಿ ಮೆದುಳಿನೊಳಗೆ ಹರಿಯುತ್ತಿದೆ ಎಂಬಂತೆ ಪ್ರಜ್ಞೆ ಮೂಡತೊಡಗಿತು. ಆದರದು ಅರೆಯರಿವು. ಎಚ್ಚರವೂ ಅಲ್ಲದ ನಿದ್ದೆಯೂ ಅಲ್ಲದ ಮಂಪರು. ಧ್ವನಿಗಳು ಕೇಳುತ್ತಿವೆ. ಸುತ್ತಲೆಲ್ಲ ಏನೇನೋ ಚಲನೆಗಳು. ಮಸುಕು ಮಸುಕಾದ ದೃಶ್ಯಗಳು, ಯೋಚನೆಗಳು. ಬೆಳಕಿನ ಮುನ್ನೆಲೆಯಲ್ಲಿ ಹರಿದಾಡುವ ನೆರಳುಗೆರೆಗಳು. ಅವುಗಳನ್ನೇ ದಿಟ್ಟಿಸಿ ನೋಡಿದೆ. ಏನೋ ಆಕಾರ, ಏನೋ ಚಲನೆ. ಅವುಗಳಲ್ಲೊಂದು ನನ್ನ ಮೇಲೇ ತೂಗಾಡುತ್ತಿದೆ ಎಂದು ಭಾಸವಾಯಿತು.

"ನ್ಯಾಂಡೊ, ಈಗ ಹೇಗಿದ್ದೀ? ನನ್ನ ಮಾತು ಕೇಳಿಸುತ್ತಿದೆಯೇ?"

ಆ ನೆರಳಿನ ಛಾಯೆಯನ್ನೇ ಗಮನಿಸುತ್ತಿದ್ದೆ. ನಿಧಾನವಾಗಿ ಅದೊಂದು ಮನುಷ್ಯನ ಮುಖ ಎಂಬುದು ಅರಿವಾಯಿತು. ಹೌದು, ಕೂದಲುಗಳು, ಎರಡು ಕಣ್ಣುಗಳು. ಚಿತ್ರ ನಿಖರವಾಗುತ್ತಾ ಹೋದಂತೆ, ಅರೇ, ಅದು ನನಗೆ ಪರಿಚಯವಿರುವ ಮುಖ. ಆ ಕಣ್ಣಾಲಿಗಳಲ್ಲಿ ನೀರು, ಆದರೆ ಅದಕ್ಕೂ ಮೀರಿ ತಲ್ಲಣ, ಆತಂಕ ಮತ್ತು ಹತಾಶೆ ತುಳುಕಾಡುತ್ತಿತ್ತು.

"ನ್ಯಾಂಡೊ, ಎದ್ದೇಳು, ಎಚ್ಚರಮಾಡಿಕೊ!"

ಇದೇನು ಇಷ್ಟು ಕೊರೆವ ಚಳಿ? ನನ್ನ ತಲೆಯೇಕೆ ಇಷ್ಟು ಸಿಡಿವಂತೆ ನೋಯುತ್ತಿದೆ? ಈ ಆಲೋಚನೆಗಳನ್ನು ಹೇಳಲು ಪ್ರಯತ್ನಿಸಿದೆ, ಆದರೆ ತುಟಿಗಳು ಅಲುಗಾಡವು. ಮಾತನಾಡಲು ಪ್ರಯತ್ನಿಸಿ ನನ್ನ ಶಕ್ತಿ ಪೂರ ಉಡುಗಿಹೋಯಿತು. ನಾನು ಮತ್ತೆ ಕಣ್ಣು ಮುಚ್ಚಿ ಮಲಗಿದೆ. ಸ್ವಲ್ಪ ಸಮಯದ ನಂತರ ಪುನಃ ಶಬ್ದಗಳು. ಈಗ ಕಣ್ಣು ತೆರೆದು ನೋಡಿದೆ. ನನ್ನ ಸುತ್ತಲೂ ಇನ್ನಷ್ಟು ಮುಖಗಳು ತೇಲುತ್ತಿದ್ದವು.

"ಅವನು ಎಚ್ಚರಗೊಂಡಿದ್ದಾನಾ? ನಿನ್ನ ಮಾತು ಅವನಿಗೆ ಕೇಳಿಸಿತೆ?"

"ಏನಾದರೂ ಮಾತಾಡು ನ್ಯಾಂಡೊ!"

"ನಾವೆಲ್ಲ ನಿನ್ನ ಜೊತೆಗಿದ್ದೇವೆ ನ್ಯಾಂಡೊ. ಕೇಳಿಸುತ್ತಿದೆಯೇ?"

ನಾನು ಮತ್ತೆ ಮಾತನಾಡಲು ಪ್ರಯತ್ನಿಸಿ ಸೋತೆ. ಅಷ್ಟರಲ್ಲಿ ಯಾರೋ "ನಾವು ವಿಮಾನಾಪಘಾತಕ್ಕೆ ಸಿಲುಕಿದ್ದೇವೆ ನ್ಯಾಂಡೊ, ನಾವೀಗ ಬೆಟ್ಟಗಳ ನಡುವೆ ಕಳೆದುಹೋಗಿದ್ದೇವೆ" ಎಂದು ನನ್ನ ಕಿವಿಯ ಬಳಿ ಉಸುರಿದರು.

"ನಿನಗೆ ಅರ್ಥವಾಗುತ್ತಿದೆಯೇ ನ್ಯಾಂಡೊ?"

ನನಗೆ ಅರ್ಥವಾಗಲಿಲ್ಲ. ಮಾತಿನ ಶೈಲಿಯಿಂದ ಇದ್ಯಾವುದೋ ಬಹುಮುಖ್ಯ ಸುದ್ದಿ ಎಂಬುದಷ್ಟೇ ತಿಳಿಯಿತು. ಆದರೆ ನನಗೂ ಸಂಬಂಧ ಪಟ್ಟ ವಿಷಯ ಎಂಬ ಸುಳಿವೂ ಸಿಗಲಿಲ್ಲ. ಯಾವುದೋ ಮಾಯಾಲೋಕದಲ್ಲಿ ಸಿಲುಕಿ ಜಗತ್ತಿನಿಂದ ದೂರ ತೇಲುತ್ತಿದ್ದಂತೆ ಭಾಸವಾಗುತ್ತಿತ್ತು. ಇದೇ ಸ್ಥಿತಿಯಲ್ಲಿ ಒಂದಷ್ಟು ಘಂಟೆಗಳು ಕಳೆದ ನಂತರ ನಾನು ಸಂಪೂರ್ಣ ಎಚ್ಚರಗೊಂಡೆ. ನನ್ನ ಸುತ್ತಲೂ ಇದ್ದ ಪರಿಸರದ ಪರಿವೆಯುಂಟಾಯಿತು. ನಾನು ಅರೆಪ್ರಜ್ಞೆಯಲ್ಲಿದ್ದಾಗ ಕುತೂಹಲಕಾರಿಯಾಗಿ ಕಂಡ ಮಂದ ಗುಂಡಾಕಾರದ ಸಣ್ಣ ಬೆಳಕಿನ ಮುದ್ದೆಗಳು ಈಗ ವಿಮಾನದ ಕಿಟಕಿಗಳೆಂದು ಅರಿವಾಯಿತು. ನಾನು ವಿಮಾನದ ಪ್ರಯಾಣಿಕರ ಕೊಠಡಿಯಲ್ಲಿ ನೆಲದ ಮೇಲೆ ಮಲಗಿದ್ದೇನೆಂಬ ಅರಿವಾಯಿತು. ಆದರದು ಎಂದಿನ ವಾತಾವರಣ ಎನಿಸಲಿಲ್ಲ. ವಿಮಾನ ಬಲಗಡೆಗೆ ಉರುಳಿತ್ತು. ನನ್ನ ಕಾಲು ಸ್ವಲ್ಪ ಮೇಲಕ್ಕೆ ಓರೆಮಾಡಿಸಲಾಗಿತ್ತು. ವಿಮಾನದ ಸಾಕಷ್ಟು ಪೀಠೋಪಕರಣಗಳು ಕಾಣಿಸಲಿಲ್ಲ. ಮೇಲ್ಛಾವಣಿ ಮುರಿದಿತ್ತು. ಅಲ್ಲಲ್ಲಿ ಸಾಕಷ್ಟು ವಿದ್ಯುತ್ ತಂತಿಗಳು ಮತ್ತು ಕೊಳವೆಗಳು ಗೋಜಲುಗೋಜಲಾಗಿ ಜೋತಾಡುತ್ತಿದ್ದವು. ನನ್ನ ಸುತ್ತುವರಿದಿದ್ದ ನೆಲದ ತುಂಬೆಲ್ಲಾ ಲೋಹದ ಚೂರುಗಳು, ಪ್ಲಾಸ್ಟಿಕ್ ತುಂಡುಗಳು ಚೆಲ್ಲಾಪಿಲ್ಲಿಯಾಗಿ ಬಿದ್ದಿದ್ದವು.

ಇನ್ನೂ ಸಂಜೆಯಾಗಿರಲಿಲ್ಲ. ಸುತ್ತಲೂ ಭಯಂಕರವಾದ ರಣ ಚಳಿ. ಉರಗ್ವೇಯಂತಹ ಬೆಚ್ಚಗಿನ ದೇಶದಲ್ಲಿ ಜೀವಮಾನ ಕಳೆದ ನಾನು ಮಿಚಿಗನ್ನಿನ ಸಜಿನಾವಿಗೆ ಓದಲು ಹೋಗಿದ್ದಾಗ, ನನ್ನ ಹದಿನಾರನೆಯ ವಯಸ್ಸಿನಲ್ಲಿ, ಮೊದಲ

ಬಾರಿಗೆ ನಿಜವಾದ ಚಳಿಯ ತುಸು ಅನುಭವವಾಗಿತ್ತು. ಕೊರೆವ ಚಳಿಯ ಅನುಭವವಿಲ್ಲದಿದ್ದ ನಾನು ಆಗ ಬೆಚ್ಚಗಿನ ಬಟ್ಟೆಯನ್ನೂ ಒಯ್ದಿರಲಿಲ್ಲ. ತೆಳು ಜಾಕೆಟ್ ಮತ್ತು ಸಾಧಾರಣ ಶೂ ತೊಟ್ಟಿದ್ದ ನಾನು ಆ ಚಳಿಯಲ್ಲಿ ಮರಗಟ್ಟಿಹೋಗಿದ್ದೆ. ಆದರೂ ಸಹ ಅದು ಈಗ ಎದುರಿಸುತ್ತಿದ್ದ ಜೀವಹಿಂಡುವ ಚಳಿಯಾಗಿರಲಿಲ್ಲ. ಇದು ಆಸಿಡ್‌ನಂತೆ ಮೂಳೆಗಳನ್ನು ಪುಡಿಪುಡಿ ಮಾಡುತ್ತಿತ್ತು. ನನ್ನ ದೇಹದ ಪ್ರತಿ ಅಣುವೂ ನೋಯುತ್ತಿತ್ತು ಮತ್ತು ಚಳಿಗೆ ನಡುಗಿಹೋಗುತ್ತಿದ್ದ ಆ ಪ್ರತಿ ಘಳಿಗೆಯೂ ಜೀವಾವಧಿಯೆಂಬ ಅನುಭವ ನೀಡುತ್ತಿತ್ತು.

ವಿಮಾನದ ನೆಲದ ಮೇಲೆ ಬಿದ್ದಿದ್ದ ನನ್ನನ್ನು ಚಳಿಯಿಂದ ರಕ್ಷಿಸಿಕೊಳ್ಳಲು ಯಾವ ಉಪಾಯವೂ ತೋಚಲಿಲ್ಲ. ಅಷ್ಟಕ್ಕೂ ಇರಿಯುವ ಚಳಿಯೊಂದೇ ನನ್ನನ್ನು ಬಾಧಿಸಿದ್ದಲ್ಲ. ಅದರೊಡನೆ ತಲೆ ಸಿಡಿದುಹೋಗುವಷ್ಟು ತೀವ್ರ ನೋವು. ಯಾವುದೋ ವನ್ಯಮೃಗ ನನ್ನ ತಲೆಯಲ್ಲಿ ಸೇರಿ ಹೊರಬರಲು ಪರದಾಡುತ್ತಿದೆ ಎಂಬಷ್ಟು ನೋವು. ನಿಧಾನವಾಗಿ ನನ್ನ ತಲೆಯ ಮೇಲ್ಭಾಗವನ್ನು ಮುಟ್ಟಲು ಪ್ರಯತ್ನಿಸಿದೆ. ಒಣಗಿ ಮರಗಟ್ಟಿಹೋಗಿದ್ದ ರಕ್ತವು ತಲೆಕೂದಲನ್ನು ಗಂಟುಗಂಟಾಗಿಸಿತ್ತು. ಕಿವಿಯ ನಾಲ್ಕಿಂಚು ಮೇಲಕ್ಕೆ ಒಂದು ತ್ರಿಕೋಣಾಕಾರದಲ್ಲಿ ಮೂರು ಗಾಯಗಳು ರಕ್ತದ ಮಡುವಾಗಿದ್ದವು. ಅದನ್ನು ಕೆದಕಿ ಮುಟ್ಟಿದರೆ ಮುರಿದ ಮೊಳೆಯ ಚೂಪಾದ ತುದಿ ಮತ್ತು ನಡುವೆ ಮೆತ್ತನೆಯ ಮಾಂಸದ ಸ್ಪರ್ಶ ಅನುಭವಕ್ಕೆ ಬಂತು. ನಾನು ನನ್ನ ತಲೆಬುರುಡೆಯ ಮುರಿದ ಭಾಗದಲ್ಲಿನ ಮೆದುಳನ್ನು ಮುಟ್ಟುತ್ತಿದ್ದೇನೆ ಎಂದು ಅರಿವಾದ ತಕ್ಷಣ ಹೊಟ್ಟೆಯಲ್ಲಿ ಅದೆಂಥದೋ ಹೇಳಲಾಗದ ಭಯ ಸಂಕಟ ಹಿಂಡಿತು. ಹೃದಯ ಬಡಿತ ಹೆಚ್ಚಾಗಿ, ಜೀವ ಗಂಟಲಿಗೆ ಬಂದಿತ್ತು. ತಣ್ಣಗೆ ನಿಟ್ಟುಸಿರು ಬಿಡುತ್ತಾ ಸುತ್ತಲೂ ಕಣ್ಣಾಡಿಸಿದಾಗ ಕಂದುಬಣ್ಣದ ಕಣ್ಣುಗಳು ನನ್ನನ್ನೇ ದೃಷ್ಟಿಸುತ್ತಿದ್ದವು. ಆಗಷ್ಟೇ ಅದು ನನ್ನ ಸ್ನೇಹಿತ ರಾಬರ್ಟೊ ಕನೆಸಾ ಎಂದು ತಿಳಿಯಿತು.

"ಏನಾಯಿತು? ನಾವೀಗ ಎಲ್ಲಿದ್ದೇವೆ?" ಅವನನ್ನು ಕೇಳಿದೆ.

ನನ್ನ ತಲೆಯ ಗಾಯಗಳನ್ನು ಗಮನಿಸಲೆಂದು ಬಾಗಿದ್ದ ಅವನ ಮುಖದಲ್ಲಿ ಆತಂಕವಿತ್ತು. ಅವನು ಸದಾ ಗಂಭೀರ. ಗಟ್ಟಿ ಮನಸ್ಸಿನ ಉತ್ಸಾಹಿ ವ್ಯಕ್ತಿ. ಆತನ ಕಣ್ಣುಗಳಲ್ಲಿ ಸದಾ ಅಚಲ ಆತ್ಮಬಲ ಮತ್ತು ಗಟ್ಟಿತನ ಕಾಣಿಸುತ್ತಿತ್ತು. ಆದರೆ ಈಗ ಆ ಕಣ್ಣುಗಳಲ್ಲಿ ಅದೇನೋ ಹೊಸ ಭಾವ ತುಳುಕುತ್ತಿತ್ತು. ಹಿಂದೆಂದೂ ಕಾಣದ ಭಯವಿಸ್ಮಿತ ಮುಖ. ಅಸಾಧ್ಯವನ್ನು ಕಂಡು ಅನುಭವಿಸಿ ಬೆದರಿದ್ದ ಮನುಷ್ಯನೊಬ್ಬನ ನೋಟದಂತಿತ್ತು ಆತನ ಆತಂಕಮಯ ಕಣ್ಣುಗಳ ಭಾವ.

"ನೀನು ಮೂರು ದಿನಗಳಿಂದ ಪ್ರಜ್ಞೆ ತಪ್ಪಿದ್ದೆ, ನೀನು ಬದುಕಬಹುದೆಂಬ ಭರವಸೆಯೇ ನಮಗಿರಲಿಲ್ಲ", ಅವನಾಡಿದ ಈ ಮಾತುಗಳಲ್ಲಿ ನಿರ್ಲಿಪ್ತತೆ ಎದ್ದು

ಕಾಣುತ್ತಿತ್ತು. ನನಗೆ ಇದ್ಯಾವುದೂ ಊಹೆಗೆ ನಿಲುಕದ ವಿಷಯಗಳಾಗಿದ್ದವು. "ನನಗೇನಾಗಿದೆ? ಇಲ್ಲಿ ಇಷ್ಟೇಕೆ ಚಳಿಯಿದೆ?" ನಾನು ಆತಂಕದಲ್ಲೇ ಕೇಳಿದೆ.

"ನ್ಯಾಂಡೊ, ನಾವು ಪಯಣಿಸುತ್ತಿದ್ದ ವಿಮಾನ ಪರ್ವತದಲ್ಲಿ ಅಪಘಾತಕ್ಕೀಡಾಯಿತು. ನಾವೀಗ ಇಲ್ಲಿ ಸಿಕ್ಕಿಹಾಕಿಕೊಂಡಿದ್ದೇವೆ", ರಾಬರ್ಟೊ ಹೇಳಿದ.

ನಾನು ಭಯಾತಂಕದಲ್ಲೇ ಇಲ್ಲವೆನ್ನುತ್ತ ತಲೆಯಾಡಿಸುತ್ತಿದ್ದೆ. ನಡೆದದ್ದು ಯಾವುದೂ ನಂಬಲಸಾಧ್ಯವಾಗಿತ್ತು. ಇದ್ದಕ್ಕಿದ್ದಂತೆ ನನಗೆ ಸಣ್ಣ ನರಳಾಟಗಳು, ನೋವಿನ ಕೂಗು ಕೇಳಿಸಿತು. ನನ್ನಂತೆ ಗಾಯಗೊಂಡು ಕಂಗೆಟ್ಟವರು ಅಲ್ಲಿ ಅನೇಕರಿದ್ದಾರೆ ಎಂದು ಆಗ ನನಗರಿವಾಯಿತು. ಅನೇಕರು ಆಘಾತಕ್ಕೆ ಒಳಗಾಗಿ ನನ್ನಂತೆಯೇ ಮಲಗಿದ್ದರು. ಕೆಲವರು ಇತ್ತಿಂದತ್ತ ಓಡಾಡುತ್ತ ಗಾಯಗೊಂಡವರ ಶುಶ್ರೂಷೆ ಮಾಡುತ್ತಿದ್ದರು. ನನ್ನ ಅಂಗಿಯ ಮುಂಭಾಗವೆಲ್ಲಾ ಕಂದು ಬಣ್ಣದ ಗಟ್ಟಿ ಮುದ್ದೆಗಳ ಕರೆಗಳಾಗಿದ್ದವು. ಅದನ್ನು ಬೆರಳಂಚಿನಿಂದ ಒತ್ತಿದಾಗ ಹೆಪ್ಪುಗಟ್ಟಿ ಅಂಟಂಟಾಗಿದ್ದ ನನ್ನದೇ ರಕ್ತದೋಕುಳಿ ಎಂದು ತಿಳಿಯಿತು.

"ನ್ಯಾಂಡೊ, ಅರ್ಥವಾಗುತ್ತಿದೆಯೇ? ನಾವು ವಿಮಾನದಲ್ಲಿದ್ದದ್ದು, ಚಿಲಿಗೆ ಹೊರಟದ್ದು ನೆನಪಿದೆಯೇ?" ರಾಬರ್ಟೊ ಮತ್ತೆ ಮಾತನಾಡಿಸಲು ಪ್ರಯತ್ನಿಸಿದ. ನಾನು ಕಣ್ಣುಮುಚ್ಚಿ ಹೌದೆಂದೆ. ನನ್ನೆಲ್ಲ ಗೊಂದಲ ಗಲಿಬಿಲಿಗಳು ಕರಗಿ ನಡೆದುದೇನು ಎಂದು ಅರಿವಾಗತೊಡಗಿತು. ರಾಬರ್ಟೊ ನನ್ನ ಮುಖದಲ್ಲಿ ಅಂಟಿ ಹೆಪ್ಪುಗಟ್ಟಿದ್ದ ರಕ್ತದ ಕಲೆಗಳನ್ನು ಮೆಲ್ಲಗೆ ತೊಳೆಯುತ್ತಿದ್ದ. ಆಗ ನಿಧಾನವಾಗಿ ಅಲ್ಲಿ ನಡೆದ ಘಟನೆ, ಪರಿಸ್ಥಿತಿ ಪೂರ್ಣವಾಗಿ ಅರ್ಥವಾಗಲಾರಂಭಿಸಿತು.

ಅಧ್ಯಾಯ 1

ಮೊದಲು

ಅಂದು ಅಕ್ಟೋಬರ್ ಹದಿಮೂರು, ಶುಕ್ರವಾರ. ನನ್ನ ಹುಟ್ಟೂರಾದ ಮಾಂಟೆವಿಡಿಯೊದಲ್ಲಿ ನಮ್ಮ ಚಿಲಿ, ಸ್ಯಾಂಟಿಯಾಗೊ ಪ್ರಯಾಣಕ್ಕೆ ಒಂದು ದಿನ ಮುನ್ನವೇ ವಿಮಾನ ಹೊರಟುನಿಂತಿತ್ತು. ಅದು "ಓಲ್ಡ್ ಕ್ರಿಶ್ಚಿಯನ್" ರಗ್ಬೀ ತಂಡಕ್ಕಾಗಿ ನಾವೇ ಬಾಡಿಗೆಗೆ ಪಡೆದಿದ್ದ ಫೇರ್ ಚೈಲ್ಡ್ ಎಂಬ ವಿಮಾನವಾಗಿತ್ತು. ನಾವು ಚಿಲಿಯ ಉತ್ತಮ ತಂಡದೊಡನೆ ರಗ್ಬೀ ಪ್ರದರ್ಶನ ಪಂದ್ಯವಾಡಲು ಹೊರಟಿದ್ದೆವು. ನಾಲ್ಕು ಜನ ವಿಮಾನ ಸಿಬ್ಬಂದಿಗಳಾದ ಪೈಲಟ್, ಸಹಪೈಲಟ್, ಮೆಕ್ಯಾನಿಕ್ ಮತ್ತು ಒಬ್ಬ ಪರಿಚಾರಕನೂ ಸೇರಿದಂತೆ ವಿಮಾನದಲ್ಲಿ ನಲವತ್ತೈದು ಜನರಿದ್ದೆವು. ಗುಂಪಿನಲ್ಲಿ ಹೆಚ್ಚು ನಮ್ಮ ತಂಡದವರೇ ಆಗಿದ್ದರು ಜೊತೆಗೆ ಒಂದಷ್ಟು ಸ್ನೇಹಿತರು, ಕುಟುಂಬದವರು ಮತ್ತು ನಮ್ಮ ಆಟಕ್ಕೆ ಬೆಂಬಲ ನೀಡುವ ವಿಶ್ವಾಸಿಗರು ಇದ್ದರು. ನನ್ನ ಜೊತೆಗೆ ನನ್ನ ತಾಯಿ ಯೂಜಿನಿಯ ಮತ್ತು ತಂಗಿ ಸೂಜಿ ಸಹ ಪ್ರಯಾಣಕ್ಕೆ ಸಾಥ್ ನೀಡಿದ್ದರು. ಅವರಿಬ್ಬರು ನನ್ನ ಮುಂದಿನ ಸೀಟಿನಲ್ಲಿ ಕುಳಿತಿದ್ದರು. ನಮ್ಮ ಯೋಜನೆಯ ಪ್ರಕಾರ ನಾವು ಮೂರುವರೆ ಘಂಟೆಗಳ ಕಾಲದ ಪುಟ್ಟ ವಿಹಾರಕ್ಕಾಗಿ ಸ್ಯಾಂಟಿಯಾಗೊನಲ್ಲಿಳಿದು ನಂತರ ಚಿಲಿಯತ್ತ ತೆರಳಬೇಕಾಗಿತ್ತು.

ಆದರೆ ಅತ್ತ ಬೆಟ್ಟ ತಪ್ಪಲಿನಲ್ಲಿ ಎಚ್ಚರಿಕೆಯ ಹವಾಮಾನ ವರದಿಯಾದ್ದರಿಂದ ಪೈಲಟ್ ಜುಲಿಯೊ ಫೆರಾಡಸ್ ನಮ್ಮ ಪ್ರಯಾಣಕ್ಕೊಂದು ಬ್ರೇಕ್ ಹಾಕಿ ಸ್ಪ್ಯಾನಿಶ್ ನಗರದ ಮೆಂಡೊಜಾ ಎಂಬ ಸ್ಥಳದಲ್ಲಿ ವಿಮಾನ ನಿಲ್ಲಿಸುವುದಾಗಿ ಮರುಯೋಜನೆ ಮಾಡಿದರು. ಆ ನಿಗದಿತ ಸ್ಥಳ ಆಂಡಿಯನ್ ಪರ್ವತಶ್ರೇಣಿಯ ಹತ್ತಿರವೇ ಇತ್ತು.

ನಾವು ಮಧ್ಯಾಹ್ನದೊಳಗೆ ಮೆಂಡೊಜಾಗೆ ತಲುಪಿದೆವು. ಕೆಲಘಂಟೆಗಳು ಅಲ್ಲಿ ತಂಗಿದ್ದು ಹೊರಡುವುದು ಎಂದು ತಿಳಿದಿದ್ದೆವು. ಆದರೆ ಕೆಟ್ಟ ಹವಾಮಾನದ ಕಾರಣ ನಾವು ಅಲ್ಲೇ ಒಂದು ರಾತ್ರಿ ಕಳೆಯಬೇಕಾಯಿತು. ನಮ್ಮ ವಿಹಾರ ಪ್ರಯಾಣದ ಒಂದು ದಿನ ಹೀಗೆ ಕಳೆದುಹೋದದ್ದು ನಮಗ್ಯಾರಿಗೂ ಇಷ್ಟವಾಗಲಿಲ್ಲ. ಆದರೂ ನಾವು ಸಾಧ್ಯವಾದಷ್ಟೂ ಸಮಯದ ಸದುಪಯೋಗ ಮಾಡಿಕೊಂಡೆವು. ನಮ್ಮಲ್ಲಿ ಕೆಲವರು ಹತ್ತಿರದ ಕೆಫೆಗಳಿಗೆ ಹೋಗಿ ವಿಶ್ರಾಂತಿ ತೆಗೆದುಕೊಂಡರು, ಮತ್ತೆ ಕೆಲವರು ಮೆಂಡೊಜಾವೆಂಬ ಸುಂದರ ನಗರ ಪ್ರದಕ್ಷಿಣೆ ಮಾಡಿದರು. ನಾನು ಕೆಲ ಸ್ನೇಹಿತರೊಂದಿಗೆ ಕಾರ್ ರೇಸನ್ನು ನೋಡಲು ಹೊರಟೆ. ಸಂಜೆ ನಾವೆಲ್ಲಾ ಸಿನೆಮಾ ನೋಡಲು ತೆರಳಿದೆವು ಮತ್ತೆ ಕೆಲವರು ಆಗಷ್ಟೇ ಕಂಡು ಸ್ನೇಹವಾದ ಹುಡುಗಿಯರೊಂದಿಗೆ ಡಾನ್ಸ್‌ಗೆಂದು ಹೋಗಿದ್ದರು. ನನ್ನ ತಾಯಿ ಮತ್ತು ತಂಗಿ ನಗರದ ಅಂಗಡಿಗಳಿಗೆ ಭೇಟಿಕೊಟ್ಟು ಸಂಭ್ರಮಿಸಿದರು. ನನ್ನ ತಾಯಿ, ಅಕ್ಕ ಗ್ರೆಸಿಲ್ಲಾಳ ಮಗನಿಗಾಗಿ ಪುಟ್ಟ ಕೆಂಪು ಶೂಗಳನ್ನು ಕೊಂಡಳು. ಅದನ್ನು ಪುಟ್ಟ ಹೂಗುಚ್ಛದಲ್ಲಿ ಕೊಂಡುತಂದ ಆಕೆಯ ಸಂತೋಷ ಹೇಳತೀರದು.

ಮರುದಿನ ಬೆಳಗ್ಗೆ ನಾವೆಲ್ಲ ಹೊರಡಲು ಉತ್ಸುಕರಾಗಿದ್ದೆವು. ಆದರೂ ಪೈಲಟ್‌ನಿಂದ ಹೊರಡುವ ಸುದ್ದಿ ಇಲ್ಲ. ನಾವೆಲ್ಲಾ ಮಧ್ಯಾಹ್ನ ಒಂದು ಘಂಟೆಗೆ ವಿಮಾನ ನಿಲ್ದಾಣದಲ್ಲಿ ಸೇರಬೇಕೆಂದು ಸುದ್ದಿ ಮುಟ್ಟಿತು. ನಾವೆಲ್ಲಾ ಸಿದ್ಧರಾಗಿ ಅಲ್ಲಿಗೆ ಹೋದಾಗಲೂ ಹೊರಡುವ ಸೂಚನೆಯೇ ಇಲ್ಲ. ಎಲ್ಲರಿಗೂ ಸಿಟ್ಟು ಅಸಹನೆ. ತರುಣರಾಗಿದ್ದ ನಮಗೆ ವಿಮಾನ ಚಾಲನೆಯ ಕಷ್ಟ ತಿಳಿಯದು. ಹವಾಮಾನ ವರದಿಯ ಪ್ರಕಾರ ನಾವು ಚಲಿಸಬೇಕಿದ್ದ ವೈಮಾನಿಕ ಮಾರ್ಗದಲ್ಲಿನ ಗಾಳಿ ಪ್ರಕ್ಷುಬ್ಧವಾಗಿತ್ತು. ಹವಾಮಾನ ತಜ್ಞರೊಟ್ಟಿಗಿನ ಮಾತುಕತೆಯಾದಮೇಲೆ ನಮ್ಮ ಪೈಲಟ್ ಯಾನದಲ್ಲೇನೂ ತೊಂದರೆ ಬಾರದು ಎಂದು ಧೈರ್ಯದಿಂದಿದ್ದ. ಆದರೆ ಆಗಲೇ ನಡು ಮಧ್ಯಾಹ್ನವಾದ್ದರಿಂದ, ನಾವು ಹೊರಡುವ ವೇಳೆಗೆ ಸರಿಯಾಗಿ ವಾತಾವರಣ ಬಿಸಿಗೊಂಡು ಹವಾ ವೈಪರೀತ್ಯ ಉಂಟುಮಾಡಬಹುದು ಎಂಬ ಸಂಶಯವಿದ್ದೇ ಇತ್ತು. ಪೈಲಟ್‌ಗೆ ಈ ಎಲ್ಲ ವಿಷಯ ಗೊತ್ತಿತ್ತು ಮತ್ತು ಬಹಳ ಎಚ್ಚರಿಕೆ ವಹಿಸದಿದ್ದಲ್ಲಿ ಗಾಳಿಯಾಟಕ್ಕೆ ತುತ್ತಾಗಿ ನಮ್ಮ ವಿಮಾನ ಒಂದು ಗೊಂಬೆಯಂತೆ ಮುರಿದುಬೀಳಬಹುದು ಎಂಬ ಸೂಚನೆಯೂ ಅವರಿಗೆ ಇತ್ತು.

ಇವೆಲ್ಲ ತಿಳಿದಿದ್ದರೂ ನಾವು ಹೊರಡಲೇಬೇಕಿತ್ತು. ಏಕೆಂದರೆ, ನಮ್ಮದು ಬಾಡಿಗೆಗೆ ತೆಗೆದುಕೊಂಡ ವಿಮಾನವಾದ್ದರಿಂದ ಅಪರಿಚಿತ ದೇಶದಲ್ಲಿ ಇಪ್ಪತ್ತನಾಲ್ಕು ಘಂಟೆಗಳಿಗಿಂತ ಹೆಚ್ಚಿಗೆ ಉಳಿಯುವ ಅವಕಾಶವಿರಲಿಲ್ಲ. ಈಗ, ನಾವು ಧೈರ್ಯ ಮಾಡಿ ನಮ್ಮ ಪ್ರಯಾಣ ಮುಂದುವರಿಸಬೇಕೇ ಅಥವಾ ಹಿಮ್ಮೆಟ್ಟಿ ಮಾಂಟೆವಿಡಿಯೊಗೆ ಮರಳಬೇಕೆ ಎಂಬ ನಿರ್ಧಾರದ ಹೊಣೆ ನಮ್ಮ ಪೈಲಟ್ ಮತ್ತು ಆತನ ಸಹಚರನ ಕೈಲಿತ್ತು.

ಅವರಿಬ್ಬರೂ ದೀರ್ಘ ಚರ್ಚೆಯಲ್ಲಿದ್ದರು, ಆಗ ನಮ್ಮ ಅಸಹನೆ ಮಿತಿಮೀರಿತು. ಪ್ರವಾಸದ ಒಂದು ದಿನ ಆಗಲೇ ಕಳೆದುಕೊಂಡಿದ್ದ ನಾವು ಇನ್ನು ಹೆಚ್ಚಿಗೆ ಸಮಯ ವ್ಯರ್ಥ ಮಾಡಿಕೊಳ್ಳಲು ಸಿದ್ಧರಿರಲಿಲ್ಲ. ನಾವೆಲ್ಲ ತರುಣ ಆಟಗಾರರು, ಪ್ರತಿಯೊಬ್ಬರೂ ಗಟ್ಟಿಗರು ಮತ್ತು ವಯೋಸಹಜ ಅಹಂಕಾರ ನಮ್ಮಲ್ಲಿ ತುಳುಕುತ್ತಿತ್ತು. ಪೈಲಟ್‌ನ ಹೆದರಿಕೆಯಿಂದ ನಮ್ಮೆಲ್ಲ ಸಮಯ ವ್ಯಯವಾಗುತ್ತಿದೆ ಎಂದು ನಮ್ಮ ಸಿಟ್ಟು. ಇದನ್ನೇ ದೊಡ್ಡ ನೆವಮಾಡಿ ಪೈಲಟ್ ಕಂಡಾಗ ಆತನನ್ನು ಮೂದಲಿಸಲು ಪ್ರಾರಂಭಿಸಿದೆವು. ಅವರ ಸಾಮರ್ಥ್ಯವನ್ನು ಪ್ರಶ್ನಿಸುವಂತೆ, "ನಿಮ್ಮನ್ನು ನಾವು ಚಿಲಿಗೆ ಕರೆದೊಯ್ಯಲೆಂದು ಎರವಲು ಪಡೆದದ್ದು, ದಯವಿಟ್ಟು ಅಷ್ಟು ಮಾಡಿ!" ಎಂದು ಒಬ್ಬ ಅವನತ್ತ ಛೇಡಿಕೆಯ ಮಾತೆಸೆದ. ನಮ್ಮ ಮಾತುಗಳು ಅವರ ಮೇಲೆ ಪರಿಣಾಮ ಬೀರಿದವೋ ಇಲ್ಲವೋ ಗೊತ್ತಿಲ್ಲ, ಮತ್ತಷ್ಟು ಮಾತುಕತೆ ಮತ್ತು ವಿಚಾರಗಳ ನಂತರ ಸಿಬ್ಬಂದಿ ನಮ್ಮ ಅಸಹನೆ ತುಂಬಿದ ಮುಖಗಳನ್ನೊಮ್ಮೆ ನೋಡಿ, ನಾವು ಪ್ರಯಾಣವನ್ನು ಮುಂದುವರೆಸಲಿದ್ದೇವೆ ಎಂಬ ಸುದ್ದಿಯನ್ನು ತಿಳಿಸಿತು. ನಮ್ಮ ತಂಡ ಖುಷಿಯಿಂದ ಕುಪ್ಪಳಿಸಿ, ಕೇಕೆ ಹಾಕಿತು.

ಮಧ್ಯಾಹ್ನ ಸುಮಾರು 2.30ಕ್ಕೆ ನಮ್ಮ ವಿಮಾನ ಹೊರಟಿತು. ನಾವು ಮೆಂಡೊಜಾದಿಂದ ದಕ್ಷಿಣ ಭಾಗದ ಕಡೆಗೆ ಪ್ರಯಾಣ ಸಾಗಿಸಿದ್ದೆವು. ಪಶ್ಚಿಮ ದಿಕ್ಕಿಗೆ ಅರ್ಜೆಂಟಿನಾದ ಆಂಡೀಸ್ ಪರ್ವತಶ್ರೇಣಿ ಪ್ರಾರಂಭವಾಗುವುದಿತ್ತು. ಕಿಟಕಿಯಿಂದಿಣುಕಿದ ನನಗೆ ಅಗಾಧ ಪರ್ವತ ಶಿಖರಗಳ ದರ್ಶನವಾಗಿ ಪುಳಕವಾಯಿತು. ಸಮತಟ್ಟಾಗಿ ಹರಡಿದ ಒಣ ಪ್ರಸ್ಥಭೂಮಿಯಿಂದ ಮೇಲೆದ್ದ ಶಿಖರಗಳು, ಕಣ್ಣಗಲಕ್ಕೂ ಚಾಚಿ ತಮ್ಮ ವಿಸ್ತಾರತೆ, ಗಾಂಭೀರ್ಯವನ್ನು ಮೆರೆದಿದ್ದವು. ಆ ಮನೋಹರ ದೃಶ್ಯ ನೋಡಲು ಎರಡು ಕಣ್ಣು ಸಾಲದು. ಒಂದು ಬೆಟ್ಟದ ಭುಜವಿನ್ನೊಂದಕ್ಕೆ ಸೇರಿ ದೊಡ್ಡದಾದ ಕೋಟೆಯಂತೆ ಭಾಸವಾಗುತ್ತಿತ್ತು. ನಾನು ಬಹಳ ಭಾವುಕ ಅಥವಾ ಕವಿಯೇನಲ್ಲ ಆದರೆ ಆ ಶಿಖರಗಳು ಆ ಕ್ಷಣಕ್ಕೆ ನಿಜಕ್ಕೂ ಉಸಿರಾಡುವ ಜೀವಂತ, ಅನುಭವೀ ಜೀವಿಗಳಂತೆ ಕಂಡಿದ್ದವು. ಅವುಗಳೊಂದಿಗೆ ನನಗೆ ಒಂದು ಭಾವನಾತ್ಮಕ ಸಂಬಂಧ ಬೆಸೆಯುತ್ತಿತ್ತು. ಬಹುಶಃ ಅದಕ್ಕೇ ಇರಬಹುದು

ತಿಳಿದವರು ಈ ಬೆಟ್ಟತಪ್ಪಲುಗಳನ್ನು ಆಧ್ಯಾತ್ಮಿಕ ಸ್ಥಳಗಳಾಗಿ ಕಂಡುಕೊಂಡಿರುವುದು. ಹೌದು ನಿಜಕ್ಕೂ ದೇವರೆಂಬುವವನು ಇದ್ದರೆ ಇಲ್ಲಿಯೇ ತಂಗಿರಬೇಕು.

ನನ್ನ ದೇಶ ಉರಗ್ವೇ, ತಗ್ಗು ಪ್ರದೇಶ. ಆದ್ದರಿಂದ ನನಗಾಗಲೀ ನನ್ನ ಸ್ನೇಹಿತರಿಗಾಗಲೀ, ಯಾವುದೇ ಪರ್ವತ, ಗಿರಿಶಿಖರಗಳ ಬಗ್ಗೆ ಹೆಚ್ಚು ಮಾಹಿತಿಯಿಲ್ಲ. ಪುಸ್ತಕದ ಜ್ಞಾನವೇ ಹೊರತು ಖುದ್ದಾಗಿ ಕಂಡದ್ದು ಇದೇ ಮೊದಲ ಬಾರಿ. ಆಂಡೀಸ್ ಎಂಬುದು ವೆನಿಜುವೆಲಾದಿಂದ ದಕ್ಷಿಣ ಅಮೆರಿಕಾದವರೆಗೂ ತನ್ನ ಹರವನ್ನು ಚಾಚಿಕೊಂಡಿರುವ ಜಗತ್ತಿನ ಅತಿ ವಿಸ್ತಾರವಾದ ಪರ್ವತಶ್ರೇಣಿ ಎಂಬುದು ತಿಳಿದಿತ್ತು. ಇದು ಜಗತ್ತಿನ ಭೌಗೋಳಿಕ ಅದ್ಭುತಗಳಲ್ಲೊಂದು ಎಂಬ ಮಾತು ನಿಜವೆನಿಸುವಷ್ಟು ಮನವನ್ನಾವರಿಸಿತು. ಮೆಂಡೋಜಾ ನಗರದಿಂದ ಪಶ್ಚಿಮಕ್ಕೆ ಸ್ಯಾಂಟಿಯಾಗೊ ಇತ್ತು ಮತ್ತು ಇವೆರಡರ ನಡುವೆ ಆಂಡೀಸ್‌ನ ಅತಿ ಎತ್ತರದ ತುದಿ ಇದ್ದು ಅದನ್ನು ನಾವು ದಾಟಬೇಕಾಗಿತ್ತು. ಎಷ್ಟೋ ದೊಡ್ಡಾತಿದೊಡ್ಡ ಶಿಖರಗಳು ಹೆಸರೇ ಇಲ್ಲದ ಅಜ್ಞಾತ ಧೀಮಂತತೆಯನ್ನು ಮೆರೆಯುತ್ತಿದ್ದವು. ಆದರೆ ಆ ಎತ್ತರೆತ್ತರ ಸ್ಥಾನಗಳೇ ನಮಗೆ ಮುಳುವಾಗುವವೆಂದು ನಾವು ಆಗ ಊಹಿಸಿರಲಿಲ್ಲ.

ನಮ್ಮ ಪುಟ್ಟ ಬಾಡಿಗೆ ವಿಮಾನ ಒಮ್ಮೆಲೇ ಪಶ್ಚಿಮದ ದಿಕ್ಕಿಗೆ ಇಂತಹ ಮೇರು ಪರ್ವತಗಳನ್ನು ದಾಟಿ ಹೋಗಲಾಗದ ಪರಿಸ್ಥಿತಿಯಲ್ಲಿತ್ತು. ಆದ್ದರಿಂದ ಕೊಂಚ ದಕ್ಷಿಣ ದಿಕ್ಕಿಗೆ ಪ್ರಯಾಣವನ್ನು ಸಾಗಿಸಿ ಪೂರ್ವವನ್ನು ಬಳಸಿ ನಂತರ ಪಶ್ಚಿಮೋತ್ತರಕ್ಕೆ ನಮ್ಮ ದಾರಿ ಹಿಡಿಯುವುದಾಗಿ ಯೋಜನೆಯಾಗಿತ್ತು. ಇಷ್ಟೆಲ್ಲ ನಡೆಯಬೇಕಾಗಿದ್ದ ಯಾನವು ಸುಮಾರು ಒಂದೂವರೆ ಘಂಟೆ ತೆಗೆದುಕೊಳ್ಳಬಹುದು ಎಂದು ಊಹಿಸಿದ್ದರು. ಕತ್ತಲಾಗುವುದರೊಳಗೆ ಸ್ಯಾಂಟಿಯಾಗೊ ತಲುಪುವುದು ನಮ್ಮ ಗುರಿಯಾಗಿತ್ತು.

ನಮ್ಮ ಪ್ರಯಾಣದ ಮೊದಲ ಹೆಜ್ಜೆ ಸುಗಮವಾಗಿ ಸಾಗಿತ್ತು. ಒಂದು ಘಂಟೆಯೊಳಗೆ ನಾವು ಪ್ಲಾನ್ಚಾನ್ ಪಾಸ್ ತಲುಪಿದ್ದೆವು. ಹಾಗೇ ಮುಂದುವರೆಯುತ್ತಾ ಹೋದಂತೆ ನಾವು ಪರ್ವತಶ್ರೇಣಿಗಳ ಹೃದಯ ಭಾಗವನ್ನು ತಲುಪುತ್ತಿದ್ದೆವು. ಕಿಟಕಿಯ ಬಳಿ ಕುಳಿತ ನಾನು ವಿಮಾನದ ಹೊರಪ್ರಪಂಚವನ್ನು ಗಮನಿಸುತ್ತಲೇ ಇದ್ದೆ. ನಮ್ಮ ಸುತ್ತಲೂ ಸುತ್ತುವರೆದಿದ್ದ ಭೂದೃಶ್ಯ ಮೊದಮೊದಲು ಒರಟಾದ ಬೆಟ್ಟಬಯಲಿನಂತೆ ಕಾಣುತ್ತಾ ನಂತರ ಅದರ ಸಂಪೂರ್ಣ ಸೌಂದರ್ಯದ ಆಸ್ವಾದ ಉಣಿಸುತ್ತಿತ್ತು: ಸಣ್ಣ ಗುಡ್ಡಗಳು, ದೊಡ್ಡ ಬೆಟ್ಟಗಳು, ಬೃಹತ್ ಬಂಡೆಗಳು, ನಡುನಡುವೆ ಸಣ್ಣ ತೊರೆಗಳು, ಹಿಮಾವೃತ ಕಣಿವೆಗಳು, ಶಿಖರಗಳು; ಎಲ್ಲವೂ ತನ್ನ ರುದ್ರಸೌಂದರ್ಯವನ್ನು ಮೌನವಾಗಿ ಪ್ರದರ್ಶಿಸುತ್ತಿತ್ತು. ದಕ್ಷಿಣ ಭೂಗೋಳದಲ್ಲಿ ಚಳಿಗಾಲ ಹಿಮ್ಮೆಟ್ಟುತ್ತಾ ವಸಂತಕ್ಕೆ ದಾರಿಮಾಡುತ್ತಿತ್ತು, ಆದರೆ ಆಂಡೀಸ್‌ನಲ್ಲಿ ಶೂನ್ಯ

ಫ್ಯಾರನ್ಹೀಟ್‌ಗಿಂತಲೂ 35 ಡಿಗ್ರಿ ಕಡಿಮೆ ಉಷ್ಣಾಂಶ ಇತ್ತು. ಇದರಿಂದ ಹವಾಮಾನ ಅತ್ಯಂತ ಶುಷ್ಕವಾಗಿತ್ತು. ಈ ಪ್ರದೇಶದಲ್ಲಿ ಹಿಮಕುಸಿತ, ಹಿಮಪ್ರವಾಹಗಳು ಮತ್ತು ಮಾರಕ ಶೀತಲತೆ ಎಲ್ಲವೂ ಇವೆ. ಕಳೆದ ವರುಷವೇ ಅತ್ಯಂತ ಭಯಾನಕ ಶೀತದ ಹವಾಮಾನ ವರದಿಯಾದದ್ದು ಓದಿ ತಿಳಿದಿದ್ದೆ. ಸುತ್ತಲೂ ಎಲ್ಲೂ ಹರಿದ್ವರ್ಣವೇ ಕಾಣಲಿಲ್ಲ, ಎಲ್ಲೆಲ್ಲೂ ಕಪ್ಪು-ಬಿಳುಪಿನ ಪಟ್ಟೆಗಳು ಆವರಿಸಿದ್ದವು. ಆ ಭಯಾನಕ ಸತ್ಯವನ್ನು ಮತ್ತು ಅದರಲ್ಲಿ ಕಾಡುವ ಒಂದು ರುದ್ರ ಸೌಂದರ್ಯವನ್ನು ಅರಿಯುತ್ತಾ, ಮನುಷ್ಯ ಭೂಮಿಯನ್ನು ಗೆದ್ದಿದ್ದೇನೆ ಎಂದು ಭ್ರಮಿಸುತ್ತಾನಲ್ಲಾ ಎಂದು ನಗು ಬಂತು.

ನನ್ನ ಗಮನವೆಲ್ಲಾ ಕಿಟಕಿಯಾಚೆಗೆ ನೆಟ್ಟಿತ್ತು, ಅಷ್ಟರಲ್ಲಿ ಯಾರೋ ನನ್ನ ಕೈ ಹಿಡಿದಂತಾಯಿತು. "ನಾನು ಕಿಟಕಿಯಾಚೆ ನೋಡಬೇಕು, ಸೀಟ್ ಬದಲಾಯಿಸೋಣವೇ ನ್ಯಾಂಡೊ" ಎಂದದ್ದು ಪಕ್ಕದಲ್ಲಿ ಕೂತಿದ್ದ ನನ್ನ ಸ್ನೇಹಿತ ಪಂಚಿಟೊ. ನಾನು ಅವನಿಗೆ ಕುರ್ಚಿ ಬಿಡಲು ಎದ್ದು ನಿಂತೆ ಅಷ್ಟರಲ್ಲಿ ಯಾರೋ "ನ್ಯಾಂಡೊ ಗಮನಿಸು" ಎಂದದ್ದು ಕೇಳಿಸುವಷ್ಟರಲ್ಲೇ ರಗ್ಬೀ ಚೆಂಡು ನನ್ನತ್ತ ಬೀಸಿ ಬಂತು. ತಕ್ಷಣವೇ ಹಿಡಿದು ಮುಂದೆಸೆದು ಅವನ ಕುರ್ಚಿ ಹಿಡಿದೆ. ವಿಮಾನದಲ್ಲಿ ಪೂರ್ತಿ ನಮ್ಮ ತಂಡದ ಪೋರರ ಗುಲ್ಲೆದ್ದಿತ್ತು. ಸುತ್ತಲೂ ಎದ್ದು ಓಡಾಡುವವರು, ಮಾತಾಡುವವರು, ಕೇಕೆಹಾಕುವವರು. ಕೆಲವರು ವಿಮಾನದ ಹಿಂಭಾಗಕ್ಕೆ ಹೋಗಿ ಕೂತು ವಿಮಾನ ಸಿಬ್ಬಂದಿಯವರೊಡನೆ ಕಾರ್ಡ್ಸ್ ಆಟವಾಡುತ್ತಿದ್ದರು. ಆದರೆ ಚೆಂಡೆಸೆತವನ್ನು ಕಂಡು ಸಿಬ್ಬಂದಿಯೊಬ್ಬ ಎದ್ದು ಬಂದು ಹುಡುಗರನ್ನು ಸಮಾಧಾನಿಸುತ್ತಾ ಹೆಚ್ಚು ಗದ್ದಲ ಮಾಡದಂತೆ ತಡೆಯುತ್ತಿದ್ದ. "ಆ ಚೆಂಡನ್ನು ಎತ್ತಿಡಿ. ದಯವಿಟ್ಟು ನಿಮ್ಮ ನಿಮ್ಮ ಸ್ಥಳಗಳಲ್ಲಿ ಕುಳಿತುಕೊಳ್ಳಿ". ಸಿಬ್ಬಂದಿಯ ಈ ಕೂಗಾಟವನ್ನು ತುಂಟ ತರುಣರಾದ ನಮ್ಮ ತಂಡ ಕೇಳಿಸಿಕೊಳ್ಳುವ ಪರಿಸ್ಥಿತಿಯಲ್ಲಿರಲಿಲ್ಲ. ಉರಗ್ವೇಯಲ್ಲೇ ನಮ್ಮ ಮಾಂಟೆವಿಡಿಯೋದ ಓಲ್ಡ್ ಕ್ರಿಶ್ಚಿಯನ್ ತಂಡ ಅತ್ಯುತ್ತಮವಾಗಿತ್ತು. ನಾವು ಪ್ರತಿ ಪಂದ್ಯವನ್ನೂ ಬಹಳ ಗಂಭೀರವಾಗಿ ಪರಿಗಣಿಸುತ್ತಿದ್ದೆವು ಆದರೆ ಚಿಲಿಯಲ್ಲಿ ನಡೆಯಲಿರುವ ಪಂದ್ಯ ಒಂದು ಪ್ರದರ್ಶನ ಪಂದ್ಯವಷ್ಟೇ. ಆದ್ದರಿಂದ ಈ ಪ್ರಯಾಣ ನಮಗೊಂದು ಸಂತೋಷದ ಪ್ರವಾಸವೇ ಆಗಿತ್ತು. ವಿಮಾನದ ತುಂಬೆಲ್ಲಾ ರಜೆಯ ಮೋಜು ಪ್ರಾರಂಭವಾದಂತೆ ಸಂತಸ, ಗಲಾಟೆ ಇತ್ತು.

ನನ್ನ ಈ ಸ್ನೇಹಿತರೊಂದಿಗೆ ಪ್ರಯಾಣಿಸುತ್ತಿರುವುದು ನನಗೆ ತುಂಬ ಸಂತಸದ ವಿಚಾರವಾಗಿತ್ತು. ದುಃಖಮಯ ಸೋಲುಗಳು, ಸಾಧಿಸಿ ಪಡೆದ ಗೆಲುವುಗಳು, ಎಷ್ಟೊಂದು ಕಲಿಕೆ, ಇವೆಲ್ಲ ಅನುಭವಗಳನ್ನೂ ನಾವೆಲ್ಲ ಒಟ್ಟಿಗಿದ್ದು ಗಳಿಸಿದ್ದೆವು.

ನಾವೆಲ್ಲಾ ಒಂದು ತಂಡದವರಾಗಿ ಬೆಳೆದಿದ್ದೆವು. ಒತ್ತಡಕ್ಕೆ ಒಳಗಾದಾಗ ಪರಸ್ಪರರ ನಡುವಣ ನಂಬಿಕೆಯ ಮತ್ತು ಸಾಮರ್ಥ್ಯದ ಸಹಾಯ ಪಡೆಯುತ್ತ ಒಂದು ತಂಡವಾಗಿ ಬೆಳೆದೆವು. ರಗ್ಬಿ ಪಂದ್ಯದಿಂದಾಗಿ ನಮ್ಮ ಗೆಳೆತನ ಗಾಢವಾದುದಷ್ಟೇ ಅಲ್ಲ ನಮ್ಮ ವ್ಯಕ್ತಿತ್ವಕ್ಕೊಂದು ಸ್ಪಷ್ಟ ರೂಪ ಬಂದಿತು. ನಾವೆಲ್ಲರೂ ಒಂದೇ ಕುಟುಂಬದವರೆಂಬಂತೆ ಬೆರೆತೆವು.

ನಮ್ಮ ತಂಡದಲ್ಲಿನ ಅನೇಕರದು ಹತ್ತು ವರ್ಷಕ್ಕೂ ಮೀರಿದ ಗೆಳೆತನ. ಐರ್ಲ್ಯಾಂಡಿನ ಕ್ರಿಶ್ಚಿಯನ್ ಸಹೋದರರು 1950ರ ದಶಕದಲ್ಲಿ ಮಾಂಟೆವಿಡಿಯೊದಲ್ಲಿ ಒಂದು ಕ್ಯಾಥೊಲಿಕ್ ಶಾಲೆಯನ್ನು ಪ್ರಾರಂಭಿಸಲು ಉರಗ್ವೇಗೆ ಬಂದಿದ್ದರು. 1955ರಲ್ಲಿ ಸ್ಟೆಲ್ಲಾ ಮೇರೀಸ್ ಎಂಬ ಹುಡುಗರ ಶಾಲೆ ಮತ್ತು ಕಾಲೇಜನ್ನು ಸ್ಥಾಪಿಸಿದರು.

ಆ ಶಾಲೆಯ ವಿದ್ಯಾರ್ಥಿಗಳಾದ ನಮಗೆ ಕ್ಯಾಥೊಲಿಕ್‌ನ ಶಿಕ್ಷಣ ಮೌಲ್ಯಗಳನ್ನು ಕಲಿಸಬೇಕೆಂಬ ಆದರ್ಶದಲ್ಲಿ ಕ್ರಿಶ್ಚಿಯನ್ ಸಹೋದರರು ಹೆಚ್ಚಾಗಿ ಬೌದ್ಧಿಕ ಕಲಿಕೆಗಿಂತ ವ್ಯಕ್ತಿತ್ವದ ಮೌಲ್ಯಗಳನ್ನು ಕಲಿಸುತ್ತಿದ್ದರು. ಅವರು ಶಿಸ್ತು, ಧರ್ಮಶ್ರದ್ಧೆ, ನಿಸ್ವಾರ್ಥತೆ ಮತ್ತು ಗೌರವಗಳಿಗೇ ಹೆಚ್ಚು ಮಹತ್ವ ಕೊಟ್ಟರು. ಈ ಮೌಲ್ಯಗಳನ್ನು ನಮ್ಮ ಮೈಗೂಡಿಸುವ ಶಕ್ತಿ ಪಾಠಗಳಿಗಿಂತ ಆಟಗಳಿಗೇ ಹೆಚ್ಚಾಗಿದೆ ಎಂಬುದನ್ನು ಮನಗಂಡು ನಮ್ಮೂರಿನ ಆಟವಾದ ಸಾಕರ್‌ಗಿಂತ ಅವರ ಆಟವಾದ ರಗ್ಬೀಯನ್ನು ನಮ್ಮ ತರಬೇತಿಗೆ ಸೇರಿಸಿದರು. ನಮ್ಮ ದಕ್ಷಿಣ ಅಮೇರಿಕಾದ ಆಟವಾದ ಸಾಕರ್ ಅವರ ಪ್ರಕಾರ ಸ್ವಾರ್ಥ ಮತ್ತು ಅಹಂ ಅನ್ನು ಬೆಳೆಸುವ ಪರಿಕರವಾಗಿತ್ತು. ಆದರೆ ಹೆಚ್ಚು ಒರಟು ಮತ್ತು ದೇಸೀಯಾದ ರಗ್ಬೀ ಆಟ ಆರೋಗ್ಯಕರ ಮೌಲ್ಯಗಳನ್ನು ಬಿತ್ತುವುದರಲ್ಲಿ ಸಹಕಾರಿಯಾಗಿತ್ತು. ತಲೆತಲಾಂತರಗಳಿಂದ ರಗ್ಬೀ ಪಂದ್ಯವು ಐರಿಷ್ ಜನಾಂಗದ ಜೀವಾಳವಾಗಿದೆ. ನಮ್ಮ ದೇಶದಲ್ಲಿ ಕ್ರಿಶ್ಚಿಯನ್ ಸಹೋದರರು ಬರುವವರೆಗೂ ಅದರ ಬಗ್ಗೆ ತಿಳಿದೇ ಇರಲಿಲ್ಲ ಎಂಬುದು ಒಂದು ಸೋಜಿಗ.

ಮೊದಮೊದಲಿಗೆ ನಮಗೆ ಈ ಪಂದ್ಯ ವಿಚಿತ್ರವೆನಿಸಿತ್ತು. ರಗ್ಬೀಯು ಸಾಕರಿನಷ್ಟು ಸುಲಭವಾಗಿರಲಿಲ್ಲ. ಬದಲಿಗೆ ಅದಕ್ಕಿಂತಲೂ ಒರಟಾಗಿಯೂ ಕಠಿಣವಾಗಿಯೂ ಇತ್ತು. ಆದರೆ, ಜೀವನವೆಂಬ ಆಟವನ್ನು ಗೆಲ್ಲಲು ರಗ್ಬೀ ಪಂದ್ಯದ ನಡಾವಳಿಗಳಾದ ವಿನಯ, ದೃಢತೆ, ಸ್ವಯಂಶಿಸ್ತು ಮತ್ತು ಶ್ರದ್ಧೆ ಬೇಕೇ ಬೇಕು ಎಂಬುದು ಕ್ರಿಶ್ಚಿಯನ್ ಸಹೋದರರ ಗಾಢ ನಂಬಿಕೆಯಾಗಿತ್ತು. ಅವರು ಬಹಳ ಶಿಸ್ತು ಮತ್ತು ದೃಢ ನಿರ್ಧಾರಗಳಿಂದ ನಮಗೆ ಆ ಆಟದ ಸೂಕ್ಷ್ಮತೆ ಮತ್ತು ಮೌಲ್ಯಗಳನ್ನು ಕಲಿಸಿದರು.

ಆ ಸಹೋದರರು ಮನಸ್ಸು ಮಾಡಿದ್ದನ್ನು ಸಾಧಿಸದೆ ಬಿಡರು ಎಂಬ ಸತ್ಯ ನಮಗರ್ಥವಾಗಿತ್ತು. ಆದ್ದರಿಂದ ನಾವು ನಮ್ಮ ಸಾಕರ್ ಚೆಂಡುಗಳನ್ನು ಬಿಟ್ಟು ದಪ್ಪ, ಮೊನಚು ತುದಿಯ ಒರಟು ರಗ್ಬೀ ಚೆಂಡಿಗೆ ಮೊರೆಹೋದೆವು.

ಕ್ರಿಶ್ಚಿಯನ್ ಸಹೋದರರು ಕಠಿಣ ತರಬೇತಿ ನೀಡಿದರು. ರಗ್ಬೀ ಆಟಗಾರರು ಯಾವುದೇ ರಕ್ಷಕ ಪ್ಯಾಡ್ ಅಥವಾ ಹೆಲ್ಮೆಟ್ಗಳನ್ನು ಧರಿಸುತ್ತಿರಲಿಲ್ಲ ಆದರೆ ಆಕ್ರಮಣಶೀಲತೆ ಮತ್ತು ದೇಹ ದಾರ್ಢ್ಯತೆ ಅಗತ್ಯವಾಗಿದ್ದವು. ಅಷ್ಟೇ ಅಲ್ಲದೆ ಮನೋಸ್ಥೈರ್ಯ, ಶೀಘ್ರ ಗ್ರಹಿಕಾ ಸಾಮರ್ಥ್ಯ, ಆಲೋಚನಾಶಕ್ತಿ, ಚುರುಕುತನ ಎಲ್ಲವೂ ಬೇಕಾಗಿತ್ತು. ತಂಡದ ಆಟಗಾರರು ಪರಸ್ಪರರ ನಡುವೆ ಗಾಢವಾದ ನಂಬಿಕೆಯನ್ನು ಬೆಳೆಸಿಕೊಂಡಿರಬೇಕು. ಅವರಿಂದ ನಾವು ಕಲಿತ ಮೊದಲ ಪಾಠ, ತಂಡದ ಆಟಗಾರರು ಯಾರಾದರೂ ನೆಲಕುರುಳಿದರೆ, ತಕ್ಷಣವೇ ಅವರು "ತೃಣ ಸಮಾನರಾಗಿಬಿಡುತ್ತಾರೆ" ಎಂಬುದು. ಅದರರ್ಥ, ಬಿದ್ದು ಅಸಹಾಯಕನಾದ ಆಟಗಾರನನ್ನು ಸುಲಭವಾಗಿ ತುಳಿದು, ಒದೆದು ಹಿಪ್ಪೆ ಮಾಡಿಬಿಡಬಹುದು ಎಂದು. ಆದ್ದರಿಂದ ಅಂತಹ ಸಂದರ್ಭಗಳಲ್ಲಿ ತಂಡದ ಇತರ ಆಟಗಾರರ ಜವಾಬ್ದಾರಿ ಏನು ಎಂಬುದು ನಮ್ಮ ಮೊದಲ ಕಲಿಕೆಯಾಗಿತ್ತು. "ನೀವು ತಕ್ಷಣವೇ ಬಿದ್ದಾತನನ್ನು ರಕ್ಷಿಸಬೇಕು, ನಿಮ್ಮನ್ನು ನೀವು ಮರೆತು, ಅವನನ್ನು ಕಾಪಾಡಬೇಕು. ಅವನು ನಿಮ್ಮನ್ನು ಸಂಪೂರ್ಣವಾಗಿ ನಂಬುವಂತಾಗಬೇಕು", ಎಂದು ಹೇಳುತ್ತಿದ್ದರು.

ಕ್ರಿಶ್ಚಿಯನ್ ಸಹೋದರರಿಗೆ ರಗ್ಬೀ ಬರಿಯ ಒಂದು ಆಟವಾಗಿರಲಿಲ್ಲ. ಅದು ನೈತಿಕ ಮೌಲ್ಯವುಳ್ಳ ಪಂದ್ಯವಾಗಿತ್ತು. ನಮ್ಮ ಗುರಿಮುಟ್ಟುವ ದಾರಿಯಲ್ಲಿ ಕಲಿಯುವ ಸ್ಪರ್ಧಾ ಮನೋಭಾವ, ಹೋರಾಟ, ತ್ಯಾಗಮನೋಭಾವ ಇವುಗಳನ್ನು ಮತ್ಯಾವ ಆಟವೂ ಕಲಿಸಲಾರದು ಎಂಬುದು ಅವರ ಅಂಬೋಣ. ಹಾಗಾಗಿ ಅನಿವಾರ್ಯವಾಗಿ ನಾವು ಅವರ ದಾರಿಯನ್ನೇ ಹಿಡಿಯಬೇಕಾಯಿತು. ಆದರೆ ರಗ್ಬೀಯೊಂದಿಗೆ ಬೆಳೆಯುತ್ತಾ ಬಂದ ನಮಗೆ ಅವರ ಮಾತುಗಳು, ನಂಬಿಕೆಗಳು ಅಕ್ಷರಶಃ ನಿಜವೆನಿಸಿದವು.

ಸರಳವಾಗಿ ಹೇಳಬೇಕಾದರೆ, ರಗ್ಬೀ ಪಂದ್ಯದ ಗುರಿ ಚೆಂಡನ್ನು ಹಿಡಿತದಲ್ಲಿಡುವುದು. ಇದು ಸಾಧ್ಯವಾಗುವುದು ಏಕಾಗ್ರತೆ, ಮುನ್ನುಗ್ಗುವಿಕೆ, ಒರಟಾದ ದೇಹಬಲ ಮತ್ತು ವೇಗಗಳಿಂದ. ಇದರ ಜೊತೆಗೆ ಚೆಂಡನ್ನು ಒಬ್ಬರಿಂದೊಬ್ಬರಿಗೆ ಪಾಸ್ ಮಾಡುತ್ತಾ ಅದನ್ನು ತನ್ನ ಗುರಿ ಮುಟ್ಟಿಸುವುದು. ರಗ್ಬೀಯಲ್ಲಿ ನನಗೆ ಅತ್ಯಂತ ಮೆಚ್ಚುಗೆಯಾದ ಒಂದು ಅಂಶವೆಂದರೆ ನೂಕಾಟದ ಆರಂಭ (ಸ್ಕ್ರಮ್). ನೂಕಾಟ ರಗ್ಬೀಯಲ್ಲಿ ಒಂದು ವ್ಯೂಹ ರಚನಾ ತಂತ್ರ. ಪ್ರತಿ ರಗ್ಬೀ ತಂಡ ತನ್ನದೇ ಆದ ವ್ಯೂಹವನ್ನು ರಚಿಸಿಕೊಂಡಿರುತ್ತದೆ. ತಂಡದ ಆಟಗಾರರೆಲ್ಲ ಪರಸ್ಪರ ಹೆಗಲುಗೂಡಿಸಿ ಒಂದು

ಭದ್ರ ಸರಪಳಿಯಂತೆ ಸೇರಿ ಐಕ್ಯತೆಯನ್ನು ಸಾರುವ ದ್ಯೋತಕವಾಗಿಸುತ್ತಾರೆ. ಪಂದ್ಯ ಪ್ರಾರಂಭವಾದ ತಕ್ಷಣ ಚೆಂಡನ್ನು ಮೈದಾನಕ್ಕೆ ಉರುಳಿಸಲಾಗುತ್ತದೆ. ಅದು ಕಂಡ ಕೂಡಲೇ ಪ್ರತಿ ತಂಡ ನೂಕಾಡುತ್ತ, ಮುನ್ನುಗ್ಗುತ್ತ ವಿರೋಧ ತಂಡದವರಿಂದ ಚೆಂಡನ್ನು ದೂರ ದೂರ ಸರಿಸಿ ಕೊನೆಗೆ ಗೋಲ್‌ನತ್ತ ಒದೆಯಲಾಗುತ್ತದೆ.

ನೂಕಾಟದ ಒಳಗಿನ ಹೋರಾಟ ಉಗ್ರವಾಗಿರುತ್ತದೆ. ಮುಖ, ಎದೆ, ಕೈ, ಕಾಲು ಏನೂ ಲೆಕ್ಕಿಸದೆ ಇಂಚಿಂಚಾಗಿ ಚೆಂಡನ್ನು ಗಮನಿಸುತ್ತಾ, ಮುಂದಕ್ಕೆ ಸಾಗಿಸುತ್ತಾ ಗಡಿ ದಾಟಿಸಿದರೆ ಪಂದ್ಯದ ಗೆಲುವು ನಮ್ಮದೇ. ಈ ಆಟದಲ್ಲಿ ನಾವು ಎಂದಿಗೂ ಪ್ರತ್ಯೇಕವಾಗಿ ಅಥವಾ ವೈಯಕ್ತಿಕವಾಗಿ ಉಳಿಯಲು ಸಾಧ್ಯವೇ ಇಲ್ಲ. ಕೆಲವು ಘಂಟೆಗಳ ಕಾಲ ನಮ್ಮನ್ನು ನಾವು ಮರೆತೇ ಬಿಡುತ್ತೇವೆ. ನಮ್ಮ ಮಿತಿಗಳನ್ನು ಮೀರಿದ ಯಾವುದೋ ಅಗಾಧ ಶಕ್ತಿಯಲ್ಲಿ ಲೀನರಾಗಿರುತ್ತೇವೆ. ಪರಿಶ್ರಮ ಮತ್ತು ಇಚ್ಛಾಶಕ್ತಿ ನಮ್ಮದಷ್ಟೇ ಆಗಿರದೆ ಇಡೀ ತಂಡದ್ದೇ ಆಗಿ ಮಾರ್ಪಟ್ಟಿರುತ್ತದೆ. ಈ ಒಗ್ಗಟ್ಟು ಮೈಗೂಡಿದಲ್ಲಿ ತಂಡದ ಗೆಲುವು ಖಂಡಿತ.

ನನಗೆ ರಗ್ಬೀಯಲ್ಲಿ ಕಂಡುಬರುವ ನಿಸ್ವಾರ್ಥ ಮತ್ತು ಒಗ್ಗಟ್ಟಿನ ಭಾವ ಮತ್ತು ಅದರ ಶಕ್ತಿ, ಅವುಗಳಿಂದ ದೊರೆಯುವ ಆತ್ಮವಿಶ್ವಾಸ, ಬೇರೆ ಯಾವ ಸ್ಪರ್ಧೆಗಳಲ್ಲೂ ದೊರೆತಿಲ್ಲ. ಇದರಿಂದಲೇ ಇರಬೇಕು ಜಗತ್ತಿನಾದ್ಯಂತ ರಗ್ಬೀ ಆಟಗಾರರು ಒಂದು ಸಮತಾ ಭಾವವನ್ನು, ಭ್ರಾತೃತ್ವವನ್ನು ಹೊಂದಿರುತ್ತಾರೆ. ಚಿಕ್ಕವರಾಗಿದ್ದ ನಮಗೆ ರಗ್ಬೀ ಆಟದ ಈ ಜಾದೂ ಮೌಲ್ಯಗಳ ಬೆಳವಣಿಗೆಯ ಬಗೆಗೆ ಗೊತ್ತಿರಲಿಲ್ಲ. ಆದರೂ ಪ್ರತಿ ಆಟಗಾರನಲ್ಲೂ ತನಗೇ ಪರಿಚಯವಿಲ್ಲದೆ ಒಂದು ಹೊಸ ಅನ್ಯೋನ್ಯತೆ ಮೈಗೂಡಿಕೊಂಡಿದ್ದವು. ಈ ಸ್ನೇಹ ಮತ್ತು ಪ್ರೀತಿಗೆ ನಾವು ಕ್ರಿಶ್ಚಿಯನ್ ಸಹೋದರರಿಗೆ ಋಣಿಗಳಾಗಬೇಕು.

ಮೊಟ್ಟಮೊದಲ ಬಾರಿಗೆ ಕ್ರಿಶ್ಚಿಯನ್ ಸಹೋದರರು ಉರಗ್ವೇಗೆ ಬಂದಾಗ ರಗ್ಬೀ ಬಗ್ಗೆ ಯಾರಿಗೂ ಹೆಚ್ಚು ತಿಳಿದಿರಲಿಲ್ಲ. ಆದರೆ 1960ರ ದಶಕದಲ್ಲಿ ಸಾಕಷ್ಟು ಜನಪ್ರಿಯತೆಯನ್ನು ಪಡೆದಿತ್ತು. ನಾವು 1965ರಲ್ಲಿ ರಾಷ್ಟ್ರೀಯ ರಗ್ಬೀ ತಂಡವನ್ನು ಸೇರಿಕೊಂಡೆವು. ಸ್ವಲ್ಪವೇ ಕಾಲದಲ್ಲಿ ನಾವು ರಾಷ್ಟ್ರಮಟ್ಟದ ಉತ್ತಮ ರಗ್ಬೀ ತಂಡ ಎಂದು ಹೆಸರು ಗಳಿಸಿದೆವು. 1968 ಮತ್ತು 1970ರಲ್ಲಿ ನಮ್ಮ ತಂಡ ರಾಷ್ಟ್ರೀಯ ಛಾಂಪಿಯನ್ ಆಯಿತು. 1971ರಲ್ಲಿ ಚಿಲಿಯಲ್ಲಿ ಭರ್ಜರಿ ಪಂದ್ಯವಾಡಿ ಜಯಗಳಿಸಿ ಇದೀಗ 1972ರಲ್ಲಿ ಮತ್ತೆ ಚಿಲಿಯತ್ತ ಸಾಗಿದ್ದೆವು. ಈ ಪ್ರವಾಸದಲ್ಲಿ ನನ್ನಂತೆಯೇ ನನ್ನ ಸ್ನೇಹಿತರೂ ಉತ್ಸುಕರಾಗಿದ್ದರು. ನಾವೆಲ್ಲಾ ಒಟ್ಟಾಗಿ ಬೆಳೆದಿದ್ದೆವು, ಕಲಿತಿದ್ದೆವು. ಅವರೆಲ್ಲ ನನ್ನ ಜೊತೆಗಿದ್ದದ್ದು ಒಂದು ಸಂತೋಷ ಮತ್ತು ಶಕ್ತಿಯಾಗಿತ್ತು. ಕೊಕೊ ನಿಕೊಲಿಶ್ ನಮ್ಮ ತಂಡದ ಅತಿ ಪ್ರಬಲ ಆಟಗಾರ, ಎನ್ರಿಕ್ ಪ್ಲಟೆರೊ ಒಬ್ಬ ದಕ್ಷ

ಆಟಗಾರ, ರಾಯ್ ಹರ್ಲೆ ವೇಗದ ಆಟಗಾರ, ರಾಬರ್ಟೊ ಕನೆಸಾ ಅತ್ಯಂತ ಬಲಶಾಲೀ ಮತ್ತು ಪ್ರಭಾವಶಾಲೀ ಆಟಗಾರ, ಆರ್ತುರೊ ನೊಗಿರಾ ಒಳ್ಳೆ ಸಹ–ಆಟಗಾರ, ಆಂಟೊನಿಯೊ ವಿಜಿಂಟಿನ್ ಮತ್ತೊಬ್ಬ ಒಳ್ಳೆ ಆಟಗಾರ, ಗಸ್ತವೊ ಜೆರ್ಬಿನೊ ಒಬ್ಬ ದೃಢ ನಿರ್ಧಾರದ ಉತ್ತಮ ವ್ಯಕ್ತಿ ಮತ್ತು ಆಟಗಾರ, ಮಾರ್ಸೆಲೊ ಪೆರೆಜ್ ದೆ ಕಸ್ಟಿಲೊ ಮತ್ತೊಬ್ಬ ಧೈರ್ಯಶಾಲಿ ಆಟಗಾರ ಮತ್ತು ನಮ್ಮ ತಂಡದ ಕ್ಯಾಪ್ಟನ್ ಸಹ, ತಂಡದ ಯಶಸ್ಸು ಮತ್ತು ಶ್ರೇಯಸ್ಸಿಗಾಗಿ ಸದಾ ಶ್ರಮಿಸುತ್ತಿದ್ದ. ಚಿಲಿಯ ಈ ಪ್ರದರ್ಶನ ಪಂದ್ಯವೂ ಈತನ ಸಲಹೆಯಾಗಿತ್ತು. ವಿಮಾನ ಬಾಡಿಗೆಗೆ ತೆಗೆದುಕೊಂಡು, ಪೈಲಟ್‌ಗಳನ್ನು ಕರೆದುತಂದು, ಚಿಲಿಯಲ್ಲಿ ಪಂದ್ಯವನ್ನು ಏರ್ಪಡಿಸುವ ಎಲ್ಲ ಜವಾಬ್ದಾರಿಯನ್ನು ಈತನೇ ಹೊತ್ತಿದ್ದ.

ಅಲೆಕ್ಸಿಸ್ ಹೊನಿ, ಗಸ್ತೊನ್ ಕೊಸ್ಟೆಮಾಲ್, ಡೇನಿಯಲ್ ಶಾ ಇವರೆಲ್ಲ ತಂಡದ ಇತರ ಸದಸ್ಯರು ಮತ್ತು ಉತ್ತಮ ಆಟಗಾರರು. ನನ್ನ ಅತ್ಯಂತ ಹಳೆಯ ಮತ್ತು ಜೀವದ ಗೆಳೆಯ ಎಂದರೆ ಗೈಡೊ ಮ್ಯಾಗ್ರಿ. ನಾನು ಎಂಟು ವರ್ಷದವನಾಗಿದ್ದಾಗ ಶಾಲೆಯ ಮೊದಲ ದಿನ ಈ ಹುಡುಗನನ್ನು ಭೇಟಿ ಮಾಡಿದ್ದೆ. ಈತ ನನಗಿಂತ ಒಂದು ವರ್ಷ ದೊಡ್ಡವ. ಅಂದು ಪ್ರಾರಂಭವಾದ ನಮ್ಮ ಸ್ನೇಹ ಹಾಗೆ ತಾಜಾ ಆಗಿತ್ತು. ಗೈಡೊ ಮತ್ತು ನಾನು ಒಟ್ಟಿಗೆ ಬೆಳೆದೆವು. ಸಾಕರ್ ಆಟ, ಮೋಟರ್ ಸೈಕಲ್, ಕಾರ್, ಆಟೊ ರೇಸ್ ಇವೆಲ್ಲವುಗಳಲ್ಲಿ ನಮ್ಮಿಬ್ಬರದೂ ಸಮಾನ ಆಸಕ್ತಿ. ನನಗೆ ಹದಿನೈದು ವರ್ಷಗಳಿದ್ದಾಗ ನಮ್ಮ ಮೊಪೆಡ್‌ಗಳನ್ನು ಬೇಕಾದಂತೆ ರಿಪೇರಿ ಮಾಡಿಟ್ಟಿದ್ದೆವು. ಹ್ಯಾಂಡಲ್ಸ್ ಬದಲಾಯಿಸುವುದು, ಸಿಗ್ನಲ್ ತಿರುಚುವುದು ಹೀಗೆ. ನಂತರ ಆ ಮೊಪೆಡ್‌ನಲ್ಲೇ ನಮ್ಮಿಷ್ಟದ ಐಸ್ಕ್ರೀಮ್ ಅಂಗಡಿಯಾದ ಲಾಸ್ ಡೆಲಿಸಿಯಸ್‌ಗೆ ರೈಡ್ ಹೋಗುತ್ತಿದ್ದೆವು. ಅಲ್ಲಿ ಸಗ್ರಾಡೊ ಕೊರಾಜೊನ್ ಎಂಬ ಹತ್ತಿರದ ಶಾಲೆಯ ಸುಂದರ ಹೆಣ್ಣು ಮಕ್ಕಳ ಮೇಲೆ ನಮ್ಮ ಕಣ್ಣು, ಅವರ ಮುಂದೆ ನಮ್ಮ ವಿನೂತನ ಪ್ರಾಯೋಗಿಕ ಮೊಪೆಡ್‌ಗಳನ್ನು ಪ್ರದರ್ಶನ ಮಾಡುವುದು. ಈ ರೀತಿ ನಡೆದಿತ್ತು ನಮ್ಮ ತಾರುಣ್ಯದ ಹುಚ್ಚಾಟಗಳು. ಗ್ರಾಜುಯೇಷನ್ ನಂತರವೂ ನಾವು ಓಲ್ಡ್ ಕ್ರಿಶ್ಚಿಯನ್ ತಂಡದಲ್ಲಿ ಆಗಾಗ ಸೇರಿ ಒಟ್ಟಿಗೆ ಇರುತ್ತಿದ್ದೆವು. 1969ರಲ್ಲಿ ಗೈಡೋನ ಎಲ್ಲ ತುಂಟತನಗಳಿಗೆ ಒಂದು ಕೊನೆ ಬಂದಿತ್ತು. ಒಬ್ಬ ಚಿಲಿಯ ಉನ್ನತಾಧಿಕಾರಿಯ ಮಗಳ ಜೊತೆ ಇವನ ಪ್ರೇಮ ಪ್ರಕರಣ ಆರಂಭವಾಯಿತು. ಅವಳಿಗಾಗಿ ಅವನು ಮನಃಪೂರ್ವಕವಾಗಿ ಸಭ್ಯನಾಗಿಬಿಟ್ಟ.

ಗೈಡೋನ ಮದುವೆ ಗೊತ್ತಾದ ಮೇಲೆ ಅವನು ನನಗೆ ಹೆಚ್ಚಿಗೆ ಸಿಗುತ್ತಿರಲಿಲ್ಲ. ನಾನು ನನ್ನ ಇನ್ನೊಬ್ಬ ನಿಕಟ ಸ್ನೇಹಿತ ಪಂಚಿಟೊ ಆಬಲ್‌ನೊಂದಿಗೆ ಹೆಚ್ಚು ಸಮಯ ಇರಲು ಪ್ರಾರಂಭಿಸಿದೆ. ಈತ ನನಗಿಂತ ಒಂದು ವರ್ಷ ಕಿರಿಯವ.

ನಮ್ಮ ಶಾಲೆಯವನೇ ಆದರೂ ಈತನನ್ನು ನಾನು ಹೆಚ್ಚು ಹತ್ತಿರದಿಂದ ಗಮನಿಸಿದ್ದು ಓಲ್ಡ್ ಕ್ರಿಶ್ಚಿಯನ್ ತಂಡ ಸೇರಿದಾಗಲೇ. ಅಂದಿನಿಂದ ನಾವಿಬ್ಬರೂ ಸ್ನೇಹಿತರಿಗಿಂತ ಮಿಗಿಲಾಗಿ ಸೋದರರಾಗಿ ಬೆಳೆದಿದ್ದೆವು. ತಂಡದ ಆಕರ್ಷಕ ಆಟಗಾರ ಇವನಾಗಿದ್ದ. ಪಂದ್ಯದಲ್ಲಿ ಅವನ ಸ್ಥಾನವೂ ಹಾಗೇ ಇದ್ದಿತು. ಅವನ ಸ್ಥಾನಕ್ಕೆ ಬೇಕಾದ ವೇಗ, ಶಕ್ತಿ, ಬುದ್ಧಿಶಕ್ತಿ, ಚಾಣಾಕ್ಷತೆ, ಚುರುಕುತನ ಎಲ್ಲವೂ ಇವನಲ್ಲಿದ್ದು, ವಿಂಗರ್ ಸ್ಥಾನ ಇವನಿಗೆ ಹೇಳಿ ಮಾಡಿಸಿದಂತಿತ್ತು. ನೋಡಲೂ ಇವನು ಸುಂದರಾಂಗ. ವಿಸ್ತಾರವಾದ ಭುಜ, ನೀಳ ಕಾಲುಗಳು, ಚುರುಕು ಕಣ್ಣುಗಳು ಅವನ ಆಟದ ಸ್ಥಾನಕ್ಕೆ ಪೂರಕವಾಗಿದ್ದವು. ಪಂಚಿಟೊಗೆ ಎಲ್ಲವೂ ಸುಲಭವಾಗೇ ಇತ್ತು, ಸುಂದರ ಹುಡುಗಿಯರ ಮನಗೆಲ್ಲುವುದೂ ಸಹ. ಸಿನೆಮಾ ನಟನಂತಹ ಚೆಲುವು, ಶ್ರೀಮಂತಿಕೆ, ಆಟಗಾರನ ಬಿಗಿ ಮೈಕಟ್ಟು, ಬುದ್ಧಿವಂತಿಕೆ ಹೀಗೆ ಎಲ್ಲ ಹುಡುಗ–ಹುಡುಗಿಯರೂ ಕನಸು ಕಾಣುವಂತಹ ವ್ಯಕ್ತಿತ್ವ.

ಈತ ಒಮ್ಮೆ ಒಬ್ಬ ಹುಡುಗಿಯ ಮೇಲೆ ಕಣ್ಣು ಹಾಯಿಸಿದ ಎಂದರೆ, ಆ ಹುಡುಗಿ ಇವನಿಗೆ ಮರುಳಾಗದೆ ಇರಲು ಸಾಧ್ಯವೇ ಇರಲಿಲ್ಲ. ಇತರ ಹುಡುಗರಂತೆ ಹುಡುಗಿಯರನ್ನು ಗೆಲ್ಲಲು ಪಂಚಿಟೊ ಕಷ್ಟಪಡುವ ಅಗತ್ಯವೇ ಇರಲಿಲ್ಲ. ಅವರಾಗಿಯೇ ಇವನನ್ನು ಹುಡುಕಿಕೊಂಡು ಬರುತ್ತಿದ್ದರು. ಅವನ ಹುಡುಗಿಯರ ಒಡನಾಟ ಒಮ್ಮೊಮ್ಮೆ ಒಂದು ಜಾದೂವಿನಂತೆ ನಡೆಯುತ್ತಿತ್ತು. ಉದಾಹರಣೆಗೆ ಒಮ್ಮೆ, ಪಂದ್ಯದ ವಿರಾಮ ಸಮಯದಲ್ಲಿ ಬಂದು, "ಪಂದ್ಯದ ನಂತರ, ಮುಂದಿನ ಸಾಲಿನಲ್ಲಿ ಕುಳಿತಿರುವ ಆ ಇಬ್ಬರು ಹುಡುಗಿಯರೊಡನೆ ವಿಹಾರ ಹೋಗೋಣ" ಎಂದ. ನಾನು ಅವರತ್ತ ನೋಡಿದೆ. ಅವರನ್ನು ಮೊದಲು ಎಂದೂ ಕಂಡಿರಲಿಲ್ಲ. "ಆದರೆ ಅವರ್ಯಾರೋ, ಹೇಗೆ ಸಾಧ್ಯ? ನೀನು ಮೈದಾನದಲ್ಲೇ ಇದ್ದೀಯಲ್ಲ!" ಎಂದು ಕೇಳಿದೆ. ಅವನು ನನಗೊಂದು ನಗೆಬೀರಿ ಹೊರಟ. ನಂತರ ನನಗೆ ತಿಳಿದದ್ದು, ಆಟದಲ್ಲಿ ಚೆಂಡು ಮೈದಾನದ ಗಡಿಯತ್ತ ಹೋದಾಗ ಅತ್ತ ಹೋದ ಪಂಚಿಟೊ ಆ ಹುಡುಗಿಯರತ್ತ ಒಂದು ತುಂಟ ನಗೆ ಬೀರಿ ಒಂದೆರಡು ಮಾತನಾಡಿದ್ದ ಅಷ್ಟೇ. ಅವನಿಗೆ ಹುಡುಗಿಯರು ಮುಗಿಬೀಳುವುದಕ್ಕೆ ಅಷ್ಟು ಸಾಕಾಗಿತ್ತು.

ನನಗೆ ಹಾಗಲ್ಲ. ರಗ್ಬೀ ನನಗೂ ಅತ್ಯಂತ ಪ್ರಿಯವಾದ ಆಟ. ಆದರೆ ಪಂಚಿಟೊ ತರಹ ನನಗೆ ಅದು ಸುಲಭಸಾಧ್ಯವಾಗಿರಲಿಲ್ಲ. ಸಣ್ಣ ವಯಸ್ಸಿನಲ್ಲಿ ಅಟ್ಟದಿಂದ ಜಾರಿ ಬಿದ್ದು ನನ್ನೆರಡು ಕಾಲುಗಳನ್ನೂ ಮುರಿದುಕೊಂಡಿದ್ದೆ. ಅದರ ಅಲ್ಪ–ಸ್ವಲ್ಪ ಪರಿಣಾಮ ಇಂದಿಗೂ ನನ್ನಲ್ಲಿ ಮನೆಮಾಡಿದೆ. ಆದರೂ ಸತತ ಪರಿಶ್ರಮ ಮತ್ತು ದೃಢ ನಿರ್ಧಾರ, ಧೈರ್ಯದಿಂದ ನಾನು ತಂಡದ ಉತ್ತಮ ಆಟಗಾರರಲ್ಲಿ ಒಬ್ಬನಾಗಿದ್ದೆ.

ಹುಡುಗಿಯರ ಗಮನ ಸೆಳೆಯುವುದು ಸಹ ನನಗೆ ಒಂದು ಶ್ರಮವೇ ಆಗಿತ್ತು. ಪಂಚಿಟೊನಷ್ಟು ಸುಂದರಾಂಗನಲ್ಲದ ಮತ್ತು ನಾಚಿಕೆ ಸ್ವಭಾವದ ನನಗೆ ಈ ಕೆಲಸ ಅವನಷ್ಟು ಸುಲಭವಾಗಿರಲಿಲ್ಲ. ನಾನೂ ಜನಪ್ರಿಯನಾಗಿದ್ದೆ, ನನಗೂ ಸಾಕಷ್ಟು ಮಂದಿ ಹುಡುಗಿಯರು ಮುಗಿಬೀಳುತ್ತಿದ್ದರು. ಆದರೆ ಪಂಚಿಟೊನಷ್ಟು ಸುಲಭಸಾಧ್ಯವಾಗಿರಲಿಲ್ಲ. ಒಮ್ಮೆ ನಾನಿಷ್ಟ ಪಟ್ಟ ಹುಡುಗಿಯನ್ನು ಐಸ್ಕ್ರೀಮ್ ಅಂಗಡಿಗೆ ಕರೆತಂದಿದ್ದೆ. ಆಕೆ ಹೊರಗೆ ಕಾರ್ ಬಳಿ ಕಾಯುತ್ತಿದ್ದಳು. ನಾನು ಐಸ್ಕ್ರೀಮ್ ತೆಗೆದುಕೊಂಡು ಕಾರ್ ಬಳಿಗೆ ಬರುತ್ತಿದ್ದಾಗ ಥಟ್ಟನೆ ಮುಗ್ಗರಿಸಿ ಬೀಳುತ್ತಾ, ಐಸ್ಕ್ರೀಮ್‌ನೆಲ್ಲಾ ಚೆಲ್ಲಾಪಿಲ್ಲಿ ಮಾಡಿದ್ದೆ. ಅವಳಿಗೆ ಆಗ ಎಷ್ಟು ತಮಾಷೆಯಾಗಿ ಕಂಡಿರಬಹುದು ಎಂಬ ಮುಜುಗರ, ಸಿಗ್ಗುಗಳಲ್ಲಿ ನಾನು ಕುಸಿದಿದ್ದೆ. ಈ ರೀತಿ ವಿದೂಷಕ ನಡತೆಗಳು ಪಂಚಿಟೊ ಎಂದೂ ಎದುರಿಸುತ್ತಿರಲಿಲ್ಲ. ಈ ವಿಷಯದಲ್ಲಿ ಅವನು ಅದೃಷ್ಟವಂತನಾಗಿದ್ದ. ಆದರೆ ಇವೆಲ್ಲಾ ಹೊರಪ್ರಪಂಚಕ್ಕೆ ಗೊತ್ತಿರುವ ಸತ್ಯಗಳು. ನಾನು ಪಂಚಿಟೊನನ್ನು ಹತ್ತಿರದಿಂದ ಬಲ್ಲವನಾದ್ದರಿಂದ ಅವನು ಇಷ್ಟೆಲ್ಲಾ ಇದ್ದರೂ ಒಳಗೊಳಗೇ ದುಃಖಕರ ಬದುಕನ್ನು ಜೀವಿಸುತ್ತಿದ್ದ ಎಂದು ತಿಳಿದಿತ್ತು. ಅವನ ಎಲ್ಲಾ ಥಳುಕು ಬದುಕಿನ ಒಳಗೆ ನೋವಿನ ಛಾಯೆ ಅವಿತಿತ್ತು. ಆಗಾಗ ಅವನು ಖಿನ್ನತೆಯಿಂದ ಬಾಡಿಹೋಗುತ್ತಿದ್ದ. ಕೆಟ್ಟ ಸಿಟ್ಟಿಗೆ ತುತ್ತಾಗಿ ಮೌನಿಯಾಗುತ್ತಿದ್ದ. ಕೆಲವೊಮ್ಮೆ ಅವನ ಅಸಹನೆ ಮಿತಿಮೀರಿ ನನ್ನನ್ನು ವಿಚಲಿತಗೊಳಿಸುತ್ತಿತ್ತು. ಅವನು ಪದೇ ಪದೇ ನನಗೆ ಈ ರೀತಿ ಪ್ರಶ್ನಿಸುತ್ತಿದ್ದ, "ಇವೆಲ್ಲ ಯಾವುದಕ್ಕಾಗಿ ಮಾಡಬೇಕು ನ್ಯಾಂಡೊ? ಎಷ್ಟು ದೂರ ಗಮಿಸಬೇಕು? ಏನೆಲ್ಲ ಮಾಡಬೇಕು? ಯಾಕಾಗಿ ಈ ಬದುಕು?"

ಅವನು ಹಾಗೆ ಮಾತನಾಡಿದಾಗಲೆಲ್ಲ ನನಗೆ ನಗೆ ಬರುತ್ತಿದ್ದರೂ ನನಗೆ ಅವನ ಮಾತುಗಳ ಹಿಂದಿನ ಕಹಿ ಸತ್ಯಗಳು, ನೋವುಗಳ ಅರಿವಿತ್ತು. ಅವನ ಯಾವುದೇ ಅಸಹನೆ, ತುಂಟತನಗಳನ್ನು ನಾನು ಗಂಭೀರವಾಗಿ ತೆಗೆದುಕೊಳ್ಳುತ್ತಿರಲಿಲ್ಲ ಏಕೆಂದರೆ, ಇವೆಲ್ಲವುಗಳ ಹಿಂದೆ ಅವನ ಮುದುಡಿದ ಹೂ ಹೃದಯ ಕಾಣುತ್ತಿತ್ತು. ಪಂಚಿಟೊನ ತಂದೆತಾಯಿಗಳು ಅವನು ಹದಿನಾಲ್ಕು ವರ್ಷದವನಿದ್ದಾಗಲೇ ವಿಚ್ಛೇದನ ಪಡೆದಿದ್ದರು. ಈ ವಿಷಯ ಅವನನ್ನು ಇನ್ನಿಲ್ಲದಂತೆ ಘಾಸಿಗೊಳಿಸಿತ್ತು. ಅವನಿಗೆ ಇಬ್ಬರು ಅಣ್ಣತಮ್ಮಂದಿರು ಮತ್ತು ಮಲತಾಯಿಯ ಮಗನೊಬ್ಬನಿದ್ದನು. ಆದರೂ ಒಳಗೊಳಗೇ ಅವನು ಒಬ್ಬಂಟಿ. ತುಂಬಿದ ಕುಟುಂಬದ ಪ್ರೀತಿ ಆದರಗಳಿಗಾಗಿ ಅವನ ಹೃದಯ ಹಾತೊರೆಯುತ್ತಿತ್ತು. ಪಂಚಿಟೊ ಬಗೆಗೆ ನಾನು ಅಸೂಯೆಪಡಬಹುದಾದ ಅನೇಕ ಗುಣಗಳಿದ್ದರೂ, ಒಂದೇ ಒಂದು ವಿಷಯಕ್ಕೆ ಅವನು ನನ್ನ ಬಗ್ಗೆ ಅಸೂಯೆ ಪಡುತ್ತಿದ್ದ. ಅದೇನೆಂದರೆ ನನ್ನ ತಂದೆ, ತಾಯಿ, ಅಜ್ಜಿ, ತಂಗಿ ಮತ್ತು ನಮ್ಮೆಲ್ಲರ ಒಗ್ಗಟ್ಟು, ಪ್ರೀತಿ ಇವೆಲ್ಲವೂ ಕೂಡಿದ ನಮ್ಮ ತುಂಬಿದ ಮನೆ.

ನನಗೆ ಪಂಚಿಟೊ ಸ್ನೇಹಿತನಿಗಿಂತ ಹೆಚ್ಚಾಗಿ ನನ್ನ ಒಡಹುಟ್ಟಿದವನಾಗಿಹೋಗಿದ್ದ. ನನ್ನ ಕುಟುಂಬದವರೂ ಅವನನ್ನು ಹಾಗೇ ನೋಡುತ್ತಿದ್ದರು. ಅವನನ್ನು ಮೊದಲ ಬಾರಿ ನನ್ನ ತಂದೆತಾಯಿ ನೋಡಿದಾಗ, “ಮಗನೇ” ಎಂದೇ ಸಂಬೋಧಿಸಿ ಅಪ್ಪಿ ಸ್ವಾಗತಿಸಿದಾಗಿನಿಂದ ಪಂಚಿಟೊಗೆ ನನ್ನ ಮನೆ ಅವನ ಮನೆಯಾಗಿಹೋಗಿತ್ತು. ವಾರಾಂತ್ಯಗಳನ್ನು ನಮ್ಮೊಟ್ಟಿಗೆ ಕಳೆಯುತ್ತಿದ್ದ, ನಮ್ಮೊಟ್ಟಿಗೆ ಪ್ರವಾಸಕ್ಕೆ ಬರುತ್ತಿದ್ದ ಮತ್ತು ಎಲ್ಲ ಹಬ್ಬ ಹರಿದಿನ, ಸಂತೋಷ ಕೂಟಗಳಲ್ಲಿ ಇನ್ನಿಲ್ಲದಂತೆ ನಮ್ಮೊಟ್ಟಿಗೆ ಭಾಗವಹಿಸುತ್ತಿದ್ದ. ನನ್ನ ತಂಗಿ ಸೂಜಿಗೆ ಇವನು ಎರಡನೇ ಅಣ್ಣ ಮತ್ತು ನನ್ನ ತಾಯಿಗೆ ಇವನ ಬಗ್ಗೆ ವಿಶೇಷವಾದ ವಾತ್ಸಲ್ಯ. ಆಕೆ ಅಡುಗೆಮನೆಯ ಕೆಲಸದಲ್ಲಿ ನಿರತರಾಗಿದ್ದಾಗ, ಇವನು ಹೋಗಿ ಕಟ್ಟೆಯ ಮೇಲೆ ಕೂತು ಗಂಟೆಗಟ್ಟಲೆ ಹರಟುತ್ತಿದ್ದ. ಅವನ ಹುಡುಗಿಯರ ಹುಚ್ಚನ್ನು ಅಮ್ಮ ಚೆನ್ನಾಗಿ ರೇಗಿಸುತ್ತಿದ್ದಳು. “ದೊಡ್ಡವನಾಗೋ ಪಂಚಿಟೊ” ಎಂದು ತಾನೂ ನಕ್ಕು ಎಲ್ಲರನ್ನೂ ನಗಿಸುತ್ತಿದ್ದಳು. ಅದಕ್ಕವನು “ನನಗೀಗ ಇನ್ನೂ ಹದಿನೆಂಟು, ನೋಡುತ್ತಿರಿ ಮಿಸೆಸ್ ಪರಾಡೊ, ನಾನು ದೊಡ್ಡವನಾದ ಮೇಲೆ ಏನೆಲ್ಲಾ ಮಾಡುತ್ತೇನೆ ಅಂತ” ಎಂದು ಕಣ್ಣಗಲಿಸುತ್ತಿದ್ದ.

ಪಂಚಿಟೊನ ಶಕ್ತಿ, ಪ್ರೀತಿ ಮತ್ತು ನಿಯತ್ತು ಅಗಾಧ. ನನ್ನ ತಂದೆತಾಯಿಗಳ ಬಗೆಗೆ ಅವನು ತೋರುತ್ತಿದ್ದ ವಾತ್ಸಲ್ಯ, ನನ್ನ ತಂಗಿಯ ಬಗೆಗಿನ ಕಾಪುಗಾರಿಕೆ, ಅಷ್ಟೇಕೆ, ಮನೆಯ ಕೆಲಸಗಾರರ ಬಗ್ಗೆ ಅವನು ತೋರುತ್ತಿದ್ದ ಆತ್ಮೀಯತೆ ಎಲ್ಲವೂ ಇದಕ್ಕೆ ಸಾಕ್ಷಿ. ಅವನ ಈ ಅಂತಃಕರಣ, ಮುಂದೊಮ್ಮೆ ಅವನಿಗೆ ಒಬ್ಬ ಹುಡುಗಿಯ ನಿಶ್ಕಲ್ಮಷ ಪ್ರೀತಿ ಸಿಕ್ಕಾಗ ಎಲ್ಲಾ ಕೆಟ್ಟ ಚಟಗಳು, ಅಸಹನೆಗಳಿಗೂ ಅಂತ್ಯ ಸಿಕ್ಕು ಅವನೊಬ್ಬ ಅತ್ಯುತ್ತಮ ವ್ಯಕ್ತಿ, ಪತಿ ಮತ್ತು ತಂದೆಯಾಗುತ್ತಾನೆ, ಎಂಬುದನ್ನು ಸಾಬೀತು ಪಡಿಸುತ್ತಿತ್ತು. ನಾನೂ ಮದುವೆಯಾಗುತ್ತೇನೆ. ನಮ್ಮಿಬ್ಬರ ಕುಟುಂಬಗಳು, ನಮ್ಮ ಮಕ್ಕಳು ಒಟ್ಟಿಗೆ ಬೆಳೆಯುತ್ತಾರೆ ಎಂಬೆಲ್ಲಾ ಕನಸುಗಳ ಬಗ್ಗೆ ನಾವು ಎಂದಿಗೂ ಮಾತನಾಡದಿದ್ದರೂ ಇಬ್ಬರ ಹೃದಯದಲ್ಲೂ ಈ ಕನವರಿಕೆ ಮನೆಮಾಡಿತ್ತು, ಅದು ನಮ್ಮಿಬ್ಬರ ಪರಸ್ಪರ ಪ್ರೀತಿ, ಆತ್ಮೀಯತೆಯಲ್ಲಿ ಕಾಣುತ್ತಿತ್ತು.

ನಾವಿನ್ನೂ ತರುಣರಾಗಿದ್ದೆವು. ಭವಿಷ್ಯದ ಹಾದಿ ದೂರ. ಮಹತ್ವಾಕಾಂಕ್ಷೆಗಳನ್ನು ಈಡೇರಿಸಿಕೊಳ್ಳುವ ಮತ್ತು ಜವಾಬ್ದಾರಿಗಳನ್ನು ಹೊರಬೇಕಾದ ಅವಸರವೇನೂ ಇರಲಿಲ್ಲ. ಗಂಭೀರವಾಗುವ ಕಾಲ ಮುಂದಿದೆ ಎಂದು ನಮ್ಮದು ಆಯಾ ಕ್ಷಣದ ಬದುಕು. ಇದೀಗ ಬರಿ ಆಟವಾಡುವ ಕಾಲವಷ್ಟೇ ಎಂಬುದು ನಮ್ಮ ತರ್ಕ. ಹಾಗೆಂದ ಮಾತ್ರಕ್ಕೆ ನಾನೊಬ್ಬ ಸೋಮಾರಿ, ಅಹಂಕಾರಿಯಾಗಿರಲಿಲ್ಲ. ನಾನೊಬ್ಬ ಪ್ರೀತಿಯ ಮಗನಾಗಿದ್ದೆ, ಶ್ರಮಿಕನಾಗಿದ್ದೆ, ನಂಬಿಕಸ್ಥ ಸ್ನೇಹಿತನಾಗಿದ್ದೆ. ಎಲ್ಲಕ್ಕಿಂತ ಮುಖ್ಯವಾಗಿ ಪ್ರಾಮಾಣಿಕ ಸಭ್ಯನಾಗಿದ್ದೆ. ನನಗೆ ಜವಾಬ್ದಾರಿಗಳನ್ನು ಹೊರುವ ಕಾಲ ಇನ್ನೂ

ಬಂದಿಲ್ಲ ಎಂಬುದಷ್ಟೇ ತರ್ಕ. ಜೀವನದಲ್ಲಿ ಯಾವುದೇ ಪ್ರಬಲ ಗುರಿಗಳು ಅಥವಾ ಮೌಲ್ಯಗಳು ನನ್ನನ್ನು ಕಾಡಿರಲಿಲ್ಲ. ಬಹುಶಃ ಆ ದಿನಗಳಲ್ಲಿ ಯಾರಾದರೂ ನನ್ನನ್ನು ನಿನ್ನ ಜೀವನದ ಉದ್ದೇಶ ಏನು ಎಂದು ಕೇಳಿದ್ದರೆ, "ಮಜ ಮಾಡುವುದು" ಎಂದಿರುತ್ತಿದ್ದೇನೇನೊ! ಆದರೆ ಆ ದಿನಗಳಲ್ಲಿ ನನ್ನ ಬೇಜವಾಬ್ದಾರಿತನ ನನ್ನ ತಂದೆಯ ಎಲ್ಲ ತ್ಯಾಗ, ಪರಿಶ್ರಮಗಳ ಫಲ ಎಂಬುದರ ಪರಿವೆ ನನಗೆ ಇರಲಿಲ್ಲ. ನನ್ನ ತಂದೆ ತನ್ನ ಚಿಕ್ಕ ವಯಸ್ಸಿನಿಂದ ಜೀವನವನ್ನು ಗಂಭೀರವಾಗಿ ಪರಿಗಣಿಸಿ, ಮುಂದಿನ ಧ್ಯೇಯೋದ್ದೇಶಗಳನ್ನು ಸತತವಾಗಿ ಮನದಲ್ಲಿಟ್ಟುಕೊಂಡು ಜೀವನದುದ್ದಕ್ಕೂ ಶಿಸ್ತು, ಸಂಯಮಗಳಿಂದ ಬದುಕಿದವರು. ಅವರ ಆ ಎಲ್ಲ ಪರಿಶ್ರಮದಿಂದಾಗಿ ನನ್ನ ಜೀವನ ಸುಲಭ, ಸುರಕ್ಷಿತ ಮತ್ತು ಸವಲತ್ತುಗಳಿಂದ ಕೂಡಿತ್ತು. ಇದು ನಮ್ಮ ತಂದೆಯ ವರದಾನ ಎಂಬ ಯಾವ ಆಲೋಚನೆಯೂ ನನಗೆ ಅಂದು ಬಂದದ್ದಿಲ್ಲ.

ನನ್ನ ತಂದೆ, ಸೆಲೆರ್ ಪರಾಡೊ, ಉರಗ್ವೇಯ ಹಳ್ಳಿಗಾಡೊಂದರಲ್ಲಿ ಹುಟ್ಟಿದ್ದು. ಅವರ ತಂದೆ ಒಬ್ಬ ಬಡ ವ್ಯಾಪಾರಿಯಾಗಿದ್ದ, ಊರಿಂದೂರಿಗೆ ಓಡಾಡಿಕೊಂಡು ಕುದುರೆಯ ಜೀನು, ಲಗಾಮು, ಬೂಟು ಮತ್ತು ಹೊಲಗಳಲ್ಲಿ ಉಪಯೋಗವಾಗುವ ನೂಲಿನ ಪದಾರ್ಥ ಇತ್ಯಾದಿಗಳನ್ನು ಮಾರುತ್ತಿದ್ದರು. ಆತ ಕಷ್ಟ ಜೀವಿ. ಬದುಕಿನ ಯಾವುದೇ ಸ್ಥಿರತೆ, ಸುರಕ್ಷತೆ ಇಲ್ಲದೆ ಇದ್ದುದರಲ್ಲೇ ಹೇಗೋ ಸಂಸಾರ ತೂಗಿಸಿಕೊಂಡು ಬಂದವರು (ನಾನು ಎಂದಾದರೂ ಬದುಕಿನ ಬಗ್ಗೆ ಗೊಣಗುತ್ತಿದ್ದರೆ, ನನ್ನ ತಂದೆ ತಮ್ಮ ಬಾಲ್ಯದ ಕಥೆಗಳನ್ನು ಹೇಳುತ್ತಿದ್ದರು. ಮನೆಯಿಂದ ಐವತ್ತು ಅಡಿ ದೂರದಲ್ಲಿ ಒಂದು ಸಣ್ಣ ಟಿನ್ ಪೆಟ್ಟಿಗೆ ಅವರ ಬಚ್ಚಲುಮನೆಯಾಗಿತ್ತು ಎಂಬುದನ್ನು ಕೇಳಿದರೆ ನನ್ನ ಮೈ ಜುಮ್ ಎನ್ನುತ್ತಿತ್ತು. ಅವರು ಹನ್ನೊಂದು ವರ್ಷದವರಾಗಿದ್ದಾಗ ಮಾಂಟೆವಿಡಿಯೊಗೆ ಬಂದು ನೆಲೆಸಿದರು).

ಬಾಲಕರಾಗಿದ್ದಾಗ ನನ್ನ ತಂದೆಗೆ ಆಟವಾಡಲು, ಅಡ್ಡಾಡಲು ಯಾವುದೇ ಸಮಯ ಸಿಗುತ್ತಿರಲಿಲ್ಲ. ಮೈಲಿಗಟ್ಟಲೆ ಕೊಳಕು ರಸ್ತೆಯಲ್ಲಿ ನಡೆದುಕೊಂಡೇ ಶಾಲೆಗೆ ಹೋಗಬೇಕಿತ್ತು. ಆತ ಆರು ವರ್ಷದ ಮಗುವಾಗಿದ್ದಾಗಲೇ ಪ್ರತಿನಿತ್ಯ ದೀರ್ಘಕಾಲ ಮನೆಗೆಲಸ ಮಾಡಬೇಕಿತ್ತು, ನೀರು ಹೊರುವುದು, ಕೋಳಿ ನೋಡಿಕೊಳ್ಳುವುದು, ಕಟ್ಟಿಗೆ ಹೊರುವುದು ಮತ್ತು ತಾಯಿಯೊಂದಿಗೆ ತರಕಾರಿ ತೋಟವನ್ನು ನೋಡಿಕೊಳ್ಳುವುದು ಇತ್ಯಾದಿ ಕೆಲಸವನ್ನು ಮಾಡಬೇಕಾದ ಪರಿಸ್ಥಿತಿ. ನಂತರ ಎಂಟು ವರ್ಷದ ಹೊತ್ತಿಗೆ ಅವರ ತಂದೆಯ ಸಹಾಯಕನಾಗಿ ವ್ಯಾಪಾರದ ಕೆಲಸಕ್ಕೆ ಸಾಥ್ ನೀಡುತ್ತಿದ್ದರಂತೆ. ಅವರ ಬಾಲ್ಯ ನಮ್ಮಂತೆ ನಿಶ್ಚಿಂತೆಯಿಂದ, ನೆಮ್ಮದಿಯಿಂದ ಇರಲಿಲ್ಲ. ಆದ್ದರಿಂದಲೇ ಅವರಿಗೆ ಜೀವನದ ಬೆಲೆ ತಿಳಿದಿತ್ತು. ಒಬ್ಬ ವ್ಯಕ್ತಿ ತಮ್ಮ ಜೀವನವನ್ನು ತಾವೇ ತಿದ್ದಿ–ತೀಡದ ಹೊರತು ರೂಪುಗೊಳ್ಳುವುದಿಲ್ಲ ಎಂಬ ಸತ್ಯದ ಅರಿವಿತ್ತು.

ನನ್ನ ತಂದೆ ಹನ್ನೊಂದು ವರ್ಷದ ಹುಡುಗನಾಗಿದ್ದಾಗ ಅವರ ತಂದೆ ಮಾಂಟೆವಿಡಿಯೊದಲ್ಲಿ ಒಂದು ಅಂಗಡಿ ತೆರೆದರು. ನಮ್ಮ ತಂದೆ ಕಾರ್ ಮತ್ತು ಎಂಜಿನ್ನುಗಳ ಬಗ್ಗೆ ಆಸಕ್ತಿ ಹೊಂದಿದ್ದರು. ಇಪ್ಪತ್ತರ ಹರೆಯದಲ್ಲಿದ್ದಾಗ ತಾತನ ಅಂಗಡಿಯ ಜವಾಬ್ದಾರಿಯನ್ನು ಹೊರಬೇಕಾಯಿತು. ತಾತ ಬುದ್ಧಿವಂತಿಕೆಯಿಂದ ಮಾಂಟೆವಿಡಿಯೊನ ರೈಲ್ವೇ ನಿಲ್ದಾಣದ ಬಳಿಯೇ ಅಂಗಡಿಯಿಟ್ಟಿದ್ದರು. ಆ ದಿನಗಳಲ್ಲಿ ಮುಖ್ಯ ಪ್ರಯಾಣಗಳೆಲ್ಲ ಟ್ರೈನುಗಳ ಮೂಲಕವೇ ನಡೆಯುತ್ತಿದ್ದವು. ಪ್ರಯಾಣಿಕರು ಟ್ರೈನು ಇಳಿದ ತಕ್ಷಣವೇ ಅಂಗಡಿಯತ್ತ ಬರುತ್ತಿದ್ದರು, ಒಳ್ಳೆ ವ್ಯಾಪಾರವೂ ಆಗುತ್ತಿತ್ತು. ಆದರೆ, ನನ್ನ ತಂದೆಯ ಸಮಯಕ್ಕೆ ಕಾಲ ಬದಲಾಗಿತ್ತು. ಬಸ್ಸುಗಳು ಬಂದಿದ್ದವು. ಜನ ಟ್ರೈನಿನ ಬದಲು ಬಸ್ಸಿನ ಹಾದಿ ಹಿಡಿದರು. ಯಾವ ಬಸ್ ನಿಲ್ದಾಣವೂ ಅಂಗಡಿಗೆ ಹತ್ತಿರ ಇರಲಿಲ್ಲ.

ಪರಿಸ್ಥಿತಿ ಮತ್ತೂ ಹದಗೆಟ್ಟಿದ್ದು ಉರಗ್ವೇಯಲ್ಲಿ ಯಂತ್ರಗಳ ಉಪಯೋಗ ಹೆಚ್ಚಾಗಿ ಟ್ರಕ್ಕು, ಟ್ರಾಕ್ಟರುಗಳು ಬಂದಾಗ. ಯಾರೂ ಕುದುರೆಗಳು, ಒಂಟೆಗಳನ್ನು ಓಡಾಟಕ್ಕೆ ಬಳಸುತ್ತಿರಲಿಲ್ಲ. ನಮ್ಮ ತಂದೆಯ ವ್ಯಾಪಾರವೆಲ್ಲಾ ಇದ್ದಕ್ಕಿದ್ದಂತೆ ಕುಸಿದುಬಿಟ್ಟಿತು. ಆಗ ಅವರು ಒಂದು ಪ್ರಾಯೋಗಿಕ ವ್ಯಾಪಾರ ಮಾಡಿದರು. ಅವರ ಅಂಗಡಿ ಮಳಿಗೆಯಲ್ಲೇ ಹಾರ್ಡ್ ವೇರ್ ಸಾಮಾನುಗಳನ್ನು ಮಾರಲು ಪ್ರಾರಂಭಿಸಿದರು. ನಟ್ಟು, ಬೋಲ್ಟು, ಮೊಳೆಗಳು, ಸ್ಕ್ರೂಗಳು, ವೈರುಗಳು, ಕೀಲಿಗಳು ಇತ್ಯಾದಿ ಎಲ್ಲಾ ಉಪಯುಕ್ತ ಸರಂಜಾಮುಗಳು ಇವರ ಅಂಗಡಿಯಲ್ಲಿ ಲಭ್ಯವಿದ್ದವು. ಅಂದಿನ ಅಗತ್ಯಗಳಿಗೆ ತಕ್ಕ ವ್ಯಾಪಾರವಾದ್ದರಿಂದ ಇದ್ದಕ್ಕಿದ್ದಂತೆ ಕುದುರಿತು. ಆದರೂ ಬಡತನ ಅವರನ್ನು ಬಿಟ್ಟಿರಲಿಲ್ಲ. ಅಂಗಡಿ ಸ್ಥಳದಲ್ಲೇ ನೆಲದ ಮೇಲೆ ಮಲಗುತ್ತಿದ್ದರು. ಅವರು ಪಟ್ಟುಬಿಡಲಿಲ್ಲ, ಉದ್ಯಮದ ಭವಿಷ್ಯದ ಚಿತ್ರಣ ಅವರು ಆಗಲೇ ಮಾನಸಿಕವಾಗಿ ರೂಪಿಸಿದ್ದರು. ಅದಕ್ಕಾಗಿ ಹಗಲು ರಾತ್ರಿ ದುಡಿದರು.

ತಾವು ಹನಿ ಹನಿಗೂಡಿಸಿ ನಮ್ಮ ಜೀವನವನ್ನು ಜೇನಾಗಿಸಿದ್ದರು. 1945ರಲ್ಲಿ ನಮ್ಮ ತಂದೆ, ಯುಜಿನಿಯಾಳನ್ನು ಮದುವೆಯಾದರು. ಈಕೆ ನಮ್ಮ ತಂದೆಯಷ್ಟೇ ಕನಸುಗಾರ್ತಿ, ಛಲಗಾರ್ತಿ ಮತ್ತು ಸ್ವಾವಲಂಬಿ. ಮದುವೆಯಾದಾಗಿನಿಂದ ಅವರು ಬರಿ ದಂಪತಿಗಳಾಗಿರಲಿಲ್ಲ. ಅವರಿಬ್ಬರೂ ಒಂದು ಭವ್ಯ ಭವಿಷ್ಯ ಕಟ್ಟುವ ಪ್ರಬಲ ತಂಡವಾಗಿದ್ದರು. ನನ್ನ ತಾಯಿಯೂ ಬಾಲ್ಯದಲ್ಲಿ ಕಷ್ಟಕಾರ್ಪಣ್ಯಗಳನ್ನು ಕಂಡ ಜೀವಿ. ಅವರು ಜೇನು ಮಾರುವವರಾಗಿದ್ದು 1939ರಲ್ಲಿ ಎರಡನೇ ಮಹಾಯುದ್ಧದ ಸಂದರ್ಭದಲ್ಲಿ ಕುಟುಂಬದೊಡನೆ ಉಕ್ರೇನಿನಿಂದ ವಲಸೆ ಬಂದಿದ್ದರು. ಉರಗ್ವೇಯ ಹಳ್ಳಿಗಾಡಿನಲ್ಲಿ ಜೇನು ಮಾರಿಕೊಂಡಿದ್ದರು. ಆಕೆ ಇಪ್ಪತ್ತರ ಹರೆಯದಲ್ಲಿ ಕೆಲಸ ಮಾಡಲು ಮಾಂಟೆವಿಡಿಯೊಗೆ ಹೊರಟುಬಂದಳು. ನನ್ನ ತಂದೆಯನ್ನು

ಮದುವೆಯಾದಾಗ ಒಂದು ವೈದ್ಯಕೀಯ ಪ್ರಯೋಗಶಾಲೆಯಲ್ಲಿ ಗುಮಾಸ್ತೆಯಾಗಿ ಕೆಲಸಕ್ಕೆ ಸೇರಿದ್ದಳು. ಮದುವೆಯ ನಂತರ ಮೊದಲಿಗೆ ತನ್ನ ಬಿಡುವಿನ ವೇಳೆಯಲ್ಲಿ ನಮ್ಮ ತಂದೆಗೆ ಸಹಕರಿಸುತ್ತಿದ್ದವಳು ನಂತರ ವ್ಯಾಪಾರ ಮಾಡುವುದು ಕಷ್ಟವಾದಾಗ ಸಂಪೂರ್ಣ ಸಮಯವನ್ನು ಅಂಗಡಿ ಕೆಲಸಕ್ಕಾಗೇ ಸಮರ್ಪಿಸಿದಳು. ಅವರಿಬ್ಬರ ಸತತ ಪರಿಶ್ರಮದಿಂದ ವ್ಯಾಪಾರ ಲಾಭದಾಯಕವಾಗಿ ಸಾಗಿತ್ತು. 1947ರಲ್ಲಿ ನನ್ನ ಅಕ್ಕ ಗ್ರೆಸಿಲ್ಲಾ ಹುಟ್ಟಿದಳು. ನಂತರ ನಾನು 1949ರಲ್ಲಿ ಬಂದೆ. ಮೂರು ವರ್ಷದ ನಂತರ ನನ್ನ ತಂಗಿ ಸೂಜಿ ಹುಟ್ಟಿದಳು. ಅಷ್ಟು ಹೊತ್ತಿಗೆ ನನ್ನ ತಾಯಿ ನಮ್ಮ ವ್ಯಾಪಾರ ವಹಿವಾಟುಗಳಲ್ಲಿ ಚೆನ್ನಾಗಿ ಪಳಗಿ ಅಂಗಡಿಯ ಎಲ್ಲಾ ಚಟುವಟಿಕೆಗಳನ್ನು ಚುರುಕಾಗಿ ನಿರ್ವಹಿಸುತ್ತಿದ್ದಳು. ಆಕೆಯ ಎಲ್ಲಾ ಬಿಡುವಿಲ್ಲದ ಚಟುವಟಿಕೆಯ ನಡುವೆಯೂ ಕುಟುಂಬವನ್ನು ಎಂದೂ ನಿರ್ಲಕ್ಷಿಸಿದವಳಲ್ಲ. ಮನೆ ಮತ್ತು ಕುಟುಂಬಗಳೇ ಅವಳ ಬದುಕಾಗಿದ್ದವು.

ನಾನು ಹನ್ನೆರಡು ವರ್ಷದವನಾಗಿದ್ದಾಗ, ಮಾಂಟೆವಿಡಿಯೊನ ಕರಾಸ್ಕೊದಲ್ಲಿ ನಮಗಾಗಿ ಒಂದು ಸ್ವಂತ ಮನೆ ಮಾಡುತ್ತಿದ್ದೇವೆ ಎಂದು ಆಕೆ ಹೇಳಿದ್ದಳು. ಮನೆಯ ಎಲ್ಲ ಸವಲತ್ತುಗಳನ್ನು, ಹೊಸತನಗಳನ್ನೂ ವಿವರಿಸುತ್ತಿದ್ದಳು. ಆ ಸಂದರ್ಭದ ಆಕೆಯ ಕಣ್ಣ ಸಂತೋಷದ ಹೊಳಪನ್ನು ನಾನೆಂದಿಗೂ ಮರೆಯಲು ಸಾಧ್ಯವಿಲ್ಲ. ಬೀಚಿನ ಬಳಿ, ಎರಡಂತಸ್ತಿನ ಮನೆ, ಕೊಠಡಿಗಳಿಗೆ ಪ್ರಕಾಶಮಾನವಾದ ಬೆಳಕು, ದೊಡ್ಡ ದೊಡ್ಡ ಕಿಟಕಿಗಳು, ತಂಗಾಳಿ ಬೀಸುವ ವರಾಂಡಾ ಮತ್ತು ಮನೆ ಮುಂದೆ ಹಸಿರು ಹುಲ್ಲಿನ ಲಾನು, ಇವೆಲ್ಲಕ್ಕಿಂತ ಹೆಚ್ಚಿಗೆ ಆಕೆಯನ್ನು ತೃಪ್ತಿಪಡಿಸಿದ್ದು ಮನೆಯಂಗಳದಿಂದಲೇ ಬೀಚಿನ ಸುಂದರ ಸಮುದ್ರ ತೀರ ಕಾಣುವುದು. "ನಾವು ಮನೆಯಿಂದಲೇ ಸೂರ್ಯಾಸ್ತವನ್ನು ಕಾಣಬಹುದು!" ಎಂದು ಹೇಳಿದ ಆಕೆಯ ಧ್ವನಿಯಲ್ಲಿದ್ದ ಆ ಸಂತಸ, ಜೀವನೋತ್ಸಾಹ, ಆಕೆಯ ನೀಲಿ ಕಂಗಳಲ್ಲಿ ತುಂಬಿದ್ದ ಆನಂದ ಭಾಷ್ಪ ನನಗಿನ್ನೂ ಪ್ರಖರವಾಗಿ ನೆನಪಿದೆ. ಇರಲು ಒಂದು ಸರಿಯಾದ ಸೂರಿಲ್ಲದೆ ಊರಿಂದೂರಿಗೆ ಅಲೆದ ಇಬ್ಬರೂ ತಮ್ಮ ಶ್ರಮದಿಂದ ಇಂದು ಒಂದು ಸುಂದರ ನೆಲೆಯನ್ನು, ಜೀವನವನ್ನು ತಮ್ಮದಾಗಿಸಿಕೊಂಡಿದ್ದರು. ಅದಕ್ಕಿಂತ ಮಿಗಿಲಾಗಿ ಒಂದು ಕೌಟುಂಬಿಕ ತೃಪ್ತಿಯನ್ನು ತಮ್ಮ ಪ್ರೀತಿಯಿಂದ ತುಂಬಿದ್ದರು.

ಮಾಂಟೆವಿಡಿಯೊನ ಕರಾಸ್ಕೊನಲ್ಲಿರುವುದು ಎಂದರೆ ಅದೊಂದು ಪ್ರತಿಷ್ಠೆಯ ವಿಚಾರವಾಗಿತ್ತು. ಅಲ್ಲಿ ಮನೆಮಾಡಿ ನಾವು ಉರಗ್ವೇನ ಮೇಲ್ವರ್ಗಕ್ಕೆ ಸೇರಿಹೋಗಿದ್ದೆವು. ನಮ್ಮ ನೆರೆಹೊರೆಯವರೆಲ್ಲ ದೇಶದ ದೊಡ್ಡ ದೊಡ್ಡ ವ್ಯಾಪಾರಿಗಳು, ರಾಜಕಾರಣಿಗಳು, ಕಲೆಗಾರರು ಮತ್ತು ಇತರ ಗಣ್ಯವ್ಯಕ್ತಿಗಳಾಗಿದ್ದರು. ನಿರ್ಗತಿಕಳಾಗಿ ಬಂದು ಇಂದು ಈ ಉನ್ನತ ಸ್ಥಾನಕ್ಕೇರಿದುದು ನನ್ನ ತಾಯಿಗೆ ಒಂದು ಅಗಾಧ ಆತ್ಮತೃಪ್ತಿಯಾಗಿ

ಆಕೆಯ ನಡೆ–ನುಡಿಗಳಲ್ಲಿ ಸಂತೋಷ ಜಿನುಗುತ್ತಿತ್ತು. ಆದರೆ, ಎಂದಿಗೂ ಆಕೆ ತನ್ನ ಹೊಸ ಶ್ರೀಮಂತಿಕೆಯನ್ನು ಮೆರೆಯಲಿಲ್ಲ, ಅಹಂಕಾರಪಡಲಿಲ್ಲ. ಎಷ್ಟು ಹಣ ಗಳಿಸಿದ್ದರೂ, ಜೀವನದಲ್ಲಿ ಮೌಲ್ಯಗಳು, ಒಳ್ಳೆತನ ಮುಖ್ಯವೆಂದು ಆಕೆ ಚೆನ್ನಾಗಿ ಅರಿತಿದ್ದಳು. ಹಾಗಾಗಿ ಎಷ್ಟೇ ಎತ್ತರಕ್ಕೆ ಬೆಳೆದರೂ ಆಕೆಯ ಬೇರುಗಳು ಭದ್ರವಾಗಿ ನೆಲದೊಳಗೂರಿದ್ದವು.

ನನ್ನ ತಾಯಿ ಪ್ರತಿನಿತ್ಯ ಮೊದಲಿಗೆ ಮಾಡುತ್ತಿದ್ದ ಕೆಲಸ, ಆಕೆಯ ತಾಯಿ ಲೀನಾಳಿಗೆ ಸಹಾಯ ಮಾಡುವುದು. ಲೀನಾ ನಮ್ಮೊಟ್ಟಿಗೆ ಬಂದು ನೆಲೆಸಿದ್ದರು. ಆಕೆಗೆ ತರಕಾರಿ ತೋಟ ಮಾಡುವ ಆಸಕ್ತಿ. ಜೊತೆಗೆ ಆಕೆ ಕೋಳಿಗಳನ್ನು ಸಾಕುತ್ತಾ ಹೈನುಗಾರಿಕೆಯನ್ನೂ ಸಣ್ಣ ಮಟ್ಟದಲ್ಲಿ ಮಾಡುತ್ತಿದ್ದಳು. ಹುರುಳಿಕಾಯಿ, ಬಟಾಣಿ, ಸೊಪ್ಪು, ಮೆಣಸು, ಜೋಳ, ಟೊಮ್ಯಾಟೊ ಇತ್ಯಾದಿ ಸಾಕಷ್ಟು ತರಕಾರಿಗಳನ್ನು ನಮ್ಮ ಮನೆಯ ಹಿಂಭಾಗದ ತೋಟದಲ್ಲೇ ಬೆಳೆಸಿದ್ದಳು. ನನ್ನ ತಾಯಿ ಮತ್ತು ಲೀನಾ ಇಬ್ಬರೂ ಗಂಟೆಗಟ್ಟಲೆ ಅಡುಗೆಮನೆ ಸೇರಿ, ಎಲ್ಲ ತರಕಾರಿಗಳನ್ನೂ ಉಪಯೋಗಿಸಿ ನಮಗಾಗಿ ವಿಧ ವಿಧ ಖಾದ್ಯಗಳನ್ನು ತಯಾರಿಸುತ್ತಿದ್ದರು. ಎಷ್ಟೇ ಇದ್ದರೂ ಮನೆಯಲ್ಲಿ ಯಾವ ಸಾಮಾನನ್ನೂ ಯಾರೂ ಹಾಳು ಮಾಡುತ್ತಿರಲಿಲ್ಲ. ನನ್ನ ತಾಯಿಯ ಅಗತ್ಯ ಅಂಗಡಿಯಲ್ಲಿ ಹೆಚ್ಚಿತ್ತು, ಅಲ್ಲೇ ಹೆಚ್ಚು ಸಮಯ ಕಳೆಯುತ್ತಿದ್ದಳು. ಆದರೂ ನಮ್ಮನ್ನು ಪ್ರತಿನಿತ್ಯ ಶಾಲೆಗೆ ಕಳಿಸುವಾಗ ಮತ್ತು ನಾವು ಬರುವಷ್ಟರಲ್ಲಿ ನಮ್ಮೊಟ್ಟಿಗೆ ಇರುತ್ತಿದ್ದಳು. ನನ್ನ ಎಲ್ಲಾ ಸ್ಪರ್ಧೆಗಳೂ, ನನ್ನ ತಂಗಿಯ ಎಲ್ಲಾ ಡಾನ್ಸ್ ಕಾರ್ಯಕ್ರಮಗಳಲ್ಲೂ ತಪ್ಪದೆ ಪಾಲ್ಗೊಳ್ಳುತ್ತಿದ್ದಳು. ನನ್ನ ತಾಯಿ ಒಬ್ಬ ಶಿಸ್ತಿನ, ಆತ್ಮವಿಶ್ವಾಸದ ಹೆಣ್ಣಾಗಿದ್ದಳು. ಸದಾ ಇತರರನ್ನು ಪ್ರೋತ್ಸಾಹಿಸುತ್ತ, ಪ್ರೀತಿಯ ಸಲಹೆಗಳನ್ನು ಕೊಡುತ್ತಿದ್ದಳು. ಇದರಿಂದ ಆಕೆಯ ಬಗ್ಗೆ ಎಲ್ಲರಿಗೂ ಪ್ರೀತಿ ಮತ್ತು ಗೌರವಗಳಿದ್ದವು.

ಒಮ್ಮೆ ರೋಟರಿ ಕ್ಲಬ್ಬಿನ ಚಾರಣಕ್ಕೆ ನನ್ನ ತಾಯಿ ಸುಮಾರು ಹದಿನೈದು ಮಕ್ಕಳ ತಂಡವನ್ನು ಕರಾಸ್ಕೊದಿಂದ ಕರೆದೊಯ್ದಿದ್ದಳು. ಗಂಟೆಗಳ ಹೊತ್ತು ಕಳೆದರೂ ಅವರ ಮರಳುವಿಕೆಯ ಸುಳಿವೇ ಇರಲಿಲ್ಲ. ಎಲ್ಲ ಮಕ್ಕಳ ತಂದೆತಾಯಂದಿರೂ ನಮ್ಮ ಮನೆಗೆ ದೂರವಾಣಿಯ ಮೂಲಕ ವಿಚಾರಿಸಲಾರಂಭಿಸಿದರು. ಎಲ್ಲರಿಗೂ ನಮ್ಮ ತಂದೆ, "ಯೋಚಿಸಬೇಡಿ, ಅವರೆಲ್ಲ ಒಬ್ಬ ಕ್ಸೆನಿಯಾ (Xenia – ಅತಿಥಿಗಳಿಗೆ ಆತಿಥ್ಯ, ಸ್ನೇಹ ತೋರುವ ಗ್ರೀಕ್ ಪರಿಕಲ್ಪನೆ) ಬಳಿ ಇದ್ದಾರೆ" ಎಂದು ಸಂತೈಸುತ್ತಿದ್ದರು. ಯಾರೊಬ್ಬರಿಗೂ ಏನೂ ಆಗದಂತೆ ಜಾಗರೂಕತೆ ವಹಿಸಿ ನಮ್ಮ ತಾಯಿ ಸಂತೋಷವಾಗಿ ಎಲ್ಲ ಮಕ್ಕಳನ್ನೂ ಮರಳಿ ಕರೆತಂದಿದ್ದಳು. ಅದಾಗಲೇ ಮಧ್ಯರಾತ್ರಿಯಾಗಿತ್ತು. ತಡವಾದ್ದರಿಂದ ಮಾಂಟೆವಿಡಿಯೊನ ಕಡೇ ಫ್ಲೈಟ್ರಿಯು ಸಹ

ಹೊರಟುನಿಂತಿತ್ತು. ನನ್ನ ತಾಯಿ ಅದನ್ನು ಮುಂಚೆಯೇ ಮನಗಂಡು ಷೆರಿಫ್‌ಯವರಿಗೆ ದೂರವಾಣಿ ಮಾಡಿ ಕಾಯುವಂತೆ ಹೇಳಿ ನಂತರ ಹೊರಟಿದ್ದಳು. ಆಕೆಯ ಸಮಯಪ್ರಜ್ಞೆ ಇಂತಹದು. ಆಕೆಯ ಧೈರ್ಯ, ಆತ್ಮವಿಶ್ವಾಸ ಎಲ್ಲವೂ ನಮ್ಮ ಮೇಲಿನ ಪ್ರೀತಿ, ಆದರಗಳಿಂದ ಇನ್ನೂ ಹೆಚ್ಚಾಗಿ, ನಮ್ಮನ್ನು ಅತ್ಯಂತ ಬೆಚ್ಚನೆಯ ಮಡಿಲಲ್ಲೇ ಬೆಳೆಸಿ ಜಗತ್ತು ಸುಂದರ ಮತ್ತು ಸುರಕ್ಷಿತವಾಗಿ ಕಾಣುವಂತೆ ಮಾಡಿದ್ದಳು.

ನಾನು ಪ್ರೌಢಶಾಲೆಗೆ ಬರುವಷ್ಟರಲ್ಲಿ ಉರಗ್ವೇನಲ್ಲಿ ನಮ್ಮ ಹಾರ್ಡ್‌ವೇರ್ ಅಂಗಡಿಗಳು ಮೂರಾಗಿದ್ದವು. ನಮ್ಮ ತಂದೆ ಜಗತ್ತಿನ ಮೂಲೆಮೂಲೆಗಳಿಂದ ಸಾಮಗ್ರಿಗಳನ್ನು ಆಮದು ಮಾಡಿಕೊಳ್ಳುತ್ತಿದ್ದರು. ನಂತರ ಅಗ್ಗದ ಬೆಲೆಗಳಲ್ಲಿ ವ್ಯಾಪಾರ ಮಾಡುತ್ತಿದ್ದರು. ಒಬ್ಬ ಹಳ್ಳಿ ಹುಡುಗ, ತನ್ನ ಸ್ವಾವಲಂಬನೆಯಿಂದ ಇಷ್ಟೆಲ್ಲ ದೊಡ್ಡಮಟ್ಟಕ್ಕೆ ಬೆಳೆದಿದ್ದ ಎಂಬ ಸಂತೃಪ್ತಿ ಸದಾ ಅವರಲ್ಲಿ ಕಾಣುತ್ತಿತ್ತು. ಇಷ್ಟೆಲ್ಲ ಅವರು ನಮಗಾಗಿ, ನಮ್ಮ ಕುಟುಂಬಕ್ಕಾಗಿ ಮಾಡಿದರು ಎಂಬುದರಲ್ಲಿ ಸಂಶಯವೇ ಇಲ್ಲ. ಅವರ ತಂದೆಯಿಂದ ಅವರಿಗೆ ಎಂದೂ ಸಿಗದ ಸಮಾಧಾನ, ನೆಮ್ಮದಿ ಮತ್ತು ಸವಲತ್ತುಗಳನ್ನು ಅವರು ನಮಗೆ ಸದಾ ನೀಡಬಯಸಿದ್ದರು ಮತ್ತು ನೀಡುತ್ತಿದ್ದರು. ನಮ್ಮನ್ನು ಕಣ್ಣಿನಲ್ಲಿ ಕಣ್ಣಿಟ್ಟು ಕಾಪಾಡುತ್ತಿದ್ದರು. ಆತ ತನ್ನ ಭಾವನೆಗಳನ್ನು ಎಂದಿಗೂ ತೋರಗೊಡುತ್ತಿರಲಿಲ್ಲ, ಆದರೆ ತನ್ನೆಲ್ಲ ಪ್ರೀತಿ, ಆದರಗಳನ್ನು ತನ್ನದೇ ಆದ ರೀತಿಗಳಲ್ಲಿ ವ್ಯಕ್ತಪಡಿಸುತ್ತಿದ್ದರು. ನಾನು ಸಣ್ಣವನಾಗಿದ್ದಾಗ ನನ್ನನ್ನು ನಮ್ಮ ಅಂಗಡಿಗೆ ಕರೆದೊಯ್ದು ಎಲ್ಲ ಸಾಮಾನುಗಳನ್ನೂ ಸಾವಧಾನದಿಂದ ತೋರಿಸುತ್ತಿದ್ದರು. ನಮ್ಮ ವ್ಯಾಪಾರದ ಸೂಕ್ಷ್ಮ ಒಳಗುಟ್ಟುಗಳನ್ನು ನನ್ನ ಬಳಿ ಹೇಳಿಕೊಳ್ಳುತ್ತಿದ್ದರು: "ಇದನ್ನು ಟಾಗಲ್ ಬೋಲ್ಟ್ ಎನ್ನುತ್ತಾರೆ ನ್ಯಾಂಡೊ. ಇದನ್ನು ಖಾಲೀ ಗೋಡೆಗಳನ್ನು ಬಿಗಿಸಲು ಉಪಯೋಗಿಸುತ್ತಾರೆ. ಇದು ಗ್ರಾಮೆಟ್, ಇದನ್ನು ಗೋಡೆಗೆ ಛೇದಿಸಿ ಬಿಗಿದು, ದಾರ ಕಟ್ಟಬಹುದು. ಇದು ಆಂಕರ್ ಬೋಲ್ಟ್. ಮತ್ತೆ ಇದು ಕ್ಯಾರಿಯೇಜ್ ಬೋಲ್ಟ್. ಇವೆಲ್ಲಾ ನಟ್ಟುಗಳು. ನಾವು ಈ ಸ್ಥಳದಲ್ಲಿ ವಾಷರುಗಳನ್ನು ಇಡುತ್ತೇವೆ. ನಮ್ಮ ಬಳಿ ಎಲ್ಲಾ ಗಾತ್ರಗಳಲ್ಲಿರುವ ವಿಧವಿಧ ರೀತಿಯ ವಾಷರುಗಳು ಮತ್ತು ಸ್ಕ್ರೂಗಳು ಇವೆ. ಸಾಧಾರಣ ಮೊಳೆಗಳು, ಭಾವಣಿ ಮೊಳೆಗಳು, ಬಿಗಿತದ ಮೊಳೆಗಳು, ಕಟ್ಟು ಮೊಳೆಗಳು, ಪೆಟ್ಟಿಗೆ ಮೊಳೆಗಳು, ಎರಡು ತಲೆಯ ಮೊಳೆಗಳು ಇತ್ಯಾದಿ ಸಾಕಷ್ಟು ನೀನು ಊಹಿಸುವುದಕ್ಕೂ ಮೀರಿದ ಬಗೆಬಗೆಯ ಮೊಳೆಗಳು ನಮ್ಮಲ್ಲಿ ಇವೆ. ನೋಡಿಲ್ಲಿ...."

ನನಗೆ ಅವೆಲ್ಲಾ ಅಮೂಲ್ಯ ಕ್ಷಣಗಳಾಗಿದ್ದವು. ಅವರು ತಮ್ಮ ವ್ಯಾಪಾರದ ಅನೇಕ ವಿಷಯಗಳನ್ನು ಒಂದು ಸಣ್ಣ ಗಂಭೀರತೆಯಿಂದ ನನ್ನ ಬಳಿ ಹಂಚಿಕೊಳ್ಳುವುದು ನನಗೆ ತುಂಬ ಇಷ್ಟವಾಗುತ್ತಿತ್ತು. ಸಣ್ಣವನಾಗಿದ್ದ ನನ್ನನ್ನು ಈ

ಮೂಲಕ ದೊಡ್ಡವನನ್ನಾಗಿ ಎಣಿಸುತ್ತಿದ್ದಾರೆ ಎಂಬ ಭಾವ ಹೆಚ್ಚಾಗಿ ನನಗೆ ಅವರು ಹತ್ತಿರವಾಗುತ್ತಿದ್ದರು. ನಾನು ಮುಂದೆ ಅವರ ಅಂಗಡಿಯನ್ನು ನಿಭಾಯಿಸಲು ಅದರ ಎಲ್ಲಾ ಒಳಗುಟ್ಟನ್ನು ಸೂಕ್ಷ್ಮವಾಗಿ ನನಗೆ ಪರಿಚಯಿಸುತ್ತಿದ್ದರು. ಆದರೆ ಅದಕ್ಕಿಂತಲೂ ಹೆಚ್ಚಿಗೆ, ನನ್ನ ಅನುಭವಕ್ಕೆ ಬರುತ್ತಿದ್ದ ಅವರ ಪಾಠಗಳು ಜೀವನದ ಬಗೆಗಿನದ್ದಾಗಿದ್ದವು. ಜೀವನ ಒಂದು ಕ್ರಮಬದ್ಧತೆಯಿಂದ ಕೂಡಿದ ಅರ್ಥವಂತಿಕೆಯಾಗಿದೆ. "ನೋಡು ನ್ಯಾಂಡೊ, ಪ್ರತಿ ಕೆಲಸಕ್ಕೂ ಸರಿಯಾದ, ಪ್ರತ್ಯೇಕ ನಟ್ಟು, ಬೋಲ್ಟುಗಳಿರುತ್ತವೆ. ನಾವು ಅದನ್ನು ಗುರುತಿಸಿಕೊಳ್ಳಬೇಕಷ್ಟೆ". ಈ ರೀತಿಯ ವಿಚಾರಗಳು ನನಗೆ ಜೀವನ ಪಾಠ ಕಲಿಸುತ್ತಿದ್ದವು. "ಕಷ್ಟಕಾಲದಲ್ಲಿ ಕೈಚೆಲ್ಲಿ ಕೂರಬೇಡ, ಸದಾ ವಿವರಗಳಿಗೆ ಗಮನ ಕೊಡು, ಬರಿಯ ಕನಸು–ಆಸೆಗಳ ಬುನಾದಿಯ ಮೇಲೆ ಜೀವನ ಕಟ್ಟಲಾರೆ, ಉತ್ತಮ ಬದುಕು ಆಕಾಶದಿಂದ ಉದುರುವ ವಸ್ತುವಲ್ಲ, ನಿನ್ನದೇ ಶ್ರಮ, ಶ್ರದ್ಧೆಯಿಂದ ಬುಡದಿಂದ ಜೀವನ ರೂಪಿಸಿಕೊಳ್ಳಬೇಕು, ನಿನ್ನ ಅಗತ್ಯಕ್ಕೆ ತಕ್ಕಂತೆ ಬದುಕಿನ ನಿಯಮಗಳು ಬದಲಾಗಲಾರವು, ಆ ನಿಯಮಗಳನ್ನು ಅರ್ಥಮಾಡಿಕೊಳ್ಳುವುದು ನಿನ್ನ ಜವಾಬ್ದಾರಿ. ಇಷ್ಟನ್ನು ನೀನು ಮಾಡಿ ಕಷ್ಟಪಟ್ಟು ದುಡಿದರೆ ಜೀವನದಲ್ಲಿ ಏನಾದರೂ ಸಾಧಿಸಬಲ್ಲೆ".

ಇವೆಲ್ಲಾ ನನ್ನ ತಂದೆಯ ಜೀವನದಲ್ಲಿ ಶ್ರಮಿಕ ಬದುಕು ಕಲಿಸಿದ ಪಾಠಗಳು. ಅವರಿಂದ ಅನೇಕ ರೀತಿಗಳಲ್ಲಿ ಈ ಎಲ್ಲಾ ಪಾಠಗಳೂ ನನಗೆ ವರ್ಗಾವಣೆಯಾಗಿತ್ತು. ಅವರಿಗೆ ಕಾರುಗಳೆಂದರೆ ಎಲ್ಲಿಲ್ಲದ ಆಸಕ್ತಿ, ಈ ವಿಶೇಷತೆಯು ನನಗೂ ಬಳುವಳಿಯಾಗಿ ಬಂದಿತ್ತು. ಕಾರುಗಳಿಗೆ ಸಂಬಂಧಿಸಿದ ಪ್ರತಿ ಸಣ್ಣ ವಿಚಾರವನ್ನೂ ನನಗೆ ತಿಳಿಸುತ್ತಿದ್ದರು. ಕಾರು ಓಟದ ಎಲ್ಲಾ ಸೂಕ್ಷ್ಮಗಳನ್ನು ನನಗೆ ಕಲಿಸಿದ್ದರು ಜೊತೆಗೆ ಸುರಕ್ಷಿತ ಚಾಲನೆಯನ್ನೂ ಸಹ.

ನನಗೆ ನನ್ನ ತಂದೆಯೇ ಆದರ್ಶ ವ್ಯಕ್ತಿಯಾಗಿದ್ದರು. ನಾನು ಅವರಂತೆಯೇ ಆಗಬಯಸಿದ್ದೆ. ಆದರೆ ನಾನು ಪ್ರೌಢ ಶಾಲೆಗೆ ಬರುವ ಹೊತ್ತಿಗೆ ನಮ್ಮಿಬ್ಬರದೂ ಬೇರೆ ಬೇರೆ ಸ್ವಭಾವ ಎಂದು ಗೊತ್ತಾಗುತ್ತಿತ್ತು. ನಾನು ಅವರಷ್ಟು ವ್ಯಾವಹಾರಿಕವಾಗಿರಲಿಲ್ಲ, ಅವರ ದೂರದೃಷ್ಟಿ ನನ್ನಲ್ಲಿರಲಿಲ್ಲ. ನಾವಿಬ್ಬರೂ ಜಗತ್ತನ್ನು ಬೇರೆಬೇರೆ ರೀತಿ ಕಾಣುತ್ತಿದ್ದೆವು. ನನ್ನ ತಂದೆಗೆ ಭವಿಷ್ಯ ನಮ್ಮ ಪರಿಶ್ರಮದ ಫಲ, ನನಗೆ ಭವಿಷ್ಯ ತಂತಾನೆ ಪುಟಪುಟವಾಗಿ ತೆರೆದುಕೊಳ್ಳುತ್ತಾ ಹೋಗುವ ಕುತೂಹಲಕಾರೀ ಸೋಜಿಗ. ಅದು ಹೇಗೆಲ್ಲ ತಿರುವುಗಳನ್ನು ಪಡೆದುಕೊಳ್ಳುತ್ತದೆ ಎಂದರೆ ನಮಗೆ ಬಹಳ ದೂರದ ದಾರಿ ಕಾಣುವುದು ಸಹ ಇಲ್ಲ. ನನ್ನ ದೃಷ್ಟಿಯಲ್ಲಿ ಜೀವನ ತಂತಾನೆ ತೆರೆದುಕೊಂಡು ಹೋಗುತ್ತಿರುತ್ತದೆ ಮತ್ತು ನಾವು ಆಗ ಮಾತ್ರ ಅದನ್ನು ನೋಡುತ್ತ ಹೋಗುತ್ತೇವೆ. ಹಾಗೆಂದ ಮಾತ್ರಕ್ಕೆ ನಾನು ಸೋಮಾರಿ, ಮೈಗಳ್ಳನಾಗಿರಲಿಲ್ಲ. ನಾನೊಬ್ಬ ಕನಸುಗಾರನಾಗಿದ್ದೆ. ನನ್ನ ಸ್ನೇಹಿತರನೇಕರು ತಮ್ಮ ಭವಿಷ್ಯವನ್ನು ಚೆನ್ನಾಗಿ ಬಲ್ಲರು.

ಹಲವರು ತಮ್ಮ ತಂದೆಯ ವ್ಯಾಪಾರ ವಹಿವಾಟುಗಳನ್ನು ನೋಡಿಕೊಳ್ಳುವುದು ಎಂದು ನಿರ್ಧರಿಸಿದ್ದರು. ನನ್ನಿಂದಲೂ ಅದನ್ನೇ ನಿರೀಕ್ಷಿಸುತ್ತಿದ್ದರು. ಆದರೆ ಜೀವನಪೂರ್ತಿ ಒಂದು ಮಳಿಗೆಯಲ್ಲಿ ಕೂತು ಹಾರ್ಡ್‌ವೇರ್ ಸಾಮಾನುಗಳನ್ನು ಮಾರಿಕೊಂಡು ಕೂರುವುದು ನನ್ನಿಂದ ಸಾಧ್ಯವಾಗಲಿಲ್ಲ. ನಾನು ಪ್ರಪಂಚ ಪರ್ಯಟನೆ ಮಾಡಬೇಕಿತ್ತು, ಸಾಹಸ ಅನುಭವಿಸಬೇಕಿತ್ತು, ಉತ್ಸಾಹ ಮತ್ತು ಕ್ರಿಯಾಶೀಲತೆ ನನಗೆ ಇಷ್ಟವಾಗುತ್ತಿತ್ತು. ಎಲ್ಲಕ್ಕಿಂತ ಮಿಗಿಲಾಗಿ ನನ್ನ ಮೆಚ್ಚಿನ ಕಾರು ಓಟದ ಸ್ಪರ್ಧಾಪಟು ಜಾಕಿ ಸ್ಟೀವರ್ಟ್‌ನಂತೆ ನಾನು ಕಾರು ರೇಸ್‌ನಲ್ಲಿ ಪಾಲ್ಗೊಳ್ಳಬೇಕಿತ್ತು. ಕಾರ್ ಚಾಲನೆಯನ್ನು ಎಷ್ಟು ಇಷ್ಟಪಡುತ್ತಿದ್ದೆನೆಂದರೆ, ನನಗೆ ಚಾಲಕನಿಗೂ, ಚಾಲನೆಗೂ ನಡುವೆ ಒಂದು ಕಾವ್ಯಾತ್ಮಕವಾದ ಲಯ, ಭಾವ ಕಾಣುತ್ತಿತ್ತು. ನನ್ನ ಕೊಠಡಿಯ ಗೋಡೆಯ ಮೇಲೆ ಜಾಕಿ ಸ್ಟೀವರ್ಟ್‌ನ ಭಿತ್ತಿಚಿತ್ರವನ್ನು ತೂಗುಹಾಕಿದ್ದೆ. ಅದನ್ನು ನೋಡಿದಾಗಲೆಲ್ಲಾ, ನನಗೆ ಆತನು ನನ್ನ ಈ ಹುಚ್ಚಿನ ತುಡಿತವನ್ನು ಅರ್ಥಮಾಡಿಕೊಳ್ಳಬಲ್ಲ ಎನಿಸುತ್ತಿತ್ತು.

ಆದರೆ ಇವೆಲ್ಲ ಕನಸಾಗಿಯೇ ಉಳಿಯಿತು. ಕೊನೆಗೆ ನಾನು ಕಾಲೇಜು ಓದಬೇಕಾದಾಗ, ಕೃಷಿ ವಿದ್ಯಾಲಯದಲ್ಲಿ ಸೇರಿ ವ್ಯವಸಾಯ ವಿಜ್ಞಾನವನ್ನು ಕಲಿಯಬೇಕೆಂದೆ. ಏಕೆಂದರೆ ನನ್ನೆಲ್ಲ ಜೀವದ ಗೆಳೆಯರು ಅದೇ ಕಾಲೇಜಿಗೆ ಸೇರಿದ್ದರು ಎಂಬ ಒಂದೇ ಕಾರಣದಿಂದ. ನನ್ನ ತಂದೆಗೆ ಈ ವಿಚಾರ ಹೇಳಿದಾಗ, ಅವರು ನಕ್ಕು, "ನ್ಯಾಂಡೊ ನಿನ್ನ ಸ್ನೇಹಿತರ ತಂದೆಯರು ತಮ್ಮ ಜಮೀನುಗಳನ್ನು ಬೆಳೆಸಿಕೊಂಡು ಬಂದಿದ್ದಾರೆ. ಕೃಷಿಯನ್ನೇ ತಮ್ಮ ಮುಖ್ಯ ಬದುಕಾಗಿಸಿಕೊಂಡಿದ್ದಾರೆ. ಆದರೆ ನಮಗೆ ಹಾರ್ಡ್‌ವೇರ್ ವ್ಯಾಪಾರವಿದೆ" ಎಂದು ಹೇಳಿದರು. ನನಗೂ ನಿಜವೆನ್ನಿಸಿ, ಕೊನೆಗೆ ನಾನು ವಾಣಿಜ್ಯೋದ್ಯಮ ಅಧ್ಯಯನದಲ್ಲಿ ತೊಡಗಿದೆ. ನನಗೆ ಆ ಸಮಯದಲ್ಲಿ ಯಾವ ನಿರ್ಧರಿತ ಗುರಿಯಿರಲಿಲ್ಲ. ಬಹುಶಃ ನಮ್ಮ ತಂದೆಯ ಅಂಗಡಿಯನ್ನು ಮುಂದುವರೆಸುತ್ತೇನೆ ಎನಿಸಿತ್ತು. ನನ್ನ ಜೀವನವೇ ನನಗೆ ಮುಂದಿನ ಗುರಿಯನ್ನು, ಬದುಕನ್ನು ಉಡುಗೊರೆಯಾಗಿ ಕಟ್ಟಿಕೊಡುತ್ತದೆ ಎಂದು ನನ್ನ ಮನಸ್ಸು ಹೇಳಿತ್ತು. ಇಂತಹ ಕಾಲೇಜು, ಇಂತಹ ಓದು ಎಂದು ನಿರ್ಧಾರವಾದ ಮೇಲೆ ಇನ್ನುಳಿದ ಬೇಸಿಗೆ ರಜೆಯನ್ನು ನಾನು ಬರಿ ನ್ಯಾಂಡೊ ಆಗಿ ಕಳೆಯಬೇಕೆಂದಿದ್ದೆ. ರಗ್ಬೀ ಆಡುತ್ತಿದ್ದೆ, ಪಂಚಿಟೊ ಜೊತೆಗೂಡಿ ಹುಡುಗಿಯರನ್ನು ಚುಡಾಯಿಸುತ್ತಿದ್ದೆ, ನನ್ನ ಪುಟ್ಟ ರನಾಲ್ಟ್ ಅನ್ನು ಬೀಚಿನ ರಸ್ತೆಗಳಲ್ಲಿ ವೇಗವಾಗಿ ಓಡಿಸಿ ಸುಖಿಸುತ್ತಿದ್ದೆ, ಪಾರ್ಟಿಗಳಿಗೆ ಹೋಗುತ್ತಿದ್ದೆ. ಹೀಗೆ ನನ್ನ ಜೀವನವನ್ನು ಕ್ಷಣಿಕವಾಗಿ ಅನುಭವಿಸುತ್ತಿದ್ದೆ. ಅಲೆಬಂದ ಕಡೆಗೆ ತೇಲುತ್ತಾ, ಮುಂದೆ ತೆರೆದುಕೊಳ್ಳುವ ಭವಿಷ್ಯಕ್ಕೆ ಕಾಯುತ್ತಾ, ಸಂತೋಷವಾಗಿ ಕಾಲ ಕಳೆಯುತ್ತಿದ್ದೆ.

ಆಂಡೀಸ್ ಪರ್ವತಗಳ ಮೇಲೆ ವಿಮಾನ ಹಾರುತ್ತಿರುವಾಗ ನನಗೆ ನನ್ನ ತಂದೆ ತುಂಬ ನೆನಪಾಗುತ್ತಿದ್ದರು. ನಾವು ಹೊರಡುವಾಗ ನಮ್ಮನ್ನು ವಿಮಾನ ನಿಲ್ದಾಣದವರೆಗೂ ಬಂದು ಬೀಳ್ಕೊಟ್ಟಿದ್ದರು. "ನಿಮ್ಮ ಪ್ರಯಾಣ ಸುಖವಾಗಿರಲಿ. ಮಜಾ ಮಾಡಿ. ನಾನು ಸೋಮವಾರ ನಿಮ್ಮನ್ನು ಮತ್ತೆ ಕರೆದೊಯ್ಯಲು ಬರುವೆ" ಎಂದು ಹೇಳಿದ್ದರು. ನನ್ನ ತಾಯಿ ಮತ್ತು ತಂಗಿಗೆ ಪ್ರೀತಿಯಿಂದ ಚುಂಬಿಸಿ ನನ್ನನ್ನು ಬಿಗಿದಪ್ಪಿ ತಮ್ಮ ಅಂಗಡಿ ಕೆಲಸಕ್ಕೆ ಮರಳಿದರು. ನಾವು ಚಿಲಿಯಲ್ಲಿ ಸುಖಸಮಯ ಕಳೆಯುತ್ತಿರಲು ಅವರು ತಮ್ಮ ಕೆಲಸದಲ್ಲಿ ನಿರತರಾಗಿ, ನಮಗಾಗಿ ದುಡಿಯುತ್ತಿದ್ದರು. ಅವರಿಗೆ ಸದಾ ನಮ್ಮ ಸುರಕ್ಷತೆ, ಸುಖ ಮತ್ತು ನೆಮ್ಮದಿಯ ಬಗ್ಗೆ ಕಾಳಜಿ ಇತ್ತು.

"ದಯವಿಟ್ಟು ನಿಮ್ಮ ಸೀಟ್ ಬೆಲ್ಟುಗಳನ್ನು ಬಿಗಿಗೊಳಿಸಿಕೊಳ್ಳಿ. ಮುಂದೆ ಹವಾಮಾನದಲ್ಲಿ ಅಸ್ಥಿರತೆ ಉಂಟಾಗಲಿದೆ" ಎಂದು ವಿಮಾನದ ಸಿಬ್ಬಂದಿಯೊಬ್ಬರು ಜೋರಾಗಿ ಕೂಗಿದರು. ದಟ್ಟ ಮಂಜು ಮುಸುಕಿನ ಮಧ್ಯೆ ನಾವು ಸಾಗುತ್ತಿದ್ದೆವು. ನಾನು ಕಳೆದ ಬಾರಿ ಚಿಲಿಗೆ ಬಂದಾಗ ಪಂಚಿಟೊ ಜೊತೆ ಭೇಟಿ ಮಾಡಿದ್ದ ಹುಡುಗಿಯರ ಬಗ್ಗೆ ಯೋಚಿಸುತ್ತಿದ್ದೆ. ಈ ಬಾರಿಯೂ ಭೇಟಿ ಮಾಡುವ ಭರವಸೆ ಕೊಟ್ಟಿದ್ದರು. ಇದರ ಬಗ್ಗೆ ಪಂಚಿಟೊಗೆ ಹೇಳಲು ಹೊರಟೆ ಅಷ್ಟರಲ್ಲಿ ವಿಮಾನ ಜಾರಿದಂತೆ ಭಾಸವಾಯಿತು. ಯಾರೋ ವಿಮಾನಕ್ಕೆ ಬಲವಾಗಿ ಗುದ್ದಿದ ಅನುಭವವಾಗಿ ಎಲ್ಲರೂ ಯಾವುದೋ ಗಿರಿಗಿಟ್ಲೆಯಲ್ಲಿ ಆಡುತ್ತಿರುವಂತೆ ಭಯ-ಸಂಭ್ರಮದಿಂದ ಜೋರಾಗಿ ಕೂಗಿದರು.

ನಾನು ನನ್ನ ತಾಯಿ ಮತ್ತು ತಂಗಿಯೆಡೆಗೆ ತಿರುಗಿ, ಏನೂ ಆಗಿಲ್ಲವೆಂದು ಅವರಿಗೆ ನಗುಮುಖದ ಉತ್ತರ ಕೊಟ್ಟೆ. ನನ್ನ ತಾಯಿಗೆ ಆತಂಕವಾಗಿತ್ತು. ಅವರು ಓದುತ್ತಿದ್ದ ಪುಸ್ತಕವನ್ನು ಬದಿಗಿಟ್ಟು ನನ್ನ ತಂಗಿಯ ಕೈ ಬಿಗಿಯಾಗಿ ಹಿಡಿದಿದ್ದರು. ನಾನು ಅವರಿಗೆ "ಏನೂ ಆಗಿಲ್ಲ ಹೆದರಬೇಡಿ" ಎಂದು ಹೇಳುವಷ್ಟರಲ್ಲಿ ವಿಮಾನ ಧೊಪ್ಪನೆ ಕೆಳಗೆ ಬೀಳುತ್ತಿದೆ ಎನಿಸಿತ್ತು.

ವಿಮಾನ ಭೀಕರ ಗಾಳಿ, ಮೋಡಗಳ ಚಲನೆಗೆ ಸಿಕ್ಕು ಒದ್ದಾಡುತ್ತಿತ್ತು. ಅವನ್ನೆಲ್ಲಾ ತಪ್ಪಿಸಿಕೊಂಡು ಹೋಗಲಿಕ್ಕೆ ಪೈಲಟ್ ಮತ್ತು ಸಿಬ್ಬಂದಿ ಹರಸಾಹಸ ಮಾಡುತ್ತಿದ್ದರು.

ಪಂಚಿಟೊ ನನ್ನತ್ತ ತಿರುಗಿ, “ನ್ಯಾಂಡೊ, ನೋಡು ನಾವು ಬೆಟ್ಟಗಳಿಗೆ ತುಂಬ ಹತ್ತಿರ ಬಂದಂತಿದೆ!” ಎಂದ.

ಕಿಟಕಿಯತ್ತ ಬಗ್ಗಿ ನೋಡಿದೆ. ಎಲ್ಲೆಲ್ಲೂ ದಟ್ಟ ಮೋಡ ನಮ್ಮನ್ನಾವರಿಸಿತ್ತು. ಸಣ್ಣ ಸಂದುಗಳಲ್ಲಿ ಮೋಡಗಳನ್ನು ಸುತ್ತುವರೆದಿದ್ದ, ಹಿಮಮಿಶ್ರಿತ ಬೃಹತ್ ಬಂಡೆಗಳು, ತುಂಬ ಹತ್ತಿರದಲ್ಲಿ ಕಾಣುತ್ತಿತ್ತು. ಎಷ್ಟು ಹತ್ತಿರವೆಂದರೆ ನಮ್ಮ ವಿಮಾನ ಸುಮಾರು ಇಪ್ಪತ್ತೈದು ಅಡಿ ದೂರವಿದ್ದಿರಬಹುದು ಅಷ್ಟೇ. ಒಂದು ಕ್ಷಣ ಏನಾಗುತ್ತಿದೆ ಎಂದು ನಂಬಲಾಗಲಿಲ್ಲ. ನಮ್ಮ ಪೈಲಟ್ ಆಗಲಿರುವ ಅನಾಹುತವನ್ನು ತಪ್ಪಿಸಲು ತನ್ನ ಕೈಮೀರಿ ಪ್ರಯತ್ನಿಸಿದ. ಇಡೀ ವಿಮಾನ ಕಂಪಿಸಿ, ಹೊಡೆತಗಳಿಗೆ ಸಿಕ್ಕು ತತ್ತರಿಸುತ್ತಿತ್ತು. ನನ್ನ ತಾಯಿ ಮತ್ತು ತಂಗಿ ಭಯದಿಂದ ತಿರುಗಿ ನೋಡಿದರು. ನಮ್ಮ ನೋಟ ಒಮ್ಮೆ ಸೇರಿತು ಅಷ್ಟೇ. ಇದ್ದಕ್ಕಿದ್ದಂತೆ ದೊಡ್ಡ ಬಂಡೆಯೊಂದಕ್ಕೆ ವಿಮಾನ ಢಿಕ್ಕಿ ಹೊಡೆದಿತ್ತು. ಆ ಅಪ್ಪಳಿಸುವಿಕೆಯ ಸದ್ದಿಗೆ ನಾವೆಲ್ಲಾ ನಡುಗಿಹೋದೆವು. ತಕ್ಷಣ ತಲೆಯ ಮೇಲೆ ವಿಮಾನದ ಸೂರಿಲ್ಲದೆ, ನೇರ ಆಕಾಶ ಕಾಣುತ್ತಿತ್ತು. ಜೋರಾದ ಕೊರೆವ ಚಳಿಗಾಳಿ ನಮ್ಮ ಮೇಲೆ ಹಾಯ್ದಿತ್ತು. ಏನು ನಡೆಯುತ್ತಿದೆ ಎಂದು ಊಹಿಸುವಷ್ಟರಲ್ಲಿ ಆ ದುರ್ಘಟನೆ ಜರುಗಿಹೋಗಿತ್ತು. ಒಂದೇ ನಾಡಿಬಡಿತದಲ್ಲಿ ಎಲ್ಲವೂ ಮುಗಿದು ಹೋಗಿತ್ತು. ನಮ್ಮ ವಿಮಾನ ಆಂಡೀಸ್ ಶಿಖರಗಳ ನಡುವೆಯೆಲ್ಲೋ ಮುರಿದು ಬಿದ್ದಿತ್ತು. ನಾನು ಕೂತಿದ್ದ ಸೀಟಿನ ಸಮೇತ ಹಾರಿಬಿದ್ದು ಯಾವುದೋ ಕತ್ತಲು, ನಿಶ್ಶಬ್ದದೊಳಗೆ ಸೇರಿಬಿಟ್ಟೆ.

ಅಧ್ಯಾಯ 2

ಅಮೂಲ್ಯ ಸಂಪತ್ತು

"ನಿನಗೆ ಬಾಯಾರಿಕೆಯೆ ನ್ಯಾಂಡೊ?"

ನನ್ನ ಸ್ನೇಹಿತ ಗಸ್ತೆವೊ ಹಿಮದ ಮುದ್ದೆಯೊಂದನ್ನು ನನ್ನ ತುಟಿಗೆ ತಾಗಿಸುತ್ತಾ ಕೇಳಿದ. ಕೊರೆಯುವ ಚಳಿಯಲ್ಲಿ ಹಿಮದ ನೀರು ನುಂಗಿದಾಗ ಮತ್ತಷ್ಟು ತಣ್ಣಗಾಗಿ ನನ್ನ ಗಂಟಲು ಉರಿಯುತ್ತಿತ್ತು. ಆದರೆ ನಿತ್ರಾಣ ಶರೀರ ಚೆನ್ನಾಗಿ ನೀರು ಬೇಕು ಎಂದು ಕೇಳುತ್ತಿತ್ತು. ನಾನು ಕೋಮಾದಿಂದ ಹೊರಬಂದು ಸಾಕಷ್ಟು ಘಂಟೆಗಳಾಗಿದ್ದವು. ಈಗ ನನ್ನ ಮನಸ್ಸು ಚುರುಕಾಗಿತ್ತು ಮತ್ತು ಪ್ರಶ್ನೆಗಳಿಂದ ತುಂಬಿತ್ತು. ನೀರು ಕುಡಿದ ನಂತರ ಗಸ್ತೆವೊನನ್ನು, "ನನ್ನ ತಾಯಿ ಎಲ್ಲಿ, ತಂಗಿ ಸೂಜಿ? ಅವರಿಗೇನೂ ಆಗಿಲ್ಲ ತಾನೆ?" ಎಂದು ಕೇಳಿದೆ.

ಗಸ್ತೆವೊ ಮುಖ ನಿರ್ಭಾವುಕವಾಗಿತ್ತು. "ನೀನೀಗ ವಿರಮಿಸು, ನೀನಿನ್ನೂ ಚೇತರಿಸಿಕೊಳ್ಳಬೇಕು" ಎಂದು ಹೇಳಿ ಹೊರಟುಹೋದ. ಸ್ವಲ್ಪ ಹೊತ್ತು ಯಾರೂ ಹತ್ತಿರ ಬರಲಿಲ್ಲ. ನಾನು ನನ್ನವರ ಬಗ್ಗೆ ಸುದ್ದಿ ತಿಳಿಸಿ ಎಂದು ಅರಚುತ್ತಿದ್ದೆ. ಆದರೆ ನನ್ನ ಧ್ವನಿ ನನಗೇ ಸರಿಯಾಗಿ ಕೇಳುತ್ತಿರಲಿಲ್ಲ.

ನಾನು ಚಳಿಯಿಂದ ನಡುಗುತ್ತ ನೆಲದ ಮೇಲೆ ಮಲಗಿದ್ದೆ. ತಂಗಿ ಮತ್ತು

ತಾಯಿಯನ್ನು ನನ್ನ ಕಣ್ಣು ಹುಡುಕುತ್ತಿತ್ತು. ನನ್ನ ತಾಯಿಯ ಒಂದು ನಗುವಿಗಾಗಿ ಹಂಬಲಿಸುತ್ತಿದ್ದೆ. ಅವಳೊಮ್ಮೆ ನನ್ನ ತಲೆಸವರಿ, ಎಲ್ಲವೂ ಸರಿಯಾಗುತ್ತದೆ ಎಂದು ಹೇಳಲಿ ಎಂದು ಮನಸ್ಸು ಹಾತೊರೆಯುತ್ತಿತ್ತು. ಆಕೆ ನಮ್ಮ ಕುಟುಂಬದ ಭಾವನಾತ್ಮಕ ಕೇಂದ್ರವಾಗಿದ್ದಳು. ಆಕೆಯ ಬುದ್ಧಿಶಕ್ತಿ ಮತ್ತು ಧೈರ್ಯ ನಮ್ಮ ಬದುಕಿನ ತಳಪಾಯವಾಗಿತ್ತು. ನನಗೆ ಆ ಕ್ಷಣಕ್ಕೆ ಅವಳ ಸಾಂತ್ವನ ಬೇಕಾಗಿತ್ತು. ನನ್ನ ತಲೆಯಲ್ಲಿನ ಚುಚ್ಚಿದಂಥ ನೋವಿಗಿಂತ, ಸುತ್ತಲಿನ ಚಳಿಗಿಂತ ಅವಳು ಕಾಣುತ್ತಿಲ್ಲ ಎಂಬುದೇ ಹೆಚ್ಚಿನ ಆಘಾತ ಎನ್ನಿಸುತ್ತಿತ್ತು.

ಗಸ್ತೆವೊ ನನ್ನ ಬಳಿ ಮತ್ತೆ ನೀರು ಕುಡಿಸಲು ಬಂದಾಗ, ಅವನ ತೋಳನ್ನು ಹಿಡಿದು, "ಅವರೆಲ್ಲಿ ಗಸ್ತೆವೊ, ದಯವಿಟ್ಟು ಹೇಳು" ಎಂದೆ. ಅವನು ನನ್ನ ಕಣ್ಣುಗಳ ಒಂದು ಕ್ಷಣ ಗಮನಿಸಿ, ಉತ್ತರ ಕೇಳಲು ನಾನು ತಯಾರಿದ್ದೇನೆ ಎಂದು ಭಾವಿಸಿ, "ನ್ಯಾಂಡೊ, ನೀನು ಧೈರ್ಯ ತಂದುಕೊಳ್ಳಬೇಕು. ನಿನ್ನ ತಾಯಿ ಮೃತರಾಗಿದ್ದಾರೆ", ಎಂದ.

ಆ ಕ್ಷಣವನ್ನು ನೆನಪಿಸಿಕೊಂಡರೆ ನನ್ನನ್ನು ಆ ವಿಷಯವೇಕೆ ಸಾಯುವಷ್ಟು ಕಾಡಲಿಲ್ಲ ಎಂದು ಹೇಳುವುದು ಕಷ್ಟ. ಆದರೆ ನನ್ನ ತಾಯಿಯ ಸ್ಪರ್ಶಕ್ಕೆ ಹಿಂದೆಂದೂ ಇರದಷ್ಟು ತೀವ್ರ ಹಾತೊರಿಕೆ ಅಂದು ಉಂಟಾಗಿತ್ತು. ದುರದೃಷ್ಟವೆಂದರೆ ಅದೇ ಕ್ಷಣ ಆ ಸ್ಪರ್ಶ ಇನ್ನೆಂದಿಗೂ ನನಗೆ ಸಿಗದು ಎಂದು ಹೇಳಿದ್ದರು. ಒಂದೆರಡು ಕ್ಷಣ ದುಃಖ, ನೋವು, ಹತಾಶೆಯನ್ನು ಬಹಳ ತೀವ್ರವಾಗಿ ಅನುಭವಿಸಿದೆ. ಎಷ್ಟು ಆತಂಕಗೊಂಡಿದ್ದೆ ಎಂದರೆ, ನಾನು ಹುಚ್ಚನಾಗಿಬಿಡುವೆನೇನೋ ಎಂದು ಅಂಜಿದ್ದೆ. ಮರುಕ್ಷಣವೇ ನನ್ನಲ್ಲೇ ಒಂದು ಧ್ವನಿ ಎಲ್ಲ ದುಗುಡ, ಹೆದರಿಕೆಗಳನ್ನು ಮೀರಿ ತೇಲಿ ಬಂದು ಕಿವಿಯಲ್ಲಿ ಕೇಳಿಸಿತು. ಆ ಧ್ವನಿ, "ಅಳಬೇಡ, ನಿನ್ನ ಅಳು ದೇಹದಿಂದ ಉಪ್ಪಿನಂಶವನ್ನು ಹೊರಹಾಕುತ್ತದೆ. ಬದುಕುಳಿಯಲು ಉಪ್ಪು ಅಗತ್ಯ" ಎಂದಿತು.

ಆ ಆಲೋಚನೆಯ ಶಾಂತತೆಗೆ ನಾನು ಆಶ್ಚರ್ಯಚಕಿತನಾದೆ. ಆ ಧ್ವನಿಯಲ್ಲಿದ್ದ ನಿರ್ದಾಕ್ಷಿಣ್ಯತೆಗೆ ಹೆದರಿದೆ. ನನ್ನ ತಾಯಿ ಸತ್ತಿದ್ದರೆ ಅಳಬಾರದೆ? ನನ್ನ ಜೀವನದ ಬಹು ದೊಡ್ಡ ನಷ್ಟಕ್ಕೆ ದುಃಖಿಸಬಾರದೆ? ಆಂಡೀಸ್‌ನ ಹಿಮದ ನಡುವೆ ಹೆಣದಂತೆ ದಿಕ್ಕಿಲ್ಲದೆ ಬಿದ್ದಿದ್ದೇನೆ. ನನ್ನ ತಲೆ ಸೀಳಿ ಮೆದುಳು ಹೊರಬಂದಿದೆ. ನಾನು ಅಳಬಾರದೆ?

ಮತ್ತೆ ಅದೇ ಧ್ವನಿ ಕೇಳಿಬಂತು, "ಅಳಬೇಡ".

ಅಷ್ಟರಲ್ಲಿ ಗಸ್ತೆವೊ, "ನೀನು ಕೇಳಬೇಕಾದ್ದು ಇನ್ನೂ ಇದೆ. ಪಂಚಿಟೊ, ಗ್ಯೆಡೊ ಮತ್ತಿನ್ನೂ ಅನೇಕರು ಮೃತಪಟ್ಟಿದ್ದಾರೆ ನ್ಯಾಂಡೊ" ಎಂದ. ಅವನು ಹೇಳಿದ ವಿಷಯ ನಂಬಲಾಗದೇ ನಾನು ತಲೆಯಾಡಿಸಿದೆ. ಇದು ಹೇಗಾಗಲು ಸಾಧ್ಯ?

ನನ್ನ ಆತ್ಮೀಯ ಸ್ನೇಹಿತರಾದ ಪಂಚಿಟೊ, ಗೈಡೋ ನನ್ನನ್ನಗಲಿದ್ದಾರೆ! ಮತ್ತೆ ನನ್ನ ದುಃಖಕ್ಕೆ ನಾನು ಶರಣಾಗುವಷ್ಟರಲ್ಲಿ ಅದೇ ಧ್ವನಿ, ಈಬಾರಿ ಇನ್ನೂ ಎತ್ತರಿಸಿದ ಗಂಟಲಲ್ಲಿ, "ಅವರೆಲ್ಲಾ ಹೊರಟುಹೋಗಿದ್ದಾರೆ. ಈಗವರೆಲ್ಲಾ ನಿನ್ನ ಭೂತಕಾಲಕ್ಕೆ ಸೇರಿದವರು. ನಿನ್ನ ಕೈಮೀರಿದ ಈ ಸಂಗತಿಗಳಿಗಾಗಿ ಅತ್ತು ನಿನ್ನ ಶಕ್ತಿಯನ್ನು ಕಳೆದುಕೊಳ್ಳಬೇಡ. ಮುಂದಿನದನ್ನು ಆಲೋಚಿಸು. ನಿಖರವಾಗಿ ಆಲೋಚಿಸು. ನೀನು ಬದುಕುಳಿಯುವೆ" ಎಂದಿತು.

ಗಸ್ತೆವೊ ಇನ್ನೂ ನನ್ನ ಬಳಿ ಕೂತಿದ್ದ. ಅವನನ್ನು ಹಿಡಿದೆಳೆದು ಜಗ್ಗಿ "ನೀನು ಹೇಳಿದ್ದೆಲ್ಲಾ ಸುಳ್ಳು ಎಂದು ಹೇಳು" ಎನ್ನಬೇಕೆನಿಸಿತ್ತು. ತಕ್ಷಣ ನನ್ನ ತಂಗಿ ನೆನಪಿಗೆ ಬಂದಳು. ಆಗ ನನ್ನ ತಾಯಿ ಮತ್ತು ಜೀವದ ಗೆಳೆಯರನ್ನು ಕಳೆದುಕೊಂಡ ದುಃಖವನ್ನೆಲ್ಲಾ ಪಕ್ಕಕ್ಕೆ ಒತ್ತರಿಸಿ ನನ್ನ ತಂಗಿಯ ಬಗೆಗೆ ಆತಂಕದ ಕಾಳಜಿ ಮೂಡಿತು. ಗಸ್ತೆವೊನನ್ನು ನೋಡುತ್ತಲೇ ನನ್ನ ಉಡುಗಿಹೋದ ಜಂಘಾಬಲವನ್ನೆಲ್ಲಾ ಸೇರಿಸಿ, ಹೆದರಿಕೆಯಿಂದ "ನನ್ನ ತಂಗಿ ಎಲ್ಲಿ ಗಸ್ತೆವೊ?" ಎಂದು ಕೇಳಿದೆ.

ವಿಮಾನದ ಇನ್ನೊಂದು ಮೂಲೆಯತ್ತ ಬೆರಳು ಮಾಡುತ್ತಾ, "ಅವಳು ಅಲ್ಲಿದ್ದಾಳೆ. ತುಂಬಾ ವಿಷಮ ಸ್ಥಿತಿಯಲ್ಲಿದ್ದಾಳೆ" ಎಂದ. ನನ್ನೆಲ್ಲ ದುಗುಡ, ನೋವುಗಳು ಮಾಯವಾಗಿ, ಇದ್ದಕ್ಕಿದ್ದಂತೆ ತಂಗಿಯ ಕಾಳಜಿ ಹೆಚ್ಚಾಯಿತು. ಕಷ್ಟಪಟ್ಟು ಮೇಲೆದ್ದು ಒಂದು ಹೆಜ್ಜೆ ಹಾಕಲು ಪ್ರಯತ್ನಿಸಿದೆ, ನನ್ನ ಸಿಡಿಯುತ್ತಿದ್ದ ತಲೆನೋವು, ಕೀಲುನೋವುಗಳು ನನ್ನನ್ನು ಮುಗ್ಗರಿಸುವಂತೆ ಮಾಡಿದವು. ಒಂದು ಕ್ಷಣ ಹಾಗೆ ಇದ್ದು, ನಂತರ ತೆವಳಿಕೊಂಡು ತಂಗಿಯ ಬಳಿಗೆ ಹೊರಟೆ. ನೆಲದ ಮೇಲೆಲ್ಲಾ ಚೆಲ್ಲಾಪಿಲ್ಲಿಯಾದ ಕಪ್ಪುಗಳು, ಪತ್ರಿಕೆ, ಪುಸ್ತಕದ ಹಾಳೆಗಳು, ಇಸ್ಪೀಟ್ ಕಾರ್ಡುಗಳು ಇತ್ಯಾದಿ ಸಾಕಷ್ಟು ಸಾಮಾನುಗಳು ಬಿದ್ದಿದ್ದವು. ಕುರ್ಚಿಗಳೆಲ್ಲಾ ಮುರಿದು ಅಲ್ಲಲ್ಲಿ ತುಂಡುತುಂಡಾಗಿ ಬಿದ್ದಿದ್ದವು. ನಾನು ತೆವಳುತ್ತಿರುವಾಗ, ಆ ಕುರ್ಚಿಗಳ ಕೆಳಭಾಗದ ಲೋಹದ ಚೂರುಗಳು ಕಾಣಿಸುತ್ತಿದ್ದವು. ಅಂತಹ ಭದ್ರ ಲೋಹದ ಜೋಡಿಕೆಯನ್ನು ಮುರಿದು ಚೂರುಮಾಡುವಷ್ಟು ಪ್ರಬಲ ಶಕ್ತಿಯ ಊಹೆ ಮಾಡಿಕೊಂಡೆ.

ಮುಂದೆ ಹೋಗಲು ತ್ರಾಣವಿಲ್ಲ, ನಿಧಾನವಾಗಿ ತೆವಳುತ್ತಾ, ನಡುವೆ ನಿಲ್ಲಿಸಿ ಮಲಗಿಬಿಟ್ಟೆ. ಯಾರೋ ನನ್ನನ್ನು ಎತ್ತಿಕೊಂಡು ಸೂಜಿಯ ಬಳಿ ತಂದು ಕೂರಿಸಿದರು. ಅಲ್ಲಿ ಅವಳು ಬೆನ್ನುಮೇಲಾಗಿ ಮಲಗಿದ್ದಳು. ಮೊದಲಿಗೆ ಅವಳು ತುಂಬ ಘಾಸಿಗೊಂಡಿದ್ದಾಳೆ ಎಂದು ತಿಳಿಯಲಿಲ್ಲ. ಅವಳ ಮುಖದ ಮೇಲೆ ರಕ್ತದ ಕಲೆಗಳಿದ್ದವು. ಯಾರೋ ಅವಳ ಮುಖ ಒರೆಸಿ, ತೊಳೆದಿದ್ದರು. ಅವಳ ಕೂದಲು ಕಣ್ಣ ಮೇಲಿಂದ ಸರಿಸಿ, ಅವಳಿಗೆ ಸ್ವಲ್ಪ ಆರಾಮಾಗಿಸಿದ್ದರು. ಈ ಪ್ರವಾಸಕ್ಕಾಗಿ ಅವಳು ಖರೀದಿಸಿದ್ದ ಹೊಸ ಕೋಟನ್ನು ಧರಿಸಿದ್ದಳು. ಆ ಕೋಟಿನ ಮೆತ್ತನೆಯ

ಉಣ್ಣೆಯ ಕಾಲರ್ ತಣ್ಣನೆಯ ಗಾಳಿಗೆ ಅವಳ ಕೆನ್ನೆ ತಟ್ಟುತ್ತಿತ್ತು.

ನನ್ನ ಸ್ನೇಹಿತರು ಸೂಜಿಯ ಪಕ್ಕ ಮಲಗಲು ಸಹಾಯ ಮಾಡಿದರು. ನನ್ನ ತೋಳನ್ನು ಅವಳ ಮೇಲೆ ಬಳಸಿ, ಅವಳ ಕಿವಿಯಲ್ಲಿ, "ನಾನು ನ್ಯಾಂಡೊ ಬಂದಿದ್ದೇನೆ ಸೂಜಿ" ಎಂದೆ. ಅವಳು ತನ್ನ ನಮ್ರ, ಕಂದು-ಬಣ್ಣದ ಕಣ್ಣುಗಳಿಂದ ನನ್ನತ್ತ ನೋಡಿದಳು. ಆದರೆ ಆ ನೋಟ ನನ್ನನ್ನು ಗುರ್ತಿಸಿತೋ ಇಲ್ಲವೋ ಗೊತ್ತಾಗಲಿಲ್ಲ. ಅವಳು ನನ್ನ ಹತ್ತಿರಕ್ಕೆ ಒರಗಲು ಪ್ರಯತ್ನಿಸಿ ನೋವಿನಿಂದ ಮುಲುಗಿದಳು. ಅವಳಿಗೆ ನೋವಾಗದ ಭಂಗಿಯಲ್ಲಿ ಮಲಗಿಸಿ ಮತ್ತೆ ಅಪ್ಪಿ ಮಲಗಿದೆ. ಅವಳಿಗೆ ಚಳಿಯಾಗದಿರಲೆಂದು ಸಾಕಷ್ಟು ಪ್ರಯತ್ನಿಸಿದೆ. ಗಂಟೆಗಟ್ಟಲೆ ಅವಳೊಟ್ಟಿಗೆ ಹಾಗೇ ಮಲಗಿದ್ದೆ. ಮೌನವಾಗಿದ್ದಳು. ಇದ್ದಕ್ಕಿದ್ದಂತೆ ನೋವಿನಲ್ಲಿ ಮುಲುಗಿ ಮತ್ತೆ ಮಲಗುತ್ತಿದ್ದಳು. ಆಗಾಗ ಅಮ್ಮಾ ಎಂದು ಅರಚುತ್ತಿದ್ದಳು.

"ಅಮ್ಮಾ, ನನಗೆ ತುಂಬಾ ಚಳಿಯಾಗುತ್ತಿದೆ, ದಯವಿಟ್ಟು ಮನೆಗೆ ಹೋಗೋಣ ಅಮ್ಮಾ" ಎಂದು ಸಣ್ಣ ದನಿಯಲ್ಲಿ ತೊದಲುತ್ತಿದ್ದಳು. ಈ ಮಾತುಗಳು ನನ್ನ ಹೃದಯವನ್ನು ಬಾಣಗಳಿಂದ ಚುಚ್ಚಿದಂತೆ ಭಾಸವಾಗುತ್ತಿತ್ತು. ಸೂಜಿ ಸದಾ ಅಮ್ಮನ ಮಗಳಾಗಿದ್ದಳು. ಅಮ್ಮ-ಮಗಳ ನಡುವೆ ವಿಶೇಷ ಒಲವು. ಅವರಿಬ್ಬರ ಹಾವ-ಭಾವ, ನಡೆ-ನುಡಿ ಬಹಳಷ್ಟು ಒಂದೇ ರೀತಿಯದಾಗಿತ್ತು. ಇಬ್ಬರೂ ಬಹಳ ಮೃದು, ಮಮತೆಯುಳ್ಳವರಾಗಿದ್ದರು. ಒಮ್ಮೆಯೂ ಅವರಲ್ಲಿ ಮನಸ್ತಾಪ ಕಂಡೇ ಇರಲಿಲ್ಲ. ಅವರಿಬ್ಬರೂ ಗಂಟೆಗಟ್ಟಲೆ ಒಟ್ಟಿಗಿರುತ್ತಿದ್ದರು. ಮಾತು, ಕೆಲಸ, ಅಡುಗೆ, ಹರಟೆ, ನಗು, ಪ್ರೀತಿ, ಓದು ಹೀಗೆ ಎಲ್ಲವೂ ಒಟ್ಟಿಗೆ. ಇಬ್ಬರೂ ಸೋಫಾದ ಮೇಲೆ ಕೂತು ಪರಸ್ಪರ ಗುಟ್ಟುಗಳನ್ನು ಹಂಚಿಕೊಳ್ಳುತ್ತಿದ್ದರು. ನನ್ನ ತಂಗಿ ಅವಳ ಎಲ್ಲ ಮಾತುಗಳನ್ನೂ, ಗುಟ್ಟುಗಳನ್ನೂ ತಾಯಿಯೊಂದಿಗೆ ಹಂಚಿಕೊಳ್ಳುತ್ತಿದ್ದಳು. ಸ್ನೇಹ, ಓದು, ಬಟ್ಟೆ, ಕನಸು, ತಿನಿಸು, ಮೌಲ್ಯಗಳು, ಹುಡುಗರು ಹೀಗೆ ಏನೇ ಆಗಿರಲಿ, ಅಮ್ಮನ ಸಲಹೆಗಳ ಮೇಲೆ ಸಾಕಷ್ಟು ನಂಬಿಕೆ, ಭರವಸೆ.

ಸೂಜಿ ಅಮ್ಮನಂತೆ ಉಕ್ರೇನಿ ಹೆಂಗಸಿನ ಮುಖಲಕ್ಷಣಗಳನ್ನು ಹೊಂದಿದ್ದಳು. ಅವಳಿಗೆ ನಮ್ಮ ಕುಟುಂಬದ ಹಿನ್ನೆಲೆಯ ಬಗ್ಗೆ ತಿಳಿದುಕೊಳ್ಳುವ ಆಸಕ್ತಿ. ನಾವೆಲ್ಲ ಒಟ್ಟಿಗೆ ಕೂತು ಕಾಫಿ ಕುಡಿಯುತ್ತಿದ್ದಾಗ ನಮ್ಮಜ್ಜಿ ಲೀನಾಳನ್ನು ಕೂರಿಸಿ ನಮ್ಮ ಕುಟುಂಬದ ಕಥೆ ಕೇಳುತ್ತಿದ್ದಳು. ಲೀನಾ ತನ್ನ ಕುಟುಂಬಕ್ಕಾಗಿ ಮಾಡಿದ ತ್ಯಾಗಗಳನ್ನು ಅರ್ಥಮಾಡಿಕೊಳ್ಳುತ್ತಿದ್ದಳು. ಸೂಜಿ ನಮ್ಮ ಕುಟುಂಬದ ಎಲ್ಲ ಸದಸ್ಯರ ಬಳಿ ತುಂಬ ಆತ್ಮೀಯವಾಗಿದ್ದಳು. ಅವಳು ಮನೆಯಲ್ಲೇ ಕೂರುವ ಹುಡುಗಿಯೂ ಆಗಿರಲಿಲ್ಲ. ಅವಳಿಗೆ ಬಹಳ ಮಂದಿ ಸ್ನೇಹಿತರು. ಸಂಗೀತ, ನೃತ್ಯ, ಪಾರ್ಟಿ ಹೀಗೆ ಅವಳ ವಿವಿಧ ಆಸಕ್ತಿಗಳು. ಮಾಂಟೆವಿಡಿಯೊ ಇಷ್ಟಪಡುವಷ್ಟೇ ಪ್ರಪಂಚದ ಇತರ

ಸ್ಥಳಗಳನ್ನು ನೋಡಬೇಕು ಎಂದು ಹಂಬಲಿಸುತ್ತಿದ್ದಳು. ಅವಳು ಹದಿನಾರರ ಹುಡುಗಿಯಾಗಿದ್ದಾಗ, ಫ್ಲೋರಿಡಾನಲ್ಲಿ ಓದಿಗಾಗಿ ಒಂದು ವರ್ಷ ತಂಗಿದ್ದಳು. ಆ ಸಮಯದಲ್ಲಿ ಅವಳು ಅಮೇರಿಕಾವನ್ನು ತುಂಬ ಮೆಚ್ಚಿದ್ದಳು. "ಅಲ್ಲಿ ಎಲ್ಲವೂ ಸಾಧ್ಯ, ನೀನು ಏನು ಕನಸು ಕಂಡರೂ ಅದನ್ನು ಅಲ್ಲಿ ನನಸಾಗಿಸಬಹುದು!" ಎಂದು ನನಗೆ ಹೇಳುತ್ತಿದ್ದಳು. ಅವಳು ಕಾಲೇಜು ವ್ಯಾಸಂಗವನ್ನು ಅಮೆರಿಕಾದಲ್ಲಿ ಮಾಡಬೇಕೆಂದು ಕನಸು ಕಂಡಿದ್ದಳು. ಆಗಾಗ, ಅಲ್ಲಿಯೇ ತನ್ನ ಮುಂದಿನ ಜೀವನ ಸಾಗಿಸಬೇಕು ಎಂಬ ಆಸೆಯನ್ನೂ ವ್ಯಕ್ತಪಡಿಸಿದ್ದಳು. "ಯಾರಿಗೆ ಗೊತ್ತು, ನನ್ನ ಭಾವೀ ಪತಿಯನ್ನು ಅಲ್ಲೇ ಭೇಟಿ ಮಾಡಬಹುದು ಮತ್ತು ಅಮೆರಿಕನ್ನಳಾಗಿ ಅಲ್ಲಿಯೇ ಇದ್ದರೂ ಇರಬಹುದು!" ಎಂದು ಹೇಳುತ್ತಿದ್ದಳು.

ನಾನು ಮತ್ತು ಸೂಜಿ ಚಿಕ್ಕವರಾಗಿದ್ದಾಗ ಕೂಡಿ ಆಡುತ್ತಿದ್ದೆವು. ಬೆಳೆಯುತ್ತಾ ಹೋದಂತೆ ಅವಳ ಪಾಲಿಗೆ ನಾನೊಬ್ಬ ವಿಶ್ವಾಸಿಗನಾಗಿದ್ದೆ. ಅವಳ ಎಲ್ಲ ಆಸೆ-ನಿರಾಸೆಗಳನ್ನು ನನ್ನೊಟ್ಟಿಗೆ ಹಂಚಿಕೊಳ್ಳುತ್ತಿದ್ದಳು. ತನ್ನ ತೂಕದ ಮೇಲೆ ಅವಳಿಗೆ ಸದಾ ಬೇಸರವಿತ್ತು. ತಾನು ತುಂಬ ದಪ್ಪಗಿದ್ದೇನೆ ಎಂದು ತಿಳಿದಿದ್ದಳು. ಆದರೆ ಹಾಗೇನಿರಲಿಲ್ಲ. ಕೊಂಚ ಅಗಲ ಮೈಕಟ್ಟನ್ನು ಹೊಂದಿದ್ದಳಾದರೂ ಅದಕ್ಕೆ ತಕ್ಕ ಎತ್ತರ, ಗಾತ್ರಗಳಿದ್ದು ನಾಜೂಕಾಗಿದ್ದಳು. ಆಟಗಾರರಂತಹ ದೇಹದಾರ್ಢ್ಯ. ಅವಳ ನಿಜ ಸೌಂದರ್ಯವನ್ನು ಅವಳ ಆಳ, ಕಂದು ಕಣ್ಣುಗಳು, ನುಣುಪಾದ ಚರ್ಮ ಮತ್ತು ಅವಳ ಮುದ್ದು ನಗೆಮೊಗ ತೋರುತ್ತಿತ್ತು. ಇನ್ನೂ ಚಿಕ್ಕವಳಾಗಿದ್ದ ಅವಳು ಪ್ರೀತಿ, ಪ್ರೇಮದ ನಂಟಿಗೆ ಸಿಕ್ಕಿರಲಿಲ್ಲ. ಆದ್ದರಿಂದಲೇ ಅವಳಿಗೆ ತನ್ನ ರೂಪದ ಬಗೆಗೆ ಅನುಮಾನವಿತ್ತು. ಆದರೆ ನನಗೆ ಅವಳನ್ನು ನೋಡಿದಾಗಲೆಲ್ಲ ಸೌಂದರ್ಯದ ಹೊರತು ಬೇರೇನೂ ಕಾಣುತ್ತಿರಲಿಲ್ಲ. ನಾನು ಅವಳೊಂದು ಸೌಂದರ್ಯದ ಖನಿ ಎಂದು ಹೇಗೆ ವ್ಯಕ್ತಪಡಿಸಲಿ ಎಂದು ಹೆಣಗುತ್ತಿದ್ದೆ. ಅವಳು ಹುಟ್ಟಿದಾಗಿನಿಂದ ನನಗೊಂದು ಅಮೂಲ್ಯ ರತ್ನವಾಗಿದ್ದಳು. ಅವಳನ್ನು ಮೊದಲ ಬಾರಿಗೆ ನನ್ನ ಮಡಿಲಲ್ಲಿ ಹಿಡಿದಾಗಲೇ, ಅವಳನ್ನು ಕಾಪಾಡುವ, ಪ್ರೀತಿಸುವ ಜವಾಬ್ದಾರಿ ನನ್ನದೆಂದು ಹೆಮ್ಮೆಪಟ್ಟಿದ್ದೆ. ಈಗ ಮುರಿದ ವಿಮಾನದಲ್ಲಿ ಗಾಯಗೊಂಡು ಅರೆಪ್ರಜ್ಞೆಯಲ್ಲಿ ಬಿದ್ದಿರುವ ಅವಳನ್ನು ನೋಡಿದಾಗ, ಒಮ್ಮೆ ಸಮುದ್ರ ತೀರದಲ್ಲಿ ನಡೆದ ಘಟನೆ ನೆನಪಾಯಿತು. ಅವಳಿನ್ನೂ ತೊದಲುವ ಮಗು, ನಾನು ಬಹುಶಃ ಐದಾರು ವರ್ಷದ ಪೋರ. ಅವಳು ಮರಳ ಗೂಡು ಕಟ್ಟುತ್ತಾ ಆಟವಾಡುತ್ತಿದ್ದಳು. ನಾನು ಆಡಲಿಲ್ಲ. ನನ್ನ ದೃಷ್ಟಿಯೆಲ್ಲಾ ಅವಳ ಮೇಲೆ. ಎಲ್ಲಿ ಅಲೆಗಳಲ್ಲಿ ಸಿಕ್ಕಿ ನೀರಪಾಲಾಗುತ್ತಾಳೊ, ಯಾರಾದರೂ ಖೂಳರು ಹೊತ್ತೊಯ್ದುಬಿಟ್ಟರೆ ಎಂಬ ಆತಂಕದಿಂದ ಒಂದು ಕ್ಷಣವೂ ನನ್ನ ನೋಟ ಅತ್ತಿತ್ತ ಹೋಗಲಿಲ್ಲ. ನಾನು ಚಿಕ್ಕಹುಡುಗನಾಗಿದ್ದರೂ

ಸಮುದ್ರ ತೀರ ಒಳ್ಳೆಯ ಸ್ಥಳವಲ್ಲವೆಂದೂ, ಅಲ್ಲಿ ಜೋಪಾನವಾಗಿ, ಎಚ್ಚರಿಕೆಯಿಂದ ಇರಬೇಕೆಂದೂ ನಾನು ಅರಿತಿದ್ದೆ.

ಅವಳ ಬಗೆಗಿನ ಈ ಹೊಣೆಗಾರಿಕೆ, ಕಾಪುದಾರಿಕೆ ನಾವು ಬೆಳೆದಂತೆ ಹೆಚ್ಚುತ್ತಲೇ ಹೋಯಿತು. ಅವಳ ಎಲ್ಲಾ ಸ್ನೇಹಿತರನ್ನೂ, ಅವಳು ಅಡ್ಡಾಡುವ ಸ್ಥಳಗಳನ್ನೂ ತಿಳಿದುಕೊಳ್ಳುತ್ತಿದ್ದೆ. ನಾನು ಕಾರು ಓಡಿಸುವಷ್ಟು ದೊಡ್ಡವನಾದಾಗಿನಿಂದ ಅವಳ ಚಾಲಕನೇ ಆಗಿಬಿಟ್ಟೆ. ತನ್ನ ಸ್ನೇಹಿತರೊಂದಿಗೆ ಅವಳನ್ನು ಪಾರ್ಟಿ, ಡಾನ್ಸ್‌ಗಳಿಗೆ ಕರೆದೊಯ್ದು ಮತ್ತೆ ಕರೆತರುವ ಕೆಲಸ ನನ್ನದಾಗಿತ್ತು. ಅದು ನನಗಿಷ್ಟವೂ ಆಗಿತ್ತು. ಕೆಲವೊಮ್ಮೆ ಅವಳು ಅವಳ ಸ್ನೇಹಿತರೊಟ್ಟಿಗೆ ಮತ್ತು ನಾನು ನನ್ನ ಸ್ನೇಹಿತರೊಟ್ಟಿಗೆ ಒಂದೇ ಸ್ಥಳದಲ್ಲಿ ಇರುತ್ತಿದ್ದೆವು. ಆದರೆ ನಾನು ಅವಳತ್ತ ಗಮನವಿಡುತ್ತಿದ್ದೆ. ಅವಳಿಗೆ ಏನಾದರೂ ನನ್ನ ಅಗತ್ಯವಿದೆಯೇ ಎಂದು ಆಗಾಗ ಪರಿಶೀಲಿಸುತ್ತಿದ್ದೆ. ಇಂತಹ ಅಣ್ಣನನ್ನು ಬೇರೆ ಹುಡುಗಿಯರು ಬಹುಶಃ ದ್ವೇಷಿಸಬಹುದು. ಆದರೆ ಸೂಜಿಗೆ ನನ್ನ ಈ ಕಾಪುದಾರಿಕೆ ಇಷ್ಟವಾಗುತ್ತಿತ್ತು. ನಾನು ಅವಳಿಗಾಗಿ ಸದಾ ಇದ್ದೇನೆ ಎಂಬ ನೆಮ್ಮದಿ ನಮ್ಮಿಬ್ಬರನ್ನು ಇನ್ನೂ ಹತ್ತಿರ ತಂದಿತ್ತು.

ಈಗ ಅವಳ ತೋಳುಗಳನ್ನು ಹಿಡಿಯಲು ಪ್ರಯತ್ನಿಸುತ್ತಿದ್ದ ನನಗೆ ಭಯಂಕರ ಅಸಹಾಯಕತೆ ಕಾಡಿತು. ಅವಳು ಮೃತ್ಯುವಿಗೆ ಹತ್ತಿರವಾಗಿ ತನ್ನ ಪ್ರಾಣದೊಂದಿಗೆ ಸೆಣಸಾಡುತ್ತಿದ್ದಾಳೆ, ನನ್ನಿಂದ ಏನು ಮಾಡಲೂ ಸಾಧ್ಯವಾಗುತ್ತಿಲ್ಲ. ಸೂಜಿಗೆ ಒಂದು ಚೂರೂ ನೋವಾಗದಂತೆ ಜೀವನವೆಲ್ಲಾ ಕಾಪಾಡುತ್ತೇನೆ ಎಂದು ಭ್ರಮಿಸಿದ್ದ ನನಗೆ ಜೀವ ಹಿಂಡಿತ್ತು. ಆ ಕ್ಷಣ ನನ್ನ ಕೈಲಿ ಸಾಧ್ಯವಿದ್ದಿದ್ದರೆ, ನನ್ನ ಪ್ರಾಣವನ್ನೇ ಅವಳಿಗೆ ಕೊಟ್ಟು, ಅವಳನ್ನು ಕಾಪಾಡಿ ನನ್ನ ತಂದೆಯ ಬಳಿ ಕಳಿಸಲು ಸಂತೋಷದಿಂದ ಒಪ್ಪುತ್ತಿದ್ದೆ.

ನನ್ನ ತಂದೆ! ಈ ಎಲ್ಲ ಗಡಿಬಿಡಿ, ದುಃಖಗಳಲ್ಲಿ ನನ್ನ ತಂದೆಯ ಪರಿಸ್ಥಿತಿ ಏನಾಗಿರಬಹುದು ಎಂದು ಊಹಿಸಲೇ ಇಲ್ಲ. ಮೂರು ದಿನಗಳ ಹಿಂದೆ ಅವರಿಗೆ ಸುದ್ದಿ ಮುಟ್ಟಿರುತ್ತದೆ. ನಮ್ಮನ್ನೆಲ್ಲಾ ಕಳೆದುಕೊಂಡ ಭಾವ ಅವರನ್ನು ಕೃಶವಾಗಿಸಿರುತ್ತದೆ. ಅವರು ತುಂಬ ವಾಸ್ತವವಾದಿ. ಒಂದು ದೊಡ್ಡ ವಿಮಾನಾಪಘಾತವನ್ನು ತಪ್ಪಿಸಿ ನಾವು ಮರಳಬಹುದು ಎಂಬ ಯಾವ ಸುಳ್ಳು ಭರವಸೆಯನ್ನೂ ಅವರು ಹೊಂದಿರಲಾರರು. ಬಹುಶಃ ಆತ ತನ್ನ ಮಂಚದ ಒಂದು ಮೂಲೆಯಲ್ಲಿ ಕೂತು, ಒಂಟಿಯಾಗಿ ನಮ್ಮ ಸಾವಿಗಾಗಿ ದುಃಖಿಸುತ್ತಿರಬಹುದು. ತನ್ನ ಜೀವನದ ಬಹು ದೊಡ್ಡ ನಷ್ಟಕ್ಕೆ ಕೊರಗುತ್ತಿರಬಹುದು. ನಮ್ಮ ಬಗೆಗಿನ ಅವರ ಪ್ರೀತಿ, ಕಾಳಜಿ, ಭದ್ರತೆ, ಅವರ ಜೀವನದ ಧ್ಯೇಯೋದ್ದೇಶವಾಗಿದ್ದ ನಮ್ಮ ಸುಖ, ಸಂತೋಷ ಇವೆಲ್ಲವೂ ಈಗ ನೀರುಪಾಲು. ಈ ಕಹಿ ಸತ್ಯವನ್ನು ಅವರು ಹೇಗೆ ಜೀರ್ಣಿಸಿಕೊಂಡಾರು. ನಮ್ಮನ್ನು

ಕಾಪಾಡಲಾಗಲಿಲ್ಲ ಎಂಬ ಸೋಲು, ದುಃಖ ಅವರನ್ನು ಹಿಂಡಿ ಹಿಪ್ಪೆ ಮಾಡಿರುತ್ತದೆ. ನನ್ನ ಹೃದಯ ಒಡೆದುಹೋಯಿತು. ನನಗಾಗಿ ಅವರು ದುಃಖಿಸುತ್ತಿರಬಹುದು ಎಂಬ ಆಲೋಚನೆಯನ್ನು ನಾನು ಸಹಿಸದಾದೆ. ನನಗಾಗಿ! ಅವರ ಪ್ರಕಾರ ನಾನು ಸತ್ತಿದ್ದೆ. ತಕ್ಷಣ ಅವರ ಬಳಿಗೆ ಓಡಿಹೋಗಿ, "ನಾನಿನ್ನೂ ಸತ್ತಿಲ್ಲ, ನೀವು ಎಲ್ಲರನ್ನೂ ಕಳೆದುಕೊಂಡಿಲ್ಲ, ತಂಗಿಯನ್ನು ನಾನು ಕಾಪಾಡುತ್ತಿದ್ದೇನೆ", ಎಂದು ಚೀರಿ ಹೇಳಿ ಅವರಿಗೆ ಸಮಾಧಾನ ಮಾಡಬೇಕೆನಿಸಿತ್ತು.

"ನಾನು ಬದುಕಿದ್ದೇನೆ ಅಪ್ಪಾ" ಮನದಲ್ಲೇ ಅವರಿಗೆ ತಿಳಿಸಿದೆ.

ನನಗೆ ನನ್ನ ತಂದೆಯ ಶಕ್ತಿ, ಬುದ್ಧಿವಂತಿಕೆ ಆ ಕ್ಷಣದಲ್ಲಿ ಬೇಕೆನಿಸಿತ್ತು. ಅವರಿದ್ದಿದ್ದರೆ ಬಹುಶಃ ನಮ್ಮೆಲ್ಲರನ್ನೂ ಕಾಪಾಡುತ್ತಿದ್ದರು. ನಿಟ್ಟುಸಿರು ಬಿಟ್ಟೆ. ಇತ್ತ ಕತ್ತಲಾಗುತ್ತಿದ್ದಂತೆ, ಕೊರೆವ ಚಳಿ ಹೆಚ್ಚಾಯಿತು. ನಾನು ಅಂತರ್ಮುಖಿಯಾದೆ, ನನ್ನ ತಂದೆಯಿಂದ ಬಹುದೂರ ಒಂದು ಆತ್ಮದಂತೆ ತೇಲಾಡುತ್ತಿದ್ದೇನೆ ಎಂದು ಭಾಸವಾಯಿತು. ನಾವು ಆಕಾಶದಿಂದ ಒಂದು ಹೆಪ್ಪುಗಟ್ಟಿದ ನರಕಕ್ಕೆ ಬಿದ್ದಂತೆ, ಅದರಿಂದ ದೈನಂದಿನ ಪ್ರಪಂಚಕ್ಕೆ ಎಂದೂ ಮರಳಲಾರೆವು ಎಂಬ ಅಳಲು ತುಂಬಿತು. ಪೌರಾಣಿಕ ಕಥೆಗಳಲ್ಲಿ ಹೇಳುವಂತೆ ಅತ್ಯುತ್ತಮ ನಾಯಕರು ಒಂದು ಅಪಾಯಕಾರೀ ಅಲೌಕಿಕ ಶಕ್ತಿಗೆ ಸಿಲುಕಿ ಮರಳಲಾರದ ಸಂದರ್ಭವೆನಿಸಿತ್ತು. ಆ ಕಥೆಗಳಲ್ಲಿ ಮಾನವ ಜಗತ್ತಿಗೆ ಮರಳಲು ಆ ನಾಯಕರು ದುಷ್ಟ ಶಕ್ತಿಗಳೊಂದಿಗೆ ಹೋರಾಡಬೇಕಿತ್ತು. ಆ ಹೋರಾಟಕ್ಕೆ ಜಾದೂ, ಕಿನ್ನರಿಗಳು, ದೇವತೆಗಳು ಸಹಾಯ ಮಾಡುತ್ತಿದ್ದರು. ಆದರೆ ನಾವು, ಇನ್ನೂ ಜಗತ್ತರಿಯದ, ಜೀವನದಲ್ಲಿ ಕಷ್ಟಗಳನ್ನೇ ಕಾಣದ ತರುಣರು. ನಮ್ಮಲ್ಲಿ ಅನೇಕರು ಹಿಮವನ್ನು ಕಣ್ಣಾರೆ ಕಂಡಿದ್ದೂ ಸಹ ಇದೇ ಮೊದಲು. ಎಷ್ಟೋ ಜನ ಬೆಟ್ಟತಪ್ಪಲುಗಳನ್ನೂ ನೋಡಿಲ್ಲ. ನಮ್ಮನ್ನು ಈ ಸಂಕೋಲೆಯಿಂದ ಬಿಡಿಸಿ, ನಮ್ಮ ಮನೆಸೇರಿಸಲು ಯಾವ ಜಾದೂ ಸಹಾಯ ಮಾಡುತ್ತದೆ?

ಸೂಜಿಯ ಕೂದಲಲ್ಲಿ ನನ್ನ ಮುಖ ಹುದುಗಿಸಿ ಚಳಿಯಿಂದ ರಕ್ಷಣೆ ಪಡೆದೆ. ಆಗ ಇದ್ದಕ್ಕಿದ್ದಂತೆ ಒಂದು ಹಳೇ ಕಥೆ ನೆನಪಾಯಿತು. ನನ್ನ ತಂದೆ ಅದನ್ನು ನೂರಾರು ಬಾರಿ ಹೇಳಿದ್ದರು. ಅವರು ತರುಣನಾಗಿದ್ದಾಗ ಉರಗ್ವೇಯ ಅತ್ಯುತ್ತಮ ರೋವಿಂಗ್ ಸ್ಪರ್ಧಿಯಾಗಿದ್ದರು. ಒಂದು ಬೇಸಿಗೆಯಲ್ಲಿ ಅವರು ಅರ್ಜೆಂಟಿನಾಗೆ ಉರಗ್ವೇಯ ಡೆಲ್ಟಾದ ಟಿಗ್ರೆ ಎಂಬ ನದಿಯಲ್ಲಿ ಸ್ಪರ್ಧೆಗಾಗಿ ಹೋಗಿದ್ದರು. ನನ್ನ ತಂದೆ ಎಲ್ಲರನ್ನೂ ಹಿಮ್ಮೆಟ್ಟಿ ಸ್ಪರ್ಧೆಯಲ್ಲಿ ಸದಾ ಮುಂದಿರುತ್ತಿದ್ದರು. ಆದರೆ ಈ ಬಾರಿ ಅವರೊಟ್ಟಿಗೆ ಮತ್ತೊಬ್ಬ ಅರ್ಜೆಂಟಿನಾದ ಪ್ರತಿಸ್ಪರ್ಧಿ ಸಮವಾಗಿ ಸೆಣಸಾಡುತ್ತಿದ್ದ. ಇಬ್ಬರೂ ಒಬ್ಬರಿಗಿಂತ ಒಬ್ಬರು ಬಲವಾಗಿ, ವೇಗವಾಗಿ ಚಲಿಸುತ್ತಿದ್ದರು. ಒಂದೇ ಸಾಲಿನಲ್ಲಿ

ಇಬ್ಬರೂ ಇದ್ದು, ಹೇಗಾದರೂ ಮಾಡಿ ಮತ್ತೊಬ್ಬರಿಗಿಂತ ಮುಂದಾಗಬೇಕು ಎಂದು ಹೆಣಗಾಡುತ್ತಿದ್ದರು. ಇನ್ನೇನು ಕೊನೆಹಂತದ ಗುರಿ ಹತ್ತಿರದಲ್ಲೇ ಇದೆ ಆದರೆ ಯಾರೂ ಹಿಮ್ಮೆಟ್ಟಲಿಲ್ಲ. ನನ್ನ ತಂದೆಗೆ ಗಂಟಲು ಉರಿಯಹತ್ತಿತ್ತು, ಕಾಲುಗಳಲ್ಲೆಲ್ಲಾ ಸ್ನಾಯು ಸೆಳೆತ ಉಂಟಾಗಿತ್ತು. ಉಸಿರಾಟ ಕಷ್ಟವಾಗಿತ್ತು, ಇನ್ನೇನು ತನ್ನ ಕಥೆ ಮುಗಿಯಿತು. ಆ ತಕ್ಷಣ ತಾನು ಮಾಡಬೇಕಾದ್ದು ದೋಣಿಯನ್ನು ಕೊಂಚ ನಿಧಾನಿಸಿ, ಮತ್ತೊಬ್ಬ ಸ್ಪರ್ಧಿಗೆ ಗೆಲುವಿನ ದಾರಿ ಬಿಟ್ಟುಕೊಟ್ಟು, ವಿರಮಿಸುವುದು. "ಇನ್ನು ಮುಂದಕ್ಕೂ ಸಾಕಷ್ಟು ಸ್ಪರ್ಧೆಗಳು ಸಿಗುತ್ತವೆ" ಎಂದು ತಮ್ಮನ್ನು ತಾವೇ ಸಂತೈಸಿಕೊಳ್ಳುತ್ತಿದ್ದರು. ಅಷ್ಟರಲ್ಲಿ ತನ್ನ ಪ್ರತಿಸ್ಪರ್ಧಿಯತ್ತ ಒಮ್ಮೆ ಗಮನಹರಿಸಿದಾಗ, ಅವನ ಮುಖದಲ್ಲೂ ಅಷ್ಟೇ ಶ್ರಮ, ನಿತ್ರಾಣ ಕಾಣುತ್ತಿತ್ತು. "ಆತ ನನ್ನಷ್ಟೇ ಕಷ್ಟ ಅನುಭವಿಸುತ್ತಿದ್ದ. ಆತನಿಗೆ ಸಾಧ್ಯವಾದದ್ದು ನನಗೇಕೆ ಆಗದು. ನಾನೂ ಮುಂದುವರೆಸುವೆ. ಇನ್ನು ಸ್ವಲ್ಪ ಕಷ್ಟಪಟ್ಟರೆ, ಜಯ ನನ್ನದೇ" ಎಂದು ನಿರ್ಧರಿಸಿದರು.

ತನ್ನಲ್ಲಿ ಉಳಿದ ಎಲ್ಲಾ ಶಕ್ತಿಯನ್ನೂ ಸೇರಿಸಿ ಪ್ರಬಲವಾಗಿ ಹುಟ್ಟು ಹಾಕುತ್ತಾ ಮುಂದೆ ಸಾಗಿದರು. ಅವರ ನಾಡಿ ಬಡಿತ ಹೆಚ್ಚಿ, ಹೊಟ್ಟೆಯೆಲ್ಲಾ ಪೂರಾ ಖಾಲಿಯಾಗಿ ಮಾಂಸಖಂಡಗಳು ಮೂಳೆಯಿಂದ ಕಿತ್ತುಬರುವಂತೆ ಭಾಸವಾಗುತ್ತಿತ್ತು. ಆದರೂ ಗುರಿಯೊಂದನ್ನೇ ಗಮನದಲ್ಲಿಟ್ಟುಕೊಂಡು ಹುಟ್ಟುಹಾಕಿ, ಮುನ್ನುಗ್ಗಿ ಗೆಲುವಿನ ಹಂತದಲ್ಲಿ ಕೆಲವೇ ಇಂಚುಗಳಿಂದ ನನ್ನ ತಂದೆ ಮುಂದಾದರು. ಪಂದ್ಯ ಜಯಿಸಿದ್ದರು.

ಈ ಕಥೆ ನನ್ನ ತಂದೆ ನನಗೆ ಮೊಟ್ಟಮೊದಲು ಹೇಳಿದಾಗ ಐದು ವರ್ಷದ ಹುಡುಗನಾಗಿದ್ದೆ. ನನ್ನ ತಂದೆಯ ಆ ದೃಢ ನಿರ್ಧಾರದ ಪ್ರಭಾವ ಮನದಲ್ಲಿ ಮನೆಮಾಡಿತ್ತು. ಹುಡುಗನಾಗಿದ್ದಾಗ ಈ ಕಥೆಯನ್ನು ಅವರಿಂದ ಮತ್ತೆ ಮತ್ತೆ ಹೇಳುವಂತೆ ಕೇಳಿಕೊಳ್ಳುತ್ತಿದ್ದೆ. ಅದನ್ನು ಕೇಳಲು ನನಗೆಂದೂ ಬೇಸರಿಕೆಯಾಗಲಿಲ್ಲ ಮತ್ತು ನನ್ನ ತಂದೆಯ ಶೌರ್ಯದ ಬಗ್ಗೆ ಪ್ರತಿ ಬಾರಿ ಹೊಸ ಹೆಮ್ಮೆ, ಆಶ್ಚರ್ಯವಾಗುತ್ತಿತ್ತು. ವರ್ಷಗಳ ನಂತರ ನಾನು ನನ್ನ ತಂದೆಯನ್ನು ಹಾರ್ಡ್‌ವೇರ್ ಅಂಗಡಿಯ ಕುರ್ಚಿಯಲ್ಲಿ ಕೂತು ದಪ್ಪ ಕನ್ನಡಕ ಹಾಕಿ, ಕಷ್ಟಪಟ್ಟು ಗಂಟೆಗಟ್ಟಲೆ ಲೆಕ್ಕ ಬರೆಯುತ್ತಿದ್ದುದನ್ನು ಕಂಡಾಗ ನನಗೆ ಅವರಲ್ಲಿ, ಎಂದಿಗೂ ಹಿಡಿದ ಪಟ್ಟು ಬಿಡದ, ಸಾಧಿಸಿಯೇ ತೀರುವ ಪರಾಕ್ರಮಿ, ಸಾಹಸಿಯಾದ ವ್ಯಕ್ತಿಯೇ ಕಾಣುತ್ತಿದ್ದರು.

ಸೂಜಿಯ ಜೊತೆ ಹತಾಶನಾಗಿ, ನಿರ್ಗತಿಕನಾಗಿ ಬಿದ್ದಿದ್ದಾಗ ನನಗೆ ನನ್ನ ತಂದೆಯ ಆ ವೀರ ಕಥನ ನೆನಪಾಯಿತು. ನಾನೂ ಅವರಂತೆ ನನ್ನೆಲ್ಲ ಬಲವನ್ನೂ ಪ್ರಯೋಗಿಸಿ, ಹೇಗಾದರೂ ಮಾಡಿ ಬದುಕಬೇಕೆಂದು ಪ್ರಯತ್ನಿಸಿದೆ. ಆದರೆ ನನಗೆ ಕಾಣಿಸಿದ್ದೆಲ್ಲಾ ನಿರಾಸೆ, ಭಯ, ಆತಂಕ. ಆ ಸಮಯದಲ್ಲಿ ನನ್ನ ತಂದೆ

ನನಗೆ ಯಾವಾಗಲೂ ನೀಡುತ್ತಿದ್ದ ಉಪದೇಶ ಅವರ ಧ್ವನಿಯಲ್ಲೇ ಕೇಳಿಬಂತು: "ಧೈರ್ಯವಾಗಿರು ನ್ಯಾಂಡೊ, ಬುದ್ಧಿ ಉಪಯೋಗಿಸು. ನಿನ್ನ ಅದೃಷ್ಟವನ್ನು ನೀನೇ ರೂಪಿಸು. ನೀನು ಪ್ರೀತಿಸುವ ಜನರನ್ನು ಕಾಪಾಡು". ಈ ಮಾತುಗಳ ನೆನಪಿನಿಂದ ನನ್ನಲ್ಲಿ ಮತ್ತಷ್ಟು ದುಃಖ, ಹತಾಶೆ ಮಡುಗಟ್ಟಿತು. ಏನೂ ತೋಚದ ಒಂದು ಕಪ್ಪು ಛಾಯೆ ಸಂಪೂರ್ಣವಾಗಿ ನನ್ನನ್ನು ಸುತ್ತುವರಿದಿತ್ತು.

ಸೂಜಿ, ನನ್ನ ತೋಳಿನಲ್ಲಿ ಮಲಗಿಯೇ ಸಣ್ಣದಾಗಿ ಮುಲುಗಿದಳು. "ಚಿಂತಿಸಬೇಡ, ಅವರು ನಮ್ಮನ್ನು ಹುಡುಕುತ್ತಾರೆ. ನಮ್ಮನ್ನು ಮನೆಗೆ ತಲುಪಿಸುತ್ತಾರೆ" ಎಂದು ಅವಳ ಕಿವಿಯಲ್ಲಿ ಉಸುರಿದೆ. ನನಗೆ ಆ ಮಾತಿನ ಮೇಲೆ ನಂಬಿಕೆ ಇತ್ತೋ, ಇಲ್ಲವೋ, ಅವಳಿಗಾಗಿ ಹೇಳಿದೆ. ರಾತ್ರಿ ಎಷ್ಟು ಹೊತ್ತಾಗಿತ್ತೋ ಗೊತ್ತಿಲ್ಲ. ಸಂಪೂರ್ಣ ಕತ್ತಲಾವರಿಸಿತ್ತು. ಸಿಗರೇಟಿನ ಲೈಟರಿನಿಂದ ದೀಪ ಹೊತ್ತಿಸಿ ನನ್ನ ಜೊತೆಗಾರರು ಮಲಗಲು ಸ್ಥಳ ಗೊತ್ತು ಮಾಡಿಕೊಳ್ಳುತ್ತಿದ್ದರು. ಚಳಿ ತನ್ನ ಕ್ರೂರ ಮುಖವನ್ನು ಮತ್ತಷ್ಟು ತೋರುತ್ತಿತ್ತು. ಮೂಳೆಯೊಳಗಿಳಿಯುವ ಚಳಿಯಿಂದ ನಾವು ಕದಲುವುದಿರಲಿ, ಬಾಯಿ ಬಿಟ್ಟು ಮಾತನಾಡಲೂ ಸಾಧ್ಯವಾಗುತ್ತಿರಲಿಲ್ಲ. ಉಸಿರಾಟಕ್ಕೂ ತೊಂದರೆಯಾಗುವಷ್ಟು ಶೀತಾಂಶ. ಅದನ್ನು ಯಾವ ರೀತಿಯಿಂದಲೂ ನಾವು ಎದುರಿಸಲಾಗಲಿಲ್ಲ. ಪ್ರಕೃತಿಯ ಮುಂದೆ ನಾವೆಷ್ಟು ಸಣ್ಣವರೆಂದು ಆ ಕ್ಷಣ ಮನವರಿಕೆಯಾಗುತ್ತಿತ್ತು. ನನ್ನ ತಂಗಿಯನ್ನು ಮತ್ತಷ್ಟು ಬಿಗಿಯಾಗಿ ತಬ್ಬಿ ಅವಳ ಮೈ ಬೆಚ್ಚಗಾಗಿಸುವುದು ಬಿಟ್ಟು ನನಗೇನೂ ತೋಚಲಿಲ್ಲ. ಸಮಯವೇ ಹಿಮದಂತೆ ಮರಗಟ್ಟಿ ಹೋದಂತೆ ಅನಿಸಿತ್ತು. ಕರಾಳ ಕತ್ತಲಲ್ಲಿ ನಿಸ್ತೇಜವಾಗಿ ಜಡವಾಗಿ ಬಿದ್ದು, ಚಳಿಯನ್ನು ತಡೆಯಲಾಗದೆ ಶರೀರ ಕಂಪಿಸುತ್ತಿತ್ತು. ಕಣ್ಣು ಮುಚ್ಚಿದರೂ, ತೆಗೆದರೂ ವ್ಯತ್ಯಾಸವಿಲ್ಲದ ದಟ್ಟ ಕತ್ತಲು. ಒಂದಷ್ಟು ಹೊತ್ತಿನ ನಿಶ್ಶಬ್ದ, ಕರಾಳ ಚಳಿಯ ಒಡನಾಟದೊಂದಿಗೆ, ಗಂಟೆಗಳು ಕಳೆದವು ಇನ್ನೇನು ಕತ್ತಲು ಮುಗಿದು, ಸೂರ್ಯನ ಮುಖ ನೋಡಬಹುದು ಎಂದುಕೊಳ್ಳುವಷ್ಟರಲ್ಲಿ ಯಾರೋ ತಮ್ಮ ರೇಡಿಯಂ ಕೈಗಡಿಯಾರದಲ್ಲಿ ಸಮಯ ನೋಡಿ, ಕಳೆದದ್ದು ಕೆಲ ನಿಮಿಷಗಳಷ್ಟೇ ಎಂದು ತಿಳಿಸುತ್ತಿದ್ದರು. ಪ್ರತಿ ಘಳಿಗೆಯೂ, ಪ್ರತಿ ಉಸಿರೂ ನರಕಯಾತನೆಯೇ ಆಗಿತ್ತು. ಅದು ಜೀವನದಲ್ಲಿ ಮೊಟ್ಟಮೊದಲ ಬಾರಿಗೆ ನಾನು ಕಳೆದ ಸುದೀರ್ಘ ರಾತ್ರಿಯಾಗಿತ್ತು. ಚಳಿಯ ಆರ್ಭಟ ತಡೆಯಲು ನನ್ನ ಕೈಲಿನ್ನು ಸಾಧ್ಯವಿಲ್ಲ ಎನಿಸಿದಾಗ ಸೂಜಿಯನ್ನು ಮತ್ತಷ್ಟು ಬಿಗಿಯಾಗಿ ತಬ್ಬುತ್ತಿದ್ದೆ. ಅವಳಿಗೆ ಬೆಚ್ಚನೆಯ ಅನುಭವ ಕೊಡುತ್ತಿದ್ದೇನೆ ಎಂಬ ಸಮಾಧಾನವೊಂದೇ ನನ್ನನ್ನು ಸ್ಥಿಮಿತದಲ್ಲಿಡುತ್ತಿತ್ತು. ಕತ್ತಲಲ್ಲಿ ಅವಳು ನನಗೆ ಕಾಣುತ್ತಿರಲಿಲ್ಲ. ಅವಳ ಗೊಗ್ಗರು ಉಸಿರಾಟ ಮಾತ್ರ ಕೇಳುತ್ತಿತ್ತು. ಅವಳ ಪಕ್ಕ ಮಲಗಿದ್ದಾಗ, ಅವಳನ್ನು, ನನ್ನ ಸ್ನೇಹಿತರನ್ನು, ನನ್ನ ತಾಯಿಯನ್ನು

ಅಗಾಧವಾಗಿ ಪ್ರೀತಿಸುವ ನಾನು ಮತ್ತು ನನ್ನ ಮುಂದಿನ ಭವಿಷ್ಯ ಎಲ್ಲವೂ ನೆನಪಾಗಿ ಗಂಟಲುಕ್ಕಿ ಬಂದಿತ್ತು, ಅಸಾಧ್ಯವಾದ ನಿಶ್ಯಕ್ತಿ ಅನುಭವವಾಗಿ, ನಾನಿನ್ನು ಸಾಯುತ್ತಿದ್ದೇನೆ ಎನಿಸುತ್ತಿತ್ತು. ಆ ಸಂದರ್ಭದಲ್ಲಿ ಸೂಜಿಯ ತೋಳು ಸೇರಿ, ಅವಳಿಗೆ ನೋವಾಗದಂತೆ, ಅವಳ ಗಾಯಗಳಿಗೆ ಘಾಸಿಮಾಡದಂತೆ ಎಚ್ಚರವಹಿಸಿ ಒತ್ತಿ ಹಿಡಿಯುತ್ತಿದ್ದೆ. ನನ್ನ ಕೆನ್ನೆಯನ್ನು ಅವಳ ಕೆನ್ನೆಗೆ ತಾಗಿಸಿ ಅವಳ ಬೆಚ್ಚನೆಯ ಉಸಿರಾಟವನ್ನು ನನ್ನ ಹೃದಯದಲ್ಲಿ ಹಿಡಿಯಲು ಪ್ರಯತ್ನಿಸುತ್ತಿದ್ದೆ. ಹಿಂದೆಂದೂ ಅರಿಯದ, ಮುಂದೆಯೂ ಕಾಣದಂತಹ ನನ್ನೆಲ್ಲಾ ಪ್ರೀತಿ, ಸುಖ, ನೆಮ್ಮದಿಗಳನ್ನು ಅವಳಿಗೆ ಧಾರೆ ಎರೆಯುವಂತೆ ಇಡೀ ರಾತ್ರಿ ಒಂದು ಕ್ಷಣವೂ ಅವಳನ್ನು ಬಿಟ್ಟಿರದೆ, ಅವಳಿಗೆ ನೋವೂ ಆಗದಂತೆ ಅಪ್ಪಿದ್ದೆ. ಹಿಡಿದ, ಆ ಅಪ್ಪುಗೆಯ ಬಿಗಿ ಹೇಗಿತ್ತೆಂದರೆ ನನ್ನೆಲ್ಲಾ ಅಮೂಲ್ಯ ಸಂಪತ್ತನ್ನು ಕೈಜಾರದೆ ಬಿಗಿಮಾಡಿ ಮುಚ್ಚಿಟ್ಟುಕೊಂಡಿದ್ದೇನೆ ಎಂಬಂತೆ!

ಅಧ್ಯಾಯ 3

ಒಂದು ವಾಗ್ದಾನ

ನನಗೆ ಪ್ರಜ್ಞೆ ಬಂದ ರಾತ್ರಿ ಹೆಚ್ಚು ಮಲಗಲಾಗಲಿಲ್ಲ, ಕತ್ತಲಲ್ಲಿ ಮಲಗಿದ್ದಾಗ ಬೆಳಕಾಗುವ ಯಾವ ಸೂಚನೆಯೂ ಕಾಣುವಂತಿರಲಿಲ್ಲ. ಕೊನೆಗೂ ಒಂದು ಸಣ್ಣ ಗೆರೆಯಂತಹ ಬೆಳಕಿನ ಕಿರಣ ವಿಮಾನದ ಕಿಟಕಿಯ ಮೇಲೆ ಹರಡಿ ಬೆಳಕಾಯಿತು. ನನ್ನ ಜೊತೆಗಾರರು ಕಾಣುತ್ತಿದ್ದರು. ಅವರ ಮುಖ ನೋಡಿ ಹೃದಯ ಬಡಿತ ನಿಂತಿತ್ತು. ಮುಖದ ಪೂರ ಹಿಮದ ಹನಿಗಳು, ಮೀಸೆ, ತುಟಿ, ಹುಬ್ಬುಗಳ ಮೇಲೆಲ್ಲಾ ಹಿಮದ ಮರಳು ಮೆತ್ತಿತ್ತು. ಚಳಿಗೆ ಮರಗಟ್ಟಿದ್ದ ಮೂಳೆಚಕ್ಕಳೆಗಳು ಅವರನ್ನು ನಿಧಾನಗತಿಯಲ್ಲಿ, ವಯಸ್ಸಾದವರಂತೆ ನಡೆದಾಡಿಸುತ್ತಿತ್ತು. ನಾನು ನಿಲ್ಲಲು ಪ್ರಯತ್ನಿಸಿದಾಗ ತಿಳಿದದ್ದು ನನ್ನ ಬಟ್ಟೆಯೆಲ್ಲಾ ಹೆಪ್ಪುಗಟ್ಟಿ ಅಟ್ಟೆಯಂತೆ ಗಟ್ಟಿಯಾಗಿತ್ತು ಎಂದು. ಮುಖದ ಪೂರಾ ಹಿಮಮಣಿಗಳು ತುಂಬಿದ್ದವು. ಒತ್ತಾಯಪೂರ್ವಕವಾಗಿ ಎದ್ದು ನಿಂತೆ. ನನ್ನ ತಲೆ ನೋವು ಹಾಗೆಯೇ ಇತ್ತಾದರೂ ರಕ್ತಸೋರಿಕೆ ನಿಂತಿತ್ತು. ಬಲವಂತವಾಗಿ ಎದ್ದು ವಿಮಾನದಿಂದ ಹೊರಬಂದು ನಾವು ಅಪಘಾತದಲ್ಲಿ ಬಿದ್ದು ಸಿಲುಕಿದ್ದ ಆಗಂತುಕ ಬಿಳಿ ಜಗತ್ತಿನತ್ತ ಮೊದಲ ನೋಟ ಬೀರಿದೆ.

ಮುಂಜಾನೆಯ ಸೂರ್ಯನ ರಶ್ಮಿಗಳು ಹಿಮಕಣಿವೆಗಳ ಮೇಲೆ ಬಿದ್ದು ಪ್ರಖರ ಬಿಳಿ ಬೆಳಕನ್ನು ಪ್ರತಿಫಲಿಸುತ್ತಿತ್ತು. ಎಷ್ಟು ಬೆಳ್ಳಂಬಿಳಿ ಎಂದರೆ ನಾನು ಪೂರ ಕಣ್ಣು ಬಿಡಲಾಗದೆ ಓರೆಗಣ್ಣಿನಲ್ಲಿ ನೋಡಿದೆ. ನಮ್ಮ ವಿಮಾನವು ಪೂರ್ವ ಆಂಡೀಸ್ ಭಾಗದ ಹಿಮ ಪರ್ವತಗಳ ನಡುವೆಯೆಲ್ಲೋ ಮುರಿದು ಬಿದ್ದಿತ್ತು. ಬೆಟ್ಟದ ಇಳಿಜಾರಿನ ಕಡೆಗೆ ಮೊಗಮಾಡಿ ನಮ್ಮ ವಿಮಾನ ಬಿದ್ದಿತ್ತು. ಎತ್ತ ನೋಡಿದರೂ ಬಿಳಿ ನೋಟ. ಪೂರ್ವದ ಕಡೆ ಮಾತ್ರ ನಾವು ದೂರದೃಷ್ಟಿ ಹರಿಸಬಹುದಿತ್ತು. ಪಶ್ಚಿಮ, ಉತ್ತರ ಮತ್ತು ದಕ್ಷಿಣ ಭಾಗಗಳಲ್ಲಿ ದೊಡ್ಡ ದೊಡ್ಡ ಪರ್ವತ ಶಿಖರಗಳು ನಿಂತು ನಮ್ಮ ನೋಟವನ್ನು ತಡೆಹಿಡಿದಿದ್ದವು. ಆಂಡೀಸ್ ಪರ್ವತಸಾಲಿನ ಎತ್ತರದ ಹಿಮಬಂಡೆಗಳ ನಡುವೆಯೆಲ್ಲೋ ತಪ್ಪಿಸಿಕೊಂಡಿದ್ದೇವೆ ಎಂಬುದು ತಿಳಿದಿತ್ತು. ಆದರೆ ನಮ್ಮನ್ನು ಸುತ್ತುವರೆದಿದ್ದ ಆ ಬೆಟ್ಟಗಳು ನಮ್ಮ ಸುತ್ತಲೂ ಎತ್ತರೆತ್ತರದ ಶಿಖರಗಳಾಗಿ ನಿಂತಿದ್ದವು. ಅದರ ತುದಿಯನ್ನು ನೋಡಲು ನನ್ನ ತಲೆ ನನ್ನ ಕತ್ತಿನ ಹಿಂಭಾಗದ ತಳವನ್ನು ಮುಟ್ಟಬೇಕಿತ್ತು! ಆ ಬೆಟ್ಟಗಳನ್ನು ಸುತ್ತುವರೆದಿದ್ದ ಹಿಮವನ್ನು ತೂರಿ ಇಣುಕುತ್ತಿದ್ದ ಬೆಟ್ಟದ ತುದಿ ಕಪ್ಪು ಪಿರಮಿಡ್ಡುಗಳಂತೆ ಕಾಣುತ್ತಿತ್ತು.

ಆ ಅಪೂರ್ವ ನೋಟವನ್ನು ನಾನು ನೋಡುತ್ತಿದ್ದಾಗ, ಭ್ರಮಾಲೋಕದಂತೆ ಕಾಣುತ್ತಿದ್ದ ಆ ಸ್ಥಳದಲ್ಲಿ ನಾವಿದ್ದೇವೆ ಎಂಬ ಸತ್ಯವನ್ನು ಸುಳ್ಳೆಂದು ಭಾವಿಸಲು ಪ್ರಯತ್ನಿಸುತ್ತಿದ್ದೆ. ಬೆಟ್ಟಗಳು ಬೃಹತ್ತಾಗಿದ್ದು, ಪರಿಶುದ್ಧತೆ ಮತ್ತು ಗಾಂಭೀರ್ಯತೆಯ ರೂಪತಾಳಿದ್ದವು. ಅವುಗಳ ನೋಟ ಮತ್ತು ಮೌನ ನಾನು ಜೀವಮಾನದಲ್ಲಿ ನೋಡಿದ ಯಾವುದೇ ವಿಷಯ, ವಸ್ತುವಿಗಿಂತ ಖಂಡಿತವಾಗಿ ಭಿನ್ನವಾಗಿತ್ತು. ನನಗೆ ಸೇರುವ, ನನ್ನ ಪರಿಧಿಗೆ ಒಳಗೊಳ್ಳುವ ಯಾವ ಅಣುವೂ ಅಲ್ಲಿರಲಿಲ್ಲ. ಜೀವನದುದ್ದಕ್ಕೂ ಮಾಂಟೆವಿಡಿಯೊ ಎಂಬ ಒಂದೂವರೆ ಮಿಲಿಯನ್ ಜನಸಂಖ್ಯೆಯುಳ್ಳ ನಗರದಲ್ಲಿ ಬೆಳೆದಿದ್ದರೂ ಒಂದು ಕ್ಷಣವಾದರೂ ಅದೊಂದು ಮಾನವ ನಿರ್ಮಿತ ಕೃತಕ ಜಗತ್ತು, ನಮ್ಮ ಅಗತ್ಯಗಳಿಗೆ ತಕ್ಕಂತೆ ಅಳತೆ–ಪರಿಮಾಣಗಳಲ್ಲಿ ಅದನ್ನು ಕಟ್ಟಲಾಗಿದೆ ಎಂಬ ಸಣ್ಣ ಯೋಚನೆಯೂ ಬಂದಿರಲಿಲ್ಲ. ಆದರೆ ಆಂಡೀಸ್ ಪರ್ವತ ಮನುಷ್ಯನ ಹುಟ್ಟಿಗೆ ಎಷ್ಟೋ ಲಕ್ಷ ವರ್ಷಗಳ ಹಿಂದೆ ಹುಟ್ಟಿದ್ದರೂ ಎಂದಿಗೂ ತನ್ನ ಅಸ್ತಿತ್ವವನ್ನು ರುಜುವಾತು ಪಡಿಸಿಲ್ಲ.

ಆ ಸ್ಥಳವು ಕಿಂಚಿತ್ತೂ ಜೀವಸ್ನೇಹಿಯಾಗಿ ಕಾಣಲಿಲ್ಲ. ಚಳಿ ನಮ್ಮನ್ನು ಹಿಂಸಿಸುತ್ತಿತ್ತು. ವಿರಳ ಗಾಳಿಯು ನಮ್ಮ ಶ್ವಾಸಕೋಶಗಳನ್ನು ಒಣಗಿಸಿತ್ತು. ಅಲ್ಲಲ್ಲಿ ನಮ್ಮ ಮೈಮೇಲೆ ಬೀಳುತ್ತಿದ್ದ ಸೂರ್ಯನ ನೇರ ಬಿಸಿಲ್ಗಿರಣಗಳು ತುಟಿ, ಚರ್ಮದ ಮೇಲೆ ರಾಚಿ ಗಾಯಗೊಳಿಸಿತ್ತು. ಹಿಮದ ಆಳ ಎಷ್ಟಿತ್ತೆಂದರೆ, ರಾತ್ರಿ ಹೆಪ್ಪುಗಟ್ಟಿದ್ದ ಹಿಮ ಬಿಸಿಲಿನ ಝಳಕ್ಕೆ ಸ್ವಲ್ಪ ಕರಗಿ ನಾವು ವಿಮಾನವಿಳಿದು

ಹೊರಹೋಗಬೇಕಾದರೆ ನಮ್ಮ ಕಾಲೆಲ್ಲ ಹಿಮದಲ್ಲಿ ಹುದುಗಿ ಸೊಂಟದವರೆಗೂ ತುಂಬಿ ನಾವು ಅದರಲ್ಲಿ ಈಜಿ ನಡೆದಾಡಬೇಕಾಗಿತ್ತು. ಅಷ್ಟೆಲ್ಲಾ ಸಾಹಸ ಮಾಡಿ ಒಂದಷ್ಟು ಹೆಜ್ಜೆ ನಡೆದಾಡಿದರೂ ದೂರದೂರದವರೆಗೂ ಮನುಷ್ಯನು ಆಹಾರವಾಗಿ ಬಳಸಬಹುದಾದ ಪಕ್ಷಿಯಾಗಲೀ, ಕೀಟವಾಗಲೀ ಅಥವಾ ಒಂದು ಕೂದಲಿನಷ್ಟು ಹುಲ್ಲಾಗಲೀ ಇತ್ಯಾದಿ ಯಾವ ಜೀವಂತ ಕ್ರಿಮಿಯೂ ಕಂಡುಬರಲಿಲ್ಲ. ನಾವು ಸಹರಾ ಮರುಭೂಮಿಯಲ್ಲೋ ಅಥವಾ ದಿಕ್ಕಿಲ್ಲದ ಯಾವುದೋ ಸಮುದ್ರ ತೀರದಲ್ಲಾದರೂ ಬಿದ್ದಿದ್ದರೆ ಬದುಕುಳಿಯುವ ಸಾಧ್ಯತೆಗಳನ್ನು ಬಹುಶಃ ಊಹಿಸಬಹುದಾಗಿತ್ತೇನೊ. ಅಂತಹ ಸ್ಥಳಗಳಲ್ಲಿ ಜೈವಿಕ ಚಟುವಟಿಕೆಯಂತೂ ಕಂಡುಬರುತ್ತದೆ. ಈಗ ಪರಿಸ್ಥಿತಿ ಹೇಗಿತ್ತೆಂದರೆ, ಒಂದು ನೀರ್ಗುದುರೆಯನ್ನು ಮರುಭೂಮಿಯಲ್ಲೋ ಅಥವಾ ಒಂದು ಜೀವಂತ ಹೂವನ್ನು ಚಂದ್ರನ ಮೇಲೋ ಬಿಟ್ಟಂತೆ! ನನ್ನಲ್ಲಿ ಯಾವುದೋ ಒಂದು ಭಯಾನಕ ಭೀತಿ ಪ್ರಾರಂಭವಾಗಿತ್ತು. ಅದೇನೆಂದು ಅಕ್ಷರಗಳಲ್ಲಿ ಹಿಡಿದಿಡಲಾರೆ. ಒಟ್ಟಿನಲ್ಲಿ, ಜೀವಂತಿಕೆ ಆ ಸ್ಥಳದಲ್ಲಿ ಒಂದು ಅಸಾಧಾರಣ ಕ್ರಿಯೆ ಅಥವಾ ಅಸಾಧ್ಯವಾದ ಮಾತಾಗಿತ್ತು. ಅಲ್ಲಿನ ಪರ್ವತಶ್ರೇಣಿಗಳು ಈ ಅಸಾಧ್ಯತೆಯನ್ನು ಹೆಚ್ಚು ಕಾಲ ಸಹಿಸಲಾರವು ಎಂಬ ಆತಂಕವು ನಿಜ ಎಂದು ಮನವರಿಕೆಯಾಯಿತು.

ಅಪಘಾತದ ನಂತರ ನನಗೆ ಎಚ್ಚರವಾದ ಆ ಮೊದಲ ಘಳಿಗೆಯಿಂದಲೂ ನಮ್ಮನ್ನು ಆವರಿಸಿದ್ದ ಅಪಾಯದ ಸಾಧ್ಯತೆ ನನ್ನಲ್ಲಿ ಆಳವಾಗಿ ನಾಟಿತ್ತು. ಸಾವಿನ ನೈಜತೆ ಮತ್ತು ಸಾಮೀಪ್ಯವನ್ನು ಪ್ರತಿ ಕ್ಷಣವೂ ಅನುಭವಿಸುತ್ತಿದ್ದೆ. ಇಷ್ಟಾಗಿಯೂ ವಿಮಾನದ ಹೊರಗೆ ನಿಂತು ಪರಿಸರವನ್ನು ಗಮನಿಸುತ್ತಿದ್ದ ನನಗೆ ಅದರ ಸೌಂದರ್ಯಕ್ಕೆ ಮಾರುಹೋಗದೆ ಇರಲು ಸಾಧ್ಯವಾಗಲಿಲ್ಲ. ಆಂಡೀಸ್ ಪರ್ವತಶ್ರೇಣಿಯ ರುದ್ರಸೌಂದರ್ಯ ಮನಸೂರೆಗೊಳ್ಳುವಂತಿತ್ತು. ತಲೆಯೆತ್ತಿ ನೋಡಿದರೆ ಆಕಾಶ ಮೋಡಗಳಿಲ್ಲದೆ ಶುಭ್ರ, ಗಾಢ ನೀಲವಾಗಿತ್ತು. ಸುತ್ತುವರೆದಿದ್ದ ಪ್ರಕೃತಿಯ ರಮ್ಯಮನೋಹರ ದೃಶ್ಯದೊಟ್ಟಿಗೇ ನನಗೆ ಕಾಣುತ್ತಿದ್ದುದು ಸುವಿಸ್ತಾರವಾದ ಖಾಲಿತನ ಮತ್ತು ಮುಗಿಯದ ಆಕಾಶ–ಭೂಮಂಡಲದ ಮಿಲನ. ಅವುಗಳ ನಡುವೆ ಊಹೆಗೆ ನಿಲುಕದಷ್ಟು ದೂರದಲ್ಲಿ ಕಳೆದುಹೋದ, ಸಣ್ಣ ಜೀವಜಂತುಗಳಾದ ನಾವು. ನನ್ನ ಒಳಧ್ವನಿ ಪ್ರಕೃತಿಯ ಆ ಅಗಾಧತೆಯನ್ನು ಅರ್ಥಮಾಡಿಕೊಳ್ಳಲು ಪ್ರಯತ್ನಿಸುತ್ತಿರುವಾಗಲೇ ಈ ಜೀವರಹಿತ ಸೌಂದರ್ಯ ಒಡ್ಡುವ ಎಲ್ಲಾ ಸವಾಲುಗಳಿಗೂ ನಾವು ಹೇಗೆ ಪ್ರತಿಕ್ರಿಯಿಸುತ್ತೇವೆ ಎಂಬುದರ ಮೇಲೆ ನಮ್ಮ ಬದುಕುಳಿಯುವಿಕೆ ಆಧರಿಸಿದೆ ಎಂಬ ಕರಾಳ ಸತ್ಯ ಮತ್ತೆ ಮತ್ತೆ ಮನವರಿಕೆಯಾಗುತ್ತಿತ್ತು. ನಮಗೆ ಇನಿತೂ ಪರಿಚಯವಿಲ್ಲದ ಆಗಂತುಕನೊಡನೆ ಆಟವಾಡಲು ಕಣಕ್ಕಿಳಿದಿದ್ದೇವೆ. ಎದುರಾಳಿ ಬಹಳ ಪ್ರಬಲ. ನಮ್ಮ ಮುಂದಿನ

ಸವಾಲು ಗೆಲುವು ಅಥವಾ ಸಾವಾಗಿತ್ತು. ಆದರೆ ನಮಗೆ ಈ ಪಂದ್ಯದ ಯಾವ ನಿಯಮಾವಳಿಗಳ ಅರಿವೂ ಇರಲಿಲ್ಲ. ನಾವು ಜೀವಂತವಾಗಿ ಉಳಿಯಬೇಕಾದರೆ ಆ ನಿಯಮಗಳನ್ನು ಅರಿಯಬೇಕಾಗಿತ್ತು. ಆದರೆ ಆ ನಿಯಮಗಳನ್ನು ಅರಿಯಲು ನನ್ನನ್ನು ಸುತ್ತುವರೆದಿದ್ದ ನಿರ್ದಾಕ್ಷಿಣ್ಯ ಬಿಳಿ ಜಗತ್ತು ಯಾವ ಸುಳುಹನ್ನೂ ಬಿಟ್ಟುಕೊಡುತ್ತಿರಲಿಲ್ಲ!

ಅಗ್ನಿಪರೀಕ್ಷೆಯ ಮೊದಲ ದಿನಗಳಲ್ಲಿ ಆ ಘಟನೆಯನ್ನು ಅರಗಿಸಿಕೊಳ್ಳುವುದಕ್ಕೇ ಬಹುಕಾಲ ಹಿಡಿಯಿತು. ಯಾಕೆಂದರೆ ಮೊದಲ ಮೂರು ದಿನಗಳು ನಾನು ಕೋಮಾದಲ್ಲಿದ್ದು ಯಾವುದೇ ವಿವರಗಳ ತಿಳಿವು, ಮನವರಿಕೆ ನನಗಿರಲಿಲ್ಲ. ನನ್ನ ಕೊನೆಯ ನೆನಪೆಲ್ಲಾ ಪ್ಲಾಂಚಾನ್ ಪಾಸ್ ಹತ್ತಿರದ ಯಾನವಾಗಿತ್ತು. ಆ ಸಮಯದಲ್ಲಿ ನಾವು ಬಹು ಎತ್ತರದಲ್ಲಿದ್ದು ಸಂಪೂರ್ಣ ಮೋಡಗಳಿಂದ ಮರೆಯಾಗಿದ್ದೆವು. ಪೈಲಟ್ ವಿಮಾನದ ಉಪಕರಣಗಳ ಮೂಲಕವೇ ತನ್ನ ಕೈಲಾದಷ್ಟು ಅಪಾಯ ತಪ್ಪಿಸಲು ಪ್ರಯತ್ನಿಸುತ್ತಿದ್ದ. ವಾಯು ವೈಪರೀತ್ಯ ನಮ್ಮ ವಿಮಾನವನ್ನು ಸುತ್ತಿ ಯಾವುದೋ ಒಂದು ಘಳಿಗೆಯಲ್ಲಿ ಮುನ್ನುಗ್ಗುವ ಸುಳಿಗಾಳಿಯಲ್ಲಿ ಸಿಕ್ಕು ನಮ್ಮ ವಿಮಾನ ಹದತಪ್ಪಿ ನೂರಾರು ಅಡಿಗಳ ಕೆಳಗೆ ಬಿದ್ದಿತ್ತು. ಆ ಕುಸಿತದ ಕ್ಷಣಗಳಲ್ಲಿ ನಮಗೆ ಮೋಡ ಮರೆಯಾಗಿ ವಿಮಾನದ ಸುತ್ತಲ ನೋಟ ಕಾಣುತ್ತಿತ್ತು. ಅದೇನೆಂದು ತಿಳಿಯುವಷ್ಟರಲ್ಲೇ ಕಪ್ಪು ಹೆಬ್ಬಂಡೆಗಳಿಗೆ ವಿಮಾನ ಹೊಡೆದಪ್ಪಳಿಸಲು ಸಿದ್ಧವಾಗಿತ್ತು. ಪೈಲಟ್ ಆದಷ್ಟೂ ಎಂಜಿನ್ನಿನ ವೇಗ ಎತ್ತರಿಸಿ ಅದನ್ನು ತಪ್ಪಿಸಿ ಮೇಲೇರಲು ಪ್ರಯತ್ನಿಸಿದ. ಆದರೆ ಅಷ್ಟು ಹೊತ್ತಿಗಾಗಲೇ ಕಾಲಮಿಂಚಿತ್ತು. ಫೇರ್ಚೈಲ್ಡ್ ವಿಮಾನದ ಮಧ್ಯಭಾಗ ಮೊನಚಾದ ಬಂಡೆಯೊಂದಕ್ಕೆ ಅಪ್ಪಳಿಸಿತ್ತು. ಕ್ಷಣಾರ್ಧದಲ್ಲಿ ನನ್ನ ತಲೆಯ ಮೇಲಿನ ವಿಮಾನದ ಛಾವಣಿ ಒಡೆದು ಆಕಾಶ ಕಾಣುತ್ತಿತ್ತು. ವಿಮಾನದ ಹಿಂಭಾಗ ಮುರಿದು ಎಲ್ಲೋ ದೂರ ಬಿದ್ದಿತ್ತು. ವಿಮಾನದ ಹಿಂಭಾಗದಲ್ಲಿ ಕುಳಿತು ಆಟವಾಡುತ್ತಿದ್ದ ನನ್ನೆಲ್ಲ ಸ್ನೇಹಿತರು ಕಾಣೆಯಾಗಿದ್ದರು. ಅವರಲ್ಲೊಬ್ಬ ಜೀವದ ಗೆಳೆಯ ಗೈಡೊ ಸಹ ಇದ್ದ.

ಅದೇ ಸಮಯದಲ್ಲಿ ನನ್ನ ಕುರ್ಚಿಯಿಂದ ನಾನು ಮೇಲೆ ಹಾರಿದಂತಾಗಿ ಅತ್ಯಂತ ಪ್ರಬಲ ಶಕ್ತಿಯೊಂದು ನನ್ನನ್ನು ಒಂದು ಚೆಂಡಿನಂತೆ ಬೀಸಿ ಯಾವುದೋ ಸ್ಥಳಕ್ಕೆ ಗುದ್ದಿತ್ತು. ಆ ಕ್ಷಣ ನಾನು ಪ್ರಜ್ಞೆ ತಪ್ಪಿದೆ ಮತ್ತು ವಿಮಾನಾಪಘಾತ ನನ್ನ ಪಾಲಿಗೆ ಮುಗಿದಿತ್ತು. ಆದರೆ ಇತರ ಪ್ರಯಾಣಿಕರು ಇನ್ನೂ ಹೆಚ್ಚು ಆತಂಕದ ಕ್ಷಣಗಳನ್ನು ಅನುಭವಿಸಬೇಕಾಗಿತ್ತು. ವಿಮಾನದ ಹಿಂಭಾಗ ಕಳಚಿ ಬಿದ್ದ ಮೇಲೂ ಮುಂಭಾಗ ಮತ್ತು ಮಧ್ಯದ ಭಾಗ ಇನ್ನೂ ಚಲನೆಯಲ್ಲೇ ಇತ್ತು. ಅತ್ಯಂತ ವೇಗವಾಗಿ ಚಲಿಸುತ್ತಿದ್ದ ವಿಮಾನ ಹಠಾತ್ತಾಗಿ ಮುರಿದು ಬಿದ್ದ ಮೇಲೆ ಅದರ ಆಯ ತಪ್ಪಿ

ವೇಗ ಕಡಿಮೆಯಾಗಲು ಸುಮಾರು ಸಮಯ ಬೇಕಾಯಿತು. ಅದ್ಭುತ ಎಂದರೆ, ಅಷ್ಟೊಂದು ವೇಗದಲ್ಲಿದ್ದ ವಿಮಾನ ತಲೆಕೆಳಕಾಗಿ ಅಥವಾ ಸುರುಳಿ ಸುತ್ತಿ ಬೀಳಲಿಲ್ಲ. ವೇಗವಿದ್ದರೂ ನೇರ ಜೀಕಿ ಮುಂದೆ ಸಾಗುತ್ತಿತ್ತು. ಕೊನೆಗೂ ಅದರ ಚಲನಗತಿಯನ್ನು ಕಳೆದುಕೊಂಡು ಮುಂಭಾಗ ಕೆಳಮುಖ ಮಾಡಿ ನೆಲದತ್ತ ಸಾಗಿತ್ತು. ಆಗ ನಡೆದ ಎರಡನೇ ಅದ್ಭುತ ಎಂದರೆ, ಕೆಳಮುಖ ಮಾಡಿ ಬೀಳುತ್ತಿದ್ದ ನಮ್ಮ ವಿಮಾನ ಯಾವುದೇ ಮೊನಚಾದ ಬಂಡೆಗಳ ಮೇಲೆ ಬೀಳದೆ, ನೇರ ಚಪ್ಪಟೆಯ ನೆಲದ ಮೇಲೆ ವಿಮಾನದ ಹೊಟ್ಟೆಯ ಭಾಗ ನೆಲಕ್ಕೆ ತಾಗಿಸಿಯೇ ಬಿತ್ತು. ಹಾಗಾಗದೇ ಹೋಗಿದ್ದರೆ, ವಿಮಾನ ಚೂರುಚೂರಾಗಿ ಒಳಗಿದ್ದ ನಾವೂ ಸಹ ಚೂರಾಗಿರುತ್ತಿದ್ದೆವು! ವಿಮಾನ ಘಂಟೆಗೆ ಸುಮಾರು ಇನ್ನೂರು ಕಿಲೋಮೀಟರ್ ವೇಗದಲ್ಲಿ ಕೆಳಗೆ ನುಗ್ಗಿ ಬೀಳುತ್ತಿದ್ದಾಗ ಒಳಗಿದ್ದ ಪ್ರಯಾಣಿಕರು ಜೋರಾಗಿ ಅರಚುತ್ತಿದ್ದರು, ದೇವರನ್ನು ನೆನೆಯುತ್ತಿದ್ದರು, ಮಂತ್ರಗಳನ್ನು ಪಠಿಸುತ್ತಿದ್ದರು. ನಂತರ ನೆಲದಪ್ಪಳಿಕೆಯೂ ವೇಗಕ್ಕೆ ತಕ್ಕಂತೆ ಅತ್ಯಂತ ಪ್ರಬಲವಾಗಿತ್ತು. ವಿಮಾನದ ಮೂತಿಯ ಭಾಗ ಪೂರ್ತಿ ಪೇಪರ್ ಕಪ್ಪಿನಂತೆ ಜಜ್ಜಿತ್ತು. ವಿಮಾನದ ಕುರ್ಚಿಗಳೆಲ್ಲ ಮುರಿದು, ಪ್ರಯಾಣಿಕರ ಸಮೇತ ಹಾರಿ ಬಿದ್ದಿತ್ತು. ಕೆಲ ಪ್ರಯಾಣಿಕರು ಎರಡು ಕುರ್ಚಿಗಳ ಮಧ್ಯದಲ್ಲಿ ಸಿಲುಕಿ ಅಲ್ಲೇ ಅಪ್ಪಚ್ಚಿಯಾಗಿಹೋಗಿದ್ದರು.

ನನ್ನ ಸಹಪ್ರಯಾಣಿಕನೊಬ್ಬ ತನ್ನ ಮುಂದಿನ ಕುರ್ಚಿಯನ್ನು ಜೋರಾಗಿ ಅದುಮಿ ಹಿಡಿದು ಹೇಗೆ ತನ್ನ ಸಾವಿಗಾಗಿ ಕಾದು ನಿಂತಿದ್ದ ಎಂದು ನನಗೆ ನಂತರದ ದಿನಗಳಲ್ಲಿ ಹೇಳಿದ. ಅವನ ಪ್ರಕಾರ ವಿಮಾನ ಬಿದ್ದ ತಕ್ಷಣ ಕೊಂಚ ಎಡಕ್ಕೆ ಸರಿದು ನಂತರ ನೆಲಸಮವಾಗಿ ಹಿಮದ ಮಡುವಿನಲ್ಲಿ ಜೋರಾಗಿ ಅಪ್ಪಳಿಸಿತು. ಬಿದ್ದ ನಂತರದ ಕೆಲಕ್ಷಣಗಳು ಸ್ಮಶಾನ ಮೌನ. ನಂತರ ಆ ಮೌನವನ್ನು ಸೀಳಿ ಹೊರಬಂದ ಶಬ್ದಗಳು ನೋವಿನ ಸಣ್ಣ ಚೀರಲು ಧ್ವನಿಗಳಿಂದ ಪ್ರಾರಂಭವಾಗಿ ಭಯಂಕರ ನೋವಿನ ಅಳಲು, ಕಿರುಚಾಟ ಪ್ರಾರಂಭವಾಗಿತ್ತು. ಎಷ್ಟೋ ಜನ ಎರಡು ಕುರ್ಚಿಗಳ ನಡುವೆ ಸಿಲುಕಿ ತಾವು ಸಾಯದೆ ಬದುಕಿದ್ದಕ್ಕೆ ಆಶ್ಚರ್ಯಪಟ್ಟಿದ್ದರು. ಎಲ್ಲೆಲ್ಲೂ ರಕ್ತದ ಮಡುವಾಗಿತ್ತು. ಚಲನೆಯೇ ಇಲ್ಲದ ಕೆಲ ಕೈ–ಕಾಲುಗಳು ಮುರಿದು ಬಿದ್ದ ಕುರ್ಚಿ, ಮೇಜುಗಳ ತಳದಿಂದ ಇಣುಕುತ್ತಿದ್ದವು. ಕೆಲವರು ತಾವು ಕುರ್ಚಿಯ ಕೆಳಭಾಗದಲ್ಲಿ ಸಿಕ್ಕು ಮುಂದೆ ಎದುರಿಸಬೇಕಾದ ಸಾವಿಗೆ ಕಾದಿದ್ದಾಗ ತಮ್ಮ ಸುತ್ತಮುತ್ತಲೂ ನೋವಿನ ಚೀತ್ಕಾರಗಳು, ಅಳು ಕೇಳಿಬರುತ್ತಿತ್ತಂತೆ. ಅವರಲ್ಲಿ ಒಬ್ಬ ರಾಯ್ ಹೆರ್ಲೇ ಸಂಪೂರ್ಣವಾಗಿ ನೀಲಿ ಬಣ್ಣಕ್ಕೆ ತಿರುಗಿದ್ದು, ಎಲ್ಲರೂ ಅವನನ್ನು ನೋಡಿ ಹೆದರಿದ್ದರಂತೆ. ನಂತರ ತಿಳಿದದ್ದು ಆತನ ಮೇಲೆ ವಿಮಾನದ ಇಂಧನ ಬಿದ್ದು ತೊಯ್ದು ಮುದ್ದೆಯಾಗಿದ್ದನೆಂದು.

ಗಸ್ತೆವೊ ಅಲ್ವರೋನ ಪಕ್ಕದಲ್ಲಿ ಕೂತಿದ್ದ. ಮೊದಲ ಬಾರಿ ವಿಮಾನ ಮುರಿದು ಹಿಂಭಾಗ ಕಳಚಿ ಬಿದ್ದಾಗ, ಅವನ ಹಿಂದಿದ್ದ ಕಾರ್ಲೋಸ್ ಕುರ್ಚಿಯ ಸಮೇತ ಆಕಾಶದಲ್ಲಿ ಹಾರಿ ಹೋದದ್ದು ಕಂಡನಂತೆ. ನಂತರ ವಿಮಾನ ಕೆಳಮುಖ ಮಾಡಿ ಬೀಳುತ್ತಿದ್ದಾಗ ಗಸ್ತೆವೊ ತಲೆಯ ಮೇಲಿದ್ದ ಪೆಟ್ಟಿಗೆ ಸಾಮಾನು ಇಡುವ ಸ್ಥಳಕ್ಕೆ ಜೀಕಿ ಬಿಗಿಹಿಡಿದು, ಕಣ್ಣು ಮುಚ್ಚಿ ಜೋರಾಗಿ, "ಜೀಸಸ್, ಜೀಸಸ್, ನನಗೆ ಬದುಕುಳಿಯುವ ಆಸೆಯಿದೆ" ಎಂದು ಧೇನಿಸುತ್ತಿದ್ದ. ಅವನು ತಾನು ಸಾಯುತ್ತೇನೆ ಎಂದು ಸಂಪೂರ್ಣ ನಂಬಿಬಿಟ್ಟಿದ್ದ. ಪವಾಡವೆಂಬಂತೆ ವಿಮಾನ ನೆಲಕ್ಕುರುಳಿದಾಗಲೂ ಅವನು ಆ ಅಟ್ಟವನ್ನು ಹಿಡಿದು ನಿಂತೇ ಇದ್ದ.

ಅವನು ಕೊನೆಗೆ, ತಾನು ಸತ್ತ ಮೇಲೂ ಆಲೋಚಿಸುತ್ತಿದ್ದೇನೆ ಎಂದು ಬಗೆದಿದ್ದ. ಕಣ್ಣು ತೆರೆದು ನೋಡಿದಾಗ ತನ್ನ ಮುಂದೆ ಮುರಿದು ಬಿದ್ದ ವಿಮಾನವಿತ್ತು. ತಕ್ಷಣ ತನ್ನ ಕೈ ಸಡಿಲಿಸಿ ಹಿಮದೊಳಕ್ಕೆ ಉರುಳಿದ. ವಿಮಾನವನ್ನು ಗಮನಿಸಿದ ಅವನು, ಹಿಂಭಾಗವಿಲ್ಲದ್ದು ಕಂಡಾಗ ವಿಮಾನದಲ್ಲಿ ತನ್ನ ಹಿಂಬದಿ ಕುಳಿತಿದ್ದ ಗೆಳೆಯರೆಲ್ಲ ಗತಿಸಿದ್ದಾರೆ ಎಂಬುದನ್ನು ತಿಳಿದ. ವಿಮಾನದ ತಳಭಾಗ ಅವನ ಎದೆಮಟ್ಟಕ್ಕೆ ಬರುತ್ತಿತ್ತು. ಮೇಲೆ ಬರಲು ಪ್ರಯತ್ನಿಸಿದಾಗ ಒಬ್ಬ ಮೃತ ಮಹಿಳೆಯ ಹೆಣದ ಮೇಲೇರಿ ಬರಬೇಕಾಗಿತ್ತು. ಆಕೆಯ ಮುಖ ರಕ್ತಮಯವಾಗಿ, ಊದಿಕೊಂಡಿತ್ತು. ಅವನಿಗೆ ಅದು ನನ್ನ ತಾಯಿ ಎಂದು ತಿಳಿದಿತ್ತು. ಮೊದಲನೇ ವರ್ಷದ ವೈದ್ಯಕೀಯ ವಿದ್ಯಾರ್ಥಿಯಾಗಿದ್ದ ಗಸ್ತೆವೊ ನನ್ನ ತಾಯಿಯ ನಾಡಿ ಬಡಿತ ಹಿಡಿದು ಪ್ರಾಣವಿದೆಯೇ ಎಂದು ಪರೀಕ್ಷಿಸಿದ, ಆದರೆ ಅಷ್ಟು ಹೊತ್ತಿಗಾಗಲೇ ಆಕೆ ವಿಧಿವಶಳಾಗಿದ್ದಳು.

ನಂತರ ಗಸ್ತೆವೊ ಎದ್ದು ಮುಂದೆ ನಡೆದುಹೋಗುತ್ತಿರುವಾಗ ಕುರ್ಚಿಗಳ ತಳಭಾಗದಲ್ಲಿ ರಾಬರ್ಟೊ ಕಾನೆಸಾನನ್ನು ನೋಡಿದ. ಆತನೂ ವೈದ್ಯಕೀಯ ವಿದ್ಯಾರ್ಥಿ. ಅವನಿಗೇನೂ ಆಗಿರಲಿಲ್ಲ. ರಾಬರ್ಟೊ ಮತ್ತು ಗಸ್ತೆವೊ ಇಬ್ಬರೂ ಕೂಡಿ ಕುರ್ಚಿಗಳ ಕೆಳಗೆ ಸಿಕ್ಕಿಹಾಕಿಕೊಂಡಿದ್ದ ಇತರ ಪ್ರಯಾಣಿಕರನ್ನು ಹೊರಗೆಳೆದು ರಕ್ಷಿಸಿದ್ದರು.

ನಮ್ಮ ತಂಡದ ನಾಯಕನಾಗಿದ್ದ ಮಾರ್ಸೆಲೊಗೆ ಸಾಕಷ್ಟು ಗಾಯಗಳಾಗಿದ್ದರೂ ಆಳವಾಗಿರಲಿಲ್ಲ. ಅವನು ತಕ್ಷಣ ತಂಡದ ರಕ್ಷಣೆಗೆ ಮುನ್ನುಗ್ಗಿದ. ಮೊಟ್ಟಮೊದಲು ಆತ ಮಾಡಿದ ಕೆಲಸವೆಂದರೆ ಇದ್ದುದರಲ್ಲಿ ಅಲ್ಪಸ್ವಲ್ಪ ಕಡಿಮೆ ಘಾಸಿಗೊಂಡವರನ್ನು ಒತ್ತಟ್ಟಿಗಿಟ್ಟು, ಹೆಚ್ಚು ಅಪಘಾತಕ್ಕೊಳಗಾದವರನ್ನು ರಕ್ಷಿಸಲು ನೇಮಿಸಿದ್ದು. ಇದು ಬಹಳ ಕಷ್ಟದ ಕೆಲಸವಾಗಿತ್ತು. ವಿಮಾನ ನೆಲಕ್ಕಪ್ಪಳಿಸಿದ ವೇಗವು ಬಹಳ ಪ್ರಬಲವಾಗಿದ್ದು, ಕುರ್ಚಿಗಳು ಒಂದರ ಮೇಲೊಂದರಂತೆ ಜಜ್ಜಿಹೋಗಿದ್ದವು. ಅವನ್ನು ಜರುಗಿಸಿ ಹೊರತೆಗೆಯಲು ತುಂಬಾ ಭಾರ. ವಿಮಾನದಲ್ಲಿ ಇದ್ದವರಲ್ಲಿ ಹೆಚ್ಚು ಮಂದಿ ದೃಢಕಾಯದ ಆಟಗಾರರು, ಆದರೂ ಆ ಗಟ್ಟಿ ಕುರ್ಚಿಗಳನ್ನು ಜರುಗಿಸಲು ತುಂಬ

ಕಷ್ಟಪಟ್ಟರು. ಉಸಿರಾಟಕ್ಕೆ ತೊಂದರೆಯಿರುವ ಆ ಚಳಿಯ ವಾತಾವರಣದಲ್ಲಿ ಶಕ್ತಿಯೆಲ್ಲ ಒಗ್ಗೂಡಿಸಿ ಕುರ್ಚಿಗಳನ್ನು ತೆಗೆಯುವುದು ಬಹಳ ತ್ರಾಸಿನ ಕೆಲಸವೇ ಆಯಿತು.

ಕುರ್ಚಿಗಳ ಬುಡದಿಂದ ಪ್ರಯಾಣಿಕರನ್ನು ಹೊರಗೆ ತೆಗೆದ ಮೇಲೆ ಗಸ್ತೆವೊ ಮತ್ತು ರಾಬರ್ಟೊ ತಮಗೆ ತಿಳಿದ ಚಿಕಿತ್ಸೆಗಳನ್ನು ಮಾಡಲು ಮುಂದಾದರು. ಆರ್ತುರೋನ ಎರಡೂ ಕಾಲುಗಳೂ ಗಾಯಗೊಂಡಿದ್ದು ಸಾಕಷ್ಟು ಮೂಳೆಗಳು ಮುರಿದಿದ್ದವು. ಅಲ್ವಾರೊ ಮತ್ತು ಪಾಂಚೋರ ಒಂದೊಂದು ಕಾಲು ಮುರಿದಿತ್ತು. ಎನ್ರಿಕೆನ ಹೊಟ್ಟೆಯೊಳಗೆ ಆರು ಇಂಚಿನ ಕಬ್ಬಿಣದ ಸರಳೊಂದು ತೂರಿತ್ತು. ಆತನ ಹೊಟ್ಟೆಯಿಂದ ಆ ಸರಳನ್ನು ತೆಗೆದಾಗ ಅದರ ಜೊತೆಗೆ ಒಂದಷ್ಟು ಕರುಳು ಹೊರಬಂದು ಬಿದ್ದಿತ್ತು. ರಾಫೆಲ್‌ನ ಬಲಗಾಲಂತೂ ತೀವ್ರವಾಗಿ ಗಾಯಗೊಂಡಿತ್ತು. ಅವನ ಕಾಲಿನ ಮೂಳೆಯಿಂದ ಮಾಂಸ ಕಿತ್ತು ಬಂದು ಕೆಳಗೆ ಜೋತಾಡುತ್ತಿತ್ತು. ಅವನ ಕಾಲಿನ ಮೂಳೆ ಪೂರ ಕಾಣುವಂತೆ ತೆರೆದುಕೊಂಡಿತ್ತು. ಆ ಜೋತಾಡುವ ಮಾಂಸಖಂಡವನ್ನು ಹಿಡಿದೆಳೆದು ಮುಚ್ಚಿಟ್ಟು ಯಾರದೋ ಬಿಳಿ ಅಂಗಿಯಿಂದ ಕಟ್ಟನ್ನು ಕಟ್ಟಲಾಗಿತ್ತು. ಎನ್ರಿಕೆಯ ಹೊಟ್ಟೆಗೂ ಬಟ್ಟೆಯಿಂದ ಕಟ್ಟು ಕಟ್ಟಲಾಗಿತ್ತು. ಆದರೆ ಎನ್ರಿಕೆ, ತನ್ನ ನೋವನ್ನು ಲೆಕ್ಕಿಸದೆ ಇತರ ಪ್ರಯಾಣಿಕರಿಗೆ ಸಹಾಯ ಮಾಡಲು ಸಿದ್ಧನಾದ.

ಹೆಚ್ಚು ಹೆಚ್ಚು ಪ್ರಯಾಣಿಕರನ್ನು ಕುರ್ಚಿಗಳಿಂದ ಹೊರಗೆ ತೆಗೆದಾಗ ಅಚ್ಚರಿ ಕಾದಿತ್ತು. ಅವರಲ್ಲಿ ಸಾಕಷ್ಟು ಮಂದಿಗೆ ಹೆಚ್ಚು ಗಾಯಗಳಾಗಿರಲಿಲ್ಲ! ರಾಬರ್ಟೊ ಮತ್ತು ಗಸ್ತೆವೊ ಎಲ್ಲರಿಗೂ ಅಗತ್ಯ ಶುಶ್ರೂಷೆ ಮಾಡಿ ಚಿಕಿತ್ಸೆ ಮಾಡಿದ್ದರು. ಗಾಯಗಳು ಹೆಪ್ಪುಗಟ್ಟಿ ವಾಸಿಯಾಗಬಹುದು ಎಂಬ ಭರವಸೆಯಿಂದ ಹೆಚ್ಚು ಗಾಯಗೊಂಡವರನ್ನು ನೀರ್ಗಲ್ಲುಗಳ ಮೇಲೆ ಕೂರಿಸಲಾಗಿತ್ತು. ಎಲ್ಲ ಗಾಯಾಳುಗಳನ್ನೂ ಕುರ್ಚಿಗಳ ಕೆಳಗಿಂದ ಹೊರತೆಗೆಯಲಾಗಿತ್ತು. ಆದರೆ ಒಬ್ಬ ನಡುವಯಸ್ಸಿನ ಹೆಂಗಸು ಸೆನೊರಾಳನ್ನು ಮಾತ್ರ ಹೊರಗೆ ತೆಗೆಯಲಾಗಲಿಲ್ಲ. ಸೆನೊರಾ ಚಿಲಿಯಲ್ಲಿ ಅವಳ ಮಗಳ ಮದುವೆಗಾಗಿ ಹೊರಟಿದ್ದಳು. ಅವಳು ಕೂತಿದ್ದ ಕುರ್ಚಿ ಮುಂದೆ ಬಾಗಿ ಅವಳ ಎದೆಯ ಭಾಗ ಮುಂದಿನ ಕುರ್ಚಿಯ ಮೇಲೆ ಬಿದ್ದು, ಅವಳ ಕಾಲುಗಳು ಕುರ್ಚಿಯಡಿಯಲ್ಲಿ ಸಿಲುಕಿಕೊಂಡಿತ್ತು. ಹಿಂದಿನ ಕುರ್ಚಿ ಅವಳ ಬೆನ್ನ ಮೇಲೆ ಬಿದ್ದಿತ್ತು ಮತ್ತು ಅವಳ ಕಾಲೆರಡೂ ಮುರಿದಿದ್ದವು. ನೋವಿನಲ್ಲಿ ಚೀರುತ್ತಿದ್ದಳು. ಆದರೆ ಆಕೆಗೆ ನಾವ್ಯಾರೂ ಸಹಾಯ ಮಾಡಲಾಗಲೇ ಇಲ್ಲ.

ನಮ್ಮ ತಂಡದ ಮತ್ತೊಬ್ಬ ಆಟಗಾರ ಫರ್ನಾಂಡೊಗೂ ನಾವೇನೂ ಮಾಡಲಾಗಲಿಲ್ಲ. ಕುರ್ಚಿಯ ಕೆಳಗೆ ಸಿಲುಕಿಕೊಂಡಿದ್ದ ಫರ್ನಾಂಡೊನನ್ನು

ರಾಬರ್ಟೊ ನೋಡಿ, ಹೆಚ್ಚಿಗೆ ತೊಂದರೆಯಾಗಿಲ್ಲವೆಂದರಿತು ಇನ್ನೂ ಹೆಚ್ಚು ಗಾಯಗೊಂಡವರನ್ನು ಮೊದಲು ರಕ್ಷಿಸಲು ಮುಂದೆ ಹೋಗಿದ್ದ. ಆದರೆ ತಿರುಗಿ ಬರುವಷ್ಟರಲ್ಲಿ ಅವನು ಸತ್ತು ಬಿದ್ದಿದ್ದ. ಅವನ ಕಾಲುಗಳ ಮೇಲೆ ವಿಮಾನದ ಪ್ರೊಪೆಲರ್ ಬಿದ್ದು ದೇಹದ ರಕ್ತವೆಲ್ಲ ಸೋರಿ ಆತ ಪ್ರಾಣತೊರೆದಿದ್ದ. ನನ್ನ ತಾಯಿಯ ಮೃತದೇಹದ ಪಕ್ಕದಲ್ಲಿ ಸೂಜಿ ಬಿದ್ದಿದ್ದಳು. ಅವಳ ಮುಖದ ತುಂಬ ರಕ್ತ ತುಂಬಿತ್ತು. ರಾಬರ್ಟೊ ಅವಳ ಮುಖ ತೊಳೆಸಿ ಶುಚಿಗೊಳಿಸಿದ್ದ. ಆ ಸಮಯದಲ್ಲಿ ಸೂಜಿ ಸಾಕಷ್ಟು ಘಾಸಿಗೊಂಡಿದ್ದಾಳೆ ಎಂದು ರಾಬರ್ಟೊ ಊಹಿಸಿದ. ಸೂಜಿಯಿಂದ ಕೆಲವೇ ಅಡಿಗಳ ದೂರದಲ್ಲಿ ಪಂಚಿಟೊ ರಕ್ತಸಿಕ್ತನಾಗಿ ಬಿದ್ದಿದ್ದ. ಅವನ ಪಕ್ಕ ರಾಬರ್ಟೊ ಕೂತಾಗ, ಪಂಚಿಟೊ ಅವನ ಕೈ ಹಿಡಿದು, ದಯವಿಟ್ಟು ನನ್ನ ಬಿಟ್ಟು ಹೋಗಬೇಡ ಎಂದು ಬೇಡಿದ್ದ. ರಾಬರ್ಟೊ ಅವನ ಮುಖದ ಮೇಲಿನ ರಕ್ತದ ಕಲೆಗಳನ್ನು ಶುಚಿಗೊಳಿಸಿ ಮುಂದೆ ನಡೆದ. ಚಲನೆಯಿಲ್ಲದೆ, ಜೀವಚ್ಛವವಾಗಿ ನಾನು ಬಿದ್ದದ್ದು ರಾಬರ್ಟೊಗೆ ಕಾಣಿಸಿತು. ನನ್ನ ತಲೆ ಬಾಸ್ಕೆಟ್ ಬಾಲ್‌ನಷ್ಟು ಊದಿತ್ತು, ಮುಖವೆಲ್ಲ ರಕ್ತ. ನಾನು ಸತ್ತಿದ್ದೇನೆ ಎಂದು ಬಗೆದು ನನ್ನ ನಾಡಿ ಪರೀಕ್ಷಿಸಿದ ರಾಬರ್ಟೊಗೆ ಆಶ್ಚರ್ಯ ಕಾದಿತ್ತು. ನಾನಿನ್ನೂ ಜೀವಂತವಾಗಿದ್ದೆ. ನನ್ನ ಗಾಯಗಳು ಎಷ್ಟು ಆಳವಾಗಿತ್ತೆಂದರೆ, ನಾನು ಉಳಿಯುವ ಯಾವುದೇ ಸೂಚನೆ ರಾಬರ್ಟೊಗೆ ಕಾಣಲಿಲ್ಲ. ಆದ್ದರಿಂದ ಅವನು ಮುಂದೆ ಇತರರತ್ತ ಗಮನ ಹರಿಸಲು ನಡೆದಿದ್ದ.

ವಿಮಾನದ ಪೈಲಟ್ ಕೂರುವ ಸ್ಥಳದಿಂದ ಕೂಗಾಟ ಕೇಳುತ್ತಿದ್ದು, ಅದು ಕುರ್ಚಿಗಳಿಂದ ಮುಚ್ಚಿ ಹೋಗಿತ್ತು. ರಾಬರ್ಟೊ ಮತ್ತು ಗಸ್ತೆವೊ ಆ ಸ್ಥಳವನ್ನು ಸೇರಲು ಮುರಿದ ವಿಮಾನದಿಂದ ಹೊರಬಂದು ಕರಗಿದ ಹಿಮದಲ್ಲಿ ಕಷ್ಟಪಟ್ಟು, ಅತ್ತಕಡೆ ತೂರಿಹೋಗಿ ನೋಡಿದರು. ಅಲ್ಲಿ ಪೈಲಟ್ಟುಗಳಾದ ಫೆರ್ರಾಡಸ್ ಮತ್ತು ಲಗುರಾರ ಅವರ ಕುರ್ಚಿಗಳಲ್ಲಿ ಹೂತುಹೋಗಿದ್ದರು. ವಿಮಾನದ ಮೂತಿಯ ಭಾಗ ಜಜ್ಜಿಹೋಗಿ ಇವರ ಎದೆಯವರೆಗೂ ಒತ್ತರಿಸಿ ಬಂದಿತ್ತು. ಫೆರ್ರಾಡಸ್ ಸತ್ತುಹೋಗಿದ್ದ. ಅವನ ಜೊತೆಗಾರ ಲಗುರಾರ ಬದುಕಿದ್ದ ಆದರೆ ತೀವ್ರವಾಗಿ ಗಾಯಗೊಂಡು ನೋವಿನಿಂದ ಚೀರುತ್ತಿದ್ದ. "ನಾವು ಕುರಿಕೊವನ್ನು ದಾಟಿದ್ದೇವೆ" ಎಂದು ಸಹ ಅರಚುತ್ತಿದ್ದ. ಆದರೆ ಅದು ಯಾರಿಗೂ ಆ ಕ್ಷಣ ಅರ್ಥವಾಗಲಿಲ್ಲವಂತೆ. ರಾಬರ್ಟೊ ಅವನನ್ನು ಕುರ್ಚಿಯಡಿಯಿಂದ ಎಳೆದು ಹೊರಹಾಕಿದ. ಆದರೆ ಅದು ಅವನಿಗೆ ಹೆಚ್ಚು ಸಹಾಯವಾಗಲಿಲ್ಲ. ಮತ್ತೇನೂ ಮಾಡಲಾಗದೆ ಅವನಿಗೆ ಒಂದಷ್ಟು ಹಿಮದ ನೀರನ್ನು ಕುಡಿಸಿ ಮಲಗಿಸಿ, ವಿಮಾನದ ರೇಡಿಯೊವನ್ನು ಹೇಗೆ ಉಪಯೋಗಿಸಬಹುದು ಎಂದು ಕೇಳಿದರು. ಅವನು ಪ್ರಸಾರಣ ಮಾಡುವುದು ಹೇಗೆ ಎಂದು ಹೇಳಿದ. ಅವರು ಅದರ ಮೂಲಕ ಸಂದೇಶ ಕಳುಹಿಸಲು ಯತ್ನಿಸಿದಾಗ,

ಆ ರೇಡಿಯೊ ನಿಷ್ಪ್ರಯೋಜಕವಾಗಿದೆ ಎಂದು ತಿಳಿದುಬಂತು. ಲಗುರಾರ ಹೆಚ್ಚು ನೀರು ಬೇಕೆಂದು ಕೇಳಿದ. ನೀರು ಕುಡಿಸಿದ ನಂತರ ತನ್ನ ದುರ್ಭರ ಸ್ಥಿತಿಯನ್ನು ಅರಿತ ಅವನು, ತನ್ನ ಪೆಟ್ಟಿಗೆಯೊಳಗಿದ್ದ ಪಿಸ್ತೂಲನ್ನು ತರಲು ಬೇಡಿಕೊಂಡ. ಆದರೆ ಅವನ ಉದ್ದೇಶ ಅರಿತ ರಾಬರ್ಟೊ ಮತ್ತು ಗಸ್ತೆವೊ ಅವನ ಮಾತನ್ನು ಕಡೆಗಣಿಸಿ ಹೊರಟುಹೋದರು. ಅವರು ಮರಳುತ್ತಿದ್ದಾಗ ಜೋರಾಗಿ ಲಗುರಾರನ ಚೀರಾಟ ಕೇಳಿ ಬರುತ್ತಿತ್ತು.

ವಿಮಾನದೊಳಗೆ ಮಾರ್ಸೆಲೊ ತನ್ನಷ್ಟಕ್ಕೆ ತಾನು ಏನೋ ಯೋಜನೆಗಳನ್ನು ರೂಪಿಸುವುದರಲ್ಲಿ ತೊಡಗಿದ್ದ. ಮಧ್ಯಾಹ್ನ ಸುಮಾರು ಮೂರುವರೆ ಘಂಟೆಗೆ ನಮ್ಮ ವಿಮಾನ ಅಪಘಾತಕ್ಕೀಡಾಗಿತ್ತು. ಮಾರ್ಸೆಲೊ ಪ್ರಕಾರ ಬಹುಶಃ ಸುಮಾರು ನಾಲ್ಕರಷ್ಟು ಹೊತ್ತಿಗೆ ಸಂಬಂಧ ಪಟ್ಟ ಅಧಿಕಾರಿಗಳಿಗೆ ವಿಮಾನ ಕಾಣೆಯಾದದ್ದು ತಿಳಿದಿರುತ್ತದೆ. ಸಿಬ್ಬಂದಿ ನಮಗಾಗಿ ರಕ್ಷಣಾ ಹೆಲಿಕ್ಯಾಪ್ಟರನ್ನು ಸಿದ್ಧಗೊಳಿಸುವಷ್ಟರಲ್ಲಿ ಸುಮಾರು ಐದೂವರೆ ಆರು ಘಂಟೆಗಳಾಗಬಹುದು. ಏಳೂವರೆ ಘಂಟೆಗಳ ಒಳಗೆ ಹೆಲಿಕ್ಯಾಪ್ಟರ್ ನಮ್ಮನ್ನು ತಲುಪಲು ಸಾಧ್ಯವಿಲ್ಲ. ಬುದ್ಧಿಯಿರುವ ಯಾವುದೇ ಪೈಲಟ್ ಕತ್ತಲಲ್ಲಿ ಆಂಡೀಸ್ ಮೇಲೆ ವಿಮಾನ ಚಾಲನೆ ಮಾಡುವುದಿಲ್ಲ. ಆದ್ದರಿಂದ ನಮ್ಮನ್ನು ಕಾಪಾಡುವ ರಕ್ಷಣಾ ಸಿಬ್ಬಂದಿ ಬರುವುದು ಮರುದಿನ ಆಗಬಹುದು ಎಂದು ಮಾರ್ಸೆಲೊ ಲೆಕ್ಕ ಹಾಕಿದ್ದ. ಆ ರಾತ್ರಿಯನ್ನು ನಾವು ಅಲ್ಲೇ ಕಳೆಯಬೇಕಿತ್ತು.

ಮಬ್ಬುಗತ್ತಲು ಆಗಷ್ಟೇ ಕವಿಯುತ್ತಿತ್ತು. ಕೊರೆಯುವ ಚಳಿ ತನ್ನ ತೀಕ್ಷ್ಣತೆಯನ್ನು ಮತ್ತೂ ಹೆಚ್ಚಿಸಿತ್ತು. ನಾವು ಬೇಸಿಗೆ ಉಡುಪುಗಳನ್ನು ಧರಿಸಿ ಪ್ರಯಾಣಕ್ಕೆ ಹೊರಟಿದ್ದೆವು. ಆಂಡೀಸ್‌ನ ಸಣ್ಣ ಚಳಿಗೂ ನಾವು ಸಿದ್ಧರಿರಲಿಲ್ಲ. ಕೆಲವರಷ್ಟೇ ಉಣ್ಣೆಯ ಮತ್ತು ಜೀನ್ಸ್ ಕೋಟುಗಳನ್ನು ಧರಿಸಿದ್ದರು. ಉಳಿದವರು ಬರಿಯ ತೆಳು ಶರ್ಟುಗಳನ್ನೇ ಧರಿಸಿದ್ದೆವು. ಆ ಜೀವಹಿಂಡುವ ಚಳಿಯಿಂದ ನಮ್ಮನ್ನು ಕಾಪಾಡುವ ಯಾವುದೇ ರೀತಿಯ ಬೆಚ್ಚಗಿನ ಬಟ್ಟೆಗಳು, ಮೇಲು ಹೊದಿಕೆಗಳು ಇರಲಿಲ್ಲ. ವಿಮಾನದೊಳಗೆ ಇದ್ದದ್ದರಲ್ಲಿ ಸ್ವಲ್ಪಮಟ್ಟಿಗೆ ಮಲಗುವ ವ್ಯವಸ್ಥೆ ಮಾಡಲಿಲ್ಲ ಎಂದರೆ ಮರುಮುಂಜಾನೆಯ ಹೊತ್ತಿಗೆ ನಾವ್ಯಾರೂ ಉಳಿಯುವುದಿಲ್ಲ ಎಂದು ಮಾರ್ಸೆಲೊ ಎಣಿಸಿದ. ಆದರೆ ವಿಮಾನದ ಭರ್ತಿ ಮುರಿದು ಬಿದ್ದ ಕುರ್ಚಿ, ಸಾಮಾನುಗಳು ತುಂಬಿದ್ದು, ನಾವು ಮಲಗಲು ಇರಲಿ, ಸರಿಯಾಗಿ ಕೂರಲೂ ಸ್ಥಳವಿರಲಿಲ್ಲ.

ವಿಮಾನವನ್ನು ಶುಚಿಗೊಳಿಸುವ ತುರ್ತನ್ನು ಅರಿತ ಮಾರ್ಸೆಲೊ ತಕ್ಷಣ ಅದರ ಕಾರ್ಯಕ್ಕಿಳಿದ. ಕಡಿಮೆ ಗಾಯಗೊಂಡವರನ್ನೆಲ್ಲಾ ಒಗ್ಗೂಡಿಸಿ, ವಿಮಾನದಲ್ಲಿನ ಮೃತದೇಹಗಳು, ಇತರ ಸಾಮಾನುಗಳನ್ನು ಹೊರಹಾಕಲು ಆಣತಿಸಿದ. ಸಾಮಾನು ಹೊರುವ ಒಂದು ನೈಲಾನ್ ಹಗ್ಗದಿಂದ ಕಟ್ಟಿ ಮೃತದೇಹಗಳನ್ನು ಹೊರಗೆಳೆದರು.

ಗಾಯಾಳುಗಳನ್ನು ಜೋಪಾನವಾಗಿ ಹೊರಗೆ ತಂದು ಮಲಗಿಸಿದ್ದರು. ನಂತರ ತಮ್ಮ ಕೈಲಾದಷ್ಟು ವಿಮಾನದ ತಳವನ್ನು ಶುಚಿಗೊಳಿಸಿದ್ದರು. ತಣ್ಣನೆಯ ವಾತಾವರಣದಿಂದ ಮೈಕೈ ಬಿಗಿದು, ಉಸಿರಾಟಕ್ಕೂ ತೊಂದರೆಯಾಗಿ ಅವರ ಕೆಲಸವೆಲ್ಲ ತುಂಬಾ ನಿಧಾನವಾಗುತ್ತಿತ್ತು. ಕತ್ತಲಾವರಿಸುವಷ್ಟರಲ್ಲಿ ಒಂದು ಸಣ್ಣ ಭಾಗವನ್ನು ಶುಭ್ರಗೊಳಿಸಿದ್ದರು.

ಆರು ಘಂಟೆಯ ಹೊತ್ತಿಗೆ ಗಾಯಾಳುಗಳನ್ನು ಮತ್ತೆ ನಿಧಾನವಾಗಿ ವಿಮಾನದ ಒಳಗೆ ರವಾನಿಸಿದರು. ನಂತರ ಎಲ್ಲರೂ ಒಳ ಸೇರಿ ಸುದೀರ್ಘ ರಾತ್ರಿಯನ್ನು ಕಳೆಯಲು ಅಣಿಯಾದರು. ಎಲ್ಲರೂ ಒಳಸೇರಿದ ನಂತರ ಮಾರ್ಸೆಲೊ ಮುರಿದ ವಿಮಾನದ ತೆರವಿನತ್ತ ತಮ್ಮೆಲ್ಲರ ಬಳಿ ಇದ್ದ ಪೆಟ್ಟಿಗೆಗಳು, ಇತರ ಮುರಿದು ಬಿದ್ದ ವಿಮಾನದ ಕುರ್ಚಿಯ ಹಲಗೆಗಳು ಎಲ್ಲವನ್ನೂ ಸೇರಿಸಿ ಬಾಗಿಲ ರೀತಿ ಜೋಡಿಸಿದ. ಉಳಿದ ಸಣ್ಣ ಸಂದುಗಳಿಗೆ ಹಿಮದ ಮುದ್ದೆಗಳನ್ನು ತುಂಬಿ ತಣ್ಣನೆ ಗಾಳಿ ಒಳಗೆ ನುಸುಳದಂತೆ ಎಚ್ಚರವಹಿಸಿದ. ಅಷ್ಟೆಲ್ಲಾ ಮಾಡಿದರೂ ವಿಮಾನದೊಳಗೆ ಕೊರೆಯುವ ಚಳಿ ಇದ್ದೇ ಇತ್ತು. ಆದರೂ ತೀವ್ರತೆಯನ್ನು ಕೊಂಚ ತಡೆಯಬಹುದಾಗಿತ್ತು.

ಕೆಲಸವೆಲ್ಲ ಮುಗಿದ ನಂತರ ತಂಡದ ಒಬ್ಬೊಬ್ಬರು ಒಂದೊಂದು ಸ್ಥಳ ಹಿಡಿದು ಮಲಗಲು ಸಿದ್ಧರಾದರು. ನಾವು ಪ್ರಯಾಣಕ್ಕೆ ಹೊರಟಾಗ ಒಟ್ಟು ನಲವತ್ತೈದು ಪ್ರಯಾಣಿಕರು ಮತ್ತು ವಿಮಾನದ ಸಿಬ್ಬಂದಿ ವರ್ಗ ವಿಮಾನದಲ್ಲಿದ್ದೆವು. ನಮಗೆ ತಿಳಿದಂತೆ ಐದು ಮಂದಿ ಮೃತರಾಗಿದ್ದರು. ಎಂಟು ಮಂದಿ ಕಾಣೆಯಾಗಿದ್ದರು, ಅವರಲ್ಲಿ ಒಬ್ಬ ಸತ್ತಿದ್ದಾನೆ ಎಂದು ಇತರರು ಹೇಳಿದ್ದರು. ಎಲ್ಲ ಕಳೆದು ಕೊನೆಗೆ ನಾವು ಮುವ್ವತ್ತೆರಡು ಮಂದಿ ಉಳಿದಿದ್ದೆವು. ಲಗುರಾರ ಇನ್ನೂ ಚಾಲನಾ ಸ್ಥಳದಲ್ಲಿ ಸಿಲುಕಿ ಒದ್ದಾಡುತ್ತಿದ್ದ. "ನಾವು ಕುರಿಕೊವನ್ನು ದಾಟಿದ್ದೇವೆ" ಎಂದು ಅರಚುತ್ತಿದ್ದ. ಬದುಕುಳಿದವರಲ್ಲಿ ಗಾಯಾಳುಗಳು ಮತ್ತು ಒಬ್ಬಳೇ ಮಹಿಳೆಯಾದ ಲಿಲಿಯಾನಾ ಮೆಥೊಲ್‌ಳನ್ನು ವಿಮಾನದ ಸಾಮಾನು ತುಂಬುವ ಸ್ಥಳ ಬೆಚ್ಚಗಿರುತ್ತದೆ ಎಂದು ಅಲ್ಲಿ ಮಲಗಿಸಿದೆವು. ಉಳಿದವರೆಲ್ಲ ಮಿಕ್ಕ ಎಂಟರಿಂದ ಹತ್ತು ಚದರ ಅಡಿಯ ಸಣ್ಣ ಸ್ಥಳದಲ್ಲಿ ಒಬ್ಬರಿಗಂಟಿಕೊಂಡು ಒಬ್ಬರು ಕುಳಿತರು.

ನಮ್ಮ ಕಾರ್ಯಾಚರಣೆ ಪ್ರಾರಂಭವಾದದ್ದೇ ತಡವಾದ್ದರಿಂದ ಬಹು ಬೇಗ ಕತ್ತಲಾಗಿತ್ತು. ಎಲ್ಲ ಮೃತ ಶರೀರಗಳನ್ನು ಹೊರತೆಗೆಯಲಾಗಿರಲಿಲ್ಲ. ಹಾಗಾಗಿ ನಮ್ಮಲ್ಲಿ ಕೆಲವರು ತಮ್ಮ ಸ್ನೇಹಿತರ ಹೆಣಗಳ ಪಕ್ಕದಲ್ಲಿಯೇ ಮಲಗಿ ರಾತ್ರಿ ಕಳೆಯಬೇಕಾಯಿತು. ಈ ಭೀಕರತೆಯು ನಮ್ಮ ನೋವು, ಆತಂಕಗಳ ನಡುವೆ ಕಳೆದುಹೋಗಿತ್ತು. ನಾವು ಅಷ್ಟೆಲ್ಲಾ ಬಂದೋಬಸ್ತು ಮಾಡಿದ್ದರೂ ಒಳಗೆ ತಾಳಲಾರದ ಚಳಿಯಿತ್ತು. ಆದ್ದರಿಂದ ಒಬ್ಬರನ್ನೊಬ್ಬರು ಅಪ್ಪಿ ಚಳಿಗೆ ತುಸು ಮೈಬೆಚ್ಚಗಾಗಿಸಿಕೊಂಡು

ಮಲಗಿದರು. ಕೆಲವರು ಚಳಿಯ ಮೈ ಚಳುಕು ತಾಳಲಾರದೆ ಪಕ್ಕದವರಿಗೆ ತಮ್ಮನ್ನು ಜೋರಾಗಿ ಗುದ್ದಲು ಹೇಳಿ ರಕ್ತ ಚಲನೆ ಸರಿಪಡಿಸಿಕೊಳ್ಳುತ್ತಿದ್ದರು.

ಆಗ ಇದ್ದಕ್ಕಿದ್ದಂತೆ ರಾಬರ್ಟೊಗೆ ವಿಮಾನದ ಕುರ್ಚಿಯ ಹೊದಿಕೆಗಳನ್ನು ತೆಗೆದು ನಮ್ಮ ಮೇಲುಹೊದಿಕೆಗಳಂತೆ ಉಪಯೋಗಿಸಬಹುದು ಎಂಬ ಉಪಾಯ ಹೊಳೆಯಿತು. ನೈಲಾನ್ ಬಟ್ಟೆಗಳ ಆ ಹೊದಿಕೆಗಳು ಅಷ್ಟೇನೂ ಚಳಿಗೆ ಸಹಾಯಕವೆನಿಸಲಿಲ್ಲ. ಆದರೂ ಏನೂ ಇಲ್ಲದೆ ಹೈಪೊಥರ್ಮಿಯಾಗೆ ತುತ್ತಾಗುವುದಕ್ಕಿಂತ ಇದು ಮೇಲು ಎಂದು ರಾಬರ್ಟೊಗೆ ಅನಿಸಿತ್ತು. ಏನಿಲ್ಲದಿದ್ದರೂ ಬೆಳಗಿನವರೆಗೂ ಉಳಿಯುವುದಕ್ಕಾದರೂ ನಮ್ಮ ಕೈಲಾದಷ್ಟೂ ಪ್ರಯತ್ನಪಡಬೇಕು ಎಂಬುದು ಎಲ್ಲರ ಯೋಚನೆಯಾಗಿತ್ತು.

ನನ್ನನ್ನು ಸೂಜಿ ಮತ್ತು ಪಂಚಿಟೋರ ಪಕ್ಕದಲ್ಲಿ ಪೆಟ್ಟಿಗೆ ಬಾಗಿಲ ಬಳಿ ಮಲಗಿಸಿದ್ದರು. ಪೆಟ್ಟಿಗೆಗಳ ಸಣ್ಣಸಣ್ಣ ಸಂದಿನಿಂದ ಗಾಳಿ ತೂರಿಬಂದು ಆ ಸ್ಥಳವನ್ನು ಅತ್ಯಂತ ಥಂಡಿಯಾಗಿಸಿತ್ತು. ಆದರೆ ನಾವು ಇನ್ನು ಹೆಚ್ಚು ಘಂಟೆಗಳು ಉಳಿಯಲಾರೆವು ಎಂದು ಎಲ್ಲರೂ ನಂಬಿದ್ದಕ್ಕಾಗಿಯೇ ನಮ್ಮನ್ನು ಅಲ್ಲಿ ಮಲಗಿಸಿದ್ದರು. ಯಾರು ಬದುಕುಳಿಯುವ ಪರಿಸ್ಥಿತಿಯಲ್ಲಿದ್ದಾರೊ ಅವರಿಗಾಗಿ ಇರುವುದರಲ್ಲಿ ಬೆಚ್ಚಗಿನ ಸ್ಥಳವನ್ನು ಕಾಯ್ದಿರಿಸಿದ್ದರು. ಸೂಜಿ ಮತ್ತು ಪಂಚಿಟೊ ಪ್ರಜ್ಞೆಯಲ್ಲಿದ್ದರು. ಅವರಿಗೆ ತುಂಬಾ ಚಳಿ ಕಾಡಿರಬೇಕು. ಆದರೆ ನಾನು ಸುಪ್ತಾವಸ್ತೆಯಲ್ಲಿದ್ದುದರಿಂದ ಆ ದಿನದ ಮಟ್ಟಿಗೆ ಚಳಿಯಿಂದ ಪಾರಾಗಿದ್ದೆ. ಬಹುಶಃ ಅದೇ ಕೊರೆಯುವ ಚಳಿ ನನ್ನ ತಲೆಯ ಗಾಯಗಳನ್ನೂ, ಊತವನ್ನೂ ಕಡಿಮೆ ಮಾಡಿ ನನ್ನ ಮೆದುಳನ್ನು ಘಾಸಿಗೊಳಿಸದೆ ಇದ್ದಿರಬಹುದು.

ರಾತ್ರಿ ಆಳವಾದಂತೆ, ಕತ್ತಲ ಸ್ತಬ್ಧತೆಯೂ ಹೆಚ್ಚುತ್ತಾ, ಅಲ್ಲಿ ತಂಗಿದ್ದ ಜನರ ಆತ್ಮದೊಳಕ್ಕೆ ಕರಾಳ ಕತ್ತಲು ಇಳಿಯುವಂತೆ ಭಾಸವಾಯಿತು. ಅಲ್ಲೀವರೆಗೂ ಅವರು ಓಡಾಡಿ ಮಾಡಿದ ಕೆಲಸದಿಂದ ಅವರ ಮೈ ಬೆಚ್ಚಗಿದ್ದು, ರಕ್ತಪರಿಚಲನೆ ಸರಿಯಾಗಿ ಸಾಗುತ್ತಿತ್ತು. ಆದರೆ ಕೆಲಸವೆಲ್ಲ ಮುಗಿದು ಕತ್ತಲಲ್ಲಿ ವಿಶ್ರಮಿಸುತ್ತಿದ್ದಾಗ ನರನಾಡಿಗಳೆಲ್ಲ ಚಳಿಗೆ ಮರಗಟ್ಟಿಹೋಗಿತ್ತು. ಬೆಳಗಿನ ಹೊತ್ತು ಎಲ್ಲರೂ ತಮ್ಮ ಕೈಲಾದ ಕೆಲಸ ಮಾಡಿಕೊಂಡು ಚುರುಕಾಗಿದ್ದು ತಮ್ಮ ನೋವನ್ನು ಮರೆತಿದ್ದರು. ಆದರೆ ಕತ್ತಲಲ್ಲಿ ನೋವು, ಚೀರಾಟ ಹೆಚ್ಚಿ ಎಲ್ಲರಿಗೂ ವೇದನೆ ತಂದಿತ್ತು. ಆ ನೋವಿಗೆ ಅಸಹನೆ, ಸಿಟ್ಟು ಎಲ್ಲರಲ್ಲೂ ಮನೆಮಾಡಿತ್ತು. ಯಾರಾದರೂ ಒಬ್ಬರ ಕಾಲು ಎಡವಿದರೆ ನೋವಿಗೆ ಕೂಗಾಡಲು ಪ್ರಾರಂಭಿಸುತ್ತಿದ್ದರು.

ಯಾವುದೋ ಒಂದು ಕ್ಷಣದಲ್ಲಿ, ನಮ್ಮ ಗುಂಪಿನ ಮತ್ತೊಬ್ಬ ವೈದ್ಯಕೀಯ ವಿದ್ಯಾರ್ಥಿ, ದಿಗೊ ಸ್ಟಾರ್ಮ್, ನನ್ನ ಮುಖ ಗಮನಿಸಿ, ನಾನು

ಬದುಕುಳಿಯಬಹುದೆಂದು ಊಹಿಸಿದ. ಆದ್ದರಿಂದ ತಕ್ಷಣ ನನ್ನನ್ನು ಆ ಥಂಡಿಯ ಸ್ಥಳದಿಂದ ಸ್ವಲ್ಪ ಬೆಚ್ಚಗಿನ ಸ್ಥಳಕ್ಕೆ ಬದಲಿಸಿದ. ಉಳಿದವರು ನನ್ನ ದೇಹವನ್ನು ಉಜ್ಜಿ ಬೆಚ್ಚಗಾಗಿಸಿದರು. ಕೆಲವರು ಒಂದರೆಘಳಿಗೆ ನಿದ್ದೆ ಮಾಡಿದ್ದರು. ಆದರೆ ಸಾಕಷ್ಟು ಮಂದಿಗೆ ಒಂದು ಕ್ಷಣ ಕಣ್ಣು ಮುಚ್ಚಲೂ ಸಾಧ್ಯವಾಗಲಿಲ್ಲ. ಕರಾಳ ಕತ್ತಲಲ್ಲಿ, ನೋವಿನ ಚೀತ್ಕಾರಗಳನ್ನು ಕೇಳುತ್ತಾ, ಉಸಿರುಸಿರೆಣಿಸುತ್ತಾ ಕ್ಷಣ ಕಳೆಯುತ್ತಿದ್ದರು. ಪಂಚಿಟೊ ಸಣ್ಣ ಧ್ವನಿಯಲ್ಲಿ ಸಹಾಯಕ್ಕಾಗಿ ಆಕ್ರಂದನವಿಡುತ್ತಿದ್ದ. ಚಳಿಗೆ ಹೆಪ್ಪುಗಟ್ಟುತ್ತಿದ್ದೇನೆ ಎಂದು ಕೂಗಾಡುತ್ತಿದ್ದ. ಸೂಜಿ ಅಮ್ಮನನ್ನು ಸ್ಮರಿಸುತ್ತಿದ್ದಳು. ಕುರ್ಚಿಯಡಿ ಕಾಲು ಸಿಲುಕಿದ ಸೆನೊರಾ ಸಹ ಇಡೀ ರಾತ್ರಿ ನೋವಿಗೆ ಅಳುತ್ತಿದ್ದಳು. ಪೈಲಟ್‌ನ ಕೊಠಡಿಯಿಂದ, “ನನ್ನ ಪಿಸ್ತೂಲು ನನಗೆ ಕೊಡಿ, ನಾನು ಸಾಯಬೇಕು, ನನ್ನ ಕೈಲಾಗುತ್ತಿಲ್ಲ” ಎಂಬ ಕೂಗು ಕೇಳುತ್ತಲೇ ಇತ್ತು.... “ಅದೊಂದು ದುರ್ಭರ ರಾತ್ರಿ ನ್ಯಾಂಡೊ” ಎಂದು ನಮ್ಮ ನಾಯಕ ಹೇಳಿದ.

ಹೆದರಿಕೆ, ಆತಂಕ, ನೋವುಗಳ ನಡುವೆ ಆಂಡೀಸ್ ಲೋಕದಲ್ಲಿ ಮೊದಲ ರಾತ್ರಿ ಕಳೆಯಿತು. ಕ್ಷಣ ಯುಗದಂತೆ ಕಳೆದಿತ್ತು. ಒಂದು ಅಸಾಧ್ಯವನ್ನು ಮಾಡಿತೋರಿಸಿದ್ದೆವು. ಕೊನೆಗೂ ಬೆಳಕು ಹರಿಯಿತು. ಮಾರ್ಸೆಲೊ ಎಲ್ಲರಿಗಿಂತ ಮೊದಲು ತನ್ನ ಕೆಲಸ ಪ್ರಾರಂಭಿಸಿದ. ಉಳಿದವರು ಚಳಿಗೆ ಇನ್ನೂ ಮಲಗಿ ಮೈಬೆಚ್ಚಗಾಗಿಸಿಕೊಳ್ಳುತ್ತಿದ್ದರು. ಮಾರ್ಸೆಲೊ ಎಲ್ಲರನ್ನೂ ಗದರಿಸಿ ಕೆಲಸ ಮಾಡಲು ಪ್ರೇರೇಪಿಸುತ್ತಿದ್ದ. ಕೊರೆಯುವ ಚಳಿ ಮತ್ತು ಕರಾಳ ಕತ್ತಲು ಎಲ್ಲರನ್ನೂ ಭಯದಿಂದ ನಡುಗಿಸಿಬಿಟ್ಟಿತ್ತು. ಆದರೆ, ನಿಧಾನವಾಗಿ ಬೆಳಗಿನ ಸೂರ್ಯನ ಕಿರಣಗಳು ತಾಕಿದಂತೆ ಸ್ವಲ್ಪ ಚೇತರಿಸಿಕೊಂಡರು. ಇಂದು ರಕ್ಷಣಾದಳ ನಮಗಾಗಿ ಬಂದೇ ಬರುತ್ತದೆ ಎಂದು ಎಲ್ಲರೂ ಗೆಲುವಿನಿಂದಿದ್ದರು. ರಾತ್ರಿಯ ಅಭದ್ರ ಪರಿಸ್ಥಿತಿಯಲ್ಲಿ ಹೀಗೆಯೇ ಹೇಳಿ ಮಾರ್ಸೆಲೊ ಎಲ್ಲರನ್ನೂ ಸಂತೈಸಿದ್ದ. ದುರ್ಘಟನೆಯ ನಂತರ ಭಯಾನಕ ರಾತ್ರಿ ಕಳೆದು ಇದೀಗ ಎಲ್ಲರೂ ತಮ್ಮ ಮನೆಗಳಿಗೆ ತೆರಳಲು ಸಿದ್ಧರಾಗುತ್ತಿದ್ದರು.

ಎಲ್ಲರೂ ತಮ್ಮ ಸಿದ್ಧತೆಯಲ್ಲಿ ತೊಡಗಿದ್ದರೆ, ರಾಬರ್ಟೊ ಮತ್ತು ಜರ್ಬಿನೊ ಮಾತ್ರ ಗಾಯಗೊಂಡವರ ತಪಾಸಣೆಯಲ್ಲಿದ್ದರು. ಪಂಚಿಟೊ ದೇಹ ಗಟ್ಟಿಯಾಗಿತ್ತು. ಆ ರಾತ್ರಿ ನೋವಿನಿಂದ ಪಂಚಿಟೊ ಸತ್ತಿದ್ದ. ಪೈಲಟ್ ಲಗುರಾರನ ಕಳೇಬರ ಪತ್ತೆಯಾಯಿತು. ಸೆನೋರಾ ಅಲುಗಾಡಲಿಲ್ಲ, ಆದರೆ ರಾಬರ್ಟೊ ಅವಳನ್ನು ಕದಲಿಸಲು ಪ್ರಯತ್ನಿಸಿದರೆ ನೋವಿನಿಂದ ಚೀರಿಕೊಂಡಳು. ಅವಳನ್ನು ಹಾಗೇ ಬಿಟ್ಟು ಇತರರ ಕಡೆ ನಡೆದ. ಮತ್ತೆ ಮರಳಿ ನೋಡುವಷ್ಟರಲ್ಲಿ, ಆಕೆ ಸತ್ತಿದ್ದಳು.

ತೀವ್ರವಾಗಿ ಗಾಯಗೊಂಡವರನ್ನು ಜೀವಂತ ಉಳಿಸಿಕೊಳ್ಳಲು ನಮ್ಮ ತಂಡದ ವೈದ್ಯರು ತಮ್ಮ ಕೈಲಾದಷ್ಟು ಪ್ರಯತ್ನಿಸಿದರು. ಗಾಯಗಳನ್ನು ತೊಳೆದು ಶುಚಿಗೊಳಿಸಿ,

ಅದಕ್ಕೆ ಕಟ್ಟು ಕಟ್ಟಿ, ಹೆಪ್ಪು ಗಟ್ಟಿದ ಮಂಜಿನ ಮೇಲೆ ಗಾಯವಾರಲು ಮಲಗಿಸಿ ಇನ್ನಿತ್ಯಾದಿ ಎಲ್ಲ ಸಹಾಯವನ್ನೂ ಮಾಡಿದ್ದರು. ಪಂಚಿಟೊನ ದೇಹದ ಹಿಂದೆ ಸೂಜಿ ಮಲಗಿದ್ದಳು. ಪ್ರಾಣವಿತ್ತು ಆದರೆ ಅರೆನಿದ್ರೆಯಲ್ಲೇ ಇದ್ದಳು. ರಾಬರ್ಟೊ ಕೊರೆಯುವ ಚಳಿಗೆ ಕಪ್ಪುಗಟ್ಟಿದ ಅವಳ ಕಾಲುಗಳನ್ನು ಉಜ್ಜಿ, ಕಣ್ಣ ಸುತ್ತಿನ ರಕ್ತದ ಕಲೆಗಳನ್ನು ಒರೆಸಿ ಶುಚಿಗೊಳಿಸಿದ್ದ.

ತಂಡದ ವೈದ್ಯರು ತಮ್ಮ ಕೆಲಸದಲ್ಲಿ ಮಗ್ನರಾಗಿದ್ದಾಗ ಮಾರ್ಸೆಲೊ ಮತ್ತು ರಾಯ್ ನಮ್ಮ ಕೃತಕ ಗೋಡೆಯ ಅರ್ಧ ಭಾಗವನ್ನು ಕೆಡವಿ ಆಂಡೀಸ್‌ನಲ್ಲಿ ನಮ್ಮ ಎರಡನೆಯ ದಿನಕ್ಕಾಗಿ ಅಣಿಮಾಡಿದರು. ದಿನವಿಡೀ ಎಲ್ಲರೂ ರಕ್ಷಕದಳಕ್ಕಾಗಿ ಆಕಾಶ ಕಾಯುತ್ತಾ ಇದ್ದರು. ಮಧ್ಯಾಹ್ನದ ನಂತರ ಯಾವುದೋ ಒಂದು ವಿಮಾನದ ಓಡಾಟ ಕೇಳಿಸಿತು. ಆದರೆ ಮೋಡಗಳು ಎಷ್ಟು ದಟ್ಟೈಸಿತ್ತೆಂದರೆ ಏನೂ ಕಾಣಲೇ ಇಲ್ಲ. ಕಾಯುವಿಕೆಯಲ್ಲೇ ಕಳೆದ ದಿನದ ನಂತರ ಎಲ್ಲರೂ ಎರಡನೆಯ ರಾತ್ರಿ ಕಳೆಯಲು ವಿಮಾನದೊಳಸೇರಿದರು. ಎರಡನೆಯ ದಿನ ಎಲ್ಲರೂ ಕೆಲಸ ಮಾಡಿ ವಿಮಾನದ ಇನ್ನಷ್ಟು ಸ್ಥಳ ಶುಭ್ರಗೊಳಿಸಿದ್ದರು. ವಿಮಾನದಲ್ಲಿನ ಉಳಿದ ಹೆಣಗಳನ್ನು ಹೊರಗೆಳೆದು, ಹೆಚ್ಚು ಭದ್ರವಾದ ಕೃತಕ ಬಾಗಿಲನ್ನು ಮಾಡಿ, ಆ ಎರಡನೆಯ ರಾತ್ರಿ ಹಿಂದಿನದಕ್ಕಿಂತ ಉತ್ತಮವಾಗಿತ್ತು. ಆದರೆ ಆ ರಾತ್ರಿಯೂ ಆಕ್ರಂದನ, ನೋವು, ಚಳಿ ಇವುಗಳೊಂದಿಗೆ ಸುದೀರ್ಘವಾಗಿಯೇ ಸಾಗಿತು.

ಕೊನೆಗೂ ಮೂರನೆಯ ದಿನ ಮಧ್ಯಾಹ್ನ ನಾನು ಎಚ್ಚರಗೊಂಡೆ. ನನ್ನ ಸುಪ್ತಾವಸ್ಥೆಯಿಂದ ಮನಸ್ಸು ಜಾಗೃತಗೊಂಡಿತ್ತು. ನನ್ನ ಸ್ನೇಹಿತರ ಎರಡು ದಿನಗಳ ಭೀತಗ್ರಸ್ತ ಮತ್ತು ಪರಿಶ್ರಮದ ಘಳಿಗೆಗಳ ವಿಚಾರ ತಿಳಿದುಬಂತು. ಆ ಎರಡು ದಿನಗಳಲ್ಲಿ ಅವರೆಲ್ಲರೂ ಒಮ್ಮೆಲೆ ವಯಸ್ಕರಂತೆ ಕಾಣತೊಡಗಿದ್ದರು. ಭಯ, ಚಳಿಗಳಿಂದ ನಿದ್ದೆಗೆಟ್ಟು ಅವರ ಮುಖವೆಲ್ಲ ಬಿಳಿಚಿಹೋಗಿತ್ತು. ಕಳೆದ ಮುವ್ವತ್ತಾರು ಘಂಟೆಗಳು ಅವರನ್ನು ಹಿಂಡಿ ಹಿಪ್ಪೆಗೊಳಿಸಿತ್ತು. ನಮ್ಮ ಒಟ್ಟು ಸಂಖ್ಯೆ ಇಪ್ಪತ್ತೊಂಭತ್ತಕ್ಕೆ ಇಳಿದಿತ್ತು. ನಮ್ಮಲ್ಲಿ ಸಾಕಷ್ಟು ಮಂದಿ ಹತ್ತೊಂಭತ್ತರಿಂದ ಇಪ್ಪತ್ತೊಂದರ ಹರೆಯದವರು, ಕೆಲವರು ಹದಿನೇಳರ ಪ್ರಾಯದವರೂ ಇದ್ದರು. ನಮ್ಮ ನಡುವೆ ಇದ್ದ ಪ್ರಯಾಣಿಕರಲ್ಲಿ ಹೆಚ್ಚು ವಯಸ್ಕ ಎಂದರೆ ಮುವ್ವತ್ತೆಂಟರ ಹರೆಯದ ಜೇವಿಯರ್ ಮೆಥೊಲ್. ಅವನು ಎಷ್ಟು ಘಾಸಿಗೊಂಡಿದ್ದ ಎಂದರೆ ಅವನಿಗೆ ಎದ್ದು ನಿಲ್ಲಲೂ ತ್ರಾಣವಿರಲಿಲ್ಲ. ವಿಮಾನದ ಸಿಬ್ಬಂದಿಯಲ್ಲಿ ಒಬ್ಬನಾದ ಮೆಕ್ಯಾನಿಕ್

ಕಾರ್ಲೋಸ್‌ನನ್ನು ಹೊರತುಪಡಿಸಿ ಪೈಲಟ್‌ನೂ ಸೇರಿ ಎಲ್ಲರೂ ಮೃತರಾಗಿದ್ದರು. ಆದರೆ, ವಿಮಾನಾಪಘಾತದ ಆಘಾತ ಅವನನ್ನು ಭೀತಿಗೊಳಿಸಿ ಅವನ ಮನಸ್ಸು ವ್ಯಗ್ರಗೊಂಡಿತ್ತು. ಕೊಂಚ ಮತಿಭ್ರಮಣೆಯೂ ಆದಂತಿತ್ತು. ಆದ್ದರಿಂದ ಅವನಿಗೆ, ತುರ್ತು ಚಿಕಿತ್ಸೆಯ ಪೆಟ್ಟಿಗೆ, ಮೇಲುಹೊದಿಕೆಗಳು ಇತ್ಯಾದಿ ಪೂರೈಕೆಗಳು ವಿಮಾನದ ಯಾವ ಭಾಗದಲ್ಲಿ ಇರುತ್ತವೆ ಎಂದು ಹೇಳಲೂ ಸಾಧ್ಯವಾಗಲಿಲ್ಲ. ಹಿಮ, ಬೆಟ್ಟದ ಸಾಲು, ವಿಮಾನ ಇವ್ಯಾವುದರ ಸುಳಿವೂ ಇಲ್ಲದ ನಮಗೆ ಇವುಗಳ ಕುರಿತಾದ ಸಹಾಯ ಮಾಡುವವರು ಯಾರೂ ಇರಲಿಲ್ಲ. ಬದುಕುಳಿಯುವ ಯಾವ ಜೀವರಕ್ಷಕ ಕಲೆಗಳೂ ನಮಗೆ ಗೊತ್ತಿರಲಿಲ್ಲ. ನಾವು ನಿರಂತರವಾಗಿ ಭಯಗ್ರಸ್ತ ವಾತಾವರಣದಲ್ಲೇ ಇದ್ದೆವು, ಆದರೂ ಧೃತಿಗೆಡಲಿಲ್ಲ. ಕ್ರಿಶ್ಚಿಯನ್ ಸಹೋದರರು ಕಲಿಸಿದ ಪಾಠ, ಆ ಸಮಯದಲ್ಲಿ ನಮಗೆ ಒದಗಿಬಂತು. ನಾವು ಎಲ್ಲರೂ ಕೂಡಿ ಒಂದು ಗುಂಪಿನಂತೆ, ತಂಡದಂತೆ ಒಂದಾಗಿ ಆ ದುರ್ಭರತೆಯನ್ನು ಎದುರಿಸಲು ಮುಂದಾದೆವು.

ಆಂಡೀಸ್‌ನಲ್ಲಿನ ನಮ್ಮ ಆರಂಭದ ದಿನಗಳ ಉಳಿಯುವಿಕೆಗೆ ಮುಖ್ಯ ಕಾರಣ ನಮ್ಮ ತಂಡದ ನಾಯಕ ಮಾರ್ಸೆಲೊ. ಆತನ ಮುಂದಾಳತ್ವ ಕೆಲವರನ್ನು ಜೀವಂತವಾಗುಳಿಯುವಂತೆ ಮಾಡಿತು. ನಾವು ಅನೇಕ ರಗ್ಬೀ ಆಟಗಳ ಗೆಲುವನ್ನು ಕಂಡಾಗ ನಮ್ಮ ಬೆನ್ನೆಲುಬಾಗಿ ಹಂತ ಹಂತದಲ್ಲೂ ನಮ್ಮನ್ನು ನಡೆಸುತ್ತಿದ್ದಂತೆಯೇ ಈ ದುರ್ಘಟನೆಯ ಸಂದರ್ಭದಲ್ಲೂ ಅದೇ ಶಿಸ್ತು, ಸಂಯಮ, ಸಮಯಪ್ರಜ್ಞೆಯಿಂದ ಮಾರ್ಸೆಲೊ ನಡೆದುಕೊಂಡಿದ್ದ. ರಗ್ಬೀ ಆಟದಲ್ಲಿ ಯಾವುದೇ ರೀತಿಯ ಗಡಿಬಿಡಿ, ಹಿಂಜರಿಕೆ, ಅವ್ಯವಸ್ಥೆ ನಮ್ಮನ್ನು ಸೋಲುವಂತೆ ಮಾಡುವ ಹಾಗೆ, ಒಂದು ಸಣ್ಣ ಹಿಂಜರಿಕೆ, ತಪ್ಪುಗಳೂ ಸಹ ಆಂಡೀಸ್‌ನಲ್ಲಿ ಸಹಿಸತಕ್ಕದ್ದಲ್ಲ, ಅವೆಲ್ಲ ನೇರ ಜೀವತೆಗೆಯುವ ಸಮಸ್ಯೆಗಳು ಎಂಬುದನ್ನು ಮಾರ್ಸೆಲೊ ಬಹುಬೇಗ ಅರಿತ. ಘಟನೆಯ ಮೊದಲೆರಡು ಘಂಟೆಗಳ ಅವನ ಕಾರ್ಯತತ್ಪರತೆ ಗುಂಪಿನಲ್ಲಿ ಸಾಕಷ್ಟು ಹೆದರಿಕೆ, ಅಳುಕನ್ನು ದೂರಮಾಡಿತ್ತು. ಅವನ ಸಹಕಾರವಿಲ್ಲದೇ, ಯಾರೂ ಕೆಲಸಮಾಡದೆ, ಘಟನೆ ಜರುಗಿದ ಸಂದರ್ಭದಲ್ಲಿ ಇದ್ದಂತೆಯೇ ಇದ್ದಿದ್ದರೆ, ಮೊದಲ ಮುಂಜಾವಿನಷ್ಟರಲ್ಲೇ ನಾವೆಲ್ಲಾ ಹೆಪ್ಪುಗಟ್ಟಿ ಸತ್ತಿರುತ್ತಿದ್ದೆವು. ಹೇಳಹೆಸರಿಲ್ಲದೇ, ಆಂಡೀಸ್ ತಪ್ಪಲಿನ ನಡುವೆ, ಆ ವಿಮಾನದಂತೆಯೇ ತಣ್ಣಗೆ ನಾವೆಲ್ಲರೂ ಪ್ರಕೃತಿಯಲ್ಲಿ ಲೀನವಾಗಿಬಿಡುತ್ತಿದ್ದೆವು.

ಮಾರ್ಸೆಲೊನ ನಾಯಕತ್ವ ಬಹಳ ಪ್ರಬುದ್ಧವಾಗಿತ್ತು. ರಾತ್ರಿಯ ವೇಳೆ ಅವನು ಅತ್ಯಂತ ಶೀತಲವಾದ ಸ್ಥಳದಲ್ಲಿ ಮಲಗುತ್ತಿದ್ದ ಮತ್ತು ಹೆಚ್ಚು ಗಾಯಗೊಂಡಿರದ ಎಲ್ಲರಿಗೂ ಹಾಗೆಯೇ ಮಾಡಲು ಸೂಚಿಸುತ್ತಿದ್ದ. ನಮ್ಮಲ್ಲಿ ಸಾಕಷ್ಟು ಮಂದಿ

ಸುಮ್ಮನೆ ಕುಳಿತಿದ್ದು, ರಕ್ಷಣಾದಳಕ್ಕಾಗಿ ಕಾಯುತ್ತಿದ್ದರು. ಮಾರ್ಸೆಲೊ ಅವರನ್ನೆಲ್ಲಾ ಒತ್ತಾಯಪೂರ್ವಕವಾಗಿ, ಯಾವುದಾದರೂ ಕೆಲಸಕ್ಕೆ ಹಚ್ಚಿ, ಕೈಕಾಲಾಡುವಂತೆ ಮಾಡಿ ಅವರ ರಕ್ತ ಸಂಚಲನೆ ಸರಿಯಾಗಿ ಕೆಲಸ ಮಾಡುವಂತೆ ಮುನ್ನೆಚ್ಚರಿಕೆ ವಹಿಸುತ್ತಿದ್ದ. ಎಲ್ಲಕ್ಕಿಂತ ಮಿಗಿಲಾಗಿ, "ನಾವು ಬದುಕುಳಿಯುತ್ತೇವೆ, ಶೀಘ್ರದಲ್ಲೇ ರಕ್ಷಣಾಪಡೆ ಬರುತ್ತದೆ" ಎಂದು ನಮ್ಮಲ್ಲಿ ಉತ್ಸಾಹ ತುಂಬಿ ನಾವೆಲ್ಲರೂ ಲವಲವಿಕೆಯಿಂದಿರುವಂತೆ ಮಾಡಿದ್ದ. ಆದರೂ, ಆಂಡೀಸ್‌ನಲ್ಲಿ ರಕ್ಷಣಾಪಡೆ ಬರುವವರೆಗಾದರೂ ನಾವು ಬದುಕುಳಿದಿರುವುದು ಬಹಳವೇ ಕಷ್ಟ ಎಂದು ಗೊತ್ತಿತ್ತು. ಮಾರ್ಸೆಲೊ, ಸಾಧ್ಯವಾದಷ್ಟೂ ನಾವೆಲ್ಲರೂ ಉಳಿಯಬೇಕು ಎಂಬ ಪಣತೊಟ್ಟು ಅದಕ್ಕಾಗಿ ತಾನು ಜವಾಬ್ದಾರಿ ವಹಿಸಿದ. ಅವನು ಮಾಡಿದ ಮೊಟ್ಟಮೊದಲ ಕೆಲಸವೆಂದರೆ, ದೊರೆತ ಪೆಟ್ಟಿಗೆ, ಚೀಲಗಳಿಂದ ತಿನ್ನಬಹುದಾದ ಪದಾರ್ಥಗಳನ್ನು ಹುಡುಕಿ ತೆಗೆದು, ಒತ್ತಟ್ಟಿಗಿಟ್ಟದ್ದು. ಒಂದಷ್ಟು ಚಾಕೊಲೇಟುಗಳು, ಪೆಪ್ಪರಮೆಂಟುಗಳು, ದ್ರಾಕ್ಷಿ, ಗೋಡಂಬಿ ಮುಂತಾದ ಒಣ ತಿನಿಸುಗಳು ಮತ್ತು ಒಂದಷ್ಟು ಬಾಟಲ್ ಮದ್ಯ. ರಕ್ಷಣಾಪಡೆ ಬರಬಹುದು ಎಂಬ ನಂಬಿಕೆ ಗಾಢವಾಗಿದ್ದರೂ ಮಾರ್ಸೆಲೊಗೆ ಯಾವುದೋ ಆಂತರಿಕ ಭೀತಿ ಆವರಿಸಿತ್ತು. ರಕ್ಷಕರು ತಡವಾಗಿ ಬಂದಲ್ಲಿ ಅಲ್ಲಿಯವರೆಗೂ ಎಲ್ಲರೂ ಬದುಕುಳಿದಿರಬೇಕೆಂದು, ಸಂಗ್ರಹಿಸಿದ್ದ ಆಹಾರವನ್ನೆಲ್ಲಾ ಎಲ್ಲರಿಗೂ ಸಮನಾಗಿ ತುಣುಕು ತುಂಡುಗಳಲ್ಲೇ ಹಂಚಿ, ಉಳಿದವನ್ನು ಒಳಗೆ ಶೇಖರಿಸಿಡುತ್ತಿದ್ದ. ಒಬ್ಬನ ಒಂದು ಊಟವೆಂದರೆ, ಒಂದು ತುಂಡು ಚಾಕೊಲೇಟ್, ಒಂದು ಮುಚ್ಚಳದಷ್ಟು ವೈನ್ ಮತ್ತು ಒಂದು ಗೋಡಂಬಿ. ಇಷ್ಟು ಯಾರೊಬ್ಬರ ಹಸಿವನ್ನೂ ತಣಿಸುತ್ತಿರಲಿಲ್ಲ. ಆದರೆ, ನಮಗೆ ಸಾಕಷ್ಟು ಶಕ್ತಿ ಕೊಡುತ್ತಿತ್ತು. ನಮ್ಮ ಪಾಲಿನ ತಿನಿಸು ಕೈ ಸೇರುತ್ತಿದ್ದಂತೆ ಎಲ್ಲರೂ ಪರಸ್ಪರ ಒಂದು ಸಂದೇಶವನ್ನು ರವಾನಿಸಿಕೊಳ್ಳುತ್ತಿದ್ದೆವು. ಅದೇನೆಂದರೆ, "ನಾವೆಲ್ಲರೂ ಬದುಕುಳಿಯಲು ನಮ್ಮ ಕೈಲಾದಷ್ಟು ಪ್ರಯತ್ನಿಸುತ್ತೇವೆ" ಎಂದು.

ಮೊದಲ ಕೆಲದಿನಗಳು ರಕ್ಷಣಾಪಡೆಗಾಗಿ ಕಾಯುವುದೊಂದೇ ಆಂಡೀಸ್‌ನಿಂದ ಪಾರಾಗುವ ದಾರಿ ಎಂದು ನಾವು ನಂಬಿ, ಅದೇ ಆಶೆಯಲ್ಲಿ ದಿನಕಳೆಯುತ್ತಿದ್ದೆವು. ಅದನ್ನೇ ನಾವು ಬಲವಾಗಿ ನಂಬಿದ್ದೆವು, ಏಕೆಂದರೆ ಮತ್ಯಾವ ಇತರ ದಾರಿಗಳನ್ನು ಊಹಿಸಿಕೊಳ್ಳಲೂ ಸಾಧ್ಯವಾಗುತ್ತಿರಲಿಲ್ಲ. ನಾವು ರಕ್ಷಣೆ ದೊರೆಯುವುದೆಂದು ನಂಬುವಂತೆ ಮಾರ್ಸೆಲೊ ನಮ್ಮನ್ನು ಹುರಿದುಂಬಿಸಿದ್ದ. ದಿನಗಳು ಉರುಳಿದವು, ಯಾವ ರಕ್ಷಣೆಯ ಸೂಚನೆಯೂ ಕಂಡುಬರಲಿಲ್ಲ. ಆದರೂ, ಮಾರ್ಸೆಲೊ ನಮ್ಮಲ್ಲಿ ಯಾವ ಅನುಮಾನಕ್ಕೂ ಎಡೆಮಾಡಿಕೊಡುತ್ತಿರಲಿಲ್ಲ. ಅವನೇ ಅದನ್ನು ನಿಜಕ್ಕೂ ನಂಬಿದ್ದನೋ ಅಥವಾ ನಮ್ಮ ಆತ್ಮವಿಶ್ವಾಸಕ್ಕಾಗಿ, ಧೈರ್ಯಕ್ಕಾಗಿ ಹಾಗೆ

ನಂಬಿಸುತ್ತಿದ್ದನೋ ಹೇಳಲಾರೆ. ಅವನ ಮಾತುಗಳನ್ನು ನಾನು ನಂಬಿದ್ದೆ. ಆದರೆ ಎಂದಿಗೂ ಆ ಮಾತುಗಳಿಂದ ಅವನು ಅನುಭವಿಸಬೇಕಾಗಿದ್ದ ಭಾರ, ನಮ್ಮನ್ನು ಚಿಲಿಯ ಪಂದ್ಯಕ್ಕಾಗಿ ಕರೆದೊಯ್ಯಲು ಪ್ರೇರೇಪಿಸಿದ ಅವನ ಪಾಪಪ್ರಜ್ಞೆ ಅರ್ಥವಾಗಲೇ ಇಲ್ಲ.

ನಾಲ್ಕನೆಯ ದಿನದ ಮಧ್ಯಾಹ್ನ ಒಂದು ಸಣ್ಣ ವಿಮಾನ ಹತ್ತಿರದಲ್ಲೇ ಹಾದುಹೋದಂತೆ ಶಬ್ದ ಮಿಂಚಿ ಮಾಯವಾಯಿತು. ನಾವೆಲ್ಲ, ರಕ್ಷಣಾಪಡೆಯವರು ನಮ್ಮನ್ನೇ ಹುಡುಕುತ್ತಿದ್ದಾರೆ, ಇನ್ನೇನು ದೊರಕಿಬಿಡುತ್ತೇವೆ ಎಂಬ ಭರವಸೆಯಲ್ಲಿ ಸಂಭ್ರಮಿಸಿದೆವು. ಕತ್ತಲಾದರೂ ಯಾವ ಸುಳಿವೂ ಇಲ್ಲ. ಮಾರ್ಸೆಲೊಗೆ ಇನ್ನೂ ಅಚಲ ನಂಬಿಕೆಯಿತ್ತು. ಆದರೆ ಉಳಿದವರು ರಕ್ಷಣಾಪಡೆಯ ಬಗೆಗಿನ ಭರವಸೆ ಕಳೆದುಕೊಳ್ಳುತ್ತಿದ್ದರು. ಎಲ್ಲರಿಗೂ ಅವರು ನಿಜಕ್ಕೂ ಬರುತ್ತಾರೆಯೆ ಎಂಬ ಅನುಮಾನ ಹುಟ್ಟಿತು.

ಗುಂಪಿನಲ್ಲೊಬ್ಬ, "ನಮ್ಮನ್ನು ಹುಡುಕಲು ಅವರಿಗೆ ಇಷ್ಟು ಸಮಯ ಬೇಕೆ?" ಎಂದು ತನ್ನ ಅನುಮಾನ ವ್ಯಕ್ತಪಡಿಸಿದ.

ಮಾರ್ಸೆಲೊ, ತಾನು ಸದಾ ಹೇಳುವಂತೆಯೇ, ಬಹುಶಃ ಹೆಲಿಕಾಪ್ಟರ್‌ಗಳು ಈ ಚಳಿಗಾಳಿಯಲ್ಲಿ ಹಾರಾಡಲು ಸಾಧ್ಯವಾಗದಿರಬಹುದು, ಆದ್ದರಿಂದ ರಕ್ಷಣಾಪಡೆ ನಡೆದುಕೊಂಡೇ ಬರುತ್ತಿರಬಹುದು, ಆದ್ದರಿಂದ ನಿಧಾನವಾಗುತ್ತಿರಬಹುದು ಎಂದು ಸಂತೈಸುತ್ತಿದ್ದ. ಆದರೂ ಅನುಮಾನವಿದ್ದ ಮಂದಿ, "ನಾವು ಇಲ್ಲಿದ್ದೇವೆ ಎಂದು ತಿಳಿದ ಮೇಲೆ, ಯಾಕೆ ನಮಗಾಗಿ ಆಹಾರವನ್ನಾದರೂ ವಿಮಾನಗಳಿಂದ ಎಸೆಯಲಿಲ್ಲ?" ಎಂದು ಮರುಪ್ರಶ್ನೆ ಮಾಡಿದರು.

ಅದಕ್ಕೂ ಮಾರ್ಸೆಲೊನ ಬಳಿ ಉತ್ತರವಿತ್ತು. "ಈ ಹಿಮದಲ್ಲಿ ಆಹಾರವನ್ನು ಎಸೆದರೆ ಅದು ನೇರ ಹಿಮದನೀರಿನೊಳಗೆ ಮುಳುಗಿಹೋಗುತ್ತದೆ. ಅದು ಸಾಧ್ಯವಿಲ್ಲ." ಎನ್ನುತ್ತಿದ್ದ. ಈ ಉತ್ತರ ತಂಡದ ಸಾಕಷ್ಟು ಮಂದಿಗೆ ನಂಬಿಕೆಯುಂಟುಮಾಡಿ ನೆಮ್ಮದಿ ತಂದಿತ್ತು. ಅವರೆಲ್ಲ ದೇವರಿಗೆ ಧನ್ಯತೆ ಅರ್ಪಿಸುತ್ತಿದ್ದರು. "ದೇವರು ನಮ್ಮನ್ನು ಈ ಕೂಪದಲ್ಲಿನ ಸಾವಿನಿಂದ ಕಾಪಾಡಿದ. ಅವನು ನಮ್ಮನ್ನು ಇಲ್ಲಿ ಕೊಳೆತು ಸಾಯುವಂತೆ ಏಕೆ ಮಾಡುತ್ತಾನೆ?" ಎಂಬ ಆಶಾಭಾವನೆ.

ನಾನು ಸೂಜಿಯ ಪಕ್ಕದಲ್ಲಿ ಮಲಗಿ, ಅವಳನ್ನು ಸಂತೈಸುತ್ತಾ ಈ ಎಲ್ಲಾ ಮಾತು, ಚರ್ಚೆಗಳನ್ನು ಕೇಳುತ್ತಿದ್ದೆ. ಅವರಂತೆ ನಾನೂ ದೇವರು ಕಾಪಾಡುತ್ತಾನೆ ಎಂದು ನಂಬಲು ಪ್ರಯತ್ನಿಸಿದೆ. ಆದರೆ, ಆ ದೇವರು ನನ್ನ ತಾಯಿ, ನನ್ನ ಜೀವದ ಗೆಳೆಯ ಪಂಚಿಟೊ ಮತ್ತು ಇನ್ನೂ ಅನೇಕ ಮುಗ್ಧರನ್ನು ಬಲಿ ತೆಗೆದುಕೊಂಡದ್ದು ಏಕೆ? ಅವನು ನಮ್ಮಲ್ಲಿ ಕೆಲವರನ್ನು ಕಾಪಾಡಿ ಮತ್ತೆ ಕೆಲವರನ್ನು ಏಕೆ ಕರೆದುಕೊಳ್ಳುತ್ತಾನೆ?

ಎಂಬೆಲ್ಲ ಪ್ರಶ್ನೆಗಳು ಮನದಲ್ಲಿ ಮೂಡಿದವು. ರಕ್ಷಣಾದಳದವರು ಬರುತ್ತಾರೆ ಎಂದೂ ನಂಬಲೇಬೇಕೆಂದಿದ್ದೆ. ಆದರೆ, ನನ್ನೊಳಗಿನ ಅದ್ಯಾವುದೋ ಧ್ವನಿ "ನಾವು ಒಂಟಿ, ನಮ್ಮನ್ನು ಕಾಪಾಡಲು ಯಾರೂ ಇಲ್ಲ, ನಮ್ಮ ರಕ್ಷಣೆ ನಮ್ಮ ಕೈಲಿದೆ" ಎಂದು ಎಚ್ಚರಿಸುತ್ತಿತ್ತು. ನನ್ನ ಅಸಹಾಯಕತೆ ಮತ್ತು ಸಹಾಯದ ತುರ್ತು, ಸೂಜಿಯ ಪಕ್ಕ ಮಲಗಿದ್ದಾಗ ತೀವ್ರವಾಗಿ ಕಾಡುತ್ತಿತ್ತು. ಅವಳು ಸಾಯುತ್ತಿದ್ದಾಳೆ ಎಂದು ಗೊತ್ತು. ಅವಳನ್ನು ಕಾಪಾಡಲು ತಕ್ಷಣ ಆಸ್ಪತ್ರೆಯ ಚಿಕಿತ್ಸೆ ಅವಶ್ಯಕವಾಗಿತ್ತು. ನಾವು ಕಳೆಯುತ್ತಿದ್ದ ಪ್ರತಿ ಕ್ಷಣವೂ ಇದೇ ಚಿಂತೆ ಮತ್ತು ನೋವು ಕಾಡುತ್ತಿದ್ದವು. ಯಾವ ಸಣ್ಣ ಸದ್ದನ್ನೂ ಗಂಭೀರವಾಗಿ ಆಲಿಸುತ್ತಾ, ಯಾವುದಾದರೂ ರಕ್ಷಣೆಗಾಗಿ, ನೆರವಿಗಾಗಿ ಹಾತೊರೆಯುತ್ತಿದ್ದೆ. ರಕ್ಷಣಾಪಡೆಯ ಬರುವಿಕೆಗಾಗಿ ಕ್ಷಣಕ್ಷಣವೂ ಮನದಲ್ಲೇ ಪ್ರಾರ್ಥಿಸುತ್ತಿದ್ದೆ. ಆದರೆ, ಹಿಂದೆ ನನ್ನನ್ನು ಅಳಬೇಡ ಎಂದು ಎಚ್ಚರಿಸಿದ ಅದೇ ನಿರ್ದಾಕ್ಷಿಣ್ಯ ಧ್ವನಿ, "ನಮ್ಮನ್ನು ಯಾರೂ ಕಾಪಾಡುವುದಿಲ್ಲ. ನಾವಿಲ್ಲೇ ಸಾಯುತ್ತೇವೆ. ನಾವು ಪಾರಾಗುವ ಯಾವುದಾದರೂ ಯೋಜನೆಯನ್ನು ಹುಡುಕಬೇಕು. ನಮ್ಮನ್ನು ನಾವೇ ರಕ್ಷಿಸಿಕೊಳ್ಳಬೇಕು." ಎಂದು ಹೇಳುತ್ತಿತ್ತು. ಪ್ರಜ್ಞೆ ಬಂದ ಮೊದಲ ನಿಮಿಷದಿಂದ ನನಗೆ ನಮ್ಮನ್ನು ನಾವೇ ಕಾಪಾಡಿಕೊಳ್ಳಬೇಕು ಎಂಬ ಈ ಭಯ ಆವರಿಸಿತ್ತು. ಇತರರೆಲ್ಲ ಬೇರೊಬ್ಬರ ಮೇಲೆ ಭಾರ ಹಾಕಿ ಕೂತಿರುವುದು ನನಗೆ ಕಸಿವಿಸಿ ಉಂಟುಮಾಡುತ್ತಿತ್ತು. ಆದರೆ ಕೆಲವೇ ದಿನಗಳಲ್ಲಿ ಎಲ್ಲರಿಗೂ ನನ್ನಂತೆ ಅನುಮಾನಗಳು ಕಾಡಲು ಪ್ರಾರಂಭವಾದ್ದರಿಂದ ನನಗೆ ಕೊಂಚ ಧೈರ್ಯ ಬಂದಿತ್ತು.

ನಮ್ಮಲ್ಲಿ "ವಾಸ್ತವವಾದಿ"ಗಳಾಗಿ ನನ್ನೊಟ್ಟಿಗೆ ರಾಬರ್ಟೊ, ಜರ್ಬಿನೊ, ಫ್ಲಿಟೊ, ಕಾರ್ಲಿಟೊಸ್ ಇದ್ದರು. ಫ್ಲಿಟೊ ನಮ್ಮ ಓಲ್ಡ್ ಕ್ರಿಶ್ಚಿಯನ್ ತಂಡದ ಹಳೆಯ ಸದಸ್ಯನಾಗಿದ್ದ. ಅವನ ತಮ್ಮ ಎಡುರಾಡೊನ ಆಮಂತ್ರಣದಿಂದ ನಮ್ಮ ಜೊತೆಗಾರನಾಗಿ ಪ್ರಯಾಣಿಸುತ್ತಿದ್ದ. ಕಾರ್ಲಿಟೊನ ತಂದೆ ಕಾರ್ಲೊಸ್ ಉರಗ್ವೇಯ ಪ್ರಸಿದ್ಧ ವರ್ಣಚಿತ್ರಗಾರ ಜೊತೆಗೆ ಪಿಕಾಸೊನ ಸ್ನೇಹಿತನಾಗಿದ್ದ. ದಿನಗಟ್ಟಲೆ ಕೂತು ಎಲ್ಲರೂ, ಆಂಡೀಸ್ ಹಿಮಪರ್ವತವನ್ನು ಏರಿ ಪರ್ವತದ ಆಚೆ ನೋಡಬೇಕೆಂದು ಯೋಜನೆ ರೂಪಿಸುತ್ತಿದ್ದರು. ಎಲ್ಲರಿಗೂ ನಾವು ಅಲ್ಲಿಂದ ತಪ್ಪಿಸಿಕೊಳ್ಳಬೇಕಾದ ಅವಶ್ಯಕತೆಯು ತಪ್ಪಿಸಿಕೊಳ್ಳಬಲ್ಲೆವು ಎಂಬ ನಂಬಿಕೆಯಾಗಿ ಮಾರ್ಪಟ್ಟಿತ್ತು. ಯಾರೋ ವಿಮಾನ ಶುಚಿಗೊಳಿಸುವ ಸಮಯದಲ್ಲಿ ಭೂಪಟವನ್ನು ಹುಡುಕಿದರು. ಕೆಲವರು ಅದರ ಮುಂದೆ ಗಂಟೆಗಟ್ಟಲೆ ಕೂತು, ನಾವಿರುವ ಸ್ಥಳವನ್ನೂ, ತಪ್ಪಿಸಿಕೊಳ್ಳಬಲ್ಲ ದಾರಿಯನ್ನೂ ಹುಡುಕುತ್ತಿದ್ದರು. ಪೈಲಟ್ ಲಗುರಾರ ತಾನು ಸಾಯುವ ಮೊದಲು, "ನಾವು ಕುರಿಕೊವನ್ನು ದಾಟಿದ್ದೇವೆ" ಎಂದು ಅರಚುತ್ತಿದ್ದ. ಅದರ ಸುಳಿವಿನಿಂದ

ಭೂಪಟದಲ್ಲಿ ಕುರಿಕೊವನ್ನು ಕಂಡು ಹಿಡಿಯಲು ಪ್ರಯತ್ನಿಸಿದೆವು. ಕೊನೆಗೂ ಕುರಿಕೊ ಸಿಕ್ಕಿತು. ನಾವ್ಯಾರೂ ಭೂಪಟತಜ್ಞರಾಗಿರಲಿಲ್ಲ, ಆದರೂ ನಮಗೆ ತಿಳಿದದ್ದು, ಕುರಿಕೊ ಚಿಲಿಯ ಹೊರವಲಯದಲ್ಲಿದೆ ಮತ್ತು ನಾವು ಈಗಾಗಲೇ ಆಂಡೀಸ್ ಪರ್ವತಶ್ರೇಣಿಯನ್ನು ದಾಟಿ ಸಾಕಷ್ಟು ದೂರ ಬಂದಿದ್ದೇವೆ ಎಂದು.

ಅಲ್ಲಿಗೆ ಆಂಡೀಸ್ ಪರ್ವತದ ಪಶ್ಚಿಮ ಭಾಗದಲ್ಲೇ ನಾವು ಅಪಘಾತಕ್ಕೀಡಾಗಿದ್ದೇವೆ ಎಂಬುದು ಖಚಿತವಾಯಿತು. ಆದರೆ ನಾವು ಪರ್ವತದ ಅಡಿಯಾಳದಲ್ಲಿ ಸಿಲುಕಿ, ಅದರಾಚೆಬದಿಗೆ ಹೋಗಲು ಎತ್ತರದ ಪರ್ವತಾರೋಹಣ ಮಾಡಬೇಕಾಗಿತ್ತು. ನಮ್ಮ ಭೂಪಟದ ಅಧ್ಯಯನದ ಪ್ರಕಾರ, ನಾವು ಪಶ್ಚಿಮದ ಎತ್ತರೆತ್ತರದ ಮೇರು ಪರ್ವತವನ್ನು ಹೇಗಾದರೂ ಮಾಡಿ ಆರೋಹಿಸಿದರೆ ಪರ್ವತದ ಆಚೆ ಮಗ್ಗಲಿನಲ್ಲಿ ಹಸಿರು ತುಂಬಿರುತ್ತದೆ. ಯಾವುದಾದರೂ ಹಳ್ಳಿಗಾಡು ಅಥವಾ ಹೊಲಗದ್ದೆಗಳು ಇರಬಹುದು. ಅಲ್ಲಿ ಯಾರಾದರೂ ನಮ್ಮನ್ನು ಕಾಪಾಡಬಹುದು. ಎಂಬೆಲ್ಲ ಆಶಯಗಳು ನಮ್ಮಲ್ಲಿ ಮೊಳಕೆಯೊಡೆದವು. ಆ ಭೂಪಟ ಸಿಗುವವರೆಗೂ ನಾವು ಸಮುದ್ರದ ನಡುವೆ ಸಿಲುಕಿದ ದೋಣಿಯಲ್ಲಿ ದಡವರಿಯದೆ ದಿಕ್ಕುಪಾಲಾಗಿ ನಿಂತ ಸ್ಥಿತಿಯಲ್ಲಿದ್ದೆವು. ಆದರೆ ಈಗ ನಮ್ಮ ಆಸೆಗಳಿಗೆ ರೆಕ್ಕೆ ಬಲಿಯತೊಡಗಿತು. ನಮ್ಮ ಪಶ್ಚಿಮದ ಕಡೆಗೆ ಚಿಲಿಯಿದೆ ಎಂಬ ಒಂದು ಸತ್ಯ ನಮಗೆ ಮನವರಿಕೆಯಾಯಿತು. ಈ ಗ್ರಹಿಕೆ ನಮ್ಮಲ್ಲಿ ಆತ್ಮವಿಶ್ವಾಸ ಮತ್ತು ಬದುಕುಳಿಯುವ ಆಸೆ ಎರಡನ್ನೂ ಹೆಚ್ಚಿಸಿತು.

ಅಕ್ಟೋಬರ್ 17, ಆಂಡೀಸ್‌ನಲ್ಲಿ ನಮ್ಮ ಐದನೆಯ ದಿನ. ಅಂದು ರಾಬರ್ಟೊ, ಫ್ಲಿಟೊ, ಕಾರ್ಲಿಟೊ ಮತ್ತು ನುಮಾ ಎಂಬ ಇಪ್ಪತ್ನಾಲ್ಕು ವರ್ಷದ ಪ್ರಯಾಣಿಕ, ಎಲ್ಲರೂ ಕೂಡಿ ಪರ್ವತಾರೋಹಣದ ಯೋಜನೆ ಹೂಡಿದರು. ನುಮಾ ನಮ್ಮ ತಂಡದವನಲ್ಲ. ಅವನು ಆತನ ಸ್ನೇಹಿತರೊಟ್ಟಿಗೆ ಪಂದ್ಯ ನೋಡಲು ಬಂದವನು. ಆದರೂ ಕ್ರೀಡಾಪಟುವಿನ ದೇಹ ದಾರ್ಢ್ಯವನ್ನು ಹೊಂದಿದ್ದವನು. ಅವನು ನಮಗೆ ಪರಿಚಯವಿರದಿದ್ದರೂ, ಕಳೆದ ನಾಲ್ಕು ದಿನಗಳಲ್ಲಿ ನಮ್ಮೊಟ್ಟಿಗಿದ್ದು, ಶಾಂತವಾಗಿ ಸಂದರ್ಭವನ್ನು ನಿಭಾಯಿಸುತ್ತಿದ್ದ ರೀತಿ ನಮ್ಮೆಲ್ಲರಿಗೂ ಮೆಚ್ಚುಗೆಯಾಗಿತ್ತು. ನುಮಾ ಎಂದಿಗೂ ಆತನ ಮನೋಸ್ಥೈರ್ಯ ಕಳೆದುಕೊಂಡಿರಲಿಲ್ಲ, ಸ್ವಾನುಕಂಪಕ್ಕೂ ಒಳಗಾಗಿರಲಿಲ್ಲ. ಅವನ ಕೈಲಾದ ಕೆಲಸಗಳನ್ನು ಮಾಡುತ್ತಾ ಇತರರಿಗೂ ಸಹಕರಿಸುತ್ತಿದ್ದ. ನನ್ನ ಮನಸ್ಸಿನಲ್ಲಿ, ನಾವೆಂದಾದರೂ ದಾರಿ ಹುಡುಕಿಕೊಂಡು ಹೊರಟಲ್ಲಿ ನುಮಾ ಸಹಾಯಕ್ಕೆ ಬರುವ ವ್ಯಕ್ತಿ ಎಂದು ಅರಿತಿದ್ದೆ. ಆತ ರಾಬರ್ಟೊ ಮತ್ತು ಇತರರೊಡನೆ ಪರ್ವತಾರೋಹಣ ಮಾಡಲು ಸಿದ್ಧನಾದದ್ದು ನನಗೇನೂ ಆಶ್ಚರ್ಯವನ್ನುಂಟು ಮಾಡಲಿಲ್ಲ.

ರಾಬರ್ಟೊ ಮತ್ತು ಕಾರ್ಲಿಟೊ ದಾರಿ ಹುಡುಕಾಟಕ್ಕೆ ಸಿದ್ಧರಿದ್ದೇ ಇರುತ್ತಾರೆ ಎಂದು ನನಗೆ ಮೊದಲೇ ತಿಳಿದಿತ್ತು. ಅವರಿಬ್ಬರೂ ತಮ್ಮ ಕೆಲಸ, ಸಹಾಯಗಳಿಂದ ನಮ್ಮ ಗುಂಪಿನವರಲ್ಲಿ ಪ್ರಮುಖರಾಗಿ ಹೋಗಿದ್ದರು. ರಾಬರ್ಟೊ ತನ್ನ ಬುದ್ಧಿಶಕ್ತಿ, ವೈದ್ಯಕೀಯ ಅಗತ್ಯ ಪೂರೈಕೆಗಳು ಮತ್ತು ಕೆಲವೊಮ್ಮೆ ಜಗಳಗಂಟನ ವರ್ತನೆಯಿಂದ ನಮ್ಮೆಲ್ಲರ ಮುಂದಾಳತ್ವ ವಹಿಸಿದ್ದ. ಅವನಲ್ಲಿ ಒರಟುತನವಿದ್ದರೂ ಆಂತರಿಕವಾಗಿ ಒಳ್ಳೆಯವನಾಗಿದ್ದ. ಕಾರ್ಲಿಟೊ ಆತನ ಸಕಾರಾತ್ಮಕ ಭಾವನೆ, ಧೈರ್ಯ ಮತ್ತು ಹಾಸ್ಯ ಪ್ರವೃತ್ತಿಯಿಂದ ನಮಗೆ ಮೆಚ್ಚುಗೆಯಾಗಿದ್ದ. ಫ್ಲಿಟೊ ಒಬ್ಬ ಗಂಭೀರ ವ್ಯಕ್ತಿಯಾಗಿದ್ದ. ಈತ ತುಂಬ ಬುದ್ಧಿವಂತ ಮತ್ತು ನಮ್ಮ ಯೋಜನೆಗೆ ಒಳ್ಳೆಯ ಸಂಪನ್ಮೂಲ ವ್ಯಕ್ತಿಯಾಗಿದ್ದ. ನಾವು ಹಿಮದಲ್ಲಿ ನಡೆಯಲಾಗದೆ ಕಾಲು ಪೂರ ಮುಳುಗಿಹೋಗುತ್ತಿರುವಾಗ, ಫ್ಲಿಟೊ ಒಂದು ಒಳ್ಳೆಯ ಉಪಾಯ ಮಾಡಿದ್ದ. ಕುರ್ಚಿಗಳ ದಿಂಬುಗಳನ್ನು ತೆಗೆದು, ದಾರಗಳಿಂದ ಕಾಲಿಗೆ ಕಟ್ಟಿ ನಡೆದಾಡಿದರೆ, ನಾವು ಸುಲಭವಾಗಿ ಹಿಮದಲ್ಲಿ ನಡೆಯಬಲ್ಲವರಾಗಿದ್ದೆವು. ಫ್ಲಿಟೊ ತಯಾರಿಸಿದ ಬೂಟುಗಳನ್ನು ಧರಿಸಿ ಹೊರಡಲು ಸಿದ್ಧರಾದರು. ಅವರ ಯೋಜನೆಯ ಪ್ರಕಾರ ಬೆಟ್ಟದ ತುದಿಯನ್ನು ತಲುಪಿ ಆಚೆ ಏನಿದೆ ಎಂದು ನೋಡುವುದು ಜೊತೆಗೆ ವಿಮಾನದ ಮುರಿದು ಬಿದ್ದ ಹಿಂಭಾಗ ಎಲ್ಲಾದರೂ ಕಾಣುವುದೇ ಎಂದು ಹುಡುಕುವುದು ಎಂದಾಗಿತ್ತು. ಆ ಹಿಂಭಾಗದಲ್ಲಿ ಬಹುಶಃ ಇನ್ನಷ್ಟು ಆಹಾರ ಮತ್ತು ಬೆಚ್ಚಗಿನ ಬಟ್ಟೆಗಳು ಇದ್ದಿರಬಹುದು ಎಂಬುದು ನಮ್ಮ ಊಹೆಯಾಗಿತ್ತು. ಅಕಸ್ಮಾತ್ ಇನ್ನೂ ಇತರರು ಆ ವಿಮಾನದ ಹಿಂಭಾಗದಲ್ಲಿ ಉಳಿದುಕೊಂಡು ನಮ್ಮಂತೆಯೇ ಕಾಯುತ್ತಿರಬಹುದೇ ಎಂಬ ಅನುಮಾನವೂ ಇತ್ತು. ಇವೆಲ್ಲದರ ಜೊತೆಗೆ, ವಿಮಾನದ ಮೆಕ್ಯಾನಿಕ್ ಕಾರ್ಲೊಸ್ ತನ್ನ ಬುದ್ಧಿಯನ್ನು ನಿಧಾನವಾಗಿ ಸ್ಥಿಮಿತಕ್ಕೆ ತಂದುಕೊಂಡು, ರೇಡಿಯೋ ಬ್ಯಾಟರಿಗಳು ವಿಮಾನದ ಹಿಂಭಾಗದಲ್ಲಿವೆ ಎಂದು ತಿಳಿಸಿದ್ದ. ಅದನ್ನು ನಾವು ಹುಡುಕಿದರೆ, ರೇಡಿಯೊ ಸಿದ್ಧಗೊಳಿಸಿ ಅದರಿಂದ ಸಹಾಯಕ್ಕಾಗಿ ಸಂದೇಶವನ್ನು ರವಾನಿಸಬಹುದಿತ್ತು.

ಅವರು ಹೊರಟಾಗ ವಾತಾವರಣ ಶುಭ್ರವಾಗಿತ್ತು. ನಾನು ಅವರಿಗೆ ಶುಭಕೋರಿ ನನ್ನ ತಂಗಿಯತ್ತ ಗಮನ ಹರಿಸಿದೆ. ಅವರು ಮರಳುವ ಹೊತ್ತಿಗೆ ಮಧ್ಯಾಹ್ನ ಕಳೆದಿತ್ತು. ಅವರು ವಿಮಾನ ತಲುಪಿದ ಕೂಡಲೇ ಕುಸಿದು ಬಿದ್ದರು. ಗಾಳಿಗಾಗಿ, ನೀರಿಗಾಗಿ ಹಾತೊರೆದು ಏದುಸಿರುಬಿಡುತ್ತಿದ್ದರು. ಉಳಿದವರು ಅವರನ್ನು ಸುತ್ತುವರೆದು ಪ್ರಶ್ನೆಗಳ ಸುರಿಮಳೆಗರೆದರು. ಯಾವುದಾದರೂ ಶುಭಸುದ್ದಿಯಿದೆಯೇ ಎಂದು ಎಲ್ಲರ ಕಣ್ಣೂ ಪ್ರಶ್ನೆ ಬೀರುತ್ತಿತ್ತು. ನಾನು ನುಮಾ ಬಳಿಗೆ ಹೋಗಿ ಪಯಣ ಹೇಗಿತ್ತು ಎಂದು ಕೇಳಿದೆ.

ಅವನು ನಿರಾಶೆಯಲ್ಲಿ ತಲೆಯಾಡಿಸಿ, “ಅದು ಬಹಳ ಕಷ್ಟವಾಗಿತ್ತು ನ್ಯಾಂಡೊ. ತುಂಬ ಕಡಿದಾದ ದಾರಿ. ಇಲ್ಲಿಂದ ಕಾಣುವುದಕ್ಕಿಂತಲೂ ಹೆಚ್ಚು ಕಡಿದಾಗಿ, ಮೋನಚಾಗಿದೆ” ಎಂದ. ಅಷ್ಟರಲ್ಲಿ ರಾಬರ್ಟೊ, “ಅಲ್ಲಿ ನಾವು ಉಸಿರಾಡುವಷ್ಟು ಗಾಳಿಯೂ ಇಲ್ಲ. ಆದ್ದರಿಂದ ಬಹಳ ನಿಧಾನವಾಗಿ ಚಲಿಸಬಹುದಷ್ಟೆ” ಎಂದ. ನುಮಾ, “ಹಿಮ ತುಂಬ ಆಳವಾಗಿದೆ. ಪ್ರತಿ ಹೆಜ್ಜೆಯೂ ಒಂದು ಯಾತನೆ. ಕೆಲವು ಕಡೆ ಆಳದ ಹಳ್ಳಗಳಿವೆ. ಒಂದು ಕಡೆ ಫ್ಲಿಟೊ ಜಾರಿ ಬೀಳುತ್ತಿದ್ದ” ಎಂದು ಹೇಳಿದ.

“ಪಶ್ಚಿಮದತ್ತ ಏನಾದರೂ ಕಾಣಿಸಿತೇ?” ಎಂದು ಕೇಳಿದೆ.

“ನಾವು ಅರ್ಧ ದಾರಿಯೂ ಕ್ರಮಿಸಲಾಗಲಿಲ್ಲ. ಏನೂ ನೋಡಲಾಗಲಿಲ್ಲ. ಸುತ್ತಲೂ ಪರ್ವತಗಳೇ ಇವೆ. ಅವು ನಮಗೆ ಕಾಣುವುದಕ್ಕಿಂತಲೂ ಸಾಕಷ್ಟು ಎತ್ತರವಾಗಿವೆ.” ಎಂದು ನುಮಾ ಹೇಳಿದ.

ರಾಬರ್ಟೊನತ್ತ ತಿರುಗಿ, “ನಿನಗೇನನ್ನಿಸುತ್ತದೆ? ನಾವು ಮತ್ತೆ ಪ್ರಯತ್ನಿಸಿದರೆ ಇದು ನಮ್ಮಿಂದ ಸಾಧ್ಯವಾಗಬಹುದೇ?” ಎಂದು ಕೇಳಿದೆ. “ನನಗೆ ಗೊತ್ತಿಲ್ಲ ಕಣೋ, ನನಗೆ ಗೊತ್ತಿಲ್ಲ...” ಎಂದು ಸಿಡುಕುತ್ತಾ ನಿಟ್ಟುಸಿರು ಬಿಟ್ಟ.

“ನಾವು ಆ ಪರ್ವತವನ್ನು ಏರುವುದು ಅಸಾಧ್ಯ. ಮತ್ತೊಂದು ದಾರಿಯನ್ನು ಹುಡುಕಬೇಕು, ಅದು ನಿಜಕ್ಕೂ ಇದ್ದರೆ!” ಎಂದ ನುಮಾ.

ಆ ರಾತ್ರಿ ಕತ್ತಲಿನೊಂದಿಗೆ ದುಃಖದ ಮೌನ ಆವರಿಸಿತ್ತು. ಪರ್ವತಾರೋಹಣ ಮಾಡಹೊರಟ ನಾಲ್ಕು ಮಂದಿ ನಮ್ಮಲ್ಲಿ ಎಲ್ಲರಿಗಿಂತ ಬಲಾಢ್ಯರೂ, ಆರೋಗ್ಯವಂತರೂ ಆಗಿದ್ದರು. ಅವರನ್ನೇ ಆ ಶಿಖರಗಳು ಸುಲಭವಾಗಿ ಸೋಲಿಸಿದ್ದವು. ಆದರೆ ನನಗೆ ಆ ಸೋಲನ್ನು ಸ್ವೀಕರಿಸಲಾಗಲಿಲ್ಲ. ನಾನೂ ಎಲ್ಲರ ಮನಸ್ಥಿತಿಯನ್ನೇ ಹೊಂದಿದ್ದರೆ, ನಮ್ಮ ಕೈಲಾಗದು, ಇನ್ನು ನಮ್ಮ ಅಂತ್ಯ ಇಲ್ಲೇ ಎಂದು ಕೈಕಟ್ಟುತ್ತಿದ್ದೆ. ಆದರೆ ಆ ಹೊತ್ತಿನ ನನ್ನ ಮನಸ್ಥಿತಿ ಬೇರೆಯದೇ ಆಗಿತ್ತು. ನಾನು, ಅವರೆಲ್ಲರೂ ಅಧೀರರು, ಸುಲಭವಾಗಿ ಸೋಲೊಪ್ಪಿಕೊಂಡಿದ್ದಾರೆ ಎಂದು ಹೇಳಿ ಧೈರ್ಯ ತಂದುಕೊಂಡೆ. ನಾವು ಸರಿಯಾದ ಸಮಯದಲ್ಲಿ, ಸರಿಯಾದ ದಾರಿಯ ಮೂಲಕ, ಚಳಿ–ಗಾಳಿಗೆ ಸಿದ್ಧತೆ ಮಾಡಿಕೊಂಡು ಮುನ್ನುಗ್ಗಿದರೆ ನಾವು ಖಂಡಿತ ಪರ್ವತಾರೋಹಣ ಮಾಡಬಹುದು ಎಂದು ನನ್ನ ಮನಸ್ಸು ಹೇಳುತ್ತಿತ್ತು. ಈ ನಂಬಿಕೆಯನ್ನು ಇತರರು ರಕ್ಷಣೆಗೆ ಪ್ರಾರ್ಥಿಸುವಷ್ಟೇ ಉತ್ಕಟವಾಗಿ ನನಗೆ ನಾನೇ ಹೇಳಿಕೊಂಡೆ. ನನಗೆ ಬೇರೆ ದಾರಿ ಏನಿತ್ತು? ನನಗೆ ಅದೊಂದು ಅತ್ಯಂತ ಸುಲಭ ಸೂತ್ರವಾಗಿ ಕಂಡಿತ್ತು. ಏನೆಂದರೆ: ಬದುಕು ಆ ಸ್ಥಳದಲ್ಲಿ ಅಸಾಧ್ಯ. ನಾವು ಉಸಿರಾಟವಿರುವ ಜೀವಂತ ಸ್ಥಳಕ್ಕೆ ಹೊರಡಬೇಕು. ಪಶ್ಚಿಮದ ಚಿಲಿಗೆ ಹೋಗಬೇಕು. ನನ್ನ ಮನಸ್ಸು ಎಷ್ಟು ವ್ಯಗ್ರಗೊಂಡು, ಕಳೆದು ಹೋಗಿತ್ತು ಎಂದರೆ, ನಾನು ಪದೇ ಪದೇ, ಏನೂ ತೋಚದ

ಬುದ್ಧಿಗೆ, "ನಮ್ಮ ಪಶ್ಚಿಮದತ್ತ ಚಲಿಯಿದೆ, ಪಶ್ಚಿಮದತ್ತ ಚಲಿ" ಎಂಬುದೊಂದು ಮಂತ್ರವಾಗಿ ಪಠಿಸುತ್ತಿದ್ದೆ. ಇಷ್ಟರಲ್ಲೇ ಒಂದು ದಿನ ಆ ಬೆಟ್ಟಗಳನ್ನು ಏರಬೇಕೆಂಬ ಸತ್ಯದ ಅರಿವು ನನಗಾಗಿತ್ತು.

ಮೊದಲ ಕೆಲದಿನಗಳು, ನಾನು ನನ್ನ ತಂಗಿಯನ್ನು ಬಿಟ್ಟಿರಲೇ ಇಲ್ಲ. ನನ್ನೆಲ್ಲ ಸಮಯವನ್ನು, ಅವಳ ಹೆಪ್ಪುಗಟ್ಟಿದ ಕಾಲುಜ್ಜುತ್ತಾ, ಹಿಮವನ್ನು ಕರಗಿಸಿ ಸಿದ್ಧಮಾಡಿದ ನೀರಗುಟುಕನ್ನು ಕುಡಿಸುತ್ತಾ, ಮಾರ್ಸೆಲೊ ಕೊಡುವ ಪುಟ್ಟ ಚಾಕೊಲೇಟನ್ನು ಅವಳ ಬಾಯಿಗಿಡುತ್ತಾ ಕಳೆಯುತ್ತಿದ್ದೆ. ಹೆಚ್ಚಾಗಿ ನಾನು ಅವಳನ್ನು ಬೆಚ್ಚಗಿಡಲು ಪ್ರಯತ್ನಿಸುತ್ತಾ ಅವಳಿಗೆ ಸಾಂತ್ವನಗೊಳಿಸುತ್ತಿದ್ದೆ. ನನ್ನ ಇರುವಿಕೆಯ ಬಗ್ಗೆ ಅವಳಿಗೆ ಅರಿವಿದೆಯೇ ಎಂಬ ಅನುಮಾನ ನನಗಿದ್ದೇ ಇತ್ತು. ಸದಾ ಅರೆಪ್ರಜ್ಞೆಯಲ್ಲಿದ್ದಳು. ಆಗಾಗ ನೋವಿನಲ್ಲಿ ಮುಲುಗುತ್ತಿದ್ದಳು. ಅವಳ ಹುಬ್ಬು ನೋವಿನಿಂದ ಸದಾ ಗಂಟಾಗಿರುತ್ತಿತ್ತು ಮತ್ತು ಅವಳ ಕಣ್ಣುಗಳು ದುಃಖದ ಮಡುವಿನಲ್ಲಿ ತೇಲುತ್ತಿದ್ದವು. ಅಪರೂಪಕ್ಕೆ ಒಮ್ಮೆ ಅವಳು ಪ್ರಾರ್ಥಿಸುತ್ತಿದ್ದಳು ಅಥವಾ ಜೋಗುಳದ ಹಾಡನ್ನು ತೊದಲುತ್ತಿದ್ದಳು. ಹೆಚ್ಚಾಗಿ ಅವಳು ಅಮ್ಮನನ್ನು ಕರೆಯುತ್ತಿದ್ದಳು. ನಾನು ಅವಳನ್ನು ನೇವರಿಸಿ, ಕಿವಿಯಲ್ಲಿ ಸಾಂತ್ವನದ ಮಾತುಗಳುಸುರುತ್ತಿದ್ದೆ. ಅವಳೊಟ್ಟಿಗಿನ ಪ್ರತಿಕ್ಷಣವೂ ನನಗೆ ಅತ್ಯಮೂಲ್ಯವಾದುದಾಗಿದ್ದವು. ಆ ದುರ್ಭರ ಸ್ಥಳದಲ್ಲೂ ಅವಳ ಸೌಮ್ಯ ಉಸಿರಾಟ ನನ್ನ ಕೆನ್ನೆತಾಗಿ ತುಂಬಾ ಸಮಾಧಾನ ತರುತ್ತಿತ್ತು.

ಎಂಟನೆಯ ದಿನದ ಮಧ್ಯಾಹ್ನ ಸೂಜಿಯ ಮೇಲೆ ತೋಳು ಬಳಸಿ ಮಲಗಿದ್ದೆ. ಆಗ ಅವಳಲ್ಲಿ ಏನೋ ಬದಲಾವಣೆಯಾದ ಅನುಭವವಾಯಿತು. ಅವಳ ಮುಖದಿಂದ ನೋವಿನ ಛಾಯೆ ಮಾಯವಾಗಿತ್ತು. ದೇಹದ ಬಿಗಿ ಸಡಿಲವಾಗಿತ್ತು. ಅವಳ ಉಸಿರಾಟ ತೆಳುವಾಗಿ, ನಿಧಾನವಾಗಿತ್ತು. ನನ್ನ ತೋಳಬಂಧಿಯಿಂದ ಅವಳ ಜೀವ ಜಾರಿಹೋಗುತ್ತಿದ್ದಂತೆ ಭಾಸವಾಗುತ್ತಿತ್ತು. ಆದರೆ ಅದಕ್ಕಾಗಿ ನಾನು ಏನನ್ನೂ ಮಾಡದ ಅಸಹಾಯಕತೆಯಲ್ಲಿ ಇದ್ದೆ. ಕೊನೆಗೆ ಅವಳ ಉಸಿರಾಟ ಸಂಪೂರ್ಣ ನಿಂತಿತ್ತು, ಅವಳು ನಿಶ್ಚಲವಾದಳು.

"ಸೂಜಿ? ಓ ದೇವರೇ, ದಯವಿಟ್ಟು ನಿಲ್ಲು...ಸೂಜಿ!" ನಾನು ಅರಚಿದೆ.

ನಾನು ಮೊಣಕಾಲೂರಿ ಕೂತು ಅವಳ ಬೆನ್ನನ್ನು ನೆಲಕ್ಕೆ ತಾಗಿಸಿ ಅವಳ ತುಟಿಯಲ್ಲಿ ತುಟಿಯೊತ್ತಿ ಗಾಳಿ ಊದಲು ಪ್ರಯತ್ನಿಸಿದೆ. ಅದನ್ನು ಹೇಗೆ ಮಾಡುವುದು ಎಂದೂ ನನಗೆ ಸರಿಯಾಗಿ ತಿಳಿದಿರಲಿಲ್ಲ. ಹೇಗಾದರೂ ಮಾಡಿ ಅವಳನ್ನು ಕಾಪಾಡುವ ಆತುರದಲ್ಲಿದ್ದೆ. "ಸೂಜಿ, ದಯವಿಟ್ಟು, ನನ್ನೊಬ್ಬನನ್ನೇ ಬಿಟ್ಟು ಹೋಗಬೇಡ" ಎಂದು ಕೂಗಿದೆ. ನಾನು ನಿತ್ರಾಣನಾಗುವವರೆಗೂ ಅವಳ ಜೀವವನ್ನು ಹಿಡಿದಿಡಲು ಪ್ರಯತ್ನಿಸಿದೆ. ನನ್ನೊಟ್ಟಿಗೆ ರಾಬರ್ಟೊ ಮತ್ತು ಕಾರ್ಲಿಟೊಸ್ ಪ್ರಯತ್ನಿಸಿದರು. ಆದರೆ ಯಾವುದೂ ಫಲಕಾರಿಯಾಗಲಿಲ್ಲ. ಇತರರು ಮೌನವಾಗಿ ನನ್ನ ಸುತ್ತುವರೆದಿದ್ದರು.

ರಾಬರ್ಟೊ ನನ್ನ ಬಳಿ ಬಂದು, "ಅವಳು ದೇಹ ತ್ಯಜಿಸಿದ್ದಾಳೆ ನ್ಯಾಂಡೊ" ಎಂದು ನನ್ನ ಬೆನ್ನು ಸವರಿ, "ಈ ರಾತ್ರಿ ಅವಳೊಟ್ಟಿಗೆ ಇರು. ನಾಳೆ ಅವಳ ದೇಹವನ್ನು ಸಮಾಧಿ ಮಾಡೋಣ" ಎಂದ. ನಾನು ನನ್ನ ತಂಗಿಯನ್ನು ತೋಳುಗಳಲ್ಲಿ ಬಂಧಿಸಿದೆ. ನಾನು ಆ ಕ್ಷಣದಲ್ಲಿ ನನ್ನ ತಂಗಿಗೆ ಯಾವ ನೋವೂ ಆಗದಂತೆ, ಗಟ್ಟಿಯಾಗಿ ಬಿಗಿದಪ್ಪಬಹುದಾಗಿತ್ತು. ಅವಳ ದೇಹವಿನ್ನೂ ಬೆಚ್ಚಗಿತ್ತು. ಅವಳ ಕೂದಲು ನನ್ನ ಕೆನ್ನೆಯ ಮೇಲೆ ಮೃದುವಾಗಿ ಸವರುತ್ತಿತ್ತು. ಆದರೆ, ನನ್ನ ಕೆನ್ನೆಯನ್ನು ಅವಳ ತುಟಿಗೆ ತಾಗಿಸಿದಾಗ ಅವಳ ಬೆಚ್ಚನೆಯ ಉಸಿರು ನನಗೆ ತಾಕಲಿಲ್ಲ. ನನ್ನ ಸೂಜಿ ಇನ್ನಿಲ್ಲವಾಗಿದ್ದಳು. ನಾನು ಅವಳ ದೇಹದ ಪರಿಮಳ, ಕೂದಲಿನ ಮೃದುತ್ವ, ಸೌಮ್ಯ ಶರೀರ ಎಲ್ಲವನ್ನೂ ನನ್ನ ನೆನಪಿನಲ್ಲಿ ತುಂಬಿಡಲು ಪ್ರಯತ್ನಿಸಿದೆ. ನಾನು ಅವನ್ನೆಲ್ಲ ಕಳೆದುಕೊಳ್ಳುತ್ತಿದ್ದೇನೆ ಎಂದು ನೆನೆದು ದುಃಖ ಒತ್ತರಿಸಿ ಬರುತ್ತಿತ್ತು. ನನ್ನ ದೇಹ ಮನಸ್ಸೆಲ್ಲಾ ನೋವಿನಿಂದ ಚೀತ್ಕರಿಸಿತು. ದುಃಖ ನನ್ನನ್ನಾವರಿಸುತ್ತಿದ್ದಂತೆಯೇ, ಮತ್ತೊಮ್ಮೆ ಆ ಗಂಭೀರ ಧ್ವನಿ ನನ್ನ ಕಿವಿಯಲ್ಲಿ ಹೇಳಿತು:

"ಅಳು ದೇಹದ ಉಪ್ಪನ್ನು ಕಡಿಮೆ ಮಾಡುತ್ತದೆ".

ನಾನು ಇಡೀ ರಾತ್ರಿ ಅವಳೊಟ್ಟಿಗೆ ಎಚ್ಚರವಾಗಿಯೇ ಕಳೆದೆ. ನನ್ನ ಎದೆ ದುಃಖದಿಂದ ಭಾರವಾಗಿತ್ತು. ಆದರೆ ಅಳು, ಕಣ್ಣೀರು ಆ ಸಮಯದಲ್ಲಿ ನನಗೆ ದುಬಾರಿಯಾಗಿತ್ತು.

ಮರುದಿನ ಮುಂಜಾನೆ ಸೂಜಿಗೆ ನೈಲಾನ್ ದಾರಗಳನ್ನು ಕಟ್ಟಿ ವಿಮಾನದ ಹೊರಗೆ ಎಳೆದೊಯ್ದರು. ಅವಳನ್ನು ಹಿಮದ ನೆಲದ ಮೇಲೆ ಎಳೆದೊಯ್ಯುವುದನ್ನು

ನಾನು ನೋಡುತ್ತಿದ್ದೆ. ಆ ಒರಟಾದ, ಜರೆದಂತಹ ಎಳೆಯುವಿಕೆ ನನಗೆ ನೋಡಲು ಕಷ್ಟವಾಗುತ್ತಿತ್ತು. ಆದರೆ ಇತರರಿಗೆ ಅದು ಅಭ್ಯಾಸವಾಗಿಹೋಗಿತ್ತು. ಸತ್ತ ನಂತರ ದೇಹ ಹೆಚ್ಚು ಭಾರವಾಗಿ ಹೊತ್ತೊಯ್ಯಲು ಕಷ್ಟವಾಗಿ, ಆ ಹಿಮದಲ್ಲಿ ಇನ್ನೂ ಅಸಾಧ್ಯವಾಗಿ ತೋರುತ್ತಿತ್ತು. ಅದಕ್ಕೆ ಹಾಗೆ ಎಳೆದೊಯ್ಯುವುದು ಸುಲಭವಾಗುತ್ತಿತ್ತು. ಆದ್ದರಿಂದ ನಾನೂ ಅದನ್ನು ಅನಿವಾರ್ಯವೆಂದು ಒಪ್ಪಿದೆ.

ಉಳಿದ ಶರೀರಗಳ ಸಮಾಧಿಯಾಗಿದ್ದ, ವಿಮಾನದ ಎಡಭಾಗದತ್ತ ಸೂಜಿಯನ್ನು ಎಳೆದೊಯ್ದೆವು. ಹೆಪ್ಪುಗಟ್ಟಿದ ಕಳೇಬರಗಳು ಮಂಜಿನ ನಡುವೆ ನಿಖರವಾಗಿ ಕಂಡುಬರುತ್ತಿದ್ದವು. ಆ ದೇಹಗಳು ಕೆಲವೇ ಇಂಚುಗಳ ಹಿಮದ ಲೇಪನದಿಂದ ಆವೃತಗೊಂಡಿದ್ದವು. ಅಲ್ಲಿ ನೋಡುತ್ತಿದ್ದಂತೆ ಸುಲಭವಾಗಿ ನನಗೆ ನನ್ನ ತಾಯಿಯ ನೀಲಿ ಅಂಗಿ ಕಾಣಿಸಿತು. ಅವಳ ಪಕ್ಕದಲ್ಲೇ ಸೂಜಿಗಾಗಿ ಸಣ್ಣ ಹಳ್ಳವನ್ನು ತೋಡಿದೆ. ಸೂಜಿಯನ್ನು ಅಲ್ಲಿ ಮಲಗಿಸಿ, ಅವಳ ಕೂದಲು ಸವರಿದೆ. ನಂತರ ಅವಳ ದೇಹವನ್ನು ನಿಧಾನವಾಗಿ ಮಂಜಿನ ಮರಳಿನಿಂದ ಮುಚ್ಚಿದೆ. ಇಡೀ ದೇಹ ಹಿಮದಲ್ಲಿ ಮುಚ್ಚಿಹೋಗುವವರೆಗೂ ಮುಖವನ್ನು ತೆರೆದೇ ಇಟ್ಟಿದ್ದೆ. ಅವಳ ಮುಖ ಬೆಚ್ಚನೆಯ ಹೊದಿಕೆಯಡಿ ನೆಮ್ಮದಿಯ ನಿದ್ರೆಯಲ್ಲಿ ಜಾರಿದಂತೆ ಕಾಣುತ್ತಿತ್ತು. ನಾನೊಮ್ಮೆ ಕಡೇ ಬಾರಿಗೆ ಅವಳ ಮುಖವನ್ನು ನೋಡಿ ನನ್ನ ಮನಸಾರೆ ತುಂಬಿಕೊಂಡು ಅವಳನ್ನು ಸಂಪೂರ್ಣ ಹಿಮಾವೃತಗೊಳಿಸಿದೆ. ನನ್ನ ಪ್ರೀತಿಯ ಸೂಜಿ ನನ್ನಿಂದ ಶಾಶ್ವತವಾಗಿ ದೂರವಾಗಿದ್ದಳು.

ಕೆಲಸ ಮುಗಿದ ನಂತರ ಜೊತೆಗಾರರೆಲ್ಲರೂ ವಿಮಾನದತ್ತ ತೆರಳಿದರು. ನಾನು ಪರ್ವತದ ಎತ್ತರವನ್ನು ಗಮನಿಸಿದೆ. ಪಶ್ಚಿಮದತ್ತ ಬೆಟ್ಟದ ನಡುವಿನ ದಾರಿಯನ್ನು ಹುಡುಕುತ್ತಾ ನನ್ನ ಕಣ್ಣು ಸುತ್ತಾಡಿತು. ಕಣ್ಣೆತ್ತರಿಸಿದಷ್ಟು ಎತ್ತರಕ್ಕೆ ಬೆಟ್ಟದ ತುದಿ ಸಾಗುತ್ತಲೇ ಇದೆ. ನಾವು ವಿಮಾನಾಪಘಾತದಲ್ಲಿ ಆಳದಾಳದೊಳಕ್ಕೆ ಉರುಳಿ ಬಿದ್ದಿದ್ದೇವೆ. ಇದು ಹೇಗಾಗಲು ಸಾಧ್ಯ? ನಾವು ಚಿಲಿಯಲ್ಲಿ ಒಂದು ಪಂದ್ಯವಾಡಲು ಹೊರಟಿದ್ದೆವು! ಇದ್ದಕ್ಕಿದ್ದಂತೆ ನನ್ನೊಳಗೆಲ್ಲ ಒಂದು ರೀತಿಯ ಶೂನ್ಯವಾವರಿಸಿತು. ಖಾಲಿತನ ಕಾಡಿತು. ಅಲ್ಲಿವರೆಗಿನ ನನ್ನೆಲ್ಲ ಸಮಯ ತಂಗಿ ಸೂಜಿಯ ಆರೈಕೆಯಲ್ಲಿ ಕಳೆದಿದ್ದೆ. ನನ್ನ ಸ್ವಂತದ ನೋವು, ಹೆದರಿಕೆಗಳನ್ನು ಅವಳ ಆರೈಕೆಯ ಜವಾಬ್ದಾರಿ ಮುಚ್ಚಿಟ್ಟಿತ್ತು. ಆದರೆ ಈಗ ನಾನು ಸಂಪೂರ್ಣ ಏಕಾಂಗಿಯಾಗಿದ್ದೆ. ನನ್ನ ಸುತ್ತುವರೆದಿದ್ದ ಭಯಾನಕ ಸತ್ಯದಿಂದ ನನ್ನನ್ನು ದೂರವಾಗಿಸುವ ಇನ್ಯಾವ ಕಾರಣವೂ ನನ್ನ ಬಳಿ ಇರಲಿಲ್ಲ. ನನ್ನ ತಾಯಿ, ತಂಗಿ ಸತ್ತಿದ್ದರು. ಸ್ನೇಹಿತರೂ ಇಲ್ಲವಾಗಿದ್ದರು. ನಾವು ಗಾಯಗೊಂಡು, ಹೊಟ್ಟೆ ಹಸಿದು, ಚಳಿಗೆ ನಡುಗಿ ಮರಗಟ್ಟುತ್ತಿದ್ದೆವು. ಒಂದು ವಾರಕ್ಕಿಂತ ಹೆಚ್ಚು ದಿನಗಳು ಕಳೆದಿದ್ದರೂ ರಕ್ಷಣಾಪಡೆಯ ಯಾವ ಸುದ್ದಿಯೂ

ಇರಲಿಲ್ಲ. ಆ ಪರ್ವತಗಳ ಭಯಾನಕ ಶಕ್ತಿ ನಮ್ಮನ್ನು ಆವರಿಸುತ್ತ ತನ್ನ ನಿರ್ದಾಕ್ಷಿಣ್ಯ, ನಿಷ್ಕರುಣ ರೌದ್ರತೆಯನ್ನು ನಮಗೆ ತೋರಿಸುತ್ತಿದೆ ಎಂಬ ಅನುಭವ. ಆ ಕ್ಷಣದಲ್ಲಿ ನಾನು ಸುತ್ತಲೂ ಗಮನಿಸಿ, ಮನೆಯಿಂದ ಎಷ್ಟು ದೂರ ಗಮಿಸಿ ಈ ತಾಣದಲ್ಲಿ ಅನಾಥನಾಗಿದ್ದೆ ಎಂಬ ಕಲ್ಪನೆಯಿಂದ, ಹತಾಶೆಯಿಂದ ಕುಸಿದುಬಿದ್ದೆ. ಮೊಟ್ಟಮೊದಲ ಬಾರಿಗೆ ನಾನಿನ್ನು ಉಳಿಯಲಾರೆ ಎನಿಸಿತ್ತು.

ಇಷ್ಟಕ್ಕೂ ನಾನೀಗಾಗಲೆ ಸತ್ತಿದ್ದೆ. ನನ್ನ ಬದುಕಿನ ಸತ್ವವನ್ನೆಲ್ಲ ನನ್ನಿಂದ ಕಸಿದುಕೊಂಡಾಗಿತ್ತು. ನಾನು ಕನಸು ಕಂಡ ಭವಿಷ್ಯ ನನ್ನದಾಗಿ ಉಳಿದಿರಲಿಲ್ಲ. ನಾನು ಮದುವೆಯಾಗಬಹುದಾದ ಹೆಣ್ಣಿಗೆ ನಾನು ಯಾರೆಂದು ತಿಳಿಯುವುದೂ ಇಲ್ಲ. ನನಗೆ ಹುಟ್ಟಬಹುದಾದ ಮಕ್ಕಳೂ ಹುಟ್ಟಲಾರರು. ನಾನು ಇನ್ನೆಂದಿಗೂ ನನ್ನ ಅಜ್ಜಿಯ ಪ್ರೀತಿಯ ನೋಟವನ್ನಾಗಲಿ, ಅಕ್ಕ ಗ್ರೆಸಿಲ್ಲಾಳ ಆತ್ಮೀಯ ಅಪ್ಪುಗೆಯನ್ನಾಗಲಿ ಅನುಭವಿಸಲಾರೆ. ನನ್ನ ತಂದೆಯ ಬಳಿಗೆ ಇನ್ನೆಂದಿಗೂ ಮರಳಲಾರೆ!

ಈ ಗಾಢ ಆಲೋಚನೆಗಳ ನಡುವೆಯೇ ನನ್ನ ಮನದಲ್ಲಿ ತಂದೆಯ ಚಿತ್ರಣ ಮೂಡಿಬಂತು. ಅವರು ಅನುಭವಿಸುತ್ತಿರಬಹುದಾದ ಏಕಾಂಗಿತನ ನನ್ನನ್ನು ಘಾಸಿಗೊಳಿಸಿತು. ಆ ಕ್ಷಣವೇ ಅವರ ಬಳಿ ಓಡಿ ಹೋಗಬೇಕೆಂಬ ವಿಚಿತ್ರ ಸೆಳತಕ್ಕೆ ಒಳಗಾದೆ. ಆದರೆ, ನನ್ನೆಲ್ಲ ನಿಶ್ಶಕ್ತಿ, ಅಸಹಾಯಕತೆ ಹುಚ್ಚನನ್ನಾಗಿಸುತ್ತಿದ್ದವು. ಆಗ, ಆ ಕ್ಷಣ, ನನ್ನ ತಂದೆ ಅರ್ಜೆಂಟಿನಾ ನದಿಯ ದೋಣಿಯಲ್ಲಿ ಸೋಲುತ್ತಾ ಸೋಲುತ್ತಾ ಗೆದ್ದ ಚಿತ್ರಣ ಕಣ್ಣ ಮುಂದೆ ಬಂತು. ಅವರ ಮಾತುಗಳು ನನಗೆ ನೆನಪಾದವು: "ನಾನು ಸೋಲೊಪ್ಪುವುದಿಲ್ಲ ಎಂದು ನಿರ್ಧರಿಸಿದೆ. ನಾನು ಇನ್ನೂ ಸ್ವಲ್ಪ ಕಷ್ಟ ಪಡುತ್ತೇನೆ ಎಂದು ನಿರ್ಧರಿಸಿದೆ".

ಅದು ನನ್ನಿಷ್ಟದ ಕಥೆಯಾಗಿತ್ತು. ಆದರೆ ಆ ಕ್ಷಣ ನನಗೆ ಅದು ಕಥೆಗಿಂತ ಮಿಗಿಲಾದ್ದು ಎಂಬ ಅರಿವಾಯಿತು. ಅದು ನನ್ನ ತಂದೆ ನನಗೆ ಬಳುವಳಿಯಾಗಿ ಕೊಟ್ಟ ಧೈರ್ಯ ಮತ್ತು ವಿವೇಕದ ಸಂಕೇತವಾಗಿತ್ತು. ಒಂದು ಕ್ಷಣ ನನ್ನಲ್ಲೇ ಅವರಿರುವ ಅನುಭವವಾಯಿತು. ಅದರ ನಂತರ ಒಂದು ತೀವ್ರ ನಿಶ್ಶಬ್ದ ನನ್ನೊಳಸುಳಿದಿತ್ತು. ಪಶ್ಚಿಮದ ಬೆಟ್ಟತಪ್ಪಲಿನತ್ತ ನನ್ನ ಕಣ್ಣು ಹಾಯಿಸಿದೆ. ಅದರ ಉದ್ದಕ್ಕೂ ನನ್ನನ್ನು ನನ್ನ ಮನೆ ತಲುಪಿಸುವ ದಾರಿಯನ್ನು ಕಣ್ಣಲ್ಲೇ ಹೆಣೆದೆ. ಆ ದಾರಿ ನನ್ನ ತಂದೆಯ ಪ್ರೀತಿ ತುಂಬಿದ ಜೀವಧಾರೆಯಂತೆ ಭಾಸವಾಯಿತು. ಪಶ್ಚಿಮದತ್ತ ನೋಡುತ್ತಲೇ ಮೌನವಾಗಿ ನನ್ನ ತಂದೆಗೆ ಒಂದು ವಾಗ್ದಾನವಿತ್ತೆ. "ನಾನು ಕಷ್ಟಪಡುತ್ತೇನೆ, ಹೋರಾಡುತ್ತೇನೆ. ಮನೆಗೆ ಬರುತ್ತೇನೆ. ನಮ್ಮಿಬ್ಬರ ನಡುವಿನ ಜೀವತಂತುವನ್ನು ಈ ರೀತಿ ಮುರಿದು ಬೀಳಲು ನಾನು ಬಿಡುವುದಿಲ್ಲ. ನಿನಗಿದೋ ನನ್ನ ವಾಗ್ದಾನ. ನಾನು ಈ ಬೆಟ್ಟತಪ್ಪಲಿನಲ್ಲಿ ಸಾಯುವುದಿಲ್ಲ! ಇಲ್ಲಿ ಸಾಯುವುದಿಲ್ಲ!"

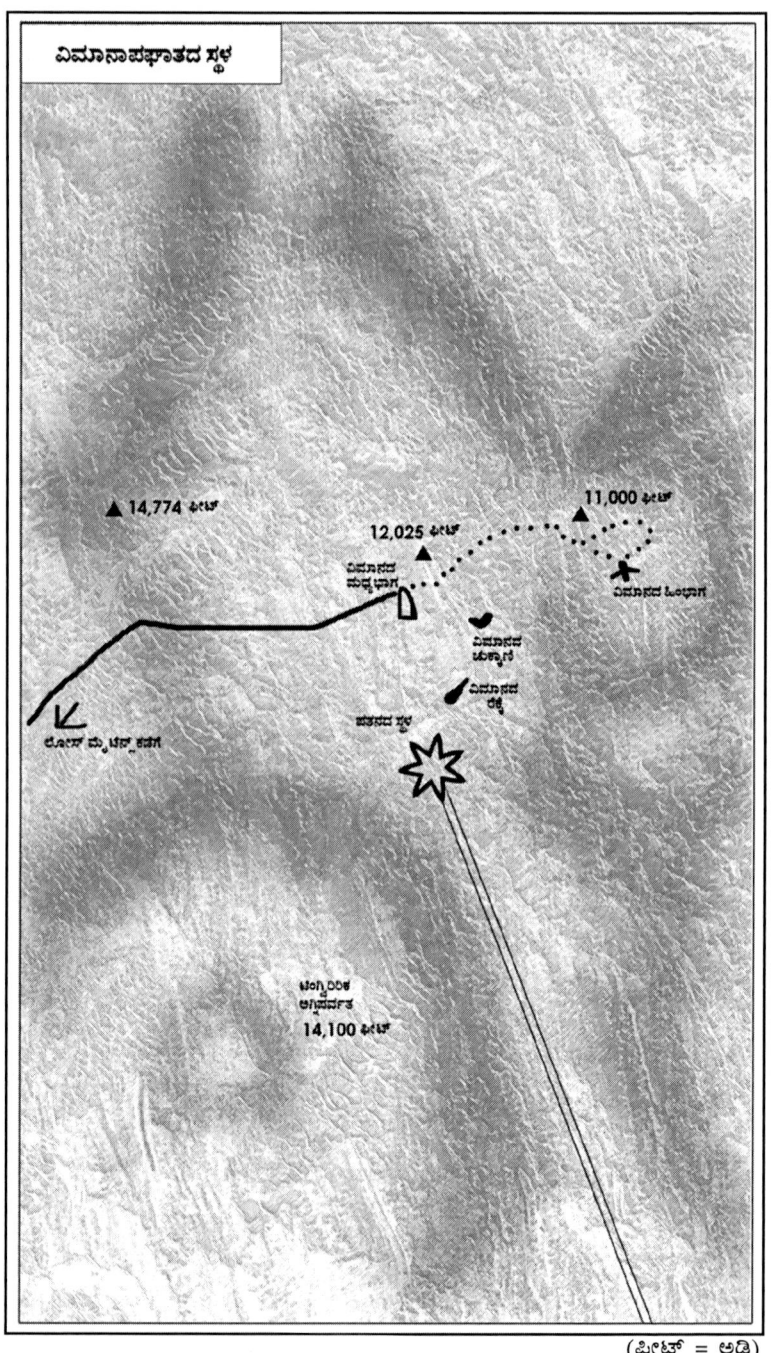

ವಿಮಾನಾಪಘಾತದ ಸ್ಥಳ

▲ 14,774 ಫೀಟ್

12,025 ಫೀಟ್ ▲

11,000 ಫೀಟ್ ▲

ವಿಮಾನದ ಮುಖ್ಯಭಾಗ

ವಿಮಾನದ ಹಿಂಭಾಗ

ವಿಮಾನದ ಚುಕ್ಕಾಣಿ

ವಿಮಾನದ ರೆಕ್ಕೆ

ಲೋಸ್ ಮ್ಯೂನ್ ಕಣಿವೆ

ಹತನದ ಸ್ಥಳ

ಟಿಂಗ್ರಿರಿಶ
ಅಗ್ನಿಪರ್ವತ
14,100 ಫೀಟ್

(ಫೀಟ್ = ಅಡಿ)

ಅಧ್ಯಾಯ 4

ಮತ್ತೊಮ್ಮೆ ಉಸಿರಾಡು

ಹಿಂದಿನಂತೆ ಮಾಂಟೆವಿಡಿಯೊನಲ್ಲಿ ಸಾಧಾರಣ ಬದುಕು ಜೀವಿಸುತ್ತಿದ್ದ ನನಗೆ ಆ ಸಮಯದಲ್ಲಿ ಸೂಜಿ ನನ್ನಿಂದ ದೂರಾಗಿದ್ದಿದ್ದರೆ ಬಹುಶಃ ತಿಂಗಳಾನುಗಟ್ಟಲೆ ಆ ಆಘಾತದಿಂದ ಹೊರಬರಲು ಸಾಧ್ಯವಾಗುತ್ತಿರಲಿಲ್ಲ. ಆದರೆ ಈಗ ಸಂದರ್ಭ ಹಾಗಿರಲಿಲ್ಲ. ಇಲ್ಲಿನ ಯಾವುದೇ ನಿಷ್ಕರುಣ ಪರಿಸರ ನನಗೆ ದುಃಖದಲ್ಲಿ ಮುಳುಗಿ ನೋವಿನಲ್ಲಿ ಉನ್ಮತ್ತನಾಗುವಷ್ಟು ಸ್ವಾತಂತ್ರ್ಯವನ್ನು ಕೊಟ್ಟಿರಲಿಲ್ಲ. ಮತ್ತೊಮ್ಮೆ ನನ್ನೊಳಗಣ ಆ ನಿರ್ದಾಕ್ಷಿಣ್ಯ, ತಣ್ಣನೆಯ ಧ್ವನಿ ನನ್ನೆಲ್ಲ ಮಾನಸಿಕ ಖಿನ್ನತೆಗಳನ್ನು ಮೀರಿ ಹೊರಜಿಗಿದು ನನಗೆ ಕೇಳಿಸಿತು. “ಮುಂದಿನದನ್ನು ಆಲೋಚಿಸು. ನೀನು ಮುಂದೆ ಬದಲಿಸಬಲ್ಲ ಕ್ಷಣಗಳಿಗಾಗಿ ನಿನ್ನ ಶಕ್ತಿಯನ್ನು ಉಳಿಸಿಕೊ. ಹಿಂದಿನದನ್ನು ನೆನೆಸಿಕೊಂಡು ಕೊರಗುತ್ತಿದ್ದರೆ ನೀನು ಸಾಯಿತ್ತೀಯೆ”. ನನ್ನ ದುಃಖದ ಮಡುವನ್ನು ಅಷ್ಟು ಸುಲಭವಾಗಿ ಇಲ್ಲವಾಗಿಸಲು ನನಗೆ ಸಾಧ್ಯವಾಗಲಿಲ್ಲ. ಆ ಸ್ಥಳದಲ್ಲಿ ಅಂದಿನವರೆಗೂ ನನ್ನ ಜೊತೆಗಿದ್ದ ಸೂಜಿಯ ಇಲ್ಲದಿರುವಿಕೆ ನನ್ನನ್ನು ಕಾಡಿತು. ಅವಳಿಗಾಗಿನ ನನ್ನ ದುಃಖವೇ ಈಗ ನನಗೂ ಅವಳಿಗೂ ಇದ್ದ ಸಂಬಂಧವಾಗಿ ಉಳಿದುಬಿಟ್ಟಿತು. ಒಂದು ಮೌನದ ಕಣ್ಣೀರು

ಬಿಟ್ಟರೆ ನನಗೆ ಮತ್ತೇನೂ ತೋಚಲಿಲ್ಲ. ಮೈ ಕೊರೆಯುವ ಚಳಿಯನ್ನು ಮೀರಲು ಯತ್ನಿಸುತ್ತ ದೀರ್ಘವಾದ ಆ ರಾತ್ರಿ ಕಳೆಯತೊಡಗಿದೆ. ನನ್ನೊಳಗಿನ ಭಾವುಕತೆ ನಿಧಾನವಾಗಿ ಬತ್ತತೊಡಗಿತ್ತು. ಇರುಳು ಕಳೆದು ನಿದ್ದೆಯಿಂದ ಎದ್ದಾಗ ದುಃಸ್ವಪ್ನದ ತೀವ್ರತೆ ಕಳೆವಂತೆ, ನನ್ನೊಳಗೇ ಕಾಡುತ್ತಿದ್ದ ತಂಗಿಯ ಸಾವಿನ ದುಃಖ ತನ್ನ ತೀವ್ರತೆ ಕಳೆದುಕೊಳ್ಳತೊಡಗಿತು. ಬೆಳಗಾಗುವಷ್ಟರಲ್ಲಿ ನಾನು ಖಾಲಿತನವನ್ನು ಅನುಭವಿಸಿದ್ದೆ. ನನ್ನ ಕಾಡುವ ಮನಸ್ಸಿನಿಂದ ಸೂಜಿ ಹೊರಬಂದು, ನನ್ನ ತಾಯಿ ಮತ್ತು ಪಂಚಿಟೋರ ಜೊತೆ ಸೇರಿಹೋಗಿದ್ದಳು. ಈಗ ಎಲ್ಲರೂ ನನ್ನ ಭೂತದಲ್ಲಿ ಲೀನರಾಗಿದ್ದರು. ಅಷ್ಟು ಬೇಗ ನನ್ನಿಂದ ದೂರವಾಗಿ ಹೋಗಿದ್ದರು. ಪರ್ವತ ಶ್ರೇಣಿಗಳು ನನ್ನನ್ನು ಬದಲಾಗುವಂತೆ ಬಲವಂತ ಮಾಡುತ್ತಿದ್ದವು. ಹೊಸ ಸತ್ಯಗಳಿಗೆ ನಾನು ತೆರೆದುಕೊಂಡುಹೋದಷ್ಟೂ ನನ್ನ ಮನಸ್ಸು ಹಗುರ ಮತ್ತು ನಿರ್ದಾಕ್ಷಿಣ್ಯವಾಗುತ್ತಿತ್ತು. ನನ್ನ ಮುಂದಿನ ಜೀವನ, ಒಂದು ಪ್ರಾಣಿ ತನ್ನುಳಿವಿಗಾಗಿ ಹೋರಾಡುವಷ್ಟು ನೇರವಾಗಿ ಕಾಣುತ್ತಿತ್ತು. ಸೋಲು–ಗೆಲುವಿನ ಒಂದು ಸರಳ ಪಂದ್ಯ, ಸಾವು ಅಥವಾ ಬದುಕು. ಕಷ್ಟ ಮತ್ತು ಅವಕಾಶ! ಮನಸ್ಸಿನ ಸಂಕೀರ್ಣ ಭಾವನೆಗಳನ್ನು ಮೀರಿದ ಮನುಷ್ಯನ ಸರಳ ಸ್ವಭಾವಗಳು ಮೇಲೇರಲಾರಂಭಿಸಿದ್ದವು. ನನ್ನ ಬದುಕಿನ ಎಲ್ಲ ಅಸ್ತಿತ್ವಗಳು ಎರಡೇ ಸೂತ್ರಗಳ ಸುತ್ತ ಸುತ್ತುತ್ತಿದ್ದವು. ನಾನು ಸಾಯುತ್ತಿದ್ದೇನೆ ಎಂಬ ಹೆದರಿಕೆ ಮತ್ತು ಹೇಗಾದರೂ ಮಾಡಿ ನನ್ನ ತಂದೆಯೊಡನೆ ಇರಬೇಕು ಎಂಬ ಹಂಬಲ.

ಸೂಜಿಯ ಸಾವಿನ ನಂತರ ನನ್ನ ತಂದೆಯ ಹಂಬಲ, ಪ್ರೇಮವೊಂದೇ ನನ್ನನ್ನು ಸ್ಥಿಮಿತದಲ್ಲಿಟ್ಟಿತ್ತು. ಹೆಜ್ಜೆ ಹೆಜ್ಜೆಗೂ ಸೂಜಿಯ ಅಂತ್ಯ ಸಂಸ್ಕಾರದ ಸ್ಥಳದಲ್ಲಿ ನಾನು ಮಾಡಿದ ವಾಗ್ದಾನವನ್ನು ನೆನಪಿಗೆ ತಂದುಕೊಂಡು ಸಮಾಧಾನ ಮಾಡಿಕೊಳ್ಳುತ್ತಿದ್ದೆ. ತಂದೆಯ ಬಳಿಗೆ ಮರಳುವೆ, ನಾನು ಬದುಕಿದ್ದೇನೆ ಎಂದು ಅವರಿಗೆ ತೋರಿಸುವೆ ಮತ್ತು ಅವರ ನರಳಾಟವನ್ನು ಸ್ವಲ್ಪವಾದರೂ ಕಡಿಮೆ ಮಾಡುವೆನೆಂಬ ವಾಗ್ದಾನ. ಪ್ರತಿಕ್ಷಣ, ನಮ್ಮನ್ನೆಲ್ಲ ಕಳೆದುಕೊಂಡ ಅವರ ಹತಾಶೆಯ ಪರಿಸ್ಥಿತಿಯನ್ನು ಕಲ್ಪಿಸಿಕೊಂಡು ಹೃದಯ ಉಕ್ಕಿ ಬರುತ್ತಿತ್ತು. ಅವರನ್ನು ಯಾರು ಸಂತೈಸುತ್ತಿರಬಹುದು? ತಮ್ಮ ಖಿನ್ನತೆ, ದುಃಖವನ್ನು ಅವರು ಹೇಗೆ ಶಮನ ಮಾಡಿಕೊಳ್ಳುತ್ತಿರಬಹುದು? ಕತ್ತಲ ರಾತ್ರಿಯಲ್ಲಿ ಅವರು ಒಂದು ಖಾಲೀ ಕೋಣೆಯಿಂದ ಮತ್ತೊಂದಕ್ಕೆ ನಿಧಾನವಾಗಿ ನಡೆದಾಡುತ್ತಿರುವ ಅಥವಾ ತಮ್ಮ ಹಾಸಿಗೆಯ ಮೇಲೆ ಬೆಳಗಾದೀತೆ ಎಂದು ನಿಟ್ಟುಸಿರು ಬಿಡುತ್ತಿರುವ ಸಂದರ್ಭವನ್ನು ಊಹಿಸಿಕೊಳ್ಳುತ್ತಿದ್ದೆ. ಅವರ ಆ ಅಸಹಾಯಕತೆ ಎಷ್ಟು ನೋವುಂಟು ಮಾಡುತ್ತಿರಬೇಕು ಅವರಿಗೆ! ಅವರು ಪ್ರೀತಿಸಿದ ಸಂಸಾರಕ್ಕಾಗಿ ತಮ್ಮ ಜೀವನ ಪರ್ಯಂತ ದುಡಿದು ಈಗ ಕ್ಷಣಾರ್ಧದಲ್ಲಿ

ಎಲ್ಲರನ್ನೂ ಕಳೆದುಕೊಂಡಿದ್ದಾರೆ ಎಂದರೆ, ಅವರು ಅದೆಷ್ಟು ಸೋಲನ್ನು, ದುಗುಡವನ್ನು ಅನುಭವಿಸುತ್ತಿರಬಹುದು. ಅವರು ಅತ್ಯಂತ ದೃಢ ಮನಸ್ಸಿನ ವ್ಯಕ್ತಿ. ಆದರೆ ಇಂತಹ ಆಘಾತವನ್ನು ತಡೆದುಕೊಳ್ಳುವ ಶಕ್ತಿ ಅವರಿಗಿದೆಯೇ? ಅವರ ಮನಸ್ಸು ಸ್ಥಿಮಿತದಲ್ಲಿರುತ್ತದೆಯೇ? ಬದುಕುವ ಆಸೆಯನ್ನೇ ಕಳೆದುಕೊಂಡುಬಿಟ್ಟರೆ? ಒಮ್ಮೊಮ್ಮೆ ನನ್ನ ಕಲ್ಪನೆ ಎಷ್ಟರ ಮಟ್ಟಿಗೆ ಹೋಗುತ್ತಿತ್ತೆಂದರೆ, ಅವರೇನಾದರೂ ತಮ್ಮ ಜೀವಕ್ಕೇ ಹಾನಿ ಮಾಡಿಕೊಂಡು ತಮ್ಮ ಪ್ರೀತಿ ಪಾತ್ರರನ್ನು ಸೇರಬಯಸಿದರೆ ಎಂಬ ಭೀತಿ ಕಾಡುತ್ತಿತ್ತು.

ಅವರು ನನಗಾಗಿ, ನನ್ನಿಂದಾಗಿ ನೋವುಣ್ಣುತ್ತಿದ್ದಾರೆ ಎಂಬ ಕಹಿ ಸತ್ಯವನ್ನು ನನ್ನಿಂದ ಒಂದು ಕ್ಷಣವೂ ಸಹಿಸಲಾಗಲಿಲ್ಲ. ನಾನು ಅಸಹಾಯಕನಂತೆ ಆ ಬೆಟ್ಟಗಳ ಬೃಹದ್ಗಾತ್ರವನ್ನು ಶಪಿಸುತ್ತಾ ದಿಟ್ಟಿಸಿದೆ. ಅವೇ ಅಲ್ಲವೇ ನನ್ನನ್ನು ನನ್ನ ತಂದೆಯಿಂದ ದೂರಮಾಡಿ ಈ ಕ್ಷುದ್ರಸ್ಥಳದಲ್ಲಿ ಬಂಧಿಸಿರುವುದು. ನಾನು ನನ್ನ ಆತ್ಮೀಯರಿಗೆ ಯಾವ ಸಾಂತ್ವನವನ್ನೂ ಕೊಡದೆ, ಕನಿಷ್ಟ ಅವರ ಬಳಿಯೂ ಇರಲಾರದೆ ಬದುಕಿಯೂ ಸತ್ತಿದ್ದೆ. ಪ್ರತಿಕ್ಷಣವೂ ಗಾಳಿ ಭಯವನ್ನೇ ಉಸುರುತ್ತಿದೆಯೇ ಎಂಬ ಅನುಮಾನ. ಅದೆಷ್ಟು ಆತಂಕವೆಂದರೆ ಕಾಲಡಿಯ ಭೂಮಿಯಲ್ಲಿ ಯಾವುದೇ ಕ್ಷಣ ಸ್ಫೋಟಿಸಬಹುದಾದಂತಹ ಬಾಂಬ್ ಹುದುಗಿದೆಯೇನೋ ಎಂಬಂತಹ ತಲ್ಲಣ. ಕಣ್ಣು ಕಟ್ಟಿ ಬಂದೂಕಿನ ಮುಂದೆ ದೇಹವಿಕ್ಕಿ ಸ್ಫೋಟಕ್ಕೆ ಕಾದು ಕೂತಂತೆ ಭಾಸವಾಗುತ್ತಿತ್ತು. ಯಾವುದೇ ಮಾತು, ನಡತೆಗಳ ಹಿಂದೆ ಈ ಭಯದ ಛಾಯೆ ಪ್ರತಿಕ್ಷಣವೂ ಆವರಿಸುತ್ತಿತ್ತು. ಆವರಿಸುತ್ತಿದ್ದ ಭಯ, ಆತಂಕವೇ ಅಲ್ಲಿಂದ ತಪ್ಪಿಸಿಕೊಳ್ಳಲು ಅಗತ್ಯವಿದ್ದ, ವಿವೇಚನೆಯನ್ನೂ ಮೀರಿದ, ಉನ್ಮಾದ, ಪಶುಸಮಾನ ಶಕ್ತಿಯನ್ನೂ ನನ್ನೊಳಗೆ ಆವಾಹಿಸಿಕೊಡತೊಡಗಿತು. ಅಲ್ಲಿನ ಪರ್ವತ ಶ್ರೇಣಿಯಿಂದ ದೂರ ಹೋಗಿ ಬದುಕಬೇಕು ಎಂಬ ಕೆಚ್ಚು ನಮ್ಮನ್ನು ಜೀವಂತವಾಗಿಟ್ಟಿತ್ತು.

ನನ್ನಿಂದ ಈ ಭಯವನ್ನು ಕಿತ್ತು ಬಿಸುಟಲು ನನ್ನಲ್ಲಿದ್ದ ಒಂದೇ ಒಂದು ಅಸ್ತ್ರವೆಂದರೆ, ರಕ್ಷಣಾಪಡೆಯು ಬಂದು ನಮ್ಮನ್ನು ಕಾಪಾಡಿ, ನಾವು ಈ ಆಪತ್ತಿನಿಂದ ಪಾರಾದ ಕ್ಷಣವನ್ನು ಮನಸಾರೆ ನೆನೆಯುವುದು, ಕನವರಿಸುವುದು. ಮಾರ್ಸೆಲೋ ನಮ್ಮಲ್ಲಿ ಈ ಆಶಾವಾದೀ ಬೀಜವನ್ನು ಬಿತ್ತಿದ್ದ. ಆದರೆ ದಿನಕಳೆದಂತೆ ಅವರ ಆಗಮನ ಅಸಂಭವವಾಗಿ ಕಾಣಹತ್ತಿತ್ತು. ಆಗ ಮಹಾಭಕ್ತ ಮಾರ್ಸೆಲೊ, ದೇವರಿದ್ದಾನೆ, ಅವನು ನಮ್ಮನ್ನು ಪ್ರೀತಿಸುತ್ತಾನೆ. ನಮ್ಮನ್ನು ಇಲ್ಲಿ ಕೊಳೆತು ನಾರುವಂತೆ, ಅರ್ಥವಿಲ್ಲದ ಸಾವನ್ನು ಕಾಣುವಂತೆ ಅವನು ಬಿಟ್ಟುಹೋಗುವುದಿಲ್ಲ. ದೇವರಿಗಾಗಿ, ನಮ್ಮ ಕುಟುಂಬದವರಿಗಾಗಿ ನಾವು ಮಾಡಬೇಕಾದ ನಮ್ಮ ಕರ್ತವ್ಯ, ಕ್ಷಣದಿಂದ ಕ್ಷಣಕ್ಕೆ ನಮ್ಮ ಕೈಲಾದ ಎಲ್ಲವನ್ನೂ ಮಾಡುತ್ತಾ, ನಾವು

ಪಾರಾಗುವವರೆಗೂ ಬದುಕಿರುವುದು ಎಂಬುದು. ಇದು ದೇವರ ಸಂದೇಶ ಎಂದು ಮಾರ್ಸೆಲೋ ನಂಬುತ್ತಿದ್ದ.

ಮಾರ್ಸೆಲೋನ ಈ ಮಾತುಗಳು, ನಂಬಿಕೆಗಳು ನಮ್ಮ ತಂಡದ ಮೇಲೆ ಗಾಢ ಪರಿಣಾಮ ಬೀರುತ್ತಿದ್ದವು. ಬಹಳಷ್ಟು ಮಂದಿ ಆತ ಹೇಳುವುದನ್ನು ಮರುಮಾತಿಲ್ಲದೆ ಒಪ್ಪಿಬಿಡುತ್ತಿದ್ದರು. ನಾನೂ ಸಹ ಅವನನ್ನು ಸಂಪೂರ್ಣ ನಂಬಿಬಿಡಬೇಕು ಎಂಬ ಆಶಯ ಹೊಂದಿದ್ದೆ. ಆದರೆ ಸಮಯ ಕಳೆದಂತೆ, ನನ್ನ ಮನಸ್ಸನ್ನು ತಟ್ಟುತ್ತಿದ್ದ ಭಯಾನಕ ಪ್ರಶ್ನೆಗಳು ನನ್ನನ್ನು ಸುಮ್ಮನಿರಲು ಬಿಡುತ್ತಿರಲಿಲ್ಲ. ನಮ್ಮ ವಿಮಾನ ನಾಪತ್ತೆಯಾದ ಸ್ಥಳದ ಬಗ್ಗೆ ಸಿಬ್ಬಂದಿಯವರಿಗೆ ಮಾಹಿತಿ ಇದೆ ಎಂದು ನಾವು ನಂಬಿದ್ದೆವು. "ಈ ಹಿಮವತ್ ಪರ್ವತಗಳ ಸೇರುವ ದಾರಿ ಅವರಿಗೆ ತಿಳಿದೇ ಇರುತ್ತದೆ. ಅವರು ನಮ್ಮಲ್ಲಿಗೆ ಬಂದೇ ಬರುತ್ತಾರೆ." ಎಂಬ ಈ ಮಾತನ್ನು ನಾವು ನಮ್ಮೊಳಗೆ ನೂರಾರು ಬಾರಿ ಹೇಳಿಕೊಂಡು ಸಮಾಧಾನಪಡುವುದು ವಾಡಿಕೆಯಾಯಿತು. ಈ ಅಗಾಧ ಬಿಳಿ ನೀರ್ಗಲ್ಲ ರಾಶಿಯ ಹರವಿನ ನಡುವೆ ಒಂದು ದೊಡ್ಡ ವಿಮಾನ ಮುರಿದು ಬಿದ್ದಿರುವುದು ಕಣ್ಣಿಗೆ ಬೀಳದೆ ಹೋದೀತೇ? ಹುಡುಕಿದರೆ ಖಂಡಿತ ಸಿಕ್ಕಿಬಿಡುತ್ತದೆ ಎಂಬುದು ಎಲ್ಲರ ವಾದ.

ಆದರೆ ಸಿಬ್ಬಂದಿಯವರು ಇಷ್ಟು ಹೊತ್ತಿಗಾಗಲೇ ನಮ್ಮನ್ನು ಹುಡುಕಿಬಿಡಬೇಕಿತ್ತು ಎಂಬ ನನ್ನ ಅನಿಸಿಕೆಯು ತಲೆಯಲ್ಲಿ ಎರಡು ವಿಚಾರಗಳನ್ನು ತುಂಬಿದವು: ಬಹುಶಃ ಅವರು ನಾವಿರುವ ಸ್ಥಳವನ್ನು ತಪ್ಪು ತಿಳಿದು ಮತ್ತೆಲ್ಲೋ ಹುಡುಕುತ್ತಿರಬಹುದು ಅಥವಾ ನಾವು ಇರುವ ಸ್ಥಳದ ಅಲ್ಪ ಸುಳಿವೂ ಅವರಿಗಿರದೆ, ಅವರಿಂದ ನಮ್ಮನ್ನು ಹುಡುಕಲು ಸಾಧ್ಯವೇ ಆಗಿಲ್ಲ. ಪ್ಲಾಂಚಾನ್ ಪಾಸ್ ಬಳಿ ಬರುವಾಗಿನ ಹಿಮಪರ್ವತಗಳ ಭಯಾನಕ, ಮಾರ್ಮಿಕ, ರೌದ್ರ ಸೌಂದರ್ಯ ಕಣ್ಣಿನ ಮುಂದೆ ಹಾದು ಬಂದಿತ್ತು. ಸಾವಿರಾರು ಮೈಲಿಗಳಷ್ಟು ಆಳ–ಅನುಪಾತಗಳಿರುವ ಈ ಪರ್ವತಗಳಡಿ ಇರುವ ನದಿ–ತೊರೆಗಳೇ ವೈಮಾನಿಕರಿಗೆ ಕಾಣಸಿಗದು ಇನ್ನು ಒಂದು ವಿಮಾನ ಕಾಣುತ್ತದೆಯೇ! ನನಗೆ ಆ ಕ್ಷಣದಲ್ಲಿ ಅನ್ನಿಸಿದ್ದಿಷ್ಟು: ಅವರಿನ್ನೂ ನಮ್ಮನ್ನು ಹುಡುಕಲು ಸಾಧ್ಯವಾಗಿಲ್ಲ ಏಕೆಂದರೆ ಅವರಿಗೆ ನಾವಿರುವ ಸ್ಥಳದ ಸುಳಿವು ಸಹ ಇಲ್ಲ. ಇಂತಹ ಪರಿಸ್ಥಿತಿಯಲ್ಲಿ ಅವರು ನಮ್ಮನ್ನು ಎಂದಿಗೂ ಹುಡುಕಲಾರರು!

ಮೊದಮೊದಲಿಗೆ ಈ ನನ್ನ ವ್ಯಗ್ರ ಆಲೋಚನೆಗಳನ್ನು ನನ್ನಲ್ಲಿಯೇ ಅಡಗಿಸಿಟ್ಟೆ. ನನ್ನ ಜೊತೆಗಾರರ ಆಶಾವಾದಕ್ಕೆ ನೀರೆರಚಲು ನಾನು ಸಿದ್ಧನಿರಲಿಲ್ಲ. ಜೊತೆಗೆ ನನಗೂ ಆ ನನ್ನ ಆಲೋಚನೆಗಳು ನಿಜವಾಗುವುದು ಇಷ್ಟವಿರಲಿಲ್ಲ. ಅವೆಲ್ಲಿ ನಿಜವಾಗಿಬಿಡುತ್ತವೋ ಎಂದು ಜೀವ ಹೆದರುತ್ತಿತ್ತು. ನಮ್ಮ ಆಸೆ, ನಿರೀಕ್ಷೆಗಳು

ಸುಳ್ಳಾಗುತ್ತಿವೆ ಎಂದು ಯಾವಾಗ ಅರಿವಾಗುತ್ತದೆಯೋ ಅಂದು ಮನಸ್ಸು ನಿರಾಕರಣೆಯ ಭಾವದೊಂದಿಗೆ ನಮ್ಮನ್ನು ಕಾಪಾಡುತ್ತದೆ ಮತ್ತು ಮುಂದೊಂದು ದಿನ ಒಪ್ಪಿಕೊಳ್ಳಬೇಕಾದ ಸತ್ಯವನ್ನು ಅರಗಿಸಿಕೊಳ್ಳಲು ನಮ್ಮನ್ನು ನಿಧಾನವಾಗಿ ಸಿದ್ಧಗೊಳಿಸುತ್ತದೆ. ಇದೇ ಭಾವ ನನ್ನಲ್ಲಿನ ಆತಂಕಗಳ ಮೇಲೆ ಮುಸುಕೆಳೆಯಲು ಸಹಾಯ ಮಾಡಿತ್ತು. ನನ್ನೆಲ್ಲ ಆತಂಕ, ಅನುಮಾನಗಳನ್ನು ಮೀರಿ ಇತರರೆಲ್ಲ ಏನನ್ನು ಬಯಸುತ್ತಿದ್ದರೋ, ನಾನೂ ಅದೇ ಬಯಸುತ್ತಿದ್ದೆ. ನನ್ನ ಒಳಗೆಲ್ಲೋ ಹುದುಗಿದ್ದ ಆಶಾಭಾವವು, ಯಾರಾದರೂ ಬಂದು ನನ್ನನ್ನು ಇಲ್ಲಿಂದ ಕರೆದೊಯ್ದು ನನ್ನ ಮನೆ ತಲುಪಿಸಬಹುದು ಎಂದು ಆಶಿಸುತ್ತಿದ್ದೆ. ನನ್ನ ಹೃದಯಬಡಿತದಷ್ಟೇ ಸತತವಾಗಿ ನಾನು ಆ ಆಶಾವಾದವನ್ನು ನಂಬಲಿಚ್ಛಿಸುತ್ತಿದ್ದೆ, ನಂಬುತ್ತಿದ್ದೆ. ಹಾಗಾಗಿ ಪ್ರತಿ ರಾತ್ರಿ ಎಲ್ಲರೊಡನೆ ಕೂತು ನಾನೂ ದೇವರನ್ನು ಪ್ರಾರ್ಥಿಸುತ್ತಿದ್ದೆ. ಯಾವ ಕ್ಷಣದಲ್ಲಾದರೂ ಕೇಳಿಸಬಹುದಾದ ಹೆಲಿಕಾಪ್ಟರಿನ ಸದ್ದಿಗಾಗಿ ಮೈಯೆಲ್ಲಾ ಕಿವಿಯಾಗಿರುತ್ತಿದ್ದೆ. ಮಾರ್ಸೆಲೋ ದೇವರಲ್ಲಿ ನಂಬಿಕೆಯಿಡಿ ಎಂದು ನಮ್ಮೆಲ್ಲರಲ್ಲಿ ಗೋಗರೆದಾಗ, ಮನಸಾರೆ ತಲೆದೂಗಿಸಿದ್ದೆ. ಆದರೂ, ನನ್ನ ಮನಸ್ಸು ಒಂದು ಕ್ಷಣ ಶಾಂತವಾಗಿರಲು ಸಾಧ್ಯವಾಗಲಿಲ್ಲ. ಅರೆನಿಮಿಷದ ಬಿಡುವಿನಲ್ಲೂ ಮನಸ್ಸು ಪ್ರಶ್ನಾತಂಕಗಳ ಬೀಡಾಗುತ್ತಿತ್ತು. ಪಶ್ಚಿಮ ಘಟ್ಟಗಳತ್ತ ಕಣ್ಣು ಹಾಯುತ್ತಿತ್ತು. ಇಲ್ಲಿಂದ ನಾವೇ ಹೇಗಾದರೂ ಮಾಡಿ ಹೊರಬೀಳಬೇಕಾದ ಪರಿಸ್ಥಿತಿ ಎದುರಾದರೆ ಹೇಗೆ? ಒಂದು ವೇಳೆ ಹಾಗಾದಲ್ಲಿ, ಈ ಭಯಾನಕ ಪ್ರಕೃತಿಯ ಮಾರ್ಮಿಕ ಕೋಟೆಯನ್ನು ದಾಟಿ ಹೋಗಲು ನನ್ನಲ್ಲಿ ಶಕ್ತಿಯಿದೆಯೇ? ಆ ಇಳಿಜಾರುಗಳು ಅದೆಷ್ಟು ಆಳವಾಗಿವೆ? ಇಲ್ಲಿಂದ ಕದಲಿದ ನಂತರ ದಾರಿಯಲ್ಲಿ ಇನ್ನೆಷ್ಟು ಕೊರೆವ ಚಳಿಯನ್ನು ಅನುಭವಿಸಬೇಕು? ನಡೆದು ಹೋಗುತ್ತಿದ್ದಾಗ ಮಂಜಿನ ನೆಲ ಕುಸಿದೇ ಹೋದರೆ? ಹೊರಡುವುದೇ ಆದರೆ ಯಾವ ದಾರಿಯನ್ನು ಆಯ್ಕೆ ಮಾಡಿಕೊಳ್ಳಬೇಕು? ನಾನು ಉರುಳಿ ಬಿದ್ದರೆ ಏನಾಗಬಹುದು? ಆ ಕಪ್ಪು ಘಟ್ಟಗಳ ಹಿಂದಿನ ಪಶ್ಚಿಮ ದಿಕ್ಕಿಗೆ ಏನು ಸಿಗಬಹುದು? ಹೀಗೆ ಪ್ರಶ್ನೆ, ಅನುಮಾನಗಳ ಉಲ್ಕಾಪಾತವೇ ಮನಸ್ಸನ್ನು ಕುದಿಸಿಬಿಡುತ್ತಿತ್ತು.

ಮನದಾಳದಲ್ಲಿ, ನಮ್ಮನ್ನು ನಾವೇ ಹೇಗಾದರೂ ಮಾಡಿ ಕಾಪಾಡಿಕೊಳ್ಳಬೇಕು ಎಂಬ ಸತ್ಯದ ಅರಿವಾಗಿಹೋಗಿತ್ತು ನನಗೆ. ನಿಧಾನವಾಗಿ ಈ ನನ್ನ ಅನುಮಾನಗಳನ್ನು ಹಂತಹಂತವಾಗಿ ನನ್ನ ಸ್ನೇಹಿತರಲ್ಲಿ ಹಂಚಿಕೊಳ್ಳಲು ಪ್ರಾರಂಭಿಸಿದೆ. ನಾನು ಹೆಚ್ಚು ಹೆಚ್ಚು ಇದರ ಬಗ್ಗೆ ಮಾತನಾಡಲು ಪ್ರಾರಂಭಿಸಿದಾಗ ನನ್ನ ನಿರ್ಧಾರ ಮತ್ತಷ್ಟು ಗಟ್ಟಿಗೊಳ್ಳುತ್ತಿತ್ತು. ಪ್ರತಿ ವಿಧದಲ್ಲೂ ಅದರ ಸಾಧ್ಯತೆಗಳನ್ನು ಮನಸ್ಸು ಆಲೋಚಿಸುತ್ತಿತ್ತು. ಎಷ್ಟರ ಮಟ್ಟಿಗೆ ಎಂದರೆ, ನಾವು ನಮ್ಮ ದಾರಿ ಹುಡುಕುತ್ತಾ ಹೊರಟು ಮನೆ

ಸೇರುವುದು ಎಲ್ಲವೂ ಒಂದು ಸಿನೆಮಾ ಚಿತ್ರದಂತೆ ನನ್ನ ಕಣ್ಣ ಮುಂದೆ ಹಾಯ್ದು ನಿಲ್ಲುತ್ತಿತ್ತು. ಆ ಬಿಳುಪಾದ ಎತ್ತರೆತ್ತರ ಸವಾಲನ್ನು ಮೆಟ್ಟಿ ನಿಲ್ಲುವ ನನ್ನನ್ನು ನಾನೇ ಕಂಡುಕೊಳ್ಳುತ್ತಿದ್ದೆ. ಆ ಹಿಮಾವೃತ ಕಲ್ಲು ಬಂಡೆಗಳೊಂದೊಂದನ್ನೂ ನನ್ನ ಕೈ ಹಿಡಿದಾವರಿಸಿ ಮೇಲೇರುವ ವಿಧಾನವು ಅನುಭವಕ್ಕೆ ಬರುವಂತೆ ಕಾಣುತ್ತಿತ್ತು. ಪ್ರತಿ ಹೆಜ್ಜೆಯೂ ಸಾವಿನ ಜೊತೆ ಸೆಣಸಾಡುವ ಆಟವೇ ಆಗಿತ್ತು. ಆದರೂ ನಾನು ನಿಲ್ಲುತ್ತಿರಲಿಲ್ಲ. ಶಿಖರದ ಮೇರನ್ನು ಏರಿ ಅದರಾಚೆ ಏನಿರಬಹುದು ಎಂದು ಕಾಣುವವರೆಗೂ ನಾನು ನಿಲ್ಲುತ್ತಿರಲಿಲ್ಲ. ಮತ್ತು ನಾನೊಮ್ಮೆ ಅಲ್ಲಿವರೆಗೂ ಏರಿ ನಿಂತ ಮೇಲೆ ಆಚೆಗೆ ಕಾಣುವುದು ಬರೀ ಹಸಿರ ಹರವು ಮತ್ತು ಕೆಮ್ಮಣ್ಣಿನ ಹೊಲಗದ್ದೆಗಳುಳ್ಳ ಸಜೀವ ಸಂಕೇತೀ ದೃಶ್ಯ. ಆ ಹಸಿರಿನ ನಡುವೆ ಸಣ್ಣ ಕೂದಲಿನೆಳೆಯಷ್ಟು ಗೆರೆ ಕಾಣಿಸುತ್ತದೆ ಮತ್ತು ಆ ಗೆರೆಯು ಹೊಲದ ನಡುವಿನ ರಸ್ತೆ ಎಂಬುದು ನನಗೆ ಗೊತ್ತು. ಹಿಮಾವೃತ ಪರ್ವತದಾಚೆ ಬಿರಿಬಿರನೆ ಇಳಿದು ಆ ಹುಲ್ಲಿನ ಹಾದಿಯನ್ನು ಸೇರಿ ಒಂದಷ್ಟು ನಡೆದ ನಂತರ ದೂರದಲ್ಲೊಂದು ಟ್ರಕ್ಕು ಕಾಣಸಿಗುತ್ತದೆ. ಆ ವಾಹನಕ್ಕೆ ನಾನು ಸನ್ನೆ ಮಾಡಿ ನಿಲ್ಲಿಸಿ: ಬೃಹತ್ ಪರ್ವತಗಳ ನಡುವೆ ಮುರಿದು ಬಿದ್ದ ವಿಮಾನದಿಂದ ನಾನು ಬಂದಿದ್ದೇನೆ ಎಂದು ಆ ಚಾಲಕನಿಗೆ ಹೇಳಿದರೆ, ಆತ ನನ್ನನ್ನರ್ಥ ಮಾಡಿಕೊಳ್ಳುತ್ತಾನೆ. ಅವನು ನನ್ನನ್ನು ಆ ಹಳ್ಳಿಯ ಬಳಿಯ ಪಟ್ಟಣಕ್ಕೆ ಒಯ್ಯುತ್ತಾನೆ. ಅಲ್ಲಿಂದ ನಾನು ದೂರವಾಣಿಯ ಮೂಲಕ ನನ್ನ ತಂದೆಯೊಂದಿಗೆ ಮಾತನಾಡುತ್ತೇನೆ. ನನ್ನ ಕಂಠ ಕೇಳಿದ ಕೂಡಲೇ ನನ್ನ ತಂದೆ ಗದ್ಗದಿತನಾಗುತ್ತಾನೆ. ಒಂದೆರಡು ದಿನಗಳಲ್ಲೇ ನಾವಿಬ್ಬರೂ ಸಂಧಿಸುತ್ತೇವೆ. ನನ್ನ ತಂದೆ ಹೊಳಪಿನ ಕಂಗಳೊಡನೆ ನನ್ನನ್ನೇ ನೋಡುತ್ತಾನೆ. ನನ್ನ ಹೆಸರು ಮಾತ್ರ ಕೂಗುತ್ತಾನೆ, ಮತ್ತೇನೂ ಮಾತನಾಡಲಾರ. ನಾನು ಅವರನ್ನು ಅಪ್ಪಿಕೊಳ್ಳಲು ಹೋದಾಗ ಅವರು ನನ್ನ ತೋಳಿನಲ್ಲಿ ಕುಸಿದು ಬೀಳುವುದು ನನ್ನ ಅನುಭವಕ್ಕೆ ಬರುತ್ತದೆ...

ಹೀಗೆ, ಒಂದು ಸಶಕ್ತ ಮಂತ್ರದಂತೆ, ನನ್ನದೇ ಪುರಾಣ ದಂತಕಥೆಯಂತೆ, ಈ ವೃತ್ತಾಂತವು ನನ್ನ ಗುರಿಯಾಗಿಹೋಯಿತು. ನನಗೆ ಉಳಿದಿದ್ದ ಒಂದೇ ಜೀವಾಧಾರವಾಯಿತು. ಇದು ಇನ್ನಷ್ಟು ಗಾಢವಾಗಿ ನನ್ನಲ್ಲಿ ಬೆಳೆದು ಬಲಿತು ಒಂದು ಆಭರಣದಂತೆ ಹೊಳೆಯುವ ತನಕ ಅದನ್ನು ಪೋಷಿಸಿ, ಪುರಸ್ಕರಿಸಿ ಬೆಳೆಸಿದೆ. ಆ ಪರ್ವತಶ್ರೇಣಿಗಳನ್ನು ದಾಟಿ ಅತ್ತ ಕಡೆ ಹೊರಡುವ ನನ್ನ ಈ ಆಲೋಚನೆಯನ್ನೇ ಎಲ್ಲರೂ ತಿರಸ್ಕರಿಸಿದರು. ನನ್ನನ್ನು ಒಬ್ಬ ಹುಚ್ಚನಂತೆ ನೋಡಿದರು. ಆದರೆ ತಂದೆಗೆ ನೀಡಿದ ವಚನವು ನನ್ನ ಜೀವರಕ್ಷೆಯಾಗಿ ಕ್ಷಣ ಕ್ಷಣಕ್ಕೆ ನನ್ನನ್ನು ಗಟ್ಟಿಗೊಳಿಸುತ್ತಿತ್ತು. ನನ್ನೆಲ್ಲ ಭಯ, ಆತಂಕಗಳು ನಾನು ತಂದೆಯನ್ನು ಸೇರುವ ಜೀವದಾಸೆಯನ್ನು ಹುರಿದುಂಬಿಸುತ್ತಿತ್ತು. ಕಪ್ಪು ಕೊಳವೊಂದರಲ್ಲಿ ಮುಳುಗಿದ್ದ

ನನ್ನನ್ನು ಅಸಹಾಯಕತೆಯಿಂದ ಹೊರಗೆಳೆದು ಆತ್ಮವಿಶ್ವಾಸ ತುಂಬುತ್ತಿತ್ತು. ಆಗಲೂ ಮಾರ್ಸೆಲೋ ಜೊತೆ ಕೂತು ನಾನು ಪ್ರಾರ್ಥಿಸುತ್ತಿದ್ದೆ. ಒಂದು ನಂಬಲಾರದ ವಿಸ್ಮಯ, ಜಾದೂವಿಗಾಗಿ ಆ ದೇವರಲ್ಲಿ ಅರ್ಜಿ ಸಲ್ಲಿಸುತ್ತಿದ್ದೆ. ಆಗಲೂ ಪ್ರತಿ ರಾತ್ರಿ ನನ್ನ ಕಿವಿಗಳು ಎಚ್ಚರಿಕೆಯಿಂದ ಕಾಯುತ್ತಿದ್ದವು. ಇವೆಲ್ಲದರಿಂದ ಯಾವ ಪ್ರಯೋಜನವೂ ಕಾಣದೆ ಹೋಗಿ ನನ್ನ ಭಯ ಆತಂಕಗಳು ನನ್ನನ್ನು ಹುಚ್ಚನಾಗಿಸುತ್ತಿದ್ದಾಗ ಕಣ್ಣು ಮುಚ್ಚಿ ತಂದೆಯನ್ನು ನೆನೆಯುತ್ತಿದ್ದೆ. ಅವರಿಗೆ ನೀಡಿದ ವಚನವನ್ನು ನೆನೆದು, ಮನದಲ್ಲೇ ಪರ್ವತಾರೋಹಣದ ಚಿತ್ರವನ್ನು ದೃಢಪಡಿಸಿಕೊಳ್ಳುತ್ತಿದ್ದೆ.

ಸೂಜಿಯ ಸಾವಿನ ನಂತರ ಇಪ್ಪತ್ತೇಳು ಜನರು ಬದುಕುಳಿದಿದ್ದೆವು. ನಮ್ಮಲ್ಲಿ ಕೆಲವರಿಗೆ ಮಾರಣಾಂತಿಕ ಗಾಯಗಳಾಗಿದ್ದವು. ಇನ್ನು ಕೆಲವರಿಗೆ ಬರಿಯ ತರಚು ಗಾಯಗಳಾಗಿದ್ದವು. ರಾಬರ್ಟೊ ಮತ್ತು ಗಸ್ತೆವೋರಿಗೆ ಕೊಂಚವೇ ತರಚು ಗಾಯಗಳಾಗಿದ್ದವು. ಲಿಲಿಯನ್, ಜೇವಿಯರ್, ಪೆಡ್ರೋ ಅಲ್ಗೋರ್ಟಾ, ಮಾನ್ಜೋ ಸಬೆಲ್ಲ, ಡೇನಿಯಲ್ ಷಾ, ಬಾಬಿ ಫ್ರಾನ್ಕೊಸಿಸ್ ಮತ್ತು ಜಾನ್ ಕಾರ್ಲೋಸ್ ಮೆಂಡೆನ್ಜ್ ಮತ್ತಿನ್ನು ಕೆಲವರಿಗೆಲ್ಲ ಬರಿಯ ಗಾಯಗಳಷ್ಟೇ ಆಗಿದ್ದವು. ಹೆಚ್ಚು ಗಾಯವಾಗಿದ್ದವರು ಹಿಮದ ಮಡುವಿನಲ್ಲಿ ದಿನಗಳು ಕಳೆಯುತ್ತಿದ್ದಂತೆ ಅಲ್ಪ ಸ್ವಲ್ಪ ನಡೆದಾಡಲು ಪ್ರಾರಂಭಿಸಿದರು. ಫಿಟೋ ಮತ್ತು ಆತನ ಅಣ್ಣ ಎಡುರಾಡೋ ಅವರೂ ನನ್ನಂತೆ ಪ್ರಜ್ಞೆ ತಪ್ಪಿದ್ದರು. ಆದರೆ ಬೇಗ ಚೇತರಿಸಿಕೊಂಡರು. ನನ್ನ ತಲೆಗಾಗಿದ್ದ ಸೀಳುಗಾಯ ನಮ್ಮ ತಂಡದಲ್ಲಿ ಎಲ್ಲರಿಗಿಂತ ಹೆಚ್ಚಿನದಾಗಿತ್ತು. ದಿನಕಳೆದಂತೆ ನನ್ನ ಚೂರು ಚೂರಾದ ಬುರುಡೆಯ ತುಂಡುಗಳು ತಾನಾಗೇ ಕೂಡಿಕೊಳ್ಳಲಾರಂಭಿಸಿದವು. ನನ್ನನ್ನು ಹೊರತಾಗಿಸಿ ಆರ್ತುರೋ ನೋಗುರಾ ಮತ್ತು ರಾಫೆಲ್‌ಗೆ ಆತಂಕಕಾರೀ ಗಾಯಗಳಾಗಿದ್ದವು. ಆರ್ತುರೋಗೆ ಎರಡೂ ಕಾಲುಗಳ ಎಲುಬುಗಳೆಲ್ಲಾ ಪುಡಿ ಪುಡಿಯಾಗಿ ಜಜ್ಜಿ ಹೋಗಿದ್ದವು ಮತ್ತು ರಾಫೆಲ್‌ಗೆ ಮೊಣಕಾಲಿನ ಚಿಪ್ಪು ಮುರಿದು ಸ್ಥಳಾಂತರವಾಗಿತ್ತು. ಅವರನ್ನು, ಅವರ ಸ್ಥಿತಿಯನ್ನು ನಾವು ಜೊತೆಗಿದ್ದು ನೋಡದಾದೆವು.

ನಮ್ಮ ಕೈಲಾದ ಸಹಾಯ ನಾವು ಅವರಿಗೆ ಮಾಡುತ್ತಿದ್ದೆವು. ರಾಬರ್ಟೊ ಅವರಿಗಾಗಿ ಹಾಸಿಗೆಗಳನ್ನು ತಯಾರಿಸಿದ. ಅವರಿಗೆ ಹಾಸಿಗೆಗಳೇನೋ ಸ್ವಲ್ಪ ಸಾಂತ್ವನ ತಂದಿದ್ದರೂ ಮಲಗುವಾಗ ನಮ್ಮ ದೇಹದ ಬಿಸಿಯಾಸರೆ ದೊರೆಯದೆ ಚಳಿಗೆ ಮತ್ತಷ್ಟು ಮರಗಟ್ಟಿ ಹೋಗುತ್ತಿದ್ದರು. ಆದರೆ ಅವರ ಜೀವಹಿಂಡುವ ನೋವಿನ ನಡುವೆ ಚಳಿಯ ಕರಾಳತೆಯು ಸಣ್ಣದಾಗಿಹೋಯಿತು.

ರಾಫೆಲ್ ನಮ್ಮ ಹಾಗೆ ಆಟಗಾರನಲ್ಲ. ಆದರೆ, ನಮ್ಮ ಆಟ ನೋಡಲು ನಮ್ಮೊಂದಿಗೆ ಬಂದಿದ್ದ. ವಿಮಾನದಲ್ಲೇ ಆತನನ್ನು ನಾನು ಮೊದಲು

ಭೇಟಿಯಾದದ್ದು. ತಂಡದೊಂದಿಗೆ ಹೊಸಬನಾಗಿ ಕಂಡರೂ ನಮ್ಮೆಲ್ಲರೊಡನೆ ನಗುತ್ತಾ ಬೆರೆತುಹೋಗಿದ್ದ. ನನ್ನೊಡನೆಯೂ ಅದೆಷ್ಟೋ ಸಲುಗೆಯಿಂದ ಸ್ನೇಹವನ್ನು ತೋರಿದ್ದ. ಈಗ ಅವನು ಈ ಸ್ಥಿತಿಯಲ್ಲಿ ಇದ್ದರೂ ಧೈರ್ಯವಾಗಿ ಎದುರಿಸುತ್ತಿರುವುದನ್ನು ಕಂಡು ನನಗೆ ಹೆಮ್ಮೆ ಎನಿಸಿತು. ರಾಬರ್ಟೊ ರಾಫೆಲ್‌ನ ಜೊತೆಗೇ ಇದ್ದು ಅವನಿಗೆ ತೋಚಿದ ವೈದ್ಯಗಳನ್ನು ಮಾಡುತ್ತಿದ್ದ. ಆದರೆ ನಮ್ಮದು ಸಣ್ಣ ವಿಮಾನವಾದ್ದರಿಂದ ವೈದ್ಯಕೀಯ ಸರಕು ಹೆಚ್ಚಾಗಿ ಇರಲಿಲ್ಲ. ಪ್ರತಿನಿತ್ಯವೂ ಕಾಲಿಗೆ ಕಟ್ಟಿದ ಬ್ಯಾಂಡೇಜನ್ನು ಬದಲಾಯಿಸಿ ನಮ್ಮಲ್ಲಿದ್ದ ವೈನ್ ನೀರಿನಿಂದ ಶುಚಿಗೊಳಿಸುತ್ತಿದ್ದ. ಅದರಿಂದ ಗಾಯಗಳು ಮಾಗಬಹುದು ಎಂಬ ಭರವಸೆ. ಆದರೆ ಪ್ರತಿದಿನ ಗಾಯದಿಂದ ಕೀವು ಸೋರುತ್ತಿತ್ತು. ಅದು ದಿನಂಪ್ರತಿ ಹೆಚ್ಚಾಗುತ್ತಾಹೋಯಿತು. ಎಲ್ಲರಿಗೂ ಅವನ ಕಾಲಿಗೆ ಗ್ಯಾಂಗ್ರೀನ್ ಆಗಿರಬಹುದು ಎಂಬ ಹೆದರಿಕೆ ಕಾಡಿತ್ತು. ಆದರೆ ರಾಫೆಲ್‌ನ ಆಶಾವಾದ ಎಂದಿಗೂ ಅವನನ್ನು ಆತ್ಮಾನುಕಂಪಕ್ಕೆ ಎಳೆದೊಯ್ಯಲಿಲ್ಲ. ಅವನ ಮೈ ಪೂರ್ತಿ ಕೀವಿನ ನಂಜೇರುತ್ತಿದ್ದರೂ ನಗುನಗುತ್ತಾ ಅದನ್ನು ಎದುರಿಸುತ್ತಿದ್ದ. ಎಲ್ಲರೊಂದಿಗೆ ಬೆರೆಯುತ್ತಿದ್ದ. ಪ್ರತಿನಿತ್ಯ ಬೆಳಗ್ಗೆ ಎದ್ದು ಅವನು, "ನಾನು ರಾಫೆಲ್ ಎಚ್ಚಾವರನ್, ಮತ್ತು ನಾನು ಈ ಸ್ಥಳದಲ್ಲಿ ಎಂದಿಗೂ ಸಾಯುವುದಿಲ್ಲ!" ಎಂದು ಧೈರ್ಯದಿಂದ ಕೂಗುತ್ತಿದ್ದ. ಅವನು ಜೀವ ಹೋಗುವಷ್ಟು ಒಳಗೆ ನೋವನುಭವಿಸುತ್ತಿದ್ದರೂ ಎಂದಿಗೂ ತನ್ನ ಸ್ಥೈರಣೆಯನ್ನು ಬಿಟ್ಟುಕೊಡಲಿಲ್ಲ. ಆತನ ಈ ಪ್ರತಿನಿತ್ಯದ ಕೂಗುವ ಮಾತಿನಿಂದ ನಾನು ಹೆಚ್ಚು ಗಟ್ಟಿಗೊಳ್ಳುತ್ತಾ ಹೋದೆ.

ರಾಫೆಲ್‌ನಂತೆಯೇ ಆರ್ತುರೋ ಸಹ ತುರ್ತು ಚಿಕಿತ್ಸಾ ಘಟಕಕ್ಕೆ ಸೇರಬೇಕಾದವನು. ಇಪ್ಪತ್ತನಾಲ್ಕು ಘಂಟೆಗಳೂ ಅವನನ್ನು ನಿಗಾವಹಿಸಿ ಚಿಕಿತ್ಸೆ ಮಾಡಬೇಕಾದ ಪರಿಸ್ಥಿತಿ. ಆದರೆ, ಅವನು ಇಲ್ಲಿ ಆಂಡೀಸ್‌ನಲ್ಲಿ ಚಳಿಗೆ ನಡುಗುತ್ತಾ, ಒಂದಷ್ಟು ಸಣ್ಣ ಜಾಗದಲ್ಲಿ ಮುದುರಿದ್ದ. ಯಾವ ರೋಗನಿರೋಧಕ ಔಷಧಿ, ಚಿಕಿತ್ಸೆಗಳಿಲ್ಲದೆ ನೋವುಣ್ಣುತ್ತಿದ್ದ. ನಮ್ಮೊಡನೆ ಕೆಲವು ವೈದ್ಯಕೀಯ ಶಿಕ್ಷಣ ಪಡೆಯುತ್ತಿದ್ದ ವಿದ್ಯಾರ್ಥಿಗಳಿದ್ದರು. ನಾವೆಲ್ಲರೂ ಒಬ್ಬೊಬ್ಬರಂತೆ ಸರದಿಯ ಮೇಲೆ ಇವರನ್ನು ನೋಡಿಕೊಳ್ಳುತ್ತಿದ್ದೆವು. ನಾನು ಆರ್ತುರೋ ಜೊತೆಗೆ ಹೆಚ್ಚು ಕಾಲ ಕಳೆಯುತ್ತಿದ್ದೆ. ಮೊದಮೊದಲು ನಾವು ರಗ್ಬೀ ಬಗ್ಗೆ ಮಾತನಾಡುತ್ತಿದ್ದೆವು. ಆರ್ತುರೋ ನಮ್ಮ ತಂಡದ ಅತ್ಯಂತ ಬಲಶಾಲಿ ಆಟಗಾರರಲ್ಲೊಬ್ಬನಾಗಿದ್ದ. ಅವನ ಹಳೆಯ ಆಟಗಳನ್ನು, ಅವುಗಳಲ್ಲಿ ಆತ ತೋರಿಸುತ್ತಿದ್ದ ಕೈಚಳಕಗಳನ್ನೂ ಅವನಿಗೆ ನೆನಪಿಸಿ, ಅದರ ಕುರಿತು ಕೇಳುತ್ತಿದ್ದೆ. ಈ ಮಾತುಗಳು ಅವನಿಗೆ ತುಂಬ ಹಿಡಿಸುತ್ತಿದ್ದವು. ಕಾಲು ಮುರಿದು ಬಿದ್ದು ಮಲಗಿದ ಸ್ಥಳದಿಂದಲೇ ನನಗೆ ರಗ್ಬೀ ಆಟದ ಒಳಸುಳಿವುಗಳನ್ನು

ತಿಳಿಸುತ್ತಿದ್ದ. ಕೆಲವೊಮ್ಮೆ ಆಟದ ಬಗೆಗಿನ ಮಾತಿನಲ್ಲಿ ಮೈಮರೆತು ಯಾವುದೋ ರೀತಿಯನ್ನು ತೋರಲು ಕಾಲನ್ನು ಝಾಡಿಸಿ ಒದ್ದುಬಿಡುತ್ತಿದ್ದ. ಆ ಕ್ಷಣದ ಅವನ ಆಕ್ರಂದನ ಕೇಳಿ ಎಲ್ಲರೂ ನಡುಗಿಹೋಗುತ್ತಿದ್ದರು. ನಮ್ಮ ಪರಿಸ್ಥಿತಿಯ ಅರಿವು ಎಲ್ಲರಿಗೂ ಆ ಕ್ಷಣಕ್ಕೆ ನೆನಪಾಗಿ, ಸ್ಮಶಾನ ಮೌನ ಆವರಿಸಿ ಬಿಡುತ್ತಿತ್ತು.

ಆರ್ತುರೋನನ್ನು ಹೆಚ್ಚು ನಿಕಟವಾಗಿ ತಿಳಿದಷ್ಟೂ ನಮ್ಮ ಮಾತುಗಳು ರಗ್ಬೀ ಆಟವನ್ನು ಮೀರಿ ಮುಂದುವರೆಯುತ್ತಿತ್ತು. ಆತ ನಮ್ಮೆಲ್ಲರಿಗಿಂತ ಭಿನ್ನ ವ್ಯಕ್ತಿತ್ವದವನು ಎಂಬುದು ಮನವರಿಕೆಯಾಗಿತ್ತು. ಅವನು ಒಬ್ಬ ಸಮಾಜವಾದಿ. ಅವನ ಬಂಡವಾಳಶಾಹಿ ವಿರೋಧಿ ನಿಲುವುಗಳು, ಹುಟ್ಟಾ ಶ್ರೀಮಂತರಾಗಿ ಬೆಳೆದಿದ್ದ ನಮ್ಮಲ್ಲಿ ಕೆಲವರಿಗೆ ವಿಚಿತ್ರವೆನಿಸುತ್ತಿತ್ತು. ಕೆಲವರು ಅವನನ್ನು ಹರಿದ ಬಟ್ಟೆ ಹಾಕಿ, ಕೈಲಿ ಮಾರ್ಕ್ಸ್ ಪುಸ್ತಕವನ್ನು ಹೊತ್ತು ಭೋಳೆಯಾದ ತೋರಿಕೆಯ ಮನುಷ್ಯ ಎಂದೇ ಭಾವಿಸಿದ್ದರು. ಅವನು ಅಷ್ಟು ಸುಲಭ ಸಾಧ್ಯದವನಾಗಿರಲಿಲ್ಲ. ಅವನ ಒರಟು ಮಾತುಗಳಿಂದ ಕೆಲವರು ದೂರಸರಿದರೂ, ದಿನಕಳೆದಂತೆ ಅವನ ಆಲೋಚನೆಗಳು ಇಷ್ಟವಾಗಹತ್ತಿದ್ದವು. ಅವನ ಸಾಮಾಜಿಕ ಅಥವಾ ರಾಜಕೀಯ ನಿಲುವುಗಳಿಗಿಂತ ಮಿಗಿಲಾಗಿ ಆತನ ವಿಚಾರ, ಆಲೋಚನೆಗಳ ಗಾಂಭೀರ್ಯತೆಯನ್ನು ಮೆಚ್ಚಿದ್ದೆ. ಇಷ್ಟು ಸಣ್ಣ ವಯಸ್ಸಿಗೇ ಅವನಿಗೆ ಜೀವನದ ಬಗ್ಗೆ ತನ್ನದೇ ಆದ ನಿಲುವುಗಳಿದ್ದವು, ಸಿದ್ಧಾಂತಗಳಿದ್ದವು. ನಮ್ಮ ವಯಸ್ಸಿನಲ್ಲಿ ಯಾರೂ ಗಮನವೇ ಹರಿಸದ ಸಮಾನತೆ, ನ್ಯಾಯ, ಅನುಕಂಪ, ನೀತಿಗಳ ಬಗೆಗಿನ ಬಹುಮುಖ್ಯ ಸಾಮಾಜಿಕ ಕಳಕಳಿ ಅವನಲ್ಲಿ ತುಂಬಿತ್ತು. ಸಾಂಪ್ರದಾಯಿಕ ಸಮಾಜದ ಯಾವುದೇ ಕಟ್ಟುಪಾಡುಗಳನ್ನು ಪ್ರಶ್ನಿಸಲು ಅವನು ಹೆದರುತ್ತಿರಲಿಲ್ಲ. ಬಡವರ ಮೇಲೇರಿ ಶ್ರೀಮಂತರನ್ನೇ ಪೋಷಿಸುವ ಆಡಳಿತ, ಅರ್ಥಶಾಸ್ತ್ರವನ್ನು ಅವನು ಖಂಡಿಸುತ್ತಿದ್ದ.

ಅವನ ಈ ಪ್ರಬಲ ಸಿದ್ಧಾಂತಗಳು ಕೆಲವರಿಗೆ ಹಿಂಸೆಯುಂಟು ಮಾಡುತ್ತಿದ್ದವು. ನಾವು ಚಳಿ, ಹೆದರಿಕೆಗಳನ್ನು ಮರೆಯಲು ನಮ್ಮನ್ನು ನಾವು ತೊಡಗಿಸಿಕೊಳ್ಳುತ್ತಿದ್ದ ಸಮಾಜ, ರಾಜಕೀಯ, ಇತಿಹಾಸ ಇತ್ಯಾದಿ ಯಾವುದೇ ಮಾತುಗಳಲ್ಲಿನ ಅವನ ಭಿನ್ನ ವಿಚಾರಗಳಿಂದಾಗಿ ಗುಂಪಿನಲ್ಲಿ ಗುಲ್ಲೆದ್ದು ಜನ ಸಿಟ್ಟಾಗುತ್ತಿದ್ದರು. ಆದರೆ, ನನಗೆ ಅವನ ಮಾತುಗಳನ್ನೇ ಕೇಳುವ ಕುತೂಹಲ. ಅವನ ವಿಚಾರಗಳಲ್ಲಿ ಎಲ್ಲಕ್ಕಿಂತ ಹೆಚ್ಚಾಗಿ ನನ್ನನ್ನು ಸೆಳೆದದ್ದು ಅವನ ಧಾರ್ಮಿಕ ನಿಲುವುಗಳು. ಗುಂಪಿನಲ್ಲಿ ಹೆಚ್ಚು ಜನರಂತೆ ನಾನೂ ಕ್ಯಾಥೊಲಿಕ್ ಪಂಥದ ಸಂಪ್ರದಾಯವಾದಿಯಾಗಿಯೇ ಬೆಳೆದವನು. ನಾನು ಯಾವ ಒಬ್ಬ ಪ್ರವಾದಿ ಅಥವಾ ದೇವಮಾನವನನ್ನು ಪೂಜಿಸಿದವನಲ್ಲ. ಆದರೂ ಕ್ಯಾಥೊಲಿಕ್ಕಿನ ಮೂಲಭೂತ ನಿಲುವುಗಳನ್ನು ಎಂದೂ ಪ್ರಶ್ನಿಸಿದವನಲ್ಲ. ಆರ್ತುರೋನೊಂದಿಗಿನ ಮಾತುಗಳಿಂದ ನನ್ನ ಧಾರ್ಮಿಕ ನಂಬಿಕೆಗಳನ್ನೇ

ಅನುಮಾನಿಸುವ, ಪ್ರಶ್ನಿಸುವ ಮನೋಭಾವ ಬೆಳೆಯುತ್ತಾ ಹೋಯಿತು. ನಂತರ ಇದುವರೆವಿಗೂ ನಾನು ಅನುಮಾನಿಸದೇ ಒಪ್ಪಿ, ನನ್ನೊಳಗೇ ಬೆಳೆಸಿದ ಮೌಲ್ಯ, ಸಿದ್ಧಾಂತಗಳನ್ನು ಒಂದೊಂದಾಗಿ ಪ್ರಶ್ನಿಸಿ, ಪರೀಕ್ಷಿಸಲು ಮುಂದಾದೆ.

"ಜಗತ್ತಿನಲ್ಲಿರುವ ಎಲ್ಲಾ ಪವಿತ್ರ ಗ್ರಂಥಗಳಿಗೂ ಮಿಗಿಲಾಗಿ ನೀನು ಕಲಿತ ಅಥವಾ ಜೀವನ ನಿನಗೆ ಕಲಿಸಿದ ಧರ್ಮವೇ ಶ್ರೇಷ್ಠ, ದೈವನುಡಿ ಎಂದು ನೀನು ಹೇಗೆ ನಂಬಿಬಿಡುವೆ?", "ದೇವರೆಂಬುದು ನಿನ್ನ ಪ್ರಕಾರ ಏನೆಂದು ತಿಳಿದಿರುವೆಯೋ ಅದೇ ಸತ್ಯ ಎಂದು ನಿನಗೆ ಹೇಗೆ ಗೊತ್ತು? ನಾವು ಕ್ಯಾಥೊಲಿಕ್ ದೇಶದವರು. ಸ್ಪೇನ್‌ನ ಜನರು ಇಲ್ಲಿನವರನ್ನು ದಾಳಿ ಮಾಡಿ ಈ ಸ್ಥಳದ ದೇವರ ಜಾಗದಲ್ಲಿ ಕ್ರಿಸ್ತನನ್ನಿರಿಸಿದರು. ಅದೇ ಮೂರ್ ಅವರು ನಮ್ಮನ್ನು ಗೆದ್ದಿದ್ದರೆ, ಇಷ್ಟು ಹೊತ್ತಿಗೆ ಬಹುಶಃ ನಾವು ಮೊಹಮ್ಮದನನ್ನು ಪೂಜಿಸುತ್ತಿದ್ದೆವಲ್ಲವೇ?" ಆರ್ತುರೋನ ಮಾತುಗಳು ಈ ರೀತಿ ನಾನು ಹಿಂದೆ ಆಲೋಚಿಸಿಯೇ ಇರದ ಚಮತ್ಕಾರೀ ವಿಚಾರಗಳನ್ನು ಹೊಂದಿರುತ್ತಿದ್ದವು.

ಆರ್ತುರೋನ ವಿಚಾರಗಳು ನನ್ನನ್ನು ವಿಚಲಿತಗೊಳಿಸಿದವು. ಅವುಗಳ ದೃಢತೆ, ವೈಚಾರಿಕತೆ ನನ್ನನ್ನು ಸೆಳೆದವು. ಆರ್ತುರೋನಿಗೆ ಧಾರ್ಮಿಕತೆಗೂ, ಆಧ್ಯಾತ್ಮಿಕತೆಗೂ ಅಂತರ ತಿಳಿದಿತ್ತು. ಆಧ್ಯಾತ್ಮ ಎಲ್ಲ ಧರ್ಮಗಳನ್ನೂ ಮೀರಿದ್ದು ಎಂಬ ಗ್ರಹಿಕೆ ಅವನಿಗೆ ಆ ಚಿಕ್ಕ ವಯಸ್ಸಿನಲ್ಲೇ ತಿಳುವಳಿಕೆಗೆ ನಿಲುಕಿತ್ತು ಎಂಬುದು ಆಶ್ಚರ್ಯದ ಸಂಗತಿ. ನನ್ನ ಎಲ್ಲ ಕೋಪ, ಆವೇಶಗಳಲ್ಲೂ ಅವನು ದೈವತ್ವವನ್ನು ಕಾಣುತ್ತಿದ್ದ. "ದೇವರು ನಮಗ್ಯಾವ ಸಹಾಯವನ್ನು ಮಾಡಿದ್ದಾನೆ? ಯಾವ ತಪ್ಪೂ ಮಾಡಿರದ ನನ್ನ ತಾಯಿ ಮತ್ತು ತಂಗಿಯನ್ನು ನಿರ್ದಾಕ್ಷಿಣ್ಯವಾಗಿ ಸಾಯಲು ಒಪ್ಪಿಸಿಬಿಟ್ಟ. ಅವನು ನಮ್ಮನ್ನು ಪ್ರೀತಿಸುವುದೇ ಆದರೆ ಈ ಹಿಮಸ್ಮಶಾನದಲ್ಲಿ ಹೀಗೇಕೆ ಬಿಟ್ಟು ಹೋಗುತ್ತಿದ್ದ?" ಎಂಬುದು ನನ್ನ ತಳಮಳ.

ಅದಕ್ಕೆ "ನೀನು ಸಿಟ್ಟಾಗುತ್ತಿರುವ ದೇವರು, ದೇವರೆಂದು ನಿನಗೆ ನಂಬಲು ಹೇಳಿಕೊಟ್ಟಂತಹುದು ಮಾತ್ರ. ನಿನಗೆ ಕಲಿಸಿದಂತೆ, ನಿನ್ನನ್ನು ಕಾಪಿಡುವ, ಸದಾ ನೀನು ಪ್ರಾರ್ಥಿಸುವಿಯೆಂದು ನಿನ್ನ ತಪ್ಪುಗಳನ್ನು ಮನ್ನಿಸಿ, ಸಲಹುವವನು ದೇವರಲ್ಲ. ಆ ದೇವರು ಬರಿಯ ದಂತಕಥೆಯಷ್ಟೇ. ಧರ್ಮ ದೇವರನ್ನು ಹಿಡಿದಿಡಲು ಹೊಂಚುತ್ತದೆ, ಆದರೆ ದೇವರೆಂಬ ಪರಿಕಲ್ಪನೆ ಎಲ್ಲ ಧರ್ಮಗಳಿಗೂ ಮೀರಿದ್ದು. ನಿಜವಾದ ದೇವರು ನಮ್ಮ ಅರ್ಥ ಗ್ರಹಿಕೆಗೆ ಸುಲಭವಾಗಿ ನಿಲುಕದ್ದು. ಒಂದು ಪುಸ್ತಕದಲ್ಲಿ ಅಥವಾ ಸಿದ್ಧಾಂತದಲ್ಲಿ ಅವನನ್ನು ವ್ಯಕ್ತಪಡಿಸಲು ಸಾಧ್ಯವಿಲ್ಲ. ಅವನು ನಮ್ಮನ್ನು ಇಲ್ಲಿ ಕೊಳೆಯಲು ಬಿಟ್ಟಿರುವುದು ಸತ್ಯವಲ್ಲ, ಅವನು ನಮ್ಮನ್ನು ಕಾಪಾಡುವುದೂ ಸತ್ಯವಲ್ಲ. ನಾವಿಲ್ಲಿರುವುದಕ್ಕೂ ಅವನಿಗೂ ಯಾವ ಸಂಬಂಧವೂ

ಇಲ್ಲ. ದೇವರು ಬದಲಾಗುವುದಿಲ್ಲ, ಅವನು ಸ್ಥಿತಪ್ರಜ್ಞ. ನಾನು ದೇವರನ್ನು ಪ್ರಾರ್ಥಿಸುವುದು ಅವನಿಂದ ಯಾವುದೇ ವರ ಅಥವಾ ಕ್ಷಮೆ ಕೋರಲು ಅಲ್ಲ. ನನ್ನ ಪ್ರಾರ್ಥನೆ ಅವನಿಗೆ ಹತ್ತಿರವಾಗಲು. ಅವನನ್ನು ನೆನೆದಾಗ ನನ್ನ ಮನಸ್ಸು ಪ್ರೀತಿಯಿಂದ ತುಂಬಿ ಉಲ್ಲಸಿತಗೊಳ್ಳುತ್ತದೆ. ಈ ಅನುಭವ ದೇವರೆಂದರೆ ಪ್ರೀತಿಯೇ ಹೌದು ಎಂಬ ಅರಿವನ್ನು ನಮಗೆ ಮೂಡಿಸುತ್ತದೆ. ಹಾಗಾಗಿ ನಾವು ತಿಳಿಯಬೇಕಾದ್ದು, ನಾವು ದೇವರ ಬಳಿ ಈಗಾಗಲೇ ಇದ್ದೇವೆ ಅವನನ್ನು ಹುಡುಕಿಕೊಂಡು ಮತ್ಯಾವ ಸ್ವರ್ಗಗಳಿಗೂ ಹೊರಡುವುದು ಬೇಡ."

ಅವನ ಮಾತುಗಳು ನನ್ನಲ್ಲಿ ಒಂದು ಹೊಸ ಅಲೆಯನ್ನು ಸೃಷ್ಟಿಸಿತು. "ನನಗೆ ಈಗ ತಲೆತುಂಬ ಪ್ರಶ್ನೆಗಳಿವೆ. ಬಹುಶಃ ನಾನು ಪ್ರಶ್ನಿಸುವ ಅರ್ಹತೆಯನ್ನು ಈಗ ಪಡೆದಿದ್ದೇನೆ ಎನಿಸುತ್ತದೆ" ಎಂದೆ. ಅದಕ್ಕೆ ಅವನ ಉತ್ತರ ನನ್ನಲ್ಲಿ ಇನ್ನೂ ಕುತೂಹಲವನ್ನು ಹುಟ್ಟಿಸಿತು. "ನಿನ್ನ ಪ್ರಶ್ನೆ, ಅನುಮಾನಗಳನ್ನು ನಂಬು. ದೇವರನ್ನು ಅನುಮಾನಿಸುವ ಧೈರ್ಯ ನಿನ್ನಲ್ಲಿದ್ದರೆ, ನಿನಗೆ ಅವನ ಬಗ್ಗೆ ಕಲಿಸಲಾದ ಎಲ್ಲವನ್ನೂ ನೀನು ಪ್ರಶ್ನಿಸಲು ಮುಂದಾದರೆ, ಮುಂದೊಮ್ಮೆ ನಿನಗೆ ನಿಜವಾದ ದೇವರು ಕಾಣುತ್ತಾನೆ. ಅವನು ನಮ್ಮ ಹತ್ತಿರದಲ್ಲೇ ಇದ್ದಾನೆ ನ್ಯಾಂಡೊ. ನಮ್ಮ ಸುತ್ತಲೂ ಅವನನ್ನು ನಾನು ಅನುಭವಿಸಬಲ್ಲೆ. ನಿನ್ನ ಕಣ್ಣು ತೆರೆದು ನೋಡು. ನಿನಗೂ ಅವನು ಕಾಣುತ್ತಾನೆ" ಎಂದು ಅವನಾಡಿದ ಮಾತಿನಿಂದಾಗಿ ನನ್ನ ನರನಾಡಿಗಳಲ್ಲಿ ಸಂಚಲನ ಮೂಡಿದಂತಾಯಿತು.

ಆರ್ತುರೋನನ್ನೊಮ್ಮೆ ದಿಟ್ಟಿಸಿ ನೋಡಿದೆ. ಆ ತರುಣ ವಿಚಾರವಾದಿ, ಸಮಾಜವಾದಿ ಮುರಿದ ಕಾಲನ್ನು ಹೊತ್ತು ಸಾವು ಬದುಕಿನ ಮಧ್ಯೆ ಹೋರಾಡುತ್ತಾ ಬಿದ್ದಿದ್ದರೂ, ಅವನ ಕಣ್ಣುಗಳಲ್ಲಿ ಆತ್ಮವಿಶ್ವಾಸದ, ಸ್ಥೈರ್ಯದ ಹೊಳಪಿತ್ತು. ಅವನ ಮೇಲಿನ ಪ್ರೀತಿ ಮತ್ತು ಗೌರವಗಳು ಒಮ್ಮೆಲೇ ಹೆಚ್ಚಾದವು.

ಅವನ ಮಾತುಗಳು ನನ್ನಲ್ಲಿ ತೀವ್ರವಾಗಿ ಸಂಚಲನ ಉಂಟುಮಾಡಿತ್ತು. ಚಿಕ್ಕ ವಯೋಮಾನದ ಈ ಹುಡುಗ, ತನ್ನ ಬಗ್ಗೆ ತಾನು ಎಷ್ಟೆಲ್ಲಾ ತಿಳಿದುಕೊಂಡಿದ್ದಾನೆ! ಅವನ ಮಾತುಗಳಿಂದ ನಾನು ನನ್ನ ಜೀವನವನ್ನು ಸ್ವಲ್ಪವೂ ಗಂಭೀರವಾಗಿ ಪರಿಗಣಿಸಿಲ್ಲ ಎಂಬ ಜ್ಞಾನೋದಯವಾಯಿತು. ಹೆಂಗಸರು, ಕಾರು, ಪಾರ್ಟಿಗಳು ಇತ್ಯಾದಿಗಳೊಂದಿಗೆ ಹಣ ಪೋಲು ಮಾಡುತ್ತಾ ಎಷ್ಟು ಸಲೀಸಾಗಿ ನನ್ನ ಅನರ್ಘ್ಯ ದಿನಗಳನ್ನು ಕಳೆದುಬಿಟ್ಟಿದ್ದೇನೆ. ಜೀವನವನ್ನು ಎಷ್ಟು ಸಾಧಾರಣವಾಗಿ ಕಳೆದುಬಿಟ್ಟಿದ್ದೇನೆ ಎಂಬುದರ ಪರಿವೆಯುಂಟಾಯಿತು. ಆ ಅನುಭೋಗಗಳನ್ನೆಲ್ಲಾ ಭೋಗಿಸಲು ಜೀವನ ಪೂರ್ತಿ ಇತ್ತಲ್ಲವೇ? ನಾನು ಯಾಕೆ ಇಲ್ಲಿಯವರೆಗೂ ಇಡೀ ಜೀವನವನ್ನು ಸಂಪೂರ್ಣವಾಗಿ ಅದರಲ್ಲೇ ಕಳೆದುಬಿಟ್ಟೆ? ನಾಳೆಗಳು ನನ್ನ ಜೀವನದಲ್ಲಿ ಇದ್ದೇ ಇತ್ತು ಅಲ್ಲವೇ... ಎನಿಸಿತ್ತು.

ದೇವರು ನಿಜಕ್ಕೂ ಇದ್ದರೆ, ಅವನಿಗೆ ತನ್ನತ್ತ ನಾನು ಗಮನ ಹರಿಸಬೇಕೆಂಬ ಇಚ್ಛೆಯಿದ್ದರೆ, ಈ ಕ್ಷಣ ನನ್ನ ಸಂಪೂರ್ಣ ಗಮನ ಅವನಲ್ಲಿದೆ, ಎಂದು ಆಲೋಚಿಸುತ್ತಾ ಒಂದು ಒಣ ನಗೆ ನನ್ನ ಮುಖವನ್ನಾವರಿಸಿತು. ಆರ್ತುರೋನ ಬಳಿ ಕೂತು ತೋಳ ಬಳಸಿ ಅವನಿಗೆ ತಕ್ಕಮಟ್ಟಿಗೆ ಬಿಸಿ ಶಾಖ ನೀಡುವುದು ನನ್ನ ಕೆಲಸವಾಗಿತ್ತು. ಅವನ ಸ್ಥೈರಣೆ, ಕ್ಷಮತೆಗಳು ನನ್ನನ್ನು ತುಂಬ ಸೆಳೆದಿತ್ತು.

ತಂಡದ ಉಳಿದ ಕೆಲವರ ಧೈರ್ಯ ಮತ್ತು ನಿಸ್ವಾರ್ಥತೆಗೂ ನಾ ಮನಸೋತಿದ್ದೆ. ಸೊಂಟ ಮುರಿದುಕೊಂಡಿದ್ದ ಎನ್ರಿಕೆ ಪ್ಲಾಟೆರೋ, ಏನೋ ತರಚು ಗಾಯವಾದಂತೆ ಅದರ ಕಡೆ ಲಕ್ಷ್ಯವೇ ಕೊಡದೆ ನಮ್ಮೊಂದಿಗೆ ಬೆರೆಯುತ್ತಿದ್ದ. ಘಟನೆ ಜರುಗಿದ ಒಂದು ವಾರದ ನಂತರವೂ ಅವನ ಹೊಟ್ಟೆ ಸೀಳಿದ್ದ ಭಾಗದಿಂದ ಕರುಳು ಹೊರ ನೇತಾಡುತ್ತಿತ್ತು. ಎನ್ರಿಕೆ ತನ್ನ ಕುಟುಂಬವನ್ನು ತುಂಬ ಗೌರವ, ಪ್ರೀತಿಗಳಿಂದ ನೋಡುತ್ತಿದ್ದ. ನಮ್ಮ ಪ್ರತಿ ಪಂದ್ಯ ನೋಡುವುದಕ್ಕೂ ಎನ್ರಿಕೆನ ತಂದೆ-ತಾಯಿ ಬರುತ್ತಿದ್ದರು. ಪಂದ್ಯದಲ್ಲಿ ಯಾವ ಚತುರತೆ, ಬಲವನ್ನು ತೋರುತ್ತಿದ್ದನೋ ಅದೇ ಚತುರತೆ ಮತ್ತು ಬಲವನ್ನು ಈಗಿನ ಪರಿಸ್ಥಿತಿಯಲ್ಲೂ ತೋರುತ್ತಿದ್ದ. ಕೇಳಿದ್ದು, ಹೇಳಿದ್ದೆಲ್ಲವನ್ನೂ ಮಾಡುತ್ತಾ, ಯಾವುದನ್ನೂ ಹಳಿಯದೆ, ಮೌನವಾಗಿದ್ದ.

ಗಸ್ತೆವೋ ನನಗೆ ಜೀವನದ ಪಾಠ ಕಲಿಸಿದ ಗುರುಗಳಲ್ಲಿ ಮತ್ತೊಬ್ಬ. ಅವನನ್ನು ನಾವೆಲ್ಲರೂ ಕೊಕೊ ಎಂದು ಕರೆಯುತ್ತಿದ್ದೆವು. ಕಾರ್ಯಕ್ಷಮತೆ, ಧೈರ್ಯ, ಮುನ್ನುಗ್ಗುವಿಕೆ ಇವನಿಂದ ಕಲಿಯಬೇಕು. ಮಾರ್ಸೆಲೋ ಇವನಿಗೆ ವಿಮಾನವನ್ನು ಶುಚಿಗೊಳಿಸುವ ಕೆಲಸವನ್ನು ಒಪ್ಪಿಸಿದ್ದ. ಈ ಕೆಲಸವನ್ನು ಆಲ್ವರೋ, ಕೊಚೆ, ಬಾಬಿ ಮತ್ತಿತರ ತರುಣರಿಗೂ ವಹಿಸಲಾಗಿತ್ತು. ವಿಮಾನದ ಕುರ್ಚಿಗಳ ದಿಂಬುಗಳನ್ನು ಶುಚಿಮಾಡುವುದು, ಮತ್ತು ಅವನ್ನು ಪ್ರತಿ ರಾತ್ರಿ ಹಾಸಿಗೆಯಂತೆ ಹಾಸಿ ಮಲಗಲು ಸಿದ್ಧಗೊಳಿಸುವುದು ಸಹ ಇವರ ಚರ್ಯೆಗಳಲ್ಲಿ ಒಂದು. ಇವರೆಲ್ಲರೂ ತಮ್ಮ ತಮ್ಮ ಕೆಲಸಗಳನ್ನು ಸರಿಯಾಗಿ ಮಾಡುತ್ತಿದ್ದಾರೆಯೇ ಇಲ್ಲವೇ ಎಂದು ಗಮನಿಸುವ ಜವಾಬ್ದಾರಿಯನ್ನು ಕೊಕೊ ನಿರ್ವಹಿಸುತ್ತಿದ್ದ. ಎಲ್ಲರೂ ಕಾರ್ಯ ನಿರ್ವಹಿಸುವಂತೆ ಮಾಡುವುದರಲ್ಲಿ ಕೊಕೊನಿಗೆ ಮತ್ತೊಂದು ಉದ್ದೇಶವಿತ್ತು. ಕೆಲಸದಲ್ಲಿ ಮಗ್ನರಾದ ಮಂದಿಗೆ ಅದು ತಮ್ಮ ನೋವು, ಹೆದರಿಕೆಗಳನ್ನು ಕೊಂಚಮಟ್ಟಿಗಾದರೂ ಕಡಿಮೆಮಾಡಬಹುದು ಎಂಬುದು ಅವನ ತರ್ಕ. ಕೆಲಸದ ನಡುವೆ ತಮಾಷೆ, ಕೀಟಲೆ ಮಾಡುತ್ತಾ ನಮ್ಮನ್ನು ಹಗುರಾಗಿಸಲು ಪ್ರಯತ್ನಿಸುತ್ತಿದ್ದ. ನಾವೆಲ್ಲಾ ಆ ನೋವಿನಲ್ಲೂ ಸ್ವಲ್ಪ ನಗುವನ್ನು, ಸಂತೋಷ ಕ್ಷಣಗಳನ್ನು ಅನುಭವಿಸಿದ್ದೆವು ಅಂದರೆ ಅದಕ್ಕೆ ಕಾರಣ ಕೊಕೊ ಆಗಿದ್ದ. ಆ ರುದ್ರ ಭಯಾನಕ ನಿಶ್ಶಬ್ದ ಮೌನದ ಹಿಮಾಲಯದ ನಡುವೆ ನಮ್ಮ ನಗುವಿನ ಕೇಕೆ ಪ್ರತಿಫಲಿಸಿ ನಮಗೇ ಕೇಳಿ ಮುದನೀಡುತ್ತಿತ್ತು, ಧೈರ್ಯ ತರುತ್ತಿತ್ತು. ಅದಕ್ಕಾಗಿ ಅವನ ಬಗೆಗಿನ ಗೌರವ

ನನ್ನಲ್ಲಿ ಇಮ್ಮಡಿಸಿತ್ತು. ನಮ್ಮಷ್ಟೇ ಭಯಭೀತನಾಗಿದ್ದರೂ, ಎಷ್ಟು ಜವಾಬ್ದಾರಿಯಿಂದ ನಡೆದುಕೊಳ್ಳುತ್ತಿದ್ದ ಎಂಬುದನ್ನು ನೆನೆದರೆ ಆಶ್ಚರ್ಯವಾಗುತ್ತದೆ.

ಕೊಕೊನ ನಂತರ ನಾನು ನೆನೆಯಬಯಸುವುದು ಲಿಲಿಯಾನಳನ್ನು. ಜೇವಿಯರ್ ಮೆಥಾಲ್‌ನ ಪತ್ನಿ. ಈಕೆಗೆ ಮುವ್ವತ್ತೈದು ವರ್ಷ ವಯಸ್ಸು. ಜೇವಿಯರ್ ಮುವ್ವತ್ತೆಂಟು ವಯಸ್ಸಿನವ. ಬದುಕುಳಿದ ಕೆಲವೇ ಜನರಲ್ಲಿ ಈತ ದೊಡ್ಡವ. ಈ ದಂಪತಿಗಳಲ್ಲಿ ಬಹಳ ಅನ್ಯೋನ್ಯತೆ. ಅವರಿಬ್ಬರೂ ರಗ್ಬೀ ಪಂದ್ಯವನ್ನು ಇಷ್ಟಪಡುತ್ತಿದ್ದರು. ಅದಕ್ಕಾಗಿಯೆ ಪಂದ್ಯ ನೋಡಲು ನಮ್ಮೊಟ್ಟಿಗೆ ಬಂದಿದ್ದರು. ಜೊತೆಗೆ ಇದು ಅವರ ಪ್ರಣಯವಿಹಾರವೂ ಆಗಿತ್ತು. ಹಿರಿಯರು, ಮಕ್ಕಳು ಮತ್ತು ಕುಟುಂಬದವರೆಲ್ಲರಿಂದ ಒಂದು ವಾರಾಂತ್ಯ ದೂರ ಬಂದು ಅವರಿಬ್ಬರೇ ಪರಸ್ಪರ ಮಧುರ ಕ್ಷಣಗಳನ್ನು ಕಳೆಯಬೇಕೆಂಬುದು ಅವರ ಉದ್ದೇಶವಾಗಿತ್ತು. ವಿಮಾನದ ದುರಂತ ಸಂಭವಿಸಿದ ನಂತರ ವಿಪರೀತ ಘಾಸಿಗೊಳಗಾಗಿ ಜೇವಿಯರ್ ದೈಹಿಕವಾಗಿ ಮತ್ತು ಮಾನಸಿಕವಾಗಿ ಕುಗ್ಗಿಹೋಗಿದ್ದ. ನಿರಂತರ ವಾಂತಿ ಮತ್ತು ತಲೆನೋವಿನಿಂದ ಬಳಲುತ್ತಿದ್ದ. ಅವನ ಮಾತು, ಆಲೋಚನೆ ಎಲ್ಲವೂ ಭಾಗಶಃ ನಿಂತೇಹೋಗಿತ್ತು. ಅಲ್ಪಸ್ವಲ್ಪ ಮಾತನಾಡಿದರೆ ಅದು ವಿಮಾನಾಪಘಾತದ ಬಗೆಗೇ ಆಗಿರುತ್ತಿತ್ತು. ಲಿಲಿಯಾನಳು ಅವನನ್ನು ನೋಡಿಕೊಳ್ಳುವುದರಲ್ಲೇ ಹೆಚ್ಚು ಸಮಯ ಕಳೆಯುತ್ತಿದ್ದಳು. ತನ್ನ ಗಂಡನ ಜೊತೆಗೆ ರಾಬರ್ಟೊ ಮತ್ತು ಗಸ್ತೆವೋರಿಗೆ ಸಂಪೂರ್ಣ ಸಹಾಯ ಮಾಡುತ್ತಿದ್ದಳು.

ಲಿಲಿಯಾನ ಸೂಜಿಯ ನಂತರ ನಮ್ಮ ಗುಂಪಿನಲ್ಲಿ ಇದ್ದ ಒಬ್ಬಳೇ ಮಹಿಳೆಯಾಗಿದ್ದಳು. ಮೊದಲಿಗೆ ಅವಳನ್ನು ನಾವು ಹೆಚ್ಚು ಎಚ್ಚರಿಕೆಯಿಂದ ನೋಡಿಕೊಳ್ಳುತ್ತಿದ್ದೆವು. ಎಲ್ಲರಿಗಿಂತಲೂ ಹೆಚ್ಚು ಮೆತ್ತನೆಯ, ಬೆಚ್ಚನೆ ಸ್ಥಳದಲ್ಲಿ ಮಲಗಿಸುವುದು ಇತ್ಯಾದಿ. ಅವಳು ಈ ಸವಲತ್ತುಗಳನ್ನು ಕೆಲವೇ ರಾತ್ರಿಗಳ ನಂತರ ತಿರಸ್ಕರಿಸಿದಳು. ಎಲ್ಲರೂ ಕಷ್ಟ ಅನುಭವಿಸುತ್ತಿದ್ದಾಗ ತನ್ನೊಬ್ಬಳಿಗೆ ಯಾವ ವಿಶೇಷ ಸವಲತ್ತುಗಳು ಬೇಡವೆಂಬುದು ಅವಳ ಭಾವ. ಅದರ ನಂತರ ಅವಳೂ ನಮ್ಮೊಟ್ಟಿಗೆ ಗಟ್ಟಿ ನೆಲದ ಮೇಲೆ ಮಲಗಿದಳು. ಗುಂಪಿನ ನಡುವೆ ಮಲಗಿ ಎಲ್ಲರನ್ನೂ ಜೋಪಾನವಾಗಿಸಿ, ಇದ್ದುದರಲ್ಲಿ ಕ್ಷೇಮವಾಗಿರುವಂತೆ ನೋಡಿಕೊಳ್ಳುತ್ತಿದ್ದಳು. ಅವಳ ಎಲ್ಲ ಮಾತುಗಳ ನಡುವೆ ಒಂದು ನೋವಿನ ಛಾಯೆ ಇದ್ದೇ ಇತ್ತು. ಅದು ತನ್ನ ಮಕ್ಕಳ ಬಗೆಗಿನದಾಗಿತ್ತು. ಆದರೂ ನಮ್ಮ ಗುಂಪಿನ ಎಲ್ಲರಿಗೂ ತಾಯಿಯ ಪ್ರೀತಿಯನ್ನು ಉಣಬಡಿಸುತ್ತಿದ್ದಳು. ಒಬ್ಬ ತಾಯಿಯಂತೆ, ಸ್ಥಿರತೆ, ಧೈರ್ಯ, ಪ್ರೇಮ ಮತ್ತು ಸಹನಶೀಲತೆ ಇವೆಲ್ಲವೂ ಅವಳಲ್ಲಿದ್ದು ಕೆಲವೇ ದಿನಗಳಲ್ಲಿ ನಮಗೆಲ್ಲರಿಗೂ ಎರಡನೇ ತಾಯಾಗಿಬಿಟ್ಟಿದ್ದಳು.

ಆದರೆ ನನ್ನ ದೃಷ್ಟಿಯಲ್ಲಿ ಈ ಬೆಟ್ಟಗಳು, ರಹಸ್ಯಮಯ ಪರ್ವತಗಳು ಧೈರ್ಯವನ್ನು ಬೇರೆಯಾಗಿಯೇ ವ್ಯಾಖ್ಯಾನಿಸುತ್ತಿದ್ದವು. ಏನೂ ಮಾತನಾಡದೇ, ಯಾವ ಕೆಲಸವನ್ನೂ ಮಾಡದೇ ಸುಮ್ಮನೇ ನಮ್ಮೊಡನೆ ಬದುಕುಳಿದಿದ್ದವರೂ ಸಹ ಒಂದು ಬಗೆಯ ಅತೀವ ಧೈರ್ಯವನ್ನು ಬಿಂಬಿಸುತ್ತಿದ್ದರು. ಆ ಪುಟ್ಟ ಗುಂಪಿನ ಚಟುವಟಿಕೆಗಳು, ಪರ್ವತಗಳು ಪ್ರತಿನಿಧಿಸುತ್ತಿದ್ದ ವಿಚಿತ್ರ ಏಕಾಂಗಿತನದಿಂದ ವಿಮುಖವಾಗಿ, ಬದುಕಿನ ಬಗ್ಗೆ ತೀವ್ರವಾಗಿ ಯೋಚಿಸುವಂತೆ ಮಾಡುತ್ತಿದ್ದವು. ಕೊಚೆ ಒಂದೆರಡೇ ವಾಕ್ಯಗಳು ಮಾತನಾಡಿ ನಗೆ ಬೀರುತ್ತಿದ್ದ. ಕಾರ್ಲಿಟೋಸ್ ಪದೇಪದೇ ನಾವು ಉಳಿಯುತ್ತೇವೆ, ಮನೆ ಸೇರುತ್ತೇವೆ ಎಂದು ಚೀರಿ ಭರವಸೆ ಮೂಡಿಸುತ್ತಿದ್ದ. ಆರ್ತುರೋನ ಸ್ನೇಹಿತ ಪೆಡ್ರೋ ಎಲ್ಲದಕ್ಕೂ ತನ್ನದೇ ದೃಷ್ಟಿಕೋನವನ್ನು ಬೀರುತ್ತಾ, ಹರಟುತ್ತಾ ನಮ್ಮ ಗುಂಪನ್ನು ಲವಲವಿಕೆಯಿಂದಿರಿಸುತ್ತಿದ್ದ. ಆಲ್ವರೋ ಎಲ್ಲರಿಗಿಂತ ಚಿಕ್ಕವನಾಗಿ, ಸೌಮ್ಯನಾಗಿ ಮಾತನಾಡುತ್ತಿದ್ದ. ನಾನು ಪ್ರತಿನಿತ್ಯ ಆಲ್ವರೋನ ಪಕ್ಕದಲ್ಲೇ ಮಲಗುತ್ತಿದ್ದೆ. ದಿಯಾಗೋ ನಾನು ಪ್ರಜ್ಞೆತಪ್ಪಿದ್ದಾಗ ನನ್ನನ್ನು ಹಿಮದ ಮಡುವಿನಿಂದ ಹೊರಗೆಳೆಯದೆ ಹೋಗಿದ್ದಲ್ಲಿ ಇಂದಿಗೆ ನಾನು ಆಂಡೀಸ್‌ನ ಮೃತ್ಯುವಿನ ಹಸಿವಿಗೆ ತುತ್ತಾಗಿರುತ್ತಿದ್ದೆ. ಫಿಟೋನ ತಮ್ಮ ಡೇನಿಯಲ್‌ನ ಕೊಬ್ಬಿನ, ಅಹಂಕಾರದ ಮಾತುಗಳು ನಮಗೇ ತಿಳಿಯದಂತೆ ನಮ್ಮಲ್ಲಿ ಕೆಚ್ಚೆದೆ, ಧೈರ್ಯವನ್ನು ಮೂಡಿಸುತ್ತಿದ್ದವು. ರಕ್ಷಣಾ ಸಿಬ್ಬಂದಿಯ ಭರವಸೆಯುಳ್ಳ ಮಾರ್ಸೆಲೋನಂತೆ ಪಾಂಚೋ ಸಹ ನಮಗೆ ಆಶಾಕಿರಣ ಮೂಡಿಸಿ, ನಮ್ಮಲ್ಲಿ ಹೆದರಿಕೆ ಕಡಿಮೆಗೊಳಿಸುತ್ತಿದ್ದ. ಬಾಬಿ ತನ್ನನ್ನು ತಾನು ರಕ್ಷಿಸಿಕೊಳ್ಳಲು ಅಸಮರ್ಥನಾಗಿದ್ದ. ಅವನನ್ನು ಪ್ರತಿಕ್ಷಣ ಯಾರಾದರೂ ಗಮನಿಸಿಕೊಳ್ಳುತ್ತಿರಬೇಕಿತ್ತು. ಉದಾಹರಣೆಗೆ, ನಡುರಾತ್ರಿ ಅವನ ಹೊದಿಕೆ ಕಳಚಿಬಿದ್ದಿದ್ದರೆ, ಅವನು ಮತ್ತೆ ಹೊದೆದುಕೊಳ್ಳಲು ಪ್ರಯತ್ನಿಸುತ್ತಲೂ ಇರಲಿಲ್ಲ. ಆದ್ದರಿಂದ ನಾವು ಅವನನ್ನು ಗಮನದಲ್ಲಿಡುವ ನೆಪದಲ್ಲಿ, ನಾವೂ ಎಚ್ಚರಿಕೆಯಿಂದಿರುತ್ತಿದ್ದೆವು. ಹೀಗೆ, ಗುಂಪಿನ ಪ್ರತಿಯೊಬ್ಬರೂ ತಮ್ಮದೇ ಆದ ರೀತಿಯಲ್ಲಿ ಈ ಆಗಂತುಕ ಪರ್ವತಗಳ ನಡುವೆ ನಮ್ಮೆಲ್ಲರ ಉಳಿವಿಗೆ ಪ್ರತ್ಯಕ್ಷ ಹಾಗೂ ಪರೋಕ್ಷವಾಗಿ ಕಾರಣೀಭೂತರಾಗಿದ್ದೆವು.

ನಮ್ಮೆಲ್ಲರಲ್ಲಿ ಎಷ್ಟೇ ಮಾತುಕತೆಗಳಾಗುತ್ತಿದ್ದರೂ, ಕೆಲಸಗಳು ನಡೆಯುತ್ತಿದ್ದರೂ, ಪ್ರತಿಯೊಬ್ಬರಲ್ಲೂ ಪ್ರತಿಕ್ಷಣ ಅಂತರಾಳದಲ್ಲಿ ಕರಾಳ ಭೀತಿಯ ಛಾಯೆ ಮುಸುಕಿತ್ತು. ಪ್ರತಿಯೊಬ್ಬರೂ ಅವರದೇ ರೀತಿಯಲ್ಲಿ ಭಯದ ಜೊತೆಗೆ ಸೆಣಸಾಡುತ್ತಿದ್ದರು. ಕೆಲವರಿಗೆ ಕೋಪ, ಅಸಹನೆಯ ಮೂಲಕ ಅದು ಹೊರಕಾಣುತ್ತಿದ್ದರೆ, ಇನ್ನು ಕೆಲವರು ಸಂಪೂರ್ಣ ಶರಣಾಗತರಾಗಿ ದೇವರಲ್ಲಿ ಮೊರೆ ಹೋಗಿದ್ದರು. ಯಾವುದಾದರೂ ಆಕಸ್ಮಿಕ ಜಾದೂವಿಗಾಗಿ ಎದುರು ನೋಡುತ್ತಿದ್ದರು. ಮತ್ತೆ

ಕೆಲವರು ಎಲ್ಲವೂ ಮುಗಿದೇ ಹೋದಂತೆ ಹತಾಶರಾಗಿ ಕೈಚೆಲ್ಲಿ ಕೂತುಬಿಟ್ಟಿದ್ದರು. ಈ ಮೂರನೆಯ ಗುಂಪಿನ ಹುಡುಗರು ಯಾವುದೇ ಚಟುವಟಿಕೆಗಳಲ್ಲಿ ತಮ್ಮನ್ನು ತಾವು ತೊಡಗಿಸಿಕೊಳ್ಳುತ್ತಿರಲಿಲ್ಲ. ಇತರರ ಒತ್ತಾಯಕ್ಕಾಗಿ ಮಾತ್ರ ಕೆಲವೊಮ್ಮೆ ಕೆಲಸಕ್ಕಿಳಿಯುತ್ತಿದ್ದರು. ದಿನಕಳೆದಂತೆ ಇವರ ನಿರಾಶಾಭಾವ ಎಷ್ಟು ಹೆಚ್ಚಾಯಿತೆಂದರೆ, ರಾತ್ರಿ ಮಲಗಿದೆಡೆಯಿಂದ ದಿನಪೂರ್ತಿ ಕದಲುತ್ತಲೂ ಇರಲಿಲ್ಲ. ಸುಮ್ಮನೆ ಒಂದು ಕಡೆ ಮಲಗಿ ರಕ್ಷಣಾ ಸಿಬ್ಬಂದಿ ಅಥವಾ ಸಾವು ಎರಡಕ್ಕೂ ಕಾಯುತ್ತಾ, ಯಾವುದು ಮೊದಲು ಬಂದೀತು ಎಂದು ಕಾಯತೊಡಗಿದರು. ವಿಮಾನಾಪಘಾತದ ಕೆಲ ಕ್ಷಣಗಳ ಹಿಂದೆ ಅತ್ಯಂತ ಲವಲವಿಕೆಯಿಂದ ಇದ್ದ ಚುರುಕು ಹುಡುಗರು, ಬರುಬರುತ್ತಾ ಕೆಲಸ, ಮಾತು ಯಾವುದೂ ಇಲ್ಲದ ಜೀವಚ್ಛವಗಳಂತೆ ಮಾರ್ಪಡುತ್ತಿದ್ದರು.

ಅಲ್ಪ ಸ್ವಲ್ಪ ಧೈರ್ಯದಿಂದ ಜೀವಹಿಡಿದಿದ್ದ ನಾವು ಕೆಲವರು ಈ ಹುಡುಗರನ್ನು ಒರಟಾಗಿ ನಡೆಸಿಕೊಳ್ಳಲು ಪ್ರಾರಂಭಿಸಿದೆವು. ಆ ಆತಂಕದ, ಒತ್ತಡದ ದಿನಗಳಲ್ಲಿ ಅವರ ಸೂಕ್ಷ್ಮ ಮನಸುಗಳನ್ನು ಅರ್ಥ ಮಾಡಿಕೊಳ್ಳಲಾಗದ ನಾವು, ಅವರ ಕೈಲಾಗುವಂತೆ ಇದ್ದರೂ, ಯಾವ ಕೆಲಸಕ್ಕೂ ಅವರು ಬಾರದೆ ಇದ್ದಾರೆ ಎಂದು ತಪ್ಪು ತಿಳಿಯುತ್ತಿದ್ದೆವು. "ಎದ್ದು ಬಂದು ಕೆಲಸ ಮಾಡಿ, ಮೈಗಳ್ಳರೆ, ನೀವಿನ್ನೂ ಸತ್ತಿಲ್ಲ!" ಎಂದು ಅರಚಾಡುತ್ತಿದ್ದೆವು. ನಮ್ಮ ಪುಟ್ಟ ಗುಂಪಿನಲ್ಲಿ ಈ ಭಾವನಾತ್ಮಕ ವೈರುಧ್ಯಗಳು ತಲೆದೋರಿ ಪರಿಸ್ಥಿತಿ ಸ್ವಲ್ಪ ಸ್ಥಿಮಿತ ತಪ್ಪುತ್ತಿತ್ತು. ಇದು ವಿಕೋಪಕ್ಕೆ ತಲುಪಿ ಜಗಳ, ಹಿಂಸೆ, ವಿಕೃತಿಗಳಾಗಿ ಮಾರ್ಪಡಬಹುದಿತ್ತೇನೋ, ಆದರೆ ಅದು ಎಂದಿಗೂ ಜರುಗಲಿಲ್ಲ. ಕಾರಣ, ನಮ್ಮ ಅನೇಕ ವರ್ಷಗಳ ಸ್ನೇಹ ಮತ್ತು ರಗ್ಬೀ ಪಂದ್ಯದಿಂದ ಕಲಿತ ಒಗ್ಗಟ್ಟಿನ ಪಾಠವಿರಬಹುದು. ಇದರ ಮನ್ನಣೆ ದೊರಕಬೇಕಾದದ್ದು ಬಹುಶಃ ನಮ್ಮನ್ನು ಈ ಪಂದ್ಯಕ್ಕೆ ಪರಿಚಯಿಸಿದ ಕ್ರಿಶ್ಚಿಯನ್ ಸಹೋದರರಿಗೆ. ನಮ್ಮೆಲ್ಲಾ ಸಿಟ್ಟು–ಸೆಡವು ವೈರುಧ್ಯಗಳ ನಡುವೆಯೂ ನಾವು ಒಂದು ತಂಡವಾಗಿ ಒಟ್ಟಾಗಿದ್ದೆವು. ಧೈರ್ಯ, ಕೆಚ್ಚೆದೆಯಿರುವವರು ಮೈಮುರಿದು ಕೆಲಸ ಮಾಡಿದರು, ದುರ್ಬಲರು, ಗಾಯಗೊಂಡವರು ತಮ್ಮ ಜೀವ ಕಾಯುತ್ತಾ ಮುನ್ನಡೆಯುತ್ತಿದ್ದರು. ಅವರನ್ನು ಬೈದು ಕೆಣಕುತ್ತಿದ್ದೆವು ಆದರೆ ಎಂದಿಗೂ ಕಡೆಗಣಿಸಿ ಅಥವಾ ಅವಮಾನಿಸುತ್ತಿರಲಿಲ್ಲ. ಆಂಡೀಸ್‌ನ ಮಾಯಾಲೋಕದಲ್ಲಿ ಯಾವ ಕ್ಷಣ ಏನಾಗುವುದೆಂದು ಊಹಿಸುವುದೂ ಸಹ ಅಸಾಧ್ಯವಾಗಿತ್ತು. ಇಲ್ಲಿ ಯಾವ ಕಲಹ, ಕ್ಲೇಶಗಳಿಗೂ ಸ್ಥಳವಿರಲಿಲ್ಲ. ಮನುಷ್ಯನನ್ನು ಮೀರಿದ ಯಾವುದೋ ಭಯಾನಕ ರಹಸ್ಯ ಪ್ರಕೃತಿಯಲ್ಲಿದೆ ಎಂಬುದು ನಮ್ಮನುಭವಕ್ಕೆ ಬರುತ್ತಿತ್ತು. ಆ ಸ್ಥಳದಲ್ಲಿ ದಿನಗಟ್ಟಲೆ ಉಸಿರಾಡಿ ಜೀವಿಸುವುದು ದೊಡ್ಡ ಸಾಹಸವೇ ಆಗಿತ್ತು.

ಎಲ್ಲವನ್ನೂ ಗಮನಿಸುತ್ತಾ, ನಮ್ಮ ಗುಂಪಿನ ಎಲ್ಲ ಜೀವಂತ ವ್ಯಕ್ತಿಗಳಿಗೂ ತಿನ್ನಲು ಮತ್ತು ಚಳಿ ತಡೆಯಲು ಹೊದಿಕೆಗಳ ವ್ಯವಸ್ಥೆಯನ್ನು ನೋಡಿಕೊಳ್ಳುವುದೊಂದೇ ನಮ್ಮ ಜೀವನಧ್ಯೇಯವಾಗಿಬಿಟ್ಟಿತ್ತು. ಕೊರೆವ ನಡುರಾತ್ರಿಗಳಲ್ಲಿ ಆ ದುರ್ಬಲ ವ್ಯಕ್ತಿಗಳ ಕಾಲುಗಳನ್ನು ಉಜ್ಜುತ್ತಾ ಬೆಚ್ಚಗಾಗಿಸುತ್ತಿದ್ದೆವು. ಆ ಶುಶ್ರೂಷೆಯನ್ನು ತಾವೇ ಮಾಡಿಕೊಳ್ಳಲಾಗದಷ್ಟು ಆಘಾತ ಅವರಿಗಾಗಿತ್ತು ಎಂದರೆ ಅತಿಶಯವಲ್ಲ. ಎಲ್ಲಕ್ಕಿಂತ ಮುಖ್ಯವಾಗಿ ನಮ್ಮ ನೋವು, ಕಷ್ಟಕಾಲದಲ್ಲಿ ಕಾಮ್ರೇಡುಗಳಾಗಿದ್ದೆವು. ನಾವು ಸಾಕಷ್ಟು ಸ್ನೇಹಿತರನ್ನು ಆಗಲೇ ಕಳೆದುಕೊಂಡಿದ್ದೆವು. ಅಂತಹ ಸಂದರ್ಭದಲ್ಲಿ ಪ್ರತಿಯೊಂದು ಜೀವವೂ ನಮಗೆ ಅಮೂಲ್ಯವಾಗಿತ್ತು. ಇನ್ನುಳಿದಿರುವ ಎಲ್ಲರನ್ನೂ ರಕ್ಷಿಸಿಕೊಳ್ಳಲು ಏನು ಬೇಕೋ, ಏನು ಸಾಧ್ಯವೋ ಅವೆಲ್ಲವನ್ನೂ ಮಾಡಲು ಸನ್ನದ್ಧರಾಗಿದ್ದೆವು.

ನಮ್ಮ ಜೊತೆಗಿದ್ದ ದುರ್ಬಲರಿಗೆ ನಾವು ಪದೇ ಪದೇ "ಮತ್ತೊಮ್ಮೆ ಜೋರಾಗಿ ಉಸಿರಾಡಿ" ಎಂದು ಹೇಳುತ್ತಿದ್ದೆವು. ನಾವು ಹೆಚ್ಚು ಉಸಿರಾಡಲು ಸಾಧ್ಯವಾದಷ್ಟೂ ಹೆಚ್ಚು ದಿನಗಳು ಬದುಕುಳಿಯುವ ಸಂಭವವಿದೆ ಎಂದು ನಮಗನ್ನಿಸಿತ್ತು. ಗುಂಪಿನ ಪ್ರತಿಯೊಬ್ಬರೂ ಒಂದು ಹೃದಯ ಬಡಿತಕ್ಕೂ ಮತ್ತೊಂದಕ್ಕೂ ಅಂತರ ಎಣಿಸಲು ಪ್ರಾರಂಭಿಸಿದ್ದೆವು. ನಾವು ಹಸಿವು, ಹೆದರಿಕೆ, ನಿದ್ದೆ ಎಲ್ಲವಕ್ಕೂ ಸಿದ್ಧರಾಗಿ ಹೋರಾಡುತ್ತಿದ್ದೆವು. ಆದರೆ ಮೈಸೀಳಿ ಮೂಳೆ ಹಿಂಡುವ ಚಳಿಯನ್ನು ಮಾತ್ರ ತಡೆಯದಾದೆವು. ಆ ಒರಟು ಶೀತದ ನಿಷ್ಕಾರುಣ್ಯಕ್ಕೆ ಮಾತ್ರ ನಮ್ಮ ದೇಹ ಒಗ್ಗಲೇ ಇಲ್ಲ. ಆಂಡೀಸ್‌ನಲ್ಲಿ ಕಳೆದ ಆ ಸಮಯ ವಸಂತ ಋತುವೇ ಆಗಿದ್ದರೂ, ಚಳಿ ನಮ್ಮನ್ನು ಕೊಲ್ಲುವಷ್ಟು ಕಾಡಿತ್ತು. ಚಳಿಯೊಂದೆ ಸಾಲದೆಂಬಂತೆ ಹಿಮಮಳೆಯು ಸಹ ನಮ್ಮ ಬೆನ್ನು ಹತ್ತಿ, ಅದೆಷ್ಟೋ ಬಾರಿ ವಿಮಾನದ ಒಳಗೇ ಅವುಡುಗಚ್ಚಿ ಕೂತಿರುವಂತಾಗುತ್ತಿತ್ತು. ಆದ್ದರಿಂದಲೇ ಆಕಾಶ ಕೊಂಚ ಶುಭ್ರವಾಗಿ ಸೂರ್ಯನ ತಿಳಿ ಕಿರಣಗಳು ಕಾಣುತ್ತಲೇ ನಾವು ಆದಷ್ಟೂ ಸಮಯವನ್ನು ಆ ಶಾಖ ಕಾಯಿಸಿಕೊಂಡೇ ಇರುತ್ತಿದ್ದೆವು. ವಿಮಾನದ ಕುರ್ಚಿಗಳನ್ನು ಹೊರಗೆಳೆದು ಸಿದ್ಧ ಮಾಡಿ, ಸೂರ್ಯ ಕಂಡ ಕೂಡಲೇ ಅಲ್ಲಿ ಮೈಯೊಡ್ಡಿ ಕೂರುತ್ತಿದ್ದೆವು. ಆದರೆ ಕೆಲವೇ ಘಂಟೆಗಳಲ್ಲಿ ನೋಡ ನೋಡುತ್ತಿದ್ದಂತೆಯೇ ಸೂರ್ಯನು ಪರ್ವತಗಳ ಹಿಂದೆ ಅವಿತುಕೊಂಡು ಆಕಾಶವು ಸಂಪೂರ್ಣ ನೀಲಿಗಟ್ಟಿ ವಾತಾವರಣವೆಲ್ಲಾ ಮಂದ ಬೆಳಕಿನ ನೆರಳಾಗಿಹೋಗುತ್ತಿತ್ತು. ನಮ್ಮಲ್ಲಿ ಉತ್ಸಾಹದ ಉಸಿರಾಡಿಸಿದ್ದ ಸೂರ್ಯ ಕಾಣೆಯಾದಾಕ್ಷಣ ಎಂದಿನಂತೆ ಎಲ್ಲರೂ ವಿಮಾನದ ಒಳಗವಿತು ಕುಳಿತು ರಾತ್ರಿಯ ಕ್ರೌರ್ಯವನ್ನು ಸೆಣೆಸಲು ಸಿದ್ಧವಾಗುತ್ತಿದ್ದೆವು.

ತೀಕ್ಷ್ಣ ಶೀತದ ಕಾಠಿಣ್ಯ ವಿವರಿಸಲು ಸಾಧ್ಯವೇ ಇಲ್ಲ. ಅದು ನಮ್ಮನ್ನು ಸುಟ್ಟು ಭಸ್ಮ ಮಾಡುತ್ತದೆ. ದೇಹದ ಪ್ರತಿ ಅಣುವಿಗೂ ಧಾಳಿ ಮಾಡಿ,

ಎಳೆಎಳೆಯಾಗಿ ಕತ್ತರಿಸಿ ತುಂಡು ಮಾಡುತ್ತದೆ. ಒಂದು ಮೂಳೆಯನ್ನು ಚೂರು ಮಾಡುವಷ್ಟರ ಒತ್ತಡ ಅದಕ್ಕಿರುತ್ತದೆ. ಮುರಿದ ವಿಮಾನದ ಒಳಭಾಗ ಅಲ್ಪಸ್ವಲ್ಪ ಸರಿಯಾಗಿದ್ದುದರಿಂದ ರಭಸವಾಗಿ ಬೀಸುವ ಆ ಚಳಿಗಾಳಿಯಿಂದ ಸತ್ತುಹೋಗದೆ ಬದುಕುಳಿದಿದ್ದೆವು. ಆದರೂ, ಒಳಗಿದ್ದ ಚಳಿಯನ್ನೂ ಹೆಚ್ಚು ದಿನ ಸಹಿಸಲಾರೆವು ಎಂಬ ಆತಂಕ ನಮ್ಮನ್ನಾವರಿಸಿತ್ತು. ನಮ್ಮ ಬಳಿ ಸಿಗಾರಿನ ಲೈಟರುಗಳಿದ್ದವು ಅವನ್ನು ಬೆಂಕಿಗಾಗಿ ಉಪಯೋಗಿಸಬಹುದಿತ್ತು. ಆದರೆ ಇನ್ನಾವುದೇ ಉರುವಲು ವಸ್ತು ವಿಮಾನದಲ್ಲಿ ಇರಲಿಲ್ಲ. ನಮ್ಮಲ್ಲಿದ್ದ ಹಣವನ್ನೆಲ್ಲಾ ಅಗ್ನಿದೇವನ ದರ್ಶನ ಮಾಡಲು ಉಪಯೋಗಿಸಿಬಿಟ್ಟಿದ್ದೆವು. ಸುಮಾರು 7,500 ಡಾಲರಿನಷ್ಟು ಕಾಗದದ ಹಣ ಸುಟ್ಟು ಹೊಗೆಯಾಗಿತ್ತು. ಹಣದ ನಗಣ್ಯತೆ ನಮಗೆ ಆಗ ಪರಿಚಯವಾಗಿತ್ತು. ವಿಮಾನದಲ್ಲಿದ್ದ ಅಲ್ಪ ಸ್ವಲ್ಪ ಮರದ ವಸ್ತುಗಳನ್ನು ಸಹ ಉರುವಲಾಗಿಸಿದ್ದೆವು. ಪ್ರತಿಬಾರಿ ಉರುವಲಿಗೆ ಬೆಂಕಿ ತಗುಲಿಸಿದರೂ ಕೆಲವೇ ನಿಮಿಷಗಳಲ್ಲಿ ಆರಿ ಹೋಗುತ್ತಿತ್ತು. ತದನಂತರ ಯಥಾ ಪ್ರಕಾರ ಚಳಿ ನಮ್ಮ ಜೀವ ಹಿಂಡಲಾರಂಭಿಸುತ್ತಿತ್ತು. ಚಳಿಯ ವಿರುದ್ಧದ ನಮ್ಮ ಹೋರಾಟ ಒಂದೇ ಆಗಿರುತ್ತಿತ್ತು. ಅದೇನೆಂದರೆ, ನಾವು ಸಿದ್ಧಗೊಳಿಸಿದ್ದ ಮಲಗುವ ಸ್ಥಳದಲ್ಲಿ ಮುದುಡಿ ಮಲಗಿ, ಹೊದಿಕೆಗಳನ್ನು ಹೊದ್ದು ಒಬ್ಬರ ದೇಹದ ಉಷ್ಣತೆ ಮತ್ತೊಬ್ಬರಿಗೆ ತಾಕುವಂತೆ ಅಂಟಿಕೊಂಡು ಮುಂದುವರಿಕೆಯನ್ನು ಕಾಣದ ಗಡಿಯಾರದ ಮುಳ್ಳುಗಳನ್ನೇ ಗಮನಿಸುತ್ತಿರುವುದು. ನನ್ನ ಹಲ್ಲುಗಳು ಜೋರಾಗಿಯೇ ಒಂದಕ್ಕೊಂದು ಕಡಿಯುತ್ತಾ, ಕತ್ತು, ಬೆನ್ನಿನ ಭಾಗವೆಲ್ಲಾ ಚಳಿಗೆ ಗಂಟಾಗಿ ಸದಾ ನೋವನುಭವಿಸುತ್ತಿದ್ದೆ. ನಾವೆಷ್ಟು ನಮ್ಮನ್ನು ಜೋಪಾನವಾಗಿಸಿಕೊಂಡರೂ ಹಿಮವ್ರಣದ ಕಾಟ ನಮ್ಮನ್ನು ಬಿಡಲಿಲ್ಲ. ತಕ್ಕ ಮಟ್ಟಿಗೆ ಎಚ್ಚರಿಕೆ ವಹಿಸುತ್ತಿದ್ದೆವು. ಉದಾಹರಣೆಗೆ, ನನ್ನ ಕೈಗಳನ್ನು ಸದಾ ಕಂಕುಳಲ್ಲಿ ಅಡಗಿಸಿಡುತ್ತಿದ್ದೆ, ಕಾಲುಗಳನ್ನು ಬೇರೆಯವರ ಕೆಳಗೆ ಹುದುಗಿಸಿಡುತ್ತಿದ್ದೆ. ಏನೇ ಮಾಡಿದರೂ ಕೈ ಕಾಲುಗಳೆರಡೂ ಸುತ್ತಿಗೆಯಿಂದ ಕುಟ್ಟಲ್ಪಟ್ಟಂತಹ ಅನುಭವ!

ಕೆಲವೊಮ್ಮೆ ಅಸಾಧ್ಯ ಚಳಿಯಿಂದ ನರಗಳು ಮರಗಟ್ಟಿ ಹೋಗುತ್ತಿವೆ ಅನಿಸಿದಾಗ, ಇತರರನ್ನು ಜೋರಾಗಿ ಗುದ್ದಲು ಅಥವಾ ಹೊಡೆಯಲು ಹೇಳುತ್ತಿದ್ದೆ. ಹೀಗಾದಾಗ, ರಕ್ತ ಸಂಚಲನೆ ಹೆಚ್ಚಿ ಮೈ ಸ್ವಲ್ಪವಾದರೂ ಬೆಚ್ಚಗಾಗುತ್ತಿತ್ತು. ಅಥವಾ ಮರಗಟ್ಟಿಹೋಗುವುದು ತಪ್ಪುತ್ತಿತ್ತು ಎಂದು ಹೇಳಬಹುದೇನೋ. ಮಲಗುವಾಗ ತಲೆಯನ್ನು ಪಕ್ಕದವರ ಮುಖದ ಹತ್ತಿರ ತಂದಿತ್ತು ಮಲಗುತ್ತಿದ್ದೆವು. ಇದರಿಂದ ಅವರ ಉಸಿರ ಬಿಸಿಯನ್ನು ಕದಿಯಲು ಸಾಧ್ಯವಾಗುತ್ತಿತ್ತು. ರಾತ್ರಿಗಳು ಮಾತನಾಡಿ ಕಾಲ ಕಳೆಯಬಹುದು ಎಂದು ಆಲೋಚಿಸಿದರೆ, ಅದೂ ಅಸಾಧ್ಯವೇ ಆಗಿತ್ತು, ಏಕೆಂದರೆ ನಮ್ಮ ಹಲ್ಲುಗಳು ತಂತಾವೇ ಕಚ್ಚಿಕೊಂಡು ಬಾಯಿ ತೆರೆಯಲೇ

ಆಗುತ್ತಿರಲಿಲ್ಲ. ನಾನು ಈ ಎಲ್ಲ ಕಷ್ಟ ಕಾಲಗಳಲ್ಲಿ ಕಣ್ಣು ಮುಚ್ಚಿ ನನ್ನ ತಂದೆಯನ್ನು ನೆನೆಯುತ್ತಿದ್ದೆ. ಇದನ್ನು ಮೀರಿದ ಚಳಿಯ ಆಲಿಂಗನವನ್ನು ಅಸಹಾಯಕನಾಗಿ ಒಪ್ಪಿ, ಅಪ್ಪಿ ಬೆಳಗಾಗುವ ಕ್ಷಣಗಳಿಗಾಗಿ ಕಾಯುತ್ತಿದ್ದೆ. ಇಂತಹ ಕ್ಷಣಗಳಲ್ಲಿ ನನ್ನ ಬುದ್ಧಿ ಸ್ಥಿಮಿತ ತಪ್ಪುತ್ತಿತ್ತು. ಹುಚ್ಚನಾಗಿಬಿಡುತ್ತೀನಾ ಎಂಬ ಭಯವೂ ಕಾಡಿದ್ದುಂಟು.

ಹೀಗಾಗಿ, ನಮ್ಮ ದೊಡ್ಡ ನೋವು ಅಥವಾ ಶತ್ರು ಎಂದರೆ ಈ ಚಳಿಯೇ ಆಗಿತ್ತು. ಈ ಅಪಘಾತದ ಅಗ್ನಿಪರೀಕ್ಷೆಯ ಮೊದಲ ದಿನಗಳಲ್ಲಿ ಬಾಯಾರಿಕೆ ನಮ್ಮ ಅತ್ಯಂತ ದೊಡ್ಡ ಸಮಸ್ಯೆಯಾಗಿತ್ತು. ಭೂಭಾಗದ ಅತಿ ಎತ್ತರದ ಪ್ರದೇಶಗಳಲ್ಲಿ ಶರೀರವು ಸಮುದ್ರ ಮಟ್ಟಕ್ಕಿಂತ ಐದು ಪಟ್ಟು ಹೆಚ್ಚಾಗಿ ಅಥವಾ ವೇಗವಾಗಿ ಒಣಗಿಹೋಗುತ್ತಿತ್ತು. ಇದಕ್ಕೆ ಮುಖ್ಯ ಕಾರಣ ಈ ಪ್ರದೇಶಗಳಲ್ಲಿನ ಆಮ್ಲಜನಕದ ಕೊರತೆ. ದೇಹಕ್ಕೆ ಅಗತ್ಯವಿದ್ದ ಆಮ್ಲಜನಕವನ್ನು ಪಡೆಯಲು ಅದು ನಮ್ಮಿಂದ ಹೆಚ್ಚು ತೀವ್ರವಾಗಿ ಉಸಿರಾಡುವಂತೆ ಮಾಡುತ್ತದೆ. ಪ್ರತಿಬಾರಿಯ ಉಸಿರಾಟದಲ್ಲೂ ದೇಹದ ತೇವಾಂಶ ಕಡಿಮೆಯಾಗುತ್ತಾ ಬರುತ್ತದೆ. ಸಮುದ್ರ ಮಟ್ಟದಲ್ಲಿ ಮನುಷ್ಯ ನೀರಿಲ್ಲದೆ ಒಂದು ವಾರಕ್ಕಿಂತಲೂ ಹೆಚ್ಚೇ ಬದುಕಬಲ್ಲ. ಆದರೆ, ಆಂಡೀಸ್‌ನಲ್ಲಿ ಅದರ ಪ್ರಮಾಣ ತುಂಬ ಕಡಿಮೆಯಾಗಿತ್ತು. ಆದ್ದರಿಂದ ನಮ್ಮ ಪ್ರತಿ ಉಸಿರೂ ಸಹ ನಮ್ಮನ್ನು ಸಾವಿಗೆ ಹತ್ತಿರವಾಗಿಸುತ್ತಿತ್ತು.

ನೀರಿಗೆ ಬರವಂತೂ ಅಲ್ಲಿ ಇರಲಿಲ್ಲ. ಅದು ಮರುಭೂಮಿಯಲ್ಲ. ಗಡ್ಡೆಗಟ್ಟಿದ ಮಿಲಿಯಾಂತರ ಟನ್ನುಗಟ್ಟಲೆ ನೀರಿನ ಮೇಲೇ ನಾವು ಕುಳಿತಿದ್ದೆವು. ಘನೀಕೃತ ನೀರಿನಿಂದ ಆವೃತಗೊಂಡಿದ್ದೆವು. ನಮ್ಮ ಸಮಸ್ಯೆ ಇದ್ದುದು ಆ ಮಂಜನ್ನು ದ್ರವವಾಗಿಸುವುದು. ಸಾಧಾರಣವಾಗಿ ಹಿಮಪರ್ವತಾರೋಹಣ ಮಾಡುವವರು ಘನ ನೀರನ್ನು ದ್ರವವಾಗಿಸಿ ಕುಡಿಯಲು, ತಮ್ಮೊಟ್ಟಿಗೆ ಪುಟ್ಟದೊಂದು ಗ್ಯಾಸ್‌ನ ಒಲೆಯನ್ನು ಹೊತ್ತೊಯ್ಯುತ್ತಾರೆ. ತಮ್ಮ ದೇಹದ ತೇವಾಂಶವನ್ನು ಕಾಯ್ದುಕೊಳ್ಳಲು ಸಾಕಷ್ಟು ನೀರನ್ನು ಕಾಯಿಸಿ ಕುಡಿಯುತ್ತಾರೆ. ನಮ್ಮಲ್ಲಿ ಅದ್ಯಾವ ಸೌಲಭ್ಯಗಳೂ ಸಾಧ್ಯವಿರಲಿಲ್ಲ. ಮೊದಲಿಗೆ ಆ ಹಿಮದ ಗಡ್ಡೆಗಳನ್ನೇ ಬಾಯಿಗಿಟ್ಟು ಕಡಿದು ತಿನ್ನಲು ಪ್ರಯತ್ನಿಸುತ್ತಿದ್ದೆವು. ಆದರೆ, ಕೆಲವೇ ದಿನಗಳಲ್ಲಿ ನಮ್ಮ ತುಟಿಗಳೊಡೆದು ರಕ್ತ ಜಿನುಗಲಾರಂಭಿಸಿತು. ನಾವು ಮಂಜು ಗಡ್ಡೆಗಳನ್ನು ಬಾಯಿಗಿಡಲಾಗದಷ್ಟು ನೋವು ಕಾಣಿಸಹತ್ತಿತು. ನಂತರ ಆ ಗಡ್ಡೆಗಳನ್ನು ಕೈಯಲ್ಲಿ ಉಂಡೆಯಾಗಿಸಿ, ಮೈ ಶಾಖದಿಂದ ಅದನ್ನು ಕರಗಿಸಲು ಪ್ರಯತ್ನಿಸಿ ಐಸ್ ಕ್ಯಾಂಡಿಯಂತೆ ಅದನ್ನು ಹೀರಲು ಪ್ರಯತ್ನಿಸಿದೆವು. ಖಾಲಿ ವೈನ್ ಸೀಸೆಗಳಲ್ಲೂ ಮಂಜುಗಡ್ಡೆಗಳನ್ನು ತುಂಬಿ ಅದನ್ನು ಕರಗಿಸಿ ನೀರಾಗಿಸುತ್ತಿದ್ದೆವು. ವಿಮಾನದ ಮೇಲ್ಭಾಗದ ಮಂಜು ಸೂರ್ಯನ ಕಿರಣಗಳಿಂದ ಕರಗಿ ನೀರಾಗಿ ಪಕ್ಕದ ಚಪ್ಪಟೆ ಆಕಾರದ ಅಲ್ಯೂಮಿನಿಯಂ

ರೆಕ್ಕೆಗಳ ಮೇಲೆ ಸುರಿಯುತ್ತಿತ್ತು. ಆ ನೀರನ್ನು ಸರದಿಯಲ್ಲಿ ಕುಡಿಯಲು ನಾವು ಒಪ್ಪಂದ ಮಾಡಿಕೊಂಡು ಕಾಯುತ್ತಿದ್ದೆವು. ಆದರೆ, ಅಷ್ಟು ನೀರು ನಮ್ಮ ಯಾರ ಬಾಯಾರಿಕೆಯನ್ನೂ ತಣಿಸುತ್ತಿರಲಿಲ್ಲ. ದಿನದಿಂದ ದಿನಕ್ಕೆ ನಮ್ಮ ಅನಾರೋಗ್ಯ ಹೆಚ್ಚಾಗುತ್ತಿತ್ತು. ನೀರಿನಂಶವಿಲ್ಲದೆ ದೇಹ ಕ್ಷೀಣಿಸುತ್ತಿತ್ತು. ಆಮ್ಲಜನಕ ಕಡಿಮೆಯಾಗಿ ತಲೆಭಾರದ ಅನುಭವ ನೀಡುತ್ತಿತ್ತು. ನೀರಿಲ್ಲದೆ ಸಾಯುತ್ತಿದ್ದೆವು. ಹೇಗಾದರೂ ಮಾಡಿ ಎಲ್ಲರ ಬಾಯೊಣಗದಷ್ಟು ನೀರನ್ನಾದರೂ ಸಿದ್ಧ ಮಾಡುವ ತಂತ್ರವನ್ನು ಕಂಡುಕೊಳ್ಳಬೇಕಿತ್ತು. ಫಿಟೋ ಇದಕ್ಕೊಂದು ಒಳ್ಳೆಯ ಉಪಾಯ ಕಂಡುಹಿಡಿದ. ಅದರಿಂದ ಅವನಿಗೆ ಇಂದಿಗೂ ನಾನು ಕೃತಜ್ಞ.

ಬಾಯಾರಿಕೆಯಿಂದ ಬಳಲುತ್ತಾ ಕೂತಿದ್ದಾಗ ಒಮ್ಮೆ ಅವನ ಗಮನಕ್ಕೆ ಬಂದದ್ದು, ಹಿಮದ ಮೇಲ್ಪದರವನ್ನು ಪ್ರತಿ ರಾತ್ರಿ ಆವರಿಸುವ ಮಂಜು ಬೆಳಗಾದಾಗ ಕರಗಿ ನೀರಾಗುತ್ತಿದೆ ಎಂಬುದು. ವಿಮಾನದ ಮುರಿದ ಚೂರುಗಳು, ತಟ್ಟೆಗಳಾಕಾರದಲ್ಲಿ ಅಲ್ಲಲ್ಲಿ ಬಿದ್ದಿದ್ದವು. ಅವನ್ನು ಒಟ್ಟುಗೂಡಿಸಿ ಆ ಚಪ್ಪಟೆಯಾಕಾರದ ತಟ್ಟೆಗಳ ಅಂಚನ್ನು ಮಡಚಿ ಒಂದು ಬೊಗಸೆಯಂತೆ ಮಾಡಿ ಅದರ ಒಂದು ಅಂಚಿನ ತೊಟ್ಟನ್ನು ಮುರಿದ. ನಂತರ ಅದರ ತುಂಬ ಹಿಮದ ಗಡ್ಡೆಗಳನ್ನು ತುಂಬಿ ಆ ಮುರಿದ ಅಂಚಿನ ಅಡಿಯಲ್ಲಿ ಒಂದು ಸೀಸೆಯನ್ನು ನಿಲ್ಲಿಸಿದ. ಕೆಲವೇ ಘಂಟೆಗಳಲ್ಲಿ ಹಿಮ ಕರಗಿ ನೀರಿನ ಹನಿಗಳು ಸೋರಿ ಆ ಸೀಸೆಯೊಳಗೆ ಬೀಳುತ್ತಿದ್ದವು. ಇದನ್ನು ಕಂಡು ಎಲ್ಲರೂ ಇದೇ ಉಪಾಯವನ್ನು ಅನುಸರಿಸಿದರು. ವಿಮಾನದ ಪ್ರತಿ ಕುರ್ಚಿಯಡಿಯಲ್ಲೂ ಆ ರೀತಿಯ ಅಲ್ಯೂಮಿನಿಯಂ ತಟ್ಟೆಗಳು ಇದ್ದವು. ನಮ್ಮ ನಾಯಕ ಮಾರ್ಸೆಲೋಗೆ ಫಿಟೋನ ಈ ಉಪಾಯದಿಂದ ತುಂಬ ಸಂತೋಷವಾಯಿತು. ಅವನು ಈ ಕೆಲಸವನ್ನು ಮಾಡುವುದಕ್ಕಾಗಿಯೇ ಕೆಲ ಹುಡುಗರನ್ನು ನೇಮಿಸಿದ. ಗುಂಪಿನ ಎಲ್ಲರಿಗೂ ಅಗತ್ಯವಾದ ನೀರನ್ನು ತಕ್ಕ ಮಟ್ಟಿಗೆ ಹೊಂದಿಸುವಲ್ಲಿ ನಾವು ಹೀಗೆ ಸಫಲರಾಗಿದ್ದೆವು. ನಮ್ಮ ದೇಹಕ್ಕೆ ಅಗತ್ಯವಾದ ತೇವಾಂಶವನ್ನಂತೂ ನಾವು ಪೂರೈಸಲು ಶಕ್ತರಾದೆವು. ಬಾಯಾರಿಕೆಯಿಂದ ಆಗಬಹುದಾದ ಸಾವನ್ನು ತಪ್ಪಿಸಿಕೊಂಡಿದ್ದೆವು ಆದರೆ ಈ ನೆಮ್ಮದಿ ಹೆಚ್ಚು ದಿನ ಉಳಿಯಲಿಲ್ಲ. ನಮ್ಮ ವಿಮಾನದಲ್ಲಿನ ತಿನ್ನಬಲ್ಲ ಸಾಮಗ್ರಿಗಳೆಲ್ಲಾ ಮುಗಿಯುತ್ತಾ ಬಂದಿದ್ದವು. ನಮ್ಮಿಂದ ಹಸಿವನ್ನು ತಡೆಯಲು ಸಾಧ್ಯವಿರಲಿಲ್ಲ.

ಅಪಘಾತ ನಡೆದ ಮೊದಲ ದಿನಗಳಲ್ಲಿ ಹಸಿವು ಅಂತಹ ಸಮಸ್ಯೆ ಎನಿಸಿರಲಿಲ್ಲ. ನಮ್ಮ ಹೆದರಿಕೆ, ಮನಸಿನ ಆಘಾತ, ಹತಾಶೆ ಮತ್ತು ಚಳಿಯ ಆರ್ಭಟ ಇವೆಲ್ಲವೂ ನಮ್ಮ ಹಸಿವನ್ನು ಇಂಗಿಸಿಬಿಟ್ಟಿದ್ದವು. ಆದರೆ ದಿನಕಳೆದಂತೆ ನಾವು ಆಘಾತದಿಂದ ಹೊರಬಂದು ಸಂದರ್ಭವನ್ನು ಜೀರ್ಣಿಸಿಕೊಂಡಿದ್ದೆವು. ನಮ್ಮನ್ನು ರಕ್ಷಣಾ ಸಿಬ್ಬಂದಿ

ಕಾಯುತ್ತಾರೆ ಎಂಬ ಭರವಸೆಯನ್ನು ಮಾರ್ಸೆಲೋ ತುಂಬಿದ್ದ. ಬಾಯಾರಿಕೆಯ ಸಮಸ್ಯೆಯನ್ನು ಫೀಟೋ ಕಳೆದಿದ್ದ. ಚಳಿಯನ್ನು ತಡೆಯುವ ಮಾರ್ಗಗಳನ್ನು ತಕ್ಕ ಮಟ್ಟಿಗೆ ಒಗ್ಗಿಸಿಕೊಂಡಿದ್ದೆವು. ಇನ್ನುಳಿದ ಸಮಸ್ಯೆ ಎಂದರೆ ಹಸಿವು. ಅಗತ್ಯಗಳೆಲ್ಲ ಪೂರೈಕೆಯಾದರೆ ಒಬ್ಬ ಮನುಷ್ಯ ಮನುಷ್ಯನಾಗಿರಬಲ್ಲ. ಯಾವಾಗ ಅಗತ್ಯಗಳು ನಮಗೆ ದುಬಾರಿಯಾಗುತ್ತವೆಯೋ ಆಗಲೇ ಅವನು ನಿಜವಾಗಿಯೂ ಬದುಕಲು ಪ್ರಯತ್ನಿಸುತ್ತಾನೆ. ಅವನ ಒಳಗಿನ ಪ್ರಾಣ, ರಾಕ್ಷಸ ಶಕ್ತಿಯನ್ನು ತುಂಬಿ ಬದುಕುವ, ಬದುಕಲೇ ಬೇಕೆನ್ನುವ ಛಲದ ಮಾರ್ಗಗಳನ್ನು ಹುಡುಕಿಬಿಡುತ್ತದೆ. ಈ ಪಾಠವನ್ನು ನಾವು ಈ ಅಪಘಾತದಲ್ಲಿ ಜೀವಂತವಾಗಿ ಅನುಭವಿಸಿ ಕಲಿತಿದ್ದೆವು.

ಒಂದು ದಿನ ಮುಂಜಾವಿನ ಸಮಯದಲ್ಲಿ, ವಿಮಾನದ ಹೊರಗೆ ನಿಂತು ನನ್ನ ಕೈಲಿದ್ದ ಕೊನೆಯ ಕಡಲೇ ಬೀಜದ ಚಾಕಲೇಟ್ ಅನ್ನು ನೋಡುತ್ತಾ ನಿಂತು ಬಿಟ್ಟೆ. ಅದು ನನ್ನ ಪಾಲಿನ ಕಡೆಯ ತಿನಿಸು ಎಂದು ತಿಳಿದಿತ್ತು. ನಮ್ಮ ತಿನ್ನುವ ಸರಕೆಲ್ಲ ಖಾಲಿಯಾಗಿತ್ತು. ಇದ್ದ ಕೆಲವು ಚಾಕಲೇಟ್ಗಳನ್ನು ಎಲ್ಲರೂ ತಿಂದು ಮುಗಿಸಿದ್ದೆವು. ಅದು ನನ್ನ ಕೈಗೆ ಸಿಗುವ ಕೊನೆಯ ಚಾಕಲೇಟ್ ಎಂದು ತಿಳಿದಾಗ ಅದು ನನಗೆ ಬಂಗಾರ, ವಜ್ರಕ್ಕಿಂತ ಹೆಚ್ಚಾದ ಸಂಪತ್ತಾಗಿಹೋಯಿತು. ಅದು ನನ್ನದಾದ ಮೊದಲನೇ ದಿನ ಕಡಲೆ ಬೀಜದ ಸುತ್ತು ಲೇಪಿಸಿದ್ದ ಚಾಕಲೇಟನ್ನು ಚೀಪಿ ತಿಂದಿದ್ದೆ. ಉಳಿದ ಕಡಲೇ ಬೀಜವನ್ನು ಜೇಬಿನಲ್ಲಿಟ್ಟು ಭದ್ರಮಾಡಿದ್ದೆ. ಎರಡನೇ ದಿನ ಆ ಕಡಲೇ ಬೀಜವನ್ನು ಇಬ್ಭಾಗ ಮಾಡಿ ಒಂದು ಭಾಗವನ್ನು ಮಾತ್ರ ತಿಂದು ಮತ್ತೊಂದನ್ನು ಜೇಬಿಗಿಳಿಸಿದ್ದೆ. ಆ ಅರ್ಧ ಭಾಗವನ್ನು ಘಂಟೆಗಟ್ಟಲೆ ಬಾಯಲ್ಲಿಟ್ಟು ಚೀಪಿ ಅನುಭವಿಸಿದ್ದೆ. ಮೂರನೆಯ ದಿನ ಉಳಿದ ಅರ್ಧ ಭಾಗವನ್ನೂ ಹಾಗೇ ತಿಂದು ಜೀರ್ಣಿಸಿಕೊಂಡ ನಂತರ ಯಾವ ಆಹಾರವೂ ಉಳಿದಿರಲಿಲ್ಲ. ನನ್ನಂತೆಯೇ ಎಲ್ಲರೂ, ತಮ್ಮ ಪಾಲಿನ ಆಹಾರವನ್ನು ತಿಂದು ಮುಗಿಸಿ ಕೈಚೆಲ್ಲಿ ಕೂತಿದ್ದರು. ಹಸಿವಿನ ನಿಜವಾದ ಸ್ವರೂಪ, ಅಲ್ಲಿಯವರೆಗೂ ತಿಳಿದಿರಲಿಲ್ಲ. ಜೀವನದಲ್ಲಿ ಎಂದೂ ನಾವು ಹಸಿವನ್ನೇ ಅನುಭವಿಸಿಲ್ಲ ಎಂಬ ಸತ್ಯದ ಅರಿವಾದದ್ದೂ ಸಹ ಇದೇ ಸಂದರ್ಭದಲ್ಲಿ!

ಭೂಭಾಗದ ಎತ್ತರದ ಸ್ಥಳಗಳಲ್ಲಿ ತೇವಾಂಶದ ಅಗತ್ಯ ಹೆಚ್ಚಿರುವಂತೆ ದೇಹಕ್ಕೆ ಅಗತ್ಯವಾದ ಪೋಷಕಾಂಶಗಳೂ ಹೆಚ್ಚಾಗಿರಬೇಕಾಗುತ್ತದೆ. ಇಂತಹ ಹಿಮಪರ್ವತಗಳನ್ನು ಹತ್ತಲು ಹೊರಟ ಪರ್ವತಾರೋಹಿಗೆ ತನ್ನ ದೇಹದ ತೂಕವನ್ನು ಕಾಪಾಡಿಕೊಳ್ಳಲು ದಿನಕ್ಕೆ ಸುಮಾರು 15000 ಕ್ಯಾಲೋರಿಗಳಷ್ಟು ಹೆಚ್ಚುವರಿ ಆಹಾರ ಬೇಕಾಗುತ್ತದೆ. ನಾವು ಬೆಟ್ಟವನ್ನೇನೂ ಹತ್ತುತ್ತಿರಲಿಲ್ಲ ಆದರೂ ಎಂದಿನಂತೆ ಮಾಡುವ ಮನೆಯೂಟಕ್ಕಿಂತ ಸಾಕಷ್ಟು ಹೆಚ್ಚಿನ ಆಹಾರ ಬೇಕಾಗುತ್ತಿತ್ತು. ಅಪಘಾತವಾದಾಗಿನಿಂದಲೂ ದಿನಕ್ಕೆ ನಾವು ನೂರಕ್ಕಿಂತಲೂ

ಹೆಚ್ಚು ಕಿ.ಕ್ಯಾಲೋರಿಯ ಊಟ ಮಾಡಿರಲಿಲ್ಲ. ಇದೀಗ ಕೆಲ ದಿನಗಳಿಂದ ನಮಗೆ ಯಾವ ಆಹಾರವೂ ಇರಲಿಲ್ಲ, ಅಂದರೆ ದೇಹಕ್ಕೆ ಅತ್ಯಗತ್ಯವಾದ ಕ್ಯಾಲೋರಿಯ ಪೂರೈಕೆ ಸೊನ್ನೆ! ಮಾಂಟೆವಿಡಿಯೊನಲ್ಲಿ ನಾವು ವಿಮಾನ ಹತ್ತಿದಾಗ ಎಲ್ಲರೂ ಗಟ್ಟಿಮುಟ್ಟಾದ ಯುವ ತರುಣರಾಗಿದ್ದೆವು. ನಮ್ಮಲ್ಲಿ ಬಹುಪಾಲು ಕ್ರೀಡಾಪಟುಗಳೇ ಆಗಿದ್ದು ಅತ್ಯುತ್ತಮ ದೈಹಿಕ ಆರೋಗ್ಯವನ್ನು ಕಾಪಾಡಿಕೊಂಡು ಕಟ್ಟುಮಸ್ತಾಗಿದ್ದೆವು. ಅದನ್ನು ನೆನೆಸಿಕೊಂಡು ಈಗ ನನ್ನ ಸ್ನೇಹಿತರನ್ನು ಕಂಡರೆ ಎಲ್ಲರೂ ದಿನದಿಂದ ದಿನಕ್ಕೆ ಕೃಶವಾಗುತ್ತಾ, ದುರ್ಬಲರಾಗುತ್ತಾ ಇದ್ದುದು ಕಾಣಿಸುತ್ತಿತ್ತು. ಸದಾ ಚಟುವಟಿಕೆಯಿಂದ ಇರುತ್ತಿದ್ದ ಅವರ ಚಲನೆಯೂ ನಿಧಾನಗತಿಯಾಗಿ ಹೋಗಿತ್ತು. ಅವರ ಕಣ್ಣುಗಳು ಕಾಂತಿಹೀನವಾಗಿದ್ದವು.

ದಿನದಿನಕ್ಕೂ ನಮ್ಮ ಹಸಿವು ಹೆಚ್ಚಾಗುತ್ತಾ ಹೋಯಿತು. ಆಹಾರವನ್ನು ಹುಡುಕುವುದರಲ್ಲಿ ಎಲ್ಲರೂ ಮುಂದಾದೆವು. ಕಣ್ಣು ಹರಿದತ್ತಲೆಲ್ಲಾ ಆಹಾರವನ್ನು ಹುಡುಕುವುದು ಒಂದು ಗೀಳಾಗಿಹೋಯಿತು. ನಮ್ಮ ಹಸಿವು ಸಾಧಾರಣ ಹಸಿವಾಗಿರಲಿಲ್ಲ. ಯಾವಾಗ ನಮ್ಮ ಮೆದುಳಿಗೆ ದೇಹದಲ್ಲಿ ಲವಲೇಶವೂ ಆಹಾರವಿಲ್ಲ, ನಮ್ಮ ಸ್ವಂತ ಮಾಂಸ, ರಕ್ತಗಳನ್ನೇ ಅದರ ಪಚನಕ್ಕೆ ಉರುವಲಾಗಿಸಿಕೊಳ್ಳುತ್ತಿದೆ ಎಂದು ತಿಳಿಯುತ್ತದೆಯೋ, ಆ ಕ್ಷಣ ನಮ್ಮಲ್ಲಿನ ಸುಪ್ತ ರಾಕ್ಷಸ ಶಕ್ತಿಯನ್ನು ಎಚ್ಚರಿಸಿ ಒಂದು ಪ್ರಾಣಿಯಂತೆ ಬೇಟೆಯನ್ನು ಕಂಡ ಕೂಡಲೇ ಎಗರಿ ಬೀಳುವಂತಹ ತಹತಹವನ್ನುಂಟು ಮಾಡುತ್ತದೆ. ಜೀವಕಳೆವಷ್ಟು ಹಸಿವು ಅದಕ್ಕಿಂತಲೂ ಮಿಗಿಲಾದ ಭಯಗಳು ಸೇರಿ ಹುಚ್ಚರಂತೆ ಆಹಾರ ಹುಡುಕಲು ನಾವು ಪ್ರಾರಂಭಿಸಿದ್ದೆವು. ಆರೋಗ್ಯಕ್ಕೆ ಹಾನಿಕರ ಎಂದು ತಿಳಿದಿದ್ದರೂ, ನಮ್ಮ ಪೆಟ್ಟಿಗೆಗಳ ಮೇಲಿನ ಚರ್ಮದ ಬಟ್ಟೆಯನ್ನು ತಿನ್ನಲು ಪ್ರಯತ್ನಿಸಿದೆವು. ಕುರ್ಚಿಯ ಕೆಳಗಿನ ಬಟ್ಟೆ, ಹತ್ತಿಯನ್ನೆಲ್ಲ ಕಿತ್ತು ಹುಡುಕಿದೆವು. ನಾವು ತಂಗಿದ್ದ ಪರಿಸರದಲ್ಲಿ ಒಂದು ಎಳ್ಳಷ್ಟೂ ತಿನ್ನಬಲ್ಲ ಪದಾರ್ಥ ಇಲ್ಲ ಎಂಬ ಸತ್ಯವನ್ನು ಮನಸ್ಸು ತಿಳಿಸುತ್ತಿದ್ದರೂ ಒಪ್ಪಲಾಗುತ್ತಿರಲಿಲ್ಲ, ಹುಡುಕಾಟ ಬಿಡಲಿಲ್ಲ. ಬಹುಶಃ ಎಲ್ಲಾದರೂ ಒಂದು ಗಿಡ ಬೆಳೆದಿರಬಹುದು, ಅಥವಾ ಒಂದು ಕಲ್ಲಿನಡಿ ಯಾವುದಾದರೂ ಹುಳ, ಹುಪ್ಪಟೆ ಬಿದ್ದಿರಬಹುದು. ವಿಮಾನದ ಪೈಲೆಟ್‌ನ ಚಾಲನ ಸಾಧನದ ಬಳಿ ಏನಾದರೂ ಸಿಗಬಹುದೇನೋ, ನಾವು ಕುರ್ಚಿಗಳನ್ನು ವಿಮಾನದಿಂದ ಹೊರಗೆಳೆದಾಗ ಎಲ್ಲಿಯಾದರೂ ಆಹಾರವನ್ನು ಚೆಲ್ಲಿದ್ದೆವೇನೋ, ಕಸದ ಬುಟ್ಟಿಯನ್ನು ಹುಡುಕಬೇಕು, ಸತ್ತ ಸ್ನೇಹಿತರನ್ನು ಹೂಳುವ ಮುನ್ನ ಅವರ ಬಟ್ಟೆಯ ಜೇಬುಗಳಲ್ಲಿ ಹುಡುಕಿದ್ದೆವೇ? ಹೀಗೆ ಕೂತಲ್ಲಿ, ನಿಂತಲ್ಲಿ ಆಹಾರದ ಬಗೆಗೆ ಆಲೋಚನೆ ಬರತೊಡಗಿತು.

ಮತ್ತೆ ಮತ್ತೆ ನನ್ನ ನಿರ್ಧಾರ ಒಂದೇ ಎಡೆಗೆ ಬಂದು ನಿಲ್ಲುತ್ತಿತ್ತು: ನಮ್ಮ ಸುತ್ತಲೂ ತಿನ್ನಲಿಕ್ಕೆ ಉಳಿದದ್ದು ನಮ್ಮ ಬಟ್ಟೆಗಳು, ಅಲ್ಯೂಮಿನಿಯಂ, ಪ್ಲಾಸ್ಟಿಕ್, ಹಿಮ ಮತ್ತು ಕಲ್ಲು ಬಂಡೆಗಳು. ಒಂದು ದೀರ್ಘ ಮೌನದ ನಂತರ "ಈ ಹಾಳಾದ ಜಾಗದಲ್ಲಿ ತಿನ್ನಲಿಕ್ಕೆ ಒಂದು ತುಣುಕೂ ಇಲ್ಲ" ಎಂದು ಜೋರಾಗಿ ಕಿರುಚಿಬಿಡುತ್ತಿದ್ದೆ. ಆದರೆ, ಇದ್ದಕ್ಕಿದ್ದಂತೆ ಒಮ್ಮೆ ನನಗೆ ಹೊಳೆದದ್ದು, ನಮ್ಮ ಬಳಿ ಆಹಾರವಿದೆ, ಮಾಂಸಾಹಾರವಿದೆ, ನಮ್ಮ ಹತ್ತಿರದಲ್ಲೇ ಇದೆ ಎಂಬ ಅರಿವು. ಎಷ್ಟು ಹತ್ತಿರವೆಂದರೆ ನಾವು ತಂಗಿದ್ದ ಸ್ಥಳದಿಂದ ಸತ್ತ ಹೆಣಗಳನ್ನು ಎಲ್ಲಿ ಹೂತಿದ್ದೆವೋ ಅಷ್ಟು ಹತ್ತಿರ! ತಿನ್ನಬಲ್ಲ ಪದಾರ್ಥವನ್ನು ಹುಚ್ಚರಂತೆ ಹುಡುಕಾಡಿ ಸೋತ ನನಗೆ, ಬಹು ಹತ್ತಿರದಲ್ಲೇ ಸಾಕಷ್ಟು ತಿನ್ನಬಹುದಾದ ಮಾಂಸವಿದೆ ಎಂಬ ತಿಳುವಳಿಕೆ ಇಲ್ಲಿಯವರೆಗೂ ಅದೇಕೆ ಬರಲಿಲ್ಲ ಎಂಬುದು ಆಶ್ಚರ್ಯಕರವೆನಿಸಿತು. ಕೆಲವು ಗೆರೆಗಳನ್ನು ಮನಸ್ಸು ದಾಟಲು ಇಚ್ಚಿಸುವುದಿಲ್ಲ. ಆದರೆ, ಮನುಷ್ಯ ಪ್ರಯತ್ನವೆಲ್ಲಾ ಮುಗಿಯುತ್ತಿದೆ ಎಂದು ಭಾವಿಸಿದಾಗ ಇದ್ದಕ್ಕಿದ್ದಂತೆ ಮನಸ್ಸು ತನ್ನ ಮಿತಿಯ ಗೆರೆ ದಾಟಿ ಆಲೋಚಿಸಲು ಪ್ರಾರಂಭಿಸುತ್ತದೆ. ಅದು ಎಷ್ಟು ಅನಾಗರೀಕ ಅಥವಾ ಕ್ರೂರವೇ ಆಗಿರಬಹುದು. ಸಾವಿನ ಬಾಗಿಲಲ್ಲಿ ನಿಂತಾಗ ಎಲ್ಲ ಎಲ್ಲೆಗಳ ಮೀರಿದ ಪ್ರಯತ್ನ ತಂತಾನೇ ಜರುಗಿಬಿಡುತ್ತದೆ.

ನನ್ನ ಅನಿಸಿಕೆಗಳಿಂದ ನನಗೇ ಆಶ್ಚರ್ಯವೂ ಆಯಿತು. ಒಂದು ದಿನ ಸಂಜೆಗತ್ತಲು ಕವಿಯುತ್ತಿತ್ತು. ನಾವು ರಾತ್ರಿ ಮಲಗಲು ನಮ್ಮ ಸ್ಥಳಗಳನ್ನು ಸಿದ್ಧಗೊಳಿಸುತ್ತಿದ್ದೆವು. ನನ್ನ ಪಕ್ಕದಲ್ಲಿ ಕುಳಿತಿದ್ದ ಹುಡುಗನ ಮುರಿದ ಮೊಣಕಾಲು ಗಾಯಗೊಂಡು ಅದರಿಂದ ರಕ್ತ ಸೋರಿಕೆಯಾಗಿತ್ತು. ಮುರಿದ ಭಾಗದ ಒಳಗೆ ತೇವವಾದ ಕೆಂಪು ಮಾಂಸದ ಮುದ್ದೆ ಕಾಣುತ್ತಿತ್ತು. ಗಾಯದ ಸುತ್ತಲೂ ರಕ್ತ ಹೆಪ್ಪುಗಟ್ಟಿ ರಟ್ಟಾಗಿತ್ತು. ಆ ರಕ್ತದ ವಾಸನೆಗೆ ನನ್ನ ಹಸಿದ ಹೊಟ್ಟೆ ಒಂದು ಕ್ಷಣ ಚುರುಕ್ ಎಂದಿತ್ತು. ತಕ್ಷಣ ನಾನು ನನ್ನೊಡನಿದ್ದ ಇತರರನ್ನು ಗಮನಿಸಿದೆ, ವಿಪರ್ಯಾಸವೆಂಬಂತೆ ಎಲ್ಲರೂ ಆ ಮುರಿದ ಕಾಲಿನ ಮಾಂಸದ ಮುದ್ದೆಯನ್ನೇ ದಿಟ್ಟಿಸಿ ನೋಡುತ್ತಿದ್ದರು. ಇವೆಲ್ಲವೂ ನಡೆದದ್ದು ಅರೆಕ್ಷಣದಲ್ಲಿ. ನಂತರ ಎಚ್ಚೆತ್ತು ಒಬ್ಬರ ಮುಖ ಒಬ್ಬರು ಅರ್ಥವತ್ತಾಗಿ ನೋಡಿಕೊಂಡು, ಅವಮಾನ, ನಾಚಿಕೆಗಳಿಂದ ಆಚೀಚೆ ಹೊರಟು ಬಿಟ್ಟೆವು. ಆದರೆ ನನ್ನ ತಲೆಯಲ್ಲಿ ನಾನು ನಿರಾಕರಿಸಲಾಗದ ಅದೇನೋ ಉಳಿದುಬಿಟ್ಟಿತು. ಮನುಷ್ಯನ ಮಾಂಸವನ್ನು ನೋಡಿದ ಕೂಡಲೇ ಅದು ನಮಗೆ ತಕ್ಷಣಕ್ಕೆ ದೊರೆಯಬಲ್ಲ ಆಹಾರ ಎಂಬುದು ಖಚಿತವಾಗಿಹೋಯಿತು. ಮನಸ್ಸಿನ ಒಂದು ಬಾಗಿಲು ಒಮ್ಮೆ ತೆರೆದರೆ ಮತ್ತೆ ಮುಚ್ಚಲು ಅಸಾಧ್ಯ. ಸತ್ತವರ ಹೆಣಗಳಿಂದಲೇ ನಾವು ಜೀವಸಹಿತ ಉಳಿಯಲು ಇರುವ ಒಂದೇ ಮಾರ್ಗವೆಂದು ತೋರಿತು. ಆದರೆ ಈ ನನ್ನ

ರಾಕ್ಷಸೀ ಆಲೋಚನೆಗೆ ನಾನೇ ಭೀತನಾಗಿ ಈ ಒತ್ತಡದ ಗುಟ್ಟನ್ನು ನನ್ನೊಳಗೇ ಹುದುಗಿಸಿಟ್ಟುಕೊಂಡೆ. ಆದರೆ ಈ ಗುಟ್ಟನ್ನು ಹೆಚ್ಚು ದಿನಗಳ ಕಾಲ ನನ್ನಲ್ಲೇ ಇರಿಸಿಕೊಳ್ಳಲಾಗಲಿಲ್ಲ. ಈ ನನ್ನ ಆಲೋಚನೆಯನ್ನು ಕಾರ್ಯರೂಪಕ್ಕೆ ತರುವ ಕಾಲ ಬಂದಿದೆ ಎಂಬುದು ನನ್ನ ಗಟ್ಟಿ ನಿಲುವಾಗಿತ್ತು. ಒಂದು ರಾತ್ರಿ ಎಲ್ಲರೂ ಮಲಗಿದ್ದಾಗ, ಕತ್ತಲಲ್ಲಿ ನನ್ನ ಪಕ್ಕದಲ್ಲಿ ಮಲಗಿದ್ದ ಕಾರ್ಲಿಟೋನೊಂದಿಗೆ ನನ್ನ ಈ ಯೋಜನೆಯನ್ನು ಹಂಚಿಕೊಳ್ಳುವುದಾಗಿ ನಿರ್ಧರಿಸಿದೆ.

"ಕಾರ್ಲಿಟೋ, ಎದ್ದಿದೀಯಾ?", ನಾನು ಕೇಳಿದೆ.

"ಹೌದು, ಈ ಕೊರೆವ ಚಳಿಯಲ್ಲಿ ನಿದ್ದೆ ಯಾರಿಗೆ ಬರುತ್ತದೆ" ಅವನು ಗೊಣಗಿದ.

"ನಿನಗೆ ಹಸಿವಾಗುತ್ತಿಲ್ಲವೇ?"

"ಇನ್ನೇನನಿಸುತ್ತದೆ ನಿನಗೆ! ನಾನು ದಿನಗಟ್ಟಲೆಗಳಿಂದ ಉಪವಾಸ ಬಿದ್ದಿದ್ದೇನೆ"

"ಹಸಿವಿನಿಂದ ನಾವಿಲ್ಲೇ ಸಾಯುತ್ತೇವೆ, ರಕ್ಷಕರು ಬರುವಷ್ಟರಲ್ಲಿ ಇಲ್ಲಿ ನಾವ್ಯಾರೂ ಉಳಿದಿರುವುದಿಲ್ಲ" ಎಂದೆ.

ಅವನು ಸ್ವಲ್ಪ ಹೆದರಿ, "ಸುಮ್ಮನೆ ಮಾತಾಡಬೇಡ" ಎಂದ.

"ಅದು ನನಗೂ ಗೊತ್ತು, ನಿನಗೂ ಗೊತ್ತು. ಆದರೆ, ನಾನಿಲ್ಲಿ ಸಾಯಲು ಇಷ್ಟ ಪಡುವುದಿಲ್ಲ. ನಾನು ಮನೆಗೆ ಹೋಗುತ್ತೇನೆ" ಎಂದು ನಿರ್ಧಾರದ ಸ್ವರದಿಂದ ಉತ್ತರಿಸಿದೆ.

ಅವನು ಚಕಿತನಾಗಿ, "ನೀನು ಇನ್ನೂ ಇಲ್ಲಿಂದ ಪರ್ವತವನ್ನು ಹತ್ತಿ ಮನೆ ತಲುಪುವ ಕನಸು ಹೊತ್ತಿರುವೆಯಾ? ನೀನು ತುಂಬಾ ಕೃಶವಾಗಿದ್ದೀಯೆ ನ್ಯಾಂಡೋ" ಎಂದ.

"ಹಾಂ, ನಾನು ದುರ್ಬಲನಾಗಿದ್ದೇನೆ. ಏಕೆಂದರೆ ನಾನೇನೂ ಆಹಾರ ಸೇವಿಸಿಲ್ಲ".

ಅಸಹನೆಯಿಂದ, "ಇಲ್ಲಿ ತಿನ್ನುವಂತಹ ಒಂದು ಎಳೆ ವಸ್ತುವೂ ಇಲ್ಲ, ಏನನ್ನು ತಿನ್ನುವೆ?" ಎಂದು ರೇಗಾಡಿದ.

ಗಂಭೀರವಾಗಿ, "ಇಲ್ಲಿ ಆಹಾರವಿದೆ. ನಮ್ಮ ಹತ್ತಿರದಲ್ಲೇ ಇದೆ. ನಾನು ಹೇಳುತ್ತಿರುವುದು ಏನೆಂದು ನಿನಗೆ ಗೊತ್ತಿದೆ" ಎಂದೆ.

ಅವನ ಕಡೆಯಿಂದ ಮೌನ. ಕಸಿವಿಸಿಗೊಂಡಂತೆ ಅಕ್ಕ ಪಕ್ಕ ಕದಲಿದ.

"ಸತ್ತ ವಿಮಾನ ಚಾಲಕನ ಮಾಂಸವನ್ನು ಕತ್ತರಿಸಿ ತಿನ್ನುತ್ತೇನೆ. ಅವನೇ ನಮ್ಮನ್ನೆಲ್ಲ ಇಲ್ಲಿ ಸಿಲುಕಿಸಿದ. ಬಹುಶಃ ಇಲ್ಲಿಂದ ಹೊರಡಲು ಅವನೇ ಸಹಾಯ ಮಾಡಬಹುದು". ನನ್ನ ಗಂಟಲು ನಿರ್ಧಾರ ಸ್ವರದಿಂದಿತ್ತು.

"ಥತ್ ನ್ಯಾಂಡೋ! ದೇವರೇ!", ಅವನಿಗೆ ಬಹಳ ಇರಿಸುಮುರಿಸಾಯಿತು.

"ಇಲ್ಲಿ ಸಾಕಷ್ಟು ಮಾಂಸವಿದೆ. ಅದನ್ನು ನಾವು ಮಾಂಸವೆಂದಷ್ಟೇ ನೋಡಬೇಕು. ಸತ್ತ ನಮ್ಮ ಸ್ನೇಹಿತರ ಆತ್ಮವೆಲ್ಲೋ ಇದೆ. ಇದು ಬರಿ ದೇಹಗಳಷ್ಟೇ. ಅವರಿಗೆ ಇನ್ನು ಈ ದೇಹಗಳ ಅಗತ್ಯವಿಲ್ಲ".

ಕೆಲನಿಮಿಷಗಳು ನಮ್ಮಿಬ್ಬರ ನಡುವೆ ಮೌನ ಸುಳಿದಾಡಿತ್ತು. ನಂತರ ಕಾರ್ಲಿಟೋ, "ದೇವರೇ, ನಮ್ಮನ್ನು ಕಾಪಾಡು" ಎಂದು ನಿಟ್ಟುಸಿರಿಟ್ಟು, "ಕೆಲದಿನಗಳಿಂದ ನಾನೂ ಇದನ್ನೇ ಯೋಚಿಸುತ್ತಿದ್ದೇನೆ", ಎಂದ.

ಈ ನಮ್ಮ ಸಂಭಾಷಣೆಯ ನಂತರ, ಮುಂದಿನ ಕೆಲದಿನಗಳು, ನಾನು ಮತ್ತು ಕಾರ್ಲಿಟೋ ಈ ವಿಚಾರವಾಗಿ ಗುಂಪಿನ ಇತರರೊಂದಿಗೆ ಮಾತನಾಡಿದೆವು. ಕಾರ್ಲಿಟೋನಂತೆ ಕೆಲವರು ತಮಗೂ ಅದೇ ಆಲೋಚನೆ ಬಂದಿತ್ತು ಎಂದು ಒಪ್ಪಿಕೊಂಡರು. ರಾಬರ್ಟೋ, ಗಸ್ತೆವೋ ಮತ್ತು ಫಿಟೋ ನಮಗೆ ಉಳಿದಿರುವುದು ಇದೊಂದೇ ದಾರಿ ಎಂದ ನನ್ನ ಮಾತಿಗೆ ಸಮ್ಮತಿಸಿದರು. ಕೆಲದಿನಗಳು ಈ ವಿಷಯವನ್ನು ನಮ್ಮಲ್ಲೇ ಚರ್ಚಿಸಿ ನಂತರ ಇದರ ಕುರಿತು ಮಾತನಾಡಲು ಇಡೀ ಗುಂಪನ್ನು ಒಟ್ಟುಗೂಡಿಸಿದೆವು. ವಿಮಾನದ ಒಳಗೇ ಕೂತೆವು. ರಾಬರ್ಟೋ ಮಾತನ್ನು ಪ್ರಾರಂಭಿಸಿದ.

ಒಂದು ನಿಟ್ಟುಸಿರಿಟ್ಟು, "ನಾವು ಹಸಿದಿದ್ದೇವೆ. ನಮ್ಮ ದೇಹಗಳು ತಂತಾನೇ ತಿನ್ನಲ್ಪಡುತ್ತಿವೆ. ಆದಷ್ಟು ಬೇಗ ನಾವು ಏನಾದರೂ ಪೋಷಕಾಂಶ ದೇಹಕ್ಕೆ ಸೇರಿಸದಿದ್ದಲ್ಲಿ, ನಾವು ಸಾಯುತ್ತೇವೆ ಮತ್ತು ಇಲ್ಲಿ ಹತ್ತಿರದಲ್ಲಿ ನಮಗೆ ಸಿಗಬಲ್ಲ, ತಿನ್ನಬಲ್ಲ ಏಕೈಕ ಪೋಷಕಾಂಶದ ಆಹಾರ ಎಂದರೆ ನಮ್ಮ ಸತ್ತ ಸ್ನೇಹಿತರ ದೇಹಗಳು".

ಇಷ್ಟು ಹೇಳಿ ರಾಬರ್ಟೋ ಮಾತು ನಿಲ್ಲಿಸಿದಾಗ ಗುಂಪಿನಲ್ಲಿ ಭಯಾನಕ ಮೌನ ಆವರಿಸಿತ್ತು. ಕೊನೆಗೊಮ್ಮೆ, ಗುಂಪಿನಲ್ಲೊಬ್ಬ ಸಿಟ್ಟಿನಿಂದ, "ನೀನು ಹೇಳುತ್ತಿರುವುದು ಏನು? ನಾವು ಮೃತ ದೇಹಗಳನ್ನು ತಿನ್ನಬೇಕೇ?" ಎಂದು ಚೀರಿದ.

ರಾಬರ್ಟೋ ಮಾತು ಮುಂದುವರೆಸಿದ, "ಇಲ್ಲಿ ಇನ್ನೆಷ್ಟು ದಿನಗಳು ನಾವು ಹೀಗೆ ಸಿಲುಕಿಕೊಂಡಿರುತ್ತೇವೋ ತಿಳಿಯದು. ನಾವು ಆಹಾರ ತಿನ್ನದೇ ಹೋದಲ್ಲಿ, ಸಾಯುವುದು ಖಚಿತ. ಇದು ಅತ್ಯಂತ ಸರಳ ಜೈವಿಕ ಸಿದ್ಧಾಂತ. ನಿಮ್ಮ ನಿಮ್ಮ ಕುಟುಂಬಗಳನ್ನು ನೀವು ಮತ್ತೆ ಕಾಣಬೇಕು ಎಂದರೆ, ಇಂದು ನಾವು ಈ ಕೆಲಸ ಮಾಡಲೇ ಬೇಕು".

ಮತ್ತೆ ಮೌನ ಆವರಿಸಿತು. ಎಲ್ಲರ ಮುಖದಲ್ಲಿ ಹೇಳಲಾಗದ ಆಶ್ಚರ್ಯ, ಆತಂಕ ತುಂಬಿತ್ತು. ರಾಬರ್ಟೋ ಮಾತು ಮುಗಿಸಿದ್ದ. ಸಣ್ಣ ಧ್ವನಿಯಲ್ಲಿ ಲಿಲಿಯಾನಳು,

"ಇದು ನನ್ನಿಂದ ಸಾಧ್ಯವಿಲ್ಲ. ಎಂದಿಗೂ ಸಾಧ್ಯವಿಲ್ಲ" ಎಂದುಬಿಟ್ಟಳು.

"ಇದು ನಿನಗಾಗಿ ನೀನು ಮಾಡಬೇಕಿಲ್ಲ. ನಿನ್ನ ಮಕ್ಕಳಿಗಾಗಿ ಇದು ಅಗತ್ಯ. ನೀನು ಪುನಃ ಮನೆಗೆ ಸೇರಲು ಇದು ಬೇಕು", ಎಂದು ಗಸ್ತೆವೋ ಸಾಂತ್ವನ ನೀಡಲು ಪ್ರಯತ್ನಿಸುತ್ತಿದ್ದ. ಅಷ್ಟರಲ್ಲಿ ಮತ್ತೊಬ್ಬರು, "ಇದರಿಂದ ನಮ್ಮ ಆತ್ಮಗಳಿಗೆ ಹಾನಿಯುಂಟಾಗುವುದಿಲ್ಲವೇ, ದೇವರು ಇಂತಹ ಕೆಲಸವನ್ನು ಕ್ಷಮಿಸುತ್ತಾನೆಯೇ?" ಎಂದು ಹತಾಶೆಯಿಂದ ಕೂಗಿದರು.

"ನೀನು ಆಹಾರ ಸೇವಿಸದಿದ್ದಲ್ಲಿ, ಸಾವನ್ನು ಆಯ್ಕೆ ಮಾಡಿಕೊಳ್ಳುತ್ತೀಯೆ. ಆತ್ಮಾಹುತಿಯನ್ನು ದೇವರು ಮೆಚ್ಚುತ್ತಾನೆಯೇ? ದೇವರು ನಮ್ಮ ಉಳಿವಿಗಾಗಿ ಯಾವ ಪ್ರಯತ್ನವನ್ನೂ ನಾವು ಮಾಡಬಹುದಾದ ಸ್ವಾತಂತ್ರ್ಯವನ್ನು ನಮಗೆ ನೀಡಿದ್ದಾನೆ." ಎಂದು ರಾಬರ್ಟೊ ಉತ್ತರಿಸಿದ.

"ನಾವು ಆ ದೇಹಗಳನ್ನು ಈಗ ಬರಿ ಮಾಂಸವೆಂದು ಪರಿಗಣಿಸಬೇಕು. ನಮ್ಮ ಸ್ನೇಹಿತರ ಆತ್ಮಗಳು ದೇಹ ತೊರೆದಾಗಿದೆ. ರಕ್ಷಣಾ ಸಿಬ್ಬಂದಿಯವರು ಬರುವುದೇ ಆದಲ್ಲಿ, ಅವರು ಬರುವವರೆಗೂ ನಾವು ಜೀವಂತವಾಗಿರಬೇಕಲ್ಲ", ಈಗ ಮಾತಿನ ವರಸೆ ನನ್ನದಾಯಿತು.

"ಒಂದು ವೇಳೆ ನಮ್ಮನ್ನು ನಾವೇ ಇಲ್ಲಿಂದ ಕಾಪಾಡಿಕೊಳ್ಳುವ ಸಂದರ್ಭ ಒದಗಿ, ನಾವೇ ಇಲ್ಲಿಂದ ಹೊರಡಬೇಕಾದರೂ ಸಾಕಷ್ಟು ದೈಹಿಕ ಶಕ್ತಿಯ ಅಗತ್ಯವಿದೆ. ಇಲ್ಲದೆ ಹೋದಲ್ಲಿ, ನಾವಿಲ್ಲೇ ಪ್ರಾಣಬಿಡುವುದು ಖಂಡಿತ", ನನ್ನೊಡನೆ ಫಿಟೋ ಧ್ವನಿ ಕೂಡಿಸಿದ.

"ನಿಜ. ನಮ್ಮ ನಮ್ಮ ಸ್ನೇಹಿತರ ದೇಹಗಳು ನಾವು ಇಲ್ಲಿಂದ ಪಾರಾಗಲು ಬಳಕೆಯಾದಲ್ಲಿ, ಅವರ ಸಾವು ಎಷ್ಟು ಸಾರ್ಥಕಗೊಳ್ಳುತ್ತದೆ."

ಸಂಜೆವರೆಗೂ ಇದೇ ಮಾತುಕತೆಯಲ್ಲಿ ಸಮಯ ಕಳೆಯಿತು. ಲಿಲಿಯಾನ, ಜೇವಿಯರ್, ನುಮಾ, ಕೊಚೆ ಮುಂತಾದ ಹಲವರು ನಮ್ಮ ಈ ಯೋಜನೆಗೆ ಸಹಮತಿಯನ್ನು ನೀಡಲಿಲ್ಲ. ಆದರೆ ಇದರ ಹೊರತಾಗಿ ಯಾವ ಉಪಾಯವನ್ನೂ ಅವರು ಸೂಚಿಸಲು ಸಾಧ್ಯವಾಗಲಿಲ್ಲ. ಮಾತೆಲ್ಲ ಮುಗಿದ ನಂತರ ಏರ್ಪಟ್ಟ ನಿಶ್ಶಬ್ದದಿಂದ ನಮ್ಮ ಯೋಜನೆಗೆ ಸಂಪೂರ್ಣ ಒಪ್ಪಿಗೆ ಇಲ್ಲದಿದ್ದರೂ ಸಂಪೂರ್ಣ ವಿರೋಧವಂತೂ ಕಾಣಲಿಲ್ಲ. ಹಲವಾರು ಘಂಟೆಗಳ ಮೌನವನ್ನು ಮುರಿದ ಪಾಂಚೊ, "ಇದನ್ನು ಹೇಗೆ ಮಾಡುವುದು?" ಎಂಬ ಪ್ರಶ್ನೆಯೊಂದಿಗೆ ಮುಂದಾದ. "ತಮ್ಮ ಸ್ನೇಹಿತರ ಮೃತ ದೇಹದಿಂದ ಮಾಂಸವನ್ನು ಕತ್ತರಿಸುವ ಧೈರ್ಯವಾದರೂ ಯಾರಿಗಿದೆ?", ಪಾಂಚೊನ ಈ ಮಾತಿನ ನಂತರ ಮತ್ತೆ ಗಾಢ ಮೌನ. ಸಂಜೆಯ ತಿಳಿಬೆಳಕು ನಿಧಾನವಾಗಿ ಜಾರಿ, ಕತ್ತಲೆ ಆವರಿಸಿತ್ತು. ಎಲ್ಲರ ಮನಸ್ಸಿನ

ಒಳಗೂ, ಹೊರಗೂ ಕತ್ತಲು ಮತ್ತು ಮೌನ. ಸಾಕಷ್ಟು ಸಮಯದ ನಂತರ ಕತ್ತಲ ವಾತಾವರಣದಿಂದ ಒಂದು ಧ್ವನಿ ಕೇಳಿಸಿತು. "ನಾನು ಮಾಡುತ್ತೇನೆ!", ಅದು ರಾಬರ್ಟೋನ ಧ್ವನಿ ಎಂದು ನಾನು ಗುರುತಿಸಿದ್ದೆ.

ಅಲ್ಲಿಯವರೆಗೂ ಕವಿದಿದ್ದ ಮೌನವನ್ನು ಮುರಿದ ರಾಬರ್ಟೋಗೆ ಸಹಾಯವಾಗಲು ಗಸ್ತೆವೋ ಮುಂದಾದ, "ನಾನೂ ಸಹಾಯ ಮಾಡುತ್ತೇನೆ". ಫಿಟೋನ ಹೊಸ ಪ್ರಶ್ನೆ, ಮೊದಲು ಯಾರನ್ನು ಕತ್ತರಿಸುವುದು, ಹೇಗೆ ಆಯ್ಕೆ ಮಾಡುವುದು ಎಂದಾಗಿತ್ತು. ನಾವೆಲ್ಲರೂ ರಾಬರ್ಟೋನತ್ತ ಕುತೂಹಲದಿಂದ ನೋಡಿದೆವು. ಎಲ್ಲರ ಮುಖದಲ್ಲೂ ಆತಂಕ, ನಾಚಿಕೆಯ ಛಾಯೆ. ರಾಬರ್ಟೋ, "ನಾನು ಮತ್ತು ಗಸ್ತೆವೋ ಅದನ್ನು ನೋಡಿಕೊಳ್ಳುತ್ತೇವೆ", ಎಂದು ಹೇಳಿ ಹೊರಟ. ನಾನೂ ಬರುತ್ತೇನೆ ಎಂದು ಫಿಟೋ ಸಹ ಅವರೊಂದಿಗೆ ಹೊರಟ. ಅಲ್ಲಿಯವರೆಗೂ ಮೌನವಾಗಿದ್ದ ಡೇನಿಯಲ್ ತಾನೂ ಸಹಾಯ ಮಾಡುವುದಾಗಿ ಹೊರಡಲನುವಾದ.

ಈ ಕೆಲಸವನ್ನು ಮಾಡಲು ಹಿಂಜರಿದಿದ್ದ ಉಳಿದವರೆಲ್ಲ, ಒಂದು ನಿಮಿಷ ಕದಲಲಿಲ್ಲ. ಕೊನೆಗೆ ಎಲ್ಲರೂ ಎದ್ದು ಹೊರಟರು. ಆ ನಂತರ ಎಲ್ಲರೂ ಇದಕ್ಕೆ ಕೈಜೋಡಿಸಿದೆವು. ಹಾಗೆಯೇ, ನಮ್ಮಲ್ಲಿ ಯಾರಾದರೂ ಸತ್ತರೆ, ನಮ್ಮ ಮೃತ ದೇಹಗಳನ್ನು ಉಳಿದವರು ತಿನ್ನಲು ಅನುಮತಿಯಿದೆ ಎಂಬ ಪ್ರಮಾಣವನ್ನು ಪರಸ್ಪರ ಸಂಕಲ್ಪಿಸಿಕೊಂಡೆವು. ಎಲ್ಲರ ಸಮ್ಮತಿಯೊಂದಿಗೆ ರಾಬರ್ಟೋ, ಮಾಂಸವನ್ನು ಕತ್ತರಿಸಲು ಮುರಿದ ಗಾಜಿನ ಚೂರನ್ನು ಹುಡುಕಿ ತಂದ. ನಂತರ ಮಾಂಸ ಕತ್ತರಿಸಲು ಮುಂದಾದ ನಾಲ್ಕು ಜನ ನಮ್ಮ ಸಿದ್ಧ ಶವಾಗಾರಕ್ಕೆ ತೆರಳಿದರು. ಅವರ ಪಿಸುಮಾತು ನನಗೆ ಕೇಳಿಸುತ್ತಿತ್ತು. ಆದರೆ ಅವರನ್ನು ನೋಡುವ ಧೈರ್ಯ ನನಗಾಗಲಿಲ್ಲ. ಆ ಕ್ಷಣದಲ್ಲಿ ನನ್ನ ಕಣ್ಣ ಮುಂದೆ ಬಂದು ನಿಂತದ್ದು, ಸತ್ತ ನನ್ನ ತಾಯಿ ಮತ್ತು ತಂಗಿ. ಅವರು ಮರಳಿದಾಗ, ಒಂದಷ್ಟು ಮಾಂಸದ ತುಣುಕುಗಳು ಅವರ ಕೈಲಿತ್ತು. ನನಗೊಂದು ತುಂಡನ್ನು ಗಸ್ತೆವೋ ಕೊಟ್ಟ. ಆ ಕಂದುಬಣ್ಣದ ಮಾಂಸದ ತುಣುಕು ತಣ್ಣಗೆ ಮರಗಟ್ಟಿಹೋಗಿತ್ತು. ಬಹಳ ಕಸಿವಿಸಿಯಾಯಿತು, ಚೇತರಿಸಿಕೊಂಡು, ಅದು ಬರಿ ಮಾಂಸದ ತುಣುಕು ಎಂಬ ಸತ್ಯವನ್ನು ನನಗೆ ನಾನೇ ನೆನಪಿಸಿಕೊಂಡೆ. ಆದರೂ ಕೈಲಿದ್ದ ಆ ಮಾಂಸದ ತುಣುಕು ತುಟಿಯ ಬಳಿ ಹೋಗುವುದಕ್ಕೆ ಅಂಜುತ್ತಿತ್ತು. ಮಾಂಸ ಹಿಡಿದ ಕೈ ನಡುಗುತ್ತಿತ್ತು. ಇತರರನ್ನು ನೋಡುವ ಸಾಹಸ ಮಾಡಲಿಲ್ಲ. ಆದರೂ ಕಣ್ಣಂಚಿನಲ್ಲಿ ನನ್ನಂತೆ ಹಲವರು ಕೈಲಿ ಮಾಂಸದ ತುಣುಕು ಹಿಡಿದು ಕೂತಿರುವುದು ಕಾಣುತ್ತಿತ್ತು. ಅದನ್ನು ಕಣ್ಣು ಮುಚ್ಚಿ ತಿನ್ನುವ ಧೈರ್ಯ ತಂದುಕೊಳ್ಳಲು ಮನಸ್ಸು ಮಾಡುತ್ತಿದ್ದರು. ಇನ್ನು ಕೆಲವರು ತಮ್ಮ ದವಡೆಗಳನ್ನು

ಜಗಿಯುತ್ತಿದ್ದರು. ಕೊನೆಗೂ ನಿರ್ಧಾರ ಮಾಡಿ, ದೀರ್ಘ ಉಸಿರೆಳೆದುಕೊಂಡು, ಆ ತುಣುಕನ್ನು ಗಕ್ಕನೆ ಬಾಯಿಗಿಟ್ಟೆ. ಗಟ್ಟಿಯಾಗಿ, ಒಣಗಿದ ರಟ್ಟಿನಂತಾಗಿದ್ದ ಅದರಲ್ಲಿ ಯಾವುದೇ ರುಚಿ ಇರಲಿಲ್ಲ. ಎರಡು ಬಾರಿ ಅಗಿಯಲು ಪ್ರಯತ್ನಿಸಿ ನಂತರ ನುಂಗಿದೆ. ಆ ಕ್ಷಣಕ್ಕೆ ನನ್ನೆಲ್ಲ ಆತಂಕ, ಅಪರಾಧಿ ಮನೋಭಾವನೆಗಳು ಕಳೆದಿದ್ದವು. ಒಂದು ಭಯಾನಕ, ಮಾನವಾತೀತ ಕೃತ್ಯವನ್ನು ನಾವು ಮಾಡಿ, ಬಹುದೊಡ್ಡ ಮಾನವ ಸಹಜ ನಿಷೇಧವನ್ನು ಮುರಿದಿದ್ದೆವು. ಬದುಕುಳಿಯಲು ಏನು ಅಗತ್ಯವೋ ಅದನ್ನೇ ಮಾಡುತ್ತಿದ್ದೆವು. ಆದರೆ, ವಿಧಿಯು ಈ ಭಯಾನಕ ಕಾರ್ಯ ಮತ್ತು ಸಾವಿನ ನಡುವಿನ ಆಯ್ಕೆಯನ್ನು ನಾವು ಮಾಡಲೇಬೇಕಾದ ಪರಿಸ್ಥಿತಿಯನ್ನು ನಮಗೆ ತಂದೊಡ್ಡಿತಲ್ಲ ಎಂದು ಮನಸ್ಸು ತೀವ್ರವಾದ ಭಾವುಕತೆಯನ್ನು ಅನುಭವಿಸಿತು.

ಮಾಂಸವನ್ನು ತಿನ್ನುವುದರಿಂದ ಹಸಿವು ನೀಗಲಿಲ್ಲ, ಆದರೆ ಮನಸ್ಸು ನೆಮ್ಮದಿಯಾಯಿತು. ಹಸಿವಾದರೂ ದೇಹಕ್ಕೆ ಅಗತ್ಯವಾದ ಪೋಷಕಾಂಶ ಈ ಮಾಂಸದಿಂದ ದೊರೆಯುತ್ತದೆ ಎಂಬುದನ್ನು ಗ್ರಹಿಸಿದ್ದೆ. ಆ ರಾತ್ರಿ, ನನಗೊಂದು ಆಶಾಕಿರಣದ ಭಾವ ಮೂಡಿತು. ನಮ್ಮ ಬದುಕಿನಲ್ಲಿ ನಡೆದಿದ್ದ ಈ ಕರಾಳ ಸತ್ಯವನ್ನು ಜೀರ್ಣಿಸಿಕೊಂಡು, ಅದರ ಮೇಲೆ ಒಂದು ಹಿಡಿತ ಸಾಧಿಸುವ ಹಂತವನ್ನು ನಾವು ತಲುಪಿದ್ದೆವು. ಊಹಿಸಲಾಗದ ಭೀತ ಸಂದರ್ಭವನ್ನೂ ಗೆಲ್ಲುವ ಶಕ್ತಿಯನ್ನು ನಾವು ಕಂಡುಕೊಂಡಿದ್ದೆವು. ನಮ್ಮ ಈ ಶಕ್ತಿಯು, ನಮ್ಮನ್ನಾವರಿಸಿದ್ದ ಪರಿಸ್ಥಿತಿಯನ್ನು ಗ್ರಹಿಸಿಕೊಳ್ಳುವ ಮನಸ್ಥಿತಿಯನ್ನು ಸಹ ನಮ್ಮಲ್ಲಿ ಮೂಡಿಸಿತ್ತು. ಯಾವುದೇ ಭ್ರಮೆಗಳು ನಮ್ಮಲ್ಲಿ ಇನ್ನು ಉಳಿಯಲಿಲ್ಲ. ಪರಿಸ್ಥಿತಿಯು ಇನ್ನೂ ವಿಕೋಪಕ್ಕೆ ಏರಬಲ್ಲದು ಎಂಬ ಸತ್ಯ ಎಲ್ಲರಿಗೂ ತಿಳಿದಿತ್ತು. ಆದರೆ, ನನ್ನ ಪ್ರಕಾರ, ನಮ್ಮ ಇಡೀ ಗುಂಪು ಒಗ್ಗಟ್ಟಾಗಿ, ನಾವು ಶರಣಾಗತರಾಗುವುದಿಲ್ಲ ಎಂಬ ಘೋಷಣೆಯನ್ನು ಭಯಾನಕ ಪರ್ವತಗಳಿಗೆ ರವಾನಿಸಿದ್ದೆವು. ಜೊತೆಗೆ ನನ್ನ ಮನದಾಳದಲ್ಲಿ, ನನ್ನ ತಂದೆಯನ್ನು ಸೇರಲು ಮೊದಲ ಹೆಜ್ಜೆಯನ್ನು ಮುಂದಿಟ್ಟಿದ್ದೇನೆ ಎಂಬ ನಂಬಿಕೆ ಮೂಡಿತ್ತು.

ಅಧ್ಯಾಯ 5

ಎಲ್ಲದರಿಂದ ಹೊರತಾಗಿ

ಸಣ್ಣ ಕಿರಣ ಬೆಳ್ಳಿ ಬೆಟ್ಟಗಳನ್ನು ಸೀಳಿ ಚಳಿಯ ಜೋಂಪಿನಲ್ಲಿದ್ದ ನಮ್ಮನ್ನೆಚ್ಚರಿಸಿತ್ತು. ಅಂದು ನಾವು ಹಿಮಾವೃತವಾಗಿ ಹನ್ನೊಂದನೆಯ ದಿನ. ಬಹುಶಃ ಬೆಳಗ್ಗೆ ಏಳೂವರೆಯ ಸಮಯ. ನಾನು ವಿಮಾನದ ಹೊರ ನಿಂತು ಸಿಗುವ ಅಲ್ಪಸ್ವಲ್ಪ ಸೂರ್ಯರಶ್ಮಿಗಳಿಂದ ಮೈ ಬೆಚ್ಚಗಾಗಿಸಿಕೊಳ್ಳುತ್ತಿದ್ದೆ. ನನ್ನ ಜೊತೆ ಮಾರ್ಸೆಲೋ, ಕೊಕೊ, ರಾಯ್ ಹರ್ಲೆ ಮತ್ತಿತರರಿದ್ದರು. ರಾಯ್, ಹದಿನೆಂಟು ವರುಷದ ತರುಣ. ಆದರೆ ನಮ್ಮ ಗುಂಪಿನಲ್ಲಿ ರೇಡಿಯೋ ರಚನೆಯ ಅರಿವಿನ ಚತುರ ಇವನೊಬ್ಬನೇ ಇದ್ದ. ವಿಮಾನದ ಮುರಿದ, ಚದುರಿಹೋದ ವಸ್ತುಗಳ ರಾಶಿಯಲ್ಲಿ ಒಂದು ಟ್ರಾನ್ಸಿಸ್ಟರ್ ರೇಡಿಯೋವನ್ನು ಹುಡುಕಿ ತೆಗೆದು, ತನ್ನ ಕೈಲಾದ ಮಟ್ಟಿಗೆ ಅದನ್ನು ಸರಿಪಡಿಸಿ ಮರುಜೀವ ತುಂಬಿದ್ದ. ಹಿಮಪರ್ವತದ ಪಾತಾಳದ ನಡುವೆ ರೇಡಿಯೋದ ಯಾವುದೇ ಸಿಗ್ನಲ್ ಕೆಲಸ ಮಾಡಲಿಲ್ಲ. ಆದರೆ ರಾಯ್, ಹೇಗೋ ಮಾಡಿ ಅಡಚಣೆಯಿದ್ದರೂ ಸ್ವಲ್ಪ ಸದ್ದಾಗುವಂತೆ ಅದನ್ನು ಶ್ರುತಿಗೊಳಿಸಿದ್ದ. ರಾಯ್ ಮತ್ತು ಮಾರ್ಸೆಲೋರಿಗೆ ಆ ಸಣ್ಣ ಧ್ವನಿಯಲ್ಲಿ ನಮ್ಮ ರಕ್ಷಣಾ ಸಿಬ್ಬಂದಿಯವರ ವಾರ್ತೆಯನ್ನು ತಿಳಿಯುವ ತವಕ. ಪ್ರತಿ ನಿತ್ಯವೂ ದೂರದೂರಕೆ ನಡೆಯುತ್ತಾ,

ಸಿಗ್ನಲ್ಲು ಎಲ್ಲಿ ಸಿಗುವುದೋ ಅಲ್ಲಿ ರೇಡಿಯೋ ಹಿಡಿದು ಕೂರುವುದು ಪರಿಪಾಠವಾಗಿಹೋಗಿತ್ತು. ಆದರೆ ಪಕ್ಕದ ಚಿಲಿ ಸರ್ಕಾರದ ಕೆಲವೇ ವಾರ್ತೆಗಳನ್ನು ಹೊರತು ಮತ್ಯಾವ ಸುದ್ದಿಯ ಸುಳಿವೂ ಸಿಕ್ಕಿರಲಿಲ್ಲ.

ಆ ದಿನ, ಎಂದಿನಂತೆ ಸಿಗ್ನಲ್ ಸಿಗುವುದು, ಹೋಗುವುದು ಹೀಗೇ ನಡೆದಿತ್ತು. ಒಂದಷ್ಟು ಗಿಜಿಗಿಜಿ ಶಬ್ದದ ನಂತರ ಬ್ಯಾಟರಿಯನ್ನು ಹಾಳುಮಾಡುವುದು ಬೇಡವೆಂದು ರಾಯ್ ಆರಿಸಲು ಹೋಗುವಷ್ಟರಲ್ಲಿ, ಸಣ್ಣ ಧ್ವನಿಯಲ್ಲಿ ಯಾವುದೋ ಸುದ್ದಿಗಾರನ ಮಾತು ಕೇಳಿಸಿತು. ಅವನು ಹೇಳಿದ್ದು ಅಕ್ಷರಶಃ ನೆನಪಿಲ್ಲದಿದ್ದರೂ, ಆ ಅಡಚಣೆಯ ನಡುವಿನ ನಡುಗುವ ಸಣ್ಣ ಧ್ವನಿಯನ್ನು ನಾನೆಂದಿಗೂ ಮರೆಯಲಾರೆ. ಆ ಧ್ವನಿ ಹೀಗೆ ಹೇಳಿತು: "ಹತ್ತು ದಿನಗಳ ಸತತ ಪ್ರಯತ್ನದ ನಂತರವೂ, ನಾಪತ್ತೆಯಾಗಿದ್ದ ಉರಗ್ವೇ ಚಾರ್ಟರ್ ವಿಮಾನದ ಯಾವುದೇ ಸುಳಿವಿಲ್ಲ. ಹುಡುಕಾಟದ ಪ್ರಯತ್ನಗಳೇ ಅತ್ಯಂತ ಅಪಾಯಕಾರಿಯಾಗಿ ಕಂಡಿದ್ದು, ನಾಪತ್ತೆಯಾದ ವಿಮಾನದ ಜನರು ಬದುಕುಳಿದಿರುವುದು ಖಂಡಿತ ಅಸಾಧ್ಯ. ಇಷ್ಟು ದಿನಗಳ ನಂತರ ಆ ಭಯಾನಕ ಕೊರೆವ ಚಳಿಯ ವಾತಾವರಣದಲ್ಲಿ ಯಾರ ಪ್ರಾಣವೂ ಉಳಿಯಲಾರದು. ಆದ್ದರಿಂದ ಹುಡುಕಾಟದ ಪ್ರಯತ್ನವನ್ನು ಕೈ ಬಿಡಲಾಗುತ್ತಿದೆ".

ಕೆಲವು ಕ್ಷಣಗಳ ಸ್ತಬ್ಧ ಮೌನದ ನಂತರ ರಾಯ್ ಅಪನಂಬಿಕೆಯಿಂದ ಕೂಗಾಡಿದ. ಅಳಲಾರಂಭಿಸಿದ.

ಇದುವರೆಗೂ ತಾನೂ ಧೈರ್ಯದಿಂದಿದ್ದು, ಎಲ್ಲರಿಗೂ ಸಾಂತ್ವನ ಹೇಳುತ್ತಿದ್ದ ಮಾರ್ಸೆಲೋನ ಜಂಘಾಬಲವೇ ಇದೀಗ ಉಡುಗಿಹೋಗಿತ್ತು. "ಏನು! ಈಗವರು ಹೇಳಿದ್ದೇನು?" ಎಂದು ಚೀರಿದ.

"ಅವರು ಹುಡುಕಾಟವನ್ನು ನಿಲ್ಲಿಸಿದ್ದಾರೆ. ಅವರು ನಮ್ಮ ಕೈ ಬಿಟ್ಟಿದ್ದಾರೆ!" ರಾಯ್‌ನ ಈ ಮಾತನ್ನು ಕೇಳಿ, ಮಾರ್ಸೆಲೋ ಕುಸಿದು ಬಿದ್ದು ಜೋರಾಗಿ ಚೀರಿದ. ಅವನ ಆರ್ತನಾದವನ್ನು ಆ ಸುತ್ತಲ ಪರ್ವತ ಶ್ರೇಣಿಗಳು ಪ್ರತಿಧ್ವನಿಸಿದವು. ನಾನು ಅವರೆಲ್ಲರ ಮಾತು, ವರ್ತನೆಗಳನ್ನು ಮೌನವಾಗಿ ಗಮನಿಸುತ್ತಿದ್ದೆ. ನನ್ನೊಳಗಿದ್ದ ಎಲ್ಲ ಅನುಮಾನಗಳೂ ಇಂದು ನಿಜವಾಗಿದ್ದವು. ನನ್ನ ಎದೆಯಾಳದಲ್ಲಿ ಹುದುಗಿಸಿಟ್ಟಿದ್ದ, ಭಯಾನಕ ಸತ್ಯಗಳು ಇಂದು ಹೊರಬಂದಿದ್ದವು. ನನ್ನ ಈ ಅನುಮಾನಗಳನ್ನು ಯಾರೂ ಗಣನೆಗೆ ತೆಗೆದುಕೊಳ್ಳಲೇ ಇಲ್ಲ ಎಂದು ಇತರರ ಬಗೆಗೂ ಅಸಹನೆಯುಂಟಾಯಿತು. ಬಹುದೊಡ್ಡ ಪ್ರವಾಹದಲ್ಲಿ ಕೊಚ್ಚಿ ಹೋಗುತ್ತಿದ್ದಂತೆ, ಅಸಹಾಯಕತೆಯಿಂದ ಚೀರಿ ಕೊನೆಗೆ ದೇಹ ಕಳೇಬರವಾದಂತೆ, ತೇಲಿದಂತೆ ಭಾಸವಾಗುತ್ತಿತ್ತು. ದೇವರಲ್ಲಿ ಪ್ರಾರ್ಥಿಸಿದೆ. ನನ್ನ ತಂದೆಯನ್ನು ನೆನೆದೆ. ಇದ್ದಕ್ಕಿದ್ದಂತೆ ಹುಚ್ಚು ಆವೇಶದಿಂದ ಎದ್ದು ಮೈಯೆಲ್ಲಾ ಕಣ್ಣಾಗಿಸಿ ಆ ಪರ್ವತಗಳ ನಡುವಿನ

ಕಾಣದ ದಾರಿಯನ್ನು ಹುಡುಕ ಹೊರಟೆ. ಕೋಪ ಮತ್ತು ದ್ವೇಷ ಭಾವದಿಂದ ನನ್ನನ್ನು ನನ್ನ ಮನೆಯಿಂದ ದೂರ ಮಾಡುತ್ತಿದ್ದ ಆ ಬೆಟ್ಟಗಳನ್ನು ದುರುಗುಟ್ಟಿ ನೋಡಿದೆ. ಆ ಅಸಹನೆಯ, ಸಿಟ್ಟಿನ ನೋಟಕ್ಕೆ ಬಹುಶಃ ನನ್ನ ಕಣ್ಣಿಗೆ ಶಕ್ತಿ ಇದ್ದಿದ್ದರೆ ಅದು ಸುಟ್ಟು ಭಸ್ಮವಾಗಿರಬೇಕಾಗಿತ್ತು. ಮರುಕ್ಷಣವೇ ಆ ನಿಷ್ಕರುಣ ದೈತ್ಯ ಪರ್ವತಗಳನ್ನು ಮೆಟ್ಟಿ ನಿಂತು ಗೆಲ್ಲಲು ಆಲೋಚಿಸುತ್ತಿರುವ ನನ್ನ ಹುಂಬತನ, ದಡ್ಡತನಕ್ಕೆ ಜೀವ ಬೆದರಿತು.

ಅಲ್ಲಿಯವರೆಗೂ ನಾನು ಪ್ರತಿನಿತ್ಯ ಕಲ್ಪಿಸಿಕೊಳ್ಳುತ್ತಿದ್ದ ಪರ್ವತಾರೋಹಣವು ಇದೀಗ ಸಂಪೂರ್ಣ ಅವಾಸ್ತವ ಎನಿಸುತ್ತಿತ್ತು. ನೋವು, ಹತಾಶೆ, ಸೋಲಿನಿಂದ ನಿಟ್ಟುಸಿರಿಟ್ಟು ಇನ್ನು ನನಗುಳಿದಿರುವುದು ಎರಡೇ ಸಾಧ್ಯತೆಗಳು; ಈ ನೀರ್ಗಲ್ಲುಗಳ ನಡುವೆ ಧುಮುಕಿ ಪ್ರಾಣ ಬಿಡುವುದು ಅಥವಾ, ಇಲ್ಲಿನ ಯಾವುದೋ ಕಲ್ಲು, ಬಂಡೆಗಳು ನನ್ನ ಆತಂಕ, ನೋವು, ಪ್ರಾಣಗಳೆಲ್ಲವನ್ನೂ ಕೊಚ್ಚಿ ಪ್ರಕೃತಿ ಲೀನವಾಗಿಸಿ ಬಿಡುವುದು. ಆದರೆ, ಇದೇ ಆಲೋಚನೆಯಲ್ಲಿ ನನ್ನ ಮನಸ್ಸು ಮೌನವಹಿಸಲು ಪ್ರಯತ್ನಿಸುತ್ತಿರುವಾಗಲೂ ಕಣ್ಣುಗಳು ಆ ಪಶ್ಚಿಮದಂಚನ್ನು ದಿಟ್ಟಿಸುತ್ತಾ ಅಲ್ಲಿಗೆ ತಲುಪಲು ಕಣ್ಣಳತೆಯಲ್ಲೇ ಲೆಕ್ಕ ಹಾಕುತ್ತಿತ್ತು. ನನ್ನೊಳಗಿನಿಂದ ಆ ಹಳೆಯ ತಣ್ಣನೆಯ ಶಾಂತ ಧ್ವನಿ ತೇಲಿಬಂತು, "ಆ ಕಂದು ಬಣ್ಣದ ಗೆರೆಯಂತೆ ಕಾಣುವ ಹೆಬ್ಬಂಡೆಯ ಬಳಿ ಹೋಗಿ ತಂಗಲು ಸ್ಥಳವಿರಬಹುದು!"...

ಅದೊಂದು ಹುಚ್ಚು ಆವೇಶ. ಆ ಮಾರಣಾಂತಿಕ ಸ್ಥಳದಿಂದ ಪಾರಾಗುವುದು ಅಸಾಧ್ಯ ಎಂದು ತಿಳಿದಿದ್ದರೂ, ಮೇಲಿಂದ ಮೇಲೆ ಇದು ಬದುಕಿನ ಪೂರ್ಣವಿರಾಮ ಎನಿಸುತ್ತಿದ್ದರೂ, ಪಾರಾಗಲೇಬೇಕೆಂಬ, ಆಗಬಹುದೆಂಬ ಭರವಸೆ, ನಿರೀಕ್ಷೆಗಳು ಸಣ್ಣಗೆ ಗಟ್ಟಿಗೊಳ್ಳುತ್ತಿತ್ತು. ಒಳ ಮನಸ್ಸಿನ ಆ ಸ್ಥಿರ, ಜಾಗೃತ ಧ್ವನಿಯು ನಮಗೆ ನಿರೀಕ್ಷೆಯನ್ನು ಬಲಗೊಳಿಸದ ಹೊರತು ಬೇರೆ ಆಯ್ಕೆಗೆ ಆಸ್ಪದವನ್ನೇ ನೀಡಲಿಲ್ಲ. ಆ ಮಹತ್ ಪರ್ವತಗಳಿಗೆ ಸವಾಲೊಡ್ಡುವುದೊಂದೇ ನಮಗುಳಿದ ದಾರಿಯಾಗಿತ್ತು. ಇದೇ ನಿರ್ಧಾರದೊಡನೆ ಹಿಂದೆಂದಿಗಿಂತಲೂ ದೃಢವಾಗಿ, ಅಚಲವಾಗಿ ಪರ್ವತದೊಡನೆ ಸಮರಕ್ಕಿಳಿಯಬೇಕೆಂಬ ಸತ್ಯವನ್ನು ನನ್ನ ಹೃದಯ ಒಪ್ಪಿತು. ನನ್ನ ಜೀವ ಬಲಿಯಾಗಬಹುದು. ಪ್ರಯತ್ನಪಟ್ಟರೂ, ಇಲ್ಲದಿದ್ದರೂ ಅಂತ್ಯ ಒಂದೇ ಆಗಿದ್ದಾಗ, ಹೆಜ್ಜೆ ಮುಂದಿಡುವುದೇ ಉತ್ತಮವೆನಿಸಿತ್ತು.

ಈ ಎಲ್ಲ ಆಲೋಚನೆಗಳು ನನ್ನ ಮನಸ್ಸನ್ನು ರಾಡಿಗೊಳಿಸಿ, ರಣವಾಗಿಸಿ, ಯುದ್ಧಕ್ಕೆ ಸಿದ್ಧ ಮಾಡುತ್ತಿದ್ದಾಗ ಒಂದು ಹೆದರಿದ ಧ್ವನಿ ಸಣ್ಣದಾಗಿ ಕೇಳಿಸಿತು. "ನ್ಯಾಂಡೊ, ದಯವಿಟ್ಟು ಇದು ನಿಜವಲ್ಲ ಎಂದು ಹೇಳು", ಕೊಕೊ ನೋವಿನಿಂದ ತೊದಲಿದ. "ಇದು ನಿಜ" ನಾನು ನಿರ್ಧಾರ ಸ್ವರದಿಂದ ನುಡಿದೆ. ಅಸಹನೆಯಿಂದ, "ಅವರು ನಮ್ಮನ್ನು ಕೊಲ್ಲುತ್ತಿದ್ದಾರೆ. ಇಲ್ಲಿ ನಮ್ಮನ್ನು ಸಾಯಲು ಬಿಡುತ್ತಿದ್ದಾರೆ",

ಎಂದು ಕೊಕೊ ಚೀರಾಡಿದ. ನಾನು ಮತ್ತೆ ಅದೇ ಗಟ್ಟಿ ಮನಸ್ಸಿನಿಂದ "ಈ ಸ್ಥಳವನ್ನು ಬಿಟ್ಟು ನಾನು ಹೊರಡಬೇಕು. ಇನ್ನೊಂದು ನಿಮಿಷ ನಾನಿಲ್ಲಿ ನಿಲ್ಲಲಾರೆ!" ಎಂದೆ.

ನಮ್ಮ ಈ ಕೂಗಾಟ, ಮಾತಿನ ನಡುವೆ ಅದನ್ನು ಕೇಳಿ, ವಿಮಾನದೊಳಗಿನಿಂದ ಗುಂಪಿನ ಒಂದಷ್ಟು ಮಂದಿ ನಮ್ಮತ್ತ ಬಂದರು. "ಏನು ವಿಷಯ? ಅವರು ನಮ್ಮನ್ನು ಕಂಡುಹಿಡಿದಿದ್ದಾರೆಯೇ?" ಎಂದೊಬ್ಬ ಕೇಳಿದ. "ಈಗ ನಾವು ಇವರಿಗೆ ಸುದ್ದಿ ತಿಳಿಸಬೇಕು" ಕೊಕೊ ನನ್ನ ಕಿವಿಯಲ್ಲುಸುರಿದ. ನಾವಿಬ್ಬರೂ ಮಾರ್ಸೆಲೋನತ್ತ ನೋಡಿದೆವು. ಅವನು ಕುಸಿದು ಕೂತಲ್ಲಿಂದಲೇ, "ನನ್ನಿಂದಾಗದು, ನಾನು ಅವರಿಗೆ ಹೇಳಲಾರೆ" ಎಂದು ದೀನ ಸ್ವರದಲ್ಲಿ ನುಡಿದ. ಎಲ್ಲರೂ ಈಗ ನಮ್ಮನ್ನು ಸುತ್ತುವರೆದಿದ್ದರು. ನಮ್ಮ ಒಗಟು ಮಾತಿಗೆ ಅಸಹನೆಗೊಂಡು, ಗುಂಪಿನಲ್ಲೊಬ್ಬರು "ಇಲ್ಲೇನು ನಡೀತಿದೆ? ನಿಮಗೇನು ಕೇಳಿಸಿತು ಹೇಳಿ?" ಎಂದು ರೇಗಿದ. ನಾನು ಮಾತನಾಡಲು ಪ್ರಯತ್ನಿಸಿದೆ ಆದರೆ ಗಂಟಲು ಬಿಗಿದಿತ್ತು. ಆಗ ಕೊಕೊ ಮುಂದೆ ಬಂದು ನಡುಗುವ ದನಿಯಲ್ಲೇ ನಿಧಾನವಾಗಿ ಮಾತನಾಡಿದ. "ಮೊದಲು ಎಲ್ಲರೂ ವಿಮಾನದೊಳಗೆ ನಡೆಯಿರಿ. ನಂತರ ನಾನು ಹೇಳುತ್ತೇನೆ". ಎಲ್ಲರೂ ಕೊಕೊನನ್ನು ಹಿಂಬಾಲಿಸಿದೆವು. ಎಲ್ಲರೂ ಕೊಕೊನನ್ನು ಸುತ್ತುವರೆದ ನಂತರ ಅವನು, "ಗೆಳೆಯರೇ, ರೇಡಿಯೋನಲ್ಲಿ ಕೇಳಿದ ಸುದ್ದಿಯ ಪ್ರಕಾರ, ರಕ್ಷಣಾ ಸಿಬ್ಬಂದಿ ನಮ್ಮನ್ನು ಹುಡುಕುವುದು ನಿಲ್ಲಿಸಿದ್ದಾರೆ", ಎಂದು ಒಂದೇ ವಾಕ್ಯದಲ್ಲಿ ಹೇಳಿ ಮುಗಿಸಿಬಿಟ್ಟ. ಎಲ್ಲರೂ ಒಮ್ಮೆಲೇ ದಂಗಾದರು. ಕೆಲವರು ಶಾಪ ಹಾಕಲು ಪ್ರಾರಂಭಿಸಿದರು, ಕೆಲವರು ತಕ್ಷಣ ರೋದಿಸತೊಡಗಿದರೆ ಇನ್ನು ಕೆಲವರು ಸಂಪೂರ್ಣ ಆಘಾತಕ್ಕೊಳಗಾಗಿ, ಕೊಕೊನನ್ನೇ ಶೂನ್ಯವಾಗಿ ದಿಟ್ಟಿಸಿದರು. ಕೊಕೊ ತಕ್ಷಣ, "ಆದರೆ ಯಾರೂ ಚಿಂತಿಸಬೇಡಿ. ಇದು ನಮಗೆ ಸಂತೋಷದ ಸುದ್ದಿ" ಎಂದು ಎಲ್ಲರನ್ನೂ ಚೇತರಿಸಲು ಪ್ರಯತ್ನಿಸಿದ. "ಕೊಕೊ ನಿನಗೆ ಹುಚ್ಚು ಹಿಡಿದಿದೆ. ಇದರ ಅರ್ಥ ಏನೆಂದು ನಿನಗೆ ಕಲ್ಪನೆಯಾದರೂ ಇದೆಯೇ? ನಾವು ಜೀವನಪರ್ಯಂತ ಇಲ್ಲಿ ಕೊಳೆಯಬೇಕು. ಇಲ್ಲೇ ಅನಾಥ ಸಾವನ್ನು ಅನುಭವಿಸಬೇಕು!" ಎಂದು ದೈನ್ಯತೆಯಿಂದ ಗುಂಪಿನಲ್ಲೊಬ್ಬ ಮರುಗಿದ. ಗುಂಪಿನಲ್ಲಿ ಆತಂಕದ ಛಾಯೆ ಆವರಿಸುತ್ತಿರುವುದು ನನಗೆ ತಿಳಿಯಹತ್ತಿತು. ಕೊಕೊ ಮಾತು ಮುಂದುವರೆಸಿದ. "ಇದು ಪ್ರಕೃತಿ ನಮಗೊಡ್ಡಿರುವ ಪರೀಕ್ಷೆ. ಈಗ ನಾವು ಶಾಂತರಾಗಬೇಕು. ಇಲ್ಲಿಯವರೆಗೂ ಅವರಿವರಿಗಾಗಿ ಕಾಯುತ್ತಿದ್ದೆವು. ಈಗ ನಮಗೆ ನಾವೇನು ಮಾಡಬೇಕೆಂದು ತಿಳಿದಿದೆ. ನಮ್ಮ ಮೇಲೆ ನಾವು ನಂಬಿಕೆಯಿಡೋಣ. ಇನ್ನು ಯಾರಿಗೂ ಕಾಯುವ ಅವಶ್ಯಕತೆ ಇಲ್ಲ. ಇಲ್ಲಿಂದ ಹೊರಟು, ನಮ್ಮ ದಾರಿ ನಾವು ಕಂಡುಕೊಳ್ಳಲು ಈಗ ಸಿದ್ಧತೆ ನಡೆಸೋಣ".

"ನನ್ನ ಮುಂದಿನ ಕೆಲಸ ಏನೆಂದು ನಾನು ನಿರ್ಧರಿಸಿದ್ದೇನೆ. ಈ ಸ್ಥಳದಿಂದ ನಾನು ಈಗಲೇ ಹೊರಡುತ್ತಿದ್ದೇನೆ. ಇಲ್ಲಿ ಪ್ರಾಣಬಿಡಲು ನಾನು ಸಿದ್ಧನಿಲ್ಲ!" ಎಂದು ಕೊಕೊ ಜೊತೆಗೆ ನಾನು ಧ್ವನಿಗೂಡಿಸಿದೆ. ನನ್ನ ಕಪ್ಪಿಟ್ಟ ಮುಖವನ್ನು ಕಂಡ ಗಸ್ತೆವೋ ಹೆದರಿ, "ಸಮಾಧಾನ ನ್ಯಾಂಡೊ" ಎಂದು ನನ್ನ ಬೆನ್ನು ಸವರಿದ. ಅವನ ಅನಗತ್ಯ ಸಾಂತ್ವನಕ್ಕೆ ಮನಸೊಪ್ಪದೆ, ಅವನ ಕೈ ಕೊಡವಿಕೊಂಡು, "ನಾನು ಇನ್ನು ಸಮಾಧಾನಗೊಳ್ಳಲಾರೆ! ನನಗೆ ದಾರಿಯಲ್ಲಿ ತಿನ್ನಲು ಒಂದಷ್ಟು ಮಾಂಸ ಕೊಡಿ, ಯಾರಾದರೂ ಮತ್ತೊಂದು ದಪ್ಪ ಉಡುಪು ಕೊಡಿ. ಯಾರಾದರೂ ನನ್ನೊಟ್ಟಿಗೆ ಬರುವವರಿದ್ದೀರಾ? ಇಲ್ಲದಿದ್ದರೆ ಅಡ್ಡಿಯಿಲ್ಲ. ನಾನೊಬ್ಬನೇ ಹೊರಡುತ್ತೇನೆ. ಇನ್ನೊಂದು ಕ್ಷಣ ಇಲ್ಲಿ ನಿಲ್ಲಲಾರೆ" ಎಂದು ಗಂಭೀರವಾಗಿ ಒಂದೇ ಉಸಿರಿನಲ್ಲಿ ಕೂಗಾಡಿದೆ. ಗಸ್ತೆವೋ ಮತ್ತೆ ನನ್ನನ್ನೆಳೆದು, "ನೀನು ಅಸಂಬದ್ಧವಾಗಿ ಮಾತನಾಡುತ್ತಿದ್ದೀ" ಎಂದಾಕ್ಷಣ ನನ್ನ ಸಿಟ್ಟು ಇಮ್ಮಡಿಸಿತು. "ಇಲ್ಲ, ಇಲ್ಲ, ಖಂಡಿತ ಇಲ್ಲ! ಇದು ನನ್ನಿಂದ ಸಾಧ್ಯ. ನನಗೆ ಗೊತ್ತು. ಇಲ್ಲಿಂದ ಹೊರಟು. ಬೆಟ್ಟ ಹತ್ತಬಲ್ಲೆ. ಏನಾದರೂ ಸಹಾಯ ಪಡೆಯಬಲ್ಲೆ. ಆದರೆ, ಈಗಿಂದೀಗಲೇ ನಾನು ಹೊರಡಬೇಕು!" ಎಂದು ಕೊಸರಿದೆ. ನಾನು ಮಾತನಾಡಿದಷ್ಟೇ ಗಂಭೀರವಾಗಿ, "ನೀನೀಗ ಹೊರಟರೆ ಸಾಯುತ್ತೀಯೆ" ಎಂದ ಗಸ್ತೆವೋ. ಅದಕ್ಕೆ ನಾನು, "ಇಲ್ಲಿದ್ದರೆ ಸಾಯುತ್ತೇನೆ. ಇದೊಂದು ಸ್ಮಶಾನ! ಸಾವು ಇಲ್ಲಿನ ಎಲ್ಲವನ್ನೂ ಆವರಿಸಿದೆ. ನಿಮಗಿದು ಕಾಣುತ್ತಿಲ್ಲವೇ? ಸಾವಿನ ಕಬಂಧ ಬಾಹುಗಳು ನನ್ನ ಹೆಗಲ ಮೇಲಿರುವುದು ನಾನು ಗಮನಿಸಬಲ್ಲೆ. ಅದರ ಹಾಳು ಉಸಿರನ್ನು ನಾನು ಆಘ್ರಾಣಿಸಬಲ್ಲೆ!" ಎಂದು ಜೋರಾಗಿ ಅರಚಿದೆ.

ಗಸ್ತೆವೋ ನನ್ನನ್ನು ನಿಯಂತ್ರಣಕ್ಕೆ ತರುವಂತೆ, "ನ್ಯಾಂಡೊ, ಬಾಯಿಮುಚ್ಚು. ಒಂದು ಕ್ಷಣ ನನ್ನ ಮಾತು ಕೇಳು! ನಿನಗೆ ಪರ್ವತಾರೋಹಣದ ಅನುಭವ ಇಲ್ಲ, ತರಬೇತಿ ಇಲ್ಲ. ಅದಕ್ಕೆ ಅಗತ್ಯ ಸಾಮಗ್ರಿ ಇಲ್ಲ. ಈಗಲೇ ಸಾಕಷ್ಟು ನಿತ್ರಾಣಗೊಂಡಿದ್ದೀ. ಈಗ ನೀನೆಲ್ಲಿರುವೆ ಎಂಬ ಊಹೆಯೂ ನಿನಗಿಲ್ಲ. ಈಗ ನೀನು ಹೊರಟರೆ ಅದೊಂದು ಆತ್ಮಹತ್ಯೆಯ ಪ್ರಯತ್ನವಾಗುತ್ತದೆ. ಈ ಪರ್ವತಗಳು ನಿನ್ನನ್ನು ಒಂದೇ ದಿನದಲ್ಲಿ ಮುಗಿಸುತ್ತವೆ." ಎಂದ. ನುಮಾ "ಗಸ್ತೆವೋ ಸರಿಯಾಗಿ ಹೇಳುತ್ತಿದ್ದಾನೆ. ನಿನಗೆ ಬೆಟ್ಟ ಹತ್ತಲು ಸಾಕಷ್ಟು ಶಕ್ತಿ ಇಲ್ಲ. ನಿನ್ನ ತಲೆ ಇನ್ನೂ ಮೊಟ್ಟೆಯಂತೆ ಒಡೆದಿದೆ. ನಿನ್ನ ಜೀವನವನ್ನು ನಿನ್ನ ಕೈಯಾರೆ ಕಳೆದುಕೊಳ್ಳುತ್ತೀ". ನನಗೆ ಸಹನೆ ಮಿತಿ ಮೀರಿತ್ತು. "ನಾವು ಈಗಲೇ ಹೊರಡಬೇಕು. ಅವರು ನಮಗೆ ಸಾವಿಗೆ ವೀಳ್ಯ ಕೊಟ್ಟಿದ್ದಾರೆ. ನೀವೆಲ್ಲರೂ ಇಲ್ಲೇ ಇದ್ದು ಸಾವಿಗಾಗಿ ಕಾಯುವಿರಾ?" ಎಂದು ಕೂಗಾಡುತ್ತಲೇ, ವಿಮಾನದ ಪೂರ ತಡಕಾಡುತ್ತಿದ್ದೆ. ಕೈಗೆ, ಕಾಲಿಗೆ ಬೆಚ್ಚಗಾಗಿಸಲು ಸಾಕ್ಸುಗಳು, ಇತರ ಅಗತ್ಯ ವಸ್ತುಗಳು ಇವೆಲ್ಲವನ್ನೂ ಒಟ್ಟು ಗೂಡಿಸುತ್ತಿದ್ದೆ. ಅಷ್ಟರಲ್ಲಿ ಮಾರ್ಸೆಲೋ,

ಶಾಂತವಾಗಿ, "ಸ್ಯಾಂಡೊ, ನೀನು ಏನೇ ಮಾಡಿದರೂ ನಮ್ಮ ಗುಂಪಿನ ಎಲ್ಲರ ಒಳಿತನ್ನು ಆಲೋಚಿಸಿ ಮಾಡು. ನಿನ್ನ ಶಕ್ತಿಯನ್ನು ಹಾಳು ಮಾಡಿಕೊಳ್ಳಬೇಡ. ಬುದ್ಧಿವಂತಿಕೆಯಿಂದ ಕಾರ್ಯ ನಿರ್ವಹಿಸಬೇಕು. ನೀನು ಒಬ್ಬನೇ ಅಲ್ಲ ನಾವೆಲ್ಲರೂ ಒಂದು ಗುಂಪು ಮತ್ತು ನಮಗೆ ನಿನ್ನ ಅಗತ್ಯವಿದೆ" ಎಂದ. ಮಾರ್ಸೆಲೋನ ಧ್ವನಿ ದೃಢವಾಗಿತ್ತು ಆದರೆ, ಅವನ ಮಾತಿನಲ್ಲಿ ಘಾಸಿಗೊಂಡ ಮನಸ್ಸಿನ ದುಃಖ, ನೋವು ಕಾಣುತ್ತಿತ್ತು. ಆ ಸುದ್ದಿ ಕೇಳಿದಾಗಿನಿಂದ ಅವನೊಳಗಿನ ಚೈತನ್ಯವೇ ಅಡಗಿಹೋಗಿತ್ತು. ಇಷ್ಟು ಕಾಲ ಅವನಲ್ಲಿ ಬಲಿಷ್ಠವಾಗಿದ್ದ ಮುಖಂಡತ್ವ ಈಗ ಸದ್ದಿಲ್ಲದೇ ಸೋಲನ್ನೊಪ್ಪಿತ್ತು. ಸಮರ್ಥವಾಗಿ ನಿಲ್ಲಲೂ ಆಗದಷ್ಟು ಕುಗ್ಗಿಹೋಗಿದ್ದ. ಅವನ ದೇಹ ಕಂಪಿಸುತ್ತಿತ್ತು. ಆದರೂ ಅವನ ಮೇಲಿದ್ದ ಗೌರವ ನನಗೆ ಕಡಿಮೆಯಾಗಲಿಲ್ಲ. ಬದಲಾಗಿ ಆ ಕ್ಷಣಕ್ಕೆ ಹೆಚ್ಚಾಯಿತು. ಅವನ ಪಕ್ಕದಲ್ಲೇ ಇದ್ದ ಜಾಗದಲ್ಲಿ ಕೂತು ಅವನ ಕೈ ಹಿಡಿದು ನೇವರಿಸಿದೆ.

ಅರೆಘಳಿಗೆಯ ಮೌನದ ನಂತರ ಗಸ್ತೆವೋ, "ನಾವೆಲ್ಲರೂ ಈಗ ಶಾಂತರಾಗೋಣ. ಆತ್ಮಸ್ಥೈರ್ಯ ನಮಗೀಗ ಅಗತ್ಯ. ಆದರೆ, ಸ್ಯಾಂಡೊ ಸರಿಯಾದ ಮಾತನ್ನೇ ಹೇಳಿದ್ದಾನೆ. ಇಲ್ಲೇ ಉಳಿದರೆ ನಾವು ಖಚಿತವಾಗಿ ಇಷ್ಟರಲ್ಲೇ ಸಾಯುತ್ತೇವೆ. ಆದ್ದರಿಂದ ಈಗಲೋ, ಮುಂದೊಮ್ಮೆಯೋ ನಾವು ಈ ಪರ್ವತಾರೋಹಣದ ಯೋಜನೆ ಹಾಕಲೇಬೇಕು. ಆದರೆ ಆ ಯೋಜನೆ ರೂಪಿಸಲು ನಾವು ಪೂರ್ವ ಸಿದ್ಧತೆ ಮಾಡಿಕೊಳ್ಳಬೇಕು. ಬಹಳ ಬುದ್ಧಿವಂತಿಕೆಯಿಂದ ಈ ಕಾರ್ಯವನ್ನು ನಿಯೋಜಿಸಬೇಕು. ನಾವು ಮಾಡಲಿರುವ ಕೆಲಸವನ್ನು ಮೊದಲು ಸರಿಯಾಗಿ ಅರ್ಥ ಮಾಡಿಕೊಳ್ಳಬೇಕು. ಇಂದು ನಮ್ಮಲ್ಲಿ ಇಬ್ಬರು ಅಥವಾ ಮೂರು ಮಂದಿ ಒಂದಷ್ಟು ದೂರ ಚಾರಣವನ್ನು ಪ್ರಾರಂಭಿಸೋಣ. ಬಹುಶಃ ಈ ಬೆಟ್ಟಗಳಾಚೆ ಏನಿದೆ ಎಂಬುದು ನಾವು ಕಾಣಲು ಸಾಧ್ಯವಾಗಬಹುದು. ಅಲ್ಲಿಂದ ಮರಳಿ ಬಂದ ನಂತರ ಉಳಿದ ಯೋಜನೆಯನ್ನು ರೂಪಿಸಲು ಸಹಾಯವಾಗುತ್ತದೆ" ಎಂದ.

ಅವನ ಮಾತಿನಿಂದ ಸ್ಫೂರ್ತಿಗೊಂಡ ಫಿಟೋ, "ಇದು ಒಳ್ಳೆಯ ಉಪಾಯ. ನಾವು ದಾರಿಯಲ್ಲಿ ವಿಮಾನದ ಹಿಂಬದಿಯ ಭಾಗವನ್ನು ಹುಡುಕಬಹುದು. ಅದರಲ್ಲಿ ಬಹುಶಃ ನಮಗೆ ಮತ್ತಷ್ಟು ಆಹಾರ ಹಾಗೂ ಬೆಚ್ಚಗಿನ ಬಟ್ಟೆಗಳು ಸಿಗಬಹುದು. ಜೊತೆಗೆ, ಕಾರ್ಲೋಸ್‌ನ ಮಾತು ಸರಿಯಾಗಿದ್ದಲ್ಲಿ, ಅಲ್ಲಿ ನಮಗೆ ರೇಡಿಯೋ ಬ್ಯಾಟರಿಗಳು ಸಹ ಸಿಗಬಹುದು" ಎಂದ. "ಒಳ್ಳೆಯದು. ನಾನು ಹೊರಡುತ್ತೇನೆ. ಆದಷ್ಟು ಬೇಗ ಹೊರಟರೆ ಸೂರ್ಯ ಮುಳುಗುವಷ್ಟರಲ್ಲಿ ನಾವು ಮರಳಿ ಬರಬಹುದು. ನನ್ನೊಡನೆ ಯಾರು ಬರಲು ಸಿದ್ಧರಿದ್ದೀರಿ?" ಎಂದು ಗಸ್ತೆವೋ ಕೇಳಿದ. ಅವನ ಮಾತಿಗೆ ನುಮೋ ಒಪ್ಪಿ ತಾನೂ ಬರುವುದಾಗಿ ಹೇಳಿದ. ಅವನು ಈಗಾಗಲೇ

ಒಮ್ಮೆ ಪ್ರಯತ್ನಿಸಿ ಮರಳಿದ್ದ. ಮೊದಲ ಬಾರಿಗೆ ಹೆಣಗಳ ಮಾಂಸ ಕತ್ತರಿಸಲು ಸಹಕರಿಸಿದ್ದ ಧೈರ್ಯಸ್ಥ ಡೇನಿಯಲ್ ಮಸ್ಪೊನ್ಸ್ ಸಹ ಹೋಗಲೊಪ್ಪಿದ. ಗಸ್ತೆವೋ ಒಪ್ಪಿ, ಇರುವುದರಲ್ಲಿ ಬೆಚ್ಚಗಿನ ಬಟ್ಟೆ ತೆಗೆದುಕೊಂಡು, ಇನ್ನು ತಡಮಾಡುವುದರಲ್ಲಿ ಅರ್ಥವಿಲ್ಲವೆಂದು ಹೇಳಿ ಹೊರಡಲು ಸಿದ್ಧನಾದ.

ಒಂದು ಎದೆಗಾರಿಕೆಯ ಒಪ್ಪಂದಕ್ಕೆ ಬಂದ ನಂತರ ಒಂದೇ ಘಂಟೆಯೊಳಗೆ ಗಸ್ತೆವೋ ಅಗತ್ಯವಾದ ತಯಾರಿಯನ್ನು ಮಾಡಿಕೊಂಡ. ಫಿಟೋನ ಸಲಹೆಯಂತೆ ವಿಮಾನದ ಕುರ್ಚಿಯ ದಿಂಬನ್ನೇ ಹಿಮಬೂಟುಗಳಂತೆ ಮಾಡಿ, ಎಡುರಾಡೊ ತಯಾರಿಸಿದ ವಿಶೇಷ ಕನ್ನಡಕವನ್ನು ತೆಗೆದುಕೊಂಡು, ದೊರೆತಷ್ಟು ಬೆಚ್ಚನೆಯ ಬಟ್ಟೆಗಳನ್ನು ಧರಿಸಿಕೊಂಡು ಹೊರಟರು. ಆದಷ್ಟೂ ಹಗುರವಾದ ಬಟ್ಟೆಗಳನ್ನೇ ಧರಿಸಿದ್ದರು. ವಿಮಾನದ ಕುರ್ಚಿ ದಿಂಬುಗಳು ಅವರನ್ನು ಹಿಮದ ಮೆದುನೆಲದೊಳಗೆ ಕುಸಿಯದಂತೆ ತಡೆಯಲು ಮತ್ತು ಎಡುರಾಡೋನ ಕನ್ನಡಕ ಸೂರ್ಯನ ನೇರ ಪ್ರಖರ ಕಿರಣಗಳನ್ನು ಕಣ್ತಪ್ಪಿಸುವಂತೆ ಎಚ್ಚರವಹಿಸಿ ತಯಾರಿಸಿ ಒಯ್ದಿದ್ದರು. ವಾತಾವರಣ ತಕ್ಕಮಟ್ಟಿಗೆ ಶುಭ್ರವಾಗಿದ್ದುದರಿಂದ ಕೈಗಳಿಗೆ ಗ್ಲೌಜುಗಳನ್ನು, ಹೊದಿಕೆಗಳನ್ನು ತೆಗೆದುಕೊಂಡು ಹೋಗಲಿಲ್ಲ. ನಮ್ಮ ಲೆಕ್ಕಾಚಾರದ ಪ್ರಕಾರ ಸೂರ್ಯ ಮುಳುಗುವ ವೇಳೆಗೆ ವಿಮಾನದ ಬಳಿಗೆ ಮರಳಿದರೆ ಯಾವ ತೊಂದರೆಯೂ ಆಗಲಾರದು ಎಂಬುದಾಗಿತ್ತು.

ನಮಗಾಗಿ ಪ್ರಾರ್ಥಿಸಿ ಎಂದು ಗಸ್ತೆವೋ ನಮ್ಮೆಲ್ಲರಿಗೂ ಹೇಳಿದ ನಂತರ ಅವರು ಮೂವರೂ ನಮ್ಮಿಂದ ಬೀಳ್ಕೊಟ್ಟರು. ನಾವೆಲ್ಲರೂ ವಿಮಾನದ ಬಳಿಯೇ ಕೂತು, ಅವರು ಚಲಿಸುವ ದಾರಿಯನ್ನೇ ನೋಡುತ್ತಿದ್ದೆವು. ವಿಮಾನ ಜಾರಿ ಬಂದು ಬಿದ್ದ ಹಾದಿಯು ಒಂದಷ್ಟು ದೂರ ಹಿಮವನ್ನು ಕೊರೆದಂತೆ ಮಾಡಿತ್ತು. ಅದೇ ಮಾರ್ಗ ಹಿಡಿದು ಈ ಮೂವರೂ ಹೊರಟಿದ್ದರು. ಅವರು ಪರ್ವತದ ಜಾರನ್ನು ಸ್ವಲ್ಪ ಸ್ವಲ್ಪವೇ ಹತ್ತುತ್ತಾ ಇದ್ದಂತೆ ಅವರ ಶರೀರಾಕೃತಿಯು ಚಿಕ್ಕದಾಗಿ ಕಾಣುತ್ತಾ ಹೋಯಿತು. ಅವರು ದೂರ ದೂರ ಹೋಗುತ್ತಾ, ನಾವು ಅವರನ್ನು ನೋಡುತ್ತಾ ಸಮಯ ಕಳೆದದ್ದು ಯಾರಿಗೂ ತಿಳಿಯಲೇ ಇಲ್ಲ. ಕಟ್ಟಕಡೆಗೆ ದೊಡ್ಡದೊಂದು ಬಿಳಿ ದೈತ್ಯದ ಮೇಲೆಲ್ಲೋ ಮೂರು ಪುಟ್ಟ ಕಪ್ಪು ಚುಕ್ಕೆಗಳಂತೆ ಕಾಣುತ್ತಿದ್ದರು. ನಾವಿದ್ದ ಆ ಪರಿಸ್ಥಿತಿಯಲ್ಲಿ ಯಾವುದನ್ನೂ ಲೆಕ್ಕಿಸದೆ ಧೈರ್ಯ ಮಾಡಿ ಮೈಲುಗಟ್ಟಲೆ ಬೆಟ್ಟ ಹತ್ತಿ ಇನ್ನೂ ತಮ್ಮ ಪ್ರಯತ್ನವನ್ನು ಮುಂದುವರೆಸುತ್ತಲೇ ಹೋದ ಅವರ ಬಗೆಗೆ ನನಗೆ ಅತೀವ ಗೌರವ ಮೂಡಿತು.

ಆ ಮೂರು ಕಪ್ಪು ಚುಕ್ಕೆಗಳು ಬಿಳಿ ಸಮುದ್ರದಲ್ಲಿ ನೋಡನೋಡುತ್ತಿದ್ದಂತೆಯೇ ಕರಗಿ ಮಾಯವಾದವು. ಅವರು ನಮಗೆ ಕಾಣದಾದರು. ಅವರು ಕಾಣದೆ

ಮರೆಯಾದ ಸಮಯದವರೆಗೂ ಒಂದು ಕ್ಷಣ ಬಿಡದೆ ನಾವು ಅವರನ್ನೇ ನೋಡುತ್ತಿದ್ದೆವು. ನಂತರ ಸಂಜೆಯಾಗುವ ಮುನ್ನವೇ ಮತ್ತೆ ಅವರು ಮರಳುವ ಸೂಚನೆ ಕಂಡೀತೆ ಎಂದು ನೋಡಲಾರಂಭಿಸಿದೆವು. ಬೆಳಕು ಮಸುಕಾಗಿ ಕತ್ತಲೆ ಕರೆಯುತ್ತಿತ್ತು. ಆದರೂ ಅವರ ಯಾವ ಸುಳಿವೂ ಸಿಗಲಿಲ್ಲ. ಕತ್ತಲಾದಂತೆ ಕೊರೆವ ಚಳಿಯೂ ಹೆಚ್ಚಾಯಿತು. ಶೀತವನ್ನು ಸಹಿಸಲಾಗದೆ ಒತ್ತಾಯಪೂರ್ವಕವಾಗಿ ನಾವೆಲ್ಲರೂ ವಿಮಾನದೊಳಗೆ ನಡೆಯಬೇಕಾಯಿತು. ಆ ರಾತ್ರಿ ತೀವ್ರ ತೇವಾಂಶದ ಗಾಳಿ ಜೋರಾಗಿ ಬೀಸಿ, ಹಿಮವೆಲ್ಲ ಹರಿದು ವಿಮಾನವನ್ನು ಸುತ್ತುವರೆದಿತ್ತು. ನಾವು ಹಲ್ಲು ಕಡಿಯುತ್ತಾ, ಚಳಿಗೆ ನಡುಗುತ್ತಾ ಒಬ್ಬರ ಮೇಲೊಬ್ಬರು ಗುಂಪಲ್ಲಿ ಕೂತಿದ್ದಾಗ ನಮ್ಮೆಲ್ಲರ ಮನಸ್ಸು ಆ ಮೂವರು ಗೆಳೆಯರ ಮೇಲಿತ್ತು. ಅವರು ಸುಗಮವಾಗಿ ಮರಳಲಿ ಎಂದು ಎಲ್ಲರೂ ದೇವರನ್ನು ಪ್ರಾರ್ಥಿಸುತ್ತಿದ್ದರು. ಆದರೆ ನಮಗೆಲ್ಲ ಅನುಮಾನ ಪ್ರಾರಂಭವಾಗಿತ್ತು. ಅವರು ಒಂದು ಹೊದಿಕೆಯೂ ಇಲ್ಲದೆ, ಸೂರಿಲ್ಲದೆ, ಕೊರೆಯುವ ಹಿಮರಾಶಿಯ ನಡುವೆ ಕತ್ತಲಲ್ಲಿ, ಮೌನವಾಗಿ ಎಲ್ಲಿ ಇದ್ದಾರೋ, ಹೇಗಿದ್ದಾರೋ, ಇಷ್ಟಕ್ಕೂ ಇದ್ದಾರೋ ಇಲ್ಲವೋ ಎಂಬೆಲ್ಲ ಆಲೋಚನೆಗಳು ನನ್ನ ತಲೆತುಂಬಿದ್ದವು.

ನಮ್ಮೆಲ್ಲರಿಗೂ ಈಗ ಸಾವಿನ ಹತ್ತಿರದ ಪರಿಚಯವಾಗಿತ್ತು. ಅವರೆಲ್ಲರೂ ಹಿಮದಲ್ಲಿ ಸೆಟೆದು ಬಿದ್ದಿದ್ದಂತೆ ಊಹಿಸಿಕೊಳ್ಳುವುದು ಎಲ್ಲರಿಗೂ ಸಾಧ್ಯವಾಗುತ್ತಿತ್ತು. ನಮ್ಮ ವಿಮಾನದ ಹೊರಗೆ ಅನಾಥವಾಗಿ ಹಿಮಾವೃತಗೊಂಡು ಸೆಟೆದು ಬಿದ್ದ ಸ್ನೇಹಿತರ ಶವಗಳಂತೆ ಅವರು ಮೂವರನ್ನು ನಾವು ಕಲ್ಪಿಸಿಕೊಳ್ಳಬಾರದು ಎಂದು ಎಷ್ಟು ಪ್ರಯತ್ನಿಸಿದರೂ ಅದೇ ಚಿತ್ರ ಕಣ್ಣ ಮುಂದೆ ಬರುತ್ತಿತ್ತು.

ಸತ್ತ ಸ್ನೇಹಿತರೊಂದಿಗೆ ನನ್ನ ಇನ್ನೂ ಮೂವರು ಸ್ನೇಹಿತರು ಹೆಪ್ಪುಗಟ್ಟಿದ ವಸ್ತುಗಳಾಗಿಬಿಟ್ಟಿದ್ದಾರೆಯೇ? ಎಲ್ಲಿ ಬಿದ್ದಿರಬಹುದು? ಏನಾಗಿರಬಹುದು? ನನ್ನನ್ನು ಪ್ರಶ್ನೆಗಳು ಕಾಡಲಾರಂಭಿಸಿದವು. ಹಿಂದೆಯೇ ಇನ್ನಷ್ಟು ಕ್ಲಿಷ್ಟ ಪ್ರಶ್ನೆಗಳ ಉದ್ಭವ! ನನ್ನ ಸರದಿ ಎಂದಿರಬಹುದು? ನಾನು ಸಾಯುವ ಜಾಗ ಯಾವುದಾಗಿರಬಹುದು? ಇದೇ ಇಲ್ಲಿ ಕಾಣುವ ಸುತ್ತ ಮುತ್ತಲ ಯಾವುದೋ ಒಂದು ಸ್ಥಳದಲ್ಲಿ ಬಿದ್ದು ನಾನು ಸಾಯುತ್ತೇನೆ ಅಲ್ಲವೇ? ಅಲ್ಲೇ ಹೆಪ್ಪುಗಟ್ಟಿ ಈ ಹಿಮಪರ್ವತದ ಬಸುರಿನೊಳಗೆ ಒಂದು ವಸ್ತುವಾಗಿ ಉಳಿದುಬಿಡುತ್ತೇನಲ್ಲವೇ? ಅದೇ ರೀತಿ ನಮ್ಮ ಗುಂಪಿನ ಪ್ರತಿಯೊಬ್ಬರಿಗೂ ಅವರದೇ ಆದ ಸಾವಿನ ಸಮಯ ಹಾಗೂ ಸ್ಥಳ ನಿಗದಿಯಾಗಿರಬಹುದೆ! ಈ ಗೊತ್ತಿಲ್ಲದ ಸ್ಥಳದಲ್ಲಿ ಹೇಳಹೆಸರಿಲ್ಲದೆ ಸಾಯುವುದೇ ನಮ್ಮ ಹಣೆಬರಹವಾಗಿದೆಯೇ? ನನ್ನ ತಾಯಿ, ತಂಗಿ, ಸ್ನೇಹಿತರು ಜೊತೆಗೆ ಇನ್ನು ಮುಂದೆ ಸಂಭವಿಸಬಹುದಾದ ನಮ್ಮ ನಡುವಿನವರ ಸಾವುಗಳು ಎಂದು

ಸಂಭವಿಸಬಹುದು? ಸಾವು ನಮ್ಮನ್ನು ಯಾವಾಗ ತನ್ನತ್ತ ಸೆಳೆಯಬಹುದು? ಇಲ್ಲಿಂದ ಪಾರಾಗುವುದು ಖಂಡಿತವಾಗಿಯೂ ಅಸಾಧ್ಯ ಎಂಬುದು ಖಚಿತವಾದರೆ? ನಾವು ಸಾವಿಗಾಗಿಯೇ ಕಾಯುತ್ತಾ ಇಲ್ಲಿ ಸಮಯ ಕಳೆಯಬೇಕು. ಹಾಗಾದರೆ, ನಮ್ಮಲ್ಲಿ ಕೊನೆಯಲ್ಲಿ ಉಳಿಯುವ ಕೆಲವರಿಗೆ ಅಥವಾ ಕೊನೆಯಲ್ಲಿ ಉಳಿಯುವ ಕಟ್ಟ ಕಡೆಯ ವ್ಯಕ್ತಿಗೆ ಬದುಕುಳಿದಿರುವುದು ಹೇಗಿರಬೇಕು? ಮತ್ತು ಆ ವ್ಯಕ್ತಿ ನಾನೇ ಆದರೆ ಹೇಗಿರಬಹುದು? ಈ ಕರಾಳ ರಾತ್ರಿಗಳನ್ನು ಒಬ್ಬಂಟಿಯಾಗಿ ಕಳೆಯುತ್ತಾ ಭಯಾನಕ ಮೌನ ಮತ್ತು ಘೋರ ಚಳಿಯಲ್ಲಿ ಎಷ್ಟು ಘಳಿಗೆಗಳು ನನ್ನ ಬುದ್ಧಿ ಸ್ಥಿಮಿತದಲ್ಲಿರಬಹುದು? ಆ ಸಂದರ್ಭದಲ್ಲಿ ನನ್ನ ಜೊತೆಗೆ ಇಲ್ಲಿ ಉಳಿಯುವ ಕಳೇಬರಗಳು ಮತ್ತು ಜೀವ ಹಿಂಡುವ ಗಾಳಿಯ ಸದ್ದನ್ನು ಹೊರತು ಇನ್ನೇನೂ ಇರುವುದಿಲ್ಲ!.... ಈ ಎಲ್ಲ ಮನದಾಳದ ವಿಕೃತ, ಭಯಾನಕ ಆಲೋಚನೆಗಳನ್ನು ಹತ್ತಿಕ್ಕಲು ಪ್ರಯತ್ನಿಸುತ್ತಾ ಆ ಮೂವರಿಗಾಗಿ ಪ್ರಾರ್ಥಿಸುತ್ತಿದ್ದವರ ಜೊತೆ ಸೇರಿ, ಮಾತನಾಡಲು ಪ್ರಾರಂಭಿಸಿದೆ. ಆದರೆ ನನ್ನ ಹೃದಯದಲ್ಲಿ ನಾನು ಅವರ ಸುರಕ್ಷತೆಗಾಗಿ ಪ್ರಾರ್ಥಿಸುತ್ತಿದ್ದೆನೋ, ಅಥವಾ ಅವರ ಹಾಗೂ ನಮ್ಮೆಲ್ಲರ ಆತ್ಮಗಳು ಶಾಂತವಾಗಲಿ ಎಂದು ಪ್ರಾರ್ಥಿಸುತ್ತಿದ್ದೆನೋ ಸ್ಪಷ್ಟವಾಗುತ್ತಿರಲಿಲ್ಲ. ಏಕೆಂದರೆ ಆ ಮೂವರಿಗಿಂತ ಅಲ್ಪಸ್ವಲ್ಪ ಸುರಕ್ಷಿತ ತಾಣದಲ್ಲಿ ನಾವಿದ್ದರೂ, ಸಾವು ನಮ್ಮ ವಿಳಾಸವನ್ನು ಕಂಡುಕೊಂಡಾಗಿದೆ ಎಂಬುದು ನನಗೆ ಖಾತ್ರಿಯಾಗಿತ್ತು. ಇದನ್ನು ಕಾಲನು ನಿರ್ಧರಿಸಬೇಕು ಎಂಬುದೂ ಖಚಿತವಾಗುತ್ತಿತ್ತು. ವಿಮಾನದಿಂದ ದೂರ ಹೊರಟು ಇನ್ನೂ ಮರಳದ ಆ ಮೂವರ ಕಾಯುವ ಸಮಯ ಮುಗಿದಿದೆ. ಬಹುಶಃ ಅವರೇ ಅದೃಷ್ಟವಂತರು ಎನಿಸಿತು.

ನನ್ನ ಈ ಲಹರಿಯ ನಡುವೆ, “ಬಹುಶಃ ಅವರಿಗೆ ಉಳಿಯಲು ಯಾವುದಾದರೂ ಸೂರು ಸಿಕ್ಕಿರಬೇಕು” ಎಂದು ಗುಂಪಿನಲ್ಲಿ ಒಬ್ಬ ಮೌನ ಮುರಿದ. ರಾಬರ್ಟೊ, “ಪರ್ವತದಲ್ಲಿ ಯಾವುದೇ ಸೂರಿರುವುದಿಲ್ಲ” ಎಂದು ಹುಸಿ ಆಶಯವನ್ನು ತಳ್ಳಿಹಾಕುವ ಮಾತಾಡಿದ. “ಆದರೆ ನೀನು ಹತ್ತಲು ಪ್ರಯತ್ನಿಸಿ ಮತ್ತೆ ಮರಳಿದ್ದೆ”, ಎಂದು ಇನ್ನೊಬ್ಬರು ಕತ್ತಲಲ್ಲೇ ಕೂಗಿದರು. ಅವರ ಮಾತಿಗೆ ಮತ್ತೆ ರಾಬರ್ಟೊ,

“ನಾವು ಬೆಳಕಿನಲ್ಲೇ ಹೊರಟಿದ್ದರೂ ಸಾಕಷ್ಟು ಕಷ್ಟ ಅನುಭವಿಸಿದೆವು. ಈ ಕಾಳಕತ್ತಲಲ್ಲಿ ಅವರು ತಲುಪಿರಬಹುದಾದ ಮೇಲಿನ ಆ ಸ್ಥಳದಲ್ಲಿ ಏನಿಲ್ಲವೆಂದರೂ ಈಗ ನಲವತ್ತು ಡಿಗ್ರಿ ಶೀತದ ವಾತಾವರಣವಿರುತ್ತದೆ.” ಎಂದ. ಕೆಲ ಕ್ಷಣ ಮೌನ. ನಂತರ ಯಾರೋ, “ಅವರು ಗಟ್ಟಿಗರು” ಎಂದ ಮಾತಿಗೆ ಎಲ್ಲರೂ ಹೌದೆಂದು ಸಮ್ಮತಿಸಿ ಮತ್ತೆ ಗುಂಪು ಮೌನವಾಯಿತು. ಕೊನೆಗೆ ಘಂಟೆಗಳಿಂದ ಮೌನವಾಗಿಯೇ ಉಳಿದಿದ್ದ ಮಾರ್ಸೆಲೋ ಮೌನ ಮುರಿಯುತ್ತಾ ಮೆಲ್ಲನೆ, “ತಪ್ಪೆಲ್ಲ ನನ್ನದು.

ನಾನು ನಿಮ್ಮೆಲ್ಲರನ್ನೂ ಸಾಯಿಸುತ್ತಿದ್ದೇನೆ" ಎಂದ. ಅವನ ನೋವು, ಅಪರಾಧೀ ಮನೋಭಾವವನ್ನು ನಾವೆಲ್ಲರೂ ಅರ್ಥ ಮಾಡಿಕೊಂಡೆವು. ಎಲ್ಲರೂ ಅವನನ್ನು ಸಾಂತ್ವನಗೈಯಲು ಪ್ರಯತ್ನಿಸಿದೆವು. "ಹಾಗೆ ಯೋಚಿಸಬೇಡ ಮಾರ್ಸೆಲೋ. ಇದು ನಮ್ಮೆಲ್ಲರ ಹಣೆಬರಹ. ಇಲ್ಲಿ ಯಾರೂ ನಿನ್ನನ್ನು ದೂಷಿಸುತ್ತಿಲ್ಲ. ನೀನೇನೂ ಮಾಡಿಲ್ಲ" ಎಂದ ಫಿಟೋ. "ನಾನು ಈ ಪ್ರಯಾಣಕ್ಕೆ ನಿಮ್ಮೆಲ್ಲರನ್ನೂ ಪ್ರೇರೇಪಿಸಿದೆ. ನಾನು ಈ ವಿಮಾನವನ್ನು, ಚಾಲಕರನ್ನು ಬಾಡಿಗೆಗೆ ಪಡೆದೆ! ನಾನು ರಗ್ಬೀ ಪಂದ್ಯವನ್ನು ಏರ್ಪಡಿಸಿದೆ. ನಿಮ್ಮೆಲ್ಲರನ್ನೂ ಬರುವಂತೆ ಒತ್ತಾಯಿಸಿದೆ" ಎನ್ನುತ್ತಾ ಮಾರ್ಸೆಲೋ ದುಃಖದಲ್ಲಿ ಮುಳುಗಿದ.

"ನೀನು ನನ್ನ ತಾಯಿ ಮತ್ತು ತಂಗಿಯನ್ನಂತೂ ಬರಲು ಬಲವಂತ ಮಾಡಲಿಲ್ಲ. ನಾನು ಮಾಡಿದೆ. ಈಗ ಅವರು ಮರಣಿಸಿದ್ದಾರೆ. ಆದರೆ ಆ ಹೊಣೆಯನ್ನು ನಾನು ಹೊರುವುದರಲ್ಲಿ ಅರ್ಥವಿಲ್ಲ. ಇದು ಯಾವುದೂ ನಮ್ಮ ತಪ್ಪಲ್ಲ. ಆಕಾಶದಿಂದ ವಿಮಾನ ಉರುಳಿ ಕೆಳಗೆ, ಗೊತ್ತು ಗುರಿಯಿಲ್ಲದ ಸ್ಥಳದಲ್ಲಿ ಬೀಳುತ್ತದೆ ಎಂದು ನಾವು ಯಾರೂ ಊಹಿಸಿರಲಿಲ್ಲ" ಎಂದು ನಾನು ಮಾರ್ಸೆಲೋನಿಗೆ ಸಮಾಧಾನ ಮಾಡಿದೆ.

"ನಮ್ಮಲ್ಲಿ ಪ್ರತಿಯೊಬ್ಬರೂ ತಮ್ಮ ತಮ್ಮ ನಿರ್ಧಾರಗಳನ್ನು ಅವರೇ ಮಾಡಿದ್ದಾರೆ. ಇಲ್ಲಿ ಯಾರು ಯಾರಿಗೂ ಬಲವಂತ ಮಾಡಿಲ್ಲ. ನೀನು ಒಳ್ಳೆಯ ನಾಯಕ ಮಾರ್ಸೆಲೋ. ಇಲ್ಲಸಲ್ಲದ ಆಲೋಚನೆ ಮಾಡಿ ಈ ಸಂದರ್ಭದಲ್ಲಿ ದುರ್ಬಲನಾಗಬೇಡ" ಎಂದ ಮತ್ತೊಬ್ಬ.

ಆದರೆ ನಮ್ಮ ಯಾರ ಮಾತುಗಳೂ ಮಾರ್ಸೆಲೋನನ್ನು ಸಮಾಧಾನಿಸಲು ವಿಫಲವಾಗುತ್ತಿದ್ದವು. ಅವನು ಮತ್ತೆ ಮತ್ತೆ ನೋವಿನಲ್ಲಿ, ಅಪರಾಧೀ ಭಾವದಲ್ಲಿ ಮುಳುಗುತ್ತಿದ್ದ. ಅದನ್ನು ನೋಡಲು ನನಗೆ ತುಂಬಾ ಕಷ್ಟವಾಗುತ್ತಿತ್ತು. ನನಗೆ ಅವನು ಸದಾ ಒಬ್ಬ ಅತ್ಯುತ್ತಮ ನಾಯಕನಾಗಿದ್ದ. ನಾನು ಪ್ರಾಥಮಿಕ ಶಾಲೆಯಲ್ಲಿದ್ದಾಗಲೇ ಅವನು ಉತ್ತಮ ರಗ್ಬೀ ಆಟಗಾರನಾಗಿದ್ದ. ಅವನ ಆಟವನ್ನು ನೋಡಲು ನನಗೆ ತುಂಬಾ ಸಂತೋಷವಾಗುತ್ತಿತ್ತು. ಅವನಲ್ಲಿ ಸದಾ ಒಂದು ಗಂಭೀರ ನಾಯಕತ್ವದ, ಉತ್ತಮ ಕ್ರೀಡಾಪಟುವಿನ ಚೈತನ್ಯ ತುಂಬಿತ್ತು. ಆಟದ ಮೈದಾನದಲ್ಲಿ ಅವನ ಈ ಆತ್ಮವಿಶ್ವಾಸ, ನಾಯಕತ್ವ ನನಗೆ ತುಂಬ ಮೆಚ್ಚುಗೆಯಾಗುತ್ತಿತ್ತು. ವರ್ಷಗಳ ನಂತರ ನಾನು ಅವನೊಟ್ಟಿಗೆ ಓಲ್ಡ್ ಕ್ರಿಶ್ಚಿಯನ್‌ನಲ್ಲಿ ಆಟಕ್ಕಿಳಿದಾಗ, ಅವನ ಬಗೆಗೆ ಇದ್ದ ಪ್ರೀತಿ, ಗೌರವಗಳು ಇಮ್ಮಡಿಸಿದ್ದವು. ಅವನಲ್ಲಿನ ಆಟವನ್ನೂ ಮೀರಿದ ಇತರ ಕೆಲ ಅಂಶಗಳು ಅವನ ಬಗೆಗಿನ ಗೌರವವನ್ನು ಬೆಳೆಸುತ್ತಿದ್ದವು.

ಆರ್ತುರೋನಂತೆ ಮಾರ್ಸೆಲೋ ಸಹ ನಮ್ಮೆಲ್ಲರಿಗಿಂತಲೂ ಭಿನ್ನವಾಗಿದ್ದ. ಎಲ್ಲರಿಗಿಂತ ಹೆಚ್ಚು ಶಿಸ್ತಿನವ, ಪ್ರೌಢ ಮತ್ತು ಉತ್ತಮ ವ್ಯಕ್ತಿಯಾಗಿದ್ದ. ಕ್ಯಾಥೊಲಿಕ್‌ನ ಬದ್ಧ ಅನುಯಾಯಿಯಾಗಿದ್ದು, ಸಾಧ್ಯವಾದಷ್ಟೂ ಪರಿಶುದ್ಧ, ಉತ್ತಮ ಬದುಕನ್ನು ಜೀವಿಸಲು ಪ್ರಯತ್ನಿಸುತ್ತಿದ್ದ. ಅವನಿಗೆ ನಮ್ಮೆಲ್ಲರಿಗಿಂತಲೂ ಎಲ್ಲದರಲ್ಲೂ ಅರ್ಹತೆ ಹೆಚ್ಚಿದ್ದರೂ ಎಂದಿಗೂ ಸ್ವಾರ್ಥಿ ಅಥವಾ ಅಹಂಕಾರಿಯಾಗಿರಲಿಲ್ಲ. ನಮ್ಮ ತಂಡದಲ್ಲಿ ಎಲ್ಲರಿಗಿಂತಲೂ ಹೆಚ್ಚು ವಿನಮ್ರನೂ ಆಗಿದ್ದ. ಅವನ ಅದೇ ಮೌಲ್ಯಗಳಿಂದ ತಂಡದಲ್ಲಿ ನಮ್ಮೆಲ್ಲರನ್ನೂ ಬರಿಯ ಆಟದಲ್ಲಷ್ಟೇ ಅಲ್ಲದೆ ಜೀವನದಲ್ಲೂ ಉತ್ತಮ ವ್ಯಕ್ತಿಗಳಾಗಿ ಕಾಣಲು ಇಚ್ಛಿಸುತ್ತಿದ್ದ. ನಮ್ಮ ವ್ಯಕ್ತಿತ್ವ ವಿಕಸನಕ್ಕಾಗಿ ಪ್ರೇರೇಪಿಸುತ್ತಿದ್ದ. ಉದಾಹರಣೆಗೆ, ಪಂಚಿಟೊ ಮತ್ತು ನನಗೆ ಇದ್ದ ಹುಡುಗಿಯರ ಹುಚ್ಚನ್ನು ಖಂಡಿಸಿ, "ಹುಡುಗಿಯರ ಹಿಂದೆ ಓಡುವುದಕ್ಕಿಂತಲೂ ಜೀವನದಲ್ಲಿ ಹೆಚ್ಚಿನದ್ದಿದೆ. ನೀವಿಬ್ಬರೂ ಇನ್ನೂ ಬೆಳೆಯಬೇಕು. ನಿಮ್ಮ ನಿಮ್ಮ ಭವಿಷ್ಯದ ಕುರಿತು, ಜೀವನದ ಕುರಿತು ಇನ್ನೂ ಗಂಭೀರವಾಗಿ ಚಿಂತಿಸಬೇಕು" ಎಂದು ನಗುತ್ತಲೇ ಸದಾ ಎಚ್ಚರಿಸುತ್ತಿದ್ದ.

ಮದುವೆಯಾಗುವವರೆಗೂ ತಾನು ಬ್ರಹ್ಮಚಾರಿಯಾಗಿಯೇ ಉಳಿಯುವುದಾಗಿ ಪ್ರಮಾಣ ಮಾಡಿದ್ದ. ಈ ಕುರಿತು ಸಾಕಷ್ಟು ಹುಡುಗರು ಅವನನ್ನು ಛೇಡಿಸಿದ್ದರು. ಪಂಚಿಟೋಗಂತೂ ಇದು ತಮಾಷೆಯ ವಿಷಯವೇ ಆಗಿತ್ತು. ಅವನ ಪ್ರಕಾರ ಇದು – ಮೀನಿಗೆ ಈಜಬೇಡ ಎಂದಂತೆ. ಆದರೆ ಮಾರ್ಸೆಲೋನಿಗೆ ಇವ್ಯಾವ ಅವಮಾನಗಳೂ ಘಾಸಿಗೊಳಿಸಲಿಲ್ಲ. ಅವನ ಆತ್ಮವಿಶ್ವಾಸ, ದೃಢತೆ ಮತ್ತು ಸಂಕಲ್ಪ ನನಗೆ ಸದಾ ಸ್ಫೂರ್ತಿಯಾಗಿರುತ್ತಿತ್ತು. ಭಾಗಶಃ ನಾಸ್ತಿಕನೇ ಆಗಿದ್ದ ಆರ್ತುರೋಗಿಂತ ಇವನು ಸಂಪೂರ್ಣ ವಿರುದ್ಧ ನಂಬಿಕೆಗಳನ್ನೇ ಹೊಂದಿದ್ದ. ಆದರೂ ಆರ್ತುರೋನಂತೆಯೇ ತಾನು ಒಪ್ಪಿದ ಮೌಲ್ಯಗಳ ಬಗ್ಗೆ ಅಚಲವಾದ ವಿಶ್ವಾಸ ಮತ್ತು ಅಭಿಮಾನವಿತ್ತು. ಇತರರ ಪ್ರಭಾವಕ್ಕೊಳಗಾಗದೇ ತಮ್ಮ ನಂಬಿಕೆ, ಸಿದ್ಧಾಂತಗಳನ್ನೇ ಅನುಸರಿಸಿ ಬದುಕುವ ವಿಧಾನ ಇಬ್ಬರದೂ ಒಂದೇ ಆಗಿತ್ತು. ತನ್ನ ಜೀವನದ ಮುಖ್ಯ ನಿರ್ಧಾರಗಳ ಬಗ್ಗೆ ಅವನು ಸದಾ ಮನನ ಮಾಡುತ್ತಿರುತ್ತಿದ್ದ. ಅವನು ಎಲ್ಲಿದ್ದಾನೆ, ಮುಂದೆ ಭವಿಷ್ಯದಲ್ಲಿ ಎಲ್ಲಿಗೆ ತಲುಪಬೇಕು ಎಂಬೆಲ್ಲದರ ನಿಖರ ಕಲ್ಪನೆ ಅವನಿಗಿತ್ತು. ಮಾರ್ಸೆಲೋನ ಪ್ರಕಾರ ಜಗತ್ತು ಒಂದು ಕ್ರಮದಲ್ಲಿ ಜರುಗುತ್ತದೆ. ಆ ಕ್ರಮವನ್ನು ನಮ್ಮನ್ನು ಸದಾ ಕಾಪಾಡುವ ದೇವರು ನಿರ್ಧರಿಸುವನು. ಅವನ ಆಣತಿಯನ್ನು ನಾವೆಲ್ಲರೂ ಪಾಲಿಸಬೇಕು. ಜೀಸಸ್ ಹೇಳಿರುವಂತೆ ಎಲ್ಲರನ್ನೂ, ದೇವರನ್ನೂ ಪ್ರೀತಿಸಬೇಕು. ಅವನ ಜೀವನ ರೂಪಿತಗೊಂಡಿರುವುದೇ ಈ ಎಲ್ಲ ಮೌಲ್ಯಗಳಿಂದ. ಇದೇ ನಂಬಿಕೆಯೇ ಅವನ ಬಲವಾದ ಆತ್ಮವಿಶ್ವಾಸಕ್ಕೂ ಕಾರಣವಾಗಿತ್ತು. ನಂಬಿಕೆಗಳ ಮೇಲೆ ಯಾವುದೇ ಅನುಮಾನವಿಲ್ಲದ ವ್ಯಕ್ತಿಯೊಬ್ಬನನ್ನು ಅನುಸರಿಸುವುದು

ಸುಲಭದ ಕೆಲಸ. ಆದ್ದರಿಂದ ನಾವೆಲ್ಲರೂ ಮಾರ್ಸೆಲೋನನ್ನು ಸಂಪೂರ್ಣ ನಂಬಿದ್ದೆವು. ಇದೀಗ ನಮ್ಮೆಲ್ಲರಿಗೆ ಅವನ, ಅವನ ನಾಯಕತ್ವದ ಗುಣಗಳ ಅತ್ಯಂತ ಅಗತ್ಯವಿರುವ ಸಮಯದಲ್ಲಿ, ಅವನು ಹೇಗೆ ದುರ್ಬಲಗೊಳ್ಳಲು ಸಾಧ್ಯ?

ಬಹುಶಃ ನಾನಂದುಕೊಂಡಂತೆ ಅವನೆಂದಿಗೂ ಕಾಣುವಷ್ಟು ಗಟ್ಟಿಗನಾಗಿರಲಿಲ್ಲವೇನೋ ಎಂದು ಅನಿಸಿತು. ಆದರೆ ನಂತರ ಅರ್ಥವಾದದ್ದು: ಮಾರ್ಸೆಲೋ ಹೀಗೆ ಮುರಿದು ಬೀಳುತ್ತಿರುವುದು ಅವನ ಮಾನಸಿಕ ದುರ್ಬಲತೆಯಿಂದಲ್ಲ, ಬದಲಾಗಿ ಅದರ ತೀವ್ರ ಪ್ರಬಲತೆಯಿಂದ ಎಂದು. ರಕ್ಷಣಾ ಸಿಬ್ಬಂದಿಯ ಮೇಲೆ ಅವನಿಗೆ ಅಗಾಧ ನಂಬಿಕೆಯಿತ್ತು. ದೇವರು ನಮ್ಮ ಕೈಬಿಡುವುದಿಲ್ಲ. ಅಧಿಕಾರಿಗಳು ನಮ್ಮನ್ನು ಇಲ್ಲಿ ಕೊಳೆಯಲು ಬಿಡಲು ಸಾಧ್ಯವೇ ಇಲ್ಲ, ಎಂಬ ಆಳ ನಂಬಿಕೆ ಅವನದ್ದಾಗಿತ್ತು.

ರೇಡಿಯೋದಲ್ಲಿ ಪ್ರಸಾರವಾದ ಸುದ್ದಿ ಕೇಳಿದ ತಕ್ಷಣ, ಮಾರ್ಸೆಲೋನ ದೃಷ್ಟಿಯಲ್ಲಿ ದೇವರು ಅವನಿಂದ ವಿಮುಖಗೊಂಡಿದ್ದ. ಆದ್ದರಿಂದ ಅವನ ಕಾಲಡಿಯ ಭೂಮಿ ಅಲುಗಾಡಿದಂತಾಗಿತ್ತು. ಜಗತ್ತು ತಿರುಗುಮುರುಗಾಗಿತ್ತು. ಹೀಗಾಗಿ ಅವನನ್ನು ಅತ್ಯುತ್ತಮ ಜೀವಿಯಾಗಿ ರೂಪಿಸಿದ್ದ ಅವನ ಆತ್ಮವಿಶ್ವಾಸ, ಧೈರ್ಯ, ನಂಬಿಕೆ ಎಲ್ಲಕ್ಕೂ ದೊಡ್ಡ ಪೆಟ್ಟಾಗಿತ್ತು. ಅವನ ಅಚಲ ನಂಬಿಕೆ ಅಲುಗಾಡಿದಂತಾಗಿ ಅವನ ನಡೆಯಲ್ಲಿ ಆಯ ತಪ್ಪಿತ್ತು. ಅವನು ಗಾಜಿನಂತೆ ಒಡೆದುಹೋಗಿದ್ದ. ಅವನು ಕತ್ತಲ ನೆರಳಿನಲ್ಲಿ ಕೂತು ಮೌನವಾಗಿ ದುಃಖಿಸುತ್ತಿರುವುದನ್ನು ಕಂಡು ನನಗೆ ಇದ್ದಕ್ಕಿದ್ದಂತೆ ಒಂದು ಹೊಸ ಅರಿವು ಮೂಡಿತು. ಈ ಭಯಾನಕ ಆಗಂತುಕ ಸ್ಥಳದಲ್ಲಿ, ಯಾವುದೇ ವಿಚಾರದ ತೀವ್ರ ನಂಬಿಕೆ, ಅರ್ಥ ಗ್ರಹಿಕೆ ಕೂಡ ಸಾಧ್ಯವಿಲ್ಲ. ಅದು ನಮ್ಮನ್ನು ಕೊಲ್ಲಬಲ್ಲುದು. ಸಾಮಾನ್ಯ ಬದುಕಿನಂತೆ ನಾವಿಲ್ಲಿ ಯೋಚಿಸಹತ್ತಿದರೆ ತೆರಬೇಕಾದ ಬೆಲೆ ನಮ್ಮ ಪ್ರಾಣವೇ ಆಗಬಹುದು. ಆ ಕ್ಷಣದಲ್ಲಿ ನಾನು ನನ್ನೊಳಗೆ, ಈ ಪರ್ವತಗಳನ್ನು ಎಂದಿಗೂ ಅರ್ಥಮಾಡಿಕೊಳ್ಳಲು ಹೋಗುವುದಿಲ್ಲ ಅಥವಾ ಅವುಗಳ ಗ್ರಹಿಕೆ ನಮಗಿದೆ ಎಂಬ ಪೊಳ್ಳು ನಂಬಿಕೆಯಲ್ಲೂ ನಾನು ಇರುವುದಿಲ್ಲ. ಸುಳ್ಳು ಭರವಸೆಗಳಿಂದ ನನ್ನನ್ನು ನಾನು ಬಂಧಿಸಿಕೊಳ್ಳುವುದಿಲ್ಲ. ಮುಂದೆ ಏನಾಗಬಹುದು ಎಂಬುದನ್ನೂ ಸುಮ್ಮನೆ ಊಹಿಸಲು ಹೋಗುವುದಿಲ್ಲ ಎಂದು ಒಂದು ನಿಟ್ಟುಸಿರೊಂದಿಗೆ ಪ್ರತಿಜ್ಞೆ ಮಾಡಿಕೊಂಡೆ. ಏಕೆಂದರೆ, ಇಲ್ಲಿ ಪರ್ವತಗಳ ನಿಯಮಗಳು ತುಂಬಾ ಅಪರಿಚಿತವಾಗಿ ಮತ್ತು ವಿಚಿತ್ರವಾಗಿದ್ದವು. ಮುಂದೆ ನಾನು ಕಾಣಬಹುದಾದಂತಹ, ಅನುಭವಿಸಬಹುದಾದಂತಹ ಕಷ್ಟಕೋಟಲೆಗಳು, ಭಯವಿಹ್ವಲ ಸಂದರ್ಭಗಳು ಸಾಕಷ್ಟಿವೆ ಎಂದು ನನಗೆ ಚೆನ್ನಾಗಿಯೇ ಮನವರಿಕೆಯಾಗಿತ್ತು. ಹಾಗಾಗಿ ನಾನು ಪ್ರತಿಕ್ಷಣವೂ ಅನಿಶ್ಚಿತತೆಯಿಂದಲೇ, ಹಂತ–

ಹಂತವಾಗಿ ಹೆಜ್ಜೆ ಇಡುತ್ತೇನೆ. ನಾನು ಏನನ್ನೂ ಕಳೆದುಕೊಳ್ಳುವುದಕ್ಕೆ ಇಲ್ಲದಂತೆ, ಯಾವುದೇ ವೈಪರೀತ್ಯವೂ ನನ್ನನ್ನು ಅಸ್ವಸ್ಥಗೊಳಿಸದಂತೆ, ಯಾವುದರಿಂದಲೂ ನನ್ನ ಹೋರಾಟ ನಿಲ್ಲದಂತೆ ಈಗಾಗಲೇ ಮೃತನಾದಂತೆ ಬದುಕುತ್ತೇನೆ. ಇನ್ನು ಮುಂದೆ ಯಾವುದೇ ಹೆದರಿಕೆ, ಆತಂಕಗಳೂ ನನ್ನ ಮನಸ್ಸನ್ನು ಅಲುಗಾಡಿಸಲಾರವು ಮತ್ತು ಯಾವುದೇ ಅಪಾಯ, ಗಂಡಾಂತರಗಳೂ ನನ್ನನ್ನು ಛಿದ್ರಗೊಳಿಸಲಾರವು ಎಂದು ಗಂಭೀರವಾದ ತೀರ್ಮಾನಕ್ಕೆ ಬಂದೆ. ನನ್ನಂತರಂಗ ಹಗುರವಾದ ಭಾವ!

ಆ ಇಡೀ ರಾತ್ರಿ ಗಾಳಿ ಜೋರಾಗಿತ್ತು. ನಮ್ಮಲ್ಲಿ ಯಾರೂ ನಿದ್ರಿಸಲಾಗಲಿಲ್ಲ. ದೀರ್ಘ ಅವಧಿಯ ನಂತರ ಕೊನೆಗೂ ಬೆಳಕು ಹರಿಯಿತು. ಒಬ್ಬೊಬ್ಬರೇ ನಮ್ಮ ಮುಖಗಳಿಗೆ ಮೆತ್ತಿದ್ದ ಹಿಮವನ್ನು ಉಜ್ಜಿ ತೆಗೆದೆವು. ನಂತರ ಎಲ್ಲರೂ ವಿಮಾನದ ಹೊರಗೆ ಬಂದು ನಿಂತು ಪರ್ವತಗಳತ್ತ ತೀಕ್ಷ್ಣವಾದ ನೋಟವನ್ನು ಹರವಿದೆವು. ಎಲ್ಲರಲ್ಲೂ ಆ ಮೂವರು ಸ್ನೇಹಿತರ ಸುಳಿವು ಸಿಗಬಹುದೇ ಎಂಬ ಆಸೆ. ಆಕಾಶ ಶುಭ್ರವಾಗಿತ್ತು. ಸೂರ್ಯರಶ್ಮಿಗಳು ಗಾಳಿಯನ್ನು ಬೆಚ್ಚಗಾಗಿಸಿದ್ದವು. ರಾತ್ರಿಯ ಜೋರು ಗಾಳಿಯು ಈಗ ಕಡಿಮೆಯಾಗಿ, ನಾಜೂಕಾಗಿ ಬೀಸಿತ್ತು. ದೂರದವರೆಗೂ ದೃಷ್ಟಿ ಹಾಯಿಸಬಹುದಾಗಿತ್ತು. ಆದರೂ ಘಂಟೆಗಟ್ಟಲೆ ನೋಡುತ್ತಲೇ ಕೂತರೂ, ನಮಗೆ ಯಾವ ಸುಳಿವೂ ಸಿಗಲಿಲ್ಲ. ಸುಮಾರು ಸಮಯದ ನಂತರ, “ದೂರದಲ್ಲೇನೋ ಕದಲುತ್ತಿದೆ, ಅಲ್ಲಿ ಮೇಲೆ...” ಎಂದು ನಮ್ಮಲ್ಲೊಬ್ಬ ಅರಚಿದ.

ಇನ್ನೊಬ್ಬ, “ನನಗೂ ಕಾಣುತ್ತಿದೆ” ಎಂದ.

ನಾನು ದಿಟ್ಟಿಸಿ ನೋಡಿದಾಗ ಕೊನೆಗೆ ನನಗೂ ಕಂಡಿತ್ತು. ಬಿಳಿಹಿಮದ ನಡುವೆ ಮೂರು ಕಪ್ಪು ಚುಕ್ಕೆಗಳು!

“ಅವು ಕಲ್ಲು ಬಂಡೆಗಳು” ಎಂದು ಒಬ್ಬ ಅಲಕ್ಷಿಸಿದ.

“ನಿನ್ನ ತಲೆ ಕೆಟ್ಟಿದೆ. ಅದು ಕದಲುತ್ತಿದೆ ನೋಡು” ಎಂದು ಮತ್ತೊಬ್ಬ ಗದರಿದ.

ಇಳಿಜಾರಿನ ಸ್ವಲ್ಪ ಮೇಲೆ ಒಂದು ಹೆಬ್ಬಂಡೆಯಿತ್ತು. ಆ ಬಂಡೆಯನ್ನೇ ಆಧಾರವಾಗಿಟ್ಟುಕೊಂಡು, ಆ ಮೂರು ಚುಕ್ಕೆಗಳ ಅಂತರವನ್ನು ಅಲ್ಲಿಂದ ಕಣ್ಣಲ್ಲೇ ಅಳತೆ ಮಾಡಿದೆ. ಮೊದಲಿಗೆ ಅವು ಕಲ್ಲುಗಳೇ ಎನಿಸಿತ್ತು. ಆದರೆ ಕೆಲವೇ ನಿಮಿಷಗಳಲ್ಲಿ ಖಾತರಿಯಾಯಿತು. ಅವು ಕದಲುತ್ತಿದ್ದವು. ನಡೆಯುತ್ತಿದ್ದವು. ಅದು ಅವರೇ ಆಗಿದ್ದರು!

“ಅವರು ಬದುಕಿದ್ದಾರೆ!” ನಮ್ಮ ಆ ಕ್ಷಣಿಕ ನೆಮ್ಮದಿಗೆ ಪಾರವೇ ಇರಲಿಲ್ಲ. ಖುಷಿಯಲ್ಲಿ ಕೂಗಾಡಿ, ಒಬ್ಬರನ್ನೊಬ್ಬರು ಅಪ್ಪಿದೆವು.

“ಬನ್ನಿ ಬನ್ನಿ. ಜಗಜ್ಜಟ್ಟಿಗಳೇ ಮೂವರೂ ಬನ್ನಿ! ನಿಮ್ಮಿಂದಲೇ ಇದು ಸಾಧ್ಯ!” ಎಂದು ಎಲ್ಲರ ಹರ್ಷೋದ್ಗಾರ.

ಅವರು ನಮಗೆ ಕಂಡ ನಂತರ ನಾವಿರುವ ಸ್ಥಳ ತಲುಪಲು ಎರಡು ಘಂಟೆಗಳ ಸಮಯವೇ ಬೇಕಾಯಿತು. ಅವರು ನಮ್ಮನ್ನು ತಲುಪುವವರೆಗೂ ನಾವು ಅವರನ್ನು ಹುರಿದುಂಬಿಸಲು ಖುಷಿಯಿಂದ ಕೂಗಾಡುತ್ತಿದ್ದೆವು. ನಮ್ಮ ಸತ್ತ ಸ್ನೇಹಿತರು ಮರಳಿದಷ್ಟು ಹರ್ಷ ನಮಗೆ ಆ ಕ್ಷಣ ದೊರೆತಿತ್ತು. ಆದರೆ ಅವರು ಹತ್ತಿರ ಹತ್ತಿರ ಬರುತ್ತಿದ್ದಂತೆಯೇ ಅವರ ಪರಿಸ್ಥಿತಿಯನ್ನು ಗಮನಿಸಿ ನಮ್ಮ ಉದ್ಗಾರ, ಹರ್ಷ ನಿಂತಿತು. ಅವರು ತುಂಬಾ ದುರ್ಬಲರಾಗಿದ್ದರು. ಹಿಮದಲ್ಲಿ ಕಾಲುಗಳನ್ನೆತ್ತಿಡಲೂ ಹರಸಾಹಸ ಮಾಡುತ್ತಿದ್ದರು. ನಮ್ಮತ್ತ ಬರುತ್ತಿದ್ದಂತೆ ಸಹಾಯಕ್ಕಾಗಿ ಸನ್ನೆ ಮಾಡಿದರು. ಗಸ್ತೆವೋ ಕುರುಡನಂತೆ ತೆವಳುತ್ತಿದ್ದ, ಮೂವರೂ ಎಲ್ಲಾ ಶಕ್ತಿ–ಚೈತನ್ಯಗಳನ್ನೂ ಕಳೆದುಕೊಂಡವರಂತೆ ಕಂಡರು. ಒಂದೇ ರಾತ್ರಿಯಲ್ಲಿ ಆ ಮೂವರೂ ಇಪ್ಪತ್ತು ವರ್ಷ ಹೆಚ್ಚು ವಯಸ್ಸಾದವರಂತೆ ಕಾಣುತ್ತಿದ್ದರು. ಆ ನೋಟ, ಪರ್ವತಗಳು ಅವರ ಎಲ್ಲ ಶಕ್ತಿ, ಯೌವ್ವನಗಳನ್ನು ಹೀರಿಬಿಟ್ಟಂತೆ ಕಾಣುತ್ತಿತ್ತು. ಆಗ ಅವರ ಕಣ್ಣುಗಳಲ್ಲಿ, ಮೊದಲಿರದ ಅದ್ಯಾವುದೋ ವ್ಯತ್ಯಾಸವನ್ನು ಕಂಡೆ. ವಯಸ್ಸಾದ ಮುದುಕರಲ್ಲಿ ಕಾಣುವ ಹೆದರಿಕೆ ಮತ್ತು ನಿವೃತ್ತಿ ಬೆರೆತ ನೋಟ ಅವರ ಮುಖಗಳಲ್ಲಿತ್ತು. ನಾವು ಅವರ ಬಳಿ ಓಡಿ, ಅವರನ್ನು ವಿಮಾನದವರೆಗೂ ಕರೆತಂದು ಮಲಗಿಸಿದೆವು. ರಾಬರ್ಟೋ ಅವರ ಕಾಲುಗಳನ್ನು ಚೆನ್ನಾಗಿ ಉಜ್ಜಿದ. ಗಸ್ತೆವೋ ಕಣ್ಣುಗಳಿಂದ ನೀರು ಜಿನುಗುತ್ತಿರುವುದು ಕಂಡಿತು.

"ಹಿಮದ ಮೇಲಿದ್ದ ಪ್ರಖರ ಬೆಳಕು ಅದು. ಸೂರ್ಯನ ಶಾಖ ಬಹಳವೇ ಇತ್ತು ಅಲ್ಲಿ", ಗಸ್ತೆವೋ ತೊದಲಿದ.

"ನೀನು ಕನ್ನಡಕವನ್ನು ಧರಿಸಲಿಲ್ಲವೇ?" ರಾಬರ್ಟೋ ಪ್ರಶ್ನಿಸಿದ.

"ಅದು ಒಡೆದು ಹೋಯಿತು. ನನ್ನ ಕಣ್ಣಲ್ಲಿ ಮಣ್ಣಿರುವಂತೆ ಭಾಸವಾಗುತ್ತಿದೆ. ನಾನು ಕುರುಡನಾಗಿದ್ದೇನೆ" ಎಂದ ಗಸ್ತೆವೋ.

ರಾಬರ್ಟೋ ತನಗೆ ವಿಮಾನದಲ್ಲಿ ದೊರಕಿದ್ದ ಯಾವುದೋ ಕಣ್ಣಿನ ಔಷಧಿಯನ್ನು ಗಸ್ತೆವೋನ ಕಣ್ಣಿಗೆ ಹಾಕಿದ. ಒಂದು ಬಟ್ಟೆಯನ್ನು ಕಣ್ಣಿಗೆ ಸುತ್ತಿ ಪಟ್ಟಿ ಮಾಡಿದ. ನಂತರ ಸರದಿಯಲ್ಲಿ ಒಬ್ಬೊಬ್ಬರೇ ಅವರ ಕಾಲುಗಳನ್ನು ಉಜ್ಜುವಂತೆ ನಮ್ಮೆಲ್ಲರಿಗೂ ತಿಳಿಸಿದ. ಒಬ್ಬರು ಅವರಿಗಾಗಿ ಮಾಂಸವನ್ನು ತಂದರು. ಅದನ್ನು ತಕ್ಷಣ ಕಸಿದು ಆ ಮೂವರೂ ತಿಂದರು. ಸ್ವಲ್ಪ ಹೊತ್ತು ವಿಶ್ರಮಿಸಿ ನಂತರ ಅವರ ಅನುಭವವನ್ನು ಹಂಚಿಕೊಳ್ಳಲು ಪ್ರಾರಂಭಿಸಿದರು.

"ಆ ಪರ್ವತ ಶಿಖರಗಳು ಒಂದು ದೊಡ್ಡ ಪ್ರಪಾತ. ಕೆಲವು ಕಡೆ ಗೋಡೆ ಏರಿದಂತಾಗುತ್ತದೆ. ಮುಂದಿರುವ ಹಿಮವನ್ನು ಕೊರೆದು ಕೈ ಕಾಲಿಡಲು ಸ್ಥಳ ಮಾಡಿಕೊಂಡು ಮುಂದೆ ಸಾಗಬೇಕು" ಗಸ್ತೆವೋ ಹೇಳಿದ.

“ಮತ್ತೆ ಅಲ್ಲಿ ಗಾಳಿ ಸಹ ತುಂಬಾ ವಿರಳವಾಗಿದೆ. ಏದುಸಿರಿಡುವಂತಾಗಿ ಹೃದಯ ಬಡಿತ ಜಾಸ್ತಿಯಾಗುತ್ತದೆ. ಒಂದೈದು ಹೆಜ್ಜೆ ಇಟ್ಟರೆ ಸುಮಾರು ಒಂದು ಮೈಲು ದೂರ ಓಡಿದಷ್ಟು ಆಯಾಸವಾಗುತ್ತದೆ” ಮಾಸ್ಪೊನ್ಸ್ ದನಿಗೂಡಿಸಿದ.

ನೀವು ಕತ್ತಲಾಗುವುದರೊಳಗೆ ಏಕೆ ಮರಳಲಿಲ್ಲ ಎಂದು ನಾನು ಕೇಳಿದೆ.

ಗಸ್ತೆವೋ, “ನಾವು ದಿನವೆಲ್ಲ ಹತ್ತಿದರೂ ಎತ್ತರದ ಬೆಟ್ಟದ ಅರ್ಧದಷ್ಟೂ ಕ್ರಮಿಸಿರಲಿಲ್ಲ. ನಾವು ತಿರುಗಿ ಬಂದು ಸೋತೆವು ಎಂದು ಹೇಳಲು ಇಷ್ಟವಿರಲಿಲ್ಲ. ಪರ್ವತಗಳ ಆಚೆಬದಿಗೆ ಏನಿದೆ ಎಂದು ತಿಳಿಯಲೇ ಬೇಕು, ಒಳ್ಳೆಯ ಸುದ್ದಿ ತರಬೇಕು ಎಂದು ಮನಸ್ಸು ಮಾಡಿದೆವು. ಆದ್ದರಿಂದ ರಾತ್ರಿ ಅಲ್ಲೇ ಕಳೆದು ನಂತರ ಬೆಳಗ್ಗೆ ನಮ್ಮ ಚಾರಣ ಮುಂದುವರೆಸಬೇಕು ಎಂದು ತೀರ್ಮಾನಿಸಿದೆವು.”

ಅವರಿಗೆ ದಾರಿಯಲ್ಲೊಂದು ಕೂರಬಹುದಾದಂತಹ ಸಮತಟ್ಟಾದ ಜಾಗ ದೊರೆತಿತ್ತಂತೆ. ಅಲ್ಲೊಂದು ದೊಡ್ಡ ಬಂಡೆಗೆ ಹೊಂದಿದಂತೆ ಪುಟ್ಟ ಬಂಡೆಗಳನ್ನು ಬಂಡೆಗಳು ಸೇರಿದ್ದ ಭಾಗ. ಅದು ಅಲ್ಪಸ್ವಲ್ಪ ಚಳಿಗಾಳಿ ತಡೆಯಬಹುದೆಂದು ಬಗೆದರು. ವಿಮಾನದಲ್ಲಿ ಕಳೆದ ಸಾಕಷ್ಟು ಕೆಟ್ಟ ರಾತ್ರಿಗಳ ನಂತರ, ಅದಕ್ಕಿಂತಲೂ ಭಯಾನಕವಾದದ್ದೇನೂ ಇರಲಾರದು ಎನಿಸಿತ್ತು ಅವರಿಗೆ. ಆದರೆ ಬಹುಬೇಗ ಅವರ ಊಹೆ ತಪ್ಪು ಎಂದು ತಿಳಿಯಿತು.

ಆ ಆಘಾತದಿಂದ ಇನ್ನೂ ಹೊರಬರದ ಗಸ್ತೆವೋ, “ಆ ಶಿಖರಗಳ ಮೇಲೆ ಅಸಾಧ್ಯ ಚಳಿ. ಇಲ್ಲಿಗಿಂತಲೂ ಸಾಕಷ್ಟು ಪಟ್ಟು ಹೆಪ್ಪುಗಟ್ಟಿಸುವ ಥಂಡಿ. ಜೀವ ಹೀರಿ ಬಿಡುತ್ತದೆ. ಬೆಂಕಿ ತಗಲಿದಷ್ಟೇ ಯಾತನಾಮಯ. ನಾವು ಬೆಳಗಿನವರೆಗೂ ಬದುಕಿರಬಹುದು ಎಂಬ ಯಾವುದೇ ಆಸೆ ನಮಗುಳಿದಿರಲಿಲ್ಲ” ಎಂದ.

ಪರ್ವತಾರೋಹಣ ಮಾಡಲು ಕಷ್ಟವಾಗದಿರಲೆಂದು ಹಗುರ ಬಟ್ಟೆ ತೊಟ್ಟು ಹೋದದ್ದು ದೊಡ್ಡ ತಪ್ಪು ಎಂಬುದು ಮನವರಿಕೆಯಾಗಿತ್ತು. ಇಡೀ ರಾತ್ರಿ ಒಬ್ಬರನ್ನೊಬ್ಬರು ಹೊಡೆದು, ಗುದ್ದಿಕೊಂಡು ರಕ್ತ ಪರಿಚಲನೆ ನಿಲ್ಲದಂತೆ ಎಚ್ಚರವಹಿಸಿ ಒಬ್ಬರನ್ನೊಬ್ಬರು ತಬ್ಬಿಯೇ ಕೂತಿದ್ದರು. ಘಳಿಗೆಘಳಿಗೆಗೂ ಹೆಚ್ಚಾಗುತ್ತಲೇ ಹೋದ ಚಳಿ ಇನ್ನು ಅವರ ಜೀವ ಹೋದಂತೆಯೇ ಎಂದು ನಂಬಿಸಿತ್ತು. ಆದರೆ ಹೇಗೋ ಕಡೆಗೂ ಸಣ್ಣ ಸೂರ್ಯರಶ್ಮಿಗಳು ಅವರತ್ತ ಹಾಯ್ದದ್ದು ಕಂಡಿತ್ತು. ಅವರು ಬದುಕುಳಿದದ್ದಕ್ಕೆ ಆಶ್ಚರ್ಯ ಪಡುತ್ತಾ ಸುತ್ತ ಚದುರಿದ್ದ ಸೂರ್ಯನ ಕಿರಣಗಳಿಗೆ ಅವರ ಹೆಪ್ಪು ಗಟ್ಟಿದ ಮೈಯೊಡ್ಡಿ ಕೆಲಕಾಲ ಕಳೆದು ನಂತರ ಮರಳಿ ಬಂದಿದ್ದರು.

“ನಿಮಗೆ ವಿಮಾನದ ಹಿಂಬದಿಯ ಭಾಗ ಕಂಡಿತಾ?” ಫಿಟೋ ಆಶಾದಾಯಕವಾಗಿ ಕೇಳಿದ.

ಗಸ್ತೆವೋ, "ಇಲ್ಲ ಆದರೆ ಅಲ್ಲಲ್ಲಿ ಕೆಲ ವಿಮಾನದ ಮುರಿದು ಬಿದ್ದ ತುಣುಕುಗಳು, ಜೊತೆಗೆ ಒಂದಷ್ಟು ಹೆಣಗಳು ಕಂಡವು" ಎಂದು ಹೇಳಿದ. ಕೆಲವರು ಅವರು ಕೂತಿದ್ದ ಕುರ್ಚಿಗಳ ಸಮೇತರಾಗಿ ಹೊರಬಿದ್ದು, ಹಾಗೇ ಹಿಮದಲ್ಲಿ ಅರ್ಧಂಬರ್ಧ ಹೂತುಹೋಗಿದ್ದದ್ದು ಕಂಡಿತು ಎಂದು ವಿವರಿಸಿದ. ಅಲ್ಲಿಂದ ಕೆಲ ವಸ್ತುಗಳನ್ನು ತಂದೆವು ಎಂದು, ಕೈಗಡಿಯಾರಗಳು, ಹಣದ ಚೀಲಗಳು, ಕತ್ತಿನ ಹಾರಗಳು ಇತ್ಯಾದಿಗಳನ್ನು ತೋರಿಸಿದ್ದ.

"ಅಲ್ಲಿ ಸಾಕಷ್ಟು ಹೆಣಗಳು ಬಿದ್ದಿದ್ದವು. ಇನ್ನೂ ಪರ್ವತದ ತುದಿ ಮುಟ್ಟಲು ಸಾಕಷ್ಟು ಏರಬೇಕಾಗಿತ್ತು. ಆದರೆ ಅಷ್ಟು ಶಕ್ತಿ ನಮ್ಮಲ್ಲಿ ಉಳಿದಿರಲಿಲ್ಲ. ಅಷ್ಟೇ ಅಲ್ಲದೆ, ಅಲ್ಲಿ ಮತ್ತೊಂದು ರಾತ್ರಿಯ ಉಗ್ರತೆಗೆ ತುತ್ತಾಗುವ ಯೋಚನೆಯನ್ನೂ ನಮ್ಮಿಂದ ಸಹಿಸಲು ಸಾಧ್ಯವಾಗಲಿಲ್ಲ" ಎಂದ ಗಸ್ತೆವೋ. ಆ ರಾತ್ರಿ ವಾತಾವರಣ ಒಂದಷ್ಟು ಶಾಂತವಾದ ಮೇಲೆ ನಾನು ಗಸ್ತೆವೋನಲ್ಲಿಗೆ ಹೋಗಿ, "ನೀನು ಅಲ್ಲೇನು ಗಮನಿಸಿದೆ? ನಿನಗೇನಾದರೂ ತುದಿ ಕಂಡಿತೆ? ಅದರಾಚೆ? ಎಲ್ಲಾದರೂ ಹಸಿರು ಕಂಡಿತೆ?" ಎಂದು ಕೇಳಿದೆ. ಅದಕ್ಕವನು, ತಲೆಯಾಡಿಸಿ ಇಲ್ಲವೇ ಇಲ್ಲ. ದೂರದೂರದವರೆಗೂ ಬರಿ ಬಿಳಿಯ ಹೊರತು ಮತ್ತೇನೂ ಕಾಣಲಿಲ್ಲ ಎಂದ. ನಾನು ಮತ್ತೆ ಅವನಿಗೆ ಅದೇ ಪ್ರಶ್ನೆಯನ್ನು ಕೇಳಿ, ಯೋಚಿಸುವಂತೆ ಹೇಳಿದೆ. "ಗೊತ್ತಿಲ್ಲ ನ್ಯಾಂಡೊ, ಅದೇನೋ, ಹಳದಿ, ಕಂದು ನನಗೆ ಏನೂ ಅರ್ಥವಾಗಲಿಲ್ಲ. ಅದು ಸಣ್ಣ ಸಣ್ಣ ಕೋನಗಳು. ಆದರೆ ಒಂದಂತೂ ಖಚಿತವಾಯಿತು. ನಾವು ಹೋದ ಆ ಮೇಲಿನ ಸ್ಥಳದಿಂದ ನಮ್ಮ ಈ ವಿಮಾನವಿರುವ ಸ್ಥಳವನ್ನು ಗಮನಿಸಿದರೆ ಏನೂ ಕಾಣುವುದಿಲ್ಲ. ಈ ಅಗಾಧ ಪರ್ವತ ಶ್ರೇಣಿಯ ನಡುವೆ ನಮ್ಮ ಪುಟ್ಟ ವಿಮಾನ ಒಂದು ಸಣ್ಣ ಕಲ್ಲುಬಂಡೆಯ ಹಾಗೂ ಕಾಣಸಿಗುವುದಿಲ್ಲ. ಸಿಬ್ಬಂದಿಯವರು ನಮ್ಮನ್ನು ಎಂದಿಗೂ ಹುಡುಕಲು ಸಾಧ್ಯವಿರಲಿಲ್ಲ" ಎಂದು ಗಂಭೀರವಾಗಿ ನುಡಿದು ನಿಟ್ಟುಸಿರಿಟ್ಟ.

ಸಿಬ್ಬಂದಿಯವರ ಹುಡುಕಾಟ ನಿಂತಿದೆ ಎಂಬ ಸುದ್ದಿ ತಿಳಿದಾಗಿನಿಂದ ನಿಧಾನವಾಗಿ ಎಲ್ಲರಿಗೂ, ಇನ್ನು ನಾವು ಬದುಕುಳಿಯುವ ಸಾಧ್ಯತೆ ಏನಾದರೂ ಇದ್ದಲ್ಲಿ ಅದು ನಮ್ಮ ಪ್ರಯತ್ನದಿಂದಲೇ ಎಂಬುದು ಮನವರಿಕೆಯಾಗುತ್ತಿತ್ತು. ಅಷ್ಟರಲ್ಲಿ ಗಸ್ತೆವೋ ಮತ್ತಿತರರ ಪ್ರಯತ್ನದ ಸೋಲು ಎಲ್ಲರನ್ನೂ ಮತ್ತೆ ಖಿನ್ನತೆಗೆ ದೂಡಿತು. ದಿನಕಳೆದಂತೆ ಮಾರ್ಸೆಲೋ ತನ್ನ ಅಪರಾಧಿ ಮನೋಭಾವನೆಯಿಂದ ಕುಗ್ಗಿ ಕೃಶವಾಗುತ್ತಾ ತನ್ನೆಲ್ಲ ನಾಯಕತ್ವದ ಸತ್ವವನ್ನು ಕಳೆದುಕೊಂಡಿದ್ದ. ಅವನ ಸ್ಥಳವನ್ನು ತುಂಬುವವರು ಯಾರೂ ಇಲ್ಲವಾದರೂ ಗಸ್ತೆವೋ, ಘಟನೆ ಜರುಗಿದ ಮೊದಲ ದಿನದಿಂದಲೂ ಧೈರ್ಯವಾಗಿ ಮುನ್ನಡೆದು, ಎಲ್ಲರಿಗೂ ದಾರಿ ತೋರುತ್ತಿದ್ದವ, ಇದೀಗ ಜರ್ಝರಿತನಾಗಿದ್ದ. ರಾಬರ್ಟೊ ಒಬ್ಬ ಇನ್ನೂ ಸದೃಢನಾಗಿದ್ದ. ಅವನೂ

ಮಾರ್ಸೆಲೋನಂತೆಯೇ ಧೈರ್ಯಸ್ಥ. ಆದರೆ ಅವನು ತೀರ ಮುಂಗೋಪಿ. ಮಾತು ಮಾತಿಗೂ ಕೊಸರಾಡುವ, ಕೋಪಿಸಿಕೊಳ್ಳುವ, ಅಹಂ ಹೆಚ್ಚೇ ಎನ್ನಬಹುದಾದ ತರುಣ. ಮಾರ್ಸೆಲೋನಂತೆ ಇಡೀ ಒಂದು ತಂಡಕ್ಕೆ ಸ್ಫೂರ್ತಿ ನೀಡಿ, ಹುರಿದುಂಬಿಸುವ ಕಲೆ ಇವನಿಗಿರಲಿಲ್ಲ. ಒಬ್ಬ ಮುಂದಾಳಿಲ್ಲದೇ ಗುಂಪು ಒಡೆಯಲು ಪ್ರಾರಂಭವಾಯಿತು. ಹಳೆಯ ಸ್ನೇಹ, ನಂಟುಗಳ ಮೇರೆಗೆ ತಂಡದಲ್ಲಿ ಸಣ್ಣ ಸಣ್ಣ ಗುಂಪುಗಳಾದವು. ಇವುಗಳಲ್ಲಿ ಪ್ರಬಲವಾಗಿದ್ದದ್ದು ಎಂದರೆ ಫಿಟೋ, ಅವನ ಸಹೋದರ ಎಡುರಾಡೋ ಮತ್ತು ಡೇನಿಯಲ್‌ರದ್ದು. ಫಿಟೋ ಅವರಲ್ಲಿ ಚಿಕ್ಕವನು. ಮೊದಲಿಗೆ ಅವನು ತುಂಬಾ ನಾಚಿಕೆ ಸ್ವಭಾವದವನು, ಮೌನಿ ಎಂದು ಬಗೆದಿದ್ದೆ. ಬಹುಬೇಗ ಅವನ ಚುರುಕುತನ ಮತ್ತು ತೀಕ್ಷ್ಣತೆ ನನಗರಿವಾಯಿತು. ನಮ್ಮ ಮುಂದಿನ ಸಮರಕ್ಕಾಗಿ ಈ ಫಿಟೋ ಒಳ್ಳೆಯ ಅಭ್ಯರ್ಥಿಯಾಗಬಹುದು ಎಂದು ನಾನು ಲೆಕ್ಕ ಹಾಕಿದೆ. ಆ ಮೂರು ಸಹೋದರರೂ ಪರಸ್ಪರ ಬಹಳ ಒಗ್ಗಟ್ಟಾಗಿದ್ದರು. ನಾವು ಅವರನ್ನು "ಸಹೋದರರು" ಎಂದೇ ಕರೆಯಲು ಪ್ರಾರಂಭಿಸಿದೆವು. ಅವರ ಗುಂಪು ಮಾದರಿಯಾಗಿ, ಇತರರ ನಡುವೆ ಸಂಭವಿಸಬಹುದಾದ ಜಗಳ, ಕದನಗಳಾಗದಂತೆ ತಡೆಯಿತು. ಆ ಮೂವರೂ ಸೇರಿ ಇತರರಿಗೆ, ನಮ್ಮ ಪ್ರಾಣ ನಮ್ಮ ಕೈಯಲ್ಲೇ ಇದೆ ಎಂಬ ಸತ್ಯವನ್ನು ಮನವರಿಕೆ ಮಾಡಿಸುತ್ತಿದ್ದರು. ಅವರ ಮನವೊಲಿಕೆಯಿಂದಲೇ ಲಿಲಿಯಾನ ಕೊನೆಗೂ ಮಾಂಸವನ್ನು ತಿನ್ನಲು ಪ್ರಾರಂಭಿಸಿದಳು. ಸತ್ತ ಸ್ನೇಹಿತರ ಶರೀರದ ಮಾಂಸವನ್ನು ತಿನ್ನುವುದು, ಅವರಿಂದ ಸಾಧ್ಯವಾಗಬಹುದಾದ ಆಧ್ಯಾತ್ಮಿಕ, ದಿವ್ಯ ಶಕ್ತಿಯನ್ನು ಪಡೆದಂತೆ ಎಂಬ ನಂಬಿಕೆಯನ್ನು ಎಲ್ಲರಲ್ಲೂ ಬಲಪಡಿಸಿದರು. ಅವರ ನಂಬಿಕೆಯನ್ನು ನಾನು ಪ್ರಶ್ನಿಸಲಿಲ್ಲ. ಆದರೆ ನನ್ನ ಪ್ರಕಾರ, ಹೆಣಗಳನ್ನು ತಿನ್ನುವುದು ಬದುಕುಳಿಯುವ ಏಕೈಕ, ಪ್ರಾಯೋಗಿಕ ಮಾರ್ಗ ಮತ್ತು ಅಷ್ಟರ ಹೊರತು ಬೇರೇನೂ ಆಗಿರಲಿಲ್ಲ. ನನ್ನ ಮೃತ ಸ್ನೇಹಿತರು, ತಾವು ಸತ್ತ ನಂತರವೂ, ನಮ್ಮ ಬದುಕುಳಿವಿಯುಕೆಗಾಗಿ ಆಹಾರವಾಗಿ ಸಹಾಯವಾಗುತ್ತಿದ್ದಾರೆ ಎಂಬ ಸತ್ಯ ನನ್ನನ್ನು ಆರ್ದ್ರಗೊಳಿಸಿತ್ತು. ಅದನ್ನು ಹೊರತಾದ ಯಾವ ಆಧ್ಯಾತ್ಮ ಭಾವವೂ ನನ್ನಲ್ಲಿ ಸುಳಿಯಲಿಲ್ಲ. ನನ್ನ ಸ್ನೇಹಿತರು ಸತ್ತಿದ್ದರು. ಅವರ ದೇಹಗಳು ವಸ್ತುವಾಗಿದ್ದವು. ಅದನ್ನು ಉಪಯೋಗಿಸಿಕೊಳ್ಳದೆ ಹೋದರೆ ಅದು ನಮ್ಮ ಮೂರ್ಖತನವಾಗುತ್ತಿತ್ತಷ್ಟೆ.

ದಿನಕಳೆದಂತೆ ಆ ಮಾಂಸವನ್ನು ಕೊಯ್ದು ತರುವಲ್ಲಿ ನಾವು ನಿಪುಣರಾದೆವು. ನಮ್ಮ ಸಹೋದರರ ತಂಡ ಈ ಕೆಲಸವನ್ನು ನಿರ್ವಹಿಸುತ್ತಿತ್ತು. ಈ ಕೆಲಸ ಚೆನ್ನಾಗಿ ಕರಗತವಾಗಿ, ಒಂದು ಹೊಸ ವಿಧಾನವನ್ನೇ ಕಂಡು ಹಿಡಿದರು. ಮಾಂಸವನ್ನು ಸಣ್ಣ ಸಣ್ಣ ತುಂಡುಗಳಾಗಿ ಕತ್ತರಿಸಿ, ಅವನ್ನು ಅಲ್ಯೂಮಿನಿಯಂ ತಟ್ಟೆಗಳಲ್ಲಿಟ್ಟು ಬಿಸಿಲಿಗೆ ಒಣಗಿಸುತ್ತಿದ್ದರು. ಅದರಿಂದ ಜಗಿದು ತಿನ್ನಲು ಸುಲಭವಾಗುತ್ತಿತ್ತು. ಎಂದಾದರೊಮ್ಮೆ

ಸ್ವಲ್ಪ ಬೆಂಕಿ ಹಚ್ಚಿದ್ದಾಗ ಅದರಲ್ಲಿ ಆ ಮಾಂಸವನ್ನು ಬೇಯಿಸಿ ಕೊಡುತ್ತಿದ್ದರು. ಆಗ ಇದ್ದಕ್ಕಿದ್ದಂತೆ ಅದರ ರುಚಿ ಹೆಚ್ಚಾಗಿಬಿಡುತ್ತಿತ್ತು. ಕೆಲವರಿಗೆ ಎಷ್ಟು ದಿನಗಳಾದರೂ ಹೆಣಗಳ ಮಾಂಸವನ್ನು ಸುಲಭವಾಗಿ ಸ್ವೀಕರಿಸಲು ಸಾಧ್ಯವಾಗುತ್ತಿರಲಿಲ್ಲ. ನನಗೆ ದಿನಕಳೆದಂತೆ ಅದು ಸುಲಭವಾಗಿ ಹೋಯಿತು. ಆದರೂ ಎಲ್ಲರೂ ಸ್ವಲ್ಪಮಟ್ಟಿಗೆ ಹಸಿವಿಂಗಿಸುವಷ್ಟು ಮಾಂಸ ಉಣ್ಣುತ್ತಿದ್ದರು. ಬದುಕುವ ಆಸೆ ನಮ್ಮಿಂದ ಏನಾದರೂ ಮಾಡಿಸಬಲ್ಲದು! ನನ್ನ ಮೇಲಿನ ಪ್ರೀತಿಯಿಂದ, ನನ್ನ ತಾಯಿ ಹಾಗೂ ತಂಗಿಯರ ದೇಹವನ್ನು ಯಾರೂ ಮುಟ್ಟುವುದಿಲ್ಲ ಎಂದು ಪ್ರಮಾಣ ಮಾಡಿದ್ದರು. ಅದರ ಹೊರತಾಗಿಯೂ ಕೆಲವು ವಾರಗಳೇ ಕಳೆಯಬಹುದಾದಷ್ಟು ಮಾಂಸ ನಮ್ಮ ಬಳಿ ಇತ್ತು. ಮಾಂಸವು ಹೆಚ್ಚು ದಿನ ಒದಗಲು ನಾವು ಕಿಡ್ನಿ, ಕರುಳು ಮತ್ತು ಹೃದಯವನ್ನೂ ತಿನ್ನಲಾರಂಭಿಸಿದೆವು. ಈ ಒಳಾಂಗಗಳು ಅತ್ಯಂತ ಪೌಷ್ಠಿಕ ಆಹಾರವಾಗಿದ್ದವು. ಇದೆಲ್ಲವನ್ನೂ ತಿಳಿದೂ, ಇದು ನಮ್ಮ ಅತ್ಯಂತ ಮೂಲ ಅಗತ್ಯ ಎಂಬುದನ್ನು ಅರಿತು ಸಹ ನಮ್ಮ ಗುಂಪಿನ ಕೆಲವರು ಸತ್ತ ಸ್ನೇಹಿತರನ್ನು ಕೋಳಿಯಂತೆ ತುಂಡು ತುಂಡಾಗಿಸುತ್ತಿರುವುದನ್ನು ಸಹಿಸದೆ ದುಃಖದಿಂದ ಮೌನಕ್ಕೆ ಶರಣಾದರು.

ಮನುಷ್ಯನ ಮಾಂಸ ತಿಂದರೂ ನನ್ನ ಹಸಿವು ಸಂಪೂರ್ಣ ಇಂಗುತ್ತಿರಲಿಲ್ಲ. ನನ್ನ ಶಕ್ತಿಯನ್ನು ಮರಳಿಸುತ್ತಿರಲಿಲ್ಲ. ನಾವು ಹಸಿವಿನಿಂದ ಕಂಗೆಡುವುದನ್ನು ಕೆಲ ಘಂಟೆಗಳು ತಡವಾಗಿಸುತ್ತಿತ್ತಷ್ಟೇ. ಆದರೆ ಬಹುಬೇಗ ನನ್ನ ಶಕ್ತಿ ಸಂಪೂರ್ಣ ಉಡುಗಿ ಹೋಗಿ, ನನ್ನಾಸೆಯಂತೆ ಪರ್ವತವನ್ನು ಹತ್ತುವ ಶಕ್ತಿಯೂ ಉಳಿದಿರುವುದಿಲ್ಲ ಎಂಬುದು ನನ್ನ ಗ್ರಹಿಕೆಗೆ ಬಂದಿತ್ತು. ಸಮಯ ಮೀರುತ್ತಿತ್ತು. ಇಷ್ಟರಲ್ಲೇ ನಮ್ಮ ದೇಹದ ಶಕ್ತಿಯೆಲ್ಲಾ ಕಳೆದುಕೊಂಡು ನಡೆಯಲು ಸಹ ಸಾಧ್ಯವಿಲ್ಲದೇ ಇಲ್ಲೇ ಕೊಳೆಯಬೇಕಾಗುತ್ತದೆ ಎಂಬ ಈ ವಿಚಾರ ದೊಡ್ಡ ಭಯವಾಗಿ ನನ್ನನ್ನು ಕಾಡಹತ್ತಿತ್ತು. ಅಷ್ಟೇ ಅಲ್ಲದೆ, ನಮ್ಮ ಬಳಿ ಉಳಿದಿರುವ ಹೆಣಗಳೆಲ್ಲವನ್ನೂ ತಿಂದು ಮುಗಿಸಿದ ನಂತರ ನಾವು ಒಬ್ಬರನ್ನೊಬ್ಬರು ನೋಡುತ್ತಾ, ಯಾರು ಮೊದಲು ಸಾಯಬಹುದು, ಯಾರು ನಮ್ಮ ಆಹಾರವಾಗಬಹುದು ಎಂಬುದನ್ನು ಕಾಯುತ್ತಾ ಕೂರುವ ದಿನ ದೂರವಿಲ್ಲ ಎಂಬ ಕಹಿ ಚಿತ್ರ ನನ್ನ ನರನಾಡಿಗಳನ್ನು ಬಿಗಿಗೊಳಿಸುತ್ತಿದ್ದವು. ಕೆಲವೊಮ್ಮೆ, ಸುಮ್ಮನೇ ಎಲ್ಲರಿಗೂ ಕಾಯ್ದು ಕೂತಿರುವ ಬದಲು ನಾನೊಬ್ಬನೇ ಇಲ್ಲಿಂದ ಹೊರಟು ಬಿಡಬೇಕು ಎಂಬ ಆಲೋಚನೆ ಸಹ ಮೂಡುತ್ತಿತ್ತು. ಆದರೆ ಗಸ್ತೆವೋನ ಇತ್ತೀಚಿನ ಸಾಹಸದ ಸೋಲು ನನಗೆ ಹೊಸ ಪಾಠವಾಗಿತ್ತು. ಅತ್ಯಂತ ಬಲಶಾಲಿಯಾಗಿದ್ದ ಗಸ್ತೆವೋನನ್ನೇ ಈ ಹಿಮ ಪರ್ವತಗಳು ಆಂತರಿಕವಾಗಿ ಜರೆದು ಪುಡಿ ಮಾಡಿದ್ದು ನನ್ನಲ್ಲಿ ಭಯ ಮೂಡಿಸಿತ್ತು. ಇಂತಹ ಆಲೋಚನೆಯ ಲಹರಿಯ ಕೆಲವೇ ಕ್ಷಣಗಳಲ್ಲಿ ನನ್ನ ಜಂಘಾಬಲವೇ ಉಡುಗಿಹೋಗಿ, ಗಸ್ತೆವೋನಿಗೇ ಸಾಧ್ಯವಾಗದ್ದು,

ನನಗೆ ಹೇಗೆ ಸಾಧ್ಯ, ಎಂದು ಕುಸಿಯುತ್ತಿದ್ದೆ. ಈ ಬೆಟ್ಟಗಳತ್ತ ನೋಡು, ಇದು ಅಸಾಧ್ಯ, ನಾವು ಇಲ್ಲೇ ಸಿಲುಕಿಕೊಂಡಿದ್ದೇವೆ, ಜೀವಚ್ಛವಗಳಾಗಿದ್ದೇವೆ, ಇಲ್ಲೇ, ಇಷ್ಟರಲ್ಲೇ ನಾವು ಹಿಮಕಳೇಬರಗಳಾಗಿ ಉಳಿದುಬಿಡುತ್ತೇವೆ, ಎಂದೆಲ್ಲಾ ನನಗೆ ನಾನೇ ಹೇಳಿಕೊಳ್ಳುತ್ತಿದ್ದೆ.

ಆದರೆ ಇಂತಹ ಸ್ವಯಂ–ಕರುಣೆ, ಸಂತಾಪಗಳು ಮೇಲೆ ಬಂದು ನನ್ನನ್ನು ಕುಗ್ಗಿಸಿದಾಗಲೆಲ್ಲಾ, ನನ್ನ ತಂದೆಯ ಮುಖ ಕಣ್ಣ ಮುಂದೆ ತೇಲಿ ಬರುತ್ತಿತ್ತು. ಹೆಂಡತಿ, ಮಗಳು ಮತ್ತು ಮಗನನ್ನು ಕಳೆದುಕೊಂಡ ಅವರು ಎಷ್ಟೆಲ್ಲಾ ದುಃಖ, ನೋವುಣ್ಣುತ್ತಿರಬಹುದು. ಆದರೆ ನಾನು ಇಲ್ಲಿ ಬದುಕಿದ್ದೇನೆ ಮತ್ತು ಮರಳುವ ಪ್ರತಿಜ್ಞೆಯನ್ನು ಮಾಡಿದ್ದೇನೆ ಎಂಬ ಮಾತು ನೆನಪಾಗಿ ನನ್ನನ್ನು ನಾನೇ ಎತ್ತಿ ಹಿಡಿಯುತ್ತಿತ್ತು. ವಿರಳವಾಗಿ, ಕೆಲವೊಮ್ಮೆ ಸಂಪೂರ್ಣ ಹತಾಶೆಗೊಳಗಾಗಿ, ಕೈಚೆಲ್ಲಿ ಕೂತು, "ತೆಗೆದುಕೋ ನನ್ನನ್ನು. ನಿನಗೆ ಬೇಕಾದಾಗ ಇದನ್ನು ಮುಗಿಸಿಬಿಡು" ಎಂದು ಬೇಡುವ ಇಚ್ಛೆಯಾಗುತ್ತಿತ್ತು. ಸುಮ್ಮನೆ ಎಲ್ಲ ಹೋರಾಟಗಳನ್ನೂ ತೊರೆದು ಮೌನವಾಗಿ ಆ ಕೊರೆವ ಹಿಮದ ನಡುವೆ ಕೂತುಬಿಡಬೇಕು. ಅಲುಗಾಡದೆ. ಸಮರ ಮುಗಿದೇಹೋಗುತ್ತದೆ ಎಂದು ಅನಿಸುತ್ತಿತ್ತು.

ಈ ಆಲೋಚನೆಗಳು, ಒಂದು ವಿಧವಾದ ಸಮಾಧಾನ, ನೆಮ್ಮದಿಯನ್ನು ನೀಡುತ್ತಿದ್ದವು. ಆದರೆ, ಇಂತಹ ಆಲೋಚನೆಗಳು ಒಂದೆರಡು ಕ್ಷಣ ಹೆಚ್ಚಾಗಿ ನನ್ನ ತಲೆಯಲ್ಲಿ ಓಡಿದರೆ, ಮರುಕ್ಷಣವೇ ನನ್ನೊಳಗಿನ ಆ ದೃಢ ಧ್ವನಿ ಈ ಆಲೋಚನೆಗೆ ಅಡ್ಡಗೋಲು ಹಾಕುತ್ತಿತ್ತು: "ನೀನು ಹತ್ತುವಾಗ, ನಿನ್ನ ಪ್ರತಿ ಬೆರಳೂ ಹಿಮವನ್ನು ಭದ್ರವಾಗಿ ಹಿಡಿಯಲಿ. ಯಾವ ಕಲ್ಲನ್ನೂ, ಅದು ಹಿಡಿಯುತ್ತದೆ ಎಂದು ನಂಬಬೇಡ. ಪ್ರತಿ ಹೆಜ್ಜೆಯನ್ನೂ ಪರೀಕ್ಷಿಸಿ ಮುಂದುವರೆ. ರಾತ್ರಿಗಳನ್ನು ಕಳೆಯಲು ಒಳ್ಳೆಯ ಸೂರು ಹುಡುಕು..."

ಆಗ ಮರಳಿ ನಾನು ಬೆಟ್ಟ ಹತ್ತಿ, ಆದಷ್ಟು ಬೇಗ ನನ್ನ ತಂದೆಯನ್ನು ಸೇರುವ ಕನಸು ಕಾಣುತ್ತಿದ್ದೆ. ನನ್ನ ತಂದೆಯ ಬಗ್ಗೆ ಆಲೋಚನೆ ಬಂದಾಗ ಅವರ ಪ್ರೀತಿಯ ನೇವರಿಸುವಿಕೆ ನನ್ನ ಅನುಭವಕ್ಕೆ ಬರುತ್ತದೆ ಮತ್ತು ಅದು ನನ್ನೆಲ್ಲಾ ಹೆದರಿಕೆ, ಹತಾಶೆಗಳನ್ನು ಮೀರಿದ್ದು. ಹಿಮದ ಮಡುವಲ್ಲಿ ಎರಡು ವಾರ ಕಳೆದ ನಂತರ ನನ್ನ ತಂದೆಯ ಬಗೆಗಿನ ಪ್ರೀತಿ ನನ್ನಲ್ಲಿ ಒಂದು ಜೈವಿಕ ಶಕ್ತಿಯಾಗಿ ಮಾರ್ಪಟ್ಟಿತ್ತು. ನಾನು ಇಂದಲ್ಲ ನಾಳೆ, ಈ ಸ್ಥಳ ತೊರೆದು ಪರ್ವತಾರೋಹಣ ಮಾಡಲೇಬೇಕಾಗಿತ್ತು. ಅದು ನನ್ನ ಸಾವಿನ ಮನೆಗೆ ಕರೆದೊಯ್ದರೂ ಸಹ ನನಗೆ ಬೇರೆ ದಾರಿ ಉಳಿದಿರಲಿಲ್ಲ. ಅದರ ಬಗೆಗೆ ಯೋಚಿಸಿ ಯಾವ ಪ್ರಯೋಜನವೂ ಇರಲಿಲ್ಲ ಏಕೆಂದರೆ ಜಗತ್ತಿಗೆ ನಾನೀಗಾಗಲೇ ಮೃತನಾಗಿದ್ದವನು. ಹಾಗಾಗಿ ನನಗೆ

ಸಾವೇ ಸಿದ್ಧವಿದ್ದರೆ, ಈಗ ಇನ್ನೊಂದಷ್ಟು ಪ್ರಯತ್ನ ಪಟ್ಟು, ಹೆಜ್ಜೆ ಹೆಜ್ಜೆಗೂ ಹೋರಾಡಿ ಸಾಧ್ಯವೇ ಇಲ್ಲ ಎಂದ ನಂತರ ಸಾವಿಗೆ ಶರಣಾಗಬಹುದಲ್ಲವೇ. ಹೀಗೆ ಮಾಡಿದಲ್ಲಿ ಏನಿಲ್ಲವಾದರೂ ನನ್ನ ಮನೆಗೆ, ನನ್ನ ತಂದೆಗೆ ಈಗಿನ ಅಂತರಕ್ಕಿಂತಲೂ ಕಡಿಮೆ ಅಂತರದಲ್ಲಿ ಸಾಯುತ್ತೇನೆ. ನನ್ನ ತಂದೆಗೆ ನನ್ನ ಕೈಲಾದಷ್ಟು ಹತ್ತಿರವಾಗಿ ಪ್ರಾಣ ಬಿಡುವ ಹಂಬಲ ನನ್ನನ್ನು ಬೆಂಬತ್ತಿತ್ತು. ಈ ಎಲ್ಲ ಅನಿಸಿಕೆ, ಪ್ರಯತ್ನಗಳ ನಡುವೆ, ಹತಾಶೆ-ನಿರಾಶೆಗಳ ನಡುವೆ ಇವೆಲ್ಲದರಿಂದಲೂ ತಪ್ಪಿಸಿಕೊಂಡು ನನ್ನ ಮನೆ, ನನ್ನ ತಂದೆಯನ್ನು ಸೇರಿಬಿಡುವ ತೆಳು ಭರವಸೆ ಇದ್ದೇ ಇತ್ತು. ಇಲ್ಲಿಂದ ಹೊರಡಲು ಸಂಪೂರ್ಣ ಸಿದ್ಧನಾದರೂ ಭಯಾನಕ ಅಳುಕಿತ್ತು. ಒಮ್ಮೆ ಹಾಗೆ ಒಮ್ಮೆ ಹೀಗೆ ಮನ ಡೋಲಾಯಮಾನವಾಗಿದ್ದರೂ, ಹೋರಾಟವನ್ನು ಕೈಬಿಡುವ, ನನ್ನ ತಂದೆಯನ್ನು ಮರೆಯುವ ಸೋಲಿಗೆ ನಾನು ಶರಣಾಗಲಿಲ್ಲ. ಪ್ರತಿಬಾರಿಯೂ ಕೊನೆಯಲ್ಲಿ ನನ್ನ ಧನಾತ್ಮಕ ಚಿಂತನೆಗಳೇ ಗೆಲ್ಲುತ್ತಿದ್ದವು. ನನ್ನ ತಂದೆಯ ಬಳಿ ಹೋಗಿ ಅವರನ್ನು ಸಂತೈಸುವ ಕನಸು ಸದಾ ನನ್ನನ್ನು ಎತ್ತಿ ಹಿಡಿಯುತ್ತಿದ್ದವು. ಆದರೆ, ಈ ಪ್ರಯತ್ನವನ್ನು ನಾನೊಬ್ಬನೇ ಮಾಡಲಾಗದು ಎಂಬುದೂ ನನಗೆ ಮನವರಿಕೆಯಾಗಿತ್ತು. ಪ್ರಯಾಣದಲ್ಲಿ ನನಗೆ ಜೊತೆಗಾರರು ಬೇಕಿದ್ದರು. ನನ್ನನ್ನು ಇನ್ನಷ್ಟು ಹುರಿದುಂಬಿಸುವ, ಚೈತನ್ಯ ತುಂಬುವ ಗೆಳೆಯರು ನನಗೆ ಜೊತೆಯಾಗಿ ಹೊರಡಬೇಕಿತ್ತು. ಆದ್ದರಿಂದ ಅವರು ಯಾರಾಗಬಹುದು ಎಂಬುದನ್ನು ಮನದಲ್ಲೇ ಲೆಕ್ಕ ಹಾಕಲು ಪ್ರಾರಂಭಿಸಿದೆ. ಪ್ರತಿಯೊಬ್ಬರ ಧೈರ್ಯ, ಶಕ್ತಿ, ಸಾಮರ್ಥ್ಯ, ಮಾನಸಿಕ ಸ್ಥಿಮಿತ, ಅತಿ ದುರ್ಭರ ಮತ್ತು ಒತ್ತಡದ ಸಂದರ್ಭದಲ್ಲಿನ ಅವರ ಸಂವೇದನಾಶೀಲತೆ. ಹೀಗೆ ಎಲ್ಲ ರೀತಿಯಲ್ಲೂ ತಾಳೆ ಹಾಕುತ್ತಾ ಕ್ಷಣಗಳನ್ನು ಕಳೆಯುತ್ತಿದ್ದೆ.

ಇಪ್ಪತ್ನಾಲ್ಕು ಘಂಟೆಗಳ ಮುನ್ನ ಈ ಪ್ರಶ್ನೆಗೆ ಉತ್ತರ ಸುಲಭವಾಗಿತ್ತು. ನನ್ನೊಡನೆ ಜೊತೆಗೂಡಲು ನಮ್ಮ ನಾಯಕ ಮಾರ್ಸೆಲೋ ಮತ್ತು ಎಲ್ಲರಿಗಿಂತ ಬಲಶಾಲಿಯಾದ ಗಸ್ತೆವೋರನ್ನು ಕೇಳಬಹುದಿತ್ತು. ಆದರೆ ಈಗ ಮಾರ್ಸೆಲೋ ಸಂಪೂರ್ಣ ಕಂಗಾಲಾಗಿದ್ದ. ಗಸ್ತೆವೋ ಕಣ್ಣು ಕಳೆದುಕೊಂಡು ಕುಗ್ಗಿಹೋಗಿದ್ದ. ಕಾಲನ ಆಟವು ಸದಾ ನಮ್ಮನ್ನು ಅಚ್ಚರಿಗೊಳಿಸುತ್ತದೆ! ಆಗ ನಾನು ಗುಂಪಿನ ಇತರ ಬಲಿಷ್ಠ ವ್ಯಕ್ತಿಗಳತ್ತ ನನ್ನ ಗಮನ ಹರಿಸಿದೆ. ಕೆಲವರು ನನ್ನ ಗಮನ ಸೆಳೆದರು. ಫಿಟೋ ಈಗಾಗಲೇ ಅವನ ಧೈರ್ಯ-ಸ್ಥೈರ್ಯಗಳಿಂದ ಎಲ್ಲರ ಗಮನ ಸೆಳೆದಿದ್ದ. ಅವನ ಸಹೋದರರು ಅವನ ಶಕ್ತಿಯಾಗಿದ್ದರು. ನುಮಾ ಸಹ ಫಿಟೋನಂತೆಯೇ ಗಟ್ಟಿಗ. ಅವನು ನಮಗೆ ಹೊಸ ಪರಿಚಯವಾಗಿದ್ದರೂ ಬಹುಬೇಗ ಎಲ್ಲರ ಪ್ರೀತಿಗೆ ಪಾತ್ರನಾಗಿದ್ದ. ಅತ್ಯಂತ ಸಮರ್ಥನಾಗಿದ್ದ. ಗಸ್ತೆವೋನೊಡನೆ ಚಾರಣ ಮಾಡಿ ಬಂದು ಅನುಭವವಿದ್ದ ಡೇನಿಯಲ್ ನನ್ನ ಪಟ್ಟಿಗೆ ಮುಂದಿನ ಹೆಸರಾಗಿ ಸೇರಿದ. ಕೊಕೊನ

ನಿಸ್ವಾರ್ಥತೆ ನನ್ನ ಸೆಳೆದಿತ್ತು. ಅಂಟೋನಿಯೋ, ರಾಯ್ ಮತ್ತು ಕಾರ್ಲಿಟೋಸ್ ಎಂದು ಆಲೋಚಿಸುತ್ತಿರುವಾಗಲೇ ನನಗೆ ಒಳಗಣ್ಣಿಗೆ ಕಂಡದ್ದು ರಾಬರ್ಟೋ. ಅತ್ಯಂತ ಕಠಿಣ, ಬುದ್ಧಿವಂತ, ಶಕ್ತಿವಂತ, ಸಿಟ್ಟು, ಮುಂಗೋಪ ಇವೆಲ್ಲವೂ ಸೇರಿ ರಾಬರ್ಟೋ ಒಬ್ಬ ಸಂಕೀರ್ಣ ವ್ಯಕ್ತಿಯಾಗಿದ್ದ.

ರಾಬರ್ಟೋನ ಜೊತೆಗೆ ಅನುಸರಿಸಿಕೊಂಡು ಹೋಗುವುದು ಅಷ್ಟು ಸುಲಭದ ಕೆಲಸವಾಗಿರಲಿಲ್ಲ. ಮಾಂಟೆವಿಡಿಯೋದಲ್ಲಿ ಪ್ರಸಿದ್ಧ ಹೃದಯತಜ್ಞನ ಮಗನಾಗಿದ್ದ ಅವನು ಬಹಳ ಬುದ್ಧಿವಂತ, ಆತ್ಮವಿಶ್ವಾಸಿಯಷ್ಟೇ ಅಲ್ಲದೆ ದೊಡ್ಡ ಅಹಂಕಾರಿಯೂ ಆಗಿದ್ದ. ಅವನೆಂದೂ ಮತ್ತೊಬ್ಬರ ಮಾತನ್ನು ಕೇಳುತ್ತಿರಲಿಲ್ಲ. ಅವನ ಈ ಗುಣದಿಂದಾಗಿ ಶಾಲೆಯಲ್ಲಿ ಅವನಿಗೆ ಸಾಕಷ್ಟು ತೊಂದರೆಗಳಾಗುತ್ತಿದ್ದವು. ಸುಮಾರು ಬಾರಿ ಶಿಕ್ಷಕರು ಅವನಿಗೆ ತನ್ನ ಪೋಷಕರನ್ನು ಕರೆತರುವಂತೆ ಹೇಳಿ ಕಳಿಸುತ್ತಿದ್ದರು. ಯಾರಿಂದಲೂ ಏನೂ ಹೇಳಿಸಿಕೊಳ್ಳಲು ಅವನು ಇಷ್ಟಪಡುತ್ತಿರಲಿಲ್ಲ. ಉದಾಹರಣೆಗೆ ಅವನು ಶಾಲೆಗೆ ಕುದುರೆಯೇರಿ ಬರುತ್ತಿದ್ದ. ಪ್ರಾಣಿಯೊಂದನ್ನು ಶಾಲೆಗೆ ತರಬಾರದು ಎಂದು ಕ್ರಿಶ್ಚಿಯನ್ ಸಹೋದರರು ಎಷ್ಟು ಬಾರಿ ಹೇಳಿದರೂ ಕೇಳುತ್ತಿರಲಿಲ್ಲ. ಅವರನ್ನು ನಿರ್ಲಕ್ಷಿಸುತ್ತಿದ್ದ. ಅದನ್ನು ಸೈಕಲ್ ನಿಲ್ದಾಣದಲ್ಲಿ ಕಟ್ಟಿ ಹೋಗುತ್ತಿದ್ದ. ಆದರೆ ಆ ಕುದುರೆ ಕೆಲಕ್ಷಣಗಳಲ್ಲೇ ಬಿಡಿಸಿಕೊಂಡು ಶಾಲೆಯ ಅಂಗಳದಲ್ಲಿ, ತೋಟದಲ್ಲಿ ಸುತ್ತಾಡುತ್ತಿತ್ತು. ಇದರಿಂದ ಎಲ್ಲರಿಗೂ ತೊಂದರೆಯಾಗುತ್ತಿತ್ತು. ಕೆಲಬಾರಿ ಅಕ್ಕ ಪಕ್ಕದವರು ದೂರು ಕೊಟ್ಟು, ಪೋಲಿಸರು ರಾಬರ್ಟೋನ ತಂದೆಯೊಂದಿಗೆ ಮಾತನಾಡಿದ್ದರು. ಆದರೂ ಅವನು ಜಗ್ಗಿರಲಿಲ್ಲ.

ಅವನ ಮೊಂಡುತನ, ಹುಂಬತನಕ್ಕೆ ಕಡಿವಾಣ ಹಾಕಲು ಕ್ರಿಶ್ಚಿಯನ್ ಸಹೋದರರು ಅವನನ್ನು ರಗ್ಬೀ ಆಟಕ್ಕೆ ಎಳೆತಂದರು. ಅವನ ತೀಕ್ಷ್ಣತೆ, ಮೊಂಡುತನದ ಶಕ್ತಿಯನ್ನು ಆಟದ ಮೂಲಕ ಪರಿಣಾಮಕಾರಿಯಾಗಿ, ಧನಾತ್ಮಕವಾಗಿ ಮಾರ್ಪಡಿಸಬಹುದು ಎಂಬುದು ಅವರ ಅನಿಸಿಕೆ. ಆಟದಲ್ಲೇನೂ ರಾಬರ್ಟೋ ಅತ್ಯುತ್ತಮ ಪಟುವಾಗಿರಲಿಲ್ಲ. ಆದರೆ ಅವನ ಕಾಲಿನ ಮೂಳೆ–ಮಾಂಸಗಳು ಅತ್ಯಂತ ಸದೃಢವಾಗಿ ಬೆಳೆದು ಎಲ್ಲರೂ ಅವನನ್ನು ಮಸಲ್ಸ್ ಎಂದೇ ಕರೆಯುತ್ತಿದ್ದರು.

ರಗ್ಬೀಯನ್ನು ರಾಬರ್ಟೋ ಪ್ರೀತಿಸಿದ ಆದರೆ ಕ್ರಿಶ್ಚಿಯನ್ ಸಹೋದರರ ಆಶಯದಂತೆ ಆಟವಾಡುವುದರಿಂದ ಅವನ ಹಟಮಾರಿತನವೇನೂ ಕಡಿಮೆಯಾಗಲಿಲ್ಲ. ಜೀವನದಲ್ಲಾಗಲೀ, ಆಟದಲ್ಲಾಗಲೀ ರಾಬರ್ಟೋ ರಾಬರ್ಟೋನೇ ಆಗಿದ್ದ. ಗಂಭೀರದಾಟದ ಸೆಣಸಾಟದ ನಡುವೆಯೂ ಅವನಿಗೆ ಯಾರೂ ತಾನೇನು ಮಾಡಬೇಕು, ಮಾಡಬಾರದು ಎಂದು ಹೇಳುವಂತಿರಲಿಲ್ಲ. ನಮ್ಮ ಪಂದ್ಯದ ಕೋಚ್ ನಾವೇನು ಮಾಡಬೇಕು, ಹೇಗೆ ಆಡಬೇಕು ಎಂದು ಮೊದಲೇ ಹೇಳಿರುತ್ತಿದ್ದರು.

ನಾವೆಲ್ಲರೂ ಹಾಗೆಯೇ ಮಾಡಲು ಪ್ರಯತ್ನಿಸುತ್ತಿದ್ದೆವು. ಆದರೆ ಆ ಸೂಚನೆಗಳು ರಾಬರ್ಟೋ ವಿಚಾರದಲ್ಲಿ ಕೆಲಸ ಮಾಡುತ್ತಿರಲಿಲ್ಲ. ನಮ್ಮ ಕೋಚ್ ಕೆಲವೊಮ್ಮೆ ನೇರವಾಗಿ ಅವನಿಗೇ ಏನಾದರೂ ಸೂಚಿಸಿದಲ್ಲಿ ಅಸಹನೆಯಿಂದ ಅವನ ಕಣ್ಣಾಲಿಗಳು ಕನಲುತ್ತಿದ್ದವು. ಅವನಿಗೆ ಸದಾ ತನ್ನ ಮಾರ್ಗವೇ ಸರಿ ಎನಿಸುತ್ತಿತ್ತು. ತನ್ನ ಜೀವನದ ಪ್ರತಿ ಹಂತವನ್ನೂ ಅವನು ಹೀಗೆಯೇ ದಾಟಿ ಬಂದಿದ್ದ. ನನಗೆ ಅವನ ಗಟ್ಟಿತನ ಒಂದು ಸವಾಲಾಗಿತ್ತು. ಯಾರ ಮಾತನ್ನೂ ಕೇಳದಿರುವುದು ಒಂದು ಹಂತವಾದರೆ, ಗುಂಪಿನ ಮುಖ್ಯ ನಿರ್ಧಾರಗಳಲ್ಲಿ ಅವನಿಗೆ ಸಮ್ಮತಿ ಕಾಣದಾದರೆ, ಎಲ್ಲರೂ ಒಪ್ಪಿದರೂ ಅವನು ಒಪ್ಪುತ್ತಿರಲಿಲ್ಲ. ತನ್ನಿಚ್ಛೆಯಂತೆ ಇರುತ್ತಿದ್ದ. ತನಗೆ ಬೇಕಾದಲ್ಲಿ ಮಲಗುತ್ತಿದ್ದ. ಅವನ ಮನವೊಲಿಸಲು ನಾವು ಅದಕ್ಕಿಂತ ಹೆಚ್ಚು ಬುದ್ಧಿಶಕ್ತಿ ಬಳಸಬೇಕಿತ್ತು ಮತ್ತು ಹೆಚ್ಚು ಚಾಕಚಕ್ಯತೆಯಿಂದ ವರ್ತಿಸಬೇಕಿತ್ತು.

ಆದರೆ, ಅವನ ಎಲ್ಲಾ ಹಟಮಾರಿತನಗಳನ್ನು ಬದಿಗೊತ್ತಿ ನಾನು ಅವನನ್ನು ಗೌರವಿಸುತ್ತಿದ್ದೆ. ಅವನು ನಮ್ಮ ಗುಂಪಿನಲ್ಲೇ ಅತ್ಯಂತ ಚುರುಕಾದವನೂ, ತೀಕ್ಷ್ಣ, ಸೂಕ್ಷ್ಮಮತಿಯೂ ಆಗಿದ್ದ. ಅವನಿಂದಲೇ, ಅವನ ಸಮಯಪ್ರಜ್ಞೆಯಿಂದಲೇ ಗುಂಪಿನ ಸಾಕಷ್ಟು ಮಂದಿ ಇಂದು ಬದುಕುಳಿದಿದ್ದರು. ವಿಮಾನದ ಕುರ್ಚಿಗಳ ದಿಂಬಿನ ಬಟ್ಟೆಗಳನ್ನು ತೆಗೆದು ಹೊದಿಕೆಗಳನ್ನು ಮಾಡಿ ಎಲ್ಲರೂ ಉಪಯೋಗಿಸಬಹುದು ಎಂಬ ಆಲೋಚನೆ ರಾಬರ್ಟೋನದ್ದೇ ಆಗಿತ್ತು. ನಮ್ಮಲ್ಲಿದ್ದ ಅಲ್ಪಸ್ವಲ್ಪ ವೈದ್ಯಕೀಯ ಸರಕನ್ನು ಉಪಯುಕ್ತವಾಗಿ ಬಳಸುವ ಚತುರತೆ ಅವನಿಗೆ ಮಾತ್ರ ಸಾಧ್ಯವಾಗಿತ್ತು. ಇದೇ ರೀತಿ ಅನೇಕ ಸಲಹೆ, ಸೂಚನೆಗಳನ್ನು ನೀಡಿ ಗುಂಪಿಗೆ ಸಾಕಷ್ಟು ಸಹಾಯ ಮಾಡಿದ್ದ. ಅವನು ಬಾಯಿಬಿಟ್ಟು ಹೇಳದಿದ್ದರೂ, ನಮ್ಮ ಗುಂಪಿಗಾಗಿ ಅವನು ಅತ್ಯಂತ ಕಾಳಜಿ ವಹಿಸುತ್ತಿದ್ದುದು, ಜವಾಬ್ದಾರಿ ತೋರುತ್ತಿದ್ದುದು ನನಗೆ ಕಂಡುಬಂದಿತ್ತು. ಆರ್ತುರೋ ಮತ್ತು ರಾಫೆಲ್ ನೋವನುಭವಿಸುತ್ತಿದ್ದಾಗ ಇಡೀ ರಾತ್ರಿ ರಾಬರ್ಟೋ ಅವರ ಪಕ್ಕದಲ್ಲೇ ಕೂತು ಅವರನ್ನು ಆರೈಕೆ ಮಾಡಿದ್ದ. ಅವನಿಗೆ ಆ ಕೆಲಸವನ್ನು ಮಾಡುವಲ್ಲಿ ಯಾವ ಕರುಣೆ, ಸಂವೇದನೆಗಳಿರಲಿಲ್ಲ ಬದಲಾಗಿ ಅದು ತನ್ನ ಕರ್ತವ್ಯ ಎಂದೇ ಭಾವಿಸಿ ಕೆಲಸ ಮಾಡುತ್ತಿದ್ದ.

ರಾಬರ್ಟೋನ ಎಲ್ಲ ಗುಣಗಳನ್ನೂ ತೂಗಿ ನೋಡಿದರೆ, ಅವನು ಪರ್ವತಾರೋಹಣದಲ್ಲಿ ಒಬ್ಬ ಒಳ್ಳೆಯ ಜೊತೆಗಾರನಾಗಬಲ್ಲ ಎಂಬ ನಂಬಿಕೆ ನನಗೆ ಮೂಡಿತು. ನನ್ನ ಆತಂಕ ಅವನಿಗೂ ಮನವರಿಕೆಯಾಗಿತ್ತು. ಎಲ್ಲಕ್ಕಿಂತ ಮುಖ್ಯವಾಗಿ ರಾಬರ್ಟೋ ಜೊತೆಗಿರುವುದು ಬಹಳ ಮುಖ್ಯವಾಗಿತ್ತು. ಏಕೆಂದರೆ, ಆ ಭಯಾನಕ ಪರ್ವತಗಳ ಕೆಚ್ಚನ್ನು ಮುರಿದು ಅವುಗಳಿಗೆ ಸವಾಲೆಸೆಯಬೇಕೆಂದರೆ ನಮ್ಮ ಹಟಮಾರಿ ರಾಬರ್ಟೋನೇ ಸರಿಯಾದವನಾಗಿದ್ದ. ಅವನು ಬರಿಯ ಒಬ್ಬ

ಪಯಣದ ಸಾಥಿಯಾಗಿ ಸರಿಹೊಂದುತ್ತಿರಲಿಲ್ಲ. ಅವನ ಮೊಂಡುತನ ನಮ್ಮ ನಡುವೆ ವೈಮನಸ್ಯಗಳನ್ನು ಸೃಷ್ಟಿಸಿಬಿಟ್ಟರೆ ಎಂಬ ಆತಂಕವಿದ್ದೇ ಇತ್ತು. ರಾಬರ್ಟೋನ ದೃಢ ಮನಸ್ಸು, ಹಟ, ಛಲಗಳೇ ನಮ್ಮನ್ನು ಮುನ್ನುಗ್ಗುವಂತೆ ಹುರಿದುಂಬಿಸುತ್ತದೆ ಎಂಬುವುದರಲ್ಲಿ ನನಗೆ ಯಾವುದೇ ಅನುಮಾನ ಇರಲಿಲ್ಲ. ಮುಂದೇನು ಕಾದಿತ್ತೋ ತಿಳಿದಿರಲಿಲ್ಲ. ಆದರೆ, ರಾಬರ್ಟೊ ನನ್ನೊಂದಿಗೆ ಒಳ್ಳೆಯ ಜೊತೆಗಾರನಾಗಿ ಸಾಗಬಲ್ಲ, ನನ್ನನ್ನು ದುರ್ಬಲ ಕ್ಷಣಗಳಲ್ಲಿ ಹಿಡಿದೆತ್ತಿ ಗಟ್ಟಿಗೊಳಿಸಬಲ್ಲ ಎಂಬ ಮಾತನ್ನು ಮನವರಿಕೆ ಮಾಡಿಕೊಂಡಿದ್ದೆ. ಸಮಯ ನೋಡಿ ನನ್ನ ಯೋಜನೆಯನ್ನು ಅವನ ಮುಂದಿಟ್ಟೆ.

"ರಾಬರ್ಟೊ, ಇದು ನೀನು ಮತ್ತು ನಾನು, ನಮ್ಮಿಬ್ಬರಿಂದ ಮಾತ್ರ ಸಾಧ್ಯವಾಗಬಲ್ಲ ವಿಚಾರ. ನಾವು ಏನಾದರೂ ಮಾಡಲೇಬೇಕು. ಎಲ್ಲರಿಗಿಂತ ನಾವಿಬ್ಬರೂ ಹೆಚ್ಚು ದೈಹಿಕ ಮತ್ತು ಮಾನಸಿಕವಾಗಿ ಶಕ್ತಿಯುತವಾಗಿದ್ದೇವೆ". "ನೀನೊಬ್ಬ ದಡ್ಡ ನ್ಯಾಂಡೊ. ಈ ಹಾಳು ಪರ್ವತಗಳನ್ನು ಗಮನಿಸು. ಅವು ಎಷ್ಟೆತ್ತರವಿರಬಹುದೆಂಬ ಊಹೆಯಾದರೂ ನಿನಗಿದೆಯಾ?" ಎಂದು ತಕ್ಷಣ ಎಗರಾಡಿದ ರಾಬರ್ಟೊ.

ಅದಕ್ಕೆ ನಾನು ಆ ಎತ್ತರೆತ್ತರ ಶಿಖರಗಳನ್ನೊಮ್ಮೆ ನೋಡಿದೆ. "ಇದು ಬಹುಶಃ ನಮ್ಮ ಉರಗ್ವೇಯ ಅತ್ಯಂತ ಎತ್ತರದ ಪರ್ವತಕ್ಕಿಂತ ಎರಡು, ಮೂರು ಪಟ್ಟು ಹೆಚ್ಚಿದೆ" ಎಂದೆ.

"ಹುಚ್ಚನಂತೆ ಮಾತನಾಡಬೇಡ. ನಮ್ಮ ಉರಗ್ವೇಯ ಎತ್ತರದ ಶಿಖರದ ಮೇಲೆ ಹಿಮವಿಲ್ಲ. ಅದು ಬರಿ ಹದಿನೈದು ನೂರು ಅಡಿ ಎತ್ತರವಿದೆ. ಈ ಶಿಖರ ಏನಿಲ್ಲವಾದರೂ ಅದಕ್ಕಿಂತ ಸುಮಾರು ಹತ್ತು ಪಟ್ಟು ಹೆಚ್ಚಿದೆ", ಎಂದು ನನ್ನನ್ನು ಮೂದಲಿಸಿದ.

"ನಮಗೆ ಉಳಿದಿರುವ ದಾರಿಯಾದರೂ ಯಾವುದು? ನಾವೀಗ ಪ್ರಯತ್ನಿಸಲೇಬೇಕು. ನಾನು ನಿರ್ಧರಿಸಿ ಆಗಿದೆ. ನಾನು ಹತ್ತಲು ಹೊರಡುತ್ತೇನೆ. ಆದರೆ ಒಬ್ಬನೇ ಹೋಗಲು ನನಗೆ ಹೆದರಿಕೆ. ನನ್ನ ಜೊತೆ ನೀನಿರಬೇಕು" ಎಂದು ಮನವೊಲಿಸಲು ಪ್ರಯತ್ನಿಸಿದೆ.

ಗಸ್ತೆವೋಗೇನಾಯಿತೆಂದು, ಅವರು ಅರ್ಧಕ್ಕೇ ಮರಳಿದ್ದನ್ನು ಉದಾಹರಣೆಯ ಸಮೇತ ವಿವರಿಸಲು ಪ್ರಯತ್ನಿಸಿದ. ನಾನು ಅಸಹನೆಯಿಂದ, "ಇಲ್ಲಿ ಉಳಿಯಲು ಸಾಧ್ಯವಿಲ್ಲ. ಅದು ನಿನಗೂ ಗೊತ್ತು. ಆದಷ್ಟು ಬೇಗ ನಾವು ಇಲ್ಲಿಂದ ಹೊರಡಬೇಕು" ಎಂದೆ.

"ಸಾಧ್ಯವಿಲ್ಲ! ನಾವು ಒಂದು ಯೋಜನೆಯನ್ನು ಸರಿಯಾಗಿ ರೂಪಿಸಿ ಹೊರಡುವ ಆಲೋಚನೆ ಮಾಡಬೇಕು. ನಮ್ಮ ಪ್ರಯಾಣದಲ್ಲಿ ಉಂಟಾಗಬಹುದಾದ

ಪ್ರತಿ ಸಂದರ್ಭವನ್ನೂ ವಿವರವಾಗಿ ಊಹಿಸಿ, ಅದಕ್ಕೆ ಮೊದಲು ಸಿದ್ಧರಾಗಬೇಕು. ನಾವು ಹತ್ತುವುದಾದರೂ ಹೇಗೆ? ಯಾವ ಬೆಟ್ಟದಿಂದ ಪ್ರಾರಂಭಿಸಬೇಕು? ಯಾವ ದಿಕ್ಕಿನೆಡೆಗೆ ನಡೆಯಬೇಕು?" ಎಂದು ರಾಬರ್ಟೊ ಪ್ರಶ್ನೆಗಳ ಸುರಿಮಳೆಗರೆದ.

ನನಗೂ ಅವನು ಪ್ರಶ್ನೆಗಳನ್ನು ಕೇಳುವುದೇ ಬೇಕಾಗಿತ್ತು. "ನಾನು ಇದನ್ನು ಸತತವಾಗಿ ಯೋಚಿಸುತ್ತಲೇ ಬಂದಿದ್ದೇನೆ. ನಮಗೆ ಆಹಾರ, ಬೆಚ್ಚಗಿನ ಬಟ್ಟೆ ಮತ್ತು ನೀರು ಅಗತ್ಯ..." ನನ್ನ ಮಾತು ಮುಗಿಯುವಷ್ಟರಲ್ಲಿ, ರಾಬರ್ಟೊ, "ನಾವು ಹೆಪ್ಪುಗಟ್ಟಿಸುವ ಕರಾಳ ರಾತ್ರಿಗಳನ್ನು ಹೇಗೆ ಕಳೆಯಬೇಕು?" ಎಂದು ಕೇಳಿದ. "ಕಲ್ಲುಬಂಡೆಗಳ ಬದಿಯಲ್ಲಿ ನಮಗೆ ರಾತ್ರಿ ಕಳೆಯಲು ಸ್ಥಳ ದೊರೆಯಬಹುದು. ಇಲ್ಲವಾದರೆ ನಾವು ಒಂದಷ್ಟು ಜಾಗದ ಹಿಮವನ್ನು ಕೊರೆದು ಸ್ಥಳ ಮಾಡಿಕೊಳ್ಳಬಹುದು" ಎಂದೆ.

"ನಾವು ಹೊರಡುವುದೇ ಆದರೆ, ಅದಕ್ಕೆ ತಕ್ಕ ಸಮಯ ಬಹಳ ಅಗತ್ಯ. ವಾತಾವರಣ ಕೊಂಚ ಸುಧಾರಿಸುವವರೆಗೂ ನಾವು ಕಾಯಬೇಕು" ಎಂದ ರಾಬರ್ಟೊ.

ನಿರಾಶನಾಗಿ ನಾನು, "ಆದರೆ ನಾವು ಇನ್ನು ಕಾಯುವುದರಲ್ಲಿ ಅರ್ಥವಿಲ್ಲ. ಈಗಾಗಲೇ ನಾವು ಸಾಕಷ್ಟು ನಿಶ್ಶಕ್ತರಾಗಿದ್ದೇವೆ" ಎಂದೆ.

ರಾಬರ್ಟೊ ಒಂದು ಕ್ಷಣ ಮೌನವಾದ, ನಂತರ, "ಅದು ನಮ್ಮನ್ನು ಸಾಯಿಸಿಬಿಡುತ್ತದೆ. ಹತರಾಗುತ್ತೇವೆ ನಾವು. ನಿನಗೆ ಇದು ಗೊತ್ತಿದೆಯೆ?" ಎಂದ. ಅದಕ್ಕೂ ನನ್ನ ಬಳಿ ಉತ್ತರ ಸಿದ್ಧವಾಗಿತ್ತು. "ಬಹುಶಃ ಅದು ನಮ್ಮನ್ನು ಕೊಲ್ಲಬಹುದು. ಆದರೆ ನಾವು ಇಲ್ಲೇ ಉಳಿದರೆ ನಾವು ಈಗಾಗಲೇ ಸತ್ತಂತೆ. ಇದು ನನ್ನೊಬ್ಬನಿಂದ ಸಾಧ್ಯವಿಲ್ಲ ರಾಬರ್ಟೊ. ದಯವಿಟ್ಟು ನನ್ನೊಂದಿಗೆ ಬಾ" ಎಂದು ಗೋಗರೆದೆ.

ಒಂದು ಕ್ಷಣ ರಾಬರ್ಟೊ ನನ್ನ ಮುಖವನ್ನೇ ನೇರವಾಗಿ ದಿಟ್ಟಿಸಿದ. ಹಿಂದೆಂದೂ ನನ್ನನ್ನು ನೋಡಿರದಂತೆ ಪರೀಕ್ಷಿಸಿದ. ನಂತರ ಬೆಟ್ಟಗಳತ್ತ ಮುಖಮಾಡಿ ಅದನ್ನೂ ಘಳಿಗೆ ವೀಕ್ಷಿಸಿದ. ಕೊನೆಗೆ, ವಿಮಾನದತ್ತ ನಡೆಯುತ್ತಾ, "ಒಳಗೆ ಹೋಗೋಣ. ಗಾಳಿಯ ತೀವ್ರತೆ ಹೆಚ್ಚುತ್ತಿದೆ. ನನಗೆ ನಡುಗುವಷ್ಟು ಚಳಿಯಾಗುತ್ತಿದೆ" ಎಂದು ಹೇಳಿದ.

ಮುಂದಿನ ಕೆಲ ದಿನಗಳಲ್ಲಿ ಗುಂಪಿನ ಎಲ್ಲರೂ ಪರ್ವತಾರೋಹಣ ಮಾಡುವ ವಿಧಾನಗಳ ಬಗೆಗೆ ಚರ್ಚಿಸಲು ಪ್ರಾರಂಭಿಸಿದ್ದರು. ಹಿಂದೊಮ್ಮೆ, ರಕ್ಷಣಾ ಸಿಬ್ಬಂದಿ ಬಂದೇ ಬರುತ್ತದೆ ಎಂದು ಆಳವಾಗಿ ನಂಬಿದ್ದ ಮಂದಿ ಇಂದು ಅಷ್ಟೇ ಶಿಸ್ತಿನಿಂದ ಬೆಟ್ಟ ಹತ್ತುವ ಯೋಜನೆಯಲ್ಲಿ ಮುಳುಗಿದ್ದರು. ಈ ಯೋಜನೆಯ ಕುರಿತು

ಮೊದಲು ನಾನು ಮಾತನಾಡಲು ಪ್ರಾರಂಭಿಸಿದ್ದರಿಂದ, ಸತತವಾಗಿ ಇದರ ಬಗ್ಗೆ ತರ್ಕ–ವಿತರ್ಕಗಳು ನನ್ನಿಂದಲೇ ಹುಟ್ಟುತ್ತಿದ್ದರಿಂದ, ಗುಂಪಿನ ಜನ ಈ ಕಾರ್ಯಕ್ಕೆ ನಾನೇ ನಾಯಕ ಎಂಬಂತೆ ನೋಡತೊಡಗಿದರು. ನನ್ನ ಜೀವನದಲ್ಲಿ ಹಿಂದೆಂದೂ ಮುಂದಾಳತ್ವ ವಹಿಸಿರಲಿಲ್ಲ. ನಾನು ಸದಾ ಹಿಂದುಳಿಯುತ್ತಿದ್ದೆ. ಇತರರಿಗೆ ಮುಂದೆ ಹೋಗಲು ಬಿಟ್ಟು ಕೊಡುತ್ತಿದ್ದೆ. ಅವರೆಲ್ಲರೂ ನನ್ನನ್ನು ನಾಯಕನಂತೆ ಕಾಣುತ್ತಿದ್ದುದು ನನಗೆ ಮುಜುಗರವೆನಿಸಿತ್ತು. ಮೇಲೆ ಸಾಕಷ್ಟು ಯೋಜನೆಗಳನ್ನು ರೂಪಿಸುತ್ತಿದ್ದರೂ, ಒಳಗೊಳಗೆ ಭಯವಿಹ್ವಲನಾಗಿ ಕುದಿಯುತ್ತಿದ್ದೆ. ಅದ್ಯಾವುದೂ ಅವರಿಗೆ ಕಾಣಲಿಲ್ಲವೆ? ನಮ್ಮೆಲ್ಲರ ಕಥೆ ಮುಗಿದಾಗಿದೆ ಎಂದು ನಂಬಿದ್ದ ಒಬ್ಬ ವ್ಯಕ್ತಿಯನ್ನು ಇವರೆಲ್ಲರೂ ನಾಯಕನೆಂದು ನಂಬುತ್ತಿದ್ದಾರೆಯೆ? ನನಗಂತೂ ಮುಂದಾಳತ್ವ ವಹಿಸುವ ಆಸಕ್ತಿ ಇರಲಿಲ್ಲ. ನನ್ನಷ್ಟಕ್ಕೆ ನಾನು ನನ್ನಲ್ಲಿ ಉಳಿದಿದ್ದ ಅಲ್ಪಸ್ವಲ್ಪ ಚೈತನ್ಯವನ್ನು ಕಾಪಾಡಿಕೊಂಡು ಜೀವ ಉಳಿಸಿಕೊಳ್ಳುವುದು ನನಗೆ ಮುಖ್ಯವಾಗಿತ್ತು. ನಾನು ಅವರಿಗೆಲ್ಲ ಸುಳ್ಳು ಭರವಸೆಯನ್ನು ನೀಡುತ್ತಿದ್ದೇನೆಯೇ ಎಂಬ ಅನುಮಾನ ಒಳಗೇ ನನ್ನನ್ನು ಕೊರೆಯುತ್ತಿತ್ತು. ಆದರೆ ಕೊನೆಗೆ, ಎಲ್ಲರೂ ಭರವಸೆಯೇ ಇಲ್ಲದೆ ಜೀವಂತ ಶವಗಳಾಗಿ ದಿನ ಕಳೆಯುವ ಬದಲು ಸುಳ್ಳು ಭರವಸೆಯಾದರೂ ಸರಿ ಎಂಬ ನಿರ್ಧಾರಕ್ಕೆ ಬಂದೆ. ಅಂದಿನಿಂದ ಯಾವುದೇ ಕೆಟ್ಟ ಆಲೋಚನೆಗಳನ್ನು ಯಾರೊಡನೆಯೂ ಹಂಚಿಕೊಳ್ಳುತ್ತಿರಲಿಲ್ಲ. ನನ್ನಷ್ಟಕ್ಕೆ ನಾನೇ ಮನದಾಳಕ್ಕೆ ನೂಕಿ ಬೀಗ ಜಡಿದಿದ್ದೆ. ಎಲ್ಲರೊಡನೆ ಬರಿಯ ಧನಾತ್ಮಕ ವಿಚಾರಗಳನ್ನೇ ಮಾತನಾಡುತ್ತಿದ್ದೆ. ಎಲ್ಲರನ್ನೂ ಚಾರಣಕ್ಕೆ ಪ್ರಚೋದಿಸುತ್ತಿದ್ದೆ.

ಒಂದು ರಾತ್ರಿ ಇದ್ದಕ್ಕಿದ್ದಂತೆ ಒಂದು ಘಟನೆ ಜರುಗಿತು. ಮಧ್ಯರಾತ್ರಿ ಎಂದಿನಂತೆ ವಿಮಾನದೊಳಗೆ ಕತ್ತಲಾವರಿಸಿ, ಚಳಿಯು ನಮ್ಮನಪ್ಪಿತ್ತು. ನಾನು ನಿದ್ದೆ ಬಾರದೆ ಕಣ್ಣೆವೆ ಮುಚ್ಚಲಾಗದೇ ಹೆಣಗಾಡುತ್ತಿದ್ದೆ. ಮನಸ್ಸಿನಲ್ಲಿ ನೂರಾರು ಆಲೋಚನೆಗಳು ತೇಲಾಡುತ್ತಿದ್ದವು. ಇದ್ದಕ್ಕಿದ್ದಂತೆ ಅದೆಲ್ಲಿಂದಲೋ ನನ್ನ ಮೈ–ಮನ ಸಂಪೂರ್ಣ ರೋಮಾಂಚನವಾಯಿತು. ಯಾವುದೋ ಒಂದು ವಿಶೇಷ ಯೋಜನೆ ಹೊಳೆದು, ಮನಸ್ಸು ಸಂತಸ, ಆವೇಶದಲ್ಲಿ ತೇಲಾಡಿತು. ಒಂದು ಕ್ಷಣ ಕೊರೆಯುವ ಚಳಿ ಎಲ್ಲವೂ ತೊರೆದು ಮೈ ಪೂರ ಬೆಚ್ಚಗಾದಂತೆ ಭಾಸವಾಯಿತು. ಘಟನೆ ಜರುಗಿದ ದಿನದಿಂದ ಈ ದಿನದವರೆಗೆ ನನ್ನಲ್ಲಿ ಈ ಚೈತನ್ಯ, ಹುರುಪನ್ನು ನಾನೆಂದೂ ಅನುಭವಿಸಿರಲಿಲ್ಲ. ಮಲಗಿದ್ದ ನನ್ನ ದೇಹ ತಂತಾನೇ ಎದ್ದು ಕುಳಿತು ಕಣ್ಮುಚ್ಚಿದಂತೆ ಭಾಸವಾಯಿತು. ನಾವು ಬದುಕುಳಿಯುತ್ತೇವೆ ಮತ್ತು ನಮ್ಮ ನಮ್ಮ ಮನೆಗಳನ್ನು ತಲುಪುತ್ತೇವೆ ಎಂದು ಆ ರಾತ್ರಿ ನನಗೆ ಖಾತ್ರಿಯಾಗಿತ್ತು. ಅದೇ ಸಂತೋಷದಲ್ಲಿ ಇತರರನ್ನು ಎಚ್ಚರಗೊಳಿಸಿ, "ಗೆಳೆಯರೇ ಇಲ್ಲಿ ಕೇಳಿ! ನಮಗೇನೂ

ಆಗುವುದಿಲ್ಲ. ನಾವೆಲ್ಲರೂ ಬದುಕುಳಿಯುತ್ತೇವೆ. ನಿಮ್ಮೆಲ್ಲರನ್ನೂ ಕ್ರಿಸ್ಮಸ್ ಹಬ್ಬದ ವೇಳೆಗೆ ಮನೆಗಳಿಗೆ ತಲುಪಿಸುವ ಜವಾಬ್ದಾರಿ ನನ್ನದು!" ಎಂದು ಕಿರುಚಿದೆ.

ನನ್ನ ಈ ಕೂಗಾಟ ಇತರರಿಗೆ ಒಗಟಾಗಿ ಕಂಡಿರಬಹುದು. ಒಂದು ಕ್ಷಣ ಎದ್ದು, ಗೊಣಗಿ ಮತ್ತೆ ಮಲಗಿಬಿಟ್ಟರು. ಕೆಲವೇ ಕ್ಷಣಗಳಲ್ಲಿ ಆ ಭ್ರಮೋದ್ರೇಕ ಕಳೆದಿತ್ತು. ಮತ್ತೆ ಇಡೀ ರಾತ್ರಿ ಆ ವಿಚಿತ್ರ ಉನ್ಮಾದವನ್ನು ಮರಳಿ ಪಡೆಯಲು ಪ್ರಯತ್ನಿಸಿದೆ ಸಾಧ್ಯವಾಗಲಿಲ್ಲ. ಬೆಳಗಾಗುವಷ್ಟರಲ್ಲಿ ನನ್ನ ಮನಸ್ಸು ಮತ್ತೆ ಮೊದಲಿನಂತೆ ಸಂಪೂರ್ಣ ಹೆದರಿಕೆ, ಅನುಮಾನಗಳಿಂದ ತುಂಬಿತ್ತು!

ಅಧ್ಯಾಯ 6

ಸಮಾಧಿ

ಅಕ್ಟೋಬರ್ ಕೊನೆಯ ವಾರದಷ್ಟು ಹೊತ್ತಿಗೆ ವಿಮಾನದ ಸ್ಥಳ ತೊರೆದು ಸಹಾಯವನ್ನು ಹುಡುಕಿ ಹೊರಡುವ ತಂಡವನ್ನು ನಿರ್ಧರಿಸಿದ್ದೆವು. ನಾನು ಹೋಗಿಯೇ ತೀರುತ್ತೇನೆ ಎಂದು ಎಲ್ಲರಿಗೂ ಗೊತ್ತಾಗಿತ್ತು. ನನ್ನನ್ನು ಹೋಗದಂತೆ ತಡೆಯಲು ಬಂಡೆಗೆ ಕಟ್ಟಿಹಾಕುವುದೊಂದೇ ಬಾಕಿ ಉಳಿದಿತ್ತು. ರಾಬರ್ಟೋ ಕೊನೆಗೂ ನನ್ನ ಜೊತೆ ಹೊರಡಲು ಸಿದ್ಧನಾಗಿದ್ದ. ನಮ್ಮಿಬ್ಬರ ಜೊತೆಗೆ ಫಿಟೋ ಮತ್ತು ನುಮಾ ಜೊತೆಯಾದರು. ಆಯ್ಕೆಯಾದ ನಾವು ನಾಲ್ವರನ್ನು ಕಳಿಸಲು ತಂಡದ ಉಳಿದವರು ಸಮ್ಮತಿ ಸೂಚಿಸಿತು. ಅವರೆಲ್ಲರೂ ನಮ್ಮನ್ನು ಯುದ್ಧ ಮಾಡ ಹೊರಡುವ ಸೈನಿಕರೆಂದೇ ಕರೆದರು. ನಮಗಾಗಿ ಹೆಚ್ಚಿನ ಆಹಾರ, ಸಾಧ್ಯವಾದಷ್ಟು ಬೆಚ್ಚಗಿನ ಬಟ್ಟೆ ಮತ್ತು ಸ್ಥಳವನ್ನು ಕೊಟ್ಟು ಚಾರಣಕ್ಕೆ ಅಗತ್ಯ ಶಕ್ತಿಯನ್ನು ತುಂಬುತ್ತಿದ್ದರು.

ಹೊರಡುವ ತಂಡ ನಿಗದಿಯಾದ ನಂತರ ನನ್ನ ಕನಸು ನನಸಾಗುವ ಸೂಚನೆಗಳು ಬಲವಾದವು. ಜೊತೆಜೊತೆಗೇ ತಂಡದ ಆಶಾವಾದ, ಹುಮ್ಮಸ್ಸು ನಿಧಾನವಾಗಿ ಮರುಕಳಿಸಿತು. ಎರಡು ವಾರಗಳ ನಂತರ ನಮ್ಮ ಸಂತೋಷಕ್ಕೆ ಮತ್ತೊಂದು ಕಾರಣ ದೊರೆಯಿತು. ಎಷ್ಟೆಲ್ಲಾ ಕಷ್ಟಗಳು, ತೊಂದರೆಗಳಾದರೂ ಎಂಟು ದಿನಗಳ ಬಳಿಕ ನಮ್ಮಲ್ಲಿ ಯಾರೂ ಸಾವನ್ನಪ್ಪಲಿಲ್ಲ. ಜೀವ ತೊರೆದವರಲ್ಲಿ ನನ್ನ ತಂಗಿ ಸೂಜಿಯೇ ಕೊನೆಯವಳು. ಮೂಳೆಯನ್ನೂ ಕೊರೆಯುವ ಚಳಿ ಇದ್ದರೂ ಸಹ ನಮ್ಮನ್ನು ನಾವು ಕಾಪಾಡಿಕೊಳ್ಳುವಷ್ಟು ಹೆಣಗಳು ಆಹಾರಕ್ಕಾಗಿ ಉಳಿದಿದ್ದವು. ಆದರೆ, ನಾವು ವಿಮಾನದೊಳಗಿದ್ದಷ್ಟು ಕಾಲ ಚಳಿ ತಡೆಯಬಲ್ಲ ಅಭ್ಯಾಸ ಈಗಾಗಲೇ ಎಲ್ಲರಿಗೂ ಆಗಿತ್ತು. ನಮ್ಮ ಪರಿಸ್ಥಿತಿ ಇನ್ನೂ ದಿನೇ ದಿನೇ ಬಿಗಡಾಯಿಸುತ್ತಿತ್ತು, ನಿಜ. ಆದರೆ, ವಿಷಮ ಪರಿಸ್ಥಿತಿಯ ತುರ್ತಿನಿಂದ ಹೊರಬಂದಿದ್ದೇವೆ ಎಂದು ಅರಿವಾಗುತ್ತಿತ್ತು. ಎಲ್ಲ ಜೀವವಿರೋಧಿ ಆತಂಕಗಳನ್ನೂ ತಡೆಯುವ, ನಿಧಾನಿಸುವ ಮಾರ್ಗಗಳನ್ನು ಅನುಭವದಿಂದಲೇ ಚೆನ್ನಾಗಿ ಕಲಿತು, ಇದೀಗ ಚಾರಣಕ್ಕಾಗಿ ಹವಾಮಾನ ಕೊಂಚ ಸುಧಾರಿಸಲು ಕಾಯುತ್ತಿದ್ದೆವು. ಕಾಯುವ ಸಮಯದಲ್ಲಿ ನಮ್ಮ ನಾಲ್ವರ ಶಕ್ತಿವರ್ಧನೆ, ಪೌಷ್ಟಿಕತೆಯ ಬಗೆಗೆ ಎಲ್ಲರೂ ಕಾಳಜಿ ವಹಿಸುತ್ತಿದ್ದರು. ಅತ್ಯಂತ ಘೋರ ಭೀತಿಗಳನ್ನೂ ನಾವು ಅರಗಿಸಿಕೊಂಡುಬಿಟ್ಟಿದ್ದೆವು. ಬಹುಶಃ ನಾವು ಇಪ್ಪತ್ತೇಳು ಮಂದಿಯೂ ಬದುಕುಳಿಯುತ್ತೇವೇನೋ! ಇಲ್ಲದಿದ್ದರೆ ಇಷ್ಟು ದಿನಗಳ ನಂತರವೂ ನಾವು ಬದುಕುಳಿಯುವ ಮಾರ್ಗಗಳನ್ನು ಕಲಿತರಿತು ಉಳಿಯಬಲ್ಲವರಾಗುತ್ತಿದ್ದೆವೆ? ಈ ರೀತಿಯ ಆಲೋಚನೆಯಿಂದ ನಮಗೆ ಸ್ವಲ್ಪ ನೆಮ್ಮದಿ ಮತ್ತು ಧೈರ್ಯ ದೊರೆತಿತ್ತು. ಅದೇ ನೆಮ್ಮದಿಯಲ್ಲಿ ಅಕ್ಟೋಬರ್ 29ನೇ ರಾತ್ರಿ ನಾವೆಲ್ಲಾ ಮಲಗಲು ಸಿದ್ಧರಾದೆವು.

ಗಾಳಿ ಜೋರಾಗಿತ್ತು. ನಾನು ನೆಲದ ಮೇಲೇ ಮಲಗಿದೆ. ನನ್ನ ಪಕ್ಕದಲ್ಲಿ ಲಿಲಿಯಾನ ಮಲಗಿದ್ದಳು. ಕೆಲಕಾಲ ಜೇವಿಯರ್ ಜೊತೆ ಅವರ ಮಕ್ಕಳ ಬಗ್ಗೆ ಮಾತನಾಡಿದಳು. ಲಿಲಿಯಾನಾಳ ಪ್ರತಿ ನಿಮಿಷ, ಕ್ಷಣಗಳೂ ತನ್ನ ಮಕ್ಕಳ ನೆನಪಿನಲ್ಲೇ ಕಳೆಯುತ್ತಿದ್ದವು. ಜೇವಿಯರ್ ಆಕೆಯನ್ನು ಮನೆಯಲ್ಲಿ ಹಿರಿಯರು ಮಕ್ಕಳನ್ನು ಚೆನ್ನಾಗಿ ನೋಡಿಕೊಳ್ಳುತ್ತಾರೆ ಎಂದು ಸಮಾಧಾನ ಪಡಿಸುತ್ತಿದ್ದ. ಅವರಿಬ್ಬರ ನಡುವಿದ್ದ ನಲ್ಮೆ, ಹೊಂದಾಣಿಕೆಯನ್ನು ನೋಡಿ ನನ್ನ ಮನಸ್ಸು ತುಂಬಿ ಬಂದಿತ್ತು. ಅವರಿಬ್ಬರೂ ದೇಹ ಎರಡು ಪ್ರಾಣ ಒಂದಾಗಿದ್ದರು. ಈ ಘಟನೆಗೆ ಮೊದಲು ಅವರಿಬ್ಬರ ದಾಂಪತ್ಯವನ್ನು ನಾನು ಕಂಡು ಮೆಚ್ಚಿದ್ದೆ. ಅದು ನನ್ನ ಕನಸಿನ ದಾಂಪತ್ಯವಾಗಿತ್ತು. ಮೆಚ್ಚಿನ ಸಂಗಾತಿ, ಬೆಚ್ಚನೆಯ ಮನೆ, ಕುಟುಂಬ. ಅವರು ಮತ್ತೆ ಅದೇ ಪರಿಸ್ಥಿತಿಗೆ ಮರಳಲು ಸಾಧ್ಯವೇ ಎಂಬ ಅಳುಕು ನನ್ನ ಮನದಲ್ಲಿತ್ತು. ನನ್ನ ಕಥೆ ಏನಾಗಬಹುದು? ನನ್ನ ಸುಖಿ

ದಾಂಪತ್ಯದ ಸುಂದರ ಕನಸುಗಳೆಲ್ಲಾ ಈ ಹಿಮದಲ್ಲೇ ಹೆಪ್ಪುಗಟ್ಟಿಹೋಗಬೇಕೆ? ಈ ಕ್ಷಣದಲ್ಲಿ, ನಾನು ಮದುವೆಯಾಗಬಹುದಾದ ಆ ಹುಡುಗಿ ಎಲ್ಲಿರಬಹುದು? ಅವಳೂ ಸಹ ಅವಳ ಭವಿಷ್ಯ ಅಂದರೆ ನನ್ನ ಬಗ್ಗೆ ಆಲೋಚಿಸುತ್ತಿರಬಹುದೆ? ನಾನು ಇಲ್ಲೇ ಪ್ರಾಣ ತ್ಯಜಿಸಿದರೆ ಅವಳು ಯಾರನ್ನು ಮದುವೆಯಾಗಬಹುದು? ಕೊರೆವ ಚಳಿಯಲ್ಲಿ ನನ್ನ ಬೆಚ್ಚ ಬೆಚ್ಚನೆಯ ಭಾವ ಲಹರಿ...

"ನಾನಿಲ್ಲಿದ್ದೇನೆ ಕಣೇ ಹುಡುಗಿ. ಈ ಜಗತ್ತಿನ ಅತ್ಯಂತ ಎತ್ತರದ ಹಿಮ ಪರ್ವತದ ಮೇಲೆಲ್ಲೋ ಚಳಿಗೆ ನಡುಗುತ್ತಾ, ನಿನ್ನನ್ನೇ ನೆನಪಿಸಿಕೊಳ್ಳುತ್ತಿದ್ದೇನೆ." ನಾನಿದುವರೆಗೂ ಕಂಡಿರದ ಆ ನನ್ನ ಭಾವೀ ಹುಡುಗಿಗೆ ಕೂಗಿ ಹೇಳಬೇಕೆನಿಸಿತ್ತು.

ಸ್ವಲ್ಪ ಕ್ಷಣಗಳ ನಂತರ ಜೇವಿಯರ್ ನಿದ್ದೆಗೆ ಜಾರಿದ. ಲಿಲಿಯಾನ ನನ್ನತ್ತ ಹೊರಳಿದಳು.

"ನಿನ್ನ ತಲೆ ಈಗ ಹೇಗಿದೆ ನ್ಯಾಂಡೋ? ಇನ್ನೂ ನೋವಿದೆಯೆ?"

"ಸ್ವಲ್ಪ. ಕಡಿಮೆಯಾಗಿದೆ ಈಗ"

"ನೀನು ಇನ್ನೂ ಹೆಚ್ಚು ವಿರಮಿಸಬೇಕು"

"ನೀನು ಮಾಂಸ ತಿನ್ನಲು ಒಪ್ಪಿದ್ದು ನನಗೆ ಸಂತೋಷ" ತಡವರಿಸುತ್ತಲೇ ಹೇಳಿದೆ.

ಅವಳು ನಿಟ್ಟುಸಿರಿಟ್ಟು, "ನನ್ನ ಮಕ್ಕಳನ್ನು ನೋಡಬೇಕು. ನಾನು ತಿನ್ನಲಿಲ್ಲವೆಂದರೆ ಸಾಯುತ್ತೇನೆ. ಅವರಿಗಾಗಿ ಇದನ್ನು ಮಾಡಲೇಬೇಕೆಂದು ನಿರ್ಧರಿಸಿದೆ" ಎಂದಳು. ನಮ್ಮ ಮಾತು ಮುಂದುವರೆಯಿತು.

"ಜೇವಿಯರ್ ಹೇಗಿದ್ದಾನೆ?"

"ಅವನಿನ್ನೂ ಅಸ್ವಸ್ಥನಾಗಿದ್ದಾನೆ. ಆದರೆ ಅವನಿಗೆ ನಂಬಿಕೆಯಿದೆ. ನಿತ್ಯ ದೇವರನ್ನು ಪ್ರಾರ್ಥಿಸುತ್ತಾನೆ. ದೇವರು ಕೈ ಬಿಡಲಾರ ಎಂದು ಹೇಳುತ್ತಿರುತ್ತಾನೆ"

"ನಿನಗೇನನ್ನಿಸುತ್ತದೆ? ದೇವರು ಸಹಾಯ ಮಾಡುತ್ತಾನೆಂಬ ನಂಬಿಕೆ ನಿನಗಿನ್ನೂ ಉಳಿದಿದೆಯೇ? ನನಗೆ ಸಂಪೂರ್ಣ ಸಂಶಯವಿದೆ"

"ಇಲ್ಲಿಯವರೆಗೂ ನಮ್ಮನ್ನು ಕಾಪಾಡಿದ್ದಾನೆ. ಇನ್ನು ಮುಂದೆಯೂ ಅವನಲ್ಲಿ ನಂಬಿಕೆ ಇಡೋಣ"

"ಆದರೆ ನಮ್ಮನ್ನು ಮಾತ್ರ ದೇವರೇಕೆ ಕಾಪಾಡಿದ್ದಾನೆ? ನನ್ನ ಅಮ್ಮ, ತಂಗಿ, ಗೈಡೋ, ಪಂಚಿಟೊ... ಇವರೆಲ್ಲರೂ ಏನು ಮಾಡಿದ್ದರು? ಅವರಿಗೆ ಬದುಕುವುದು ಇಷ್ಟವಿರಲಿಲ್ಲವೆ? ತಮ್ಮನ್ನು ದೇವರು ಕಾಪಾಡಬೇಕು ಎಂದು ಅವರೂ ಪ್ರಾರ್ಥಿಸಿರಲಿಲ್ಲವೆ?"

"ದೇವರ ಇರುವಿಕೆಯನ್ನು ಮತ್ತು ಅವನ ತರ್ಕವನ್ನು ನಮ್ಮಿಂದ ಅರ್ಥ ಮಾಡಿಕೊಳ್ಳಲು ಸಾಧ್ಯವಿಲ್ಲ."

"ಮತ್ತೆ ನಾವೇಕೆ ಅವನನ್ನು ನಂಬಬೇಕು? ಯುದ್ಧದ ಸಮಯದಲ್ಲಿ ಜ್ಯೂ ಸೆರೆಯಾಳುಗಳನ್ನೆಲ್ಲಾ ಏಕೆ ಬರ್ಬರವಾಗಿ ಹತ್ಯೆ ಮಾಡಲಾಯಿತು? ಚಿಕ್ಕ ಪುಟ್ಟ ಕಂದಮ್ಮಗಳೆಲ್ಲಾ ಪ್ಲೇಗು, ಕಾಲರಾ ಬಂದು ಏಕೆ ಸಾಯುತ್ತಿದ್ದಾರೆ? ಜೊತೆಗೆ ಪ್ರಕೃತಿ ವಿಕೋಪಗಳು? ಇವೆಲ್ಲಕ್ಕೂ ಅವನು ಕುರುಡನಾಗಿ, ಇಂದು ಇಲ್ಲಿ ನಮ್ಮನ್ನು ಅದೇಕೆ ಮತ್ತು ಹೇಗೆ ಕಾಪಾಡಿಬಿಟ್ಟ?

ಲಿಲಿಯಾನ ನಿಟ್ಟುಸಿರಿಟ್ಟಳು. ಅವಳ ಬಿಸಿ ಉಸಿರು ನನ್ನ ಮುಖದ ಮೇಲೆ ಬೆಚ್ಚಗೆ ಹಾಯಿತು. "ನೀನು ಬಹಳ ಸಂಕೀರ್ಣನಾಗುತ್ತಿದ್ದೀ. ನಾವು ಮಾಡಬಹುದಾದ್ದು ಆ ದೇವರನ್ನು ನಂಬುವುದು, ಎಲ್ಲರನ್ನೂ ಪ್ರೀತಿಸುವುದು, ಅಷ್ಟೇ" ಅವಳು ನವುರಾಗಿ ಪಿಸುಗುಟ್ಟಿದಳು.

ಅವಳ ಮಾತುಗಳು ನನಗೆ ಸಮ್ಮತಿಯಾಗಲಿಲ್ಲ. ಆದರೆ ಅವಳ ಸೂಕ್ಷ್ಮ ಮತ್ತು ವಾತ್ಸಲ್ಯಭರಿತ ಮಾತುಗಳು ಹಿತವೆನಿಸಿದವು. ಅವಳು ತನ್ನ ಮಕ್ಕಳಿಗಾಗಿ ಎಷ್ಟು ಕೊರಗುತ್ತಿರಬಹುದು ಎಂಬುದನ್ನು ಊಹೆ ಮಾಡಿಕೊಳ್ಳಲು ಪ್ರಯತ್ನಿಸಿದೆ. ಅದೇ ಗುಂಗಿನಲ್ಲಿ ಕಣ್ಣು ಮುಚ್ಚಿ ಅರೆ ನಿದ್ದೆಯಲ್ಲಿ ಮುದುಡಿದೆ. ಅರ್ಧ ಘಂಟೆ ತೂಕಡಿಸಿರಬಹುದು. ಅಷ್ಟರಲ್ಲಿ, ಯಾವುದೋ ದೊಡ್ಡ ಮತ್ತು ಭಾರವಾದ ವಸ್ತು ನನ್ನ ಎದೆಯ ಮೇಲೆ ಬಿದ್ದಂತೆ ಅನುಭವ. ಹೆದರಿ ಎಚ್ಚರಗೊಂಡೆ. ಭೀಕರವಾದುದೇನೋ ಜರುಗಿತ್ತು. ನನ್ನ ಮುಖದ ಮೇಲೆ ಹಿಮದ ದೊಡ್ಡ ಅಡ್ಡಗಲ್ಲು ರಾಚುತ್ತಿದ್ದಂತೆ ಭಾಸವಾಯಿತು. ನನ್ನ ಎದೆಯ ಮೇಲೆ ಇದ್ದ ಆ ಭಾರದ ಕಲ್ಲು ನನ್ನ ಉಸಿರಾಟಕ್ಕೆ ತೊಂದರೆ ಮಾಡಿತ್ತು. ಒಂದು ಕ್ಷಣದ ಆಘಾತದ ನಂತರ ಅಲ್ಲೇನು ನಡೆದಿತ್ತು ಎಂದು ಅರ್ಥವಾಯಿತು.

ನಮ್ಮ ಸುತ್ತಲೂ ಹಿಮಕುಸಿತ ನಡೆದು ಕ್ಷಣಾರ್ಧದಲ್ಲಿ ನಮ್ಮ ವಿಮಾನ ಹಿಮದಿಂದ ತುಂಬಿ ಹೋಗಿತ್ತು. ಒಂದು ಕ್ಷಣ ಸಂಪೂರ್ಣ ಮೌನ ಆವರಿಸಿತ್ತು. ಮರುಕ್ಷಣವೇ ಮತ್ತಷ್ಟು ಹಿಮಮರಳ ರಾಶಿ ಹೊರಳಿ ನನ್ನತ್ತ ಬಂದು ನನ್ನನ್ನು ಸುತ್ತುವರೆದಿತ್ತು. ನಾನು ಕದಲಲು ಪ್ರಯತ್ನಿಸಿದರೆ ನನ್ನ ಇಡೀ ದೇಹ ಸಿಮೆಂಟಿನ ರಾಶಿಯೊಳಗೆ ಹುದುಗಿಸಿಟ್ಟಂತೆ ಭಾಸವಾಯಿತು. ನನ್ನ ಕೈಬೆರಳುಗಳನ್ನು ಸಹ ಅಲುಗಾಡಿಸಲಾಗಲಿಲ್ಲ. ಸಣ್ಣಗೆ ಉಸಿರಾಡಲು ಯತ್ನಿಸುತ್ತಿರುವಷ್ಟರಲ್ಲೇ ನನ್ನ ಮೂಗಿನ ಹೊಳ್ಳೆಗಳೊಳಗೂ, ಬಾಯೊಳಗೂ ಹಿಮಮರಳು ಸಾಕಷ್ಟು ತುಂಬಿತ್ತು. ಉಸಿರಾಡಲು ತುಂಬಾ ಕಷ್ಟವಾಗುತ್ತಿತ್ತು. ಎದೆ ನೋವು ಪ್ರಾರಂಭವಾಯಿತು.

"ಇದು ನನ್ನ ಸಾವು. ಬದುಕಿನಾಚೆಯ ನೋಟವನ್ನು ಇದೀಗ ಕಾಣಲು ಹೊರಟೆ" ಎಂದು ನಾನು ಶಾಂತಚಿತ್ತನಾದೆ. ನಾನು ಆ ಪರಿಸ್ಥಿತಿಯಿಂದ ಪಾರಾಗಲು ಎಲ್ಲ ಪ್ರಯತ್ನಗಳನ್ನೂ ನಿಲ್ಲಿಸಿದೆ. ಮೌನವಾಗಿ ಸಾಯಲು ಸಿದ್ಧನಾದೆ. ಸಾವು ನನ್ನನ್ನು

ತನ್ನೊಳಗೆ ಎಳೆದುಕೊಳ್ಳಲು ಕಾದೆ. ಅಲ್ಲಿ ಯಾವ ಸುವರ್ಣ ಬೆಳಕಿನ ದಾರಿಯೂ ಕಾಣಲಿಲ್ಲ. ಯಾವ ಕಿನ್ನರ, ಗಂಧರ್ವರೂ ಸುಳಿಯಲಿಲ್ಲ. ಕಡುಗಪ್ಪು ಮೌನದ ಹೊರತಾಗಿ ಮತ್ತೇನೂ ಇರಲಿಲ್ಲ. ಇನ್ಯಾವ ಭಯವೂ ಇಲ್ಲ, ಆಲೋಚನೆಯೂ ಇಲ್ಲ, ನನ್ನ ಸಾವಿನ ಘಳಿಗೆ ಸಂಭವಿಸಿತ್ತು. ಕಗ್ಗತ್ತಲು, ಮೌನ ವಿರಾಮ.

ಇದ್ದಕ್ಕಿದ್ದಂತೆ ಕೈಯೊಂದು ನನ್ನ ಮುಖ ಸವರುತ್ತಿದ್ದಂತೆ ಭಾಸವಾಯಿತು. ಕ್ಷಣಾರ್ಧದಲ್ಲಿ ಸಜೀವ ಪ್ರಪಂಚಕ್ಕೆ ನಾನು ಮರಳಿದ್ದೆ. ಯಾರೋ ನನ್ನನ್ನಾವರಿಸಿದ್ದ ಹಿಮರಾಶಿಯ ಹೊಳೆತ್ತಿ ನನ್ನನ್ನು ಹೊರಗೆ ಎಳೆಯುತ್ತಿದ್ದರು. "ಯಾರಿದು?" ಕಾರ್ಲಿಟೊನ ಧ್ವನಿ. ನನ್ನ ಮುಖವಿನ್ನೂ ಸಡಿಲವಾದ ಹಿಮಮರಳಿನಲ್ಲಿ ಹುದುಗಿತ್ತು. ಸಣ್ಣ ದನಿಯಲ್ಲೇ, "ನಾನು ನ್ಯಾಂಡೊ" ಎಂದೆ.

"ತಲೆಯ ಭಾಗದ ಹಿಮವನ್ನು ಮೊದಲು ತೆಗೆಯಿರಿ. ಅವರಿಗೆ ಉಸಿರಾಡಲು ಸಾಧ್ಯವಾಗಲಿ" ಎಂದು ಯಾರೋ ಅರಚುತ್ತಿದ್ದರು.

"ಕೊಕೊ, ಎಲ್ಲಿದ್ದೀ?"

"ಇಲ್ಲಿ ಸ್ವಲ್ಪ ಸಹಾಯ ಮಾಡು!"

"ಯಾರಾದರೂ ಮಾರ್ಸೆಲೋನನ್ನು ನೋಡಿದಿರಾ?"

"ಈಗ ನಾವೆಷ್ಟು ಮಂದಿ ಇದ್ದೇವೆ? ಯಾರು ಕಾಣೆಯಾಗಿದ್ದಾರೆ?"

"ಯಾರಾದರೂ ಲೆಕ್ಕ ಹಾಕಿ, ಎಣಿಸಿ!"

ಜೇವಿಯರ್ ಹುಚ್ಚನಂತೆ ಕಿರುಚಾಡುತ್ತಿದ್ದ. "ಲಿಲಿಯಾನಾ? ಲಿಲಿಯಾನ? ಯಾರಾದರೂ ಸಹಾಯ ಮಾಡಿ! ಸ್ವಲ್ಪ ತಡಿ ಲಿಲಿಯಾನ! ಓಹ್ ದಯವಿಟ್ಟು ಯಾರಾದರೂ ಸ್ವಲ್ಪ ಅವಳನ್ನು ಹುಡುಕಿ".

ವಿಮಾನದ ಪೂರ ಗಲಿಬಿಲಿ, ಕೂಗಾಟವೆಲ್ಲ ಕೆಲ ನಿಮಿಷಗಳು ಮುಂದುವರೆದು ನಂತರ ಸಂಪೂರ್ಣ ನಿಶ್ಯಬ್ದವನ್ನಾವರಿಸಿತು. ನಾನು ನಿಧಾನವಾಗಿ ತೆವಳಿ, ಎದ್ದೆ. ಪಾಂಚೊ ಕೈಲಿ ಹಿಡಿದಿದ್ದ ಸಿಗರೆಟ್ಟಿನ ಬೆಳಕು ಭಯಾನಕವಾಗಿ ಪಸರಿಸಿತ್ತು. ನನ್ನ ಕೆಲ ಸ್ನೇಹಿತರು ನಿಶ್ಚಲವಾಗಿ ಮಲಗಿದ್ದದ್ದು ಕಂಡಿತು. ಮತ್ತೆ ಕೆಲವರು ಹೆಣ, ಭೂತಗಳು ಗೋರಿಯಿಂದ ಎದ್ದು ಬಂದಂತೆ ತೂರಾಡಿಕೊಂಡು ಬರುತ್ತಿದ್ದರು. ನನ್ನ ಮತ್ತೊಂದು ಬದಿಯಲ್ಲಿ ಜೇವಿಯರ್ ಲಿಲಿಯಾನಳ ಕೈ ಹಿಡಿದು ಕೂತಿದ್ದ. ಲಿಲಿಯಾನ ಸತ್ತಿದ್ದಳು. ನಾನು ನಂಬಲಾಗದೆ ತಲೆಯಾಡಿಸಿದೆ. ನನ್ನನ್ನು ಕಂಡು ಜೇವಿಯರನ ದುಃಖ ಮತ್ತಷ್ಟು ಒತ್ತರಿಸಿ ಬಂತು. "ಇದು ಸಾಧ್ಯವಿಲ್ಲ!" ಎಂದು ನಡೆದ ಘಟನೆಯ ಜೊತೆಗೆ ವಾದ ಮಾಡುವಂತೆ, ಅದನ್ನು ನಿಜವೆಂದು ಸ್ವೀಕರಿಸಲು ಸಿದ್ಧನಿಲ್ಲದಂತೆ, ಸಿಟ್ಟು, ಹತಾಶೆಯಿಂದ ಕೂಗಿದೆ. ನನ್ನ ಸುತ್ತುವರೆದಿದ್ದ ಎಲ್ಲರೂ ಅಳುತ್ತಿದ್ದರು. ಜೇವಿಯರ್‌ನನ್ನು ಕೆಲವರು ಸಂತೈಸುತ್ತಿದ್ದರು. ಮತ್ತೆ ಕೆಲವರು ಸುಮ್ಮನೆ ಆಕಾಶವನ್ನು ನೋಡುತ್ತಾ

ಕೂತಿದ್ದರು. ಹಲವಾರು ನಿಮಿಷಗಳು ಯಾರೂ ಮಾತನಾಡಲಿಲ್ಲ. ದಿಗಿಲು, ತಲ್ಲಣ ಸ್ವಲ್ಪ ಕಡಿಮೆಯಾದ ನಂತರ ಅಲ್ಲಿ ನಡೆದದ್ದೇನೆಂದು ಕಂಡ ಕೆಲವರು ವಿವರಿಸಿದರು.

ದೂರದ ಬೆಟ್ಟದಿಂದ ಜೋರಾದ ಶಬ್ದ ಕೇಳಿಬಂತು. ಆಗ ಎಚ್ಚರವಾಗೇ ಇದ್ದ ರಾಯ್, ಜಿಗಿದು ಎದ್ದಿದ್ದ. ಕಣ್ಣುಮಿಟುಕಿಸಿ ಏನಾಗುತ್ತಿದೆ ಎಂದು ವಿಚಾರ ಮಾಡುವಷ್ಟರಲ್ಲಿ ಹಿಮಕುಸಿತವಾಗಿ ವಿಮಾನದೊಳಗೆ ಹಿಮರಾಶಿ ತೂರಿ ಬಂತು. ಪೆಟ್ಟಿಗೆಗಳಿಂದ ತಯಾರಿಸಿದ ವಿಮಾನದ ಬಾಗಿಲ ಬಳಿಯೇ ಮಲಗಿದ್ದ ರಾಯ್ ಸೊಂಟ ಮಟ್ಟ ಮುಳುಗಿಹೋಗುವಷ್ಟು ಹಿಮಾವೃತಗೊಂಡಿತ್ತು ವಿಮಾನ. ಮಲಗಿದ್ದ ಇತರರೆಲ್ಲರೂ ಹಿಮದ ಮಡುವಿನಲ್ಲಿ ಹೂತು ಹೋಗಿದ್ದನ್ನು ಹೆದರಿಕೆಯಿಂದ ರಾಯ್ ಗಮನಿಸಿದ್ದ. ಅವನನ್ನು ಹೊರತಾಗಿ ಉಳಿದೆಲ್ಲರೂ ಸತ್ತೇಹೋದರೇನೋ ಎಂದು ಆತಂಕದಿಂದ ಒಂದು ಕ್ಷಣ ತಡವರಿಸದೆ ಹಿಮವನ್ನು ಅಗೆಯ ತೊಡಗಿದನು. ಕಾರ್ಲಿಟೊ, ಫಿಟೋ ಮತ್ತು ರಾಬರ್ಟೊರನ್ನು ಹೊರಗೆಳೆದ, ಅವರು ಜೀವಂತವಾಗಿದ್ದರು. ಮತ್ತಷ್ಟು ಹುರುಪಿನಿಂದ ಎಲ್ಲರೂ ಕೂಡಿ ಸಾಧ್ಯವಾದಷ್ಟು ವೇಗವಾಗಿ ತಮ್ಮನ್ನು ಮುಳುಗಿಸಿದ್ದ ಹಿಮವನ್ನು ಅಗೆಯತೊಡಗಿದರು. ಅವರು ಅಷ್ಟು ಕಷ್ಟಪಟ್ಟು ಪರದಾಡಿದರೂ ನಮ್ಮ ಎಲ್ಲ ಸ್ನೇಹಿತರನ್ನು ಉಳಿಸಿಕೊಳ್ಳಲು ಸಾಧ್ಯವಾಗಲಿಲ್ಲ. ನಮ್ಮ ತಿಜೋರಿಯಿಂದ ಕೆಲವು ಅಮೂಲ್ಯಗಳೇ ಕಳೆದುಹೋಗಿದ್ದವು. ನಮ್ಮ ನಾಯಕ ಮಾರ್ಸೆಲೋ ಮೃತನಾಗಿದ್ದ. ಅವನ ಜೊತೆಗೇ ಎನ್ರಿಕೊ, ಕೊಕೊ, ಡೇನಿಯಲ್, ಕಾರ್ಲೋಸ್, ಜಾನ್ ಎಲ್ಲರೂ ಇನ್ನಿಲ್ಲವಾಗಿದ್ದರು. ವಿಮಾನಾಪಘಾತವಾದ ಮೂರನೇ ದಿನ ನಾನಿನ್ನೂ ಕೋಮಾದಲ್ಲಿದ್ದಾಗ ನನ್ನನ್ನು ಬೆಚ್ಚನೆಯ ಸ್ಥಳಕ್ಕೆಳೆದು, ಕೈಕಾಲುಜ್ಜಿ ನನ್ನನ್ನು ಮರಗಟ್ಟಿ ಸಾಯುವುದರಿಂದ ತಡೆದಿದ್ದ ದಿಯಾಗೊ ಸಹ ಈಗ ಮರಣಕ್ಕೆ ತುತ್ತಾಗಿದ್ದ. ಹಿಮಪಾತದ ಕೆಲವೇ ಘಂಟೆಗಳಿಗೆ ಮೊದಲು ನನ್ನ ಪಕ್ಕದಲ್ಲೇ ಮಲಗಿ ನನ್ನನ್ನು ಮುದವಾಗಿ ಮಾತನಾಡಿಸಿದ್ದ, ತನ್ನ ಮಕ್ಕಳನ್ನು ಕಾಣಲು ತಾನು ಮಾಂಸ ತಿನ್ನಲು ಒಪ್ಪಿದೆ ಎಂದು ಹೇಳಿದ್ದ ಲಿಲಿಯಾನ ನಮ್ಮನ್ನಗಲಿದ್ದಳು.

ಎದುರಾದ ಎಲ್ಲ ಪರೀಕ್ಷೆಗಳಿಗೂ ಉಪಾಯ ಹುಡುಕಿ ಧೈರ್ಯದಿಂದ ಮುಖಾಮುಖಿಯಾಗಬಹುದು ಎಂದು ಪೊಳ್ಳು ಭರವಸೆಯನ್ನು ಕಟ್ಟಿಕೊಂಡಿದ್ದ ನಮಗೆ ಪ್ರಕೃತಿ ಹೊಸ ಸವಾಲೆಸೆದಿತ್ತು. ನಿಸರ್ಗದ ಶಕ್ತಿಯ ಮುಂದೆ ಮಾನವ ಅಣು ಸಮಾನ ಎಂಬ ಸತ್ಯ ನಮಗೆ ಮತ್ತೊಮ್ಮೆ ಮನವರಿಕೆಯಾಗಿತ್ತು. ಕೆಲದಿನಗಳಿಂದ ಸ್ವಲ್ಪ ಲವಲವಿಕೆಯಿಂದ ಇರುತ್ತಿದ್ದ ನಮ್ಮ ಗುಂಪು ಇನ್ನಿಲ್ಲದ ನಿರಾಶೆಯಲ್ಲಿ ಮುಳುಗಿಹೋಯಿತು. ಸ್ನೇಹಿತರ ಸಾವು ನಮ್ಮನ್ನು ಜರ್ಜರಿತಗೊಳಿಸಿತ್ತು. ಈ ಸ್ಥಳದಲ್ಲಿ ಇನ್ನು ಹೆಚ್ಚಿನ ದಿನಗಳು ಜೀವಂತ ಉಳಿಯುವುದು ಖಂಡಿತ ಸಾಧ್ಯವಿಲ್ಲ

ಎಂದು ಎಲ್ಲರಿಗೂ ಮನವರಿಕೆಯಾಗಿತ್ತು. ಈ ಪರ್ವತಗಳು ನಾವು ಊಹಿಸಲು ಸಾಧ್ಯವೇ ಆಗದ ರೀತಿಯಲ್ಲಿ ಪ್ರಾಣ ಕಸಿದುಕೊಳ್ಳಬಹುದು. ನಮ್ಮ ಅತಿ ಸೂಕ್ಷ್ಮ ನಿರೀಕ್ಷೆಗಳಿಗೂ ನಿಲುಕದ ಈ ಪರ್ವತಗಳ ಹುನ್ನಾರು ನನ್ನನ್ನು ದಿಗಿಲುಗೊಳಿಸಿತ್ತು. ಇದನ್ನು ನಾನು ಹೇಗೆಂದು ಅರ್ಥ ಮಾಡಿಕೊಳ್ಳಲಿ? ಡೇನಿಯಲ್ ನನ್ನ ಬಲ ಭಾಗದ ಕೆಲವೇ ಇಂಚುಗಳ ದೂರದಲ್ಲಿ ಮಲಗಿದ್ದ. ಎಡಭಾಗದಲ್ಲಿ ಲಿಲಿಯಾನ. ಇಬ್ಬರೂ ಸತ್ತಿದ್ದರು. ನಾನು ಮಾತ್ರ ಹೇಗೆ ಬದುಕುಳಿದೆ. ನಾನು ಹೆಚ್ಚು ಗಟ್ಟಿಗನಾಗಿದ್ದೆನಾ? ಅವರಿಗಿಂತಲೂ ಹೆಚ್ಚು ಸಿದ್ಧನಾಗಿದ್ದೆನಾ? ಡೇನಿಯಲ್ ಮತ್ತು ಲಿಲಿಯಾನ ಇಬ್ಬರಿಗೂ ನನ್ನಷ್ಟೇ ಬದುಕುವ ಆಸೆಯಿತ್ತು. ನನ್ನಷ್ಟೇ ಬಲವಾಗಿದ್ದರು, ನನ್ನಷ್ಟೇ ಪ್ರಬಲವಾಗಿ ಬದುಕಲು ಹೆಣಗಾಡುತ್ತಿದ್ದರು. ನಿಸರ್ಗದ ಈ ಆಟವನ್ನು ನನಗೆ ಗ್ರಹಿಸಲು ಸಾಧ್ಯವೇ ಆಗಲಿಲ್ಲ. ವಿಮಾನದಲ್ಲಿ ಪಂಚಿಟೋ ನನ್ನ ಸ್ಥಳವನ್ನು ಬದಲಾಯಿಸಿ ನನ್ನನ್ನು ಸಾವಿನಿಂದ ರಕ್ಷಿಸಿದ್ದು, ನನ್ನ ತಾಯಿ ಮತ್ತು ತಂಗಿ ಸಾವಿನ ಅಂಚಿನಲ್ಲಿ ಕೂತು ನನ್ನನ್ನು ಹಿಂದಿನ ಸಾಲಿಗೆ ಕಳಿಸಿದ್ದರು. ಇದೀಗ ನನ್ನನ್ನು ಬದುಕಿಸಿಕೊಳ್ಳಲು ಹೆಣಗಾಡಿದ ಇತರ ಸ್ನೇಹಿತರನ್ನೂ ನಾನು ಕಳೆದುಕೊಂಡಿದ್ದೆ. ಸಾವಿನ ಈ ಮನಸೋ ಇಚ್ಛೆಯ ಕಟ್ಟಳೆ, ನಿಯಮಗಳನ್ನು ಕಂಡು ನನಗೆ ತುಂಬಾ ಹೆದರಿಕೆಯಾಯಿತು. ಎಷ್ಟೇ ಧೈರ್ಯ, ಜೀವರಕ್ಷಕ ಯೋಜನೆಗಳು ಏನೇ ಮಾಡಿಕೊಂಡು ನಾವು ಮುಂದುವರೆಯುತ್ತಿದ್ದರೂ, ಯಾವ ಕ್ಷಣದಲ್ಲಿ, ಯಾವ ಶೂನ್ಯ ಘಳಿಗೆಯಲ್ಲಿ ಹೇಗೆ ನಮ್ಮನ್ನು ನಮ್ಮಿಂದ ಕಸಿದುಕೊಂಡು ಬಿಡುತ್ತದೆ!

ಅದೇ ರಾತ್ರಿ ಇನ್ನೂ ಹೊತ್ತು ಕಳೆದ ಮೇಲೆ ನನ್ನ ಈ ಹೆದರಿಕೆಯ ಆಲೋಚನೆಗಳನ್ನು ಅಣಕಿಸಲೆಂದೇ ಪರ್ವತಗಳು ಮತ್ತೊಂದು ಹಿಮಕುಸಿತವನ್ನು ಕಾಣಿಕೆಯಾಗಿಸಿದ್ದವು. ಎಲ್ಲರೂ ಎಚ್ಚರವಾಗಿಯೇ ಇದ್ದು ಭೋರ್ಗರೆವ ಶಬ್ದ ಕೇಳಿಯೇ ತಕ್ಷಣ ವಿಮಾನದಿಂದ ಹೊರಗೋಡಲು ಪ್ರಯತ್ನಿಸಿದೆವು. ಆದರೆ ನಮ್ಮ ವೇಗ ಅದಕ್ಕೆ ಯಾವ ಸಮ. ಕ್ಷಣಾರ್ಧದಲ್ಲಿ ನಮ್ಮನ್ನು ಮತ್ತೆ ಮುಳುಗಿಸಿತ್ತು. ನಮ್ಮ ಇಡೀ ವಿಮಾನವೇ ಹಿಮದಲ್ಲಿ ಮುಳುಗಿಹೋಗಿತ್ತು.

ನಾವು ತಂಗಿದ್ದ ಮುರಿದು ಬಿದ್ದ ವಿಮಾನ ತುಂಡು ತುಂಡಾದ ಸಾಮಾನು, ಹೆಪ್ಪುಗಟ್ಟಿದ ಹಿಮ ಇತ್ಯಾದಿಗಳಿಂದ ಮೊದಲೇ ಇಕ್ಕಟ್ಟಾದ, ಉಸಿರು ಬಿಗಿಯುವ ಸ್ಥಳವಾಗಿತ್ತು. ಒಂದರ ನಂತರ ಒಂದೆಂಬಂತೆ ಎರಡು ಹಿಮಕುಸಿತಗಳ ನಂತರವಂತೂ ನರಕವೇ ಆಗಿಹೋಯಿತು. ವಿಮಾನದಲ್ಲಿ ಹಿಮ ತುಂಬಿ ಹೆಪ್ಪುಗಟ್ಟಿದ್ದರಿಂದ ನಾವು ಸರಿಯಾಗಿ ನಿಲ್ಲಲೂ ಆಗುತ್ತಿರಲಿಲ್ಲ. ಮೊಣಕಾಲು, ಕೈಗಳಿಂದ ತೆವಳಿಕೊಂಡೇ ಒಳಗೆಲ್ಲ ಓಡಾಡುವ ಪರಿಸ್ಥಿತಿ. ನಮ್ಮ ಕೈಲಾದಷ್ಟು ಹಿಮವನ್ನು ಅಗೆದು ಹೊರಹಾಕಿ, ವಿಮಾನದ ಒಂದು ಮೂಲೆಗೆ, ಹಿಮವು ಹೆಚ್ಚಿರುವ ಸ್ಥಳದಲ್ಲಿ ಸತ್ತು ಬಿದ್ದಿದ್ದ

ನಮ್ಮ ಸ್ನೇಹಿತರನ್ನೆಲ್ಲಾ ಎಳೆದು ಹಾಕಿ, ನಡುವೆ ಸ್ವಲ್ಪವೇ ಸ್ಥಳವನ್ನು ನಮಗಾಗಿ ಸಿದ್ಧಮಾಡಿಕೊಂಡೆವು. ಈಗ ನಾವು ಹತ್ತೊಂಭತ್ತು ಮಂದಿಯಾಗಿದ್ದೆವು. ನಾಲ್ಕು ಮಂದಿಗೆ ಆರಾಮವಾಗಿ ಇರಲು ಸಾಧ್ಯವಾಗಬಲ್ಲ ಸ್ಥಳದಲ್ಲೇ ನಾವು ಹತ್ತೊಂಭತ್ತು ಮಂದಿಯೂ ಇರುಕಿಕೊಂಡೆವು. ಒಬ್ಬರ ಮೇಲೊಬ್ಬರು ಮಲಗಿದ್ದರಿಂದ ದೇಹದ ಉಷ್ಣಾಂಶಕ್ಕೆ ನಮ್ಮನ್ನು ಆವರಿಸಿದ್ದ ಹಿಮ ಕರಗಿ ನಮ್ಮ ಬಟ್ಟೆಯೆಲ್ಲಾ ಒದ್ದೆಯಾಗಿ ನಡುಕ ದ್ವಿಗುಣವಾಗಿತ್ತು. ಪರಿಸ್ಥಿತಿಯನ್ನು ಇನ್ನೂ ಬಿಗಡಾಯಿಸಲು ನಮ್ಮ ಹೊದಿಕೆಗಳು, ಬೆಚ್ಚಗಿನ ಬಟ್ಟೆಗಳು ಎಲ್ಲವೂ ಹಿಮದಡಿಯಲ್ಲಿ ಹೂತುಹೋಗಿದ್ದವು. ಸುತ್ತಲೂ ಮಂಜೊಂದೇ ನಮಗೆ ನೆಲ ಮತ್ತು ಸೂರಾಗಿತ್ತು. ಕಾಲು ಮಡಚಿ, ಬೆನ್ನು ಬಾಗಿಸಿ, ತಲೆ ತಿರುವಿ, ಒಬ್ಬರ ಮೇಲೊಬ್ಬರು ಬಿದ್ದಿದ್ದಾಗ, ನಮ್ಮ ಅಸಹಾಯಕತೆ, ಅನಾಥಪ್ರಜ್ಞೆ ತೀವ್ರ ದುಃಖವನ್ನುಂಟು ಮಾಡಿದವು. ಜೋರಾಗಿ ಕೂಗಬೇಕೆನಿಸಿತ್ತು. ವಿಮಾನದ ಮೇಲೆ ಎಷ್ಟು ಹಿಮ ಶೇಖರಿಸಿರಬಹುದು? ಎರಡು ಅಡಿ? ಹತ್ತು ಅಡಿ? ಇಪ್ಪತ್ತು? ನಾವು ಜೀವಂತ ಸಮಾಧಿಯಾಗುತ್ತಿದ್ದೇವೆಯೆ? ಫೇರ್ ಚೈಲ್ಡ್ ವಿಮಾನವು ನಮ್ಮ ಶವಪೆಟ್ಟಿಗೆಯಾಗಿದೆಯೆ? ಹಿಮದ ಒತ್ತಡ ನಮ್ಮನ್ನು ಸುತ್ತುವರೆದದ್ದು ಅನುಭವಕ್ಕೆ ಬರುತ್ತಿತ್ತು. ವಿಮಾನದ ಹೊರಗಿನ ಗಾಳಿಯ ಶಬ್ದ ನಮಗೆ ಕೇಳಿಸುತ್ತಿರಲಿಲ್ಲ. ಒಂದು ರೀತಿಯ ವಿಚಿತ್ರ ನಿಶ್ಶಬ್ದ ಕವಿದು ವಿಮಾನದ ಒಳಭಾಗ ವ್ಯೋಮದಂತಾಗಿತ್ತು. ಬಾವಿಯಾಳದಿಂದ ಮಾತನಾಡಿದಂತೆ ನಮ್ಮ ಮಾತು ಸಣ್ಣಗೆ ಪ್ರತಿಧ್ವನಿಸುತ್ತಿತ್ತು. ಈ ಪರ್ವತಗಳ ನಡುವೆ ಸಿಕ್ಕಿಹಾಕಿಕೊಂಡು, ಈ ವಿಮಾನದ ಒಳಗೆ ಮರಗಟ್ಟಿಹೋಗಿ ನಮ್ಮ ತಂದೆಯಿಂದ ಶಾಶ್ವತವಾಗಿ ದೂರವಾಗುವ ನನ್ನ ಎಲ್ಲಾ ಆತಂಕಗಳಿಗೂ ಇದೀಗ ಭೌತಿಕ ರೂಪ ದೊರೆಯುತ್ತಿತ್ತು. ಈ ಅಲ್ಯೂಮಿನಿಯಂ ಲೋಹದ ಪೆಟ್ಟಿಗೆಯೊಳಗೆ, ಟನ್ನುಗಟ್ಟಲೆ ಹಿಮದ ರಾಶಿಯ ನಡುವೆ, ಭಯದಿಂದ ತತ್ತರಿಸಿ ಹೋಗುತ್ತಿದ್ದೆ. ಆ ಸಮಯದಲ್ಲಿ ಕೆಲವೇ ಕ್ಷಣಗಳ ಹಿಂದೆ ಹಿಮಕುಸಿತ ಆದಾಗ ನಾನು ಜೀವ ಭಯ ತೊರೆದು, ಎಲ್ಲವನ್ನೂ ಮರೆತು ಸಾವಿಗೆ ಸಿದ್ಧನಾಗಿ ಮೌನ ಶಾಂತಿಯನ್ನೊಪ್ಪಿದ್ದು ನೆನಪಾಯಿತು. ಒಂದು ಕ್ಷಣ ಆ ಸಮಯದಲ್ಲಿ ನನ್ನ ಬದಲು ಲಿಲಿಯಾನ ಉಳಿಯಬಾರದಿತ್ತೇ ಎನಿಸಿ ನೋವು, ದುಃಖ ಒತ್ತರಿಸಿ ಬಂದಿತ್ತು.

ಹಿಮಕುಸಿತದ ನಂತರದ ಕೆಲ ಘಂಟೆಗಳು ನಮ್ಮ ಅಪಘಾತದ ಒಟ್ಟು ಅನುಭವದಲ್ಲೇ ಅತಿ ಭಯಾನಕವಾದದ್ದು ಎನ್ನಬಹುದು. ನಮ್ಮ ಸ್ನೇಹಿತರ ಸಾವು ನಮ್ಮ ಜೀವ ಹಿಂಡಿತ್ತು. ಅತ್ತರೂ, ನೊಂದು ಬೆಂದರೂ ನಮಗುಳಿದಿದ್ದ ಆಯ್ಕೆ ಒಂದೇ, ಮೌನವಾಗಿ ಗಟ್ಟಿ ಹಿಮದ ಮೇಲೆ ನಡುಗುತ್ತಾ ಕೂರುವುದು. ನಿಮಿಷಗಳು ಘಂಟೆಗಳಂತೆ ಭಾಸವಾಗುತ್ತಿತ್ತು. ಸ್ವಲ್ಪ ಹೊತ್ತಿನಲ್ಲೇ ಕೆಲ ಸ್ನೇಹಿತರ ಕೆಮ್ಮುವ ಶಬ್ದ ಕೇಳಿಬಂತು. ಪ್ರಯಾಸದಿಂದ ಉಸಿರಾಡುತ್ತಿದ್ದರು. ವಿಮಾನದೊಳಗೆ ಸುಳಿದಾಡುವ

ಗಾಳಿಯು ವಿರಳವಾಗುತ್ತಿದೆ ಎಂಬುದು ನನ್ನ ಗಮನಕ್ಕೆ ಬಂದಿತ್ತು. ಘಳಿಗೆ ಘಳಿಗೆಗೂ ಹಿಮ ಹೆಚ್ಚು ದಟ್ಟವಾಗುತ್ತ ನಮ್ಮನ್ನು ಬಿಗಿಗೊಳಿಸುತ್ತಿತ್ತು. ತಾಜಾಗಾಳಿಯಿಂದ ಹಿಮವು ನಮ್ಮನ್ನು ತಡೆದಿತ್ತು. ಮುಂದಿನ ಕೆಲವೇ ಕ್ಷಣಗಳಲ್ಲಿ ನಾವು ಗಾಳಿ ಒಳಬರಲು ವ್ಯವಸ್ಥೆ ಮಾಡದಿದ್ದಲ್ಲಿ ನಾವೆಲ್ಲರೂ ನರಳಿ ಸಾಯಬೇಕಾಗಿತ್ತು. ನನಗೆ ಅಷ್ಟರಲ್ಲಿ ಅರ್ಧ ಹಿಮಾವೃತಗೊಂಡಿದ್ದ ಅಲ್ಯೂಮಿನಿಯಂ ತಟ್ಟೆಯಾಕಾರವೊಂದು ಕಾಣಿಸಿತು. ನನ್ನ ನೋವು, ಆವೇಶ ಎಲ್ಲವನ್ನೂ ಒಟ್ಟುಗೂಡಿಸಿ, ಅದನ್ನು ಹೊರಗೆಳೆದು ನಮ್ಮನ್ನು ಸುತ್ತುವರೆದಿದ್ದ ಹಿಮವನ್ನು ಕೆತ್ತಲಾರಂಭಿಸಿದೆ. ಒಂದು ಸುರಂಗದಂತೆ ಕೊರೆದೆ. ಸ್ವಲ್ಪ ಹೊತ್ತಿಗೆ ವಿಮಾನದೊಳಗೆಲ್ಲಾ ತಣ್ಣನೆ ಗಾಳಿ ನುಸುಳಿ ನಮ್ಮೆಲ್ಲರ ಉಸಿರಾಟ ಸರಾಗವಾಯಿತು. ಆ ರಾತ್ರಿ ಸುದೀರ್ಘವಾಗಿತ್ತು. ಮುಂಜಾನೆಯಾಗುತ್ತಲೇ ಮಸುಕು ಬೆಳಕು ಕಿಟಕಿಯ ಮೂಲಕ ವಿಮಾನದೊಳಗೆಲ್ಲ ಹರಡಿತ್ತು. ನಾವು ತಕ್ಷಣವೇ ಹಿಮವನ್ನು ಅಗೆದು ಮತ್ತಷ್ಟು ಸ್ಥಳ ಮಾಡಲು ಪ್ರಯತ್ನಿಸಿದೆವು. ನಮ್ಮ ಎಂದಿನಂತೆ ಒಳ-ಹೊರಗೆ ಓಡಾಡುತ್ತಿದ್ದ ತೆರವಿನಲ್ಲಿ ಸಂಪೂರ್ಣ ಹಿಮ ತುಂಬಿತ್ತು. ಅದಕ್ಕೆ ನಾವು ಸ್ವಲ್ಪ ಹತ್ತಿರದಲ್ಲೇ ಇದ್ದ ಕಿಟಕಿಯ ಮೂಲಕ ಹೊರಬೀಳುವ ಉಪಾಯ ಮಾಡಿದೆವು. ವಿಮಾನದ ಚಾಲಕನ ಕೋಣೆಯ ಬಲಭಾಗದಲ್ಲಿ ಕಿಟಕಿಯಿತ್ತು. ಅದರ ಬಳಿ ತೆರಳಲು ಸಹ ಸಾಧ್ಯವಾಗದಷ್ಟು ಹಿಮ ತುಂಬಿತ್ತು. ಹೆಜ್ಜೆ ಮುಂದಿಡಬೇಕಾದರೂ ಗಟ್ಟಿ ಮಂಜನ್ನು ಕೊರೆದು ಸಡಿಲಗೊಳಿಸಿ, ಹಿಂದಕ್ಕೆ ತಳ್ಳಿ ಮುಂದುವರೆಯಬೇಕಾಗಿತ್ತು. ನಾವು ಒಬ್ಬರ ನಂತರ ಒಬ್ಬರಂತೆ ಪ್ರತಿಯೊಬ್ಬರೂ ಹದಿನೈದು ನಿಮಿಷಗಳಷ್ಟು ಅಂತರದಲ್ಲಿ ಹಿಮವನ್ನು ಕೊರೆಯುತ್ತಾ ಹಿಂದೆಸೆಯುತ್ತಾ ಮುಂದೆ ಸಾಗಿದೆವು.

ಘಂಟೆಗಳ ಸತತ ಪ್ರಯತ್ನದೊಂದಿಗೆ ಕಡೆಗೂ ನಾವು ಚಾಲಕನ ಕೋಣೆಯ ಭಾಗ ತಲುಪಿದೆವು. ಗಸ್ಟೆವೋ ಕಿಟಕಿಯ ಗಾಜನ್ನು ಒಡೆಯಲು ಪ್ರಯತ್ನಿಸಿದ. ಆದರೆ ಹೊರಗಡೆಯಿಂದಲೂ ಮಂಜು ಕವಿದಿದ್ದು ಅದರ ಒತ್ತಡದಿಂದ ಸಾಧ್ಯವಾಗಲಿಲ್ಲ. ರಾಬರ್ಟೋ ಸಹ ಯತ್ನಿಸಿ ಸೋತ. ಕೊನೆಗೆ ರಾಯ್ ಪೈಲೆಟ್ಟಿನ ಕುರ್ಚಿ ಹತ್ತಿ ತನ್ನೆಲ್ಲಾ ಶಕ್ತಿಯಿಂದ ಜೋರಾಗಿ ಹೊಡೆದ. ಕೊನೆಗೂ ಕಿಟಕಿ ತೆರೆದುಕೊಂಡಿತು. ಮೊದಲಿಗೆ ಅವನೇ ತೆರೆದ ಜಾಗದಲ್ಲಿ ತೂರಿ ಹೊರಗಿನಿಂದ ಇನ್ನೂ ಸ್ವಲ್ಪ ಹಿಮವನ್ನು ಕೊರೆದು, ಸ್ಥಳ ಮಾಡಿದ. ಹೊರಗಿನಿಂದ ನೋಡಿದಾಗ ಕಂಡದ್ದು ನಮ್ಮನ್ನು ಮತ್ತಷ್ಟು ಗಾಬರಿಗೊಳಿಸಿತ್ತು. ನಮ್ಮ ವಿಮಾನ ಸಂಪೂರ್ಣ ಹಿಮದಲ್ಲಿ ಮುಳುಗಿಹೋಗಿತ್ತು.

"ಇದು ಬಹು ದೊಡ್ಡ ಹಿಮಕುಸಿತ. ಹಿಮವು ಬಹಳ ದಪ್ಪನಾಗಿ ಮುಚ್ಚಿದೆ. ಈಗ ನಾವು ಹೊರನಡೆದರೆ ಅದರಲ್ಲಿ ಮುಳುಗಿ ಕಳೆದುಹೋಗುವುದು ಖಂಡಿತ.

ಬಿರುಮಳೆ ಸಹ ಜೋರಾಗಿದೆ. ಬಹುಶಃ ಅದು ನಿಲ್ಲುವವರೆಗೂ ನಾವು ಇಲ್ಲೇ ಬಂಧಿಯಾಗಬೇಕಾಗುತ್ತದೆ" ನಿರುತ್ಸಾಹಿಯಾಗಿ ನುಡಿದ ರಾಯ್.

ಬೇರೆ ದಾರಿಯಿಲ್ಲದೆ ನಾವು ಕೊರೆದು ಬಂದ ದಾರಿಯಲ್ಲೇ ಒತ್ತೊತ್ತಾಗಿ ಕೂತು, ಬಿರುಮಳೆ, ಗಾಳಿ ನಿಲ್ಲುವವರೆಗೂ ಕಾಯಲೇಬೇಕಾಯಿತು. ಆಗಿನ ಮನಃಸ್ಥಿತಿಯಲ್ಲಿ ಸ್ವಲ್ಪ ಚೇತರಿಸಿಕೊಳ್ಳಲು ನಮಗಿದ್ದದ್ದು ಒಂದೇ ಮಾತು. ಆ ಸ್ಥಳದಿಂದ ನಮ್ಮ ಬಿಡುಗಡೆಯ ಯೋಜನೆಗಳು. ಮಾತುಮಾತಿನಲ್ಲಿ ಒಂದು ಹೊಸ ಉಪಾಯ ಹೊಳೆಯಿತು. ಪಶ್ಚಿಮದ ಎತ್ತರ ಘಟ್ಟಗಳನ್ನು ಏರಲು ಪ್ರಯತ್ನಿಸಿ ಎರಡು ಬಾರಿ ಸೋತಿದ್ದೆವು. ಇದೀಗ ನಮ್ಮ ದೃಷ್ಟಿ ಪೂರ್ವದ ಇಳಿಜಾರಿನತ್ತ ಮುಖಮಾಡಿತು. ಪೂರ್ವದ ಇಳಿಜಾರು, ದೂರದ ಇತರ ಹಿಮಪರ್ವತಗಳತ್ತ ಹರಿದಿತ್ತು. ನಮ್ಮ ಲೆಕ್ಕಾಚಾರದ ಪ್ರಕಾರ ನಾವಿದ್ದ ಸ್ಥಳದ ಹಿಮಕರಗಿ ನೀರಾಗಿ ಹರಿಯಬೇಕಾದರೆ ಆ ಇಳಿಜಾರಿನ ಮೂಲಕವೇ ಹೋಗಬೇಕು. ಆ ಹರಿದ ನೀರು ಯಾವುದಾದರೂ ನದಿಗೋ, ತೊರೆಗೋ ಸೇರಲೇಬೇಕು ಮತ್ತು ಅಲ್ಲಿಂದ ಪೆಸಿಫಿಕ್ ಸಾಗರದತ್ತ ಮತ್ತು ನಾವು ಚಿಲಿಗೆ ಹತ್ತಿರವೇ ಇದ್ದೆವೆಂಬ ಸುದ್ದಿ ಅಪಘಾತದ ಮುನ್ನ ತಿಳಿದಿದ್ದರಿಂದ ಬಹುಶಃ ಆ ದಾರಿ ನಮ್ಮನ್ನು ಚಿಲಿಯೆಡೆಗೆ ಕರೆದೊಯ್ಯಬಹುದು ಎಂದು ಅನಿಸಿತ್ತು. ಮೊದಲಿಗೆ ನಾವು ಇಳಿಜಾರಿನ ಮೂಲಕ ಹರಿಯುವ ನೀರಿನ ಜಾಡು ಹಿಡಿದು ಹೋದಲ್ಲಿ ಯಾವುದಾದರೂ ನದಿಗೆ, ಅದರ ಹತ್ತಿರವಿರುವ ಊರಿಗೆ, ಜೀವಜಾಲಕ್ಕೆ ಮತ್ತೆ ಮರಳಬಹುದು ಎಂಬ ಆಸೆ ಮೂಡಿತು.

ಈ ಯೋಜನೆಯ ಬಗ್ಗೆ ನನಗೆ ಸಾಕಷ್ಟು ಅನುಮಾನವಿತ್ತು. ಈ ಪರ್ವತಗಳು ನಮ್ಮನ್ನು ಅಷ್ಟು ಸುಲಭವಾಗಿ ಬಿಟ್ಟುಕೊಡಲು ಸಾಧ್ಯವಿಲ್ಲ ಎನಿಸಿತ್ತು. ಜೊತೆಗೆ ನಮ್ಮ ಪಶ್ಚಿಮಕ್ಕೆ ಚಿಲಿ ಎಂದು ವಿಚಾರ ತಿಳಿದ ಮೇಲೆ ನಾವು ಮತ್ತೊಂದು ದಿಕ್ಕಿಗೆ ಸಾಗಿ ಇನ್ನೂ ಆಳದ, ಗಾಢವಾದ ಆಂಡೀಸ್ ಒಳಗೆ ಹೋಗಿಬಿಡುತ್ತೇವೇನೋ ಎಂಬ ಕಳವಳ. ಆದರೆ ಇವಿಷ್ಟೂ ಅನುಮಾನಗಳನ್ನೂ ಬದಿಗೊತ್ತಿ ಗುಂಪಿನ ಎಲ್ಲರ ಒಮ್ಮತ ಉಪಾಯಕ್ಕೆ ಸಮ್ಮತಿಸಿದೆ. ಇದೊಂದು ಪ್ರಯೋಜನವಿಲ್ಲದ ವಿಷಯ ಎನಿಸಿದ್ದರೂ, ನಾನು ಹೆಚ್ಚು ಯೋಚನೆ ಮಾಡುವ ವಿವೇಚನೆ, ತಾಳ್ಮೆ ಕಳೆದುಕೊಂಡಿದ್ದೆ. ಮಾಡಿದ ಎಲ್ಲಾ ಆಲೋಚನೆಗಳೂ ಪ್ರಯೋಜನವಿಲ್ಲದೆ ಹೋಗುತ್ತಿದ್ದುದರ ಭಯವಿದ್ದಿರಬಹುದು. ಅವರ ಉಪಾಯವನ್ನು ಮರುಪ್ರಶ್ನಿಸದೆ ಒಪ್ಪಿದೆ. ನನಗೆ ಆ ಕ್ಷಣ ಅನ್ನಿಸಿದ್ದು ಇಷ್ಟು: ನಾವು ಆ ಸ್ಥಳ ತೊರೆದು ಹೋಗಬೇಕು.

"ಬಿರುಮಳೆ ನಿಂತ ಕೂಡಲೇ ನಾವು ಹೊರಡಬೇಕು", ಎಂದೆ.

ಫಿಟೋ, "ಹವಾಮಾನ ಸುಧಾರಿಸುವವರೆಗೂ ಕಾಯಬೇಕು" ಎಂದು ನನ್ನನ್ನು ತಡೆದ.

"ಕಾದು ಕಾದು ಸಾಕಾಗಿದೆ ನನಗೆ. ಈ ಹಾಳು ಸ್ಥಳದಲ್ಲಿ ಹವಾಮಾನ ಸುಧಾರಿಸುತ್ತದೆ ಎಂದು ಹೇಗೆ ಹೇಳುವುದು?" ನನ್ನ ಸಹನೆ ಮಿತಿಮೀರಿತ್ತು.

ಸಾಂಟಿಯಾಗೋನಲ್ಲಿದ್ದಾಗ ಪೆಡ್ರೊ ರಿಕ್ಷಾ ಚಾಲಕನೊಂದಿಗೆ ನಡೆಸಿದ ಸಂವಾದವನ್ನು ನೆನೆಸಿಕೊಂಡು ಹೇಳಿದ. "ಆಂಡೀಸ್‌ನಲ್ಲಿ ಬೇಸಗೆಯು ನವಂಬರ್ ಹದಿನೈದಕ್ಕೆ ಗಡಿಯಾರದ ಸಮಯದಂತೆ ನಿಖರವಾಗಿ ಬರುತ್ತದೆ."

ಫಿಟೋ ಕಣ್ಣರಳಿಸುತ್ತಾ, ಆ ಸಮಯ ಈಗಿನಿಂದ ಎರಡು ವಾರಗಳಷ್ಟೇ ನ್ಯಾಂಡೊ. ಅಷ್ಟು ದಿನ ಕಾಯಬಹುದಲ್ಲವೇ?" ಎಂದ.

ನಾನು ಒಂದು ಕ್ಷಣ ಆಲೋಚಿಸಿ ಗಂಭೀರವಾಗಿ, "ಕಾಯುತ್ತೇನೆ. ನವೆಂಬರ್ ಹದಿನೈದರವರೆಗಷ್ಟೇ. ನಂತರವೂ ಯಾರೂ ಬರದೇಹೋದರೆ, ನಾನೊಬ್ಬನೇ ಹೋಗುವುದು ನಿಶ್ಚಿತ" ಎಂದೆ.

ಈ ಘಟನೆಯ ನಂತರದ ಕೆಲ ದಿನಗಳು ವಿಮಾನದಲ್ಲಿ ಇರುವುದು ನಮಗೆ ನರಕವಾಗಿತ್ತು. ನಿದ್ದೆ, ಆಹಾರ, ಬೆಚ್ಚಗಿನ ಬಟ್ಟೆ ಯಾವುದೂ ಇರಲಿಲ್ಲ. ಜೊತೆಗೆ ಸದಾ ನಮ್ಮ ಮೈಗಂಟಿದ ಬಟ್ಟೆ ಒದ್ದೆಮುದ್ದೆಯಾಗಿರುತ್ತಿತ್ತು. ನಾವು ಒಳಗೇ ಸೇರಿರುವುದರಿಂದ ಫಿಟೋನ ನೀರು ತಯಾರಿಸುವ ಸಾಮಾನು ಸಹ ಈಗ ಕೆಲಸಕ್ಕೆ ಬಾರದಾಗಿತ್ತು. ಬಾಯಾರಿದಾಗ ನಾವು ಓಡಾಡುತ್ತಿದ್ದ, ಮಲಗಿದ್ದ ಗಲೀಜಾದ ಹಿಮವನ್ನೇ ಸ್ವಲ್ಪ ಸ್ವಲ್ಪ ಕೊರೆದು ಬಾಯಿಗೆ ಹಾಕುವುದಷ್ಟೇ ನಮ್ಮಿಂದ ಆಗುತ್ತಿದ್ದ ಕೆಲಸ. ವಿಮಾನದ ಹೊರಗಿನ ಹೆಣಗಳ ಬಳಿ ಹೋಗಲು ಆಗದೆ ನಮಗೆ ಆಹಾರವಿರದೇ, ಬಹಳ ವೇಗವಾಗಿ ನಮ್ಮ ದೇಹ ಕೃಶವಾಗುತ್ತಾ ಬರುತ್ತಿತ್ತು. ಸಮಸ್ಯೆಗಳು ಉಲ್ಬಣಗೊಳ್ಳುತ್ತಿದ್ದವು. ವಿಮಾನದೊಳಗೇ ಹಿಮಕುಸಿತದಿಂದ ಜೀವತೊರೆದ ಸ್ನೇಹಿತರ ಹೆಣಗಳು ಇದ್ದವೆಂದು ಎಲ್ಲರಿಗೂ ತಿಳಿದಿತ್ತು. ಆದರೆ, ಇಷ್ಟು ದಿನ ದೂರದಲ್ಲಿದ್ದ ಹೆಣಗಳನ್ನು ಕೆಲವರು ಮಾತ್ರ ಹೋಗಿ ಕತ್ತರಿಸಿ ಎಲ್ಲರಿಗೂ ತರುತ್ತಿದ್ದರು. ಇದೀಗ ನಮ್ಮ ಹತ್ತಿರವೇ, ವಿಮಾನದೊಳಗೇ ಇದ್ದ ಹೆಣಗಳನ್ನು ಕತ್ತರಿಸಲು ನಮ್ಮಿಂದ ಸಾಧ್ಯವಾಗಲಿಲ್ಲ. ಹೊರಗಡೆಯಿಂದ ತಂದಾಗ, ಅದೂ ಬಹಳ ದಿನಗಳಾಗಿದ್ದ ಹೆಣದ ಮಾಂಸವಾದರೂ ಯಾರದು ಎಂದು ನಮ್ಮಲ್ಲಿ ಯಾರಿಗೂ ತಿಳಿಯುತ್ತಿರಲಿಲ್ಲ. ಆದರೆ ಈಗ ಪರಿಸ್ಥಿತಿ ಹಾಗಿರಲಿಲ್ಲ. ನಿನ್ನೆ, ಮೊನ್ನೆಯವರೆಗೂ ನಮ್ಮ ಜೊತೆಗೇ ಇದ್ದು ಹೆಣಗಾಡುತ್ತಿದ್ದ ಸ್ನೇಹಿತರು, ಇಲ್ಲೇ ಕಣ್ಣ ಮುಂದೆ ಇರುವಾಗ ಕತ್ತರಿಸಿ ತಿನ್ನುವುದಕ್ಕೆ ಮನಸ್ಸೊಪ್ಪಲಿಲ್ಲ. ಹಿಂದಿನಂತೆ ಈ ಹೆಣಗಳನ್ನು "ವಸ್ತು" ಎಂದು ಭಾವಿಸಲು ಸಾಧ್ಯವೇ ಆಗಲಿಲ್ಲ. ಹಸಿದು, ಉಪವಾಸವಿರುವುದೇ ಮೇಲು ಎಂದು ನಾವೆಲ್ಲರೂ ಮೌನವಾಗೇ ಸಮ್ಮತಿಸಿದ್ದೆವು. ಆದರೆ ಹೊರಗೆ ಮಳೆ ಎಷ್ಟು ದಿನ ಕಳೆದರೂ ನಿಲ್ಲುವಂತಿರಲಿಲ್ಲ. ಕೊನೆಗೆ ಒಂದು

ದಿನ (ಅಕ್ಟೋಬರ್ 31) ನಮ್ಮಲ್ಲಿ ಒಬ್ಬ (ರಾಬರ್ಟೋ ಅಥವಾ ಗಸ್ತೆವೋ ಎಂಬುದು ನೆನಪಿಲ್ಲ), ಇದ್ದಕ್ಕಿದ್ದಂತೆ ಅಲ್ಲೇ ಚೂರಾಗಿ ಬಿದ್ದಿದ್ದ ಗಾಜನ್ನು ತೆಗೆದುಕೊಂಡು ಅಲ್ಲೇ ಇದ್ದ ಒಂದು ಹೆಣವನ್ನು ಕತ್ತರಿಸಲಾರಂಭಿಸಿದ. ಆ ನೋಟ ನೋಡಲು ಭಯಂಕರವಾಗಿತ್ತು. ಇಷ್ಟು ದಿನ ಹೆಣದ ಮಾಂಸ ಸಾಕಷ್ಟು ಹಳತಾಗಿ ಅದು ನಾರಿನ ಬಟ್ಟೆಯಂತೆ ಜಿಗುಟಾಗಿ, ಅದರ ರುಚಿಯನ್ನೂ ಕಳೆದಿರುತ್ತಿತ್ತು. ಜೊತೆಗೆ ಅದನ್ನು ಬಿಸಿಲಿಗೆ ಒಣಗಿಸಿ ತಿನ್ನುವಾಗ ಅದು ಬೇರೆ ಯಾವುದೋ ಪದಾರ್ಥ ಎಂದೆನಿಸುತ್ತಿತ್ತು. ಆದರೆ ಇದೀಗ, ಇನ್ನೂ ಸಂಪೂರ್ಣ ಗಟ್ಟಿಯಾಗದ ಹೆಣದ ಮಾಂಸದ ತುಂಡೊಂದನ್ನು ಫಿಟೋ ನನ್ನ ಕೈಗಿತ್ತಾಗ ನನ್ನ ಹೊಟ್ಟೆ ತೊಳೆಸಿ ನಾನು ವಾಂತಿ ಮಾಡಿದ್ದೆ. ಲೋಳೆಯಂತೆ ಮೆತ್ತನೆಯ ಮಾಂಸದ ನಡುವೆ ರಕ್ತದ ಅಂಟು, ಜೊತೆಗೆ ಕೆಟ್ಟ ವಾಸನೆ. ನನ್ನೆಲ್ಲಾ ಬಲವನ್ನು ಒಟ್ಟುಗೂಡಿಸಿ, ಉಸಿರುಗಟ್ಟಿ ಬಲವಂತವಾಗಿ ಬಾಯಿಗಿಟ್ಟು ಜಗಿದೆ. ಫಿಟೋ ಎಲ್ಲರಿಗೂ ಬಲವಂತ ಮಾಡಿ ತಿನ್ನಿಸುತ್ತಿದ್ದ. ಆದರೆ ಕೊಚೆ ಮತ್ತು ನುಮಾರಿಂದ ಸಾಧ್ಯವೇ ಆಗಲಿಲ್ಲ. ನುಮಾ ತಿನ್ನದೇ ಹಟ ಮಾಡುತ್ತಿದ್ದುದು ನನ್ನಲ್ಲಿ ಭಯ ಮೂಡಿಸಿತ್ತು. ಚಾರಣಕ್ಕೆ ಹೇಳಿ ಮಾಡಿಸಿದ ವ್ಯಕ್ತಿ ಅವನು. ಅವನ ಧೈರ್ಯ, ಶಕ್ತಿ ಬಗ್ಗೆ ನನಗೆ ವಿಶ್ವಾಸವಿತ್ತು. ಅವನಿಲ್ಲದೇ ಇಲ್ಲಿಂದ ಹೊರಡುವುದು ನನಗೆ ಇಷ್ಟವಿರಲಿಲ್ಲ.

"ನುಮಾ ನೀನು ತಿನ್ನಲೇಬೇಕು. ನಾವು ಇಲ್ಲಿಂದ ಹೊರಡುವಾಗ ನಿನ್ನ ಅಗತ್ಯ ನಮಗಿದೆ. ನಿನ್ನ ಶಕ್ತಿ ಕುಂದಬಾರದು. ದಯವಿಟ್ಟು ತಿನ್ನು" ಎಂದು ಅವನನ್ನು ಒಪ್ಪಿಸಲು ಯತ್ನಿಸಿದೆ. ಅವನು ಆ ತುಣುಕನ್ನು ನೋಡಿ, " ಮೊದಲೇ ನನಗೆ ಇದು ಕಷ್ಟದ ಕೆಲಸವಾಗಿತ್ತು. ಈಗಂತೂ ನನ್ನಿಂದಾಗುವುದೇ ಇಲ್ಲ." ಎಂದು ಕೂತುಬಿಟ್ಟ.

"ನಿಮ್ಮ ಕುಟುಂಬದವರನ್ನು ನೆನಪಿಸಿಕೋ. ಅವರನ್ನು ನೀನು ಮತ್ತೆ ನೋಡಬೇಕಾದರೆ, ಈಗ ಇದನ್ನು ತಿನ್ನು" ನಾನು ಗಂಭೀರವಾಗಿ ಬಲವಂತ ಮಾಡಿದೆ.

"ಕ್ಷಮಿಸು ನ್ಯಾಂಡೊ. ಇದು ನನ್ನಿಂದ ಖಂಡಿತ ಸಾಧ್ಯವಿಲ್ಲ" ಎಂದು ಮುಖ ತಿರುವಿದ.

ಅವನ ಈ ಮಾತುಗಳಿಗೆ, ಮಾಂಸ ತಿನ್ನಲು ಅಸಹ್ಯದ ಜೊತೆಗೆ ಮತ್ತೊಂದು ಬಲವಾದ ಕಾರಣವಿತ್ತು. ಅವನಿಗೆ ಇವೆಲ್ಲವೂ ಸಾಕಾಗಿತ್ತು. ಅವನ ಈ ಅಭಿವ್ಯಕ್ತಿ, ನಮ್ಮ ಜೀವವನ್ನು ಇಷ್ಟೆಲ್ಲಾ ಕಾಡುವ, ಪರೀಕ್ಷೆ ಮಾಡುತ್ತಿರುವ ಈ ಪರ್ವತಗಳ ವಿರುದ್ಧದ ಪ್ರತಿಭಟನೆಯಾಗಿತ್ತು. "ನಿನ್ನಿಂದ ನಮ್ಮ ಪ್ರಾಣವಷ್ಟೇ ತೆಗೆದುಕೊಳ್ಳಲು ಸಾಧ್ಯ, ಇಕೋ!" ಎನ್ನುವ ಹತಾಶ ಭಾವ. ನನ್ನ ಪರಿಸ್ಥಿತಿಯೂ ಹಾಗೇ ಇತ್ತು. ನಾವು ಅನುಭವಿಸಿದಷ್ಟು ಭಯಾನಕ ಸರಣಿ ಕಷ್ಟಗಳು ಮೇಲಿಂದ ಮೇಲೆ ಬಂದೊದಗಿದರೆ

ಅದನ್ನೆಲ್ಲಾ ಎದುರಿಸಲು ಯಾರಿಗೆ ಸಾಧ್ಯ? ಇಂತಹ ಕಷ್ಟಕೋಟಲೆಗಳನ್ನು ಎದುರಿಸಲು ನಾವೇನು ಮಾಡಿದ್ದೆವು? ನಮ್ಮ ಈ ತಾಳ್ಮೆಗೆ ಇರುವ ಅರ್ಥವಾದರೂ ಏನು? ನಮ್ಮ ಜೀವಗಳಿಗೆ ಏನಾದರೂ ಕಿಮ್ಮತ್ತಿದೆಯೆ? ಆ ದೇವರು, ಅವನು ನಿಜವಾಗಿಯೂ ಇದ್ದಲ್ಲಿ, ಇಷ್ಟೊಂದು ಕ್ರೂರಿಯೆ? ಈ ರೀತಿಯ ಪ್ರಶ್ನೆಗಳು ನನ್ನಲ್ಲಿ ಮೇಲಿಂದ ಮೇಲೆ ಉದ್ಭವಿಸುತ್ತಿದ್ದವು. ಆದರೆ ಈ ರೀತಿಯ ಆಲೋಚನೆಗಳು ನಮ್ಮನ್ನು ಮತ್ತಷ್ಟು ಕುಗ್ಗಿಸುತ್ತವೆಯೇ ಹೊರತು ಮತ್ಯಾವ ಸಹಾಯವೂ ಆಗುವುದಿಲ್ಲ ಎನ್ನುವ ಎಚ್ಚರವೂ ಹಿಂದೆಯೇ ಮನದಲ್ಲಿ ಹಣಕುತ್ತಿತ್ತು. ನಮ್ಮೆಲ್ಲಾ ನೋವು, ಹತಾಶೆ, ನಿರಾಶೆಗಳು ಕೆಲವೇ ಕ್ಷಣಗಳಲ್ಲಿ ನಿರುತ್ಸಾಹ, ಉದಾಸೀನತೆಯಾಗಿ ಮಾರ್ಪಡುತ್ತಿದ್ದವು. ಮತ್ತು ಆ ಪರ್ವತಗಳ ಭಾಷೆಯಲ್ಲಿ ಉದಾಸೀನತೆ ಎಂದರೆ ಸಾವು. ಆದ್ದರಿಂದ ಹತಾಶೆಯಿಂದಾಗಿ ಮೂಡುವ ಸಾವಿನ ಬಯಕೆಯನ್ನು ಹತ್ತಿಕ್ಕಲು ಕೂಡಲೇ ನನ್ನ ಕುಟುಂಬದ ಬಗ್ಗೆ ಯೋಚಿಸಲು ಪ್ರಾರಂಭಿಸುತ್ತಿದ್ದೆ. ನನ್ನ ಅಕ್ಕ ಗ್ರೆಸಿಲ್ಲಾಳನ್ನು ಮನದಲ್ಲೇ ಚಿತ್ರಿಸಿಕೊಂಡೆ. ಈಗ ಅವಳ ಮಡಿಲಲ್ಲಿ ಪುಟ್ಟ ಕೂಸಿತ್ತು. ಆ ಮುದ್ದು ಮಗುವಿಗೆ ನಾನು ಮಾವನಾಗಬೇಕು. ಅಮ್ಮ ಅವನಿಗಾಗಿ ಕೊಂಡುಕೊಂಡಿದ್ದ ಪುಟ್ಟ ಕೆಂಪು ಶೂಗಳು ಇನ್ನೂ ನನ್ನ ಬಳಿಯಿದ್ದವು. ಅದನ್ನು ಅವನ ಕಾಲಿಗೆ ತೊಡಿಸುವ ಸಂತಸದ ಘಳಿಗೆಯನ್ನು ನೆನಪಿಸಿಕೊಳ್ಳುತ್ತಿದ್ದೆ. ಅವನ ತಲೆಗೊಂದು ಮುತ್ತಿಟ್ಟು, ಅವನ ಕಿವಿಯಲ್ಲಿ, "ನಾನು ನಿನ್ನ ಮಾವ, ನ್ಯಾಂಡೊ" ಎಂದು ಉಸುರಲು ತವಕಿಸಿದೆ. ನನ್ನ ಅಜ್ಜಿ ಲೀನಾಳ ನೆನಪಾಯಿತು. ಆಕೆಯ ನೀಲಿ ಕಣ್ಣು ಮತ್ತು ಸುಂದರ ನಗು ಅಮ್ಮನಂತೆ. ಈ ಸ್ಥಳದಲ್ಲಿ, ಈ ಕ್ಷಣದಲ್ಲಿ ಆ ನನ್ನ ಪ್ರೀತಿಯ ಅಜ್ಜಿಯ ಅಪ್ಪುಗೆಯನ್ನು ಪಡೆಯಲು ನಾನೇನು ಮಾಡಬಲ್ಲೆ ಎಂದು ಮನಸ್ಸು ತುಂಬಿಬರುತ್ತಿತ್ತು. ನನ್ನ ನಾಯಿ, ಜಿಮ್ಮಿ. ನನ್ನೊಡನೆ ಅದೆಷ್ಟು ಆಟವಾಡುತ್ತಿತ್ತು! ನನ್ನ ಖಾಲಿ ಹಾಸಿಗೆಯ ಮೇಲೆ ಒಂಟಿಯಾಗಿ, ದುಃಖದಲ್ಲಿ ಅದು ಮಲಗಿರಬಹುದು ಎನಿಸಿ ಕಣ್ತುಂಬಿ ಬಂತು. ಅಥವಾ ನನಗಾಗಿ ಬಾಗಿಲಲ್ಲಿ ಕೂತು ಕಾಯುತ್ತಿರಬಹುದೆ? ನನ್ನ ಸ್ನೇಹಿತರು? ಅವರನ್ನೆಲ್ಲಾ ಭೇಟಿ ಮಾಡಿದಂತೆ ಚಿತ್ರಿಸಿಕೊಂಡೆ. ನನಗೆ ಮುದನೀಡುವ ಎಲ್ಲಾ ಸುಖಗಳನ್ನೂ ಮನಸಾರೆ ನೆನೆಸಿಕೊಂಡೆ. ನಾನು ಬೀಚಿನಲ್ಲಿ ಈಜುವುದು, ಸಾಕರ್ ಆಟವಾಡುವುದು, ಕಾರು ಓಡಿಸುವುದು, ನನ್ನ ಬೆಚ್ಚನೆಯ ಹಾಸಿಗೆಯಲ್ಲಿ ಮಲಗುವುದು ಮತ್ತು ಅಡುಗೆ ಮನೆಯ ತುಂಬಾ ತಿನಿಸುಗಳು! ಈ ಎಲ್ಲಾ ರೀತಿಯ ಅಮೂಲ್ಯಗಳು ನನ್ನಲ್ಲಿಯೇ, ನನ್ನ ಸುತ್ತುವರೆದಿತ್ತೇ ಇಷ್ಟು ದಿನ? ಅವೆಲ್ಲಾ ನನ್ನ ಬಳಿಯಲ್ಲೇ ಇದ್ದಾಗ ನನಗೆ ಅವ್ಯಾವುವೂ ವಿಶೇಷ ಅನ್ನಿಸಲೇ ಇಲ್ಲ. ಆದರೆ ಈಗ ಅವುಗಳ ನೆನಪೇ ಅನರ್ಘ್ಯ ಸಂಪತ್ತು. ಅವೆಲ್ಲಾ ಇದೀಗ ಒಂದು ಮಾಯೆಯಂತೆ, ಕನಸಿನಂತೆ ಕಂಡವು.

ಈ ಕೊರೆಯುವ ಚಳಿಯಲ್ಲಿ, ಒದ್ದೆ ಬಟ್ಟೆಯಲ್ಲಿ ನಡುಗುತ್ತಾ, ನನ್ನ ಸ್ನೇಹಿತರ ಲೋಳೆಯಾದ ಮಾಂಸವನ್ನು ಜಗಿಯುತ್ತಾ, ನೀರಿಗಾಗಿ ಕೊಳಕಾದ ಹಿಮವನ್ನು ಚೀಪುತ್ತಾ ಅನಾಥನಾಗಿ ಬಿದ್ದಿದ್ದಾಗ, ನನಗೆ ಹಿಂದೊಮ್ಮೆ ಸುಖೀ ಸಂಸಾರ, ಜೀವನವಿತ್ತು ಎಂಬುದೇ ನಂಬಲಾಗದ ಸತ್ಯಗಳಾಗಿದ್ದವು. ಅಂತಹ ಎಲ್ಲಾ ಭಾವೋದ್ವೇಗದ ಕ್ಷಣಗಳಲ್ಲಿ ಮತ್ತೆ ಮತ್ತೆ ನಾನು ನನ್ನ ತಂದೆಯನ್ನು ನೆನಪಿಸಿಕೊಂಡು, ಅವರ ಬಳಿಗೆ ಮರಳುವುದಾಗಿ ಪುನಃ ಪುನಃ ನನಗೆ ನಾನೇ ಪ್ರಮಾಣ ಮಾಡಿಕೊಳ್ಳುತ್ತಿದ್ದೆ. ಆ ವರ್ತನೆಯಿಂದ ನನ್ನಲ್ಲಿ ಹೇಗೋ ಸಮಾಧಾನ, ಶಾಂತಿ ಬಂದುಬಿಡುತ್ತಿತ್ತು. ಆದರೂ ಆ ಹಿಂದಿನ ಸಂತೋಷದ ಜೀವನಕ್ಕೆ ಮರಳುವ ಯಾವ ಸಾಧ್ಯತೆಯನ್ನೂ ಕಾಣದೆ ಸೋಲುತ್ತಾ ಮತ್ತೆ ಮತ್ತೆ ನಿರಾಶೆಗೊಳ್ಳುತ್ತಿದ್ದೆ. ಸಾವು ಹತ್ತಿರ ಬರುತ್ತಿತ್ತು. ಅದರ ಕೊಳೆತ ನಾತ ನನ್ನ ಸುತ್ತುವರೆದಿತ್ತು. ನಾವು ಪಡುತ್ತಿದ್ದ ಪಾಡು ಇದೀಗ ಇನ್ನೂ ಕೆಟ್ಟದಾಗಿತ್ತು, ದಿನೇ ದಿನೇ ಬಿಗಡಾಯಿಸುತ್ತಿತ್ತು. ಹೃದಯ ಪೂರ ಕಪ್ಪು, ಹೊರದಾರಿ ತೋಚದ ಕುರುಡು!

ಈ ಸ್ಥಳದಲ್ಲಿ ನನಗೆ ನಿದ್ದೆಯೇ ಕಡಿಮೆಯಾಗಿ ಯಾವ ಕನಸೂ ಬೀಳುತ್ತಿರಲಿಲ್ಲ. ಆದರೆ ಒಂದು ರಾತ್ರಿ, ಆ ಹಿಮಮನೆಯ ಸೂರಿನಡಿ ಮಲಗಿದ್ದಾಗ, ನನ್ನ ಬೆನ್ನ ಮೇಲೆ ಮಲಗಿ, ಕೈಗಳನ್ನು ಚಾಚಿದ್ದೆ. "ನಾನು ಸತ್ತಿದ್ದೆನಾ?" ನನ್ನನ್ನು ನಾನು ಪ್ರಶ್ನಿಸಿಕೊಂಡೆ. "ಇಲ್ಲ ನಾನು ಎಚ್ಚರಗೊಂಡಿದ್ದೇನೆ" ಎಂದು ಉತ್ತರ ಬಂತು. ನನ್ನ ಮೇಲೆ ಒಂದು ಕಪ್ಪು ಛಾಯೆ ನಿಂತಂತಿತ್ತು. "ಯಾರದು? ರಾಬರ್ಟೋ? ಗಸ್ಟೆವೋ?" ನಾನು ಕೂಗಿದೆ. ಉತ್ತರ ಬರಲಿಲ್ಲ. ಆ ಕಪ್ಪು ವ್ಯಕ್ತಿಯ ಆಕೃತಿ ಕೈಯಲ್ಲಿ ಹೊಳೆಯುವ ವಸ್ತುವೊಂದನ್ನು ಹಿಡಿದಿದ್ದ. ಅದು ಗಾಜಿನ ಚೂರು ಎಂದು ನನಗೆ ತಿಳಿಯಿತು. ನಾನು ನಿಲ್ಲಲು ಪ್ರಯತ್ನಿಸಿದೆ, ಆದರೆ ಒಂದಿಂಚೂ ಕದಲಲು ಸಾಧ್ಯವಾಗಲಿಲ್ಲ.

"ನನ್ನಿಂದ ದೂರ ಸರಿ! ಯಾರು ನೀನು? ನನ್ನ ಮೇಲೇನು ಮಾಡುತ್ತಿರುವೆ?"

ಉತ್ತರವಿಲ್ಲ. ಬದಲಾಗಿ ಆ ಆಕೃತಿ ನನ್ನತ್ತ ಬಾಗಿ ನನ್ನನ್ನು ಗಾಜಿನ ಚೂರಿನಿಂದ ಕತ್ತರಿಸತೊಡಗಿತು. ನನ್ನ ತೋಳಿನಿಂದ ಒಂದು ಸಣ್ಣ ತುಂಡು ಮಾಂಸವನ್ನು ಕತ್ತರಿಸಿ, ಅದರ ಹಿಂದಿದ್ದ ಮತ್ತೊಂದು ಕಪ್ಪು ಆಕೃತಿಗೆ ರವಾನಿಸಿತ್ತು.

"ನಿಲ್ಲಿಸು. ನನ್ನನ್ನು ಕತ್ತರಿಸಬೇಡ. ನಾನು ಬದುಕಿದ್ದೇನೆ!" ಎಂದು ಚೀರಿದೆ.

ಆ ಎಲ್ಲಾ ಆಕೃತಿಗಳೂ ನನ್ನ ಮಾಂಸವನ್ನು ಬಾಯಿಗಿಟ್ಟು, ಜಗಿಯಲು ಪ್ರಾರಂಭಿಸಿದವು.

"ತಡೆಯಿರಿ! ನಾನಿನ್ನೂ ಸತ್ತಿಲ್ಲ. ನನ್ನನ್ನು ಕತ್ತರಿಸಬೇಡಿ!" ಎಂದು ಕೂಗಿದೆ.

ಆ ಕಪ್ಪು ವ್ಯಕ್ತಿಯ ಆಕೃತಿ, ತನ್ನ ಕೆಲಸದಲ್ಲಿ ಮುಂದುವರೆದು ನನ್ನ ಕೈಪೂರ

ತೊಳೆಗಳಂತೆ ಕತ್ತರಿಸಿದ್ದ. ಆಗ ನನ್ನ ಮಾತು ಅವನಿಗೆ ಕೇಳಲೇ ಇಲ್ಲ ಎಂದು ಅರಿವಾಯಿತು. ನನಗೆ ಯಾವ ನೋವು ಸಹ ಆಗಿರಲಿಲ್ಲ.

"ಅಯ್ಯೋ ದೇವರೇ! ಹಾಗಿದ್ದರೆ ನಾನು ಸತ್ತಿದ್ದೇನೆಯೆ? ಇಲ್ಲ, ಇದು ಸಾಧ್ಯವಿಲ್ಲ..."

ಮರುಕ್ಷಣ ಬೆಚ್ಚಿಬಿದ್ದು ಎಚ್ಚರಗೊಂಡೆ.

ಪಕ್ಕದಲ್ಲಿದ್ದ ಗಸ್ತೆವೋ, "ಏನಾಯಿತು ನ್ಯಾಂಡೊ?" ಎಂದು ಗಾಬರಿಯಿಂದ ಕೇಳಿದ.

ನನ್ನ ಹೃದಯ ಬಡಿತ ಜೋರಾಗಿತ್ತು. "ನಾನೊಂದು ಭಯಾನಕ ಕನಸು ಕಂಡೆ!" ಎಂದೆ.

"ಹಾಂ! ನಾನು ಎಚ್ಚರಗೊಂಡಿದ್ದೇನೆ. ಎಲ್ಲವೂ ಸರಿಯಾಗಿದೆ!" ನನಗೆ ನಾನೇ ಹೇಳಿಕೊಂಡೆ.

ಅಕ್ಟೋಬರ್ ಮುವತ್ತೊಂದು ಕಾರ್ಲಿಟೊನ ಹತ್ತೊಂಭತ್ತನೆಯ ಹುಟ್ಟುಹಬ್ಬ. ಅವನ ಪಕ್ಕ ಮಲಗಿದ್ದ ನಾನು, ಮನೆಗೆ ಮರಳಿದ ನಂತರ ಅವನ ಹುಟ್ಟುಹಬ್ಬವನ್ನು ಖಂಡಿತ ಆಚರಿಸುವುದಾಗಿ ಭಾಷೆಯಿತ್ತೆ. "ನನ್ನ ಹುಟ್ಟುಹಬ್ಬ ಡಿಸೆಂಬರ್ ಒಂಭತ್ತು. ನಾವೆಲ್ಲರೂ ನಮ್ಮ ತಂದೆಯ ಮನೆಗೆ ಹೋಗೋಣ. ನಾವು ಇಲ್ಲಿ ಸತ್ತಂತೆ ಬದುಕಿ ಮತ್ತೆ ಮರುಹುಟ್ಟು ಪಡೆದ ಎಲ್ಲರ ಹುಟ್ಟುಹಬ್ಬವನ್ನಾಚರಿಸೋಣ" ಎಂದು ಅವನನ್ನು ಹುರಿದುಂಬಿಸಿದೆ.

"ಹುಟ್ಟುಹಬ್ಬವೆಂದರೆ ನೆನಪಾಯಿತು. ನಾಳೆ ನನ್ನ ತಂದೆ ಮತ್ತು ತಂಗಿಯ ಜನ್ಮದಿನ. ಅವರ ಬಗ್ಗೆಯೇ ಆಲೋಚಿಸುತ್ತಿದ್ದೆ. ಇದೀಗ ಮತ್ತೆ ಅವರನ್ನು ಕಾಣುತ್ತೇನೆ ಎಂಬ ಭರವಸೆ ಮೂಡಿದೆ. ವಿಮಾನಾಪಘಾತದಿಂದ ಪಾರಾದೆ. ಹಿಮಕುಸಿತದಿಂದಲೂ ಬದುಕುಳಿದೆ. ಬಹುಶಃ ಇವೆಲ್ಲಾ ನಾನು ಮನೆಗೆ ಮರಳುವುದರ ಬಗ್ಗೆ ದೇವರು ನೀಡುತ್ತಿರುವ ಸೂಚನೆಯೇ ಇರಬೇಕು" ಎಂದ.

ನಿಟ್ಟುಸಿರಿನಿಂದ, "ಇನ್ನು ಮುಂದೆ ದೇವರ ಬಗ್ಗೆ ಏನನ್ನಾದರೂ ಆಲೋಚಿಸಬೇಕು ಎಂದೇ ಅನಿಸುವುದಿಲ್ಲ" ಎಂದೆ.

"ನಿನಗೆ ದೇವರು ನಮ್ಮ ಬಳಿ ಇರುವುದು ಕಾಣುತ್ತಿಲ್ಲವೇ? ಈ ಪರ್ವತಗಳನ್ನು ನೋಡು. ಎಷ್ಟು ಸುಂದರ, ಶಾಂತವಾಗಿದೆ. ನಾನು ಅದನ್ನು ಹಾಗೆ ಕಾಣಬಯಸುತ್ತೇನೆ ನ್ಯಾಂಡೊ. ಸತ್ಯ ಏನಾದರೂ ಇರಲಿ. ಇದರ ಬಗೆಗಿನ ರಮ್ಯ ಭಾವ ನನಗೆ ನೆಮ್ಮದಿಯನ್ನು ನೀಡುತ್ತದೆ. ಆತಂಕ ಹೋಗಲಾಡಿಸುತ್ತದೆ" ಎಂದ ಕಾರ್ಲಿಟೊ.

ಪರ್ವತಗಳು ಸುಂದರವಾಗಿದ್ದವು. ಆದರೆ ಆ ಸೌಂದರ್ಯದಲ್ಲಿ ನಾವು ಕಪ್ಪು ಮಚ್ಚೆಗಳಾಗಿದ್ದೆವು. ಪರ್ವತಗಳು ಆ ಮಚ್ಚೆಗಳನ್ನು ಹೋಗಲಾಡಿಸುವಲ್ಲಿ ತೊಡಗಿವೆ. ಅದು ಕಾರ್ಲಿಟೊನಿಗೆ ಕಾಣುತ್ತಿಲ್ಲ. ಅಥವಾ ಅವನಲ್ಲಿರುವ ಅಧೈರ್ಯ ಅದನ್ನು

ಕಾಣಲು ಅವನಿಗೆ ಬಿಡುತ್ತಿಲ್ಲ. ಆದರೂ ಅವನ ಹೆದರಿಕೆಯನ್ನು ಹೋಗಲಾಡಿಸುವ ಈ ವಿಚಿತ್ರ ಯತ್ನ ನನಗೆ ಹೊಸತೆನಿಸಿತು. ಅವನ ಬಗೆಗೆ ಪ್ರೀತಿ, ಕಾಳಜಿ ಹೆಚ್ಚಾಯಿತು.

ನಾನು ಅವನನ್ನೇ ಗಮನಿಸುತ್ತಾ ಆಲೋಚಿಸುತ್ತಿದ್ದಾಗ, ಅವನು ಮೆಲುಧ್ವನಿಯಲ್ಲಿ, "ನೀನು ಗಟ್ಟಿಗ ನ್ಯಾಂಡೊ. ನಿನ್ನಿಂದ ಇದು ಸಾಧ್ಯ. ನೀನು ಸಹಾಯ ಹುಡುಕಿ ತಂದೇ ತರುವೆ" ಎಂದು ಆಸೆಕಂಗಳಿಂದ ನೋಡಿದ.

ಅವನಿಗೆ ಏನೂ ಉತ್ತರಿಸುವ ಸ್ಥಿತಿಯಲ್ಲಿ ನಾನಿರಲಿಲ್ಲ. ಅವನು ಕಣ್ಣು ಮುಚ್ಚಿ ಪ್ರಾರ್ಥಿಸಲು ಪ್ರಾರಂಭಿಸಿದ.

"ಹುಟ್ಟು ಹಬ್ಬದ ಶುಭಾಶಯ ಕಾರ್ಲಿಟೊ" ಎಂದು ಅವನ ಕಿವಿಯಲ್ಲಿ ಉಸುರಿ, ಮಲಗಲು ಯತ್ನಿಸಿದೆ.

ಅಧ್ಯಾಯ 7

ಪೂರ್ವ

ನವೆಂಬರ್ ಒಂದಕ್ಕೆ ಕೊನೆಗೂ ಬಿರುಮಳೆ ನಿಂತಿತ್ತು. ಆಕಾಶ ಶುಭ್ರವಾಗಿತ್ತು, ಸೂರ್ಯ ಕುಂಭಕರ್ಣನ ನಿದ್ದೆಯಿಂದ ಮೈಮುರಿದೆದ್ದ. ನಮ್ಮ ಹುಡುಗರು ಕೆಲವರು ವಿಮಾನದ ಚಾವಣಿಯ ಮೇಲೇರಿ ಮಂಜುಗಡ್ಡೆ ಕರಗಿಸಿ ಕುಡಿಯುವ ನೀರಾಗಿಸುತ್ತಿದ್ದರು. ಉಳಿದವರು ನಿಧಾನವಾಗಿ ವಿಮಾನದ ಒಳಾಂಗಣ ಶುಚಿಗೊಳಿಸತೊಡಗಿದೆವು. ಕಲ್ಲು ಬಂಡೆಯಂತೆ ಗಟ್ಟಿಯಾಗಿದ್ದ ಟನ್ನುಗಟ್ಟಲೆ ಹಿಮವನ್ನು ಸ್ವಲ್ಪ ಸ್ವಲ್ಪವೇ ಕೊರೆದು ಒಬ್ಬರಿಂದೊಬ್ಬರಿಗೆ ರವಾನಿಸಿ ಹಿಂದೆಸೆಯತೊಡಗಿದೆವು. ಹೀಗೆ ಎಂಟು ದಿನಗಳು ಸಾಗಿದ್ದವು ಕೊನೆಗೂ ವಿಮಾನದೊಳಗೆ ಸುಲಭವಾಗಿ ಓಡಾಡುವಂತಾಯಿತು. ನನ್ನ ದೇಹ ತುಂಬಾ ಗಾಯಗೊಂಡಿದ್ದರಿಂದ ನಾನು ಈ ಕಷ್ಟದ ಕೆಲಸದಲ್ಲಿ ಪಾಲ್ಗೊಳ್ಳಬಾರದು ಎಂದು ಎಲ್ಲರೂ ನಿರ್ಧರಿಸಿದ್ದರು. ಆದರೂ, ಅವರ ಹೆಣಗಾಟವನ್ನು ನನ್ನಿಂದ ಕೂತು ನೋಡಲಾಗಲಿಲ್ಲ. ನಾನೂ ಕೈಜೋಡಿಸಿದ್ದೆ. ಖಾಲಿ ಮನಸ್ಸು ದೆವ್ವದ ಮನೆ ಎಂಬ ಕಾರಣಕ್ಕೆ ನಾನೂ ಚಟುವಟಿಕೆಯಲ್ಲಿ, ಕೆಲಸದಲ್ಲಿ ತೊಡಗಿಸಿಕೊಂಡೆ. ಒಂದು ಕ್ಷಣ ಸುಮ್ಮನೆ ಕೂತರೆ ನನ್ನೊಳಗಿದ್ದ ಎಲ್ಲಾ ಆತಂಕಗಳಿಗೂ ರೆಕ್ಕೆ ಬಂದು ತನ್ನಿಚ್ಛೆಯಂತೆ ಹಾರಿ ನನ್ನ ಮೇಲೇ ಹರಿಹಾಯುತ್ತಿತ್ತು.

ನಾವೆಲ್ಲರೂ ಸೇರಿ ವಿಮಾನವನ್ನು ಹಿಂದಿನಂತೆ ಬದುಕಬಲ್ಲ ಸ್ಥಳವಾಗಿ ಮಾಡುತ್ತಿರುವಾಗ ಜೊತೆಜೊತೆಗೇ ನನ್ನೊಡನೆ ಚಾರಣಕ್ಕೆ ಹೊರಟು ನಿಂತಿರುವ ಫಿಟೋ, ನುಮಾ ಮತ್ತು ರಾಬರ್ಟೊ ತಯಾರಿ ನಡೆಸುತ್ತಿದ್ದರು. ಪ್ಲಾಸ್ಟಿಕ್ಕಿನ ಪೆಟ್ಟಿಗೆಗೆ ನೈಲಾನ್ ಪಟ್ಟಿಗಳನ್ನು ಸೇರಿಸಿ ನಾವು ಹಿಮದಲ್ಲಿ ನಡೆಯಲು ಜಾರುನಡೆಯನ್ನು ತಯಾರಿಸಿದರು. ವಿಮಾನದ ಕುರ್ಚಿಯ ಬಟ್ಟೆಗಳನ್ನು ಹೊದಿಕೆಗಳಾಗಿ ಮತ್ತು ಫಿಟೋ ಹಿಂದೆ ತಯಾರಿಸಿದ್ದ ಕುರ್ಚಿಯ ದಿಂಬಿನ ಶೂಗಳನ್ನು ಉಪಯೋಗಿಸಲು

ತೆಗೆದುಕೊಂಡೆವು. ಜೊತೆಗೊಂದು ನೀರು ಕರಗಿಸಿ ಶೇಖರಿಸಿಕೊಳ್ಳಲು ನೀರಿನ ಬಾಟಲೊಂದನ್ನು ತೆಗೆದುಕೊಂಡೆವು. ಒಂದಷ್ಟು ತುಂಡು ಮಾಂಸವನ್ನು ಕೆಲವರು ನಮಗಾಗಿ ಕತ್ತರಿಸಿ ಪೊಟ್ಟಣ ಕಟ್ಟಿಕೊಟ್ಟರು. ನಮ್ಮೆಲ್ಲಾ ತಯಾರಿ ನಡೆದ ನಂತರ ಹವಾಗುಣದ ಬದಲಾವಣೆಗೆ ಕಾದು ಕೂರುವ ಕೆಲಸವೊಂದೇ ಉಳಿದಿತ್ತು. ನವೆಂಬರ್ ಎರಡನೆಯ ವಾರದ ಹೊತ್ತಿಗೆ ಚಳಿಯ ಕೊರೆತ ಸ್ವಲ್ಪ ಕಡಿಮೆಯಾಗುತ್ತಾ ಬಂತು. ಆದರೂ, ಸೂರ್ಯನಿದ್ದಾಗ ಸುಮಾರು ನಲವತ್ತಕ್ಕೇರುತ್ತಿದ್ದ ತಾಪಮಾನ ಸೂರ್ಯ ಮರೆಯಾಗುತ್ತಿದ್ದಂತೆ ಚಳಿಯ ಕಾಟ ಹೆಚ್ಚುತ್ತಿತ್ತು. ಸ್ವಲ್ಪ ಜೋರುಗಾಳಿ ಬೀಸಿದರೂ ಮಂಜಿನ ಸೀಳುವ ಥಂಡಿ. ರಾತ್ರಿಗಳು ಭಯಾನಕವಾಗಿಯೇ ಇದ್ದು ಮತ್ತೆ ಮತ್ತೆ ಬಿರುಗಾಳಿ ಜೋರಾಗುತ್ತಲೇ ಇತ್ತು.

ನವೆಂಬರ್ ಮೊದಲ ವಾರದಲ್ಲಿ ನಮ್ಮ ಜೊತೆ ಹೊರಡಲು ಆಂಟೊನಿಯೋನನ್ನೂ ಸೇರಿಸಿಕೊಂಡೆವು. ಅವನನ್ನು ನಾವು "ಟಿನ್‌ಟಿನ್" ಎಂದು ಕರೆಯುತ್ತಿದ್ದೆವು. ಅವನ ಕಾಲುಗಳು ಮತ್ತು ತೋಳು ಬಲಿಷ್ಠವಾಗಿದ್ದವು. ಓಲ್ಡ್ ಕ್ರಿಶ್ಚಿಯನ್ ತಂಡದಲ್ಲಿ ಅವನನ್ನು ಗೂಳಿಯ ಬಲವುಳ್ಳವನು ಎಂದೇ ಕರೆಯುತ್ತಿದ್ದರು. ರಾಬರ್ಟೋನಂತೆ ಇವನಿಗೂ ಸಿಟ್ಟಿನ ಸ್ವಭಾವ. ಈ ಇಬ್ಬರು ಬಲಿಷ್ಠರನ್ನು, ಕೊಬ್ಬಿನವರನ್ನೂ ನನ್ನೊಟ್ಟಿಗೆ ಕರೆದೊಯ್ಯುವುದು ಪರ್ವತಗಳು ಉಂಟುಮಾಡುತ್ತಿದ್ದ ಸರ್ವನಾಶಕ್ಕೆ ಉತ್ತರ ಎನಿಸಿತ್ತು. ಟಿನ್‌ಟಿನ್ ರಾಬರ್ಟೋನಷ್ಟು ಸಂಕೀರ್ಣನಾಗಿರಲಿಲ್ಲ. ಇವನಿಗೆ ಸಿಟ್ಟಿದ್ದರೂ ರಾಬರ್ಟೋನಷ್ಟು ಅಹಂ ಇರಲಿಲ್ಲ. ನಾವು ಐದು ಮಂದಿ ಹೋಗುವುದರಿಂದ, ಐವರಲ್ಲಿ ಒಬ್ಬರಾದರೂ ಬದುಕುಳಿಯಬಹುದು. ಉಳಿದವರಿಗೆ ಏನಾದರೂ ಸಹಾಯ ತರಬಹುದು ಎಂಬುದು ನಮ್ಮ ಉದ್ದೇಶವಾಗಿತ್ತು. ಇದೇ ಯೋಚನೆಯಲ್ಲಿ ಒಬ್ಬನನ್ನು ಸೇರಿಸಿಕೊಳ್ಳುತ್ತಲೇ ಮತ್ತೊಬ್ಬ ಹೊರಬೀಳಬೇಕಾಯಿತು. ಫಿಟೋನಿಗೆ ಹೆಮರಾಯಿಡ್ಸ್ ಆಗಿ ರಕ್ತ ಹೆಪ್ಪುಗಟ್ಟುವಿಕೆ ನಿಂತೇ ಹೋಯಿತು. ಸ್ವಲ್ಪ ದೂರ ನಡೆದಾಡಿದರೂ ಅವನಿಗೆ ತಡೆಯಲಾರದಷ್ಟು ಕಾಲು ನೋವು ಪ್ರಾರಂಭವಾಯಿತು. ಕೊನೆಗೂ ನಾವು ನಾಲ್ಕಾದೆವು: ನಾನು, ರಾಬರ್ಟೊ, ನುಮಾ ಮತ್ತು ಟಿನ್‌ಟಿನ್.

ನಾವು ಹೊರಡುವ ದಿನ ಹತ್ತಿರವಾದಂತೆ, ನಮ್ಮ ಈ ಮಿಷನ್ನಿನಲ್ಲಿ ಎಲ್ಲರಿಗೂ ಅತಿಯಾದ ವಿಶ್ವಾಸ ಮೂಡಿತ್ತು. ನಮ್ಮೆಲ್ಲಾ ತಯಾರಿಯಲ್ಲಿ ಹುರುಪಿನಿಂದ ಪಾಲ್ಗೊಂಡಿದ್ದ ಅವರು ನಾವು ಬದುಕುಳಿಯುತ್ತೇವೆ ಎಂಬ ಆತ್ಮವಿಶ್ವಾಸವನ್ನು ಬೆಳೆಸಿಕೊಂಡಿದ್ದರು. ಆದರೆ ನಾನು ಅವರ ಆತ್ಮವಿಶ್ವಾಸವನ್ನು ಹಂಚಿಕೊಳ್ಳಲಿಲ್ಲ. ಮನದಾಳದಲ್ಲಿ ನನಗೆ ಪಶ್ಚಿಮದ ಹಿಮಪರ್ವತಗಳ ದಾರಿಯೇ ಸರಿಯಾದ್ದು ಎಂಬ ಅಪಾರ ನಂಬಿಕೆ. ನಾನು ಅಡ್ಡ ಮಾತಾಡದೆ, "ಒಂದು ವೇಳೆ ಇನ್ಯಾವ

ಪ್ರಯೋಜನವಾಗದಿದ್ದರೂ ಇದೊಂದು ಒಳ್ಳೆ ಅನುಭವ, ಕಲಿಕೆಯಾಗುತ್ತದೆ. ನಮ್ಮ ಮುಂದಿನ ಯೋಜನೆಗೆ ಸರಿಯಾದ ಮಾರ್ಗದರ್ಶಿಯಾಗುತ್ತದೆ" ಎಂದು ನನಗೆ ನಾನೇ ಸಮಜಾಯಿಷಿ ನೀಡಿಕೊಂಡೆ. ಯಾವ ದಿಕ್ಕಾದರೇನು, ಈ ಪ್ರಾರಬ್ಧ ಸ್ಥಳವನ್ನು ಬಿಟ್ಟು ಹೋಗುವುದು ಉತ್ತಮ ಎನಿಸಿತ್ತು. ಎಲ್ಲರೂ ಪೂರ್ವಕ್ಕೆ ಹೊರಟರೆ ನಾನೂ ಅವರೊಡನೆ ಹೊರಟೆ. ಈ ಸ್ಥಳಕ್ಕಿಂತ ಇನ್ನಾವುದಾದರೂ ಸರಿ. ನನ್ನ ಒಂದೇ ಚಿಂತೆ ಸಮಯದ್ದಾಗಿತ್ತು. ನಾವು ಸಮಯ, ಶಕ್ತಿಯನ್ನು ಪೋಲುಮಾಡಿಕೊಂಡರೆ ನಂತರ ನಮಗೆ ಹೊರಡಬೇಕೆಂದರೂ ಸಾಧ್ಯವಾಗದು. ಘಳಿಗೆ ಘಳಿಗೆಗೂ ನಮ್ಮ ತ್ರಾಣ ಕ್ಷೀಣಿಸುತ್ತಿತ್ತು. ಕೊಚೆ ನಮ್ಮೆಲ್ಲರಿಗಿಂತ ಹೆಚ್ಚು ಕೃಶನಾಗಿದ್ದ. ಅವನು ನಮ್ಮೆಲ್ಲರ ನೆಚ್ಚಿನ ಹುಡುಗನೂ ಹೌದು. ಅವನ ಬುದ್ಧಿವಂತಿಕೆ, ನಗು ಮತ್ತು ಚೈತನ್ಯ ನಮಗೆಲ್ಲರಿಗೂ ಇಷ್ಟವಾಗಿತ್ತು. ಭಯಾನಕ, ಘೋರ ಸಮಯಗಳಲ್ಲೂ ಅವನ ವಿನೋದ ಪ್ರಜ್ಞೆ ನಮ್ಮಲ್ಲಿ ಗೆಲುವು ಮೂಡಿಸುತ್ತಿತ್ತು. ನಾವೆಲ್ಲರೂ ಬದುಕುಳಿಯಲು ಒಂದು ವಿಧದಲ್ಲಿ ಕೊಚೆ ಸಹಾಯ ಮಾಡಿದ್ದ.

ನುಮಾನಂತೆ ಕೊಚೆ ಸಹ ಮೊದಲಿಗೆ ಹೆಣದ ಮಾಂಸ ತಿನ್ನಲು ವಿರೋಧಿಸಿದ್ದ. ಕೊನೆಗೆ ಎಲ್ಲರ ಬಲವಂತಕ್ಕೆ ಒಪ್ಪಿದ್ದನಾದರೂ ಅವನನ್ನು ಕಾಡುತ್ತಿದ್ದ ನೈತಿಕ ಪ್ರಜ್ಞೆಯಿಂದ ಅವನ ಮನಸ್ಸು ಕುಗ್ಗಿತ್ತು. ದೇಹ ಅವನ ಇಚ್ಛೆಯ ವಿರುದ್ಧ ಕೆಲಸ ಮಾಡುತ್ತಿತ್ತು. ಆರೋಗ್ಯ ಹದಗೆಟ್ಟು ದೇಹ ದುರ್ಬಲವಾಗಿತ್ತು. ಅವನ ದೇಹದ ರೋಗನಿರೋಧಕ ಶಕ್ತಿ ಸಂಪೂರ್ಣ ಕುಗ್ಗಿತ್ತು. ಯಾವುದೇ ಸೋಂಕನ್ನು ಅವನ ದೇಹ ತಡೆಯದಾಯಿತು. ಇದರಿಂದ ಅವನ ಮೈಮೇಲಿನ ಗಾಯಗಳಲ್ಲಿ ಕೀವಾಗಿತ್ತು. ಅವನ ಕೋಲಿನಂತಹ ಸಣ್ಣ ಕಾಲುಗಳಲ್ಲಿ ಸಣ್ಣ ಸಣ್ಣ ಬೊಬ್ಬೆಗಳು ಕಾಣಿಸಿಕೊಂಡವು.

"ನಿನಗೇನನ್ನಿಸುತ್ತದೆ? ಮುದ್ದಾದ ಸಣ್ಣ ಕಾಲುಗಳು ಅಲ್ಲವೇ? ಇಷ್ಟು ಸಪೂರ, ನೀಳ ಕಾಲುಗಳ ಹುಡುಗಿ ಸಿಕ್ಕರೆ, ನೀನು ಇಷ್ಟ ಪಡುತ್ತೀಯಾ?" ಎನ್ನುತ್ತಾ ಆ ಸಂದರ್ಭದಲ್ಲೂ ತುಂಟ ನಗೆಬೀರಿ ನನ್ನತ್ತ ನೋಡುತ್ತಿದ್ದ. ಅವನಿಗೆ ಕಾಲಿನಲ್ಲಿ ಆಗಿದ್ದ ವ್ರಣಗಳಿಂದ ಪ್ರಾಣ ಹೋಗುವಷ್ಟು ನೋವಾಗುತ್ತಿದ್ದಿರಲೇ ಬೇಕು. ದಿನೇ ದಿನೇ ಸೊರಗುತ್ತಿದ್ದ ಅವನಿಗೂ ತನ್ನ ದೇಹದ ಪರಿಸ್ಥಿತಿ ತಿಳಿದಿರಲೇಬೇಕು. ನಮ್ಮಷ್ಟೇ ಹೆದರಿಕೆ, ಆತಂಕಗಳೂ ಅವನಿಗೆ ಖಂಡಿತ ಕಾಡಿರುತ್ತವೆ. ಆದರೂ ಅವನು ನಗುತ್ತಿದ್ದ, ನಗಿಸುತ್ತಿದ್ದ. ಅದು ಕೊಚೆ! ಅವನಿಂದ ನಾನು ಕಲಿತ ಪಾಠ ಮರೆಯಲು ಸಾಧ್ಯವೇ ಇಲ್ಲ.

ಕೊಚೆಯ ಪರಿಸ್ಥಿತಿ ಹೀಗಿದ್ದರೆ, ರಾಯ್‌ನದ್ದು ಮತ್ತೂ ಹದಗೆಟ್ಟ ಸ್ಥಿತಿಯಾಗಿತ್ತು. ರಾಯ್ ಸಹ ಮಾಂಸ ತಿನ್ನಲು ಒಪ್ಪದೆ ಒಮ್ಮೆಲೇ ಅವನ ದೇಹ ತೂಕ

ಕಡಿಮೆಯಾಗಿ ಹೋಯಿತು. ಅವನ ಬೆನ್ನು ತೋಳುಗಳು ಅಗಲವಾಗಿದ್ದು, ಇದೀಗ ಅವನ ದೇಹ ಕೃಶವಾದ ನಂತರ ಬೆನ್ನು ಬಾಗಿಹೋಗಿತ್ತು. ಅವನ ಚರ್ಮ ಜೋತು ಬಿದ್ದಂತಾಗಿತ್ತು. ಮಾನಸಿಕವಾಗಿಯೂ ಆಗೀಗ ಅಸ್ವಸ್ಥಗೊಳ್ಳುತ್ತಿದ್ದ ರಾಯ್ ಮೊದಲು ಒಬ್ಬ ಧೈರ್ಯಸ್ಥ ಕ್ರೀಡಾಪಟುವಾಗಿದ್ದ. ಆದರೆ, ಈ ಪರ್ವತಗಳು ಅವನ ಮಾನಸಿಕ ಬಲದೊಂದಿಗೆ ಚದುರಂಗವಾಡಿ ಗೆಲ್ಲುತ್ತಿದ್ದವು. ಅವನಿಗೆ ಈಗೀಗ ಸ್ವಲ್ಪ ಶಬ್ದವಾದರೂ ಬೆಚ್ಚಿ ಬೀಳುವ, ಕಿರುಚಿ ಉದ್ವೇಗಕ್ಕೆ ಒಳಗಾಗುವ ಪರಿಸ್ಥಿತಿಯುಂಟಾಗಿತ್ತು. ಚಿಕ್ಕ ಪುಟ್ಟ ಪ್ರಚೋದನೆಗಳಿಗೆಲ್ಲಾ ಅತ್ತುಬಿಡುತ್ತಿದ್ದ. ಸದಾ ಮುಖವನ್ನು ಗಂಟಾಗಿಸಿ ಕೂರುತ್ತಿದ್ದ.

ನಮ್ಮ ಗುಂಪಿನ ಚಿಕ್ಕ ಹುಡುಗರೆಲ್ಲರೂ ಒಬ್ಬರ ಹಿಂದೊಬ್ಬರು ಬಲಹೀನರಾಗುತ್ತಿದ್ದರು. ಆರ್ತುರೋ ಮತ್ತು ರಾಫೆಲ್ ಪರಿಸ್ಥಿತಿ ಇವರೆಲ್ಲರಿಗಿಂತಲೂ ಹೆಚ್ಚು ಸೂಕ್ಷ್ಮವಾಗಿತ್ತು. ರಾಫೆಲ್‌ನ ದೇಹ ಸ್ಥಿತಿ ಬಹಳ ಗಂಭೀರವಾಗಿತ್ತು. ಆದರೂ, ಅವನು ಮಾನಸಿಕವಾಗಿ ದೃಢವಾಗಿದ್ದ. ವಿಮಾನಾಪಘಾತದ ಮೊದಲ ದಿನದಿಂದ ರಾಫೆಲ್ ತೀವ್ರ ಗಾಯಗೊಂಡಿದ್ದ. ಆದರೂ ಅವನ ಮಾನಸಿಕ ಸ್ಥೈರ್ಯ ಅವನನ್ನು ಬದುಕಿಸಿತ್ತು. ಅವನು ಪ್ರತಿದಿನ ತನ್ನ ಬದುಕಿನ ಕರೆಯನ್ನು ಕೂಗಿ, ಘೋಷಿಸಿ ನಮ್ಮೆಲ್ಲರಿಗೂ ಧೈರ್ಯ ನೀಡುತ್ತಿದ್ದ. ಆರ್ತುರೋ, ರಾಫೆಲ್‌ನಷ್ಟು ಕೆಚ್ಚೆದೆಯಿಂದಿರಲಿಲ್ಲ. ದಿನದಿನಕ್ಕೂ ಮೌನಿಯಾಗುತ್ತಿದ್ದ, ಅಂತರ್ಮುಖಿಯಾಗುತ್ತಿದ್ದ. ಅವನು ಹತಾಶನಾಗಿ ಬದುಕುವ ಹೋರಾಟವನ್ನು ಕೈಬಿಟ್ಟಂತೆ ಇರುತ್ತಿದ್ದುದನ್ನು ಅವನ ಜೊತೆ ಮಾತನಾಡುವಾಗ ಗಮನಿಸಬಹುದಿತ್ತು.

"ಈಗ ಹೇಗಿರುವೆ ಆರ್ತುರೋ?"

"ನಾನು ತಣ್ಣಗಾಗಿದ್ದೇನೆ. ನನಗೆ ನೋವಾಗುತ್ತಿಲ್ಲ. ನನ್ನ ಕಾಲು ನನ್ನ ಸ್ವಾಧೀನದಲ್ಲಿಲ್ಲ. ಉಸಿರಾಟ ತೊಂದರೆಯಾಗುತ್ತಿದೆ" ಎಂದು ಗಂಭೀರವಾಗಿ ನುಡಿಯುತ್ತಿದ್ದ.

ಅವನ ಧ್ವನಿ ಸಣ್ಣದಾಗಿತ್ತು. ನನ್ನ ಮುಖದ ಹತ್ತಿರ ಬಾಗಿ, "ನಾನು ದೇವರಿಗೆ ಹತ್ತಿರವಾಗುತ್ತಿದ್ದೇನೆ ನ್ಯಾಂಡೊ. ಒಮ್ಮೊಮ್ಮೆ ಅವನ ಇರುವಿಕೆ ನನಗೆ ಎಷ್ಟು ಹತ್ತಿರ ಎನಿಸುತ್ತದೆ ಗೊತ್ತಾ? ಅವನ ಪ್ರೀತಿಯನ್ನು ನಾನು ಅನುಭವಿಸಬಲ್ಲೆ. ನನಗೆ ಅಳು ಬರುತ್ತಿದೆ." ಎಂದು ಎಲ್ಲ ಮುಗಿದವನಂತೆ ಮಾತನಾಡುತ್ತಿದ್ದ.

"ಸ್ವಲ್ಪ ತಡೆ ಆರ್ತುರೋ. ನಿನಗೇನೂ ಆಗದು"

"ಇನ್ನು ನನ್ನಿಂದಾಗದು ನ್ಯಾಂಡೊ. ಅವನು ನನ್ನನ್ನು ಕರೆಯುತ್ತಿದ್ದಾನೆ. ದೇವರ ಅಸ್ತಿತ್ವವನ್ನು ನಾನು ಇಷ್ಟರಲ್ಲೇ ಕಾಣ ಹೊರಟಿದ್ದೇನೆ. ಆಗ ನಿನ್ನ ಅನುಮಾನಗಳಿಗೆಲ್ಲಾ ನನ್ನ ಬಳಿ ಉತ್ತರ ಸಿಗುತ್ತದೆ" ಎಂದು ಕಹಿಯಾಗಿ ನಕ್ಕ.

"ನಿನಗೆ ಕುಡಿಯಲು ನೀರು ಬೇಕಾ ಆರ್ತುರೋ?"

"ನ್ಯಾಂಡೊ, ಒಂದು ನೆನಪಿನಲ್ಲಿಡು. ಈ ಸ್ಥಳದಲ್ಲೂ, ನಮ್ಮ ಬದುಕಿಗೆ, ಇರುವಿಕೆಗೆ ಒಂದು ಅರ್ಥವಿದೆ. ನಮ್ಮ ಈ ಸಂಕಟ, ನೋವು ಯಾವುದೂ ಸುಮ್ಮನೇ ಹೋಗದು. ನಾವಿಲ್ಲೇ ಕೊನೆವರೆಗೂ ಬಂಧಿಯಾದರೂ, ಸಾಯುವವರೆಗೂ ನಮ್ಮ ಕುಟುಂಬದವರನ್ನು, ದೇವರನ್ನು, ಎಲ್ಲ ವಸ್ತುಗಳನ್ನೂ ಪ್ರೀತಿಸುತ್ತಲೇ ಇರಬಹುದು. ಈ ಸ್ಥಳದಲ್ಲಿಯೂ ಸಹ ನಮ್ಮ ಜೀವಕ್ಕೆ ಅರ್ಥವಿದೆ".

ಈ ಮಾತುಗಳನ್ನಾಡುವಾಗ ಆರ್ತುರೋನ ಮುಖ ಶಾಂತಿಯಿಂದ ಹೊಳೆಯುತ್ತಿತ್ತು. ನಾನು ಬೇಕೆಂದೇ ಮೌನವಹಿಸಿದೆ. ನನ್ನ ಮಾತುಗಳು ಅವನಿಗೆ ಖಂಡಿತ ಕಟುವೆನಿಸುತ್ತವೆ ಎಂಬುದನ್ನು ತಿಳಿದು ಸುಮ್ಮನೆ ಮೌನವಾಗಿ ಅವನತ್ತ ಸಹಾನುಭೂತಿಯಿಂದ ನೋಡಿದೆ.

"ನೀನು ನನ್ನ ಕುಟುಂಬಕ್ಕೆ, ನಾನು ಅವರನ್ನು ತುಂಬಾ ಪ್ರೀತಿಸುತ್ತೇನೆ ಎಂಬ ವಿಷಯವನ್ನು ತಿಳಿಸುತ್ತೀಯಾ ಅಲ್ಲವೇ ನ್ಯಾಂಡೊ? ನನ್ನ ತಪ್ಪೊಪ್ಪಿಗೆಯನ್ನು ನಾನು ದೇವರ ಮುಂದಿರಿಸಿದ್ದೇನೆ. ಈಗ ನನಗೆ ಸಾವು ನಿಶ್ಚಿತ" ಎಂದ.

"ನಮ್ಮ ತಪ್ಪುಗಳನ್ನು ಮನ್ನಿಸುವ ದೇವರನ್ನು ನೀನು ನಂಬಿರಲಿಲ್ಲ ಅಲ್ಲವೇ ಆರ್ತುರೋ?" ನಾನು ನಗುತ್ತಾ ಪ್ರಶ್ನಿಸಿದೆ.

ಆರ್ತುರೋ ನನ್ನನ್ನು ನೋಡಿ ಸಣ್ಣ ನಗೆ ನಕ್ಕು, "ಇಂತಹ ಸಮಯದಲ್ಲಿ, ನಮ್ಮೆಲ್ಲಾ ಆಲೋಚನೆ, ವಿಚಾರಗಳ ಕೋನಗಳನ್ನು ಮಡಚಿ, ಒಳಗಿಡುವುದೇ ಉತ್ತಮ" ಎಂದ. ಅವನ ಮಾತುಗಳು ನನ್ನನ್ನು ಕಲಕಿಬಿಟ್ಟವು.

ಆರ್ತುರೋ ಕೃಶವಾದಂತೆ, ಅವನ ಸ್ನೇಹಿತ ಪೆಡ್ರೋ ಅವನ ಪಕ್ಕದಲ್ಲೇ ಇದ್ದು ಅವನ ಶುಶ್ರೂಷೆ ಮಾಡುತ್ತಿದ್ದ. ಅವನಿಗೆ ಬೇಕಾದಾಗ ನೀರು ಕೊಡುವುದು, ಅವನ ದೇಹವನ್ನು ಬೆಚ್ಚಗಿಡಲು ಉಜ್ಜುವುದು, ಅವನೊಡನೆ ಪ್ರಾರ್ಥಿಸುವುದು ಹೀಗೆ ತನ್ನ ಕೈಲಾದ ಎಲ್ಲ ಸಹಾಯವನ್ನೂ ಮಾಡುತ್ತಿದ್ದ. ಒಂದು ರಾತ್ರಿ, ಆರ್ತುರೋ ಅಳಲು ಪ್ರಾರಂಭಿಸಿದ. ಪೆಡ್ರೊ ಕೇಳಿದಾಗ ಅವನ ಉತ್ತರ, "ನಾನು ದೇವರಿಗೆ ತುಂಬಾ ಹತ್ತಿರವಾಗಿದ್ದೇನೆ" ಎಂದಾಗಿತ್ತು. ಮರುದಿನ ಮುಂಜಾನೆ ಆರ್ತುರೋಗೆ ಜ್ವರವೇರಿತ್ತು. ನಂತರ ನಲವತ್ತೆಂಟು ಘಂಟೆಗಳು ಅವನಿಗೆ ಪ್ರಜ್ಞೆಯಿರಲಿಲ್ಲ. ಅವನ ಕೊನೆಯ ದಿನ ಅವನನ್ನು ಪೆಡ್ರೋನ ಪಕ್ಕದಲ್ಲೇ ಮಲಗಿಸಿದ್ದೆವು. ನಾನು ಕಂಡಿದ್ದ ಅತ್ಯಂತ ಬಲಶಾಲಿ, ಬುದ್ಧಿವಂತ ಸ್ನೇಹಿತ ಆರ್ತುರೋ, ಅವನ ಜೀವದ ಗೆಳೆಯ ಪೆಡ್ರೊನ ತೋಳಿನಲ್ಲೇ ಅಸುನೀಗಿದ್ದ.

ಕೊನೆಗೂ ಬಂದೇ ಬಂತು ಆ ದಿನ. ನವೆಂಬರ್ ಹದಿನೈದು. ನುಮಾ, ರಾಬರ್ಟೊ, ಟಿನ್‌ಟಿನ್ ಮತ್ತು ನಾನು ಅಂದು ಮುಂಜಾನೆ ವಿಮಾನದ ಹೊರಗೆ ನಿಂತು ಹವಾಮಾನದ ಲೆಕ್ಕಾಚಾರಕ್ಕಿಳಿದೆವು. ಆಗಸ ಶುಭ್ರವಾಗಿತ್ತು. ನಾವು

ಹೊರಡಬೇಕಾಗಿದ್ದ ಪೂರ್ವದ ಬೆಟ್ಟಗಳನ್ನು ನೋಡುತ್ತಾ ತಯಾರಾದೆವು. ನನ್ನ ಪಕ್ಕದಲ್ಲಿ ನುಮಾ ಇದ್ದ. ಅವನು ನನ್ನಿಂದ ಮುಚ್ಚಿಡಲು ಯತ್ನಿಸಿದರೂ ಅವನು ನೋವುಣ್ಣುತ್ತಿದ್ದದ್ದು ನನಗೆ ತಿಳಿಯುತ್ತಿತ್ತು. ಹಿಮಕುಸಿತದ ಸಮಯದಿಂದ ಅವನ ಆಹಾರ ಸರಿಯಾಗಿರಲಿಲ್ಲ. ಅವನ ಇಚ್ಛಾಶಕ್ತಿ ಗಟ್ಟಿಯಾಗಿದ್ದರೂ ದೇಹ ಅದಕ್ಕೆ ಸಹಕರಿಸುತ್ತಿರಲಿಲ್ಲ. ಅವನು ದಿನೇದಿನೇ ಕ್ಷೀಣಿಸುತ್ತಿದ್ದ. ಕೆಲದಿನಗಳ ಹಿಂದೆ ಒಂದು ರಾತ್ರಿ ಯಾರೋ ಆಚೀಚೆ ನಡೆಯುವಾಗ, ನುಮಾನ ಕಾಲನ್ನು ಬಲವಾಗಿ ತುಳಿದಿದ್ದರು. ಅದರಿಂದ ತಕ್ಷಣವೇ ನುಮಾನ ಕಾಲು ಬಾತುಕೊಂಡಿತ್ತು. ರಾಬರ್ಟೊ ಅವನ ಊದಿದ ಕಾಲು ನೋಡಿ, ನಮ್ಮೊಟ್ಟಿಗೆ ಹೊರಡುವುದು ಬೇಡ ಎಂದು ತಡೆದರೂ, ನುಮಾ ಒಪ್ಪಲಿಲ್ಲ. ಅದೊಂದು ಸಣ್ಣ ಊತವಷ್ಟೇ, ಪರವಾಗಿಲ್ಲ ಎಂದು ನಮ್ಮೊಡನೆ ಹೊರಟು ನಿಂತ.

ನಮ್ಮ ಸಾಮಾನು ಸರಂಜಾಮನ್ನು ತೆಗೆದುಕೊಂಡು ಎಲ್ಲರನ್ನೂ ಬೀಳ್ಕೊಟ್ಟು ಹೊರಟಾಗ, ನುಮಾನನ್ನು ಕೇಳಿದೆ, "ನಿನಗೀಗ ಕಾಲು ನೋವು ಹೇಗಿದೆ? ನಿನಗೆ ನಮ್ಮೊಡನೆ ನಡೆಯಲು ಸಾಧ್ಯವೇ?"

ತಲೆದೂಗುತ್ತಾ, "ಇದೇನೂ ಇಲ್ಲ. ನಾನು ಚೆನ್ನಾಗಿದ್ದೇನೆ. ನನ್ನಿಂದ ನಡೆಯಲಾಗುತ್ತದೆ" ಎಂದ.

ನಾವು ಆ ಇಳಿಜಾರಿನತ್ತ ಹೊರಟಾಗ ಚಳಿ ತೀವ್ರವಾಗಿದ್ದರೂ ಮಳೆಯಿರಲಿಲ್ಲ. ಗಾಳಿ ಸುಮಾರಾಗಿ ಸಹಿಸುವಷ್ಟಿತ್ತು. ನನ್ನೆಲ್ಲಾ ಅನುಮಾನಗಳ ಹೊರತಾಗಿಯೂ, ಅಪಘಾತದ ಸ್ಥಳದಿಂದ ದೂರ ನಡೆಯುತ್ತಿದ್ದದ್ದು ಖುಷಿಯಾಗುತ್ತಿತ್ತು. ಮೊದಲಿಗೆ ನಮ್ಮ ಪಯಣ ಸರಾಗವಾಗಿತ್ತು. ಸುಮಾರು ಒಂದು ಘಂಟೆಯ ನಂತರ ಕತ್ತಲು ಮುಸುಕತೊಡಗಿತು. ಚಳಿ ಮತ್ತಷ್ಟು ಹೆಚ್ಚಾಯಿತು. ಹಿಮ ಬೀಳುವುದಕ್ಕೆ ಶುರುವಾಗಿತ್ತು. ನಾವು ಕಣ್ಣು ಮುಚ್ಚಿ ತೆಗೆಯುವಷ್ಟರಲ್ಲಿ ಒಂದು ದೊಡ್ಡ ಬಿರುಗಾಳಿ ನಮ್ಮನ್ನು ಒದ್ದೆಮಾಡಿತ್ತು. ಪ್ರತಿ ನಿಮಿಷವೂ ನಮಗೆ ಮುಖ್ಯ ಎಂದು ಅರಿತಿದ್ದ ನಾವು, ಮರುಕ್ಷಣವೇ ಚೇತರಿಸಿಕೊಂಡು ನಮ್ಮ ಪಯಣವನ್ನು ಮುಂದುವರೆಸಿದೆವು. ನಮ್ಮ ದೇಹಗಳು ಅರ್ಧ ಹೆಪ್ಪುಗಟ್ಟಿದ್ದವು. ಹೆದರಿಕೆ ಇಮ್ಮಡಿಸಿತ್ತು. ಮಳೆಯು ಪ್ರಾರಂಭವಾಗುವಷ್ಟರಲ್ಲಿ ನಮ್ಮ ಜಂಘಾಬಲವೇ ಉಡುಗಿಹೋಯಿತು. ನಾನು ಮತ್ತು ರಾಬರ್ಟೊ ಪರಸ್ಪರ ಖಿನ್ನ ನೋಟ ಬೀರಿದೆವು. ಈ ಬಿರುಮಳೆ ಇನ್ನು ನಿಧಾನಿಸಿ ಬಂದು, ನಾವು ನಮ್ಮ ಸೂರಿನಿಂದ ಹೆಚ್ಚು ದೂರ ತೆರಳಿದ್ದಿದ್ದರೆ ಇಷ್ಟು ಹೊತ್ತಿಗೆ ನಾವು ಸಾಯುತ್ತಿದ್ದೆವು ಎಂಬುದು ನಮಗೆ ತಿಳಿದಿತ್ತು.

ನಾವು ವಿಮಾನವಿದ್ದ ಸ್ಥಳಕ್ಕೆ ಮರಳಿ ಬಂದೆವು. ಎರಡು ದಿನ ಬೆಂಬಿಡದ ಬಿರುಮಳೆ. ರಾಬರ್ಟೊಗೆ ನುಮಾನ ಕಾಲಿನದೇ ಚಿಂತೆ. ಅವನ ಕಾಲಿನ

ಊತ ಇನ್ನೂ ಉಲ್ಬಣಗೊಂಡಿತ್ತು. "ನಿನ್ನ ಕಾಲುಗಳ ಸೋಂಕು ದಿನದಿನಕ್ಕೂ ಜಾಸ್ತಿಯಾಗುತ್ತಿದೆ. ನೀನು ಮತ್ತೆ ನಮ್ಮೊಡನೆ ಬರಬೇಡ" ರಾಬರ್ಟೊನ ಈ ಮಾತು ಕೇಳಿ ಮೊದಲ ಬಾರಿಗೆ ನುಮಾ ಸಿಡಿದೆದ್ದ. "ನನ್ನ ಕಾಲುಗಳು ತುಂಬಾ ಚೆನ್ನಾಗಿವೆ! ನೋವನ್ನು ನಾನು ತಡೆಯಬಲ್ಲೆ" ಎಂದು ರೇಗಿದ.

"ಕಾಲುಗಳಲ್ಲಿ ಕೀವು ತುಂಬಿದೆ. ನೀನು ಮಾಂಸವಾದರೂ ಹೆಚ್ಚು ತಿಂದಿದ್ದರೆ ನಿನ್ನಲ್ಲಿ ರೋಗ ನಿರೋಧಕ ಶಕ್ತಿಯಾದರೂ ಹೆಚ್ಚಾಗುತ್ತಿತ್ತು."

"ನಾನಿಲ್ಲಿ ನಿಲ್ಲುವುದಿಲ್ಲ. ನಿಮ್ಮೊಂದಿಗೆ ಬರುತ್ತೇನೆ." ಎಂದ ನುಮಾ.

ರಾಬರ್ಟೊ ನುಮಾನ ವರ್ತನೆಯನ್ನು ಗಮನಿಸುತ್ತಾ ತೀಕ್ಷ್ಣ ನೋಟ ಬೀರಿ, "ನೀನು ತುಂಬಾ ಸುಸ್ತಾಗಿದ್ದೀ. ನಿನಗೆ ನಮ್ಮಷ್ಟು ವೇಗವಾಗಿ ಚಲಿಸಲು ಸಾಧ್ಯವಿಲ್ಲ. ನಿನ್ನಿಂದ ನಮ್ಮ ಚಾರಣ ನಿಧಾನವಾಗುವ ಸಂಭವವಿದೆ. ನಿನ್ನನ್ನು ನಮ್ಮೊಡನೆ ಕರೆದೊಯ್ಯಲು ಸಾಧ್ಯವಿಲ್ಲ!" ಎಂದ.

ನುಮಾ ನನ್ನ ಕಡೆ ತಿರುಗುತ್ತಾ, "ನ್ಯಾಂಡೊ ನೀನಾದರೂ ಹೇಳು, ದಯವಿಟ್ಟು. ನನ್ನಿಂದಾಗುತ್ತದೆ. ನನ್ನನ್ನಿಲ್ಲಿ ಬಿಟ್ಟು ಹೋಗಬೇಡಿ" ಎಂದು ಗೋಗರೆದ.

ನಾನು ತಲೆಯಾಡಿಸಿ, "ಕ್ಷಮಿಸು ನುಮಾ. ರಾಬರ್ಟೊನ ಮಾತು ನಿಜ. ನಿನ್ನ ಕಾಲ್ಗಳ ಸ್ಥಿತಿ ಗಂಭೀರವಾಗಿದೆ. ನೀನಿಲ್ಲಿ ನಿಲ್ಲಬೇಕು" ಎಂದೆ. ನಮ್ಮೊಂದಿಗೆ ಎಲ್ಲರೂ ಅದನ್ನೇ ಹೇಳಿದರು. ನುಮಾ ದುಃಖಿತನಾದ. ಅವನಿಗೆ ನಮ್ಮೊಂದಿಗೆ ಹೊರಡಲು ತುಂಬ ಆಸೆಯಿತ್ತು. ಅವನ ಪರಿಸ್ಥಿತಿಯಲ್ಲಿ ನಾನಿದ್ದಿದ್ದರೂ ಇದನ್ನು ಸಹಿಸಲಾಗುತ್ತಿರಲಿಲ್ಲ. ಈ ನಿರಾಶೆಯಿಂದ ನುಮಾ ತನ್ನ ಶಕ್ತಿ, ಚೈತನ್ಯವನ್ನು ಕಳೆದುಕೊಳ್ಳದಿದ್ದರೆ ಸಾಕು ಎಂದೆನಿಸಿತ್ತು.

ನವೆಂಬರ್ ಹದಿನೇಳರಂದು ಬಿರುಮಳೆ ನಿಂತಿತ್ತು. ಆಕಾಶ ಶುಭ್ರವಾಗಿತ್ತು. ಹಿಂದಿನ ಬಾರಿಯಷ್ಟು ಗಲಾಟೆ, ಗದ್ದಲವಿಲ್ಲದೆ, ನಾನು, ರಾಬರ್ಟೊ ಮತ್ತು ಟಿನ್ ಟಿನ್ ಹೊರಟೆವು. ಈ ಬಾರಿ ಬೆಳಗ್ಗೆ ಬೇಗ ಹೊರಟಿದ್ದೆವು. ಸೂರ್ಯನ ಬೆಳಕು ಪ್ರಖರವಾಗಿತ್ತು. ನಾವು ಹೆಚ್ಚು ಮಾತನಾಡಲಿಲ್ಲ. ಬೇಗ ಬೇಗ ಚಲಿಸಲು ತೊಡಗಿದೆವು. ಆ ಸಮಯದಲ್ಲಿ ಸಣ್ಣ ಗಾಳಿ ಬೀಸುತ್ತಿದ್ದರೂ ನಿಶ್ಶಬ್ದ ಕವಿದಿತ್ತು ನಾವು ಪ್ರತಿ ಹೆಜ್ಜೆ ಇಟ್ಟಾಗಲೂ ಬೂಟಿನಡಿ ಸಿಲುಕಿ ಪುಡಿಯಾಗುತ್ತಿದ್ದ ಹಿಮದ ಶಬ್ದ ಹೊರತು ಬೇರಾವ ಸದ್ದೂ ಅಲ್ಲಿರಲಿಲ್ಲ. ರಾಬರ್ಟೊ ನಮಗಿಂತ ಮುಂದೆ ಇನ್ನೂ ವೇಗವಾಗಿ ಚಲಿಸಿದ್ದ. ಸುಮಾರು ಒಂದೂವರೆ ಘಂಟೆಯ ನಂತರ ದೂರದಿಂದ ಅವನ ಧ್ವನಿ ಕೇಳಿಬಂತು. ಅವನೊಂದು ದೊಡ್ಡ ಹಿಮರಾಶಿಯ ತುದಿಯಲ್ಲಿ ನಿಂತಿದ್ದ. ಲಗುಬಗೆಯಿಂದ ನಾವು ಅವನಿದ್ದ ಸ್ಥಳಕ್ಕೆ ತಲುಪಿದಾಗ ಕಂಡದ್ದು ನೂರು ಅಡಿ ದೂರದಲ್ಲಿದ್ದ ವಿಮಾನದ ಮುರಿದ ಇನ್ನರ್ಧ ಭಾಗ.

ಸಂತಸದಿಂದ ಕೆಲವೇ ಕ್ಷಣಗಳಲ್ಲಿ ಆ ಸ್ಥಳವನ್ನು ತಲುಪಿದೆವು. ಅಲ್ಲಿ ಚದುರಿ ಬಿದ್ದಿದ್ದ ಪೆಟ್ಟಿಗೆಗಳಿಂದ ಬೆಚ್ಚಗಿನ ಮತ್ತು ಶುಭ್ರ ಬಟ್ಟೆಗಳನ್ನು ಹಾಕಿಕೊಂಡೆವು. ಹಳೆಯ ಬಟ್ಟೆ ಕಳಚಿ ಹೊಸದನ್ನು ತೊಟ್ಟ ನಂತರ ಜೀವ ಹಗುರಾದಂತೆ ಎನಿಸಿತು.

ವಿಮಾನದೊಳಭಾಗದಲ್ಲಿ ಮತ್ತಷ್ಟು ಪೆಟ್ಟಿಗೆಗಳು ಕಂಡವು. ಅಲ್ಲಿ ಒಂದಷ್ಟು ರಮ್ಮು ಮತ್ತು ಚಾಕೊಲೇಟ್, ಸಿಗರೇಟುಗಳಿದ್ದವು. ಇನ್ನೂ ಮುಂದೆ ತಡಕಾಡಿದಾಗ ಒಂದು ಕ್ಯಾಮರಾ ಕಂಡಿತು. ಒಂದಷ್ಟು ಖಾದ್ಯಗಳಿದ್ದವು. ಸ್ವಲ್ಪ ತಿಂದು ಉಳಿದದ್ದನ್ನು ಮುಂದಿನ ದಿನಗಳಿಗೆ ಉಳಿಸಿಕೊಂಡೆವು.

ಈ ಬಯಸದೇ ಬಂದ ಭಾಗ್ಯಕ್ಕೆ ನಾವು ತುಂಬಾ ಖುಷಿಯಾದೆವು. ರೇಡಿಯೋನ ಬ್ಯಾಟರಿಗಳು ವಿಮಾನದ ಇನ್ನರ್ಧ ಭಾಗದ ಹಿಂಭಾಗದಲ್ಲಿವೆ ಎಂದು ಕಾರ್ಲೋಸ್ ಹೇಳಿದ್ದ. ಅದನ್ನು ನೆನಪಿಸಿಕೊಂಡು ಹುಡುಕಾಡಿ ಕೊನೆಗೂ ಹೊರತೆಗೆದೆವು. ಅದು ನನ್ನ ಊಹೆಗೂ ಮೀರಿ ದೊಡ್ಡದಾಗಿತ್ತು. ಕೆಲವು ಖಾಲಿಯಾದ ಪ್ಲಾಸ್ಟಿಕ್ ಬಾಟಲಿಗಳು ಸಿಕ್ಕವು. ರಾಬರ್ಟೊ ಅವನ್ನೆಲ್ಲಾ ಒಟ್ಟುಗೂಡಿಸಿ ಬೆಂಕಿ ಹಚ್ಚಿ, ನಾವು ತೆಗೆದೊಯ್ದಿದ್ದ ಮಾಂಸವನ್ನು ಅದರಲ್ಲಿ ಬೇಯಿಸಿದ. ಮೂವರೂ ಮನತಣಿಯುವಷ್ಟು ತಿಂದೆವು. ಕತ್ತಲಾಗುತ್ತಲೇ ಅಲ್ಲೇ ಪೆಟ್ಟಿಗೆಗಳೊಳಗೆ ಇದ್ದ ಇನ್ನಷ್ಟು ಬಟ್ಟೆಗಳನ್ನು ತೆಗೆದು ಹಾಸಿಕೊಂಡು ಮಲಗಿದೆವು. ಅಲ್ಲಿದ್ದ ಕೆಲವು ತಂತಿಗಳನ್ನು ಬ್ಯಾಟರಿಗೆ ಸೇರಿಸಿ, ರಾಬರ್ಟೊ ಲೈಟ್ ಹತ್ತಿಸಿದ್ದ. ಮೊದಲ ಬಾರಿಗೆ ಸೂರ್ಯಾಸ್ತದ ನಂತರ ಬೆಳಕನ್ನು ಪಡೆದಿದ್ದೆವು. ಅಲ್ಲಿ ದೊರೆತ ಕೆಲವು ಹಾಸ್ಯಭರಿತ ಪುಸ್ತಕಗಳನ್ನು ಸಂತೋಷದಿಂದ ಓದಿದೆವು. ನಾನು ರಾಬರ್ಟೊ ಮತ್ತು ಟಿನ್‌ಟಿನ್‌ನ ಭಾವಚಿತ್ರಗಳನ್ನು ತೆಗೆದೆ. ನಾವು ಈ ಸ್ಥಳದಿಂದ ಬಚಾವಾಗದೆ, ಇಲ್ಲೇ ಕೊನೆಯುಸಿರೆಳೆದರೆ ಇನ್ನು ಮುಂದೆ ಯಾವಾಗಲಾದರೂ, ಯಾರಾದರೂ ಇಲ್ಲಿ ಬಂದರೆ ಈ ಕ್ಯಾಮರಾದ ಮೂಲಕ ನಾವಿಲ್ಲಿದ್ದೆವು, ಇಲ್ಲೇ ಹೆಣಗಾಡಿ ಸತ್ತೆವು ಎಂಬುದು ತಿಳಿಯಲಿ ಎಂಬ ಆಲೋಚನೆಯೂ ಬಂದಿತ್ತು. ನನಗೆ ಇದು ಯಾಕೋ ಗಂಭೀರ ವಿಷಯವೆನಿಸಿತ್ತು.

ಬೆಚ್ಚನೆಯ ಶುಭ್ರ ಬಟ್ಟೆ, ಹೆಚ್ಚು ಸ್ಥಳ, ತಿನ್ನಲು ಖಾದ್ಯ, ಕತ್ತಲಲ್ಲಿ ಬೆಳಕು ಎಲ್ಲವೂ ಸಿಕ್ಕ ಸುಖಭೋಗದ ರಾತ್ರಿ ಅದಾಗಿತ್ತು. ನನಗೆ ಬೇಕಾದಷ್ಟು ಕಾಲು ಚಾಚಿ, ಬೇಕಾದ ಕಡೆಗೆ ತಿರುಗಬಹುದಾಗಿತ್ತು. ರಾಬರ್ಟೊ ದೀಪವಾರಿಸಿದ್ದಷ್ಟೇ ಗೊತ್ತು ಬಹಳ ಬೇಗ ನಿದ್ದೆ ಹತ್ತಿತ್ತು. ಎಷ್ಟೋ ದಿನಗಳ ನಂತರ ಒಂದು ಒಳ್ಳೆ ನಿದ್ದೆ ಮಾಡಿದ್ದೆವು. ಬೆಳಗ್ಗೆ ಅದೇ ಸ್ಥಳದಲ್ಲಿ ಉಳಿಯಲು ತುಂಬಾ ಮನಸ್ಸಾಯಿತು. ಆದರೆ, ನಮಗಾಗಿ, ನಾವು ಸಹಾಯ ತರುವುದಾಗಿ ಕಾತರರಾಗಿ ಕಾದು ಕೂತ ಗುಂಪಿನ ಇತರರ ನೆನಪಾಯಿತು. ಬೇಗ ಸಿದ್ಧವಾಗಿ ಅಲ್ಲಿಂದ ನಮ್ಮ ಪಯಣ ಮುಂದುವರೆಸಿದೆವು.

ಆ ಬೆಳಗ್ಗೆ ಪೂರ ಮಂಜಿತ್ತು. ನಿಧಾನವಾಗಿ ಸೂರ್ಯ ಕಾಣಿಸಿಕೊಂಡ. ನೋಡು ನೋಡುತ್ತಾ ಸೂರ್ಯನ ಬಿಸಿಲು ಹೆಚ್ಚಾಯಿತು. ಇಷ್ಟು ಹೊತ್ತೂ ಬೇಕಾಗಿದ್ದ ಬೆಚ್ಚನೆಯ ಬಟ್ಟೆ ಇದೀಗ ಬೆವರಿಳಿಸಿತ್ತು. ಸುಮಾರು ವಾರಗಳ ಕೊರೆವ ಚಳಿಯ ನಂತರ ಸುಡುವ ಬಿಸಿಲು ನಮ್ಮ ದೇಹದ ನೀರಿನಂಶವನ್ನು ಕಡಿಮೆಗೊಳಿಸಿತ್ತು. ಸುಸ್ತು ಹೆಚ್ಚಾಗಿತ್ತು. ಮಧ್ಯಾಹ್ನವಾಗುತ್ತಲೇ ಅಲ್ಲೇ ಸಿಕ್ಕ ಒಂದು ಹೆಬ್ಬಂಡೆಯಡಿ ಕೂತು ವಿಶ್ರಮಿಸಿದೆವು. ಸ್ವಲ್ಪ ತಿಂದು, ನೀರು ಕುಡಿದು ಕೂತರೂ ನಮ್ಮ ಆಯಾಸ ನೀಗಲಿಲ್ಲ. ಅಂದು ಅಲ್ಲೇ ಬಿಡಾರ ಹೂಡಿ ರಾತ್ರಿ ಕಳೆಯುವುದು ಎಂದು ತೀರ್ಮಾನಿಸಿದೆವು.

ಟೆಂಟು ಕಟ್ಟಿ ಬಿಡಾರ ಹೂಡಿದರೂ ರಾತ್ರಿಯಾಗುತ್ತಿದ್ದಂತೆ, ಅದು ಯಾವ ಪ್ರಯೋಜನಕ್ಕೂ ಇಲ್ಲ ಎಂಬ ವಿಷಯ ಅನುಭವಕ್ಕೆ ಬಂತು. ಹಿಂದೊಮ್ಮೆ ಗಸ್ತೆವೋ, ನುಮಾ ಮತ್ತು ಮಸ್ಪೋನ್ಸ್‌ರು ರಾತ್ರಿ ಹಿಮದ ಮಧ್ಯೆ ಸಿಲುಕಿ ಪಟ್ಟ ಪಾಡಿನ ನೆನಪಾಯಿತು. ರಣ ಚಳಿಯನ್ನು ತಡೆಯಲು ನಾವು ಒಬ್ಬರನ್ನೊಬ್ಬರು ಅಪ್ಪಿ ಕೂತೆವು. ನಾವು ಮೂವರು ಒಬ್ಬರ ಮೇಲೆ ಒಬ್ಬರು ಮಲಗಿ ನಡುವಿರುವ ಒಬ್ಬರನ್ನು ಬೆಚ್ಚಗಾಗಿಸುತ್ತಿದ್ದೆವು. ಹೀಗೆ ಇಡೀ ರಾತ್ರಿ ಒಬ್ಬರ ನಂತರ ಒಬ್ಬರಂತೆ ಮಧ್ಯದಲ್ಲಿ ಮಲಗಿ ದೇಹ ಮರಗಟ್ಟಿ ಹೋಗುವುದನ್ನು ತಡೆದೆವು. ಬೆಳಕಾಗುವವರೆಗೂ ಬದುಕುಳಿದೆವು. ಸೂರ್ಯನ ಮೊದಲ ಕಿರಣಗಳಿಗೆ ಚಾತಕ ಪಕ್ಷಿಗಳಂತೆ ಕಾದುಕೂತಿದ್ದೆವು. ಕಿರಣಗಳು ಕಂಡ ಕೂಡಲೇ ನಮ್ಮ ದೇಹ ಒಡ್ಡಿ ಬೆಚ್ಚಗಾಗಿಸಿಕೊಂಡೆವು. ಆ ಕಾಳರಾತ್ರಿಯ ಘೋರತೆಯನ್ನು ದಾಟಿ ಬದುಕುಳಿದದ್ದು ನಮಗೇ ಆಶ್ಚರ್ಯವೆನಿಸಿತ್ತು.

“ಇದೇ ರೀತಿಯಾದರೆ ನಾವು ಇನ್ನೊಂದು ರಾತ್ರಿಯನ್ನು ಕಳೆಯುವುದು ಕಷ್ಟವಾಗುತ್ತದೆ” ಪೂರ್ವದ ಶಿಖರಗಳನ್ನೇ ಗಮನಿಸುತ್ತಾ ಹೇಳಿದ ರಾಬರ್ಟೊ. ನಾವು ನಡೆಯಲು ಪ್ರಾರಂಭಿಸಿದ ನಂತರ ಈ ಪರ್ವತಗಳು ಇನ್ನೂ ಹೆಚ್ಚು ಎತ್ತರ ಮತ್ತು ವಿಸ್ತಾರವಾಗಿ ಕಾಣುತ್ತಿತ್ತು.

“ಏನು ಆಲೋಚಿಸುತ್ತಿದ್ದಿ?” ಕಣ್ಣು ಮಿಟುಕಿಸದೆ ನೋಡುತ್ತಿದ್ದ ರಾಬರ್ಟೊನನ್ನು ಕೇಳಿದೆ.

ನನ್ನ ಮನಸ್ಸಿನ ಮಾತನ್ನೇ ಆಡುತ್ತಾ ರಾಬರ್ಟೊ, “ಈ ಕಣಿವೆಗಳು ಪಶ್ಚಿಮಕ್ಕೆ ತಿರುಗುವ ಯಾವ ಸೂಚನೆಯೂ ಇಲ್ಲ. ನಾವು ಆಂಡೀಸ್‌ನ ಒಳಗೆ ಇನ್ನೂ ಆಳಕ್ಕೆ ಇಳಿದು ಹೋಗುತ್ತಿದ್ದೇವೆ ಅನಿಸುತ್ತೆ,” ಅಂದ.

“ನಿನ್ನ ಮಾತು ನಿಜವಿರಬಹುದು. ಆದರೆ ಇತರರು ನಮ್ಮನ್ನೇ ಎದುರುನೋಡುತ್ತಿದ್ದಾರೆ. ಇನ್ನು ಸ್ವಲ್ಪ ದೂರವಾದರೂ ನಾವು ಗಮಿಸಿ ನೋಡಬೇಕು”.

ರಾಬರ್ಟೋಗೆ ಸಿಟ್ಟೇರಿತು.

"ಥತ್ತೇರಿ! ನಾವು ಮುಂದೆ ಹೋಗಿ ದಾರಿಯಲ್ಲಿ ಸತ್ತರೆ, ಎದುರುನೋಡುತ್ತಿರುವವರಿಗೆ ಏನಾದರೂ ಪ್ರಯೋಜನವಿದೆಯೇ?"

"ಮತ್ತೇನು ಮಾಡಬೇಕು?" ನನ್ನ ಪ್ರಶ್ನೆ.

"ಬ್ಯಾಟರಿಗಳನ್ನು ತೆಗೆದುಕೊಂಡು ಮರಳಿ ನಮ್ಮ ವಿಮಾನದ ಸ್ಥಳಕ್ಕೆ ತೆರಳೋಣ. ರೇಡಿಯೋ ಕೆಲಸಮಾಡುವಂತೆ ಆದರೆ, ಹೇಗಾದರೂ ಸಿಗ್ನಲ್ ದೊರೆತು ನಮಗೆ ಸಹಾಯ ದೊರೆಯಬಹುದು. ನಮ್ಮ ಪ್ರಾಣ ಹೋಗದೇ ನಾವು ಸಹಾಯ ಪಡೆಯಬಹುದು".

ನನಗೆ ರೇಡಿಯೋ ಮೇಲೆ ಯಾವುದೇ ನಂಬಿಕೆ, ಭರವಸೆ ಉಳಿದಿರಲಿಲ್ಲ. ಆದರೆ ಯಾವುದಾದರೂ ಪ್ರಯತ್ನವನ್ನಂತೂ ಮಾಡಲೇ ಬೇಕಾಗಿತ್ತು. ಮತ್ತೊಂದು ಮಾತನಾಡದೆ ಆದದ್ದು ಆಗಲೆಂದು ಯೋಚಿಸಿ, ಬ್ಯಾಟರಿಗಳನ್ನು ತೆಗೆದುಕೊಂಡು ಮರಳಿ ಹೋಗುವ ಮಾತಾಯಿತು. ಆ ಬ್ಯಾಟರಿಗಳು ತೀರಾ ಭಾರದ್ದು. ಅದನ್ನು ಅದರ ಸ್ಥಳದಿಂದ ಎತ್ತುವ ಮಾತಿರಲಿ ಕದಲಿಸಲೂ ಸಾಧ್ಯವಾಗಲಿಲ್ಲ. "ಇದನ್ನು ನಾವು ತೆಗೆದುಕೊಂಡು ಹೋಗಲು ಸಾಧ್ಯವಿಲ್ಲ" ಎಂದೆ.

ರಾಬರ್ಟೊ ಒಂದು ಕ್ಷಣ ಯೋಚಿಸಿ, "ಆದರೆ ನಾವು ರೇಡಿಯೋವನ್ನು ಇಲ್ಲಿ ತರಬಹುದು. ರಾಯ್‌ನನ್ನು ನಮ್ಮೊಡನೆ ಕರೆತರೋಣ. ಅವನಿಗೆ ಇದನ್ನು ಜೋಡಿಸುವುದು ಸುಲಭ," ಎಂದ. ನನಗೆ ಈ ಉಪಾಯ ಇಷ್ಟವಾಗಲಿಲ್ಲ. ಆ ರೇಡಿಯೋ ರಿಪೇರಿ ಮಾಡಲು ಸಾಧ್ಯವಿಲ್ಲದಷ್ಟು ಕೆಟ್ಟುಹೋಗಿತ್ತು. ರಾಬರ್ಟೋನ ಈ ಪ್ರಯತ್ನದಿಂದ ಸಮಯ ಪೋಲಾಗಬಹುದು ಜೊತೆಗೆ ನಮ್ಮ ಮುಖ್ಯ ಕೆಲಸಕ್ಕೆ ತಡೆಯಾಗಬಹುದು. ಪಶ್ಚಿಮದತ್ತ ಶಿಖರವೇರಿ ಆಚೆ ಕಡೆ ಸೇರಿ ಸಹಾಯ ಹುಡುಕುವುದು ನಮ್ಮ ಪ್ರಮುಖ ಕಾರ್ಯವಾಗಿತ್ತು. ಅದನ್ನು ಹೊರತು ಉಳಿದೆಲ್ಲ ಕೆಲಸಗಳೂ ನಮ್ಮ ಸಮಯ, ಶಕ್ತಿಯನ್ನು ಕುಗ್ಗಿಸುವಂಥದ್ದಾಗಿತ್ತು. ಈ ವಿಷಯ ನನಗೆ ಬಹಳ ಸ್ಪಷ್ಟವಾಗಿತ್ತು.

"ಇದು ನಿಜಕ್ಕೂ ಸಹಾಯ ಮಾಡುತ್ತಾ ರಾಬರ್ಟೊ?"

"ನನಗೇನು ಗೊತ್ತು? ಒಂದು ಸರ್ತಿ ಪ್ರಯತ್ನ ಮಾಡಿದರೆ ನಮ್ಮ ಗಂಟೇನು ಹೋಗುತ್ತದೆ!"

"ನಮ್ಮ ಸಮಯ ಹಾಳಾಗಬಹುದು ಎಂದು ನನಗೆ ಚಿಂತೆ"

"ನೀನು ಎಲ್ಲಕ್ಕೂ ಅಡ್ಡ ಮಾತಾಡುತ್ತೀ ನ್ಯಾಂಡೊ. ಈ ಬ್ಯಾಟರಿಗಳು ನಮಗೆ ಸಹಾಯ ಮಾಡಬಹುದು"

ಇನ್ನು ಬೇರೆ ದಾರಿ ತೋಚದೆ, "ಸರಿ ನಿನಗೆ ನಾನು ಈಗ ಸಹಾಯ ಮಾಡುತ್ತೇನೆ. ಆದರೆ ಇದು ಪ್ರಯೋಜನವಾಗದಿದ್ದಲ್ಲಿ ನಾವು ಮತ್ತೆ ಬೆಟ್ಟ ಹತ್ತುವ

ಯೋಜನೆಯಲ್ಲಿ ತೊಡಗಬೇಕು. ಇದಕ್ಕೆ ನೀನು ಒಪ್ಪುತ್ತೀಯಾ?" ಎಂದೆ.

ರಾಬರ್ಟೋ ಒಪ್ಪಿದ. ಅದೇ ವಿಮಾನದ ಉಳಿದರ್ಧ ಭಾಗದ ಬಳಿಯೇ ಮಜಬೂತಾದ ಸುಖದ ಎರಡು ರಾತ್ರಿಗಳನ್ನು ಕಳೆದು, ನವೆಂಬರ್ ಇಪ್ಪತ್ತೊಂದರಂದು ನಮ್ಮ ಸ್ನೇಹಿತರು ಇರುವ ಸ್ಥಳಕ್ಕೆ ಮರಳಿದೆವು. ಹೊರಟ ಜಾಗಕ್ಕೆ ಮರಳುವುದು ಸುಲಭವಾಗಿರಲಿಲ್ಲ. ಅಲ್ಲಿಂದ ಬರುವಾಗ ಇಳಿಜಾರಿದ್ದುದರಿಂದ ಸುಲಭವಾಗಿ ಬಂದಿದ್ದೆವು. ಈಗ ಬೆಟ್ಟವನ್ನು ಏರಬೇಕಾಗಿತ್ತು. ಎತ್ತರದ ಪರ್ವತವೇರುವಷ್ಟರಲ್ಲಿ ನಮ್ಮಲ್ಲಿದ್ದ ಶಕ್ತಿಯೆಲ್ಲಾ ಉಡುಗಿಹೋಗಿತ್ತು. ಜೊತೆಗೆ ಸೂರ್ಯನ ಶಾಖ ತುಂಬಾ ಹೆಚ್ಚಾಗಿತ್ತು. ಉಸಿರಾಟಕ್ಕೆ ತೊಂದರೆಯಾಗುತ್ತಿತ್ತು. ಪ್ರತಿ ಹೆಜ್ಜೆಯ ನಂತರ ಮುವ್ವತ್ತು ಸೆಕೆಂಡುಗಳ ವಿರಾಮ ಬೇಕಾಗುತ್ತಿತ್ತು. ಅಷ್ಟು ಸುಸ್ತಾಗುತ್ತಿತ್ತು. ನಮ್ಮ ನಡಿಗೆ ಅತ್ಯಂತ ನಿಧಾನ ಗತಿಯದ್ದಾಗಿತ್ತು. ವಿಮಾನವಿದ್ದ ಸ್ಥಳದಿಂದ ಇಳಿದು ಬರುವಾಗ ಕೆಲವೇ ಘಂಟೆಗಳು ಸಾಕಾಗಿತ್ತು. ಆದರೆ ಈಗ ಅದರ ಎರಡರಷ್ಟು ಸಮಯ ಬೇಕಾಯಿತು.

ನಾವು ಮಧ್ಯಾಹ್ನದ ವೇಳೆಗೆ ಮೊದಲಿನ ಸ್ಥಳವನ್ನು ತಲುಪಿದ್ದೆವು. ಇಷ್ಟರಲ್ಲೇ ಮರಳಿ ಬಂದಿದ್ದ ನಮ್ಮನ್ನು ಕಂಡ ಸ್ನೇಹಿತರು ಸ್ವಲ್ಪ ಮಂಕಾದರೂ, ನಮ್ಮನ್ನು ಕುತೂಹಲದಿಂದ ಸ್ವಾಗತಿಸಿದರು. ಅವರಿಂದ ಬೀಳ್ಕೊಂಡು ಅಂದಿಗೆ ಆರು ದಿನಗಳಾಗಿದ್ದವು. ಇಷ್ಟು ದಿನಗಳಲ್ಲಿ ಬಹುಶಃ ನಾವು ಸಹಾಯ ಹುಡುಕಿದ್ದೇವೆಯೇ ಎಂಬುದು ಅವರ ಆಲೋಚನೆ. ಆದರೆ ನಾವು ಬರಿಗೈಲಿ ಬಂದಿದ್ದೆವು. ಅಷ್ಟು ಸಾಲದೆಂಬಂತೆ ಇತ್ತ ನಾವಿಲ್ಲದಿರುವಾಗ ರಾಫೆಲ್ ಸತ್ತಿದ್ದ. ಎಲ್ಲವೂ ಸೇರಿ ಅವರ ಭರವಸೆ ಇನ್ನಷ್ಟು ಕುಗ್ಗಿತ್ತು.

"ಕೊನೆಯಲ್ಲಿ ಅವನು ತುಂಬಾ ಭಾವೋದ್ರೇಕಗೊಂಡಿದ್ದ. ಬಂದು ಕರೆದೊಯ್ಯುವಂತೆ ಅಲ್ಲಿಲ್ಲದ ತನ್ನ ತಂದೆಗೆ ಕೂಗಿ ಕರೆಯುತ್ತಿದ್ದ. ಕೊನೆಯ ರಾತ್ರಿ ನನ್ನೊಡನೆ ಪ್ರಾರ್ಥಿಸುವಂತೆ ಮಾಡಿದೆ. ಅದರಿಂದ ಅವನಿಗೆ ಸ್ವಲ್ಪ ಸಮಾಧಾನವಾಯಿತು. ನಂತರ ಕೆಲವೇ ಕ್ಷಣಗಳಲ್ಲಿ ಜೋರಾಗಿ ಉಸಿರಾಡಲು ಪ್ರಾರಂಭಿಸಿ ಹೊರಟೇ ಹೋದ. ಗಸ್ತೆವೋ ಮತ್ತು ನಾನು ಅವನನ್ನು ಉಳಿಸಿಕೊಳ್ಳಲು ನಮ್ಮ ಕೈಲಾದ ಪ್ರಯತ್ನ ಮಾಡಿದೆವು. ಆದರೆ ತುಂಬಾ ತಡವಾಗಿ ಹೋಗಿತ್ತು" ಘಟನೆ ವಿವರಿಸಿದ ಕಾರ್ಲಿಟೊ.

ರಾಫೆಲ್‌ನ ಸಾವು ನಮ್ಮೆಲ್ಲರಿಗೂ ದೊಡ್ಡ ಹೊಡೆತವಾಗಿತ್ತು. ಅವನು ಧೈರ್ಯದ ಪ್ರತೀಕವಾಗಿದ್ದ. ಗಾಯಗೊಂಡು ಘಾಸಿಯಾದ ಶರೀರದೊಂದಿಗೆ ಇದ್ದರೂ ರಾಫೆಲ್ ಪ್ರತಿಕ್ಷಣ ಬದುಕುವ ಕೆಚ್ಚೆದೆ, ಧೈರ್ಯ ತೋರಿದ್ದ. ಎಲ್ಲ ಭಯವನ್ನೂ ಹಿಮ್ಮೆಟ್ಟಿ "ನಾನು ಬದುಕುತ್ತೇನೆ" ಎಂದು ಘೋಷಿಸುತ್ತಿದ್ದ. ಅವನನ್ನೇ ಈ ಪರ್ವತಗಳು ಕಬಳಿಸಿದವೆಂದ ಮೇಲೆ ನಮ್ಮೆಲ್ಲರನ್ನೂ ಇಂದಲ್ಲ ನಾಳೆ ತನ್ನೆಡೆಗೆ

ಸೆಳೆಯುವುದು ಖಚಿತ ಎಂದು ಎಲ್ಲರಿಗೂ ಅನಿಸಿತ್ತು. ಬದುಕಿಗಾಗಿ ಆಸೆಪಟ್ಟವರನ್ನು ಕರೆದುಕೊಂಡು ಇನ್ನು ಸಾಕು ಸಾಯಬೇಕು, ಈ ಆತಂಕವನ್ನು ಮುಗಿಸಬೇಕು ಎಂದು ಕೈಚೆಲ್ಲಿ ಕೂತವರನ್ನು ಇನ್ನೂ ಜೀವಂತವಾಗಿಯೇ ಇರಿಸಿ ಈ ಪರ್ವತಗಳು ಆಟವಾಡುತ್ತಿದ್ದವು. ಹಿಮಕುಸಿತದ ನಂತರ ಉಳಿದ ಹತ್ತೊಂಭತ್ತು ಮಂದಿಯಲ್ಲಿ ಕೆಲವರು "ಇನ್ನು ನಾವಿಷ್ಟು ಜನ ಉಳಿದೇ ಉಳಿಯುವವರು. ಇದು ದೇವರ ಮರ್ಜಿ. ಎಲ್ಲ ಕಷ್ಟಗಳ ನಂತರ ಉಳಿದ ನಾವು ಹತ್ತೊಂಭತ್ತು ಮಂದಿ ಇನ್ನು ಇಲ್ಲಿಂದ ಪಾರಾಗಿ ನಮ್ಮ ಪೂರ್ತಿ ಜೀವನ ಕಾಣುತ್ತೇವೆ" ಎಂದು ನಂಬಿದ್ದರು. ರಾಫೆಲ್‌ನ ಸಾವು ಆ ನಂಬಿಕೆಗೂ ನೀರೆರಚಿತ್ತು.

ಆ ರಾತ್ರಿ ನಾವು ಮಲಗಿದಾಗ, ನಾವು ಹಿಂತಿರುಗಿ ಬಂದ ಕಾರಣವನ್ನು ರಾಬರ್ಟೊ ವಿವರಿಸಿದ. "ಪೂರ್ವದ ಕಡೆಯ ದಾರಿ ಉಪಯೋಗವಿಲ್ಲ. ಅದು ಈ ಪರ್ವತಗಳ ಆಳಕ್ಕೆ ಇನ್ನೂ ಒಳಗೆ ನಮ್ಮನ್ನು ಕರೆದೊಯ್ಯುತ್ತದೆ. ಆದರೆ ಸಂತಸದ ವಿಚಾರವೆಂದರೆ ವಿಮಾನದ ಉಳಿದರ್ಧ ಭಾಗವಿದ್ದ ಸ್ಥಳ ನಮಗೆ ಕಂಡಿತು. ಅಲ್ಲಿಂದ ಎಲ್ಲರಿಗೂ ಬೆಚ್ಚಗಿನ ಶುಭ್ರ ಬಟ್ಟೆಗಳನ್ನು ತಂದಿದ್ದೇವೆ, ಜೊತೆಗೆ ಸಿಗರೆಟ್ಟುಗಳೂ ಸಹ. ಇನ್ನೂ ಒಳ್ಳೆಯ ಸುದ್ದಿ ಎಂದರೆ ನಮಗೆ ರೇಡಿಯೋ ಬ್ಯಾಟರಿಗಳು ದೊರೆತವು."

ಎಲ್ಲರೂ ಮೌನವಾಗಿ ರಾಬರ್ಟೊನ ಮಾತುಗಳನ್ನು ಕೇಳಿದರು. ರಾಬರ್ಟೊ ರೇಡಿಯೋ ತೆಗೆದೊಯ್ದು ಬ್ಯಾಟರಿಗಳ ಮೂಲಕ ಅದನ್ನು ಚಾಲನೆಗೆ ತರುವುದು ಎಂದು ವಿವರಿಸಿದ. ಎಲ್ಲರೂ ಒಪ್ಪಿದರು. ಈ ಪ್ರಯತ್ನವೂ ನಡೆಯಲಿ ಎಂದು ಎಲ್ಲರ ಅಭಿಪ್ರಾಯವಾಗಿತ್ತು. ಆದರೆ ಯಾರಲ್ಲಿಯೂ ಹಿಂದಿದ್ದ ಹುರುಪು ಕಾಣಲಿಲ್ಲ. ಎಲ್ಲರ ಮುಖಗಳಲ್ಲೂ ಸೋಲೊಪ್ಪಿಬಿಡುವ ಪ್ರಯಾಸದ ಛಾಯೆ. ಎಲ್ಲರಿಗೂ ಸಾಕಾಗಿತ್ತು. ಇನ್ನೂ ಹೆಚ್ಚು ಹೋರಾಡುವ ತಾಕತ್ತು ಯಾರಲ್ಲಿಯೂ ಉಳಿದಿರಲಿಲ್ಲ. ಕೆಲವರ ಕಣ್ಣುಗಳಲ್ಲಿ ಸಾವಿನಂಚಿನಲ್ಲಿದ್ದ ಸೆರೆಯಾಳುಗಳ ಭಾವ ತುಂಬಿತ್ತು. ಕೆಲವೇ ವಾರಗಳ ಹಿಂದೆ ಇವರೆಲ್ಲರೂ ಉತ್ಸಾಹೀ ಕ್ರೀಡಾ ಪಟುಗಳಾಗಿದ್ದರು, ಬಿಸಿರಕ್ತದ, ತುಂಟ ಹುಡುಗರಾಗಿದ್ದರು. ಆದರೆ ಈಗ ನಿಧಾನವಾಗಿ, ಎಡವುತ್ತಾ, ತೂರಾಡುತ್ತ, ಬಾಗಿದ ಬೆನ್ನಿನೊಂದಿಗೆ ಅವರು ನಿಶ್ಶಕ್ತರಾದ ಮುದುಕರಂತೆ ಕಾಣತೊಡಗಿದ್ದರು. ಎಲ್ಲರ ಬಟ್ಟೆಗಳೂ ತುಂಬ ಸಡಿಲವಾಗಿದ್ದವು. ಒಣಗಿ ಹಾಕಿದ ಬಟ್ಟೆಯಡಿಯ ತಂತಿಯಂತೆ ದೇಹಗಳು ಮೂಳೆ ಚಕ್ಕಳವಾಗಿದ್ದವು. ಎಲ್ಲರಲ್ಲೂ ನಿರಾಸೆ ಮನೆಮಾಡಿತ್ತು. ಯಾರನ್ನೂ, ಯಾವ ನಡವಳಿಕೆಗೂ ದೂಷಿಸುವಂತಿರಲಿಲ್ಲ. ಎಲ್ಲರ ಪರಿಸ್ಥಿತಿಯೂ ಹದಗೆಟ್ಟಿತ್ತು. ವಿಮಾನಾಪಘಾತ, ಹಸಿವು ಬಾಯಾರಿಕೆಗಳ ಹೆಣಗಾಟ, ನಂತರ ಹಿಮಕುಸಿತ, ಒಬ್ಬರ ಹಿಂದೊಬ್ಬರ ಸಾವು, ಪೂರ್ವದ ಚಾರಣದ ಸೋಲು, ದಿಕ್ಕುಗಾಣದ ಪರಿಸ್ಥಿತಿಗಳನ್ನು ಎಲ್ಲರೂ ಅನುಭವಿಸಿದ್ದೆವು. ನಾವು ಆಸೆಯಿಂದ ಒಳ ಹೊಕ್ಕುವ ಪ್ರಯತ್ನ ಮಾಡಿದ

ಪ್ರತಿ ಬಾಗಿಲೂ ನಮ್ಮ ಮುಖದ ಮೇಲೇ ರಪ್ ಎಂದು ಹೊಡೆದು ವಾಪಾಸು ಕಳಿಸುವ ಪರಿಸ್ಥಿತಿಯಾಗಿತ್ತು. ಹೌದು ಒಮ್ಮೆ ರೇಡಿಯೋ ಸಹ ಪ್ರಯತ್ನ ಮಾಡಿಬಿಡೋಣ ಎಂದು ನಿರಾಸಕ್ತಿಯ ಸಮ್ಮತಿಯನ್ನು ಎಲ್ಲರೂ ನೀಡಿದರು.

ಮರುದಿನ ಮುಂಜಾನೆ ನಾನು ಮತ್ತು ರಾಬರ್ಟೊ ರೇಡಿಯೋವನ್ನು ವಿಮಾನದಿಂದ ಬಿಚ್ಚಿ ಹೊರತೆಗೆಯಲು ಪ್ರಯತ್ನಿಸಿದೆವು. ಚಾಲಕನ ಕೋಣೆಯ ಭರ್ತಿ ಅದೇನೇನೋ ತಂತಿಗಳು, ಗುಂಡಿಗಳು, ಗೇರುಗಳು ಇತ್ಯಾದಿ ಇದ್ದವು. ರೇಡಿಯೋಗೆ ಸಂಬಂದ ಪಟ್ಟ ಎಲ್ಲಾ ವೈರ್‌ಗಳನ್ನು ನಮ್ಮ ಊಹೆಯಿಂದ ಹೊರತೆಗೆಯಲು ಸಾಕಷ್ಟು ಸಮಯವೇ ಹಿಡಿಯಿತು. ನನ್ನೆಲ್ಲಾ ಸಾವಧಾನವನ್ನೂ ಪರೀಕ್ಷಿಸಿಬಿಡುವಂತೆ ಈ ಕೆಲಸ ಸಂಪೂರ್ಣ ಎರಡು ದಿನಗಳನ್ನು ನುಂಗಿ ಹಾಕಿತು. ಕೊನೆಗೆ ನಮ್ಮೆಲ್ಲಾ ಪ್ರಯತ್ನ ನೀರ ಹೋಮ ಎಂದು ಅದನ್ನು ಹೊರತೆಗೆದೊಡನೆ ನನಗೆ ಗ್ರಹಿಕೆಯಾಗಿತ್ತು.

"ಅಯ್ಯೋ ರಾಮ! ಇದೇನಾಯಿತು!" ನಾನು ಕೂಗಿದೆ.

ರೇಡಿಯೋದ ಪ್ರತಿ ಭಾಗದ ಹಿಂದೆಯೂ ಹಲವಾರು ಪುಟ್ಟ ವೈಯರುಗಳಿದ್ದವು. ಅವೆಲ್ಲ ಒಂದರೊಳಗೊಂದು ಸೇರಿಕೊಂಡು ಗೋಜಲಾಗಿದ್ದವು. "ಇದು ಅಸಾಧ್ಯ ರಾಬರ್ಟೊ! ಈ ಎಲ್ಲಾ ತಂತಿಗಳನ್ನು ನಾವು ಹೇಗೆ ಕೂಡಿಸುವುದು?" ಎಂದು ಅಸಹನೆಯಿಂದ ಚೀರಿದೆ.

ರಾಬರ್ಟೊ ನನ್ನ ಮಾತುಗಳನ್ನು ಕಿವಿಗೆ ತಾಗಿಸದೆ, ಆ ತಂತಿಗಳನ್ನು ಎಣಿಸುವುದರಲ್ಲಿ ತೊಡಗಿದ.

"ಅರವತ್ತೇಳು. ಇಲ್ಲಿ ಅರವತ್ತೇಳು ವೈಯರುಗಳಿವೆ. ಮತ್ತೆ ಟ್ರಾನ್ಸ್ಮಿಟರಿನಲ್ಲೂ ಅರವತ್ತೇಳು ಇವೆ" ಎಂದ.

"ಆದರೆ ಅವನ್ನೆಲ್ಲಾ, ಯಾವುದಕ್ಕೆ ಯಾವುದು ಕೂಡಿಸಬೇಕು ಎಂದು ತಿಳಿಯುವುದು ಹೇಗೆ? ಇದು ಸಾಧ್ಯವಿಲ್ಲ."

ನನ್ನ ಮಾತಿಗೆ, "ಇಲ್ಲಿ ಈ ಚಿನ್ಹೆಗಳು ನಿನಗೆ ಕಾಣುತ್ತಿವೆಯಾ? ಪ್ರತಿಯೊಂದೂ ಬೇರೆ ರೀತಿಯಲ್ಲಿವೆ. ಆ ಸಂಕೇತವೇ ಹೇಳುತ್ತದೆ ಯಾವುದಕ್ಕೆ ಯಾವುದನ್ನು ಕೂಡಿಸಬೇಕು ಎಂದು" ಎನ್ನುತ್ತಾ ರಾಬರ್ಟೊ ರೇಗಿದ.

"ನನಗೆ ಗೊತ್ತಿಲ್ಲ ರಾಬರ್ಟೊ! ಇಲ್ಲಿ ನಾವು ಸಮಯ ಹಾಳುಮಾಡಿಕೊಳ್ಳುತ್ತಿದ್ದೇವೆ. ಇಷ್ಟೆಲ್ಲಾ ನಡೆದ ನಂತರ ಈ ರೇಡಿಯೋ ಕೆಲಸ ಮಾಡುತ್ತದೆ ಎಂಬ ಭರವಸೆಯೂ ಇಲ್ಲ!" ನಕಾರಾತ್ಮಕವಾಗಿ ನುಡಿದೆ.

ಸಹನೆ ಮೀರಿ ರಾಬರ್ಟೊ, "ಆ ಹಾಳು ಪರ್ವತಗಳನ್ನು ಹತ್ತಿ, ಅಲ್ಲಿ ನಮ್ಮ ಪ್ರಾಣ ಕಳೆದುಕೊಳ್ಳುವ ಮೊದಲು, ಕೊನೆಯ ಪ್ರಯತ್ನವಾಗಿ ಈ ರೇಡಿಯೋವನ್ನು

ನಾವು ಸರಿಮಾಡಲೇಬೇಕು. ಇದರಿಂದ ಪ್ರಯೋಜನವಾದರೆ? ನಮ್ಮ ಜೀವಗಳೆಲ್ಲಾ ಈ ರೇಡಿಯೋನಲ್ಲೇ ಅಡಗಿದ್ದರೆ?" ಎಂದು ಒಂದೇ ಉಸಿರಿನಲ್ಲಿ ಹೇಳಿ ಮುಗಿಸಿದ.

"ಸರಿ, ಸರಿ! ಹಾಗೇ ಆಗಲಿ," ಎಂದು ಅವನನ್ನು ಸಮಾಧಾನಗೊಳಿಸಲು ಪ್ರಯತ್ನಿಸುತ್ತಾ, "ನಾವು ರಾಯ್‌ನನ್ನು ಕರೆದುಕೊಂಡು ಹೋಗೋಣ. ಅವನು ನಮಗಿಂತ ಬೇಗ ಇದನ್ನು ಕೂಡಿಸಬಲ್ಲ" ಎಂದು ರಾಯ್‌ನನ್ನು ಕರೆದೆ. ಅವನಿಗೆ ರೇಡಿಯೋ ತೋರಿಸುತ್ತಾ ನಮ್ಮ ಉಪಾಯವನ್ನು ತಿಳಿಸಿದೆವು.

ಅವನು ಒಂದೇ ಮಾತಿನಲ್ಲಿ, "ಇದು ಸರಿಹೋಗುವುದಿಲ್ಲ ಅನ್ನಿಸತ್ತೆ." ಎಂದ.

"ನಾವಿದನ್ನು ಸರಿಹೊಂದಿಸಲೇ ಬೇಕು ಮತ್ತು ನೀನಿದನ್ನು ಮಾಡುತ್ತೀ!" ಎಂದು ರಾಬರ್ಟೊ ಬೆದರಿಸಿದ.

"ಇದನ್ನು ನಾನು ಸರಿಪಡಿಸಲಾರೆ! ಇದು ತುಂಬಾ ಸಂಕೀರ್ಣವಾಗಿದೆ. ಈ ರೀತಿಯ ರೇಡಿಯೋ ಬಗ್ಗೆ ನನಗೆ ಸ್ವಲ್ಪವೂ ತಿಳಿದಿಲ್ಲ. ನಮ್ಮ ಮನೆಗಳಲ್ಲಿರುವ ಪುಟ್ಟ ರೇಡಿಯೋ ಆದರೆ ಒಂದು ವೇಳೆ ನಾನು ನೋಡಬಲ್ಲೆ. ಆದರೆ ಈ ದೊಡ್ಡ ವಿಮಾನದ ರೇಡಿಯೋ... ಸಾಧ್ಯವಿಲ್ಲ!" ಎಂದು ನಡುಗುವ ಧ್ವನಿಯಲ್ಲಿ ಹೇಳಿ ರಾಯ್ ಅಳಲು ಪ್ರಾರಂಭಿಸಿದ.

"ಇದು ನಿನ್ನಿಂದ ಸಾಧ್ಯ ರಾಯ್. ಸಿದ್ಧನಾಗು. ನಮ್ಮೊಟ್ಟಿಗೆ ವಿಮಾನದ ಉಳಿದರ್ಧ ಭಾಗವಿರುವ ಸ್ಥಳಕ್ಕೆ ಕರೆದೊಯ್ಯುತ್ತೇವೆ. ಇದನ್ನು ನಾವೆಲ್ಲರೂ ಸೇರಿ ಸಿದ್ಧ ಪಡಿಸೋಣ ಮತ್ತು ಇದರಿಂದ ನಾವು ಸಹಾಯ ಪಡೆಯಬಹುದು" ಎಂದ ರಾಬರ್ಟೊ.

ಹೊರಡುವ ಮಾತು ಕೇಳಿ ರಾಯ್ ಹೌಹಾರಿದ. "ನಾನು ಈ ಸ್ಥಳದಿಂದ ಕದಲಲಾರೆ. ನನ್ನಿಂದ ನಡೆಯಲೂ ಸರಿಯಾಗಿ ಆಗುತ್ತಿಲ್ಲ. ನಾನು ತುಂಬಾ ದಣಿದಿದ್ದೇನೆ. ಬೆಟ್ಟ ಹತ್ತಲು ಸಾಧ್ಯವೇ ಇಲ್ಲ. ದಾರಿಯಲ್ಲಿ ನಾನು ಸತ್ತೇ ಹೋಗುತ್ತೇನೆ. ದಯವಿಟ್ಟು ನನ್ನನ್ನು ಬಿಟ್ಟುಬಿಡಿ" ಎಂದು ಗೋಗರೆದ.

ರಾಬರ್ಟೊ ಆವೇಶದಿಂದ, "ನೀನು ನಡೆಯಬಲ್ಲೆ, ಏಕೆಂದರೆ ನೀನು ನಡೆಯಲೇ ಬೇಕು!" ಎಂದ.

"ಈ ರೇಡಿಯೋ ಸಹ ಕೆಟ್ಟು ಕೂತಿದೆ. ಇದು ಪ್ರಯೋಜನವಿಲ್ಲ!"

"ಇರಬಹುದು ಆದರೆ ಒಂದು ಪ್ರಯತ್ನವನ್ನು ನಾವು ಮಾಡಲೇಬೇಕು. ಇದರಿಂದ ನಾವೆಲ್ಲರೂ ಬದುಕುಳಿಯಬಹುದು. ಈ ಕೆಲಸ ನಿನ್ನೊಬ್ಬನಿಂದ ಮಾತ್ರ ಸಾಧ್ಯ ರಾಯ್" ಎಂದು ನಿರ್ಧಾರ ಸ್ವರದಿಂದ ಹೇಳಿದ ರಾಬರ್ಟೊ.

ರಾಯ್ ಮುಖ ಸಣ್ಣಗೆ ಮಾಡಿ ಅಳಲು ಆರಂಭಿಸಿದ. ವಿಮಾನದ ಸ್ಥಳದಿಂದ ದೂರ ಹೋಗುವ ಆಲೋಚನೆಯೇ ಅವನನ್ನು ಜರ್ಜರಿತಗೊಳಿಸಿತ್ತು.

ತನ್ನ ಜೊತೆಗಿದ್ದ ಎಲ್ಲರನ್ನೂ ತಾನು ಹೋಗುವುದಿಲ್ಲ ಎಂದು ಬೇಡಿದ. ಅವನ ಮಾತು ಯಾರೂ ಕೇಳಲಿಲ್ಲ. ಬದಲಿಗೆ ಎಲ್ಲರೂ ಅವನು ಹೋಗಿ ರೇಡಿಯೋ ಸರಿಪಡಿಸಿದರೆ ಆಗಬಹುದಾದ ಉಪಯೋಗಗಳನ್ನು ಅವನಿಗೆ ವಿವರಿಸುತ್ತಿದ್ದರು. ವಿಮಾನದ ಸುತ್ತ ಎರಡು ಮೂರು ಸುತ್ತು ಹಾಕುವಂತೆ, ಅದು ಚಾರಣಕ್ಕೆ ಅವನಿಗೆ ಅಭ್ಯಾಸವಾಗುವಂತೆ ಎಲ್ಲರೂ ಪ್ರೇರೇಪಿಸಿದರು. ಕೊನೆಗೂ ರಾಯ್ ಹೆದರುತ್ತಲೇ ಒಪ್ಪಿದ. ಆದರೆ ಹೆಜ್ಜೆ ಹೆಜ್ಜೆಗೂ ಅಳುತ್ತಲೇ ನಡೆದ.

ರಾಯ್ ಪುಕ್ಕಲನಾಗಿರಲಿಲ್ಲ. ಅವನು ನನಗೆ ಮೊದಲಿನಿಂದಲೂ ಪರಿಚಯ. ಅವನ ಆಟ, ಪಾಠ, ಜೀವನ ಎಲ್ಲವನ್ನೂ ನಾನು ಕಂಡಿದ್ದೆ. ಅಪಘಾತದ ನಂತರವೂ ಅವನು ಮಾರ್ಸೆಲೋ ಜೊತೆ ಸೇರಿ ಸಾಕಷ್ಟು ಕೆಲಸಗಳನ್ನು ಮಾಡಿದ್ದ. ಹಿಮಕುಸಿತದ ರಾತ್ರಿ ಎಚ್ಚರಗೊಂಡು ಕೂತು, ಹಿಮದಲ್ಲಿ ಸಂಪೂರ್ಣ ಮುಳುಗಿದ್ದ ಎಲ್ಲರನ್ನೂ ಎಳೆದು ಹೊರತೆಗೆದಿದ್ದರಲ್ಲಿ ರಾಯ್‌ನ ಪಾತ್ರ ನಾನು ಮರೆಯಲಾರೆ. ಅವನು ನಮ್ಮೆಲ್ಲರಿಗಿಂತ ಚಿಕ್ಕವನು. ನಮ್ಮೊಡನೆ ಜರುಗುತ್ತಿರುವ ಒಂದರ ನಂತರ ಒಂದೆಂಬಂತಹ ಆತಂಕಕಾರೀ ಘಟನೆಗಳು ಅವನ ಮನಸ್ಸನ್ನು ಘಾಸಿಗೊಳಿಸಿದ್ದವು. ಅವನ ದೇಹ, ಮನಸ್ಸು ಎರಡೂ ಸಂಪೂರ್ಣ ಸವೆದುಹೋಗಿದ್ದವು. ಅವನು ಚರ್ಮ ಮುಚ್ಚಿದ ಅಸ್ತಿಪಂಜರವಷ್ಟೇ ಆಗಿದ್ದ. ನಮ್ಮೊಡನೆ ಇದ್ದ ಎಲ್ಲರಿಗಿಂತಲೂ ಹೆಚ್ಚು ತೂಕ ಕಳೆದುಕೊಂಡಿದ್ದ, ಆಘಾತಕ್ಕೊಳಗಾಗಿದ್ದ. ನನಗೆ ಅವನ ಮೇಲೆ ಅನುಕಂಪ ಉಕ್ಕಿತ್ತು. ನಾನು ಯಾರೊಬ್ಬರ ಮೇಲೂ ಹೆಚ್ಚು ಸಿಟ್ಟಾಗುತ್ತಿರಲಿಲ್ಲ. ಎಲ್ಲರ ನೋವು, ಆತಂಕ ಅರ್ಥವಾಗುತ್ತಿತ್ತು. ಅದರಲ್ಲೂ ವಯಸ್ಸಿನಲ್ಲಿ ತುಂಬಾ ಚಿಕ್ಕವರದು. ಆದ್ದರಿಂದ, ಅವರ ವಿಚಿತ್ರ ವರ್ತನೆಗಳಿಗೆ, ಸ್ವಾರ್ಥದ ಆಲೋಚನೆಗಳಿಗೆ, ಅಹಂಕಾರದ ಮಾತುಗಳಿಗೆ ಸಹನೆಯಿಂದ ನಡೆಯುತ್ತಿದ್ದೆ. ಬೇರೆಯವರ ಪರಿಸ್ಥಿತಿಯನ್ನು ಅರ್ಥ ಮಾಡಿಕೊಂಡುಬಿಟ್ಟರೆ, ಯಾರನ್ನೂ ದೂಷಿಸುವ ಅಗತ್ಯವಿರುವುದಿಲ್ಲ ಎಂಬ ಪಾಠ ನಾನು ಕಲಿತದ್ದು ಈ ಅನುಭವದಿಂದಲೇ. ಆದರೂ ಅದೆಲ್ಲವನ್ನೂ ಮನಸ್ಸಿನಲ್ಲಿಟ್ಟುಕೊಂಡಿದ್ದರೂ, ರಾಯ್‌ನ ಮಾನಸಿಕ ಸ್ಥಿಮಿತ ಮಿತಿಮೀರಿ ಕೆಡುತ್ತಿತ್ತು. ಕೆಲವೊಮ್ಮೆ ಅವನೊಟ್ಟಿಗೆ ಸಹನೆಯಿಂದ ವರ್ತಿಸುವುದು ಅಸಾಧ್ಯ ಅನಿಸುತ್ತಿತ್ತು. ಅವನು ತಾನು ಬರುವುದಿಲ್ಲವೆಂದು ನನ್ನ ಬಳಿ ಗೋಗರೆದಾಗ ನಾನು ಯಾವ ಮಾತನ್ನೂ ಆಡಲಿಲ್ಲ. ಅವನತ್ತ ತಿರುಗಿಯೂ ನೋಡಲಿಲ್ಲ.

"ನಾವು ಬೇಗ ಹೊರಡಬೇಕು. ಸಿದ್ಧನಾಗು" ಎಂದು ಹೇಳಿ ಹೊರಟೇಬಿಟ್ಟೆ.

ರಾಬರ್ಟೊ ಆ ರೇಡಿಯೋ ಮುಂದೆ ಕೂತು ಕೆಲದಿನಗಳನ್ನೇ ಕಳೆದ. ಅವನು ಮುಗಿಸುವುದನ್ನು ನಾನು ಕಾಯುತ್ತಾ ಕೂತೆ. ನುಮಾನ ಪರಿಸ್ಥಿತಿಯ ಬಗ್ಗೆ ನನಗೆ ಚಿಂತೆಯಾಗಹತ್ತಿತ್ತು. ನಾವು ಅವನನ್ನು ಕರೆದೊಯ್ಯಲಿಲ್ಲ ಎಂದು ಈಗಾಗಲೇ

ಅವನ ಚೈತನ್ಯ ಕಡಿಮೆಯಾಗಿತ್ತು. ಅವನು ಮೌನಿಯಾಗಿ ತನ್ನೊಳಗೇ ಕೊರಗುತ್ತಿದ್ದ. ಅವನ ಕಾಲಿನ ಸೋಂಕು ಸಹ ಉಲ್ಬಣವಾಗುತ್ತಿತ್ತು. ಇದೆಲ್ಲದರ ಜೊತೆಗೆ ಅವನು ತಿನ್ನುವುದನ್ನೂ ನಿಲ್ಲಿಸಿಯೇ ಬಿಟ್ಟಿದ್ದ. ಅವನ ಕಾಲಿನ ಬಾವು ಒಂದೊಂದು ಕಾಲಿನ ಮೇಲೂ ದೊಡ್ಡದೊಂದು ಗಾಲ್ಫ್ ಚೆಂಡಿನಷ್ಟು ದೊಡ್ಡದಾಗಿತ್ತು. ಅದು ಕೀವುಗಟ್ಟಿ, ನೀಲಿಯಾಗಿತ್ತು. ಅವನ ಕಣ್ಣಲ್ಲಿ ನಿವೃತ್ತಿಯ ಎಲ್ಲ ಲಕ್ಷಣಗಳೂ ಎದ್ದು ಕಾಣುತ್ತಿದ್ದವು. ನುಮಾ ನಮ್ಮ ಗುಂಪಿನಲ್ಲಿ ಎಲ್ಲರಿಗಿಂತ ಹೆಚ್ಚು ಬುದ್ಧಿವಂತ ಹಾಗೂ ಹೃದಯವಂತನಾಗಿದ್ದ. ಬದುಕಲು ಅವನೂ ನಮ್ಮೆಲ್ಲರಂತೆಯೇ ಕಷ್ಟಪಟ್ಟಿದ್ದ. ಈಗ ಅವನು ನಮಗಾಗಿ ಹೋರಾಟ ಮಾಡಲು ಸಾಧ್ಯವಾಗುತ್ತಿಲ್ಲ ಎಂದು ತಿಳಿದು, ತನ್ನಿಂದ ಯಾವ ಪ್ರಯೋಜನವೂ ಆಗುತ್ತಿಲ್ಲ ಎಂದು ಕೊರಗುತ್ತಾ ಅವನ ಮನಸ್ಸು ಮುದುಡಿತ್ತು. ಒಂದು ರಾತ್ರಿ ಅವನ ಪಕ್ಕ ಕೂತು ನಾನು ಅವನನ್ನು ಗೆಲುವಾಗಿಸಲು ಪ್ರಯತ್ನಿಸಿದೆ.

"ನುಮಾ, ನನಗಾಗಿ ಸ್ವಲ್ಪವಾದರೂ ತಿನ್ನು. ನಾವು ಇನ್ನೇನು ಮತ್ತೆ ಹೊರಡಲಿದ್ದೇವೆ. ಅಷ್ಟರೊಳಗೆ ನೀನು ತಿನ್ನಬೇಕೆಂದು ನನ್ನ ಆಸೆ."

"ನನ್ನಿಂದಾಗುತ್ತಿಲ್ಲ ನ್ಯಾಂಡೊ. ಮನಸ್ಸಿಗೆ ನೋವು ತಳಮಳವಾಗುತ್ತದೆ."

"ನಮ್ಮೆಲ್ಲರಿಗೂ ನೋವು. ತೀವ್ರವಾದ ನೋವು. ಆದರೆ ಎಲ್ಲರೂ ಹೇಗೋ ಮಾಡಿ ತಿನ್ನುತ್ತಿದ್ದಾರೆ. ನೀನೂ ಹಟ ಮಾಡಿ ತಿನ್ನಬೇಕು. ಅದು ಈಗ ಬರಿಯ ಮಾಂಸವಷ್ಟೇ ಎಂಬುದನ್ನು ನೆನಪಿಡು."

"ಮೊದಲು ನಾನು ಏನಾದರೂ ಕೆಲಸ ಮಾಡಲು, ಸಹಾಯ ಹುಡುಕಲು ಚೈತನ್ಯವಿರಲಿ ಎಂದು ತಿಂದಿದ್ದೆ. ಆದರೆ ಈಗ? ಈಗ ತಿನ್ನಲು ನನ್ನಲ್ಲಿ ಯಾವ ಕಾರಣ ಉಳಿದಿದೆ?"

"ಇಷ್ಟು ದಿನವಿದ್ದು ಈಗ ಕೈಬಿಡಬೇಡ ನುಮಾ. ಇಲ್ಲಿಂದ ಬೇಗ ನಾವು ನಮ್ಮ ಮನೆಸೇರಲಿದ್ದೇವೆ."

"ನನಗೆ ನಿಲ್ಲಲೂ ಸಾಧ್ಯವಾಗುತ್ತಿಲ್ಲ ನ್ಯಾಂಡೊ. ನಾನು ತುಂಬಾ ದುರ್ಬಲನಾಗಿದ್ದೇನೆ. ನಾನು ಇನ್ನು ಹೆಚ್ಚು ದಿನ ಉಳಿಯಲಾರೆ."

"ಹಾಗೆಲ್ಲಾ ಮಾತಾಡಬೇಡ ನುಮಾ. ನೀನು ಸಾಯುವುದಿಲ್ಲ." ನುಮಾ ನಿಟ್ಟುಸಿರಿಟ್ಟು, "ಇರಲಿ ನ್ಯಾಂಡೊ. ಇಷ್ಟು ದಿನ ಬದುಕಿದ್ದೇನೆ. ನಾನು ನಾಳೆ ಸತ್ತರೂ, ಇಲ್ಲಿಯವರೆಗೂ ಅದ್ಭುತ ಜೀವನವನ್ನು ಜೀವಿಸಿದ್ದೇನೆ ಎಂಬ ಸಮಾಧಾನವಿದೆ."

"ಪಂಚಿಟೊ ಸಹ ಹಾಗೇ ಹೇಳುತ್ತಿದ್ದ. ಅದೇ ಮಾತಿನಂತೆ ಅವನು ಜೀವನವನ್ನು ನೋಡಿದ್ದ ಸಹ. ಅವನ ಮಾತಿನಂತೆಯೇ ನಡೆದು ಹೋಯಿತು" ನಾನು ದುಃಖದಿಂದ ನಕ್ಕೆ.

"ಅವನಿಗೆ ಎಷ್ಟು ವಯಸ್ಸಾಗಿತ್ತು?"

"ಹದಿನೆಂಟು ಅಷ್ಟೇ. ಆದರೆ ಅಷ್ಟೇ ಪುಟ್ಟ ಬದುಕಿನಲ್ಲಿ ಅವನು ಸಾಕಷ್ಟು ಸಾಹಸ ಮಾಡಿದ್ದ. ಅವನಿಷ್ಟದಂತೆ ಅದೆಷ್ಟೋ ಹುಡುಗಿಯರ ಪ್ರೇಮವನ್ನು ಪಡೆದಿದ್ದ."

"ಅದಕ್ಕೇ ಇನ್ನುಳಿದವರಿಗೆ ಹುಡುಗಿಯರು ಉಳಿದಿರಲಿ ಎಂದು ದೇವರು ಅವನನ್ನು ಅಷ್ಟು ಬೇಗ ಕರೆದೊಯ್ದಿರಬೇಕು," ಎನ್ನುತ್ತಾ ನುಮಾ ನಕ್ಕ.

ಅವನ ಮಾತನ್ನೇ ಮುಂದುವರೆಸುತ್ತಾ, "ನಿನಗೂ ಸಾಕಷ್ಟು ಹುಡುಗಿಯರು ಕಾಯುತ್ತಿದ್ದಾರೆ ನುಮಾ. ನೀನು ಈಗ ತಿನ್ನಬೇಕು, ಬದುಕುಳಿಯಬೇಕು. ಆಮೇಲೆ ನೋಡುತ್ತಿರು. ನನಗೆ ನೀನು ಬದುಕುಳಿಯಬೇಕೆಂದು ಆಸೆ ನುಮಾ" ಎನ್ನುತ್ತಾ ಅವನ ಕೈಹಿಡಿದೆ.

ನುಮಾ ಸಣ್ಣಗೆ ಮಂದಹಾಸ ಬೀರುತ್ತಾ, "ಪ್ರಯತ್ನಿಸುವೆ," ಎಂದಿದ್ದ. ಆದರೆ ಸ್ವಲ್ಪ ಸಮಯದ ನಂತರ ಅವನಿಗೆ ಮಾಂಸವನ್ನು ಕೊಟ್ಟಾಗ, ಬೇಡವೆಂದು ಕೈ ಅಡ್ಡ ಹಿಡಿದಿದ್ದ.

ಮರುದಿನ ಬೆಳಗ್ಗೆ ಎಂಟಕ್ಕೆ ನಾವು ಹೊರಟೆವು. ರೇಡಿಯೋವನ್ನು ತೆಗೆದುಕೊಂಡು ಬೇಗ ಬೇಗ ವಿಮಾನದ ಉಳಿದರ್ಧ ಭಾಗ ಬಿದ್ದೆಡೆಗೆ ನಡೆದೆವು. ಆ ಸ್ಥಳಕ್ಕೆ ತಲುಪುವ ದಾರಿಯಲ್ಲಿ ವಿಮಾನದಿಂದ ಬಿದ್ದಿದ್ದ ಸಾಕಷ್ಟು ಸಾಮಾನುಗಳು ಅಲ್ಲಲ್ಲಿ ಕಾಣಿಸುತ್ತಿದ್ದವು. ಅಲ್ಲೇ ಕೆಂಪು ಬಣ್ಣದ ಚರ್ಮದ ಚೀಲವೊಂದು ಕಾಣಿಸಿತು. ಅದು ನನ್ನ ಅಮ್ಮನ ಕೈ ಚೀಲವೆಂದು ತಕ್ಷಣವೇ ಗುರುತಿಸಿದೆ. ಭಾವುಕನಾದ ನಾನು ಕ್ಷಣಗಳಲ್ಲಿ ಚೇತರಿಸಿಕೊಂಡು ಅದರಲ್ಲಿರುವ ಸಾಮಾನು ಕೆದಕಿದೆ. ತುಟಿಗೆ ಹಚ್ಚುವ ಬಣ್ಣ, ಒಂದಷ್ಟು ಪೆಪ್ಪರಮೆಂಟುಗಳು, ನೂಲು ದಾರಗಳೊಂದಷ್ಟು ಇದ್ದವು. ನನ್ನ ತುಟಿ ಒಡೆಯದೆ ಇರಲು ಅಮ್ಮನ ಆ ತುಟಿಯ ರಂಗನ್ನು ಹಚ್ಚಿಕೊಂಡೆ. ಮತ್ತೆ ನಮ್ಮ ನಡಿಗೆ ಮುಂದುವರೆಯಿತು. ಕೆಲಘಂಟೆಗಳಲ್ಲಿ ನಾವು ವಿಮಾನದ ಹಿಂಭಾಗ ಬಿದ್ದಿದ್ದ ಸ್ಥಳವನ್ನು ತಲುಪಿದ್ದೆವು.

ಅಂದು ವಿರಮಿಸಿದೆವು. ಮರುದಿನ ಬೆಳಗ್ಗೆ ರಾಯ್ ಮತ್ತು ರಾಬರ್ಟೊ ರೇಡಿಯೋದ ಕೆಲಸವನ್ನು ಪ್ರಾರಂಭಿಸಿದರು. ಅವರು ಒಂದು ಊಹೆಯಿಂದ ಸರಿ ತಪ್ಪು ಲೆಕ್ಕ ಹಾಕುತ್ತಾ, ಮಾಡಿ ತಪ್ಪಾದರೆ ಮತ್ತೆ ಬೇರೆ ರೀತಿ ಪ್ರಯತ್ನಿಸುತ್ತಾ ಕೂತರು. ಇನ್ನೇನು ಸರಿಯಾಗಿ ಕೂಡುತ್ತಿದೆ ಎನಿಸುವಷ್ಟರಲ್ಲಿ ಯಾವುದೋ ತಪ್ಪು ಆಗಿ, ಜೋರಾಗಿ ಶಬ್ದ ಮಾಡುತ್ತಾ ವಿದ್ಯುತ್ ಕಿಡಿ ಹಾರುತ್ತಿತ್ತು. ರಾಬರ್ಟೊ ರಾಯ್‌ನನ್ನು ಬೈಯ್ಯುತ್ತಾ ಜಾಗರೂಕತೆಯಿಂದ ಕೆಲಸ ಮಾಡುವಂತೆ ಎಚ್ಚರಿಸುತ್ತಾ ಕೆಲಸ ಮುಂದುವರೆಸುತ್ತಿದ್ದ.

ಹಗಲಿನಲ್ಲಿ ಹಿಂದಿನಷ್ಟು ತೀಕ್ಷ್ಣ ಥಂಡಿ ಇರಲಿಲ್ಲ. ವಿಮಾನದ ಸುತ್ತಾ ಕವಿದಿದ್ದ ಮಂಜು ಕರಗುತ್ತಾ ಬಂದಿತ್ತು. ರಾಯ್ ಮತ್ತು ರಾಬರ್ಟೊ ರೇಡಿಯೋ

ಕೆಲಸದಲ್ಲಿ ತೊಡಗಿದ್ದಾಗ ನಾನು ಮತ್ತು ಟಿನ್‌ಟಿನ್ ಅಲ್ಲೆಲ್ಲಾ ಚದುರಿ ಬಿದ್ದಿದ್ದ ಪೆಟ್ಟಿಗೆ, ಚೀಲಗಳನ್ನು ವಿವರವಾಗಿ ಕೆದಕಿ ನೋಡುತ್ತಿದ್ದೆವು. ಒಂದು ಪೆಟ್ಟಿಗೆಯಲ್ಲಿ ಕುಡಿಯಲು ಎರಡು ಬಾಟಲ್ ರಮ್ ದೊರೆಯಿತು. ಒಂದು ಬಾಟಲ್ ಒಡೆದು ನಾಲ್ವರೂ ಕುಡಿದೆವು. ಇನ್ನೊಂದನ್ನು ಉಳಿಸಿಕೊಳ್ಳೋಣ. ನಾವು ಮುಂದೆ ಚಾರಣಕ್ಕೆ ಹೊರಟಾಗ ಅಗತ್ಯ ಬೀಳುತ್ತದೆ ಎಂದ ನನ್ನ ಮಾತಿಗೆ ಟಿನ್ ಟಿನ್ ಸಮ್ಮತಿಸಿದ. ನಮ್ಮಿಬ್ಬರಿಗೂ ಆ ರೇಡಿಯೋ ಕೆಲಸ ಮಾಡಲಾರದು ಎಂದೇ ಬಲವಾದ ನಂಬಿಕೆ. ಆದರೆ ರಾಯ್ ಮತ್ತು ರಾಬರ್ಟೊ ಪಟ್ಟು ಬಿಡಲಿಲ್ಲ. ಒಂದು ದಿನವೆಲ್ಲಾ ಕಳೆದಿತ್ತು. ನನಗೆ ಸಮಯ ಕೈ ಜಾರುತ್ತಿದೆ ಎಂಬ ಆತಂಕ.

"ಇನ್ನೂ ಎಷ್ಟು ಹೊತ್ತು ಹಿಡಿಯಬಹುದು ರಾಬರ್ಟೊ?"

ಸಿಟ್ಟಿನಿಂದ ನನ್ನತ್ತ ದೃಷ್ಟಿ ಹರಿಸುತ್ತಾ, "ಅದು ಎಷ್ಟು ಹೊತ್ತಾಗುತ್ತೋ ಅಷ್ಟು ಹೊತ್ತು," ಎಂದ ರಾಬರ್ಟೊ.

"ನಾವು ತಂದ ಆಹಾರ ಮುಗಿದುಹೋಗುತ್ತಿದೆ. ನಾನು ಮತ್ತು ಟಿನ್ ಟಿನ್ ಪುನಃ ವಿಮಾನದ ಬಳಿ ಹೋಗಿ ಸ್ವಲ ಆಹಾರ ತರಬೇಕಾಗಬಹುದು."

"ಅದು ಒಳ್ಳೆಯ ಉಪಾಯ. ನಾನು ಮತ್ತು ರಾಯ್ ಇಲ್ಲೇ ಕೆಲಸ ಮುಂದುವರೆಸುತ್ತೇವೆ" ಎಂದು ತಕ್ಷಣ ಒಪ್ಪಿದ ರಾಬರ್ಟೊ.

ನಾವಿಬ್ಬರೂ ತಡಮಾಡದೆ ಮರಳಿ ಹೊರಟೆವು. ಜಾರು ಶಿಖರಗಳನ್ನು ಇಳಿಯುವುದಕ್ಕಿಂತ ಹತ್ತುವುದು ಎಷ್ಟು ಕಷ್ಟ ಎಂದು ಮತ್ತೊಮ್ಮೆ ಮನವರಿಕೆಯಾಗಿತ್ತು. ಅರ್ಧ ದಿನಪೂರ್ತಿ ಏದುಸಿರಿನಲ್ಲೇ ಹೆಜ್ಜೆ ಹೆಜ್ಜೆಗೂ ನಿಂತು ನಡೆದು ಕೊನೆಗೂ ನಮ್ಮ ಗುಂಪಿದ್ದ ಸ್ಥಳಕ್ಕೆ ತಲುಪಿದ್ದೆವು. ಮತ್ತೊಮ್ಮೆ ಎಲ್ಲರೂ ನಮ್ಮನ್ನು ನಿರಾಶೆಯಿಂದ ಬರಮಾಡಿಕೊಂಡರು. ಎಲ್ಲರೂ ದಿನದಿನಕ್ಕೂ ಹೆಚ್ಚು ಕುಗ್ಗಿ ಹೋಗಿ ಸಣ್ಣದಾಗುತ್ತಿರುವುದು ಕಣ್ಣಿಗೆ ರಾಚುತ್ತಿತ್ತು.

"ನಾವು ಮಾಂಸ ತೆಗೆದೊಯ್ಯಲು ಬಂದೆವು. ರೇಡಿಯೋ ನಮ್ಮ ಊಹೆಗಿಂತಲೂ ಹೆಚ್ಚು ಸಮಯ ತೆಗೆದುಕೊಳ್ಳುತ್ತಿದೆ" ಎಂದು ಅವರ ಕಣ್ಣುಗಳಲ್ಲಿ ಕಾಣುತ್ತಿದ್ದ ಪ್ರಶ್ನೆಗೆ ಉತ್ತರಿಸಿದೆ.

ಫಿಟೋ ಹೆದರಿದ. "ಇಲ್ಲೂ ಮಾಂಸ ಮುಗಿಯುತ್ತಿದೆ. ನಾವು ಹೆಣಗಳನ್ನು ಹುಡುಕಲು ಹಿಮವನ್ನು ಅಗೆಯುತ್ತಲೇ ಇದ್ದೇವೆ. ಆದರೆ ಸಾಕಷ್ಟು ಹಿಮ ಅವುಗಳ ಮೇಲೆ ಮುಚ್ಚಿ, ಗಟ್ಟಿಯೂ ಆಗಿ ಹೋಗಿ ಯಾವ ಹೆಣವೂ ಸಿಗುತ್ತಿಲ್ಲ. ಗಸ್ತೆವೋ ಮತ್ತು ನಾನು ಹಿಂದೆ ಪಶ್ಚಿಮದತ್ತ ಬೆಟ್ಟ ಹತ್ತಿ ಹೋಗಿದ್ದಾಗ ಕಂಡಿದ್ದ ಕೆಲ ಹೆಣಗಳನ್ನು ಹುಡುಕುತ್ತಾ ಹೋದೆವು. ಅವೂ ಸಿಗಲಿಲ್ಲ" ಎಂದು ತನ್ನ ಆತಂಕವನ್ನು ತೋಡಿಕೊಂಡ.

ನಾನು ಸುಳ್ಳೇ ನೆಮ್ಮದಿಯಂತೆ, "ಯೋಚನೆ ಬೇಡ. ನಾನು ಮತ್ತು ಟಿನ್ ಟಿನ್ ಈಗ ಹುಡುಕಿ ತೆಗೆಯುತ್ತೇವೆ" ಎಂದೆ.

"ರೇಡಿಯೋ ಕಥೆ ಏನಾಯಿತು?"

"ಏನೂ ಉಪಯೋಗವಿದ್ದಂತಿಲ್ಲ."

"ನಾವು ಸಮಯ ಮೀರುತ್ತಿದ್ದೇವೆ. ಪ್ರತಿಯೊಬ್ಬರೂ ಸಾವಿನಂಚಿನಲ್ಲಿದ್ದಾರೆ. ಆಹಾರವೂ ಹೆಚ್ಚಿಲ್ಲ" ಎಂದು ಗಾಬರಿಯಾದ ಫಿಟೋ.

"ನಾವು ಪಶ್ಚಿಮದತ್ತ ಹೊರಡಬೇಕು. ಅದು ಅಸಾಧ್ಯವೇ ಆಗಿರಬಹುದು. ಆದರೆ ನಮ್ಮಲ್ಲಿ ಉಳಿದ ದಾರಿ ಎಂದರೆ ಅದೊಂದೇ" ನಾನು ನಿರ್ಧಾರ ಧ್ವನಿಯಿಂದ ನುಡಿದೆ.

"ರಾಬರ್ಟೊಗೆ ಅದು ಅರ್ಥವಾಗುತ್ತಿಲ್ಲವೇ, ಅವನೇನು ಆಲೋಚಿಸುತ್ತಿದ್ದಾನೆ?"

"ಅವನ ಯೋಚನೆ ಏನಿದೆಯೋ ನನಗೆ ತಿಳಿಯದು. ನಿನಗೆ ಅವನ ಕಥೆ ಗೊತ್ತು. ಅವನಿಗೆ ಬೇಕಾದ್ದನ್ನೇ ಅವನು ಮಾಡುತ್ತಾನೆ."

"ಅವನು ಬರದೇ ಹೋದರೆ, ನಿನ್ನೊಟ್ಟಿಗೆ ನಾನು ಬರುತ್ತೇನೆ" ಎಂದ ಫಿಟೋ.

ನಾನು ನಗುತ್ತಾ, "ನೀನು ಧೈರ್ಯಸ್ಥ. ಆದರೆ ನಿನ್ನ ತೊಡೆಗಳ ಮೇಲಾಗಿರುವ ಬಾವಿನಿಂದ ಹತ್ತು ಹೆಜ್ಜೆ ಹಾಕುವುದೂ ಕಷ್ಟ. ರಾಬರ್ಟೊನನ್ನೇ ನಾವು ಒಪ್ಪಿಸಬೇಕು. ಆದಷ್ಟು ಬೇಗ" ಎಂದೆ.

ಟಿನ್‌ಟಿನ್ ಮತ್ತು ನಾನು ಅಲ್ಲಿಯೇ ಎರಡು ದಿನ ಉಳಿದು, ಹಿಮವನ್ನು ಅಗೆದು ಹೆಣಗಳನ್ನು ಹುಡುಕಿ ತೆಗೆದೆವು. ಫಿಟೋ ಮತ್ತು ಅವನ ಸಹೋದರರು ನಮಗಾಗಿ ಅದನ್ನು ಕತ್ತರಿಸಿ ಕಟ್ಟಿಕೊಟ್ಟರು. ತೆಗೆದುಕೊಂಡು ಮತ್ತೆ ನಮ್ಮ ದಾರಿ ರಾಬರ್ಟೊನ ಬಳಿ ಸಾಗಿತ್ತು. ಅವರಿಬ್ಬರೂ ರೇಡಿಯೋ ಜೊತೆಗೇ ಇನ್ನೂ ಅಂಟಿಕೊಂಡಿದ್ದರು. ಸತತ ಪ್ರಯತ್ನದ ನಂತರ ನನ್ನ ಊಹೆಯಂತೆಯೇ ಆ ರೇಡಿಯೋ ಕೆಲಸ ಮಾಡಲಿಲ್ಲ. ರಾಯ್‌ನ ಪ್ರಕಾರ ಅದರ ಆಂಟೆನಾ ಸಂಪೂರ್ಣ ಹಾಳಾಗಿತ್ತು. ಅಲ್ಲೇ ಇದ್ದ ಒಂದು ತಾಮ್ರದ ತುಂಡಿನಿಂದ ರಾಯ್ ಹೊಸ ಆಂಟೆನಾ ಮಾಡಿದ. ಅದೂ ಕೆಲಸ ಮಾಡಲಿಲ್ಲ. ಆ ಆಂಟೆನಾವನ್ನು ರಾಯ್ ಪುಟ್ಟ ಟ್ರಾನ್ಸಿಸ್ಟರ್‌ಗೆ ಜೋಡಿಸಿ ನೋಡಿದ, ಅದು ಚಾಲನೆಗೊಂಡಿತು. ತಿಳಿಯದ ಒಂದು ಕಂಪನವನ್ನು ಸರಿಹೊಂದಿಸಿದಾಗ ಅದ್ಯಾವುದೋ ಸಂಗೀತ ಬರುತ್ತಿತ್ತು. ಸಂಗೀತದ ಮಧ್ಯೆ ಒಂದು ಸುದ್ದಿ ಮುಖ್ಯಾಂಶ ಬಂದು, ಅದರಲ್ಲಿ ಉರಗ್ವೇ ವಾಯು ದಳದವರು ನಮಗಾಗಿ ಡಾಗ್ಲಾಸ್ ಸಿ – 47 ಎಂಬ ವಿಶೇಷ ಪಡೆಯನ್ನು ಕಳಿಸುತ್ತಿರುವುದಾಗಿ ಕೇಳಿಬಂತು.

ವಿಷಯವನ್ನು ತಿಳಿದ ರಾಯ್ ಕುಣಿದಾಡಿಬಿಟ್ಟ. ರಾಬರ್ಟೊ ನನ್ನತ್ತ ಕಣ್ಣು ಬೀರಿ ದೊಡ್ಡದಾಗಿ ನಗೆ ಬೀರಿದ.

“ನಿನಗೆ ಕೇಳಿತೇ ನ್ಯಾಂಡೊ? ಅವರು ನಮ್ಮನ್ನು ಹುಡುಕುತ್ತಿದ್ದಾರೆ!”

“ಸುಳ್ಳು ಭರವಸೆಗಳನ್ನು ಮತ್ತೆ ಇಟ್ಟುಕೊಳ್ಳಬೇಡಿ. ಗಸ್ತೆವೋ ಹೇಳಿದ್ದು ನೆನಪಿದೆಯೆ? ಆ ಎತ್ತರದ ಕಣಿವೆಗಳಿಂದ ನಮ್ಮ ವಿಮಾನ ಒಂದು ಕಪ್ಪು ಚುಕ್ಕೆಯಂತೆ ಕಾಣುತ್ತದೆ. ಕಲ್ಲು ಬಂಡೆಗಿಂತಲೂ ಸಣ್ಣದಾಗಿ.”

“ಆದರೆ ಇದು ವಿಶೇಷ ಪಡೆಯಂತೆ” ರಾಬರ್ಟೊ ತಕ್ಷಣ ನುಡಿದ.

“ಇರಬಹುದು. ಆದರೆ ಆಂಡೀಸ್ ವಿಸ್ತಾರವಾದುದು. ನಾವೆಲ್ಲಿದ್ದೇವೆ ಎಂಬ ಸಣ್ಣ ಸುಳಿವೂ ಅವರಿಗಿಲ್ಲ. ಅವರು ಕಷ್ಟಪಟ್ಟು ಹುಡುಕಲು ಸಾಧ್ಯವಾದರೂ ಅದಕ್ಕೆ ಇನ್ನೂ ಕೆಲ ತಿಂಗಳುಗಳೇ ಆಗಬಹುದು.”

“ನಾವು ಅವರಿಗೆ ಏನಾದರೂ ಸಂಕೇತ ತೋರಬೇಕು” ನನ್ನ ಅನುಮಾನಗಳನ್ನು ಕಡೆಗಣಿಸುತ್ತಾ ರಾಬರ್ಟೊ ಹೇಳಿದ. ಅಲ್ಲಿ ಚದುರಿ ಬಿದ್ದಿದ್ದ ಎಲ್ಲಾ ಪೆಟ್ಟಿಗೆಗಳನ್ನು ತೆಗೆದುಕೊಂಡು ಒಂದರ ಮೇಲೊಂದು, ಒಂದರ ಪಕ್ಕದಲ್ಲೊಂದೆಂಬಂತೆ ದೊಡ್ಡ ಕ್ರಾಸ್ ಚಿನ್ಹೆಯ ಗುರುತನ್ನು ಮಾಡಿದ. ಎಲ್ಲಾ ಮುಗಿದ ನಂತರ ನಾನು ರಾಬರ್ಟೊನನ್ನು ರೇಡಿಯೋ ವಿಚಾರ ಕೇಳಿದೆ.

“ಬಹುಶಃ ಅದು ಇನ್ನು ಕೆಲಸ ಮಾಡದು. ನಾವು ಮರಳಿ ನಮ್ಮ ಗುಂಪಿನ ಬಳಿ ಹೋಗೋಣ.” ಎಂದ. ಅಸಹನೆಯಾದರೂ ತೋರಗೊಡದೆ, “ಮತ್ತು ನಮ್ಮ ಒಪ್ಪಂದದಂತೆ ಅಲ್ಲಿಂದ ಪಶ್ಚಿಮದ ಕಡೆ ನಡಿಗೆ ಮುಂದುವರೆಸೋಣ” ಎಂದು ತಕ್ಷಣ ನುಡಿದೆ.

ಅನ್ಯಮನಸ್ಕನಾಗಿ ತಲೆಯಾಡಿಸಿ, ಸಿದ್ಧನಾಗಲು ಹೊರಟ. ನಾನು ಸಮಾಧಾನದಿಂದ ನಿಟ್ಟುಸಿರು ಬಿಡುತ್ತಿರುವಾಗ ಟಿನ್‌ಟಿನ್ ನನ್ನ ಬಳಿ ಬಂದು ಒಂದು ವಾಹಕವನ್ನು ತಂದು ತೋರಿದ. ಇದು ವಿಮಾನದೊಳಗೆ ಸಾಕಷ್ಟಿದೆ. ಇದನ್ನು ನಾವು ಉಪಯೋಗಿಸಿಕೊಳ್ಳಬೇಕು ಎಂದಿದ್ದ. ನಾನು ಅದನ್ನು ಮುಟ್ಟಿ, “ಇದು ಮೆತ್ತಗಿದೆ, ಚಳಿ ತಡೆಯುತ್ತದೆ. ನಮ್ಮ ಬಟ್ಟೆಗೆ ಸುತ್ತಿ ಕಾಲು ಬೆಚ್ಚಗೆ ಮಾಡಿಕೊಳ್ಳಲು ಉಪಯೋಗಿಸಬಹುದು” ಎಂದೆ. ನಾವಿಬ್ಬರೂ ಆ ಕೆಲಸದಲ್ಲಿ ತೊಡಗಿದ್ದಾಗ ಹೊರಗೆ ಜೋರಾದ ಕರ್ಕಶ ಕೇಳಿ ಬಂತು. ಓಡಿಬಂದು ನೋಡಿದರೆ, ರಾಯ್ ಸಿಟ್ಟಿನಿಂದ ರೇಡಿಯೋವನ್ನು ಕುಟ್ಟಿ ಪುಡಿ ಮಾಡುತ್ತಿದ್ದ.

“ನೀನು ನಿನ್ನ ಶಕ್ತಿಯನ್ನು ಉಳಿಸಿಕೊಳ್ಳಬೇಕು. ನಾವಿನ್ನೂ ದೂರದೂರ ಸಾಗಬೇಕು. ಅದು ತುಂಬಾ ಕಷ್ಟದ ಹಾದಿ,” ಎನ್ನುತ್ತಾ ರಾಯ್‌ನನ್ನು ಸಮಾಧಾನಪಡಿಸಿದೆ.

ಮಧ್ಯಾಹ್ನದ ವೇಳೆಗೆ ನಾವು ಹೊರಟು ನಿಂತೆವು. ಸೂರ್ಯನ ಶಾಖ ಕಡಿಮೆ ಇದ್ದು ಹವಾಮಾನ ತಂಪಾಗಿತ್ತು. ರಾಬರ್ಟೊ ಮತ್ತು ಟಿನ್‌ಟಿನ್ ಮುಂದೆ ಬೇಗ ನಡೆಯುತ್ತಿದ್ದರು. ಅವರ ಹಿಂದೆ ನಾನು ಮತ್ತು ನನ್ನ ಹಿಂದೆ ತೂರಾಡುತ್ತಾ

ನಡೆಯುತ್ತಿದ್ದ ರಾಯ್. ಮೊಣಕಾಲಿನವರೆಗೂ ಮುಚ್ಚಿದ್ದ ಹಿಮದಲ್ಲಿ ನಡೆಯುವುದು ಕಳೆದಬಾರಿಗಿಂತಲೂ ಹೆಚ್ಚು ಕಠಿಣವಾಗಿತ್ತು. ಅಲ್ಲಲ್ಲಿ ನಿಂತು ವಿಶ್ರಮಿಸುತ್ತಿದ್ದೆವು. ರಾಯ್ ತುಂಬಾ ಕಷ್ಟ ಪಡುತ್ತಿದ್ದುದು ಕಾಣುತ್ತಿತ್ತು. ಅದಕ್ಕೇ ನಾನು ಅವನ ಮೇಲೆ ಒಂದು ಕಣ್ಣಿಟ್ಟುಕೊಂಡೇ ಮುಂದುವರೆದೆ. ಅವನಿಗಾಗಿ ಸ್ವಲ್ಪ ನಿಧಾನಿಸಿದೆ. ಒಂದು ಘಂಟೆಯ ನಡುಗೆಯ ನಂತರ ಒಮ್ಮೆ ನಿಂತು ವಿರಮಿಸುತ್ತಿದ್ದಾಗ ಆಕಾಶ ನೋಡಿದೆ. ಆ ನೋಟಕ್ಕೆ ಹೆದರಿ ನಿಂತು ಬಿಟ್ಟೆ. ಮೋಡಗಳು ಪೇರಿಸಿ ಕಪ್ಪುಗಟ್ಟುತ್ತಿದ್ದವು. ಇನ್ನೇನು ಕೈಗೇ ಸಿಗಲಿವೆಯೇನೋ ಎಂಬಷ್ಟು ಹತ್ತಿರ ಗುಂಪಾಗುತ್ತಿದ್ದವು. ನಮ್ಮನ್ನು ಸಾಯಿಸಿಯೇ ಬಿಡುವ ವರಸೆಯನ್ನು ಹೊತ್ತಿದ್ದವು ಅವುಗಳ ಗಟ್ಟಿತನ. ನಾನೇನಾದರೂ ಪ್ರತಿಕ್ರಿಯಿಸುವ ಮೊದಲೇ ಒಂದು ಸಣ್ಣ ಹಿಮಕುಸಿತ ನಮ್ಮನ್ನು ಆವರಿಸುವುದರಲ್ಲಿತ್ತು. ಕೂಗಿ ಮಾತನಾಡುವಷ್ಟರಲ್ಲಿ ನನ್ನ ಸುತ್ತು ಆ ಬಿಳಿಗಾಳಿಯಂತಹ ಹಿಮಮರಳು ಸುತ್ತುವರೆದಿತ್ತು. ನನ್ನ ಮುಖ, ಕೈ ಕಾಲುಗಳನ್ನೆಲ್ಲಾ ಕೆಲವೇ ಕ್ಷಣಗಳಲ್ಲಿ ರಾಚಿಬಿಟ್ಟಿತು. ಕಾಲು ಜಾರಿ ನಾನು ಬಿದ್ದೆ. ಸುತ್ತೂ ಇದ್ದ ಬಿರುಗಾಳಿಯಿಂದ ನಾನೇನೂ ಕಾಣದಾದೆ. ನನ್ನನ್ನು ಹೊರತು ಇನ್ನ್ಯಾರೂ ಕಾಣಲಿಲ್ಲ. ಸ್ವಲ್ಪ ಹೊತ್ತು ತಲೆತಿರುಗಿತ್ತು. ಎಲ್ಲಿದ್ದೇನೆ ಮತ್ತು ಎತ್ತ ಕಡೆ ಮುಂದುವರೆಯಬೇಕು ಎಂಬುದೇ ಅರ್ಥವಾಗಲಿಲ್ಲ. ಆ ಗಾಳಿ ಕಡಿಮೆಯಾಗಲು ಸುಮ್ಮನೆ ನಿಂತು ಕಾದೆ.

ಅಷ್ಟರಲ್ಲಿ ರಾಬರ್ಟೊ ಧ್ವನಿ ಅದೆಲ್ಲೋ ದೂರದಿಂದ ಸಣ್ಣದಾಗಿ ಕೇಳಿಬಂತು.

"ನ್ಯಾಂಡೊ! ನಿನಗೆ ಕೇಳಿಸುತ್ತಿದೆಯೇ?"

"ರಾಬರ್ಟೊ! ನಾನಿಲ್ಲಿದ್ದೇನೆ!"

ಹಿಂದೆ ತಿರುಗಿ ನೋಡಿದೆ. ರಾಯ್ ಎಲ್ಲೂ ಕಾಣಲಿಲ್ಲ.

"ರಾಯ್? ಎಲ್ಲಿದ್ದೀ?"

ಉತ್ತರ ಬರಲಿಲ್ಲ. ನನ್ನಿಂದ ಸುಮಾರು ಮುವ್ವತ್ತು ಹೆಜ್ಜೆಗಳಷ್ಟು ಹಿಂದೆ ಕಂದು ಬಣ್ಣದ ಮೂಟೆಯಂತೆ ಬಿದ್ದದ್ದು ಕಂಡಿತು. ರಾಯ್ ಆ ಬಿರುಗಾಳಿಗೆ ಉರುಳಿ ಕೆಳಗೆ ಬಿದ್ದಿದ್ದ.

"ರಾಯ್! ಎದ್ದೇಳು. ಎದ್ದು ಬಾ!" ಎಂದು ಕೂಗಿದೆ.

ಅವನು ಕದಲಲೂ ಇಲ್ಲ. ಬೇಗ ಅವನತ್ತ ಹೆಜ್ಜೆ ಹಾಕಿದೆ. ಹಿಮದ ಗಾಳಿಯಿಂದ ಅವನು ಒದ್ದೆ ಮುದ್ದೆಯಾಗಿ ಮುದುಡಿ ಬಿದ್ದಿದ್ದ. ಮೊಣಕಾಲು ಎದೆಯ ಮೇಲೆ ಕೈಗಳು ದೇಹದ ಸುತ್ತ ಸುತ್ತಿಟ್ಟು ಮಲಗಿಬಿಟ್ಟಿದ್ದ.

"ಎದ್ದೇಳು. ಕಾಲೆತ್ತಿಡು ಮುಂದೆ. ನಾವು ನಡೆಯುತ್ತಿರಲೇ ಬೇಕು. ಇಲ್ಲದೆ ಹೋದರೆ ಈ ಹಿಮ ನಮ್ಮನ್ನು ಕೊಂದುಬಿಡುತ್ತದೆ," ಎಂದು ರೇಗಿದೆ.

“ನನ್ನಿಂದ ಸಾಧ್ಯವಿಲ್ಲ! ಇನ್ನೊಂದು ಹೆಜ್ಜೆಯೂ ನನ್ನಿಂದ ಸಾಧ್ಯವಿಲ್ಲ!” ಎಂದು ರಾಯ್ ನಡುಗುವ ಧ್ವನಿಯಲ್ಲೇ ಉಸುರಿದ.

“ಏಳೋ ಮುಟ್ಠಾಳ! ಬೇಗ ಎದ್ದೇಳು! ಇಲ್ಲಿ ನಾವು ಸಾಯಲಿದ್ದೇವೆ. ಇನ್ನೊಂದು ಮಾತಾಡಬೇಡ,” ಎಂದು ಗದರಿಸಿದೆ.

ರಾಯ್ ನನ್ನತ್ತ ನೋಡಿದ. ಅವನ ಮುಖದಲ್ಲಿ ಒಂದು ವಿಚಿತ್ರ ಹೆದರಿಕೆ ಮನೆಮಾಡಿತ್ತು. ಅಳುತ್ತಾ, “ಸಾಧ್ಯವಿಲ್ಲ. ದಯವಿಟ್ಟು ನನ್ನನ್ನು ಬಿಟ್ಟುಬಿಡು,” ಎಂದ.

ಮೋಡಗಳು ಕ್ಷಣಕ್ಷಣಕ್ಕೂ ಹೆಚ್ಚು ದಟ್ಟವಾಗುತ್ತಿದ್ದವು. ಗಾಳಿಯ ರಭಸ ಹೆಚ್ಚುತ್ತಲೇ ಹೋಯಿತು. ನಾನು ನಿಂತಲ್ಲಿಂದಲೇ ನನ್ನನ್ನು ಹಾರಿಸಿಕೊಂಡು ಹೋಗಿಬಿಡುವಷ್ಟು ರಭಸವಾದ ಗಾಳಿ ಬೀಸುತ್ತಿತ್ತು. ನಾವಿಬ್ಬರೂ ಸಂಪೂರ್ಣ ಬಿಳಿ ಹಿಮದ ನಡುವೆ ಸಿಲುಕಿದ್ದೆವು. ನನಗೆ ದಿಕ್ಕುಗಳ ಜ್ಞಾನವೇ ತಪ್ಪಿತ್ತು. ನಾನು ವಿಮಾನಕ್ಕೆ ಮರಳಲು ಇದ್ದ ಒಂದೇ ಆಸರೆ ಎಂದರೆ ರಾಬರ್ಟೋ ಮತ್ತು ಟಿನ್‌ಟಿನ್‌ರ ಹೆಜ್ಜೆ ಗುರುತುಗಳು. ಆದರೆ ಹಿಮ ಆ ಗುರುತುಗಳನ್ನೂ ಮುಚ್ಚುತ್ತಿತ್ತು. ಅವರೂ ಸಹ ಜೀವ ಕೈಲಿ ಹಿಡಿದಿದ್ದರು. ನಮಗಾಗಿ ಕಾಯುವ ಪರಿಸ್ಥಿತಿಯೂ ಅಲ್ಲಿರಲಿಲ್ಲ. ಅಲ್ಲಿ ಉಳಿದಿದ್ದ ಪ್ರತಿ ಕ್ಷಣವೂ ನಮ್ಮನ್ನು ಸಾವಿನೆಡೆಗೆ ದೂಡುತ್ತಿದೆ ಎಂದು ನನಗೆ ತಿಳಿದಿತ್ತು. ರಾಯ್‌ನತ್ತ ನೋಡಿದೆ. ಹಿಮದಲ್ಲಿ ಅರ್ಧ ಮುಳುಗಿದ್ದ. ನಡುಗುತ್ತಿದ್ದ.

ನಾನು ಅವನನ್ನು ಬಿಟ್ಟು ಹೊರಡಬೇಕು. ಇಲ್ಲದಿದ್ದರೆ ನಾನು ಸಾಯುತ್ತೇನೆ ಎನಿಸಿತ್ತು. ಆದರೆ ಅದು ನನ್ನಿಂದ ಸಾಧ್ಯವೆ? ಇಲ್ಲಿ ಅವನನ್ನು ಬಿಟ್ಟುಬಿಡಲು ಅಥವಾ ಸಾಯಲು ಧೈರ್ಯವಿದೆಯೆ? ಆ ಪ್ರಶ್ನೆಗೆ ಉತ್ತರ ಹುಡುಕಲಿಲ್ಲ. ಒಂದು ಕ್ಷಣವೂ ನಿಧಾನಿಸದೆ, ರಾಯ್‌ನನ್ನು ಅಲ್ಲೇ ಬಿಟ್ಟು ಮುಂದೆ ನಡೆದುಬಿಟ್ಟೆ. ನಾನು ಮುಂದೆ ಹೆಜ್ಜೆ ಹಾಕುತ್ತಿದ್ದಂತೆ ನನ್ನ ಮನಸ್ಸಿನಲ್ಲಿ ರಾಯ್ ಹಿಮದಲ್ಲಿ ಮುದುಡಿ ಬಿದ್ದಿರುವ ಚಿತ್ರ ತುಂಬಿತು. ಅವನನ್ನು ಬಿಟ್ಟು ಮುಂದೆ ನಡೆದು ನಾನು ಹಿಮದಲ್ಲಿ ಮರೆಯಾದ ದೃಶ್ಯವನ್ನು ಹೇಗೆ ನೋಡುತ್ತಿರಬಹುದು ಎಂಬುದನ್ನು ಯೋಚಿಸುತ್ತಾ ತುಂಬಾ ನೋವಾಯಿತು. ಅವನ ಕಡೇ ನೋಟ ಅದೇ ಆಗಿ ಉಳಿದುಬಿಡುತ್ತದೆ. ಅವನಿಗೆ ಎಷ್ಟು ಘಂಟೆಗಳಲ್ಲಿ ಪ್ರಜ್ಞೆ ತಪ್ಪಿಹೋಗಬಹುದು? ಅಲ್ಲಿ ಅವನ ಜೀವ ಅದೆಷ್ಟು ಒದ್ದಾಡಬಹುದು. ನಾನು ಸುಮಾರು ಹದಿನೈದಿಪ್ಪತ್ತು ಹೆಜ್ಜೆ ಅವನಿಂದ ಮುಂದೆ ಬಂದುಬಿಟ್ಟಿದ್ದೆ. ಅವನು ಹಿಮದಲ್ಲಿ ಬಿದ್ದಿರುವ ಚಿತ್ರ ಮನಸ್ಸಿನಿಂದ ಅಳಿಸಿಹೋಗಲೇ ಇಲ್ಲ. ಅಸಹಾಯಕನಾಗಿ, ಹಿಮದ ನಡುವೆ ಬಿದ್ದು, ಸಂಪೂರ್ಣ ಸೋತ ಚಿತ್ರ ಉಳಿದುಬಿಟ್ಟಿತು. ಅವನ ಅಸಹಾಯಕತೆ ಆ ಕ್ಷಣಕ್ಕೆ ನನಗೆ ಸಿಟ್ಟು ತರಿಸಿತ್ತು. ಈಗ ಆಲೋಚಿಸಿದರೆ ಬೇರೆಯದೇ ಅನಿಸುತ್ತದೆ. ನಮ್ಮೆಲ್ಲರಿಗಿಂತ ಹೆಚ್ಚು ರಾಯ್ ಅನುಭವಿಸಿದ್ದ. ಅವನು ನಮ್ಮೆಲ್ಲರಿಗಿಂತ ವಯಸ್ಸಿನಲ್ಲಿ ಚಿಕ್ಕವನೂ ಆಗಿದ್ದ.

ಅವನ ದೇಹ ಮತ್ತು ಮನಸ್ಸು ಎರಡೂ ಅವನ ಮಿತಿ ಮೀರಿ ಆಯಾಸಗೊಂಡು ಅವನು ಎಲ್ಲ ಧೈರ್ಯವನ್ನೂ ಕೈಚೆಲ್ಲಿ ಕೂತಿದ್ದ. ನಾವೆಲ್ಲರೂ ನಮ್ಮ ಮಿತಿಗಳ ತುದಿಗೆ ನೂಕಲ್ಪಟ್ಟಿದ್ದೆವು. ಆದರೆ ರಾಯ್ ಬದುಕುವ ಆಸೆಯನ್ನೇ ಬಿಟ್ಟುಬಿಟ್ಟಿದ್ದ. ಅವನಿಗೆ ಆ ಸಮಯದಲ್ಲಿ ಹಿರಿಯನಾಗಿ ಜೊತೆಗಿದ್ದು, ಅವನನ್ನು ಸಂತೈಸಲಿಲ್ಲ ಎಂಬುದು ಈಗ ನನಗೆ ನೋವುಂಟು ಮಾಡುವ ಸಂಗತಿ. ವರ್ಷಗಳ ನಂತರ ಆ ಹೊತ್ತಿನ ನನ್ನ ನಡವಳಿಕೆಗೆ ಉತ್ತರ ಕಂಡುಕೊಂಡೆ. ಅದೇನೆಂದರೆ ನನ್ನೊಳಗೆ ರಾಯ್ ಬಹುಭಾಗವಿದ್ದ. ಅವನ ಹೆದರಿಕೆ, ಖಿನ್ನತೆ, ಅರಚಾಟ ನನ್ನನ್ನು ತತ್ತರಗೊಳಿಸುತ್ತಿತ್ತು. ಅವೆಲ್ಲಾ ನನ್ನೊಳಗೇ ಅಡಗಿ ಕೂತಿದ್ದ ಭಯಾನಕ ಭೀತಿಯ ಛಾಯೆಯಾಗಿ ಕಾಣುತ್ತಿತ್ತು. ಅವನು ಆ ಹಿಮದಲ್ಲಿ ಬಿದ್ದು ಒದ್ದಾಡುವಾಗ ಅವನು ಸಾವಿನಂಚಿನಲ್ಲಿದ್ದಾನೆ ಎಂದು ನನಗೆ ತಿಳಿದುಹೋಗಿತ್ತು. ಇನ್ನು ಕೆಲವೇ ಕ್ಷಣಗಳಲ್ಲಿ ಸಾವು ಅವನನ್ನು ಸೆಳೆದೊಯ್ಯುತ್ತದೆ ಎಂಬುದನ್ನೂ ಅರಿತಿದ್ದೆ. ಅದನ್ನೇ ಆಲೋಚಿಸುತ್ತಾ ನನ್ನ ಮನಸ್ಸೂ ಸಾವಿನ ಬೆಂಬತ್ತಿತು. ನನ್ನ ಕಡೆಯ ಕ್ಷಣಗಳೂ ಅವೇ ಆಗಿಹೋಗಬಹುದು ಎಂಬ ಅಳುಕು ನನ್ನನ್ನು ತೀವ್ರವಾಗಿ ಆವರಿಸಿಬಿಟ್ಟಿತ್ತು. ನಾನು ಯಾವ ಸ್ಥಳ ಮತ್ತು ಕ್ಷಣದಲ್ಲಿ ರಾಯ್‌ನಂತೆಯೇ ಎಲ್ಲವನ್ನೂ ಕೈಬಿಟ್ಟು, ಮೂಲೆಗೆ ಬಿದ್ದು ಪ್ರಾಣ ಕಳೆದುಕೊಳ್ಳಬಹುದು ಎಂಬ ಭಯದಿಂದಾಗಿ ಅಂತರ್ಮುಖಿಯಾಗಿದ್ದೆ.

ರಾಯ್‌ನ ಬಗೆಗಿನ ನನ್ನೆಲ್ಲಾ ಸಿಟ್ಟಿನ ನಡವಳಿಕೆಗಳಿಗೆ ಕಾರಣ ಇದು: ರಾಯ್ ತನ್ನಲ್ಲಿ ನನಗೆ ನನ್ನ ಭವಿಷ್ಯದ ಭೀಕರತೆಯನ್ನು ತೋರುತ್ತಿದ್ದ ಮತ್ತು ಅದಕ್ಕಾಗಿಯೇ ಆ ಘಳಿಗೆಯಲ್ಲಿ ನಾನು ಅವನನ್ನು ದ್ವೇಷಿಸಿದ್ದೆ!

ಇಷ್ಟೆಲ್ಲಾ ಆತ್ಮವಿಮರ್ಶೆಗೆ ಆ ಸಂದರ್ಭದಲ್ಲಿ ಖಂಡಿತಾ ಆಸ್ಪದವಿರಲಿಲ್ಲ. ನನ್ನ ಕ್ಷಣಿಕ ಮನಸ್ಸು ಏನು ಹೇಳುತ್ತೋ ಅದನ್ನೇ ನಾನು ಮಾಡುತ್ತಿದ್ದೆ. ಯಾವ ವಿವೇಚನೆಗೂ ಅವಕಾಶವಿರಲಿಲ್ಲ. ನಾನು ನಡೆಯುತ್ತಿದ್ದಂತೆ ರಾಯ್‌ನ ಅಸಹಾಯಕ, ದುಃಖಿತ ಮುಖವೇ ತೇಲಿಬರುತ್ತಾ ನನಗೆ ಅವನನ್ನು ಕತ್ತು ಹಿಚುಕಿ ಸಾಯಿಸಿಬಿಡುವಷ್ಟು ಸಿಟ್ಟು ಏರಿತ್ತು. ಇನ್ನೊಂದು ಕ್ಷಣ ನನ್ನ ಮನಸ್ಸು ಯೋಚಿಸುವುದರೊಳಗೆ ನಾನು ರಾಯ್ ಬಿದ್ದು ಒದ್ದಾಡುತ್ತಿದ್ದ ಜಾಗದತ್ತ ಹಿಂತಿರುಗಿ ಹೆಜ್ಜೆ ಹಾಕಿಬಿಟ್ಟಿದ್ದೆ. ಆ ಕ್ಷಣದಲ್ಲಿ ಅವನನ್ನು ಸಾಯಲು ಬಿಟ್ಟು ನಾನು ಹೊರಟುಬಿಟ್ಟೆನಲ್ಲಾ ಎಂಬ ನೋವು ಒಂದು ಕಡೆಯಾದರೆ, ಅವನ ಅಸಹಾಯಕ ಸ್ಥಿತಿಯ ಮೇಲೆ ಇನ್ನಷ್ಟು ಸಿಟ್ಟು. ಅಲ್ಲಿ ಯಾರು ಯಾರನ್ನೂ ಕಾಪಾಡುವ ಪರಿಸ್ಥಿತಿ ಇರಲಿಲ್ಲ. ಅವರವರ ಪ್ರಾಣ ಅವರವರ ಗಂಟಲ ತುದಿಯಲ್ಲಿತ್ತು. ಒಂದೇ ಒಂದು ಎಡವಟ್ಟಾದರೂ ನಮ್ಮ ಪ್ರಾಣವನ್ನು ಕಸಿದುಕೊಳ್ಳಲು ಆ ಪರ್ವತಗಳಿಗೆ ಯಾವುದೇ ಹಿಂಜರಿಕೆ ಇರಲಿಲ್ಲ. ಬಿರಬಿರನೆ

ರಾಯ್‌ನತ್ತ ಮರಳಿ ಬಂದು ಅವನನ್ನು ಕಾಲಿನಿಂದ ಬಲವಾಗಿ ಒದ್ದೆ. ಅವನ ಮೇಲೆ ಬಿದ್ದು ಅವನನ್ನು ಚೆನ್ನಾಗಿ ಗುದ್ದಿದೆ. ಅವನು ಆಚೀಚೆ ಹೊರಳುತ್ತಾ ಚೀರಿದ. ನಾನು ಬಾಯಿಗೆ ಬಂದ ಬೈಗುಳಗಳನ್ನೆಲ್ಲಾ ಅವನ ಮೇಲೆ ಪ್ರಯೋಗಿಸಿದೆ.

"ನನ್ನ ಮಗನೇ! ನಿನ್ನ ಹಾಳಾದ ಕಾಲುಗಳನ್ನು ಬೇಗ ಕದಲಿಸು ನಾಯಿ! ಈಗಿಂದೀಗಲೇ ಎದ್ದು ನಡೆ ಇಲ್ಲಿಂದ. ಹಂ! ಎದ್ದೇಳು ಇಲ್ಲದಿದ್ದರೆ ಸಾಯಿಸಿಬಿಡುತ್ತೇನೆ!" ಅಪಘಾತದ ಮೊದಲ ದಿನದಿಂದ ನನ್ನ ಶಾಂತಚಿತ್ತವನ್ನು ಕಾಪಾಡಿಕೊಳ್ಳಲು ನಾನು ಸಾಕಷ್ಟು ಪ್ರಜ್ಞಾಪೂರ್ವಕವಾಗಿಯೇ ಪ್ರಯತ್ನಿಸಿದ್ದೆ. ಕೋಪ, ಸಿಟ್ಟಿನಿಂದ ನನ್ನ ಚೈತನ್ಯ ಕಡಿಮೆ ಮಾಡಿಕೊಳ್ಳುವುದು ನನಗೆ ಬೇಕಾಗಿರಲಿಲ್ಲ. ಆದರೆ ಇದೀಗ ರಾಯ್ ಮೇಲೆ ನಾನು ರೋಷಗೊಂಡು ಬೈದಿದ್ದು ನನ್ನ ಮನದಾಳದಲ್ಲಿದ್ದ ಎಲ್ಲ ಭಯ, ಭೀತಿಯ ವಿಷವನ್ನು ಹೊರಹಾಕಿದಂತಾಗಿತ್ತು. ರಾಯ್‌ನನ್ನು ಕಾಲಿನಿಂದ ಒದ್ದು, ಮನಬಂದಂತೆ ಬೈದು ಹೊಡೆದಿದ್ದೆ. ಅವನು ತನ್ನಿಂದ ಸಾಧ್ಯವೇ ಇಲ್ಲ ಎಂದು ಕೈಬಿಟ್ಟು ಸಾವಿಗೆ ಶರಣಾಗಿದ್ದವನು, ಅಳುತ್ತಾ, ಕಿರುಚುತ್ತಾ ಎದ್ದು ನಿಂತಿದ್ದ. ಅವನನ್ನು ಇನ್ನೂ ಹೆಚ್ಚು ಬೈಯುತ್ತಲೇ ಅಲ್ಲಿಂದ ಅವನನ್ನು ಹೊರಡಿಸಿಕೊಂಡು ಮುಂದೆ ನಡೆದಿದ್ದೆ.

ರಾಯ್‌ಗೆ ಜೀವ ಹಾರಿಹೋಗುವಷ್ಟು ಸುಸ್ತಾಗಿತ್ತು. ನನ್ನ ಶಕ್ತಿಯೂ ಸಂಪೂರ್ಣ ಉಡುಗಿಹೋಗಿತ್ತು. ಉಸಿರಾಡಲೂ ಸಾಧ್ಯವಾಗದೆ ಜೋರಾಗಿ ಏದುಸಿರು ಬಿಡಬೇಕಾದ ಪರಿಸ್ಥಿತಿ. ಗಾಳಿ ಎಷ್ಟು ಜೋರಾಗಿತ್ತೆಂದರೆ ನನ್ನ ಉಸಿರ ಗಾಳಿ ಹೊರಬರಲೂ ಸಾಧ್ಯವಾಗದೇ ಮೂಗಿನ ಹೊಳ್ಳೆಗಳಿಂದ ಹೊರಬಂದ ಗಾಳಿ ಹಾಗೆಯೇ ಒಳಗೆ ಶ್ವಾಸಕೋಶದೊಳಗಿಳಿಯುತ್ತಿತ್ತು. ಚಳಿಗೆ ಹೆಜ್ಜೆ ಮುಂದಿಡಲಾಗದೆ, ಉಸಿರಾಡಲು ಸಾಧ್ಯವಾಗದೆ ಕೆಮ್ಮುತ್ತಾ, ಏಳುತ್ತಾ, ಬೀಳುತ್ತಾ ಮುಂದೆ ನಡೆಯುತ್ತಿದ್ದೆ. ರಾಯ್‌ನನ್ನು ನನ್ನ ಮುಂದೆಯೇ ನಡೆಸುತ್ತಿದ್ದೆ. ನೂರು ಹೆಜ್ಜೆ ಹಾಕಿದ ನಂತರ ಅವನು ಇದ್ದಕ್ಕಿದ್ದಂತೆ ಉರುಳಿ ಬಿದ್ದುಬಿಟ್ಟ. ಅದು ಅವನೆಲ್ಲ ಶಕ್ತಿಯುರುವಲಿನ ಕೊನೆಯ ಘಟ್ಟ ಎಂದು ನನಗೆ ತಿಳಿಯಿತು. ಆಗ ಮತ್ತೆ ಅವನನ್ನು ಎಬ್ಬಿಸಲು ಪ್ರಯತ್ನಿಸದೆ, ದೇವರು ಮೈಮೇಲೆ ಬಂದಂತೆ ಅವನತ್ತ ನಡೆದು ಅವನನ್ನು ಎತ್ತಿಕೊಂಡು ಮುಂದೆ ಸಾಗಿಬಿಟ್ಟೆ. ಆ ಕ್ಷಣದಲ್ಲಿ ಅದು ಹೇಗೆ ಅಷ್ಟು ಶಕ್ತಿ ನನಗೆ ಬಂದಿತ್ತು ಎಂದು ತಿಳಿಯಲಿಲ್ಲ. ಅವನೆಲ್ಲಾ ದಪ್ಪನೆ ಬಟ್ಟೆ, ಹೊದಿಕೆಗಳ ಜೊತೆಗೂ ಅವನು ಹಗುರವಾಗಿ, ಮುದುಡಿದ ಬಟ್ಟೆಯ ಮುದ್ದೆಯಂತಾಗಿದ್ದ. ತುಂಬ ಸುಸ್ತಾಗಿದ್ದ. ನನ್ನ ಹೃದಯ ತುಂಬಿ ಬಂತು. "ನಿನ್ನ ತಾಯಿಯ ಬಗ್ಗೆ ಯೋಚಿಸು ರಾಯ್" ಎಂದು ಅವನ ಕಿವಿಯಲ್ಲಿ ಉಸುರಿದೆ. "ಅವಳನ್ನು ನೀನು ಮತ್ತೆ ನೋಡಬಯಸಿದರೆ, ಈಗ ಈ ಕಷ್ಟ ಅನುಭವಿಸಬೇಕು", ಅವನ ಕಣ್ಣುಗಳು ಮೇಲಕ್ಕೆ ಹೊರಳಿದ್ದವು, ಬಾಯಿ ತೆರೆದಿತ್ತು. ಅವನು ಸಾವಿನ ಅಂಚಿನಲ್ಲಿದ್ದ. ಆದರೂ ಚೇತರಿಸಿಕೊಂಡು

ಒಪ್ಪಿದಂತೆ ಸಣ್ಣದಾಗಿ ತಲೆದೂಗಿದ. ಅವನ ಆ ಕ್ಷಣದ ಧೈರ್ಯ, ಸಂಕಲ್ಪ ಶಕ್ತಿ ನಾನೆಂದಿಗೂ ಮರೆಯಲಾರೆ. ಇಂದಿಗೂ ನನಗೆ ರಾಯ್‌ನನ್ನು ನೆನೆದರೆ ಅವನೊಬ್ಬ ಧೀರ ನಾಯಕನಂತೆಯೇ ಕಾಣುತ್ತಾನೆ.

ನನ್ನ ಮೇಲೆ ರಾಯ್ ಒರಗಿಕೊಂಡೇ ನನ್ನನ್ನು ಗಟ್ಟಿ ಹಿಡಿದಿದ್ದ. ಒಂದು ಹಂತದಲ್ಲಿ ಲಂಬವಾಗಿದ್ದ ಎತ್ತರದ ಹೆಬ್ಬಂಡೆಗಳು ನಮಗೆದುರಾದವು. ಇದು ತನ್ನಿಂದ ಸಾಧ್ಯವೇ ಎಂದು ದೀನ ಕಣ್ಣುಗಳಿಂದ ರಾಯ್ ನನ್ನತ್ತ ನೋಡಿದ. ನಾನೊಮ್ಮೆ ಆ ಎತ್ತರವನ್ನು ಕಣ್ಣಲ್ಲೇ ಅಳೆದು, ರಾಯ್‌ನನ್ನು ಸಂಪೂರ್ಣವಾಗಿ ನೆಲದಿಂದ ಮೇಲೆತ್ತಿ, ನನ್ನ ಬೆನ್ನ ಮೇಲೆ ಹೇರಿಕೊಂಡು ಒಂದರ ನಂತರ ಒಂದರಂತೆ ನಿಧಾನಗತಿಯಲ್ಲಿ ಹತ್ತಲು ಪ್ರಾರಂಭಿಸಿದೆ. ಕತ್ತಲು ಕವಿಯುತ್ತಿತ್ತು. ನಾನೇನು ಮಾಡುತ್ತಿರುವೆ, ಎಲ್ಲಿ ಹತ್ತುತ್ತಿರುವೆ ಎಂದು ಏನೂ ತಿಳಿಯಲಿಲ್ಲ. ನನ್ನ ಮನಸ್ಸಿಗೆ ತೋಚಿದಂತೆ ಹತ್ತುತ್ತಾ ಹೋದೆ. ರಾಯ್‌ನ ಪೂರ್ತಿ ಭಾರ ನನ್ನ ಬೆನ್ನಮೇಲೆ. ಕಾಲುಗಳು ನಡುಗುತ್ತಿದ್ದವು. ನಡೆಯುತ್ತಾ ನಡೆಯುತ್ತಾ ನನ್ನ ಶಕ್ತಿ ಉಡುಗುತ್ತಿತ್ತು. ರಾಯ್ ನನ್ನಿಂದ ಜಾರಿಕೊಂಡು ಬೀಳುತ್ತಿದ್ದ. ಅವನನ್ನು ಎಳೆದುಕೊಂಡು ನಡೆಯಲು ಪ್ರಾರಂಭಿಸಿದೆ. ನಾನು ದಾರಿ ತಪ್ಪಿದ್ದೇನೆ ಎಂದು ಆತಂಕ ಪಡುವಷ್ಟರಲ್ಲಿ ದೂರದಲ್ಲಿ ಮಸುಕು ಬೆಳಕಲ್ಲೇ ನಮ್ಮ ವಿಮಾನ ಕಂಡುಬಂತು. ಅದನ್ನು ಕಂಡಕೂಡಲೇ ನನ್ನಲ್ಲಿ ಕಳೆದುಹೋಗಿದ್ದ ಚೈತನ್ಯವೆಲ್ಲಾ ಮರಳಿ ಬಂದಿತ್ತು. ರಾಯ್ ನನ್ನು ಮತ್ತೆ ಹೊತ್ತುಕೊಂಡು ಬೇಗ ಬೇಗ ಹೆಜ್ಜೆ ಹಾಕಿ ಕೊನೆಗೂ ವಿಮಾನ ತಲುಪಿದೆ. ನಮ್ಮನ್ನು ಕಂಡು ಅಲ್ಲಿದ್ದ ಮಂದಿ ಓಡಿ ಬಂದು ರಾಯ್‌ನನ್ನು ನನ್ನ ಹೆಗಲಿಂದ ಇಳಿಸಿ ಕರೆದೊಯ್ದರು. ನಾವೆಲ್ಲರೂ ಸುರಕ್ಷಿತವಾಗಿ ವಿಮಾನದೊಳಗೆ ಸೇರಿದೆವು. ಕೊನೆಗೂ ನಾನು ಗೆದ್ದಿದ್ದೆ. ಸಾವಿನಿಂದ ರಾಯ್‌ನನ್ನು ತಪ್ಪಿಸಿದ ನೆಮ್ಮದಿ ನನಗೆ ಆ ಕ್ಷಣ ಸಮಾಧಾನ ತಂದಿತ್ತು. ರಾಬರ್ಟೋ ಮತ್ತು ಟಿನ್‌ಟಿನ್ ನೆಲದ ಮೇಲೆ ಮಲಗಿದ್ದರು. ಅವರ ಪಕ್ಕ ನಾನು ಉರುಳಿಬಿದ್ದೆ. ನನ್ನ ಕಾಲು ನಡುಗುವುದು ಇನ್ನೂ ನಿಂತಿರಲಿಲ್ಲ. ನಾನು ಹಿಂದೆಂದೂ ಅನುಭವಿಸದಷ್ಟು ತೀವ್ರವಾದ ನೋವು ಮತ್ತು ಮಾನಸಿಕ ಆಘಾತವನ್ನು ಆ ಕ್ಷಣದಲ್ಲಿ ಅನುಭವಿಸಿದ್ದೆ. ನನ್ನ ಶಕ್ತಿಯನ್ನೆಲ್ಲಾ ನಾನು ಸುಟ್ಟು ಭಸ್ಮ ಮಾಡಿಬಿಟ್ಟಿದ್ದೇನೆ. ಇನ್ನು ಮುಂದೆ ಬೆಟ್ಟ ಹತ್ತಲು ನನಗೆ ಖಂಡಿತ ಶಕ್ತಿ ಇರಲಾರದು ಎನಿಸಿತ್ತು. ಆದರೆ ಅದರ ಬಗ್ಗೆ ಯೋಚಿಸುವಷ್ಟು ಚೈತನ್ಯ ಸಹ ನನ್ನಲ್ಲಿ ಉಳಿದಿರಲಿಲ್ಲ. ನನ್ನ ಅಕ್ಕಪಕ್ಕದವರ ಮೈಗಂಟಿ ಅವರ ದೇಹದಿಂದ ಸಾಧ್ಯವಾಗಬಲ್ಲ ಶಾಖವನ್ನು ಪಡೆದೆ. ಬೇಗ ನಿದ್ದೆ ಬಂದಿತ್ತು.

ಮರುದಿನ ಬೆಳಗ್ಗೆ ನಾನು ವಿಶ್ರಮಿಸಿದೆ. ವಿಮಾನದ ಹೊರಬಂದು ಸುತ್ತಲೂ ಮುತ್ತಿದ್ದ ಬಿಳಿಮಲೆಗಳತ್ತ ನೋಡಿದೆ. ಅದು ನನ್ನ ದಿನನಿತ್ಯದ ಬದುಕೇ ಎಂಬಂತೆ

ಸಾಧಾರಣ ಎನಿಸುವಂಥ ದೃಶ್ಯವಾಗಿ ಕಾಣಿಸಿತು. ವಿಮಾನದಿಂದ ಸ್ವಲ್ಪ ದೂರದಲ್ಲಿ ಬಿದ್ದಿದ್ದ ಹೆಣಗಳ ಚೂರುಗಳು. ಮುರಿದು ಬಿದ್ದಿದ್ದ ಕೈ, ಕಾಲು, ಮೂಳೆಗಳು, ಜೊತೆಗೆ ಬುರುಡೆಗಳೂ ಬಿದ್ದಿದ್ದವು. ಹೆಣಗಳ ಮಾಂಸ ತಿನ್ನಲು ಪ್ರಾರಂಭಿಸಿದಾಗ ನಾವು ಚರ್ಮಕ್ಕಂಟಿದ್ದ ಹೆಚ್ಚು ಮಾಂಸವನ್ನು ಮಾತ್ರ ತಿನ್ನುತ್ತಿದ್ದೆವು. ದಿನಗಳೆದಂತೆ ನಮ್ಮಲ್ಲಿನ ಆಹಾರ ಸಾಮಗ್ರಿ ಕಡಿಮೆಯಾದಂತೆ ನಿಧಾನವಾಗಿ ಸಂಪೂರ್ಣ ದೇಹದ ಅಂಗಗಳನ್ನು ತಿನ್ನಲು ಪ್ರಾರಂಭಿಸಿದ್ದೆವು. ಹೃದಯ, ಯಕೃತ್ತು, ಮೂತ್ರಪಿಂಡಗಳೂ ನಮ್ಮ ಆಹಾರವಾದವು. ಅದೂ ಸಾಲದಾದಾಗ ಮೆದುಳಿಗೂ ಕೈ ಹಾಕಿತ್ತು ನಮ್ಮ ಹೊಟ್ಟೆ. ಮೂಳೆ, ಮಾಂಸ, ರಕ್ತ, ಮೆದುಳು, ಬುರುಡೆ ಹೀಗೆ ನಾವು ರಾಕ್ಷಸರಾಗಿದ್ದೆವು. ಸಾಧಾರಣ ಮನಸುಗಳಿಗೆ ಇದು ಒಂದು ಘೋರ ರಾಕ್ಷಸೀ ಪ್ರವೃತ್ತಿಯಾಗಿ ಕಾಣಿಸಬಹುದು. ಆದರೆ ಬದುಕುಳಿಯುವ ಆಸೆ ಮನುಷ್ಯನನ್ನು ಯಾವ ಮೂಲೆಗಳಿಗೂ ನೂಕಿ ರಾಚಿಬಿಡಬಲ್ಲದು ಎಂಬುದಕ್ಕೆ ನಮ್ಮ ಅನುಭವವೇ ಸಾಕ್ಷಿ. ಸಾವು ನಮ್ಮ ಹತ್ತಿರದಲ್ಲಿದ್ದಾಗ ಅದು ಆಕ್ರಮಿಸದಂತೆ ಎಲ್ಲಾ ಬಗೆಯ ಹೋರಾಟ ಮಾಡುವ ಶಕ್ತಿ ನಮ್ಮ ದೇಹದಲ್ಲಿ ಅಡಗಿರುತ್ತದೆ.

ಹಸಿವು ಎಷ್ಟು ತೀವ್ರವಾದರೂ, ಉಳಿದ ಹೆಣಗಳೆಲ್ಲವೂ ಹಿಮದಲ್ಲಿ ಹೂತುಹೋಗಿ ನಮಗೆ ತಿನ್ನಲು ಏನೂ ಸಿಗದಿದ್ದರೂ, ಗುಂಪಿನ ಯಾರೂ ನನಗೆ ಮತ್ತು ಜೇವಿಯರ್‌ಗೆ ಮಾಡಿದ್ದ ಪ್ರಮಾಣವನ್ನು ಮರೆಯಲಿಲ್ಲ. ನನ್ನ ತಾಯಿ, ತಂಗಿ ಮತ್ತು ಲಿಲಿಯಾನಳ ಶವಗಳನ್ನು ಯಾರೂ ಮುಟ್ಟಲಿಲ್ಲ. ನಿರಾಹಾರದಿಂದ ಒದ್ದಾಡುತ್ತಿದ್ದರೂ, ಈ ಮೂವರ ಶರೀರಗಳು ಮಾತ್ರ ಸಂಪೂರ್ಣವಾಗಿ ನಮ್ಮೆದುರಲ್ಲೇ ಬಿದ್ದಿದ್ದರೂ ಅದರತ್ತ ಯಾರೂ ಸುಳಿಯಲಿಲ್ಲ. ಆ ಸಾಯುವ ಘಳಿಗೆಯಲ್ಲೂ ತಾವು ಮಾಡಿದ್ದ ಪ್ರಮಾಣ ಮತ್ತು ಆ ಮೂವರ ಮೇಲೆ ಸ್ನೇಹಿತರಿಗೆ ಎಷ್ಟು ಗಾಢವಾದ ಗೌರವವಿತ್ತೆಂದು ಯೋಚಿಸಿ ನನ್ನ ಕಣ್ತುಂಬಿ ಬಂದಿತ್ತು. ನಮ್ಮ ಪರಿಸ್ಥಿತಿ ಹಾಗಾಗಿತ್ತು. ಬಿಳಿಮಲೆಗಳು, ನಾವು ಎಲ್ಲ ಸ್ನೇಹ, ಪ್ರೀತಿ, ಬಂಧುತ್ವವನ್ನು ಕಳೆದುಕೊಳ್ಳುವ ಸವಾಲೆಸೆದಿದ್ದವು. ಸ್ವಾರ್ಥಿಗಳನ್ನಾಗಿಸಿದ್ದವು. ಆದರೂ, ಅವೆಲ್ಲದರ ಹೊರತಾಗೂ ನಮ್ಮಲ್ಲಿ ಸ್ನೇಹ ಉಳಿದಿತ್ತೆಂಬುದು ಹೆಮ್ಮೆಯ ವಿಷಯವಾಗಿತ್ತು. ನಮ್ಮ ನಡುವಿನ ಬಾಂಧವ್ಯವನ್ನು ನಮ್ಮಿಂದ ಕದಿಯಲು ಈ ಬೆಟ್ಟಗಳಿಂದ ಇನ್ನೂ ಸಾಧ್ಯವಿರಲಿಲ್ಲ ಎಂಬ ಯೋಚನೆಯೇ ನಮಗೊಂದು ಶಕ್ತಿಯಾಗಿತ್ತು.

ಡಿಸೆಂಬರ್ ಮೊದಲ ವಾರದಲ್ಲಿ ನಾವು ಪಶ್ಚಿಮದ ಪ್ರಯಾಣಕ್ಕೆ ಸಿದ್ಧರಾದೆವು. ಫಿಟೋ ಮತ್ತು ಅವನ ಸಹೋದರರು ನಮಗಾಗಿ ಮಾಂಸ ಕತ್ತರಿಸಿ ಒಣಗಿಸಿದರು. ಅಂಟೊನಿಯೊ, ರಾಬರ್ಟೊ ಮತ್ತು ನಾನು ನಮಗೆ ಅಗತ್ಯವಾದ ಎಲ್ಲಾ ಸಾಮಗ್ರಿಗಳನ್ನು ಒಟ್ಟುಗೂಡಿಸಿದೆವು. ಸಾಹಸದ ಒಳದನಿ ಮತ್ತು ಆತಂಕದ ಛಾಯೆ

ಎರಡೂ ಮಿಶ್ರಣವಾಗಿ ಒಂದು ವಿಚಿತ್ರ ಭಾವ ಕವಿದಿತ್ತು. ಚಾರಣದ ಹಿಂದಿನ ಅನುಭವಗಳೆಲ್ಲ ಸೋತಿದ್ದವು. ಆದರೆ ಆ ಎಲ್ಲ ಸೋಲುಗಳ ಒಟ್ಟು ಗಟ್ಟಿ ಅನುಭವ ಸೇರಿ ಇದೀಗ ನಮ್ಮನ್ನು ಹೊಸ ಗಟ್ಟಿತನ ಆವರಿಸಿತ್ತು. ಆಂಡೀಸ್ ಪರ್ವತಗಳ ಭೀಕರತೆಯ ಕಹಿಯೊಂದಿಗೆ ಆ ಕಹಿಯನ್ನು ಆಸ್ವಾದಿಸುವ ಪಾಠವನ್ನೂ ತಕ್ಕ ಮಟ್ಟಿಗೆ ಕಲಿತಿದ್ದೆವು. ನಮ್ಮ ಮುಂದಿನ ಪಯಣದಲ್ಲಿ ಎರಡು ದೊಡ್ಡ ಸವಾಲುಗಳು ನಮ್ಮ ಮುಂದಿವೆ ಎಂದು ಅರ್ಥವಾಗಿತ್ತು. ಮೊದಲನೆಯದು ಪರ್ವತದ ಮೇಲ್ಮಟ್ಟದಲ್ಲಿ ಉಸಿರಾಟದ ತೊಂದರೆಯನ್ನು ದೇಹ ಅನುಭವಿಸುವುದು. ಎತ್ತರ ಶಿಖರವೇರುತ್ತಾ ಆಮ್ಲಜನಕ ವಿರಳವಾಗುತ್ತಾ ಹೋಗುತ್ತದೆ. ಉಸಿರಾಟ ಕಷ್ಟವಾಗಿ ಆಯಾಸ ಹೆಚ್ಚುತ್ತದೆ. ಇದನ್ನು ನಾವು ತಡೆಯಲು ಸಾಧ್ಯವಿರಲಿಲ್ಲ. ನಾವು ಇನ್ನೂ ಹೆಚ್ಚು ಕೃಶವಾಗುವ ಮೊದಲು ಅಲ್ಲಿಂದ ಹೊರಡದ ಹೊರತು ಇದಕ್ಕೆ ಬೇರೆ ಉಪಾಯ ಕಾಣಲಿಲ್ಲ.

ಎರಡನೆಯದು, ನಮ್ಮ ಚರ್ಮ, ದೇಹವನ್ನು ಕೊರೆದು ಸೀಳುವ ಚಳಿಯಿಂದ ಮತ್ತು ಚುಚ್ಚಿ ಸುಡುವ ಬಿಸಿಲ ಝಳದಿಂದ ರಕ್ಷಿಸಿಕೊಳ್ಳುವುದು. ಹಗಲು ಸ್ವಲ್ಪ ತಡೆಯುವಷ್ಟಿದ್ದರೂ ರಾತ್ರಿ ಚಳಿ ಪ್ರಾಣ ತೆಗೆಯುವಷ್ಟು ತೀವ್ರವಾಗಿರುತ್ತಿತ್ತು. ಒಮ್ಮೆ ವಿಮಾನ ಬಿಟ್ಟು ಹೊರಟ ಮೇಲೆ ನಮಗೆ ರಾತ್ರಿ ತಂಗಲು ಯಾವುದೇ ಆಶ್ರಯ ಸಿಗುವುದಿಲ್ಲ ಎಂಬುದೂ ಖಾತ್ರಿಯಾಗಿತ್ತು. ದೇಹ ಮರಗಟ್ಟಿಹೋಗದಂತೆ ಸುದೀರ್ಘ ರಾತ್ರಿಗಳನ್ನು ಕಳೆಯುವುದು ಹೇಗೆಂದು ಹುಡುಕಬೇಕಿತ್ತು. ಟಿನ್‌ಟಿನ್ ತೋರಿದ್ದ ಶಾಖವಾಹಕಗಳು ನಮಗೆ ಈ ಸಮಸ್ಯೆಗೆ ಪರಿಹಾರವಾಗಿ ತೋರಿತ್ತು. ಆ ವಾಹಕಗಳು ಒಂದು ಅಗಲ ಪುಸ್ತಕದಷ್ಟಿದ್ದು ನಾವು ವಿಮಾನದ ಹಿಂದಿನ ಸ್ಥಳದಿಂದ ಬರುವಾಗ ಇಂತಹ ಸಾಕಷ್ಟನ್ನು ಹೊತ್ತು ತಂದಿದ್ದೆವು. ಅವು ತೆಳುವಾಗಿ, ಹಗುರವಾಗಿದ್ದರೂ ಸಾಕಷ್ಟು ಬೆಚ್ಚಗಿರಿಸುತ್ತಿದ್ದವು. ಸಾಕಷ್ಟು ಯೋಚಿಸಿದ ನಂತರ ಒಂದು ಉಪಾಯ ಹೊಳೆದಿತ್ತು. ಆ ಸಣ್ಣ ಹಾಳೆಗಳನ್ನೆಲ್ಲಾ ಸೇರಿಸಿ ಹೊಲಿದು ಒಂದು ಹೊದಿಕೆಯಂತೆ ಮಾಡಬಹುದು. ಇನ್ನೂ ಒಂದು ಹೆಜ್ಜೆ ಆಲೋಚಿಸಿದಾಗ ಅನಿಸಿದ್ದು, ಆ ಹೊದಿಕೆಯನ್ನು ಎರಡು ಸುತ್ತಿನಂತೆ ಮಡಚಿ ಹೊಲಿದರೆ ಮಲಗುವ ಚೀಲವನ್ನು ತಯಾರಿಸಬಹುದು. ಮೂವರಿಗೂ ಸಾಲುವಷ್ಟು ದೊಡ್ಡ ಮಲಗುವ ಚೀಲವನ್ನು ತಯಾರಿಸಬಹುದು ಎಂದು. ಇದೊಂದು ಒಳ್ಳೆಯ ಉಪಾಯವಾಗಿತ್ತು ಆದರೆ ನಮಗೆ ಹೊಲಿಗೆ ಬರಬೇಕಲ್ಲ.

ಕಾರ್ಲಿಟೊ ಈ ಸವಾಲನ್ನು ಸ್ವೀಕರಿಸಿದ. ಅವನು ಚಿಕ್ಕವನಾಗಿದ್ದಾಗ ಅವನ ತಾಯಿ ಹೊಲಿಗೆಯನ್ನು ಕಲಿಸಿದ್ದಳು. ನನಗೆ ದೊರೆತ ನಮ್ಮ ತಾಯಿಯ ಕೈಚೀಲದಲ್ಲಿದ್ದ ಹೊಲಿಗೆಯ ಸೂಜಿ, ದಾರಗಳನ್ನು ತೆಗೆದುಕೊಂಡು ಅವನು ಕೆಲಸ ಪ್ರಾರಂಭಿಸಿದ. ಅದೊಂದು ಸಂಕೀರ್ಣ ಕೆಲಸವಾಯಿತು. ಯಾವ ಹೊಲಿಗೆಯೂ ಬಿಚ್ಚಿ ಹೋಗದಂತೆ

ಎರಡೆರಡು ಬಾರಿ ಹೊಲಿದು ಭದ್ರ ಮಾಡಿದ. ಹೊಲಿಗೆಯ ಕೆಲಸ ಬೇಗ ಮುಗಿಯಲು ಕಾರ್ಲಿಟೊ ಅದನ್ನು ಇನ್ನು ಕೆಲವರಿಗೆ ಹೇಳಿಕೊಟ್ಟ. ಕೊಚೆ, ಗಸ್ತವೋ ಮತ್ತು ಫಿಟೋನ ಹೊರತು ಉಳಿದ ನಮಗ್ಯಾರಿಗೂ ಆ ಹೊಲಿಗೆ ಕೆಲಸ ಬರಲೇ ಇಲ್ಲ.

ನಾನು ಮತ್ತು ಟಿನ್‌ಟಿನ್ ದೈಹಿಕವಾಗಿ ಮಾನಸಿಕವಾಗಿ ಸಿದ್ಧರಾಗುತ್ತಿದ್ದರೆ, ರಾಬರ್ಟೊ ಸ್ವಲ್ಪ ತಡವರಿಸುತ್ತಿದ್ದ. ಅವನು ಮನಸ್ಸು ಬದಲಿಸಿಬಿಡಬಹುದು ಎಂಬ ಆತಂಕ ನನಗೆ. ಅವನು ವಿಮಾನದ ಹೊರಗೆ ಮಲಗಿ ವಿಶ್ರಮಿಸುತ್ತಿದ್ದ ಒಂದು ಮಧ್ಯಾಹ್ನ ಅವನ ಬಳಿ ಹೋಗಿ ಕೂತೆ.

"ಮಲಗುವ ಚೀಲದ ಕೆಲಸ ಇನ್ನೇನು ಮುಗಿದು ಹೋಗುತ್ತದೆ. ಉಳಿದೆಲ್ಲ ಸಿದ್ಧವಿದೆ. ಆದಷ್ಟು ಬೇಗ ನಾವು ಹೊರಡಬೇಕು" ಎಂದು ಅವನ ಉತ್ತರಕ್ಕೆ ಕಾದೆ.

"ಅವರು ನಮ್ಮನ್ನು ಮತ್ತೆ ಹುಡುಕುತ್ತಿದ್ದಾರೆ. ಈಗ ಹೊರಡುವುದು ಮೂರ್ಖತನ" ಎಂದ.

"ನಮ್ಮಲ್ಲಿ ಒಪ್ಪಂದವಾಗಿತ್ತು. ರೇಡಿಯೋ ಕೆಲಸ ಮಾಡಲಿಲ್ಲ. ಈಗ ಪಶ್ಚಿಮದ ಕಡೆ ನಡೆಯುವ ಸಮಯ!" ಎಂದು ಅಸಹನೆಯಿಂದ ಹೇಳಿದೆ.

"ಹಾಂ! ಪಶ್ಚಿಮಕ್ಕೆ ನಡೆಯುವ. ಸ್ವಲ್ಪ ಸಮಯದ ನಂತರ". "ಎಷ್ಟು ಸಮಯ!"

"ಅವರು ನಮ್ಮನ್ನು ಹುಡುಕಲು ಹತ್ತು ದಿನ ಕೊಡೋಣ. ಅವರಿಗೆ ಒಂದು ಅವಕಾಶ ಕೊಟ್ಟು ಕಾಯುವುದು ಹೆಚ್ಚು ಬುದ್ಧಿವಂತಿಕೆ ಎನಿಸುತ್ತದೆ."

"ನೋಡು ರಾಬರ್ಟೊ. ನಮಗೆ ಅಷ್ಟು ಸಮಯ ಉಳಿದಿಲ್ಲ ಎಂದು ಎಲ್ಲರಿಗಿಂತಲೂ ನಿನಗೇ ಚೆನ್ನಾಗಿ ಗೊತ್ತು. ಇನ್ನು ಹತ್ತು ದಿನಗಳಲ್ಲಿ ನಮ್ಮಲ್ಲಿ ಅರ್ಧ ಮಂದಿ ಸಾಯಬಹುದು!"

ರಾಬರ್ಟೊ ನನ್ನತ್ತ ಒಂದು ಕಹಿ ನೋಟ ಬೀರಿ, "ಇನ್ಯಾವ ಮಹದಾಲೋಚನೆ ಇದೆ ನಿನ್ನ ಬಳಿ ನ್ಯಾಂಡೊ? ನಮಗಾಗಿ ವಿಶೇಷ ತಂಡ ಹುಡುಕುತ್ತಿದೆ ಎಂದು ತಿಳಿದ ಮೇಲೂ ಆ ಬೆಟ್ಟಗಳ ನಡುವೆ ಹೋಗಿ ತಕ್ಷಣವೇ ಸಾಯುವುದೆ?" ಎಂದ.

"ಅರ್ಥ ಮಾಡಿಕೊ ರಾಬರ್ಟೊ. ಅವರು ನಮ್ಮನ್ನು ಕಾಪಾಡಲು ಹುಡುಕುತ್ತಿರುವ ಸಿಬ್ಬಂದಿಯಲ್ಲ. ಅವರು ನಮ್ಮ ಹೆಣಗಳನ್ನು ಹುಡುಕುತ್ತಿದ್ದಾರೆ. ಅವರಿಗೆ ಯಾವ ಅವಸರವೂ ಇಲ್ಲ!"

ಅವನು ಕೊಸರಿ ಎದ್ದು, "ಇದು ನಾವು ಹೊರಡಲು ಸಮಯವಲ್ಲ ಅಷ್ಟೇ!" ಎಂದು ಹೊರಟುಬಿಟ್ಟ.

ಡಿಸೆಂಬರ್ ಮೊದಲರ್ಧ ವಾರದಲ್ಲಿ ಮಲಗುವ ಚೀಲ ಸಿದ್ಧಗೊಂಡಿತ್ತು. ನಮ್ಮ ಬಟ್ಟೆ, ಆಹಾರ ಎಲ್ಲವೂ ಸಿದ್ಧವಾಗಿತ್ತು. ಎಲ್ಲರ ಮನಸ್ಸೂ ಚಾರಣಕ್ಕೆ ಹೊರಡಲು ತಯಾರಾಗಿತ್ತು ಆದರೆ ರಾಬರ್ಟೊನ ಹೊರತು! ಅವನಿಗೆ ಇನ್ನೂ ತಡ ಮಾಡಲು

ಒಂದು ಹುಚ್ಚು ಕಾರಣ ದೊರೆತಿತ್ತು. ಮೊದಲಿಗೆ ಮಲಗುವ ಚೀಲ ಇನ್ನೂ ಭದ್ರವಾಗಬೇಕು ಎಂದು ಕೆಲ ಕಾಲ ತಳ್ಳಿದ. ನಂತರ ಕೊಚೆ ಮತ್ತು ರಾಯ್‌ಗೆ ವೈದ್ಯಕೀಯ ಚಿಕಿತ್ಸೆಯ ಅಗತ್ಯವಿದೆ ತಾನು ಹೊರಡಲು ಸಾಧ್ಯವಿಲ್ಲ ಎಂದು ಇನ್ನೂ ಸ್ವಲ್ಪ ಕಾಲ ಮುಂದೂಡಿದ. ಕೊನೆಗೆ ಅವನಿಗೆ ಪರ್ವತ ಹತ್ತಲು ಅಗತ್ಯವಾದ ಶಕ್ತಿಗೆ ವಿಶ್ರಾಂತಿ ಬೇಕು ಎಂದು ಮತ್ತಷ್ಟು ದಿನ ತಡೆದ. ಫಿಟೋ ಮತ್ತು ಅವನ ಸಹೋದರರು ರಾಬರ್ಟೋನ ಮನವೊಲಿಕೆಗೆ ಪ್ರಯತ್ನಿಸಿದರು. ಆದರೆ ರಾಬರ್ಟೊ ಯಾರಿಗೂ ಜಗ್ಗಲಿಲ್ಲ. ಅವನನ್ನು ಹೊರಡಿಸಲು ಮುಂದಾದ ಎಲ್ಲರಿಗೂ ತಿರುಗಿ ಬೈದು ಕೊನೆಗೆ ತಾನು ಮಾನಸಿಕವಾಗಿ ಸಂಪೂರ್ಣ ಸಿದ್ಧನಾಗುವವರೆಗೆ ಅಲ್ಲಿಂದ ಕದಲುವುದಿಲ್ಲ ಎಂದು ಜೋರಾಗಿ ಘೋಷಿಸಿದ.

ಉಳಿದವರೆಲ್ಲ ಅವನ ಆ ಮೊಂಡುತನಕ್ಕೆ ಬೇಸರಿಸಿಕೊಳ್ಳುವಾಗಲೇ ರಾಬರ್ಟೊ ಒಳಗೊಳಗೇ ಹೆಚ್ಚು ಭಯಗೊಂಡು, ಅಂತರ್ಮುಖಿಯಾದ ಮತ್ತು ಹೊರಗೆ ಇನ್ನೂ ಹೆಚ್ಚು ಹಟಮಾರಿಯಾದ. ಚಿಕ್ಕವರನ್ನು, ಮೆತ್ತಗೆ ಇದ್ದವರನ್ನು ಬೈದು ಹೆದರಿಸುತ್ತಿದ್ದ, ಸುಮ್ಮನೆ ಜಗಳವಾಡುತ್ತಿದ್ದ. ಒಮ್ಮೆ ಇದೇ ರೀತಿ ಜಗಳದಲ್ಲಿ ಆಲ್ವರೋನ ಕೂದಲು ಹಿಡಿದು ಗೋಡೆಗೆ ನೂಕಿ ಚಚ್ಚಿದ. ಕೆಲ ಘಳಿಗೆಗಳ ನಂತರ ತೀವ್ರ ಪಶ್ಚಾತ್ತಾಪದಿಂದ ನೊಂದು ಅವನನ್ನು ಅಪ್ಪಿ ಕ್ಷಮೆ ಕೋರಿದ. ಆದರೆ ನನಗೆ ಸಾಕಾಗಿತ್ತು. ಎಲ್ಲರೂ ಹೊರಟು ರಾಬರ್ಟೊ ಒಬ್ಬನೇ ಸಿಗಲು ಕಾದೆ. ಅವನ ಬಳಿ ಹೋಗಿ, "ಇದು ಮುಂದುವರಿಯಬಾರದು. ನಾವು ಹೊರಡಲು ಇದು ಸಮಯ. ಇದು ನಿನಗೂ ಗೊತ್ತು," ಎಂದೆ.

ರಾಬರ್ಟೊ, "ಹೌದು. ಇಷ್ಟರಲ್ಲೇ ಹೊರಡೋಣ. ಆದರೆ ಸ್ವಲ್ಪ ಹವಾಮಾನ ಸುಧಾರಿಸಲಿ" ಎಂದ.

"ನನಗೆ ಕಾದು ಕಾದು ಸಾಕಾಗಿದೆ ರಾಬರ್ಟೊ" ಎಂದು ದುಃಖದಿಂದ ಅಲವತ್ತುಕೊಂಡೆ.

"ನಾನು ಹೇಳಿದೆನಲ್ಲಾ. ಹವಾಮಾನ ಸ್ವಲ್ಪ ಸುಧಾರಿಸಿದ ಕೂಡಲೇ ಹೊರಡೋಣ!" ಎಂದು ಮತ್ತೆ ಅಲ್ಲಿಂದ ಹೊರಟ.

ನಾನು ಶಾಂತವಾಗಿರಲು ಪ್ರಯತ್ನಿಸುತ್ತಿದ್ದೆ ಆದರೆ ರಾಬರ್ಟೋನ ವರ್ತನೆ ದಿನದಿನಕ್ಕೆ ಮಿತಿಮೀರುತ್ತಲೇ ಹೋಗುತ್ತಿತ್ತು. "ಸ್ವಲ್ಪ ಕಣ್ಣು ಬಿಟ್ಟು ನೋಡು ರಾಬರ್ಟೊ. ನಮ್ಮಲ್ಲಿ ಆಹಾರ ಮುಗಿಯುತ್ತಿದೆ. ನಮ್ಮ ಸ್ನೇಹಿತರು ಸಾಯುತ್ತಿದ್ದಾರೆ. ಕೊಚೆ ಈಗಾಗಲೇ ನಡುರಾತ್ರಿ ಅರಚಾಡಲು ಪ್ರಾರಂಭಿಸಿದ್ದಾನೆ. ಅವನ ಬಳಿ ಹೆಚ್ಚು ಸಮಯವಿಲ್ಲ. ರಾಯ್‌ನ ಸ್ಥಿತಿ ಗಂಭೀರವಾಗಿದೆ. ಜೇವಿಯರ್ ಸಹ ತುಂಬ ಕುಗ್ಗಿಹೋಗಿದ್ದಾನೆ. ಸಬೆಲ್ಲಾ, ಮನ್ಗಿನೋ, ಬಾಬಿ ಮತ್ತು ಇನ್ನೂ ಸಣ್ಣವರೆಲ್ಲರ

ಆರೋಗ್ಯ ತುಂಬಾ ಹದಗೆಡುತ್ತಿದೆ. ನಮ್ಮನ್ನು ನೋಡು! ಏನು ಮಾಡುತ್ತಿದ್ದೇವೆ? ಕ್ಷಣಕ್ಷಣವನ್ನೂ ವ್ಯರ್ಥವಾಗಿ ಕಳೆಯುತ್ತಾ ನಿಧಾನಿಸುತ್ತಾ ಹೋಗುತ್ತಿದ್ದೇವೆ. ನಾವು ಸಂಪೂರ್ಣ ಶಕ್ತಿಹೀನರಾಗಿ ನಿಲ್ಲಲೂ ಆಗದ ಸ್ಥಿತಿ ತಲುಪುವುದರೊಳಗೆ ಬೆಟ್ಟ ಹತ್ತಬೇಕು!" ನಾನು ಖಡಾಖಂಡಿತವಾಗಿ ಹೇಳಿದೆ.

ನನ್ನ ಮಾತಿನ ಧಾಟಿಯಲ್ಲೇ ಮರಳಿ ಉತ್ತರಿಸುತ್ತಾ, "ಈಗ ನನ್ನ ಮಾತು ನೀನು ಕೇಳು ನ್ಯಾಂಡೊ! ಎರಡು ದಿನಗಳ ಹಿಂದೆ ಭಯಾನಕ ಬಿರುಮಳೆ ಬಂದಿತು. ನಿನಗೆ ಅದು ನೆನಪಿದೆಯೇ? ಅದಕ್ಕೆ ನಾವು ಸಿಕ್ಕಿದ್ದರೆ ಇಷ್ಟು ಹೊತ್ತಿಗೆ ನಾವು ಸತ್ತು ನಿಸರ್ಗದಲ್ಲಿ ಲೀನವಾಗಿರುತ್ತಿದ್ದೆವು."

"ಅಥವಾ ಒಂದು ಹಿಮಕುಸಿತ ನಮ್ಮನ್ನು ಕೊಲ್ಲಬಹುದು. ಅಥವಾ ಒಂದು ನೀರ್ಗಲ್ಲ ಕೊರಕಲಲ್ಲಿ ಬೀಳಬಹುದು. ನಮ್ಮ ಹೆಜ್ಜೆಯ ಆಯ ತಪ್ಪಿ ನಾವು ಸಾವಿರಾರು ಅಡಿಗಳು ಕೆಳಗೆ ಬಿದ್ದು ಪ್ರಾಣ ಕಳೆದುಕೊಳ್ಳಬಹುದು! ಈ ಅಪಾಯಗಳಿಂದ ನಾವು ಪಾರಾಗಲು ಸಾಧ್ಯವಿಲ್ಲಾ ರಾಬರ್ಟೊ. ಹಾಗೆಂದು ನಾವಿನ್ನೂ ಕಾಯುವ ಸ್ಥಿತಿ ಮತ್ತು ಸಮಯವನ್ನೂ ಮೀರಿದ್ದೇವೆ!" ರಾಬರ್ಟೊ ನನ್ನ ಮಾತು ಪರಿಣಾಮವೇ ಬೀರದಂತೆ ನಾಟಕವಾಡುತ್ತಾ ಆಚೆಬದಿಗೆ ಮುಖಮಾಡಿದ್ದ. ನಾನು ಸೆಟೆದು ನಿಂತು, "ನಾನೊಂದು ದಿನಾಂಕ ಆಯ್ಕೆ ಮಾಡಿದ್ದೇನೆ ರಾಬರ್ಟೊ. ಡಿಸೆಂಬರಿನ ಹನ್ನೆರಡನೆಯ ತಾರೀಕು ಮುಂಜಾನೆ ನಾನು ಹೊರಡುತ್ತಿದ್ದೇನೆ. ನೀನು ಆ ಸಮಯಕ್ಕೂ ಸಿದ್ಧನಾಗದಿದ್ದರೆ, ನಾನೊಬ್ಬನೇ ಹೋಗಲಿದ್ದೇನೆ." ಎನ್ನುತ್ತಾ ಹೊರಟೆ.

"ನೀನು ನನ್ನನ್ನು ಬಿಟ್ಟು ಹೋಗಲಾರೆ ನ್ಯಾಂಡೊ!"

ನಾನು ನಡೆಯುತ್ತಲೇ ಹೇಳಿದೆ, "ನನ್ನ ಮಾತು ನಿನಗೆ ಕೇಳಿಸಿದೆ. ಹನ್ನೆರಡು ನಾನು ಹೊರಡುತ್ತಿದ್ದೇನೆ. ನಿನ್ನ ಜೊತೆ ಅಥವಾ ನಾನೊಬ್ಬನೇ!"

ಡಿಸೆಂಬರ್ ಒಂಭತ್ತು ನನ್ನ ಇಪ್ಪತ್ತಮೂರನೇ ಜನ್ಮದಿನವಾಗಿತ್ತು. ಆ ರಾತ್ರಿ ವಿಮಾನದಲ್ಲಿ ನನಗೆ ಒಂದು ಪೂರ್ತಿ ಸಿಗರೇಟನ್ನು ನನ್ನ ಸ್ನೇಹಿತರು ನೀಡಿದ್ದರು.

"ನಾವು ಮೊದಲು ಆಚರಿಸಬೇಕೆಂದುಕೊಂಡಂತೆ ಇದು ಸುಂದರ ತಂಗುದಾಣವಲ್ಲ, ಆದರೂ ಆ ಪೂರ್ತಿ ಸಿಗರೇಟು ಈ ರಾತ್ರಿ ನಿನಗೆ ಕೊಡುತ್ತಿರುವುದು ನಿನಗೆ ಅತ್ಯದ್ಭುತ ಹುಟ್ಟು ಹಬ್ಬದಾಚರಣೆ" ನಗುತ್ತಾ ಛೇಡಿಸಿದ ಕಾರ್ಲಿಟೊ.

"ನನ್ನನ್ನು ಇದು ನಿಜಕ್ಕೂ ಬೆಚ್ಚಗಿಡುತ್ತಿದೆ."

"ನಾವೆಲ್ಲರೂ ನಮ್ಮ ಹುಟ್ಟುಹಬ್ಬದಾಚರಣೆಗಳನ್ನು ತಪ್ಪಿಸಿಕೊಂಡಿದ್ದೇವೆ. ಆದರೆ ಕ್ರಿಸ್ಮಸ್ ಹಬ್ಬಕ್ಕೆ ನಾವೆಲ್ಲರೂ ಮನೆ ಸೇರಿರುತ್ತೇವೆ ಎಂದು ನನ್ನ ಅಂತರಾಳ ಹೇಳುತ್ತಿದೆ. ನೀನು ಇದನ್ನು ನಿಜ ಮಾಡುತ್ತೀ ನ್ಯಾಂಡೊ. ನನಗೆ ಗೊತ್ತಿದೆ" ಎಂದು ಕಾರ್ಲಿಟೊ ಬೆನ್ನು ಚಪ್ಪರಿಸಿದ್ದ.

ನಾನು ಉತ್ತರ ಕೊಡಲಿಲ್ಲ. ವಿಮಾನದ ನೆರಳು ನನ್ನ ಕಣ್ಣುಗಳಲ್ಲಿದ್ದ ಆತಂಕ, ಅನುಮಾನಗಳನ್ನು ಅಡಗಿಸಿಟ್ಟಿತ್ತು. "ಈಗ ನಿದ್ದೆ ಮಾಡು" ಎಂದು ಹೇಳುತ್ತಾ, ಅವನ ಮುಖದ ಮೇಲೆ ಸಿಗರೇಟಿನ ಬೆಚ್ಚನೆಯ ಹೊಗೆಯನ್ನು ಹರಡಿದೆ.

ಡಿಸೆಂಬರ್ ಹತ್ತು ಗಸ್ತೆವೋ ಮತ್ತು ನಾನು ನುಮಾನ ಕುಗ್ಗುತ್ತಿರುವ ಆರೋಗ್ಯದ ಬಗ್ಗೆ ಮಾತನಾಡುತ್ತಿದ್ದೆವು. ಗಸ್ತೆವೋ, "ಅವನ ಬೆನ್ನ ಮೇಲಿನ ಗಾಯ ನೋಡಿ, ಏನಾಗಿದೆ ತಿಳಿಸು," ಎಂದು ಕೇಳಿದ. ಅವನ ಬಟ್ಟೆ ಎತ್ತಿ ನೋಡಿದರೆ, ಅಲ್ಲಿ ಮಾಂಸವೇ ಕಾಣಲಿಲ್ಲ. ಬರಿ ಮೂಳೆ ಕಾಣುತ್ತಿತ್ತು. ಅವನು ಎರಡು ದಿನಗಳಿಗಿಂತ ಹೆಚ್ಚು ಬದುಕಲಾರ ಎನಿಸುವಂತಿತ್ತು .

ನಾನು ನುಮಾ ಬಳಿ ಕುಳಿತು "ಈಗ ಹೇಗಿದ್ದೀ?" ಎಂದೆ.

"ನಾನಿನ್ನು ಹೆಚ್ಚು ದಿನ ಉಳಿಯುವುದಿಲ್ಲ ಎನಿಸುತ್ತೆ," ಎಂದು ನುಮಾ ವಿಷಾದದಿಂದ ನಕ್ಕ.

ಅವನ ಕಣ್ಣುಗಳು ಸೋತಿದ್ದವು. ಅವನು ಸಾವನ್ನು ಧೈರ್ಯದಿಂದ ಆಹ್ವಾನಿಸುತ್ತಿದ್ದ. ನಾನು ಸುಳ್ಳು ಹೇಳಿ ಅವನಿಗೆ ಅವಮಾನ ಮಾಡಲಾರೆ ಎನಿಸಿತ್ತು.

"ಸ್ವಲ್ಪ ತಡೆ. ಧೈರ್ಯ ತಂದುಕೋ. ನಾವು ಇನ್ನೆರಡು ದಿನದಲ್ಲಿ ಹೊರಡಲಿದ್ದೇವೆ. ಕೊನೆಗೂ ನಾವಂದುಕೊಂಡಂತೆ ಪಶ್ಚಿಮದತ್ತ ಹೊರಟಿದ್ದೇವೆ."

"ಪಶ್ಚಿಮದತ್ತ ಚಿಲಿ ಇದೆ!" ಎನ್ನುತ್ತಾ ಮತ್ತೆ ನಕ್ಕ.

"ನಾನು ಅಲ್ಲಿಗೆ ಹೋಗುತ್ತೇನೆ ಅಥವಾ ಪ್ರಯತ್ನಿಸುತ್ತಲೇ ಸಾಯುತ್ತೇನೆ. ಸುಮ್ಮನೆ ಅಂತೂ ಇರುವುದಿಲ್ಲ."

"ಹೋಗುತ್ತೀ ನ್ಯಾಂಡೊ. ನಿನ್ನ ಕೈಲಾಗುತ್ತದೆ. ನೀನು ಗಟ್ಟಿಗ."

"ನೀನೂ ಸಹ ಗಟ್ಟಿಯಾಗಬೇಕು ನುಮಾ. ನಿನ್ನ ಕುಟುಂಬವನ್ನು ನೆನಪಿಸಿಕೋ. ನೀನು ಮತ್ತೆ ಅವರನ್ನು ಕಾಣಬಹುದು"

ನುಮಾ ಸಣ್ಣಗೆ ನಕ್ಕ. "ಬಹಳ ತಮಾಷೆ ಎನಿಸುತ್ತದೆ. ಹಲವರು ತಾವು ಜೀವನದಲ್ಲಿ ಮಾಡಿದ ತಪ್ಪುಗಳ ಬಗ್ಗೆ ನೆನಪಿಸಿಕೊಳ್ಳುತ್ತಾ ಸಾಯುತ್ತಾರೆ. ಆದರೆ ನನಗೆ ಯಾವ ಪಾಶ್ಚಾತ್ತಾಪವೂ ಇಲ್ಲ. ಇಲ್ಲಿಯವರೆಗೂ ಒಳ್ಳೆಯ ಬದುಕನ್ನೇ ಬದುಕಲೆತ್ನಿಸಿದ್ದೇನೆ. ಜನರ ಜೊತೆ ಚೆನ್ನಾಗಿದ್ದೇನೆ. ಆ ಲೆಕ್ಕವನ್ನು ದೇವರು ಗುರುತಿಸುತ್ತಾನೆ ಅಲ್ಲವೇ!"

"ಆ ರೀತಿ ಮಾತಾಡಬೇಡ ನುಮಾ!"

"ನನಗೀಗ ನೆಮ್ಮದಿ ದೊರೆಯುತ್ತಿದೆ ನ್ಯಾಂಡೊ. ಮುಂದೆ ನಡೆಯಲಿರುವುದಕ್ಕೆ ನಾನು ಸಿದ್ಧನಿದ್ದೇನೆ" ಎಂದು ನಿಟ್ಟುಸಿರು ಬಿಟ್ಟ ನುಮಾ.

ಮರುದಿನ ಬೆಳಗ್ಗೆ, ಡಿಸೆಂಬರ್ ಹನ್ನೊಂದು ಮುಂಜಾನೆ ನುಮಾ ಪ್ರಜ್ಞೆತಪ್ಪಿ ಕೋಮಾಗೆ ತಲುಪಿದ್ದ. ಅದೇ ಮಧ್ಯಾಹ್ನ ನುಮಾ ಜೀವ ತೊರೆದಿದ್ದ. ನುಮಾ ತುಂಬಾ ಒಳ್ಳೆಯ ವ್ಯಕ್ತಿಯಾಗಿದ್ದ. ಸ್ವಾರ್ಥಿಯಾಗಿರಲಿಲ್ಲ. ಅವನೆಷ್ಟು ಕಷ್ಟ ಅನುಭವಿಸಿದರೂ ಇತರರ ಬಗೆಗಿನ ಅವನ ಕರುಣೆ, ಪ್ರೀತಿ ಎಂದೂ ಆರಿರಲಿಲ್ಲ. ಅವನ ಸಾವಿಗೆ ಕಾರಣ ಬೆನ್ನು ಮತ್ತು ಕಾಲಮೇಲಿನ ಗಾಯಗಳು! ನಾವು ನಮ್ಮ ದೈನಂದಿನ ಪ್ರಪಂಚದಲ್ಲಿದ್ದಿದ್ದರೆ ಅವು ಒಂದು ಗಮನಿಸುವ ವಿಷಯವೂ ಆಗುತ್ತಿರಲಿಲ್ಲ. ಒಂದೆರಡು ಗುಳಿಗೆ ಅಥವಾ ಮುಲಾಮಿನಿಂದ ಕೆಲಸ ಮುಗಿಯುತ್ತಿತ್ತು. ಆದರೆ ಇಲ್ಲಿ ಅವು ಅವನ ಜೀವವನ್ನೇ ಬಲಿ ತೆಗೆದುಕೊಳ್ಳುವಷ್ಟು ದುಬಾರಿಯಾಗಿದ್ದವು.

ನನ್ನ ಸ್ನೇಹಿತರೆಲ್ಲರನ್ನೂ ನೋಡುತ್ತಾ ನನ್ನ ಮನಸ್ಸು ಹಿಂಡಿಹೋಗಿತ್ತು. ನಾವು ವಿಮಾನ ಹತ್ತುವ ಮುನ್ನ ನಮ್ಮೆಲ್ಲರನ್ನೂ ಪ್ರೇಮದಿಂದ, ಸಂತೋಷದಿಂದ ಕಳಿಸಿಕೊಟ್ಟಿದ್ದ ನಮ್ಮ ಕುಟುಂಬಕ್ಕೆ ನಮ್ಮ ಪರಿಸ್ಥಿತಿಯ ಅರಿವು ಸ್ವಲ್ಪವಾದರೂ ಇದ್ದೀತೆ? ನಮ್ಮ ಶರೀರ ಕೃಶವಾಗಿ, ಬೆನ್ನು ಬಾಗಿ, ಮುಖ ಜೋತು ಬಿದ್ದು, ಮಾಂಸ ಕರಗಿ ದೇಹ ಮೂಳೆ ಚಕ್ಕಳಕ್ಕೆ ಸಮವಾಗಿ, ಯಾರಿಗೂ ಸರಿಯಾಗಿ ನಡೆಯಲೂ ಸಾಧ್ಯವಾಗದಷ್ಟು ದೈನ್ಯ ಸ್ಥಿತಿಯಲ್ಲಿ ನಾವು ಬದುಕುಳಿದಿದ್ದೇವೆ. ಬದುಕುಳಿಯಲು ಇನ್ನೂ ಹೆಣಗುತ್ತಿದ್ದೇವೆ ಎಂಬುದರ ಕಲ್ಪನೆಯಾದರೂ ಅವರಿಗೆ ಸಾಧ್ಯವೇ? ಎಲ್ಲರ ಕಣ್ಣುಗಳೂ ಮುಖದೊಳಗೆ ಹೂತುಹೋಗಿದ್ದವು. ಎಲ್ಲರೂ ಈಗ ಬದುಕುವ ಆಸೆಯನ್ನೇ ತೊರೆದಿದ್ದರು. ಎಲ್ಲರ ದೇಹವೂ ಒಣಗಿ ಕಾಗದವಾಗಿದ್ದವು. ಉದುರಲಿರುವ ಎಲೆ ಕ್ರಮೇಣ ಬಣ್ಣ ಕಳೆದುಕೊಳ್ಳುವಂತೆ ಎಲ್ಲರ ದೇಹದ ಜೀವಶಕ್ತಿ ದಿನೇದಿನೇ ಬತ್ತತೊಡಗಿತ್ತು. ನಮ್ಮ ಜೊತೆಗಿದ್ದು ಸತ್ತ ಸ್ನೇಹಿತರನ್ನು ನೆನಪಿಸಿಕೊಂಡೆ. ಅವರೆಲ್ಲರೂ ಭೂತಗಳಾಗಿ ನಮ್ಮನ್ನು ಸುತ್ತುವರಿದಂತೆ ಕಂಡಿತ್ತು. ಇಪ್ಪತ್ತೊಂಭತ್ತು ಹೆಣಗಳು ಮಸುಕು ಮಸುಕಾಗಿ ಕಾಣುತ್ತಾ ಮೌನವಾಗಿ ನಮ್ಮನ್ನು ಆವರಿಸಿದ್ದವು.

ಸಾಕು. ಇವೆಲ್ಲಾ ಇನ್ನು ಸಾಕು. ಈ ಕಥೆಯನ್ನು ಇನ್ನು ಮುಗಿಸುವ ಸಮಯ ಬಂದಿದೆ, ಎಂದು ನಿರ್ಧಾರಮಾಡಿಕೊಂಡು, ರಾಬರ್ಟೋನನ್ನು ಹುಡುಕಿದೆ. ಅವನ ಬಳಿ ನಿಂತು, "ಎಲ್ಲವೂ ಸಿದ್ಧವಿದೆ. ನಾಳೆ ಬೆಳಗ್ಗೆ ನಾನು ಮತ್ತು ಟಿನ್‌ಟಿನ್ ಹೊರಡಲಿದ್ದೇವೆ. ನೀನು ನಮ್ಮೊಡನೆ ಬರುತ್ತೀಯಾ?" ಎಂದು ನೇರವಾಗಿ ಕೇಳಿದೆ.

ರಾಬರ್ಟೊ ಪರ್ವತಗಳನ್ನು ಒಮ್ಮೆ ದಿಟ್ಟಿಸಿ ನೋಡಿದ. ನುಮಾನ ಸಾವಿನಿಂದ ಅವನೂ ತುಂಬಾ ವಿಚಲಿತಗೊಂಡಿದ್ದ. "ಹಾಂ! ಇದು ಹೊರಡುವ ಸಮಯ. ನಾನು ಬರುತ್ತೇನೆ" ಎಂದು ಕೊನೆಗೂ ನುಡಿದಿದ್ದ.

ಡಿಸೆಂಬರ್ ಹನ್ನೊಂದರ ಸಂಜೆ, ಆಂಡೀಸ್‌ನಲ್ಲಿನ ನಮ್ಮ ಅರವತ್ತನೆಯ ಸಂಜೆಯಾಗಿತ್ತು. ನಾನು ವಿಮಾನದ ಹೊರಗೆ ಕೂತು, ದೀರ್ಘವಾಗಿ ಉಸಿರೆಳೆದುಕೊಂಡು ನಮ್ಮ ಕಣ್ಣ ಮುಂದಿದ್ದ ಆ ಪರ್ವತಗಳನ್ನು, ನನಗೂ ನನ್ನ ಮನೆಗೂ ಅಡ್ಡವಾಗಿದ್ದ ಆ ಏರು ಶಿಖರವನ್ನು ತೀಕ್ಷ್ಣವಾಗಿ ಗಮನಿಸಿದೆ. ಕತ್ತಲಾಗುತ್ತಿದ್ದಂತೆ, ಆ ಪರ್ವತಗಳು, ಅದರಲ್ಲೂ ನಾವು ಹತ್ತಬೇಕಾದ ಪರ್ವತ ಹೆಚ್ಚು ಹೆಚ್ಚು ಕಪ್ಪಾಗುತ್ತಾ, ಒಗಟಾಗುತ್ತಾ ಹೋಯಿತು. ಅದರಲ್ಲಿ ನನಗೆ ಯಾವ ವೈರತ್ವವೂ ಕಾಣಲಿಲ್ಲ. ಒಂದು ವಿಸ್ತಾರವಾದ, ಶಕ್ತಿಶಾಲೀ ಭಿನ್ನತೆ ಮಾತ್ರ ಕಂಡಿತ್ತು. ನಾನು ದಿನಗಳಿಂದ ಕನವರಿಸುತ್ತಿದ್ದ, ಬೇಡುತ್ತಿದ್ದ, ಆಲೋಚಿಸುತ್ತಿದ್ದ ದಿನ, ಪರ್ವತಾರೋಹಣದ ದಿನ ಈಗ ನಿಜಕ್ಕೂ ಬಂದೇ ಬಿಟ್ಟಿತು ಎಂಬ ನಿಜವನ್ನು ಜೀರ್ಣಿಸಿಕೊಳ್ಳುವುದು ಬಹಳ ಕಷ್ಟವೆನಿಸಿತ್ತು. ಸಾಯುವಷ್ಟು ಹೆಪ್ಪುಗಟ್ಟಿ ಹೋಗುವುದು ಹೇಗಿರಬಹುದು? ಅದು ಸುಲಭದ ಸಾವೇ ಅಥವಾ ತುಂಬಾ ನೋವಾಗುತ್ತದೆಯೆ? ಅದು ವೇಗವಾಗಿ ನಡೆದುಹೋಗುವಂಥದ್ದಾ ಅಥವಾ ನಿಧಾನವಾಗಿಯಾ? ಅದೊಂದು ಏಕಾಂತದ ಸಾವಾಗಬಹುದೆ? ಉಸಿರುಗಟ್ಟಿ ಹೇಗೆ ಸಾಯಬಹುದು? ಹಸಿವಿಂದ ಸತ್ತರೆ? ಆದರೆ ನಾನು ಮೇಲಿಂದ ಬಿದ್ದು ಸಾಯುವುದಕ್ಕಿಂತ ಹಸಿದು ಸಾಯುವುದೇ ಮೇಲು! ಓಹ್ ನಿಸರ್ಗವೇ, ನನ್ನನ್ನು ಕೆಳಗೆ ಬೀಳದಂತೆ ಭದ್ರವಾಗಿ ಹಿಡಿದುಕೋ! ನೂರಾರು, ಸಾವಿರಾರು ಅಡಿಗಳ ಎತ್ತರದಿಂದ ಎಲ್ಲಿ ಬಿದ್ದುಬಿಡುತ್ತೇನೋ ಎಂಬ ತೀವ್ರ ಆತಂಕ ಕಾಡಿತು. ಒಂದು ವೇಳೆ ಬಿದ್ದು ಹೋದರೆ, ಹೇಗಿರಬಹುದು? ಮೇಲಿನಿಂದ ಕೆಳಗೆ ಬೀಳುವಷ್ಟರಲ್ಲಿ, ಬಿದ್ದದ್ದು ನನಗೆ ತಿಳಿಯದ ಹಾಗೆ, ನನ್ನ ಮನಸ್ಸು ಕೆಲಸ ಮಾಡುವುದು ನಿಂತು ಬಿಡಬಲ್ಲುದೇ ಅಥವಾ ಬಿದ್ದು ಬಂಡೆಗೆ ಬಡಿದುಕೊಳ್ಳುವವರೆಗೂ ನಾನು ಸುಸ್ಥಿತಿಯಲ್ಲಿರುತ್ತೇನಾ? ಆ ರೀತಿಯ ಸಾವು ನನಗೆ ಬಾರದಿರಲಿ! ಹೀಗೆಲ್ಲಾ ನಡೆದಿತ್ತು ಮನಸಿನಾಳದ ಮಾತುಗಳು. ಜೀವ ನಿಜಕ್ಕೂ ಹೆದರಿ ಮುದ್ದೆಯಾಗಿತ್ತು.

ಇದ್ದಕ್ಕಿದ್ದಂತೆ ನನ್ನ ಮನದಲ್ಲಿ ಒಂದು ಚಿತ್ರ ಮೂಡಿತ್ತು. ನನ್ನನ್ನು ನಾನು ದೂರದಿಂದ ಹಿಮದಲ್ಲಿ ಹುದುಗಿ ಹೋದಂತೆ ಕಾಣುತ್ತಿದ್ದೆ. ನನ್ನ ದೇಹದಿಂದ ಪ್ರಾಣ ಹಾರಿಹೋಗುತ್ತಿತ್ತು. ಆ ಕ್ಷಣ ಹೇಗಿರಬಹುದು! ಆ ಕ್ಷಣದಲ್ಲಿ ನಾನು ಕೊನೆಯಲ್ಲಿ ನೋಡಿದ ವಿಷಯವೇನಿರಬಹುದು? ಹಿಮ? ಆಕಾಶ? ಹೆಬ್ಬಂಡೆಯ ನೆರಳು? ಸ್ನೇಹಿತನ ಮುಖ? ನಾನೊಬ್ಬನೇ ಇರುತ್ತೇನಾ? ನನ್ನ ಆತ್ಮ ಹಾರಿಹೋಗುವಾಗ

ನಾನು ಕಣ್ಣು ತೆರೆದಿರಬಹುದೇ ಅಥವಾ ಮುಚ್ಚಿದ್ದಿರಬಹುದೆ? ನಾನು ಹಿಮಕುಸಿತಕ್ಕೆ ಸಿಲುಕಿದಾಗ ಶಾಂತವಾಗಿ ಸಾವನ್ನು ಆಹ್ವಾನಿಸಲು ಸಿದ್ಧನಾದಂತೆ ಈಗ ಮತ್ತೊಮ್ಮೆ ಆ ರೀತಿಯ ಶಾಂತಚಿತ್ತತೆ ಸಾವಿನ ವಿಷಯದಲ್ಲಿ ಸಾಧ್ಯವೆ?

ಸಾವು ನನಗೆ ತುಂಬ ಸಮೀಪವಾಗಿ ಅನುಭವಕ್ಕೆ ಬಂದಿತ್ತು. ಅದರ ಇರವು ನನಗೆ ತಿಳಿಯುತ್ತಿತ್ತು. ಮುಂದೆ ಸಂಭವಿಸಬಲ್ಲ ಎಲ್ಲಾ ಆತಂಕಗಳನ್ನು ನೆನೆದು, ಅದನ್ನು ಎದುರಿಸುವ ಧೈರ್ಯ ಸಾಲದೇ ನನ್ನ ದೇಹ ನಡುಗಲು ಪ್ರಾರಂಭಿಸಿತು.

"ಇದು ನನ್ನಿಂದಾಗದು. ಸಾಧ್ಯವಿಲ್ಲ. ನನಗೆ ಸಾಯಲು ಇಷ್ಟವಿಲ್ಲ. ನಾನು ಮನಸ್ಸನ್ನು ಬದಲಾಯಿಸಿದ್ದೇನೆ. ನಾನೆಲ್ಲಿಗೂ ಹೊರಡುತ್ತಿಲ್ಲ ಎಂದು ಎಲ್ಲರಿಗೂ ಹೇಳಿಬಿಡುತ್ತೇನೆ ಎಂದು ನಿರ್ಧರಿಸಿದೆ. ರಾಬರ್ಟೋನ ಮಾತು ನಿಜ. ನಾವು ಸಿದ್ಧರಿಲ್ಲ. ಜೊತೆಗೆ ನಮ್ಮನ್ನು ಕಾಪಾಡಲು ವಿಶೇಷ ತಂಡ ಹುಡುಕುತ್ತಿದೆಯಲ್ಲಾ..." ಹೀಗೆಲ್ಲಾ ಮನಸ್ಸು ರಾಡಿಯಾಗಿತ್ತು. ಸತ್ಯ ಎದುರಿಸುವ ಘಳಿಗೆ ಬಂದಾಗ ಇಷ್ಟು ದಿನ ಒಟ್ಟುಗೂಡಿಸಿಕೊಂಡಿದ್ದ ಧೈರ್ಯವೆಲ್ಲಾ ಎಲ್ಲಿ ಅಡಗಿಹೋಗುತ್ತಿತ್ತೋ ತಿಳಿಯದು!

ಆದರೆ ಇದು ನಿಜವಲ್ಲ, ಬರೀ ನನ್ನ ಮನಸ್ಸಿನ ಆತಂಕದ ಮುಸುಕು ಎಂದು ನನಗೆ ಚೆನ್ನಾಗಿ ತಿಳಿದಿತ್ತು. ಆಹಾರ ಮುಗಿದು, ಮತ್ತೊಬ್ಬರು ಯಾರಾದರೂ ಸಾಯಲಿ ಎಂದು ಕ್ರೂರವಾಗಿ ಹಂಬಲಿಸುವ ಪರಿಸ್ಥಿತಿ ಎದುರಿಸುವ ಮನಸ್ಸಾಗಲಿಲ್ಲ. ಯಾರು ಮೊದಲು ಸಾಯಬಹುದು? ಅವನು ಸತ್ತ ನಂತರ ಎಷ್ಟು ನಿಮಿಷಗಳು ತಡೆದು ಕತ್ತರಿಸಲು ಯಾರು ಮುಂದಾಗಬಹುದು? ಕೊನೆಯಲ್ಲಿ ಬದುಕುಳಿಯುವ ಒಬ್ಬನೇ ವ್ಯಕ್ತಿಗೆ ಸಂದರ್ಭ ಹೇಗಿರಬಹುದು? ನನಗೆ ಮತ್ತೆ ಮತ್ತೆ ಕಾಡುತ್ತಿದ್ದ ಈ ಎಲ್ಲ ಪ್ರಶ್ನೆಗಳೂ ಮತ್ತೆ ತೇಲಿಬಂದು, ನಾನು ಹೊರಡದೇ ಇಲ್ಲೇ ಉಳಿದರೆ ಸಂಭವಿಸಬಹುದಾದ ಅತಿಘೋರ ಭವಿಷ್ಯತ್ತಿಗೆ ಹೋಲಿಸಿದಾಗ ಪರ್ವತಾರೋಹಣ ಏನೂ ಭಯಂಕರವೆನಿಸಲಿಲ್ಲ. ನಾನು ಆ ಶಿಖರಗಳನ್ನೇ ನೋಡುತ್ತಾ, ಅದರೊಂದಿಗೆ, "ನಿನ್ನ ಗುಟ್ಟುಗಳನ್ನು ನನಗೆ ಹೇಳು ಪರ್ವತವೇ! ನಾನು ನಿನ್ನನ್ನು ಹೇಗೆ ಒಲಿಸಿಕೊಳ್ಳಬಲ್ಲೆ ಎಂಬ ಬಗೆಯನ್ನು ನನಗೆ ತಿಳಿಸು" ಎಂದು ಮನದಲ್ಲೇ ಗೋಗರೆದೆ. ಪರ್ವತಗಳು ಮೌನದ ಉತ್ತರ ಮರಳಿಸಿದ್ದವು. ನಾವು ನಡೆದು ಹೋಗಲು ಇದ್ದುದರಲ್ಲಿ ಉತ್ತಮವಾದ ಸ್ಥಳ ಯಾವುದಿರಬಹುದೆಂದು ಸೂಕ್ಷ್ಮ ದೃಷ್ಟಿ ಬೀರಿ ಕಣ್ಣಲ್ಲೇ ಅಳತೆ ಹಾಕಿದೆ. ನೋಡ ನೋಡುತ್ತಿದ್ದಂತೆ ಕತ್ತಲಾವರಿಸಿತ್ತು. ಕತ್ತಲಲ್ಲಿ ಆ ಬಿಳೀ ಕಣಿವೆಗಳು ಮರೆಯಾದವು. ನಾನು ವಿಮಾನದೊಳಗೆ ನಡೆದು ನನ್ನ ಸ್ನೇಹಿತರೊಂದಿಗೆ ಕೊನೆಯ ಬಾರಿ ಮಲಗಿದೆ. ನಿದ್ರಿಸಲು ಪ್ರಯತ್ನಿಸಿದೆ.

ಅಧ್ಯಾಯ 8

ಸಾವಿಗೆ ಸವಾಲಾಗಿ

ಆ ರಾತ್ರಿ ನನ್ನ ಪಾಲಿಗೆ ನಿದ್ದೆಯ ಸುಳಿವೇ ಇರಲಿಲ್ಲ. ಬೆಳಕಿನ ಮೊದಲ ಕಿರಣಗಳು ವಿಮಾನದ ಮೇಲೆ ಬಿದ್ದಾಗ ನಾನು ಎಚ್ಚರವಾಗೇ ಇದ್ದೆ. ನಾನು ಎದ್ದು ಮೌನವಾಗಿ ತಯಾರಿ ನಡೆಸಿದ್ದೆ, ಕೆಲವರು ಎಚ್ಚರವಾಗಿದ್ದರು. ಆದರೆ ಯಾರೂ ನನ್ನನ್ನು ಮಾತನಾಡಿಸಲಿಲ್ಲ. ಎಲ್ಲರ ಮುಖದಲ್ಲೂ ಒಂದು ವಿಚಿತ್ರ ಗಾಂಭೀರ್ಯ ತುಂಬಿತ್ತು. ಮೂರು ಜೊತೆ ಪ್ಯಾಂಟು ಮತ್ತು ಮೂರು ಶರ್ಟುಗಳನ್ನು ಧರಿಸಿ ಸಿದ್ಧನಾದೆ. ಹಿಮದ ನಡುವೆ ಅನಾಥನಾಗಿ ಎರಡು ತಿಂಗಳಾಗಿತ್ತು. ಯಾರದ್ದೋ ಪೆಟ್ಟಿಗೆಯಲ್ಲಿ ದೊರೆತ, ತೆಳುವಾದ ಹುಡುಗಿಯರು ಧರಿಸಬಹುದಾದ ಬಟ್ಟೆಗಳೂ ನನಗೆ ಸುಲಭವಾಗಿ ಧರಿಸಲು ಸಾಧ್ಯವಾಗಿತ್ತು. ನಾಲ್ಕು ಜೊತೆ ಸಾಕ್ಸುಗಳನ್ನೂ ಹಾಕಿಕೊಂಡಿದ್ದೆ. ಸೂಜಿಯ ದಪ್ಪ ಮೇಲುಹೊದಿಕೆಯನ್ನೂ, ಕೋಟನ್ನೂ ಹೊದ್ದುಕೊಂಡಿದ್ದೆ. ಕಾಲಿಗೆ ರಗ್ಬೀ ಬೂಟನ್ನು ಧರಿಸಿ ಸಿದ್ಧನಾಗುತ್ತಿದ್ದೆ. ಅಂದು ಮುಂಜಾನೆ ನಾನು ಮಾಡುತ್ತಿದ್ದ ಎಲ್ಲವೂ ಒಂದು ಸಮಾವೇಶ, ಮಹತ್ಕಾರ್ಯವೆಂಬಂತೆ ಅನಿಸುತ್ತಿತ್ತು. ನನ್ನ ಆಲೋಚನೆಗಳು ರಾಕೆಟ್ಟಿನಷ್ಟು

ವೇಗವಾಗಿ ಓಡುತ್ತಿದ್ದವು. ನಾನು ಸಿದ್ಧತೆ ನಡೆಸಿದ್ದು ಕನಸಿನಲ್ಲಿ ಎಂಬಂತೆ ಅನಿಸುತ್ತಿತ್ತು. ನನ್ನನ್ನೇ ನಾನು ದೂರದಿಂದ ಗಮನಿಸುತ್ತಿದ್ದಂತೆ ಭಾಸವಾಗುತ್ತಿತ್ತು. ಉಳಿದವರೆಲ್ಲಾ ಏನು ಮಾತನಾಡಬೇಕೆಂದು ತೋಚದೆ ಸುಮ್ಮನೆ ನೋಡುತ್ತಿದ್ದರು. ನಾವು ಪೂರ್ವದತ್ತ ಚಾರಣಕ್ಕೆ ಹೊರಟಾಗಲೇ ಅವರನ್ನೆಲ್ಲಾ ಅಗಲಿ ಹೋಗಿದ್ದೆ. ಆದರೆ ನನ್ನ ಮನದಾಳದಲ್ಲಿ ಅದು ನಮ್ಮ ಮುಂದಿನ ಪಶ್ಚಿಮದ ಅರಸುವಿಕೆಗೆ ಒಂದು ಪೂರ್ವಸಿದ್ಧತೆ, ಒಂದು ಕಾರ್ಯಾಚರಣೆಯಷ್ಟೇ, ಮತ್ತೆ ಮರಳಿ ಬರುತ್ತೇನೆ ಎಂಬ ಭರವಸೆ ಇತ್ತು. ಆದರೆ ಈಗ ಹೊರಡುವ ಮುನ್ನ ಅವರನ್ನಗಲಿ ಹೊರಡುವುದಕ್ಕೆ ಎದೆ ಭಾರವೆನಿಸಿತ್ತು. ಈ ಬಾರಿ ಮಾಡು ಇಲ್ಲವೇ ಮಡಿ ಎಂಬ ಸಂದರ್ಭ ಎಂದು ನನಗೂ, ಅವರಿಗೂ ತಿಳಿದುಹೋಗಿತ್ತು. ತಿಂಗಳುಗಳ ಕಾಲದ ನಮ್ಮ ಒಟ್ಟಿಗಿನ ಶ್ರಮ, ಕಷ್ಟ ಎಲ್ಲವನ್ನು ಹಿಂದೆ ಬಿಟ್ಟು ನಾನು ಹೊರಹೋಗುತ್ತಿದ್ದೆ. ಅವರನ್ನಗಲಿ ತೆರಳುತ್ತಿದ್ದೆ.

ನಡೆಯಲು ಆಧಾರವಾಗಿ ಅಲ್ಯುಮಿನಿಯಂ ಕಡ್ಡಿಗಳನ್ನು ಹಿಡಿದು, ಇತರ ಸಾಮಾನುಗಳನ್ನು ಹೊತ್ತು, ಹೊರಟೆ. ನನ್ನ ಚೀಲದ ತುಂಬಾ ತಿನ್ನಲು ಆಹಾರ, ಬೆಚ್ಚಗಿನ ಬಟ್ಟೆ, ತುಟಿ ಒಡೆಯದಿರಲು ಬಣ್ಣ, ಇತ್ಯಾದಿ ಎಲ್ಲವನ್ನೂ ರಾತ್ರಿ ಮಲಗುವ ಮುನ್ನವೇ ಸಿದ್ಧಗೊಳಿಸಿದ್ದೆ. ಮುಂಜಾನೆ ಎದ್ದ ಕೂಡಲೇ ಹೊರಡುವುದು ನನ್ನ ಇರಾದೆಯಾಗಿತ್ತು. ನಿಧಾನಿಸಿದಷ್ಟೂ ನನ್ನ ಮಾನಸಿಕ ಶಕ್ತಿ ಕಳೆದುಕೊಳ್ಳುತ್ತೇನೆ ಎಂಬ ಭೀತಿ ಅಂತರಾಳದಲ್ಲಿ.

ರಾಬರ್ಟೊ ಸಹ ಸಿದ್ಧನಾದ. ನಾನು ಪಂಚೊಟೊನ ಕೈಗಡಿಯಾರ ತೊಟ್ಟು, ಇಬ್ಬರೂ ಒಬ್ಬರ ಮುಖ ಒಬ್ಬರು ನೋಡಿ, ಸಿದ್ಧರಿದ್ದೇವೆ ಎಂದು ಮನಸಿನಲ್ಲೇ ಇಷಾರೆ ಮಾಡಿ ವಿಮಾನದಿಂದ ಹೊರಗೆ ಹೊರಟೆವು. ಹೊರಗೆ ತಣ್ಣನೆಯ ಗಾಳಿ ಮೊನಚಾಗಿ ಇರಿಯುತ್ತಿತ್ತು. ಆದರೆ ಮರಗಟ್ಟಿಸುವಷ್ಟು ತೀಕ್ಷ್ಣವಾಗಿರಲಿಲ್ಲ. ಚಾರಣಕ್ಕೆ ಅದು ಪ್ರಶಸ್ತ ಸಮಯವಾಗಿತ್ತು. ಶುಭ್ರ ನೀಲಿ ಆಕಾಶವಿತ್ತು.

“ನಾವು ಬೇಗ ಹೆಜ್ಜೆ ಹಾಕೋಣ. ಈ ಶುಭ್ರ ಆಕಾಶ ನಮ್ಮಿಂದ ದೂರಾಗುವ ಮೊದಲು ನಾವು ದೂರದ ದಾರಿ ಮುಟ್ಟೋಣ.” ಎಂದೆ.

ಫಿಟೋ ಮತ್ತು ಸಹೋದರರು ತಿನ್ನಲು ಮಾಂಸ ತಂದುಕೊಟ್ಟರು. ಬೇಗ ತಿಂದೆವು. ಮಾತು ಅತ್ಯಂತ ಕಡಿಮೆಯಾಗಿತ್ತು. ಹೊರಡುವ ಸಮಯ ಬಂದೇ ಬಂತು. ಕಾರ್ಲಿಟೊ ಬಂದು ನಮ್ಮನ್ನಪ್ಪಿ ಖುಷಿಯಿಂದ ನಗುತ್ತಾ, ನಮ್ಮಲ್ಲಿ ಆತ್ಮ ಸ್ಥೈರ್ಯ ತುಂಬುವಂತೆ, “ನಿಮ್ಮ ಕೈಲಿ ಇದು ಸಾಧ್ಯ! ನೀವು ಗೆಲುವನ್ನು ತರುತ್ತೀರಿ!” ಎಂದು ಕೂಗಿದ. ಅವನ ಕಣ್ಣಲ್ಲಿ ಆಶಾಭಾವ ಹೊಳೆಯುತ್ತಿತ್ತು. ಅವನು ತನ್ನ ಬದುಕುವ ಆಸೆಯನ್ನು ನನ್ನ ಮೂಲಕ ಕಾಣುತ್ತಿದ್ದ. ಅವನಂತೆ ಉಳಿದವರು ಸಹ. ನನಗೆ

ಅವನನ್ನು ತಬ್ಬಿ, "ಇದೇನೋ! ನಾನೇನು ಮಾಡುತ್ತಿದ್ದೇನೆ ಕಾರ್ಲಿಟೊ? ನನಗೆ ಸಾಯಲು ಇಷ್ಟವಿಲ್ಲ!" ಎಂದು ಬಿಕ್ಕಿ ಅಳಬೇಕೆನಿಸಿತ್ತು. ಆದರೆ ನಾನು ಒಂದು ಕ್ಷಣ ಹಾಗೆ ಭಾವುಕನಾಗಿ ಕುಸಿದರೂ ಉಳಿದವರ ಮೇಲೂ ದುಷ್ಪರಿಣಾಮವಾಗಿಬಿಡುತ್ತದೆ ಎಂಬ ಜವಾಬ್ದಾರಿ ನನ್ನ ಮೇಲಿತ್ತು. ನನ್ನೆಲ್ಲಾ ಆತಂಕ ಭಾವವನ್ನು ಮನದಲ್ಲೇ ಹುದುಗಿಸಿಟ್ಟು, ಕಾರ್ಲಿಟೊನ ಕೈ ಹಿಡಿದು, ನನ್ನ ತಾಯಿ ನನ್ನ ಅಕ್ಕನ ಮಗುವಿಗಾಗಿ ಕೊಂಡುಕೊಂಡಿದ್ದ, ಪುಟ್ಟ ಕೆಂಪು ಶೂವನ್ನು ಅವನಿಗೆ ಕೊಟ್ಟೆ. ಆ ಶೂ ನನ್ನ ಮಟ್ಟಿಗೆ ಒಂದು ಅಮೂಲ್ಯ ವಸ್ತುವಾಗಿತ್ತು. ಅದನ್ನು ನನ್ನ ತಾಯಿ ಸಾಯುವ ಮುನ್ನ ಆಸೆಯಿಂದ ಕೊಂಡು ಜೋಪಾನವಾಗಿ ಇಟ್ಟುಕೊಂಡಿದ್ದಳು. ಕಾರ್ಲಿಟೊಗೆ ಒಂದು ಶೂವನ್ನು ಕೊಟ್ಟು, "ಇದನ್ನು ನಿನ್ನ ಬಳಿ ಇರಿಸಿಕೋ. ಇನ್ನೊಂದು ನಾನು ಕೊಂಡೊಯ್ಯುತ್ತೇನೆ. ನಾನು ಮರಳಿ ಬಂದರೆ ಮತ್ತೆ ಇದನ್ನು ಒಟ್ಟುಗೂಡಿಸೋಣ" ಎಂದೆ. ನನ್ನ ಮನದ ದುಗುಡವನ್ನು ಅರಿತ ಅವನು ತಕ್ಷಣವೇ ನನ್ನನ್ನಪ್ಪಿ ಬೀಳ್ಕೊಟ್ಟ.

ಅವನ ನಂತರ ಎಲ್ಲರೂ ಒಬ್ಬರಾದ ಮೇಲೊಬ್ಬರು ಅಪ್ಪಿ ನಮ್ಮನ್ನು ಬೀಳ್ಕೊಟ್ಟರು. ಅವರೆಲ್ಲರ ಮುಖದಲ್ಲೂ ಸಾಕಷ್ಟು ಆಸೆ ಮತ್ತು ಆತಂಕ ಎರಡೂ ಎದ್ದು ಕಾಣುತ್ತಿದ್ದವು. ಅವರ ಕಣ್ಣುಗಳಲ್ಲಿ ಕಣ್ಣಿಟ್ಟು ನೋಡಲು ನನಗೆ ಕಷ್ಟವೇ ಆಯಿತು. ಈ ಎಲ್ಲ ಯೋಜನೆಯ ರೂವಾರಿ ನಾನೇ ಆಗಿದ್ದೆ. ಎಲ್ಲರ ನಂಬಿಕೆ ಗಟ್ಟಿಗೊಳ್ಳುವಂತೆ ನಾನೇ ಎಲ್ಲರನ್ನೂ ಖುದ್ದಾಗಿ ಒಪ್ಪಿಸಿದ್ದೆ. ಇತರರಿಗೆ ನಾನೊಬ್ಬ ಧೈರ್ಯಸ್ಥ, ಆತ್ಮವಿಶ್ವಾಸಿಯಾಗಿದ್ದೆ. ಆ ಅನಿಸಿಕೆಯಿಂದ ನನ್ನ ಬಗ್ಗೆ ಅವರು ಒಂದು ಕನಸನ್ನು ಕಟ್ಟಿಕೊಂಡಿದ್ದರು. ಆದರೆ ನಾನು ಧರಿಸಿದ್ದ ಮುಖವಾಡದ ಹಿಂದೆ ಹೆದರಿಕೆ, ಆತಂಕ, ತತ್ತರಿಸುವಷ್ಟು ಭೀತಿ ಇತ್ತೆಂದು ಯಾರಿಗೂ ತಿಳಿಯಲಿಲ್ಲ. ಒಬ್ಬ ಮನುಷ್ಯ ಎತ್ತರದ ಕಟ್ಟಡದ ಮೇಲಿನಿಂದ ಕೆಳಕ್ಕೆ ಹಾರಿ ಬೀಳಲು ಎಷ್ಟು ಪ್ರೇರಣೆ ಬೇಕೋ ಅಷ್ಟೂ ಪ್ರೇರಣೆ ಈ ಬೆಟ್ಟ ಹತ್ತಲು ಹೊರಟ ನನಗಿತ್ತು ಎಂದರೆ ನಿಮಗೆ ಅರ್ಥವಾಗುತ್ತದೆಯೆ? ಕಾರ್ಲಿಟೊನಿಗೆ ಒಂದು ನಗೆ ಬೀರಿ ಮತ್ತೊಂದು ಆಲೋಚನೆ ಬರುವ ಮುನ್ನ ಹಿಂತಿರುಗದಂತೆ ಹೊರಟೆ. ದಾರಿಯಲ್ಲಿ ನನ್ನ ತಾಯಿ ಮತ್ತು ತಂಗಿಯನ್ನು ಹೂತಿದ್ದ ಸ್ಥಳದ ಮೇಲೆ ನನ್ನ ಗಮನ ಹರಿದಿತ್ತು.

ಸೂಜಿಯ ಸಾವಾಗಿ ಎರಡು ತಿಂಗಳಾಗಿತ್ತು. ಅವಳನ್ನು ಉಳಿಸಿಕೊಳ್ಳಲು ಎಷ್ಟೆಲ್ಲಾ ಪ್ರಯತ್ನಿಸಿದ್ದೆ. ನಾನು ಈಗ ಸತ್ತೇ ಹೋದರೆ ಆ ಯಾವ ಸುಳಿವೂ ನನ್ನ ತಂದೆಗೆ ತಿಳಿಯುವುದಿಲ್ಲ ಎನಿಸಿತ್ತು.

"ನೀನು ಸಿದ್ಧನಾಗಿರುವೆಯಾ ನ್ಯಾಂಡೊ?"

ರಾಬರ್ಟೊ ಕಾಯುತ್ತಿದ್ದ. ಅವನ ಹಿಂದೆ ಬೃಹತ್ ಪರ್ವತಗಳು ತಣ್ಣಗೆ ನಿಂತದ್ದು ಕಂಡಿತು. ನನ್ನ ತಂದೆಯಿಂದ ನನ್ನನ್ನು ಬೇರೆ ಮಾಡುತ್ತಿರುವ ಈ

ಇವುಗಳನ್ನು ದಾಟಲು ಹೊರಟಿದ್ದೆ. ನನ್ನ ಮನೆಯ ಕಡೆಗೆ, ನನ್ನ ತಂದೆಯ ಕಡೆಗೆ ನಡೆಯ ಹೊರಟಿದ್ದೆ. ಆದರೆ ಈ ಯಾವ ಆಲೋಚನೆಗಳೂ ನನ್ನಲ್ಲಿ ಧೈರ್ಯವನ್ನು ತುಂಬಲಿಲ್ಲ. ನಾನು ಆಂಡೀಸ್‌ನಲ್ಲಿ ಕಣ್ಣು ತೆರೆದು ಎದ್ದಾಗಿನಿಂದ ಇಲ್ಲಿಯವರೆಗೂ ಕೂಡಿಸಿ ಹುದುಗಿಸಿಟ್ಟಿದ್ದ ಎಲ್ಲಾ ಭಯಾತಂಕಗಳೂ ತೇಲಿ ಇದೀಗ ಗಂಟಲಿಗೆ ಬಂದಿತ್ತು. ನಾನೊಬ್ಬನೇ ಇದ್ದಿದ್ದರೆ ಬಹುಶಃ ಚಿಕ್ಕ ಮಗುವಿನಂತೆ ಜೋರಾಗಿ ಅತ್ತುಬಿಡುತ್ತಿದ್ದೆನೇನೋ! ನನ್ನ ಪರಿಸ್ಥಿತಿ ಒಂದು ಹೆದರಿದ ಮಗುವಿನಂತಾಗಿತ್ತು. ನಾನು ಹೋಗುವುದಿಲ್ಲ ಎಂದು ಒಳಮನಸ್ಸು ಕೂಗಿತ್ತು. ತಿಂಗಳುಗಳಿಂದ ಆಂಡೀಸ್ ತೊರೆದು ಹೋಗುವ ಕನಸು ಕಾಣುತ್ತಿದ್ದ ನನಗೆ, ಇದೀಗ ಆ ಸಮಯ ಒದಗಿ ಬಂದಿದ್ದಾಗ ನನಗೆ ಹೋಗುವುದು ಇಷ್ಟವಿರಲಿಲ್ಲ. ಇಲ್ಲೇ ಈ ಸ್ನೇಹಿತರೊಡನೆ ಉಳಿದುಬಿಡಬೇಕೆಂಬ ಮನಸು. ಅವರೊಡನೆ ರಾತ್ರಿ ವಿಮಾನದಲ್ಲಿ ಮಲಗಿ ನಮ್ಮ ನಮ್ಮ ಮನೆ, ಕುಟುಂಬದವರ ಕುರಿತು ಮಾತನಾಡಬೇಕಾಗಿತ್ತು. ಅವರ ಬೆಚ್ಚನೆಯ ದೇಹಕ್ಕೆ ಅಂಟಿ, ಆಹ್ಲಾದವೆನಿಸುವ ಪ್ರಾರ್ಥನೆ ಮಾಡಬೇಕಾಗಿತ್ತು. ಮುರಿದು ಬಿದ್ದಿದ್ದ ವಿಮಾನ ಒಂದು ಹೊಲಸು ತಾಣವಾಗಿತ್ತು. ಕಂಡಕಂಡಲ್ಲಿ ಮೂತ್ರದ ಕೊಚ್ಚೆ, ಸತ್ತ ಹೆಣಗಳ ವಾಸನೆ, ಅಲ್ಲಲ್ಲಿ ಮನುಷ್ಯನ ದೇಹವನ್ನೂ ಸೇರಿದಂತೆ ಸಾಕಷ್ಟು ಸಾಮಾನು ಚದುರಿ ಬಿದ್ದಿದ್ದ ಸ್ಥಳ. ಆದರೆ ಇದೀಗ ಅದ್ಯಾಕೋ ಅದೇ ಸ್ಥಳ ನನಗೆ ಆಪ್ತವಾಗಿತ್ತು. ನಾನು ಅಲ್ಲೇ ಉಳಿಯಬೇಕಾಗಿತ್ತು.

"ನ್ಯಾಂಡೊ, ನಾವು ಹೊರಡೋಣವೆ?"

ನನ್ನ ತಾಯಿ, ತಂಗಿಯನ್ನು ಮತ್ತೊಮ್ಮೆ ನೋಡಿ, ಕಾರ್ಲಿಟೊನತ್ತ ತಿರುಗಿ, "ಒಂದು ವೇಳೆ ನಿಮಗೆ ಆಹಾರ ಮುಗಿದು ಹೋದಲ್ಲಿ, ನನ್ನ ತಾಯಿ ಮತ್ತು ತಂಗಿಯನ್ನು ಉಪಯೋಗಿಸಿಕೊಳ್ಳಬೇಕು" ಎಂದು ಹೇಳಿದೆ.

ಒಂದು ಕ್ಷಣ ಕಾರ್ಲಿಟೊ ಮೌನಿಯಾದ. ನಂತರ ಚೇತರಿಸಿಕೊಂಡು, "ಬೇರೆ ದಾರಿಯೇ ಇಲ್ಲದ ಕೊನೆಯ ಘಳಿಗೆಯಲ್ಲಿ ಮಾತ್ರ..." ಎನ್ನುತ್ತಾ ಕಣ್ಣಲ್ಲಿ ನೀರು ತುಂಬಿದ್ದ.

ರಾಬರ್ಟೊ ಮತ್ತೆ ಕರೆದ, "ನ್ಯಾಂಡೊ?"

"ನಾನು ಸಿದ್ಧ," ಎಂದು ಅವನಿಗೆ ಉತ್ತರಿಸಿದೆ. ಎಲ್ಲರಿಗೂ ಮತ್ತೊಮ್ಮೆ ಕೈಬೀಸಿ ಹೊರಟೆವು.

ಮುಂದೆ ಸಾಗುತ್ತಾ ನಮ್ಮಲ್ಲಿ ಮಾತು ನಿಂತಿತು. ಮಾತುಗಳು ಯಾರಿಗೂ ಬೇಡವಾಗಿತ್ತು. ಮುಂದೆ ಇರಬಹುದಾದ ಆಪತ್ತು ನಮ್ಮ ಊಹೆಗೆ ಬಂದಿತ್ತು. ನಮ್ಮ ದೇಹ ಸ್ಥಿತಿ ಇದೀಗ ಸಣ್ಣ ಬಿರುಗಾಳಿಗೂ ತತ್ತರಿಸಿಹೋಗುವಂತಿತ್ತು. ಬಿರುಗಾಳಿ, ಮಳೆ, ಹಿಮಕುಸಿತ, ನೀರ್ಗಲ್ಲ ಸೀಳುಗಳು, ಮಂಜು ಗಡ್ಡೆಯ ಹೆಬ್ಬಂಡೆಗಳು

ಉರುಳುವುದು, ಇವ್ಯಾವುದಾದರೂ ನಮ್ಮನ್ನು ಸುಲಭವಾಗಿ ಕೊಲ್ಲಬಹುದಿತ್ತು. ಇದು ಸಾಲದೆಂಬಂತೆ ನಮಗೆ ಪರ್ವತಾರೋಹಣದ ಮೊದಲ ಪಾಠಗಳೂ ತಿಳಿದಿರಲಿಲ್ಲ.

ಈ ಅಪಘಾತದಲ್ಲಿ ನಮ್ಮನ್ನಾವರಿಸಿದ್ದ ಹಲವು ವಿಚಾರಗಳು ನಮಗೆ ತಿಳಿದಿರಲಿಲ್ಲ. ಉದಾಹರಣೆಗೆ, ನಮ್ಮ ವಿಮಾನದ ಅಳತೆ ಪಟ್ಟಿಯು ಸರಿಯಾಗಿರದಿದ್ದುದು ತಿಳಿದಿರಲಿಲ್ಲ. ನಾವಂದುಕೊಂಡಂತೆ ಆಂಡೀಸ್ ನ ಆಳ ಪರ್ವತಗಳಿಂದ ಏಳು ಸಾವಿರ ಅಡಿಗಳಲ್ಲ ಬದಲಾಗಿ ಸುಮಾರು ಹನ್ನೆರಡು ಸಾವಿರ ಅಡಿಗಳು. ಆಂಡೀಸ್ ಶ್ರೇಣಿಯಲ್ಲಿನ ಅತಿ ಎತ್ತರದ ಶಿಖರವನ್ನು ನಾವು ಏರಲು ಹೊರಟಿದ್ದೆವು, ಅದು ಸುಮಾರು ಹದಿನೇಳು ಸಾವಿರ ಅಡಿಗಳು ಎಂಬ ಅಂಶವೂ ನಮಗೆ ತಿಳಿದಿರಲಿಲ್ಲ. ಈ ರೀತಿಯ ಶಿಖರಗಳ ಚಾರಣಕ್ಕೆ ಹೊರಟವರು ಸಾಕಷ್ಟು ಪೂರ್ವ ಸಿದ್ಧತೆಯನ್ನು ಮಾಡಿಕೊಳ್ಳುವುದರ ಜೊತೆಗೆ ದೈಹಿಕವಾಗಿ ಶಕ್ತಿಶಾಲಿಗಳಾಗಿರುತ್ತಾರೆ. ನಾವು ಮೂವರು ಬೇಸಗೆಯ ಬಟ್ಟೆಗಳನ್ನು ಧರಿಸಿ, ಯಾವ ಪೂರ್ವ ಸಿದ್ಧತೆಗಳೂ ಇಲ್ಲದೆ, ನಮಗೆ ತೋಚಿದ ವಸ್ತುವನ್ನು, ಅನಿಸಿದಂತೆ ಬಳಸಲು ತೆಗೆದುಕೊಂಡು ಹೊರಟಿದ್ದೆವು. ದೇಹಗಳಂತೂ ತುರ್ತು ಚಿಕಿತ್ಸೆ ನೀಡಬೇಕಾದಷ್ಟು ಹಾಳಾಗಿದ್ದವು. ನಾವು ಹುಟ್ಟಿ ಬೆಳೆದಿದ್ದ ಉರಗ್ವೇ ಸದಾ ಬೆಚ್ಚಗಿರುತ್ತಿತ್ತು. ಹೆಚ್ಚಿನ ಚಳಿ ಕೊರೆತವನ್ನೂ, ಇಷ್ಟೊಂದು ಹಿಮದ ರಾಶಿಯನ್ನೂ ನಾವು ಹಿಂದೆಂದೂ ಕಂಡಿರಲಿಲ್ಲ. ನಮಗೆ ಚಾರಣದ ಬಗ್ಗೆ ಕಿಂಚಿತ್ತಾದರೂ ತಿಳಿದಿದ್ದರೆ, ನಾವು ಸಂಪೂರ್ಣ ಅಸಹಾಯಕರಾಗಿದ್ದೇವೆ ಎಂಬ ಸತ್ಯದ ಅರಿವಾಗುತ್ತಿತ್ತು. ಆದರೆ, ಪುಣ್ಯಕ್ಕೆ ನಮಗೆ ಅದರ ಬಗ್ಗೆ ಏನೂ ತಿಳಿದಿರಲಿಲ್ಲ, ಹಾಗಾಗಿ ನಾವು ಒಂದು ಆಶಾಕಿರಣವನ್ನು ರೂಪಿಸಿಕೊಳ್ಳುವುದು ಸಾಧ್ಯವಾಯಿತು.

ನಮ್ಮ ಮೊದಲ ಕೆಲಸ ಆ ಶಿಖರಗಳ ತುದಿ ತಲುಪಲು ಹಾದಿ ಹುಡುಕುವುದಾಗಿತ್ತು. ಅನುಭವೀ ಚಾರಣಿಗರು ನಮಗಿಂತ ಉತ್ತಮವಾದ, ಅನುಕೂಲವಾದ, ಸುರಕ್ಷಿತವಾದ ಸ್ಥಳವನ್ನು ಹುಡುಕಬಲ್ಲವರಾಗಿದ್ದಿರಬಹುದೇನೋ. ಆದರೆ ನಮಗೆ ಆ ರೀತಿಯ ಯಾವ ತಿಳುವಳಿಕೆಯೂ ಇರಲಿಲ್ಲ. ಹಲವಾರು ದಿನಗಳಿಂದ ನಾನು ಕಣ್ಣಳತೆಯಲ್ಲೇ ಪಶ್ಚಿಮಕ್ಕೆ ಸೂರ್ಯ ಮುಳುಗುವ ಜಾಗವನ್ನು ಗುರ್ತಿಸಿಕೊಂಡಿದ್ದೆ ಮತ್ತು ನಾವು ಅದೇ ಹಾದಿಯಲ್ಲಿ ಮುಂದುವರೆಯಲು ಆರಂಭಿಸಿದೆವು. ಅದು ನನ್ನ ಅನನುಭವೀ ತೀರ್ಮಾನವಾಗಿತ್ತೆಂದು ನಂತರ ತಿಳಿಯಿತು. ನಾನು ಆರಿಸಿಕೊಂಡಿದ್ದ ಸ್ಥಳ ಇದ್ದುದರಲ್ಲಿ ಅತಿ ಕಷ್ಟಕರವಾದ ಮತ್ತು ಅಪಾಯಕಾರಿ ಸ್ಥಳವಾಗಿತ್ತು.

ನಮ್ಮ ಪ್ರಾರಂಭ ಒಂದು ಸಣ್ಣ ಭರವಸೆಯನ್ನು ಮೂಡಿಸಿತ್ತು. ಹಿಮದ ನೆಲವು ಸಾಕಷ್ಟು ಗಟ್ಟಿಯಾಗಿಯೇ ಇದ್ದು ಸುಲಭವಾಗಿ ನಡೆಯಲು ಸಾಧ್ಯವಾಗುತ್ತಿತ್ತು. ಆಗಿನ ವಾಯುಗುಣ ಬದಲಾಗುವ ಮೊದಲು ಆದಷ್ಟು ಮುಂದೆ ಹೋಗಬೇಕು ಎಂಬ ಕುರುಡು ನಿಲುವಿನಲ್ಲಿ ನನ್ನ ಶಕ್ತಿ ಮೀರಿ ವೇಗವಾಗಿ ಸಾಗಿ ಹೋಗಿದ್ದೆ.

ನಿಂತು ನೋಡಿದರೆ ಆ ಶಿಖರಗಳು ಮತ್ತಷ್ಟು ಎತ್ತರಕ್ಕೆ ಏರಿದಂತೆ ಕಾಣಿಸಿ ನನ್ನನ್ನು ಭೇಡಿಸುತ್ತಿದ್ದವು. ನಿಂತಲ್ಲೇ ನಡೆದಾಡುವ ವ್ಯಾಯಾಮದ ಪರಿಕರದಂತೆ ನಾವೆಷ್ಟು ದೂರ ನಡೆದರೂ ಪರ್ವತಗಳ ಎತ್ತರ ಕಡಿಮೆಯಾಗುತ್ತಲೇ ಇರುತ್ತಿರಲಿಲ್ಲ. ಸ್ವಲ್ಪ ಸಮಯದ ಬಳಿಕ ಜೀವ ಹೋಗುವಷ್ಟು ಬಳಲಿಕೆ ಪ್ರಾರಂಭವಾಗಿತ್ತು.

ಸ್ವಲ್ಪ ಹೊತ್ತಿನಲ್ಲೇ ಸೂರ್ಯ ಪ್ರಖರನಾಗುತ್ತಾ ನಮ್ಮನ್ನು ಬೆಚ್ಚಗಾಗಿಸುತ್ತಿದ್ದ. ಆದರೆ ನಮ್ಮ ಕಾಲ ಕೆಳಗಿನ ಹಿಮಕ್ಕೂ ಬಿಸಿ ತಗುಲಿ ಅದು ಸಡಿಲಗೊಳ್ಳತೊಡಗಿತು. ಅದರ ನಂತರ ನಡೆಯುವ ಪ್ರತಿ ಹೆಜ್ಜೆಯೂ ಒಂದೊಂದು ಸಾಹಸವಾಗಿತ್ತು. ಒಂದು ಹೆಜ್ಜೆ ಮುಂದಿಡಲು ನನ್ನ ಮೊಣಕಾಲನ್ನು ಎದೆಯ ಎತ್ತರದವರೆಗೂ ಎತ್ತಿಡಬೇಕಾಗುತ್ತಿತ್ತು. ಹಾಗಾಗಿ ಪ್ರತಿ ಹೆಜ್ಜೆಯ ನಂತರವೂ ಆಯಾಸದಿಂದ ವಿರಾಮ ಪಡೆಯುವಂತಾಗಿತ್ತು. ಹಿಂದೆ ತಿರುಗಿದರೆ ಅವರಿಬ್ಬರೂ ನನ್ನಂತೆ ಕಷ್ಟಪಟ್ಟು ಹೆಜ್ಜೆ ಇಡುತ್ತಿದ್ದರು. ಸೂರ್ಯನ ಶಾಖ ಹೆಚ್ಚಾಗುವ ಮೊದಲೇ ಅಥವಾ ನಂತರ ನಡೆಯಲು ಹೊರಡಬೇಕು. ಅದು ತಿಳಿಯದೆ ಹೊರಟದ್ದು ಮತ್ತೆ ನಮ್ಮ ತಪ್ಪಾಗಿತ್ತು. ಇನ್ನೂ ಮುಂದೆ ಏನೆಲ್ಲಾ ಕಾದಿರಬಹುದು? ಆ ಅವಘಡಗಳನ್ನೆಲ್ಲಾ ಮೀರಿದರೆ ನಮ್ಮಲ್ಲಿ ಎಷ್ಟು ಜನ ಬದುಕಿ ಉಳಿಯಬಹುದು?

ಸಮಯ ಕಳೆದಂತೆ ಗಟ್ಟಿ ಮಂಜೆಲ್ಲಾ ಕರಗುತ್ತಾ ನೀರಾಗಿ ನೆಲ ಮೆದುವಾಗುತ್ತಾ ಬಂತು. ಸೊಂಟಮಟ್ಟ ಮುಳುಗುವಷ್ಟು ಜಾರು ಮಂಜು. ನಾವು ತಕ್ಷಣ ಫಿಟೋ ಸಿದ್ಧ ಪಡಿಸಿದ್ದ, ಕುರ್ಚಿಯ ಕಾಲು ಶೂವನ್ನು ಧರಿಸಿದೆವು. ಅದು ಮೊದಲಿಗಿಂತ ಸುಧಾರಿಸಿದ ಉಪಾಯವೇನೋ ಆಗಿತ್ತು. ಆದರೆ ಕುರ್ಚಿಯ ಅಗಲ ದಿಂಬಾದ್ದರಿಂದ ನಾವು ನಮ್ಮ ಅಳತೆ ಮೀರಿ ಹೆಜ್ಜೆ ಮುಂದೆ ಹಾಕಬೇಕಾಗಿತ್ತು. ಅದರಿಂದಾಗಿ ನಮ್ಮ ನಡಿಗೆಯ ಲಯವೂ ತಪ್ಪಿತ್ತು. ಕುರ್ಚಿಯ ದಿಂಬು ಬಹುಬೇಗ ನೀರಿನಲ್ಲಿ ನೆನೆದು ಒದ್ದೆ ಮುದ್ದೆಯಾಯಿತು. ನನ್ನ ಸ್ಥೈರ್ಯವೂ ಅದೇ ರೀತಿ ಕುಗ್ಗಿಹೋಗಿತ್ತು.

ನಾವು ಪ್ರತಿ ಹೆಜ್ಜೆ ಇಟ್ಟಾಗಲೂ ಶಿಖರದ ಎತ್ತರವೂ ಹೆಚ್ಚುತ್ತ ಹೋಗುತ್ತಿದೆ, ಇನ್ನಷ್ಟು ಕಡಿದಾಗುತ್ತಿದೆ ಎನಿಸುತ್ತಿತ್ತು. ನಮ್ಮ ಪರಿಸ್ಥಿತಿ ಗಂಭೀರವಾಗುತ್ತಿದೆ ಎನಿಸತೊಡಗಿತು. ನಡು ಮಧ್ಯಾಹ್ನದ ವೇಳೆಗೆ ನಾವು ನಮಗೆ ಸಾಧ್ಯವೆನಿಸುವಷ್ಟು ದೂರ ಗಮಿಸಿದ್ದೆವು. ಇದೀಗ ಎತ್ತರದ ಸ್ಥಳದಲ್ಲಿ ಹಿಮಕ್ಕಿಂತಲೂ ಹೆಚ್ಚು ಬಿಸಿಲು ಮತ್ತು ನೀಲಿ ಆಗಸ ಕಾಣುತ್ತಿತ್ತು. ಸ್ವಲ್ಪ ಸಮಾಧಾನದಿಂದ ನಮ್ಮ ಕಾಲಿನ ಭಾರದ ಬೂಟುಗಳನ್ನು ಕಳಚಿದೆವು. ನಾವು ಆಕಾಶದಲ್ಲಿದ್ದೆವು. ಆ ಅಗಾಧತೆ, ಅಪರಿಚಿತ ಗಾಳಿ ಎಲ್ಲವೂ ನಮ್ಮನ್ನು ಮಂತ್ರ ಮುಗ್ಧಗೊಳಿಸಿತ್ತು. ರಾಬರ್ಟೊ ಮತ್ತು ಟಿನ್‌ಟಿನ್ ದೂರದಲ್ಲಿ ಮಸುಕುಮಸುಕಾಗಿ ಕಾಣುತ್ತಿದ್ದರು. ನಮ್ಮ ಚಾರಣದ ದಾರಿ ಆಳದವರೆಗೂ ಲಂಬವಾದ ಗೋಡೆಗೆ ಇಳಿಬಿಟ್ಟ ಏಣಿಯಂತೆ ಕಾಣುತ್ತಿತ್ತು. ಆ

ಏಣಿಯನ್ನು ಭೂಮಿಯಿಂದ ಚಂದ್ರನಿಗೆ ಹಾಕಿದ್ದಾರೆಯೇ ಎಂಬಷ್ಟು ಎತ್ತರ, ದೂರ ದೂರದವರೆಗೂ ಎತ್ತರ, ಎತ್ತರ ಮತ್ತು ಎತ್ತರದ ಶಿಖರಗಳೇ! ನಮ್ಮ ತಲೆಯ ಮೇಲೆ ಎತ್ತರ ನಮ್ಮ ಕಾಲ ಕೆಳಗೆ ಆಳ. ಹೀಗೆ ನಾವು ನಡುವೆ ಸಿಲುಕಿ ತಲೆ ಸುತ್ತ ತೊಡಗಿತ್ತು, ಕೈಕಾಲು ನೋವಿನಿಂದ ಸೆಟೆದುಕೊಂಡಿದ್ದವು.

ಒಂದು ಒಪ್ಪಿಕೊಳ್ಳಲೇಬೇಕಾದ ವಿಷಯವೆಂದರೆ ಆ ತೊಂದರೆ, ಹೆದರಿಕೆಗಳೆಲ್ಲವನ್ನೂ ಮೀರಿದ ಸೌಂದರ್ಯೋಪಾಸನೆಯನ್ನು ನಾವು ತಪ್ಪಿಸಿಕೊಳ್ಳಲಾಗಲಿಲ್ಲ! ರುದ್ರ ರಮಣೀಯ ಸೌಂದರ್ಯಕ್ಕೆ ತಲೆದೂಗದೆ ಇರಲಾಗಲಿಲ್ಲ. ವಿಸ್ತಾರವಾದ ನೀಲ ಆಕಾಶದ ತುಂಬಾ ಘನ ಗಾಂಭೀರ್ಯತೆ ಹೊತ್ತಿದ್ದ ಮೌನ, ನೀರವತೆ. ಈ ಘನ ಸೌಂದರ್ಯದ ಮಡಿಲಲ್ಲಿಯೂ ಭೀಕರತೆ ತುಂಬಿದ, ಸಹೃದಯತೆಯಿಲ್ಲದ ಸ್ಥಿತಿ. ವಿಚಿತ್ರ ವೈರುಧ್ಯ. ನಾವು ನಿಂತಿದ್ದ ಸ್ಥಳದಿಂದ ನಮ್ಮ ವಿಮಾನವು ಮುರಿದು ಬಿದ್ದಿದ್ದ ಸ್ಥಳ ಸಂಪೂರ್ಣ ಮಂಜಿನ ಹಾಸಿನಂತೆ ಕಾಣುತ್ತಿತ್ತು. ಅಲ್ಲಿ ವಿಮಾನದ ಭಾಗ ಬಿದ್ದ ಯಾವ ಸುಳಿವೂ ಕಾಣುತ್ತಿರಲಿಲ್ಲ. ನಮ್ಮ ಸಣ್ಣ ವಿಮಾನ ಚಿಲಿಗೆ ಹೊರಡಲು ಈ ಹಾದಿ ಹಿಡಿದಿದ್ದೇ ತಪ್ಪಾಗಿತ್ತು. ಅದರ ನಂತರ ನಾವು ದಿನಗಟ್ಟಲೆ ರಕ್ಷಣಾದಳದವರಿಗಾಗಿ ಕಾದು ಕೂತಿದ್ದು ಇನ್ನೂ ತಪ್ಪಾಗಿತ್ತು. ಏಕೆಂದರೆ ನಮ್ಮ ಹುದುಗಿಹೋದ ವಿಮಾನ ಈ ಹಿಮದ ರಾಶಿಯಲ್ಲಿ ಕಿಂಚಿತ್ತೂ ಕಾಣುತ್ತಿರಲಿಲ್ಲ. ನಮ್ಮ ಬರುವಿಕೆ, ಬದುಕಲು ಹೆಣಗಾಡಿ ಹಾತೊರೆಯುವಿಕೆ, ಜೀವಿಯ ಸಂಕೇತಕ್ಕಾಗಿ ನಾವು ಹುಡುಕಹೊರಟ ದಾರಿ ಇದ್ಯಾವುದೂ ಅಲ್ಲಿಗೆ ಸಲ್ಲುವ ವಿಷಯಗಳಾಗಿರಲಿಲ್ಲ. ಜೀವವೇ ಅಲ್ಲಿ ಅಸಂಗತವಾಗಿತ್ತು. ನಿಸರ್ಗವು ಮಿಲಿಯಾನುಗಟ್ಟಲೆ ವರ್ಷಗಳು ನಡೆಸಿದ ಸತತ ಕಾರ್ಯಾಚರಣೆಯನ್ನು, ನಿಯಮದ ರಚನೆಯನ್ನು ನಾವು ಅರ್ಥ ಮಾಡಿಕೊಂಡಿರಲಿಲ್ಲ. ಬದಲಿಗೆ ಆ ವಿರಾಟ್ ಪರ್ವತಗಳ ಶಾಂತತೆಯನ್ನು ಕೆದಕಿದ್ದೆವು. ಪ್ರಾಚೀನ ಕಾಲದಿಂದ ಈ ಸ್ಥಳ ಕಾಪಿಟ್ಟುಕೊಂಡಿದ್ದ ಸಮತೋಲನವನ್ನು ನಾವು ಹದಗೆಡಿಸಿದ್ದೆವು. ಅದನ್ನು ನಾವು ಮರಳಿಸಬೇಕಿತ್ತು. ನಿಶ್ಶಬ್ದತೆ, ಅಚಲತೆ ಮತ್ತೆ ಆ ಪರ್ವತಗಳಿಗೆ ಬೇಕಾಗಿತ್ತು.

ಮಧ್ಯಾಹ್ನ ಕಳೆಯುವುದರೊಳಗೆ ನಾವು ನಮ್ಮ ವಿಮಾನದ ಸ್ಥಳದಿಂದ ಸುಮಾರು ಎರಡು ಸಾವಿರ ಅಡಿಗಳಷ್ಟು ಮೇಲೆ ಬಂದಿದ್ದೆವು. ಸಮುದ್ರ ಮಟ್ಟಕ್ಕಿಂತ ಸುಮಾರು ಹದಿನಾಲ್ಕು ಸಾವಿರ ಅಡಿ ಎತ್ತರಕ್ಕೆ ತಲುಪಿದ್ದೆವು. ನನ್ನ ಗಾಯದ ತಲೆಯ ಸುತ್ತ ಒಂದು ಬಿಗಿ ಕಬ್ಬಿಣದ ಸರಪಳಿ ಸುತ್ತಿದಂತೆ ನೋಯುತ್ತಿತ್ತು. ಒಂದೊಂದೇ ಅಂಗುಲ ಹೆಜ್ಜೆ ಇಟ್ಟು ಮುಂದೆ ನಡೆಯುತ್ತಿದ್ದೆ. ನನ್ನ ಬೆರಳುಗಳು ಶಕ್ತಿ ಕಳೆದುಕೊಂಡು ಭಾರವಾಗಿದ್ದವು. ಮೊಣಕಾಲು ಸುಮ್ಮನೆ ತನ್ನ ಅಸ್ತಿತ್ವವನ್ನು ತೋರುತ್ತಿತ್ತು. ಒಂದು ಸಣ್ಣ ಚಲನೆಯೂ, ಮಾತೂ ಸಹ ಒಂದು ಮೈಲಿ ದೂರ

ಪ್ರಯಾಣದ ಆಯಾಸ ತರುತ್ತಿತ್ತು. ಎಷ್ಟು ಜೋರಾಗಿ ಉಸಿರಾಡಿದರೂ ನನ್ನ ಶ್ವಾಸಕೋಶಗಳು ತುಂಬಿಕೊಳ್ಳುತ್ತಲೇ ಇರಲಿಲ್ಲ.

ಆ ಕ್ಷಣ ನಾನು ಸಮುದ್ರದಿಂದ ಅತಿ ಮೇಲ್ಮಟ್ಟದಲ್ಲಿನ ವಾತಾವರಣದ ಪರಿಣಾಮವನ್ನು ಅನುಭವಿಸುತ್ತಿದ್ದೆ ಎಂದು ಆ ಸಮಯದಲ್ಲಿ ನನಗೆ ತೋಚಿರಲಿಲ್ಲ. ಪರ್ವತಾರೋಹಿಗಳು ಅನುಭವಿಸುವ ಅತಿ ದೊಡ್ಡ ಅಪಾಯಗಳಲ್ಲಿ ಇದೂ ಒಂದು. ಸುಮಾರು ಎಂಟು ಸಾವಿರಕ್ಕೂ ಹೆಚ್ಚು ಅಡಿ ಮೇಲೇರಿದರೆ, ತಲೆನೋವು, ಸುಸ್ತು, ತಲೆಸುತ್ತು ಸಾಮಾನ್ಯ. ಹನ್ನೆರಡು ಸಾವಿರ ಅಡಿ ಮೀರಿದರಂತೂ ಮೆದುಳು ಖಾಯಂ ಆಗಿ ಹಾನಿಯಾಗುವುದು ತಪ್ಪಿದ್ದಲ್ಲ. ಇದರ ಜೊತೆಗೆ ವೇಗವಾಗಿ ತಲುಪಿಬಿಡಬೇಕು ಎಂಬ ನಮ್ಮ ಆತುರ ಪರಿಸ್ಥಿತಿಯನ್ನು ಇನ್ನೂ ಹದಗೆಡಿಸಿತ್ತು. ದಿನಕ್ಕೆ ಸಾವಿರ ಅಡಿಗಳಿಗಿಂತ ಮೇಲೆ ಏರಬಾರದು ಎಂದು ತಜ್ಞರು ಹೇಳುತ್ತಾರೆ. ನನ್ನ ನಾಡಿಬಡಿತ ಹೆಚ್ಚಾಗಿತ್ತು. ರಕ್ತವು ಮಂದವಾಗಿತ್ತು. ಸ್ವಲ್ಪ ಚೇತರಿಸಿಕೊಳ್ಳಲು ಮಂಜನ್ನು ಉಜ್ಜಿ ಅರೆದು ಕುಡಿಯಲು ಪ್ರಯತ್ನಿಸಿದೆವು. ಈ ಉಪಾಯ ನಮಗೆ ಒಂದಷ್ಟು ಸಹಾಯವಾಯಿತು. ದೇಹ ನೀರಡಿಕೆಯಿಂದ ದಣಿದು ಕುಗ್ಗಿತ್ತು. ಬಾಯಾರಿಕೆ, ದಣಿವುಗಳೊಡನೆಯೇ ನಮ್ಮ ಚಾರಣವನ್ನು ಮುಂದುವರೆಸಿದೆವು.

ಐದಾರು ಘಂಟೆಗಳ ಕಠಿಣ ನಡಿಗೆಯ ನಂತರ ಸುಮಾರು 2500 ಅಡಿ ಎತ್ತರಕ್ಕೆ ಹತ್ತಿದ್ದೆವು. ಆದರೆ ಅದು ಪರ್ವತಗಳ ತುದಿಗೆ ಯಾವ ಮೂಲೆಯಲ್ಲೂ ಸಮವಾಗಲಿಲ್ಲ. ತಲೆ ಮೇಲೆತ್ತಿ ನೋಡಿದಾಗ ನನ್ನ ಚೈತನ್ಯವೇ ಉಡುಗಿಹೋಯಿತು. ನಮ್ಮ ಪ್ರಾಣಾಂತಿಕವಾದ ಪ್ರತಿ ಹೆಜ್ಜೆಯೂ ಪರ್ವತದ ತುತ್ತ ತುದಿಗೆ ಹದಿನೈದು ಇಂಚಿನಷ್ಟೇ ಹತ್ತಿರಕ್ಕೆ ಕರೆದೊಯ್ಯುತ್ತಿತ್ತು. ಇದು ಅತಿಮಾನುಷ ಕೆಲಸವೇ ಆಗಿತ್ತು ಎಂಬುದು ನಮಗೆ ಅರ್ಥವಾಗಲು ತಡವಾಗಲಿಲ್ಲ. ಭಯವಾಯಿತು. ನಮ್ಮ ವ್ಯರ್ಥ ಪ್ರಯತ್ನಕ್ಕೆ ಮನಸ್ಸು ಸೋತು ಕಾಲು ಕುಸಿದು ಅಲ್ಲೇ ಇನ್ನೇನು ಕೂತುಬಿಡಬೇಕು, ಅಷ್ಟರಲ್ಲಿ ನನ್ನೊಳಗಿನ ಈಗ ಪರಿಚಿತವಾದ ಆ ಧ್ವನಿ, ನನ್ನನ್ನು ಸಾಕಷ್ಟು ಬಾರಿ ಎಚ್ಚರಿಸಿ ಕಾಪಾಡಿದ ಧ್ವನಿ, “ನೀನು ದೂರದೂರ, ಬೆಟ್ಟದ ತುದಿಯತ್ತ ನೋಡಿಯೇ ಸೋಲುತ್ತಿದ್ದೀಯ... ಬೆಟ್ಟದ ಎತ್ತರವನ್ನು ಕತ್ತರಿಸು!” ಎಂದಿತು. ಆ ಕ್ಷಣ ನನಗೇನು ಮಾಡಬೇಕು ಎಂಬುದು ಹೊಳೆಯಿತು. ತುದಿಯನ್ನು ನಾನು ಮರೆತೆ. ಪರ್ವತದ ಭಯಾನಕ ಶೃಂಗವನ್ನು ಸಂಪೂರ್ಣವಾಗಿ ಮನಸ್ಸಿನಿಂದ ತೆಗೆದೆ. ನನ್ನ ಮುಂದೆ ಕಾಣುತ್ತಿದ್ದ ಪುಟ್ಟ ಗುಡ್ಡವೇ ಆ ಕ್ಷಣಕ್ಕೆ ನನ್ನ ಗುರಿಯಾಯಿತು. ಆದರೆ ಅಲ್ಲಿಯೂ ಬಹುಬೇಗ ಪರ್ವತಗಳ ಮಾರ್ಮಿಕ ಆಟ ತಿಳಿದುಹೋಯಿತು. ರಸ್ತೆ, ಮನೆ, ದಾರಿ ಯಾವುದೂ ಕಾಣದ, ಕೊರೆಯುವ ಚಳಿಯ ಬಟಾನುಬಯಲಿನಲ್ಲಿ ಹತ್ತು ಅಡಿ ಎತ್ತರದ ಒಂದು ಪುಟ್ಟ ಗುಡ್ಡವೂ ಸಹ ಅದರ ಹತ್ತರಷ್ಟು ಎತ್ತರವಾಗಿರುವ

ಅನುಭವವನ್ನು ಕೊಡುತ್ತಿತ್ತು. ಅದನ್ನು ಲೆಕ್ಕಿಸದೆ ಹತ್ತುತ್ತಲೇ ಹೋದೆ. ಕೊನೆಗೆ ಆ ಹತ್ತು ಅಡಿ ಗುಡ್ಡವನ್ನು ದಾಟಿದ್ದೆ. ಅಲ್ಲಿಂದ ಮತ್ತೊಂದು ಸಣ್ಣ, ಹತ್ತಿರದ ಗಮ್ಯ ಸ್ಥಾನ ಮತ್ತು ಅಲ್ಲಿಗೆ ತಲುಪುವುದೇ ನನಗೆ ಆ ಕ್ಷಣದ ಜೀವನದ ಪರಮೋದ್ದೇಶ. ಹೀಗೆ ಪ್ರಾರಂಭವಾಯಿತು ನನ್ನದೇ ದಾರಿ, ಬೆಳಕಿನೆಡೆಗೆ.

ಅದೇ ರೀತಿ ಘಂಟೆಗಳ ಕಾಲ ನಡೆದೆವು. ನಮ್ಮ ಮುಂದಿನ ಪುಟ್ಟ ಗುಡ್ಡ, ನೆರಳು, ಬಂಡೆ ಹಂತಹಂತವಾಗಿ ಇವನ್ನಷ್ಟೇ ನಮ್ಮ ಕಣ್ಣು ಗಮನಿಸುತ್ತಿತ್ತು. ನನ್ನದೇ ಉಸಿರಾಟದ ಶಬ್ದದ ಜೊತೆಗೆ ಮಂಜುಗಡ್ಡೆಯನ್ನು ತುಳಿದು ಪುಡಿಮಾಡುತ್ತಿದ್ದ ಶಬ್ದವಷ್ಟೇ ನಮಗೆ ದೂರದೂರಕ್ಕೂ ಕೇಳುತ್ತಿತ್ತು. ದಣಿವು, ಬಾಯಾರಿಕೆ, ನಿತ್ರಾಣದ ನಡುವೆ ನಡೆದು ಮುಂದೆ ಸಾಗಲೇಬೇಕಾದ ಅನಿವಾರ್ಯವೂ ನನಗೆ ಒಗ್ಗಿಹೋಗುತ್ತಿತ್ತು. ಇದರ ಜೊತೆಗೆ ನನ್ನ ತಂದೆಯ ನೆನಪು, ನಾವು ಆ ಹಿಮದಲ್ಲೇ ಹಿಮವಾಗಿ ಹೋಗುತ್ತೇವೆ ಎಂಬ ಭೀತಿ ಎಲ್ಲವೂ ನಮಗೆ ಅಭ್ಯಾಸವಾಗಿಹೋಗಿತ್ತು. ಪಕ್ಕದ ರೂಮಿನಲ್ಲಿ ತನ್ನಷ್ಟಕ್ಕೇ ಹೊಡೆದುಕೊಳ್ಳುವ ರೇಡಿಯೋದಂತೆ ಆ ಎಲ್ಲ ದೈಹಿಕ, ಮಾನಸಿಕ ಭಾವನೆ, ಅನುಭವಗಳು ನಮ್ಮ ಹಿನ್ನೆಲೆಯಲ್ಲಿ ತನ್ನಷ್ಟಕ್ಕೆ ನಡೆಯುತ್ತಿದ್ದರೂ, ಈಗ ಈ ಕ್ಷಣಕ್ಕೆ ನಮಗೆ ಬೆಟ್ಟ ಹತ್ತುವಿಕೆ ಮಾತ್ರ ಕಾಣುತ್ತಿತ್ತು. 'ನಡೆ', 'ಹೆಜ್ಜೆ–ಹಾಕು', 'ಮುಂದೆ–ಸಾಗು' ಇಷ್ಟರ ಹೊರತಾಗಿ ಮತ್ಯಾವುದೂ ಮುಖ್ಯವಾಗಲಿಲ್ಲ. ನಡೆಯುತ್ತಿರುವಾಗ ಮುಂದಿನ ಗುರಿ ತಲುಪಿದ ಕೂಡಲೇ ಸ್ವಲ್ಪ ಹೊತ್ತು ಕೂರಬೇಕು ಎಂದು ನನಗೆ ನಾನೇ ಆಜ್ಞೆ ಮಾಡಿಕೊಳ್ಳುತ್ತಿದ್ದೆ. ಆದರೆ ಪ್ರತಿಬಾರಿ ಅದನ್ನು ಮುರಿಯುತ್ತಿದ್ದೆ. ಸಮಯ ಮೀರುತ್ತಿತ್ತು. ಬೆಟ್ಟದ ಗುಟ್ಟುಗಳನ್ನು ಭೇದಿಸುವ ಕೀಲಿ ಸಿಗುವಂತೆ ಅನಿಸುತ್ತಿತ್ತು. ಆ ಕ್ಷಣದಲ್ಲಿ ಯಾವುದೇ ತಡೆ ಅಥವಾ ವಿರಾಮ ಬೇಡವಾಗಿತ್ತು. ಮುಂದೆ ನಡೆಯುತ್ತಲೇ ಹೋದೆ. ಮತ್ಯಾವುದನ್ನೂ ಲೆಕ್ಕಿಸದೆ ಒಂದೇ ಗತಿಯಲ್ಲಿ ಸಾಗಿತ್ತು ನನ್ನ ಚಲನೆ. ಹುಚ್ಚನಂತೆ ಸುಮ್ಮನೆ ನಡೆಯುತ್ತಲೇ ಹೋದೆ. ಬಹಳ ದೂರ ಸಾಗಿದ ನಂತರ ರಾಬರ್ಟೊ ಮತ್ತು ಟಿನ್‌ಟಿನ್‌ರ ಕೂಗು ಕೇಳಿಬಂತು. ಆಗ ನಿಂತು ಅಲ್ಲೇ ಒಂದು ಸಮತಟ್ಟಾದ ನೆಲ ಹುಡುಕಿ ಅವರು ಬರುವವರೆಗೂ ಕೂತೆ. ಅವರು ಬಂದನಂತರ ಒಂದಷ್ಟು ಮಾಂಸವನ್ನು ತಿಂದು ಮಂಜು ಅರೆದು ನೀರು ಕುಡಿದೆವು. ನಮ್ಮಲ್ಲಿ ಯಾರೂ ಹೆಚ್ಚು ಮಾತಾಡಲಿಲ್ಲ. ಮಾತನ್ನು ಮೀರಿದ ಪರಿಸ್ಥಿತಿ ಅಲ್ಲಿ ಎಲ್ಲರಿಗೂ ಅರಿವಾಗಿತ್ತು.

"ನಾವು ಕತ್ತಲಾಗುವುದರೊಳಗೆ ತಲುಪಬಲ್ಲೆವು ಅನಿಸುತ್ತಾ ನಿನಗೆ?" ಎಂದು ಕೇಳಿದ ರಾಬರ್ಟೊ. ಅವನು ಬೆಟ್ಟದ ತುದಿಯನ್ನು ಗಮನಿಸುತ್ತಿದ್ದ.

"ರಾತ್ರಿ ಕಳೆಯಲು ನಾವು ಒಂದು ಸ್ಥಳ ಹುಡುಕಬೇಕು" ಎಂದೆ.

ವಿಮಾನಾಪಘಾತದ ಸ್ಥಳವನ್ನು ಗಮನಿಸಿದೆ. ವಿಮಾನದ ಹೊರಗೆ ಕೂತು

ನಮ್ಮತ್ತ ನೋಡುತ್ತಿದ್ದ ನನ್ನ ಸ್ನೇಹಿತರು ಚಿಕ್ಕ ಚಿಕ್ಕ ಚುಕ್ಕೆಗಳಂತೆ ಕಾಣುತ್ತಿದ್ದರು. ಅವರಿಗೆ ನಾವು ಕಾಣುತ್ತಿರಬಹುದೇ ಎಂಬ ಕುತೂಹಲವಾಯಿತು. ನಮ್ಮ ಈ ಘೋರ ಪರಿಸ್ಥಿತಿಯ ಅಂದಾಜು ಅವರಿಗಾಗಬಹುದೆ? ಅವರ ಭರವಸೆ, ನಿರೀಕ್ಷೆಗಳು ಕರಗಿಹೋಗುತ್ತಿರಬಹುದೆ? ನಾವು ಯಾವುದೋ ಒಂದು ಹಂತದಲ್ಲಿ ಮುಂದೆ ಸಾಗುವುದನ್ನು ನಿಲ್ಲಿಸಿದರೆ, ಅವರು ಎಷ್ಟು ಹೊತ್ತು ನಾವು ಮುಂದುವರೆಯುವುದನ್ನು ಕಾದು ನೋಡುತ್ತಾರೆ? ನಾವು ಎಂದಿಗೂ ಮುಂದುವರೆಯದವರಾಗಿಹೋದರೆ... ಆಗ ಅವರೇನು ಮಾಡುತ್ತಾರೆ? ಅವರನ್ನು ಗಮನಿಸಿದ ಕೂಡಲೇ ತೇಲಿ ಬಂದ ಹುಚ್ಚು ಭಾವ ಲಹರಿ ಹೀಗೆ ಹರಿದಿತ್ತು. ಆಶಾಭಾವದಿಂದ ನಮ್ಮತ್ತ ನೋಡುತ್ತಿದ್ದ ಆ ಹುಡುಗರ ಜಗತ್ತಿನಿಂದ ನಾನು ಹೊರಬಂದಿದ್ದೆ. ಈಗ ನನ್ನದೊಂದು ಹೊಸಜಗತ್ತು ನಿರ್ಮಾಣವಾಗಿತ್ತು. ಈ ಜಗತ್ತು ಸಂಕುಚಿತವಾಗಿತ್ತು. ನಮ್ಮ ಗುಂಪಿನವರ ಹಿತಾಸಕ್ತಿ, ಜವಾಬ್ದಾರಿಗಳೆಲ್ಲವನ್ನೂ ಮೀರಿದ ನನ್ನ ಸ್ವಂತದ ತಲ್ಲಣ, ಭಯ ನನ್ನನ್ನಾವರಿಸಿತ್ತು. ರಾಬರ್ಟೋ ಮತ್ತು ಟಿನ್‌ಟಿನ್‌ರಿಗೂ ಹೀಗೇ ಆಗಿತ್ತು ಎಂದು ನನಗೆ ಗೊತ್ತಿತ್ತು. ನಾವೆಲ್ಲರೂ ಒಟ್ಟಿಗೆ ಈ ಹೋರಾಟಕ್ಕಿಳಿದಿದ್ದರೂ, ಆಳದಲ್ಲಿ ನಾವೆಲ್ಲರೂ ಸಂಪೂರ್ಣ ಒಂಟಿ ಎಂಬುದು ಮನವರಿಕೆಯಾಗಿತ್ತು. ಹಿಮ ಪರ್ವತಗಳು ನಮಗೆ ಕಠಿಣ ಪಾಠವನ್ನು ಅರೆದು ಕುಡಿಸಿದ್ದವು. ಒಗ್ಗಟ್ಟು ಖಂಡಿತವಾಗಿಯೂ ಒಂದು ಶ್ರೇಷ್ಠ ಶಕ್ತಿ ಆದರೆ, ಸಾವನ್ನು ನಾವು ಏಕಾಂಗಿಯಾಗಿಯೇ ಅಪ್ಪಬೇಕು ಎಂಬ ನಿರಂತರ ಸತ್ಯ ನಮಗೆ ಅರ್ಥವಾಗುವಂತೆ ಮಾಡಿದ್ದವು.

ರಾಬರ್ಟೋ ಮತ್ತು ಟಿನ್‌ಟಿನ್‌ರನ್ನು ಗಮನಿಸಿದೆ. ಬಂಡೆಯ ಮೇಲ್ಲೊರಗಿ ಕೂತಿದ್ದರು. "ಈ ಕಷ್ಟವನ್ನು ಅನುಭವಿಸಲು ನಾವೇನು ಪಾಪ ಮಾಡಿದ್ದೆವು?" ಸಿಟ್ಟಿನಿಂದ ಕೂಗಿದ ರಾಬರ್ಟೋ. ರಾತ್ರಿ ಕಳೆಯಲು ಒಂದು ಸರಿಯಾದ ಸ್ಥಳಕ್ಕಾಗಿ ನನ್ನ ಕಣ್ಣು ಹುಡುಕುತ್ತಿತ್ತು. ಬಿಳಿಬಿಳಿ ಕಡಿದಾದ ಹಾಸನ್ನು ಹೊರತು ಮತ್ತೇನೂ ಕಾಣಲಿಲ್ಲ.

ಮುನ್ನಡೆಯುತ್ತಿದ್ದಂತೆ ಪರಿಸ್ಥಿತಿ ಇನ್ನೂ ಹದಗೆಟ್ಟಂತೆ ಕಾಣುತ್ತಿತ್ತು. ಕೆಲವು ಬಂಡೆಗಳು ಹತ್ತಲು ಅಸಾಧ್ಯವಾಗಿದ್ದವು. ಬೃಹತ್ ಬಂಡೆಗಳಿಂದ ನಮ್ಮ ಮುಂದಿನ ದಾರಿಯೂ ಕಾಣದಾಯಿತು. ಮನಸ್ಸಿಗೆ ತೋಚಿದಂತೆ, ಯಾವುದೋ ಒಂದು ದಿಕ್ಕಿನಲ್ಲಿ ಮುಂದೆ ಸಾಗುತ್ತಾ ನಡೆದೆವು. ಹಲವಾರು ಬಾರಿ ನಾವು ಆರಿಸಿದ ದಾರಿ ತಪ್ಪಾಗಿ ಮುಂದೆ ಹೆಬ್ಬಂಡೆಯ ಹೊರತು ಮತ್ತೇನೂ ಕಾಣದೆ ಮರಳಬೇಕಾದ ಸ್ಥಿತಿಯುಂಟಾಗುತ್ತಿತ್ತು. ಮತ್ತೆ ಹೊಸ ದಾರಿಯನ್ನು ಹುಡುಕಿ ಹೋಗುತ್ತಿದ್ದೆ.

ಮಧ್ಯಾಹ್ನವಾದಂತೆ ನಮ್ಮ ದಾರಿಯಲ್ಲಿ ಒಂದು ದೊಡ್ಡ ಬಂಡೆ ಅಡ್ಡಲಾಗಿ ಇರುವುದು ಕಂಡಿತು. ಅದನ್ನು ಸುತ್ತುಹಾಕಿ ಪಕ್ಕದಲ್ಲಿ ಹೋಗುವುದಕ್ಕೆ ಯಾವ

ದಾರಿಯೂ ಇದ್ದಂತೆ ಕಾಣಲಿಲ್ಲ. ಹಿನ್ನಡೆದು ಬೇರೆ ದಾರಿ ಹುಡುಕಬೇಕಾದ ಸಾವಕಾಶ ಸಮಯ ನಮಗೆ ಸೂರ್ಯ ಕೊಡುವಂತೆ ತೋರಲಿಲ್ಲ. ಹಿಂತಿರುಗಿ ರಾಬರ್ಟೊ ಮತ್ತು ಟಿನ್‌ಟಿನ್‌ರನ್ನು ನೋಡಿದೆ. ಅವರು ನಾನೇನು ಮಾಡುತ್ತಿರಬಹುದು ಎಂಬುದನ್ನು ಊಹಿಸುತ್ತಾ ನನ್ನತ್ತ ನೋಡುತ್ತಿದ್ದರು. ನಮಗೆ ಬೇರೆ ದಾರಿ ಇರಲಿಲ್ಲ. ತಕ್ಷಣ ನಾನು ಹಿಮವನ್ನು ಕೊರೆದು ಕಾಲಿಡಲು ಜಾಗ ಮಾಡಿಕೊಂಡು ಆ ಹೆಬ್ಬಂಡೆಯನ್ನು ಹತ್ತಲು ಪ್ರಾರಂಭಿಸಿದೆ. ಒಂದೊಂದು ಹೆಜ್ಜೆಯನ್ನೂ ಕೊರೆದುಕೊಂಡು ಮೇಲೆ ಸಾಗುತ್ತಾ ಹೋದೆ. ಪ್ರತಿ ಚಲನೆಯನ್ನೂ ಸಮತೂಕದಿಂದ ನಿರ್ವಹಿಸಿಕೊಂಡು ಹೋಗುವುದೊಂದೇ ಮಾರ್ಗವಾಗಿತ್ತು.

ನನ್ನ ಎದೆಯನ್ನು ಬಂಡೆಗೆ ಒರಗಿಸಿ, ಹೆಜ್ಜೆಗಳನ್ನು ಕೊರೆಯುವುದು, ಹತ್ತುವುದು ನಡೆದಿತ್ತು. ಹೀಗೇ ನಡೆದು ಸ್ವಲ್ಪ ಹೊತ್ತಿನ ನಂತರ ಮೇಲಿನ ತಟಸ್ಥ ನೆಲ ಮುಟ್ಟಿದೆ. ಕೆಳಗೆ ನೋಡಿದರೆ ಅವರಿಬ್ಬರೂ ಇನ್ನೂ ಅಲ್ಲೇ ನಿಂತಿದ್ದರು. “ನನ್ನ ಹೆಜ್ಜೆಗಳನ್ನೇ ಹಿಡಿದು ಹತ್ತಿ ಬನ್ನಿ. ಜೋಪಾನ. ತುಂಬಾ ಕಡಿದಾಗಿದೆ” ಎಂದು ಕೂಗಿದೆ. ಅಲ್ಲೇ ಕಾಯುವುದಕ್ಕೆ ಹೆದರಿಕೆಯಾಗಿ ನಾನು ಮುಂದೆ ಸಾಗಿದೆ. ಕೆಲ ಘಳಿಗೆಗಳ ನಂತರ ಹಿಂತಿರುಗಿ ನೋಡಿದರೆ ರಾಬರ್ಟೊ ಮೇಲೆ ಹತ್ತಿದ್ದ. ನಾನು ಮುಂದೆ ಹೆಜ್ಜೆ ಹಾಕಿದೆ. ಒಂದಷ್ಟು ನಿಮಿಷಗಳ ನಂತರ ಜೋರಾದ ಕೂಗು ಕೇಳಿಬಂತು. ಗಾಬರಿಯಿಂದ ಹಿಂದಕ್ಕೆ ಓಡಿಬಂದು ನೋಡಿದರೆ, ಟಿನ್‌ಟಿನ್ ಹೆಬ್ಬಂಡೆಯ ನಡುವೆ ಸಿಲುಕಿ ಒದ್ದಾಡುತ್ತಿದ್ದ.

“ನಾನಿಲ್ಲಿ ಸಿಲುಕಿಕೊಂಡಿದ್ದೇನೆ. ಮೇಲಕ್ಕೆ ಬರಲಾರೆ” ಎಂದು ಕೂಗಿದ.

“ಟಿನ್‌ಟಿನ್ ನಿನ್ನ ಕೈಲಿ ಇದು ಸಾಧ್ಯ! ಬಾ, ಮೇಲಕ್ಕೆ ಹತ್ತು” ಎಂದು ನಾನೂ ಕೂಗಿದೆ.

ಸಾಧ್ಯವಿಲ್ಲ ಎಂದು ಅವನು ತಲೆ ಆಡಿಸಿದ.

“ಅವನ ಬೆನ್ನಿನ ಚೀಲ ತುಂಬಾ ಭಾರ. ಅದಕ್ಕೇ ಅವನು ಹತ್ತಲಾಗುತ್ತಿಲ್ಲ” ಎಂದ ರಾಬರ್ಟೊ.

ರಾಬರ್ಟೊ ಸರಿಯಾಗಿ ಹೇಳಿದ್ದ. ಟಿನ್‌ಟಿನ್‌ನ ಚೀಲ ತುಂಬಾ ಭಾರವಾಗಿದ್ದು ಅವನಿಗೆ ಹೆಜ್ಜೆ ತಪ್ಪಿಸುತ್ತಿತ್ತು. ನಾನು ನಿಂತ ಸ್ಥಳದಿಂದ ಬಗ್ಗಿ ನೋಡಿದರೆ ಭಯವಾಗುವಷ್ಟು ಕಡಿದಾದ ಸ್ಥಳ. ಟಿನ್‌ಟಿನ್ ಹತ್ತಲಾರದೆ ಹಿಂದಕ್ಕೆ ಬಿದ್ದರೆ ಏನಾಗುವುದು ಎಂದು ಊಹಿಸಿದೆ. ಬಿದ್ದರೆ ಹಲವಾರು ನಿಮಿಷಗಳು ಗಾಳಿಯಲ್ಲಿ ತೇಲಿ ನಂತರ ಯಾವುದೋ ಒಂದು ಬಂಡೆಗೆ ಬಡಿಯುತ್ತಾನೆ... ಈ ಆಲೋಚನೆಯೇ ನನ್ನ ಮೂಳೆಗಳನ್ನು ಹಿಂಡಿಹಾಕಿತು.

“ಟಿನ್‌ಟಿನ್ ನಿಲ್ಲು!” ಕೂಗಿದೆ. ರಾಬರ್ಟೊ ಬಂಡೆಯಂಚಿನಲ್ಲಿ ಮಲಗಿ ಕೈಯನ್ನು ಟಿನ್‌ಟಿನ್‌ನತ್ತ ಚಾಚುತ್ತಿದ್ದ. “ನಿನ್ನ ಚೀಲವನ್ನು ತೆಗೆದು ನನ್ನತ್ತ ಎಸೆ” ಎಂದು

ರಾಬರ್ಟೋ ಕೂಗಿದ. ಅವನು ತನ್ನ ತೋಳುಗಳಿಂದ ಚೀಲವನ್ನು ನಿಧಾನವಾಗಿ ತೆಗೆದು ಎಸೆದ. ಅದು ನಮ್ಮ ಅದೃಷ್ಟಕ್ಕೆ ಹೇಗೋ ರಾಬರ್ಟೋ ಕೈಸೇರಿತು. ಚೀಲದ ಭಾರವಿಲ್ಲದೇ ಟಿನ್‌ಟಿನ್ ಸ್ವಲ್ಪ ಚೇತರಿಸಿಕೊಂಡು ಕೊಂಚಕೊಂಚವೇ ಹತ್ತಿ ಅಂತೂ ಮೇಲಕ್ಕೆ ಬಂದ. "ನಾನಿನ್ನು ಒಂದು ಹೆಜ್ಜೆಯನ್ನೂ ಮುಂದಿಡಲಾರೆ. ನನಗೆ ಸುಸ್ತಾಗಿಹೋಗಿದೆ" ಎಂದು ಕುಸಿದು ಕೂತ ಟಿನ್‌ಟಿನ್.

ಟಿನ್‌ಟಿನ್‌ನ ಧ್ವನಿಯಲ್ಲಿ ಆತಂಕವಿತ್ತು. ಅವನು ನಿತ್ರಾಣಗೊಂಡಿದ್ದ. ಆದರೆ ಆ ಸ್ಥಳದಲ್ಲಿ ನಿಲ್ಲುವುದು ಅಪಾಯಕಾರಿಯಾಗಿದ್ದರಿಂದ ಮುನ್ನಡೆಯುವುದು ಅನಿವಾರ್ಯವಾಗಿತ್ತು. ಯಾವ ಮಾತನ್ನೂ ಆಡದೆ, ನಾನು ಮುನ್ನಡೆದೆ. ಅವರಿಗೆ ನನ್ನನ್ನು ಹಿಂಬಾಲಿಸುವುದು ಬಿಟ್ಟು ಬೇರೆ ಆಯ್ಕೆ ಇರಲಿಲ್ಲ. ಸಂಜೆಯಾಗುವ ಸಮಯ ಸುತ್ತಲೂ ಕಣ್ಣು ಹಾಯಿಸಿದರೆ ನಾವು ತಂಗಬಹುದಾದ ಯಾವ ಸ್ಥಳವೂ ಕಾಣಲಿಲ್ಲ. ಸೂರ್ಯ ಪಶ್ಚಿಮದತ್ತ ತನ್ನ ಮುಖ ಮಾಡಿದ್ದ. ಉಷ್ಣಾಂಶವು ಯಥಾಪ್ರಕಾರ ಕಡಿಮೆಯಾಗುತ್ತಾ ಹೋಗುತ್ತಿತ್ತು. ವಿಮಾನಾಪಘಾತದ ಸ್ಥಳದತ್ತ ನೋಡಿದರೆ, ಚದುರಿದ ಚುಕ್ಕೆಗಳಂತೆ ಕಾಣುತ್ತಿದ್ದ ನನ್ನ ಸ್ನೇಹಿತರು ಕಾಣದಾಗಿದ್ದರು. ಎಲ್ಲರೂ ಬಹುಶಃ ವಿಮಾನದೊಳಸೇರಿರಬೇಕು ಅನಿಸಿತು. ಗಾಬರಿಯಿಂದ ನನ್ನ ಗಂಟಲು ಹಿಡಿದಂತಾಯಿತು. ಆ ತಕ್ಷಣ ಒಂದು ಸರಿಯಾದ ಸ್ಥಳ ಸಿಗಲೇಬೇಕಾಗಿತ್ತು. ನಿಧಾನಿಸಿದರೆ ನಮ್ಮ ಪ್ರಾಣಕ್ಕೆ ಆಪತ್ತು ಕಾದಿತ್ತು.

ಮುಸ್ಸಂಜೆಯಾದಂತೆ ಮತ್ತೊಂದು ಹೆಬ್ಬಂಡೆ ಎದುರಾಯಿತು. ಅದನ್ನು ಹತ್ತುವಾಗ ಒಂದು ನೀರ್ಗಲ್ಲು ದೊರೆಯಿತು. ಮುಟ್ಟಿ ನೋಡಿದರೆ ಸಾಕಷ್ಟು ಗಟ್ಟಿಯಾಗಿತ್ತು. ಅದನ್ನು ಹಿಡಿದು ಮೇಲೆ ಹತ್ತಬಹುದು ಎಂದು ಆಲೋಚಿಸಿ, ಅದರ ಮೇಲೆ ಭಾರಹಾಕುತ್ತಾ ನನ್ನ ಎಡಗೈನಿಂದ ಅದನ್ನು ಹಿಡಿದೆ. ಅದು ಕರಗಿ ಕೆಳಕ್ಕೆ ಜಾರಿ ಧೊಪ್ಪನೆ ಬಿತ್ತು.

"ಹುಷಾರು, ಹುಷಾರು ಕಲ್ಲು ಬೀಳುತ್ತಿದೆ" ಎನ್ನುತ್ತಾ ಹಿಂದೆ ನೋಡಿದೆ. ನನ್ನ ಕೆಳಗೆ ರಾಬರ್ಟೋ ಹತ್ತುತ್ತಿದ್ದ. ಏನು ಮಾಡಲೂ ತೋಚದೆ ಅವನು ಗಾಬರಿಯಿಂದ ಆ ಕಲ್ಲು ಬೀಳುವುದನ್ನೇ ನೋಡುತ್ತಿದ್ದ. ಕೆಲವೇ ಇಂಚಿನ ಅಂತರದಿಂದ ಅವನ ತಲೆ ಆ ಕಲ್ಲಿನ ಹೊಡೆತದಿಂದ ತಪ್ಪಿಸಿಕೊಂಡಿತು. ಕ್ಷಣಕಾಲದ ಮೌನದ ನಂತರ, "ದರಿದ್ರ ನನ್ನ ಮಗನೇ! ನನ್ನನ್ನು ಸಾಯಿಸಬೇಕು ಎಂದು ಮಾಡಿದ್ದೀಯಾ? ಹುಷಾರು!" ಎಂದು ರಾಬರ್ಟೋ ಕೂಗಿ ಗದರಿದ. ನಂತರ ಮೌನವಾಗಿ ಹತ್ತಲು ಪ್ರಾರಂಭಿಸಿದ. ಅವನ ಭುಜಗಳು ಅದುರುತ್ತಿದ್ದದ್ದು ನನಗೆ ಕಾಣಿಸಿತು. ಅವನು ಅಳುತ್ತಿದ್ದ. ಅವನ ಅಳು ಕೇಳಿ ನನಗೆ ಹೊಟ್ಟೆ ತೊಳೆಸಿಹೋಯಿತು. ನನಗೆ ಸಾಕಾಗಿಹೋಗಿತ್ತು. ಆ ಕ್ಷಣ ನನಗೆ ತುಂಬಾ ವ್ಯಥೆ ಕಾಡಿಹೋಯಿತು. "ಎಲ್ಲವೂ ಸಾಯಲಿ! ನನಗೆ

ಸಾಕಾಗಿದೆ! ನನಗೆ ಎಲ್ಲವೂ ಸಾಕಾಗಿಹೋಗಿದೆ!" ಅರಚಾಡಿದೆ. ನನಗೆ ಎಲ್ಲವೂ ಆ ಕ್ಷಣ ಮುಗಿಯಬೇಕಿತ್ತು. ನಾನು ವಿಶ್ರಮಿಸಬೇಕಿತ್ತು. ನಾನು ಕುಸಿದು ಕೂತೆ. ನನಗೆ ನಿಶ್ಶಬ್ದವಾಗಿ ಅಲ್ಲೇ ಮುಳುಗಿಹೋಗಬೇಕಿತ್ತು. ಕೆಲ ಘಳಿಗೆಗಳ ನಂತರ ರಾಬರ್ಟೋನೇ ಚೇತರಿಸಿಕೊಂಡು ನನ್ನನ್ನೂ ಎಬ್ಬಿಸಿ ಕರೆದ. ಮತ್ತೆ ನಮ್ಮ ಚಲನ ಸಂಜೆಗತ್ತಲಿನತ್ತ ಸಾಗಿತ್ತು. ಕೊನೆಗೂ ಎರಡು ದೊಡ್ಡ ಬಂಡೆಗಳ ನಡುವೆ ಒಂದು ಬಾಗಿದ ಜಾರು ಕಾಣಿಸಿತು. ಆ ಸ್ಥಳ ನಾವು ತಂಗಲು ಸುಮಾರಾಗಿತ್ತು. ಎಡ ಬಲ ಮಗ್ಗುಲುಗಳಿಂದ ಬೀಸುವ ಜೋರುಗಾಳಿಯನ್ನು ಆ ಬಂಡೆಗಳು ತಡೆಯುತ್ತಿದ್ದವು. ನಾವು ತಯಾರಿಸಿಕೊಂಡು ಬಂದಿದ್ದ ಹಾಸಿಗೆಗಳನ್ನು ಹಾಸಿಕೊಂಡು, ಚೀಲಗಳಂತೆ ಹೊಲೆದಿದ್ದ ಹಚ್ಚಡದೊಳಕ್ಕೆ ಶೂಗಳನ್ನು ಕಳಚಿ ನುಸುಳಿಕೊಂಡೆವು. ಅಲ್ಲೇ ತಂಗಿ ಆ ಕರಾಳ ರಾತ್ರಿಯನ್ನು ಎದುರಿಸಲು ಸಿದ್ಧವಾದೆವು.

"ನೀನು ಮೂತ್ರ ಮಾಡಿಬಂದೆಯಾ? ನಾವು ಪದೇ ಪದೇ ಈ ಹಚ್ಚಡದೊಳಗಿಂದ ಹೊರಹೋಗಲು ಸಾಧ್ಯವಿಲ್ಲ." ರಾಬರ್ಟೊ ಕೇಳಿದ. ಅದು ನಾಜೂಕಾದದ್ದಾಗಿತ್ತು. ಹರಿದುಹೋಗದಂತೆ ಜೋಪಾನವಾಗಿ ಇರಿಸಬೇಕಿತ್ತು. ಹೆದರಿ ಮುದ್ದೆಯಾಗಿದ್ದ ರಾಬರ್ಟೋನ ಗತ್ತು ಮರಳಿ ಬಂದಿತ್ತು ಎಂಬುದು ನನಗೆ ಸಮಾಧಾನಕರ ವಿಷಯವಾಗಿತ್ತು. "ಹೂಂ ನಾನು ಮೂತ್ರ ಮಾಡಿ ಬಂದೆ! ನೀನು? ಈ ಹಾಸಿಗೆಯೊಳಗೆ ನೀನು ಮೂತ್ರ ಮಾಡಿಬಿಡಬೇಡ ಮಾರಾಯ" ಎಂದು ಛೇಡಿಸಿದೆ.

ರಾಬರ್ಟೊ ನನ್ನತ್ತ ಗುರಾಯಿಸಿ ನೋಡಿ, "ನಾನು ಮೂರ್ಖನಲ್ಲ. ನಿನ್ನ ಅಗಲವಾದ ಕಾಲು ಜೋಪಾನ. ಹಚ್ಚಡ ಹರಿದೀತು" ಎಂದ. ನಾವು ಮೂವರೂ ಅದರೊಳಗೆ ಸ್ವಲ್ಪ ಅನುಕೂಲ ಮಾಡಿಕೊಳ್ಳಲು ಪ್ರಯತ್ನಿಸಿದೆವು. ಆದರೆ ನಾವು ಒರಗಿದ್ದ ಆ ಬಂಡೆ ತುಂಬಾ ಗಟ್ಟಿಯಾಗಿತ್ತು. ಕೊರೆಯುತ್ತಿತ್ತು. ಅದು ನೆಲದಂತೆ ಇರದೆ ಬಂಡೆಯಾದ್ದರಿಂದ ನಾವು ಪೂರ ಮಲಗಿದಂತೆ ಒರಗಲು ಸಾಧ್ಯವಿರಲಿಲ್ಲ. ಎಲ್ಲರಿಗೂ ಸುಸ್ತಾಗಿತ್ತು. ಆದರೆ ಯಾರಿಗೂ ವಿಶ್ರಾಂತಿ ಪಡೆಯುವ ಮನಸ್ಥಿತಿ ಇರಲಿಲ್ಲ.

"ರಾಬರ್ಟೊ, ನೀನು ವೈದ್ಯಕೀಯ ವಿದ್ಯಾರ್ಥಿ. ನಿತ್ರಾಣದಿಂದ ಜನರು ಹೇಗೆ ಸಾಯುತ್ತಾರೆ ಹೇಳಬಲ್ಲೆಯಾ? ಅದು ತುಂಬಾ ನೋವು ಉಂಟು ಮಾಡುತ್ತಾ ಅಥವಾ ಸುಮ್ಮನೇ ಪ್ರಾಣ ಕಳೆದುಹೋಗುತ್ತಾ?" ಎಂದು ಕೇಳಿದೆ.

ಅವನಿಗೆ ರೇಗಿತು. "ಹೇಗೆ ಸಾಯುತ್ತೀನಿ ಅನ್ನೋದರ ಯೋಚನೆ ಯಾಕೆ! ಸತ್ತಮೇಲೆ ಸತ್ತೆ ಅಷ್ಟೆ!" ಎಂದ.

ದೀರ್ಘಸಮಯ ನಾವು ಮೌನವಾಗಿದ್ದೆವು. ಆಕಾಶವು ಶಾಯಿಯಂತೆ ದಟ್ಟ ಕಪ್ಪಾಯಿತು. ಕಣ್ಣು ಕೋರೈಸುವಂಥಾ ನಕ್ಷತ್ರಗಳು ಎಲ್ಲೆಲ್ಲೂ ಹರಡಿದ್ದವು.

ಅವನ್ನು ಮುಟ್ಟಬಹುದಾದಷ್ಟೇ ಹತ್ತಿರದಲ್ಲಿದ್ದಂತೆ ಕಾಣುತ್ತಿದ್ದವು. ಬೇರೆ ಸಮಯ, ಸ್ಥಳದಲ್ಲಾಗಿದ್ದರೆ ಆ ತಾರಾಪುಂಜವನ್ನು ಕಂಡು ಮನಸ್ಸು ಆನಂದದಿಂದ ಅರಳುತ್ತಿತ್ತು. ಆದರೆ ಆ ಸ್ಥಳದಲ್ಲಿ, ಅದೊಂದು ಕ್ಷುದ್ರ ಶಕ್ತಿಯಂತೆ ತೋರಿತು. ಜಗತ್ತು "ಹೇ ಮಾನವಾ, ನೀನೆಷ್ಟು ಕ್ಷುಲ್ಲಕ" ಎಂಬುದನ್ನು ಸಾರಿ ಹೇಳುವಂತಿತ್ತು. ನನ್ನ ಉಸಿರಿನ ಸದ್ದು ಮಾತ್ರ ನಾನ್ನಿನ್ನೂ ಬದುಕಿದ್ದೇನೆ ಎಂದು ಹೇಳುತ್ತಿತ್ತು. ನಾನು ಭವಿಷ್ಯದ ಬಗ್ಗೆ ಯೋಚಿಸುವುದಿಲ್ಲ ಎಂದು ನಿರ್ಧರಿಸಿದೆ. ನಾನು ಆಯಾ ಘಳಿಗೆ, ಆಯಾ ಉಸಿರಾಟದ ಅವಧಿಯನ್ನು ಮಾತ್ರ ಪೂರ್ಣವಾಗಿ ಬದುಕುತ್ತೇನೆ ಎಂದು ನಿರ್ಧರಿಸಿದೆ.

ತಾಪಮಾನ ಎಷ್ಟು ಕಡಿಮೆಯಾಗಿಹೋಗಿತ್ತು ಎಂದರೆ, ನಾವು ಕೊಂಡೊಯ್ದಿದ್ದ ನೀರಿನ ಬಾಟಲಿ ಒಡೆದು ಚೂರಾಗಿತ್ತು. ನಾವು ಒಟ್ಟಾಗಿ ಅಂಟಿಕೊಂಡಿದ್ದದ್ದಕ್ಕೆ ಪರಿಸ್ಥಿತಿ ನಿಭಾಯಿಸುವ ಹಾಗಿತ್ತು. ಆದರೂ ಸತ್ತೇಹೋಗಿದ್ದೇವೆ ಎನ್ನುವಷ್ಟು ಮರಗಟ್ಟಿದ್ದೆವು. ಹೇಗೋ ಬೆಳಗಾಯಿತು. ಸೂರ್ಯ ಮುಖತೋರಿದ. ನಮ್ಮ ಶೂಗಳನ್ನೆಲ್ಲಾ ಸೂರ್ಯನ ಶಾಖಕ್ಕೆ ಒಡ್ಡಿ ಮಂಜು ಕರಗಿಸಿದೆವು. ಒಂದಷ್ಟು ತಿಂದು ಮತ್ತೆ ನಮ್ಮ ನಡಿಗೆಯನ್ನು ಪ್ರಾರಂಭಿಸಿದೆವು. ಸೂರ್ಯ ಪ್ರಖರವಾದ. ನಮ್ಮ ನಡಿಗೆ ಸುಲಭವಾಯಿತು.

ಸುಮಾರು ಹದಿನೈದು ಸಾವಿರ ಅಡಿಗೂ ಹೆಚ್ಚು ಮೇಲಕ್ಕೆ ಹತ್ತಿದ್ದೆವು. ಪ್ರತಿ ನೂರಿನ್ನೂರು ಹೆಜ್ಜೆಗೆ ಲಂಬವಾದ ಅಗಲವಾದ ಹೆಬ್ಬಂಡೆಗಳೇ ಎದುರಾಗುತ್ತಿದ್ದವು. ಅಷ್ಟೇ ಅಲ್ಲದೆ, ಎರಡು ಹೆಬ್ಬಂಡೆಗಳ ನಡುವೆ ಕಡಿದಾದ ಜಾರು, ಆ ಜಾರಿನಲ್ಲೇ ಹೆಜ್ಜೆ ಕೆತ್ತಿಕೊಂಡು ಮುಂದೆ ಸಾಗಬೇಕಾಗಿತ್ತು. ಅಂತಹ ಕಣಿವೆ, ಜಾರುಗಳು ಬಹಳ ಅಪಾಯಕಾರಿ ಎಂಬುದು ಅನುಭವೀ ಚಾರಣಿಗರಿಗೆ ಗೊತ್ತಿರುತ್ತದೆ. ನಮಗೆ ಗೊತ್ತಾಗದೇ ಹೋದದ್ದೇ ಒಳಿತಾಗಿತ್ತು.

ಒಮ್ಮೊಮ್ಮೆ ಆ ಕಣಿವೆಗಳು ಒಂದು ಅಡ್ಡಬಂಡೆಯೊಂದಿಗೆ ಕೊನೆಗೊಳ್ಳುತ್ತಿದ್ದವು. ಆಗ ಪುನಃ ಅದೇ ದಾರಿಯಲ್ಲಿ ಮರಳಿ ಇನ್ನೊಂದು ದಾರಿ ಹುಡುಕಿಕೊಂಡು ಹೋಗಬೇಕಾಗುತ್ತಿತ್ತು. ಮೇಲೆ ಮೇಲೆ ಹತ್ತುತ್ತಾ ಹೋದಂತೆ ನನ್ನ ಬೆನ್ನ ಹಿಂದೆ ಒಂದು ಪ್ರಬಲವಾದ ಶಕ್ತಿ ನನ್ನನ್ನು ಜೀಕುತ್ತಿತ್ತು. ಅದೊಂದು ಖಾಲಿ ವ್ಯೋಮ. ನನ್ನ ಸೋಲಿಗಾಗಿ, ನನ್ನ ಮನಸ್ಸು ಸಡಿಲಗೊಳ್ಳುವುದಕ್ಕೆ, ನನ್ನ ಪ್ರಾಣಕ್ಕಾಗಿ ಅದು ಕಾಯುತ್ತಿತ್ತು. ಅದನ್ನು ಲೆಕ್ಕಿಸದೆ ಮುಂದೆ ಹೆಜ್ಜೆ ಹಾಕುತ್ತಲೇ ಹೋಗಲಿಲ್ಲವಾದರೆ ಕ್ಷಣಾರ್ಧದಲ್ಲಿ ನನ್ನನ್ನು ಆಳಕ್ಕೆ ಸೆಳೆದುಕೊಂಡುಬಿಡುವ ಶಕ್ತಿ ಅದಕ್ಕಿತ್ತು. ಸಾವು ನನ್ನ ಬೆನ್ನ ಮೇಲೆಯೇ ಹತ್ತಿ ಕುಳಿತಿತ್ತು. ಆ ಬೆನ್ನ ಮೇಲೇರಿದ ಭೂತದ ಅರಿವಿದ್ದದ್ದರಿಂದಲೇ ನನಗೆ ಇರುವುದೊಂದೇ, ಇದೊಂದೇ ಅವಕಾಶ. ಇದನ್ನು

ಒಂದು ಕ್ಷಣಕ್ಕೂ ತಪ್ಪಿಸಿಕೊಳ್ಳುವಂತಿಲ್ಲ ಎಂಬ ಜವಾಬ್ದಾರಿಯನ್ನೂ ಹೇರಿಕೊಂಡಿದ್ದೆ. ನನ್ನ ಬದುಕೆಲ್ಲವೂ ಈಗ ಒಂದೇ ಒಂದು ಆಟವಾಗಿತ್ತು. ಹತ್ತಿ ಮುಂದೆ ಸಾಗು ಇಲ್ಲವಾದರೆ ಜಾರಿ ಪ್ರಾಣ ನೀಗು! ನನ್ನ ಪ್ರತಿ ಹೆಜ್ಜೆಯನ್ನೂ ಏಕಾಗ್ರತೆಯಿಂದ ಇಡಬೇಕಾಗಿತ್ತು. ಒಮ್ಮೆಲೆ ಅಷ್ಟೊಂದು ಏಕಾಗ್ರತೆ ಸಾಧಿಸಿ ಒಂದೇ ವಿಷಯದ ಮೇಲೆ ಮನಸ್ಸು ನಿಲ್ಲಿಸುವುದನ್ನು ಕಲಿತದ್ದು ಆ ಪರ್ವತಗಳಿಂದಲೇ. ಅಷ್ಟೊಂದು ನಿಖರವಾದ ಉದ್ದೇಶ, ಗಮನಗಳೂ ನನಗೆ ದೊರೆತದ್ದು ಅಲ್ಲೇ ಮೊದಲಬಾರಿಗೆ.

ಎಡಗಾಲು ಅಲ್ಲಿಡು. ಹಾಂ, ಆ ಅಡ್ಡಗಲ್ಲು ಹಿಡಿಯುತ್ತದೆ. ಈಗ ಎಡಗೈಯಿಂದ ಆ ಸೀಳನ್ನು ಹಿಡಿ. ಅದು ಭದ್ರವಾಗಿದೆ ತಾನೆ? ಸರಿ. ಈಗ ಮುಂದಕ್ಕೆ ಜೀಕು. ಬಲಗಾಲನ್ನು ಆ ಕಲ್ಲಿನ ಮೇಲಿಡು. ಪರವಾಗಿಲ್ಲವಾ? ಸಮತೋಲನವನ್ನು ಗಮನಿಸು. ಮಂಜು ಕರಗುತ್ತದೆ, ಜೋಪಾನ. ಈ ತದೇಕ ಚಿತ್ತದ ಏಕಾಗ್ರತೆಯಿಂದ ನನ್ನನ್ನೇ ನಾನು ಮರೆತೆ. ನನ್ನೆಲ್ಲಾ ಭಯ ಆತಂಕ, ಆಯಾಸ ಎಲ್ಲವನ್ನೂ ಮರೆತಿದ್ದೆ. ನಾನೊಂದು ಪ್ರಾಣಿಯಂತೆಯೇ ಆಗಿದ್ದೆ.

ಆದರೆ ಈ ಸ್ಥಿತಿಯಲ್ಲಿ ಹೆಚ್ಚು ಸಮಯ ಕಳೆಯಲಾಗುತ್ತಿರಲಿಲ್ಲ. ಮತ್ತೆ ನನ್ನ ಹೆದರಿಕೆ ಭಯ ಮರಳುತ್ತಿತ್ತು. ಕೆಲವು ಬಾರಿ ಇನ್ನು ಸಾಧ್ಯವೇ ಇಲ್ಲ. ಇನ್ನೊಂದು ಹೆಜ್ಜೆಯೂ ನನ್ನಿಂದ ಆಗುವುದಿಲ್ಲ ಎನಿಸಿದಾಗ, ಪರ್ವತದ ತುತ್ತತುದಿಯ ಆಚೆ ಬದಿಯ ಕಲ್ಪನೆಯನ್ನು ಮಾಡಿಕೊಳ್ಳುತ್ತಿದ್ದೆ. ಆಚೆ ಬದಿಯಲ್ಲಿ ಎಲ್ಲೆಲ್ಲೂ ಹಸಿರಿರುವುದು. ಒಂದು ಸಣ್ಣ ತೊರೆ ಹರಿಯುವುದು. ಆ ದೂರದಲ್ಲಿ ಒಂದು ಪುಟ್ಟ ಗುಡಿಸಲು ಕಾಣುವುದು. ಹೀಗೆ ಮನಸ್ಸಿಗೆ ನೆಮ್ಮದಿ ನೀಡುವ ಅಂಶಗಳನ್ನು ನೆನೆದು ಗಟ್ಟಿಗೊಳಿಸಿಕೊಳ್ಳಲು ಪ್ರಯತ್ನಿಸುತ್ತಿದ್ದೆ.

ಮುಂದಕ್ಕೆ ಹೇಗೆ ಹತ್ತುತ್ತಲೇ ಹೋದೆವು ಹೇಳಲಾಗದು. ನನ್ನ ಮೈಪೂರಾ ನಡುಗಲಾರಂಭಿಸಿತು. ದೇಹವು ಇನ್ನೇನು ಕುಸಿದು ಬೀಳುವುದು ಬಾಕಿ. ಆಗುತ್ತಿಲ್ಲ ಎನ್ನುತ್ತಲೇ ತಲೆ ಎತ್ತಿ ನೋಡಿದರೆ, ದೂರದಲ್ಲಿ ಬೆಟ್ಟದ ತುದಿಯ ಅಂಚು ಕಾಣುತ್ತಿದೆ. ಅದರ ಹಿಂದೆ ಸೂರ್ಯನ ಪ್ರಖರ ಬೆಳಕು. ಅದರ ಮೇಲೆ ಮತ್ಯಾವ ಬೆಟ್ಟ, ಬಂಡೆಗಳಿಲ್ಲ! "ನಾವು ತುದಿ ಮುಟ್ಟೇ ಬಿಟ್ಟೆವು!" ನಾನು ಕೂಗಿದೆ. ಸಂಪೂರ್ಣ ಉಡುಗಿಹೋಗಿದ್ದ ನನ್ನ ದೇಹ ಹೊಸ ಚೈತನ್ಯ ಪಡೆದು ಸರಸರನೆ ತುದಿಯತ್ತ ಸಾಗಿತು. ಆದರೆ, ತುದಿಯತ್ತ ಚಲಿಸಿದಾಗ ತಿಳಿದದ್ದು, ಅದರಾಚೆಗೆ ಮತ್ತೆ ಒಂದು ಸಣ್ಣ ಇಳಿಜಾರು ಮತ್ತೆ ಅದರ ನಂತರ ಹಿರಿದಾದ ಬಿಳಿ ಬಂಡೆಗಳು. ಬೆಟ್ಟಗಳ ನಡುವೆ ಅದೊಂದು ಬೃಹತ್ ಹಳ್ಳವಾಗಿತ್ತು. ಆ ಹಳ್ಳ ನನ್ನನ್ನು ಮೂರ್ಖನನ್ನಾಗಿಸಿತ್ತು. ಬೆಟ್ಟಗಳ ಮಸಲತ್ತಿನಲ್ಲಿ ಇದೂ ಒಂದಾಗಿತ್ತು. ಸಂಜೆಯಾಗುವ ವೇಳೆಗೆ ಇದೇ ರೀತಿ ಇನ್ನೆರಡು ಇಳಿಜಾರು ಸಿಕ್ಕವು. ಸಾಕಷ್ಟು ದಣಿದದ್ದರಿಂದ ಅಲ್ಲೇ ಆ ರಾತ್ರಿ ತಂಗಲು

ನಿರ್ಧರಿಸಿದೆವು. ನಮಗಾಗಿ ಒಂದು ಸೂರಿನಂತಹ ಸ್ಥಳವೂ ದೊರಕಿತು. ಹಿಂದಿನ ದಿನದಂತೆ ಹಾಸಿಗೆಯೊಳಗೆ ಜಾರಿಕೊಂಡೆವು.

"ಇದೇ ರೀತಿ ಹತ್ತುತ್ತಾ ದಿನಗಳೆದರೆ ನಾವು ಸಾಯುತ್ತೇವೆ. ಈ ಪರ್ವತಗಳು ತುಂಬಾ ಎತ್ತರದ್ದಾಗಿವೆ." ಎಂದ ರಾಬರ್ಟೊ.

ನಾನು, "ನಮಗೆ ಬೇರೆ ದಾರಿ ಏನಿದೆ ಈಗ?" ಎಂದು ಕೇಳಿದೆ.

"ನಮ್ಮ ಸ್ನೇಹಿತರ ಬಳಿಗೆ ವಾಪಸ್ ಮರಳೋಣ" ಎಂದ ರಾಬರ್ಟೊ. ಆ ಮಾತನ್ನು ಕೇಳಿ ನಾನು ಸ್ತಬ್ಧನಾದೆ.

"ವಾಪಸ್ ಮರಳಿ ನಾವು ಸಾಯುವ ಘಳಿಗೆಗಳನ್ನು ಎಣಿಸಬೇಕೆ?" ನಾನು ಕೇಳಿದೆ.

ಅವನು ತಲೆ ಆಡಿಸುತ್ತಿದ್ದಾಗ, "ಅಲ್ಲಿ ನೋಡು. ಆಚೆ ಕಾಣುತ್ತಿದೆಯೆ? ಅದು ರಸ್ತೆಯಂತಿದೆ ಅಲ್ಲವೇ?" ಎಂದ.

"ಗೊತ್ತಿಲ್ಲ. ಕಲ್ಲುಗಳ ನಡುವೆ ಅದೊಂದು ಗೀಟಿನಂತೆ ಕಾಣುತ್ತಿದೆ" ಎಂದೆ.

"ನ್ಯಾಂಡೋ. ನಿನಗೆ ಕಣ್ಣೇ ಕಾಣುವುದಿಲ್ಲ. ಅದು ರಸ್ತೆಯೇ!" ಎಂದ ರಾಬರ್ಟೊ.

"ನೀನೇನು ಯೋಚಿಸುತ್ತಿದ್ದೀಯಾ?" ಕೇಳಿದೆ.

"ನಾವು ವಾಪಸ್ ನಡೆದು, ಆ ದಾರಿಯನ್ನು ಅನುಸರಿಸಬೇಕು. ಬಹುಶಃ ಅದು ಎಲ್ಲಿಗಾದರೂ ನಮ್ಮನ್ನು ಒಯ್ಯಬಹುದು" ಎಂದ ರಾಬರ್ಟೊ.

ಅದನ್ನು ನಾನು ಕೇಳಲು ಸಿದ್ಧನಿರಲಿಲ್ಲ. ನಾವು ಈ ಕೆಲಸವನ್ನು ಹಚ್ಚಿಕೊಂಡಾಗಿನಿಂದ ನನ್ನ ತಲೆ ತುಂಬಾ ಅನುಮಾನಗಳೇ ತುಂಬಿದ್ದವು. ನಾವು ಸರಿಯಾದ ಕೆಲಸ ಮಾಡುತ್ತಿದ್ದೇವೆಯೆ? ನಮ್ಮನ್ನು ಕಾಪಾಡಲು ಯಾರಾದರೂ ಬರುವವರಿದ್ದರೆ? ನಾವು ಅಲ್ಲೇ ಕಾಯಬೇಕಿತ್ತೆ? ಈ ಪರ್ವತದ ಆಚೆ ಬದಿಗೆ ನಾನಂದುಕೊಂಡತೆ ಚಿಲಿಯ ಹಸಿರು ನೆಲವಿಲ್ಲದೆ ಹೋದರೆ? ರಾಬರ್ಟೊನ ಈ ಉಪಾಯ ನನಗೆ ಕೊಂಚವೂ ಹಿಡಿಸಲಿಲ್ಲ. ಅದು ಅಸಾಧ್ಯದ ಮಾತು ಎಂಬುದು ನನ್ನ ಗ್ರಹಿಕೆಗೆ ನಿಲುಕಿತ್ತು.

"ಆ ಬೆಟ್ಟವು ಇಲ್ಲಿಂದ ಸುಮಾರು ಇಪ್ಪತ್ತೈದು ಮೈಲಿಗೂ ಹೆಚ್ಚು ದೂರವಿರುವುದು. ಅಲ್ಲಿಯವರೆಗೂ ಹೋಗಿ, ನಂತರ ಅದು ಬರಿ ಒಂದು ಕಪ್ಪು ನೆಲ ಎಂದಾದರೆ, ಪುನಃ ವಾಪಸ್ ಬರಲು ನಮಗೆ ಯಾವ ತ್ರಾಣವೂ ಉಳಿದಿರುವುದಿಲ್ಲ." ಸಿಟ್ಟಿನಿಂದಲೇ ಹೇಳಿದೆ.

"ಅದು ರಸ್ತೆಯೇ ನ್ಯಾಂಡೋ. ನನಗೆ ಖಂಡಿತವಾಗಿಯೂ ಗೊತ್ತು" ಎಂದ ರಾಬರ್ಟೊ.

"ಅದು ರಸ್ತೆಯಾಗಿದ್ದರೂ ಆಗಿರಬಹುದು. ಇಲ್ಲದೆಯೂ ಹೋಗಬಹುದು. ಆದರೆ ನಮ್ಮ ಪಶ್ಚಿಮಕ್ಕೆ ಚಿಲಿ ಇದೆ ಎಂಬುದಷ್ಟೇ ನಮಗೆ ಗೊತ್ತಿರುವ ಸತ್ಯದ ಮಾತು. ಅದರ ವಿರುದ್ಧ ದಿಕ್ಕಿಗೆ ನಡೆದು ಪ್ರಯೋಜನವೇನು?" ನಾನು ಕೇಳಿದೆ.

ರಾಬರ್ಟೊಗೆ ಸಹನೆ ಮೀರಿತು. "ದಿನಗಟ್ಟಲೆಯಿಂದ ನೀನು ಇದೇ ಮಾತನ್ನು ಹೇಳುತ್ತಾ ಬಂದಿರುವೆ. ಆದರೆ ಅಲ್ಲಿಗೆ ತಲುಪುವ ಮೊದಲೇ ನಾವು ಮುರಿದು ಬಿದ್ದಿರುತ್ತೇವೆ" ಎಂದು ಕೂಗಾಡಿದ.

ಹೀಗೆ ನಾನು ಮತ್ತು ರಾಬರ್ಟೊ ವಾಗ್ವಾದ ನಡೆಸುತ್ತಲೇ ಗಂಟೆಗಳು ಕಳೆದವು. ಕೊನೆಗೂ ಮೌನವಹಿಸಿ ನಾವು ಮಲಗಲು ಸಿದ್ಧವಾದಾಗಲೂ ಈ ವಾದ ಇತ್ಯರ್ಥವಾಗಿಲ್ಲ ಎಂಬುದು ನನಗೆ ತಿಳಿದಿತ್ತು. ಬೆಳಗಾಯಿತು.

"ಸದ್ಯ... ಹವಾಮಾನ ನಮ್ಮ ಪರವಾಗಿದೆ." ಎಂದ ರಾಬರ್ಟೊ. ಅವನಿನ್ನೂ ಹಾಸಿಗೆಯೊಳಕ್ಕೇ ನುಸುಳಿಕೊಂಡಿದ್ದ.

"ಏನು ನಿರ್ಧರಿಸಿದೆ? ನೀನು ವಾಪಸ್ ಹೋಗುತ್ತೀಯಾ?" ಕೇಳಿದೆ.

"ನನಗೆ ಗೊತ್ತಿಲ್ಲ. ಆಲೋಚಿಸಬೇಕು" ಎಂದ ರಾಬರ್ಟೊ.

"ನಾನು ಮುಂದಕ್ಕೆ ಹತ್ತಲು ಹೋಗುತ್ತಿದ್ದೇನೆ. ಬಹುಶಃ ಬೆಟ್ಟದ ತುದಿಯನ್ನು ಆದಷ್ಟು ಬೇಗ ತಲುಪುತ್ತೇವೆ" ನಿರ್ಧಾರ ಸ್ವರದಲ್ಲಿ ಹೇಳಿದೆ.

ರಾಬರ್ಟೊ ತಲೆಯಾಡಿಸುತ್ತಾ, ನಿನ್ನ ಚೀಲವನ್ನು ಇಲ್ಲೇ ಇಟ್ಟು ಹೋಗು. ನಾನು ನಿನಗಾಗಿ ಕಾಯುವೆ" ಎಂದ.

ನಾನೂ ತಲೆಯಾಡಿಸಿದೆ. ರಾಬರ್ಟೊನನ್ನು ಬಿಟ್ಟು ನಾನೊಬ್ಬನೇ ಹೋಗುವ ಆಲೋಚನೆ ನನಗೆ ಭಯ ಹುಟ್ಟಿಸಿತು. ಆದರೆ, ವಾಪಸ್ ಮರಳುವ ಯೋಚನೆಯಂತೂ ನನಗಿರಲಿಲ್ಲ. ಟಿನ್‌ಟಿನ್ ತಯಾರಾಗುವುದಕ್ಕೆ ಕಾದು, ನಾವಿಬ್ಬರೂ ಹೊರಟೆವು. ಘಂಟೆಗಳ ನಂತರ ಒಂದು ದೊಡ್ಡ ಕಡಿದಾದ ಕಮರಿಯ ಕೆಳಭಾಗದಲ್ಲಿ ನಾವು ಸಿಲುಕಿದ್ದೇವೆ ಎಂಬುದು ಅರಿವಾಯಿತು. ಮುಂದೆ ಇದ್ದ ಎತ್ತರದ ಪರ್ವತ ಸಂಪೂರ್ಣ ಲಂಬವಾಗಿದ್ದು ಹತ್ತಲು ಅಸಾಧ್ಯವಾಗಿತ್ತು.

"ಇದನ್ನು ನಾವು ಹೇಗೆ ಹತ್ತುವುದು?" ಟಿನ್ ಟಿನ್ ಕೇಳಿದ.

ನನ್ನ ಮನಸ್ಸೂ ಕುಸಿದಿತ್ತು. ಆದರೆ ಆ ಎತ್ತರದ ಬಂಡೆಗಳನ್ನು ಅಧ್ಯಯನ ಮಾಡಿದೆ. ತಕ್ಷಣ ನಮ್ಮ ಚೀಲದಲ್ಲಿ ಅಲ್ಯೂಮಿನಿಯಂ ಕಡ್ಡಿಗಳಿರುವುದು ನೆನಪಾಯಿತು.

"ನಾವು ಹೆಜ್ಜೆಗಳನ್ನು ಈ ಕಡ್ಡಿಗಳಿಂದ ಕೆತ್ತುತ್ತಾ ಹತ್ತಬೇಕು" ಎಂದು ಮರು ಉತ್ತರಕ್ಕೆ ಕಾಯದೆ ಆ ಕಡ್ಡಿಗಳಿಂದ ಹಿಮವನ್ನು ಕೆರೆಯುತ್ತಾ ನಿಂತೆ. ಕೆಲವೇ ನಿಮಿಷಗಳಲ್ಲಿ ಅದೇ ರೀತಿ ಹೆಜ್ಜೆಗಳನ್ನು ಕೊರೆಯುತ್ತಾ ನಾವು ಹತ್ತುತ್ತಾ ಸಾಗಿದೆವು. ಅದೊಂದು ಆಯಾಸದಾಯಕ ಕೆಲಸವಾಗಿತ್ತು. ಆದರೆ ಅದರ ಕಡೆ ಗಮನ ಕೊಡದೆ

ಹತ್ತುತ್ತಾ ಹೋದೆ. ಟಿನ್ ಟಿನ್ ನನ್ನನ್ನು ಹಿಂಬಾಲಿಸಿದ. ಅವನು ಭಯಗೊಂಡಿದ್ದ. ಆದರೆ ಎಂದಿಗೂ ಯಾವುದಕ್ಕೂ ದೂಷಿಸಲಿಲ್ಲ. ನನಗೆ ಅವನ ಸಾಂಗತ್ಯ ಒಂದು ವಿಶೇಷ ಧೈರ್ಯ ಕೊಟ್ಟಿತ್ತು. ಕೆತ್ತುತ್ತಾ ಹತ್ತುತ್ತಾ ಹೋಗುತ್ತಿದ್ದೆವು. ನನ್ನ ಬೆನ್ನ ಭೂತದ ಅರಿವು ಇದ್ದರೂ ಅದರ ಹೆದರಿಕೆ ನನ್ನಿಂದ ದೂರವಾಗಿತ್ತು. ಅದರ ಇರುವಿಕೆ ನನಗೆ ಅಭ್ಯಾಸವಾಗಿಹೋಗಿತ್ತು. ನಾನಾಗಲೇ ಹೇಳಿದಂತೆ, ಮನುಷ್ಯನು ಯಾವುದಕ್ಕಾದರೂ ಒಗ್ಗಿಹೋಗುತ್ತಾನೆ.

ಅದೊಂದು ಯಾತನಾಮಯ ಕ್ರಿಯೆಯಾಗಿತ್ತು. ಕ್ಷಣಗಳು ಗಂಟೆಗಳಂತೆ ಸಾಗುತ್ತಿದ್ದವು. ದೂರದಲ್ಲಿನ ತುದಿಯ ಹಿಂದೆ ನೀಲಿ ಆಗಸ ಕಾಣುತ್ತಿತ್ತು. ಸಾಕಷ್ಟು ಸುಳ್ಳು ಭರವಸೆಗಳ ನಂತರ ನಾನು ಯಾವ ಆಸೆಯನ್ನೂ ಹೊಂದದೆ ಸುಮ್ಮನೆ ಮುಂದೆ ಸಾಗಿದೆ. ಬೆಟ್ಟಗಳ ಕಡಿದಾದ ಜಾರು ಕಡಿಮೆಯಾಗಿ ಸಮತಟ್ಟಾದ ನೆಲ ಸಿಗುವಂತಾಗುತ್ತಿತ್ತು. ನನ್ನ ಊಹೆ ನಿಜವಾಗಿತ್ತು. ನಾನು ಬೆಟ್ಟದ ತುತ್ತ ತುದಿಯನ್ನು ತಲುಪಿದ್ದೆ.

ಆ ಕ್ಷಣ ನನಗೆ ಸಂತೋಷವಾಗಿತ್ತೋ, ಸಾಧಿಸಿದ ಹಿರಿಮೆಯೆನಿಸಿತ್ತೋ ತಿಳಿಯದು. ಆದರೆ ಆ ರೀತಿ ಏನಾದರೂ ಆಗಿದ್ದರೆ ಅದು ಹೆಚ್ಚು ಕ್ಷಣಗಳು ಉಳಿಯಲಿಲ್ಲ. ಬೆಟ್ಟದ ತುತ್ತತುದಿ ನನಗೆ ಸುತ್ತಲೂ ಹರವಿದ್ದ ದೃಶ್ಯ ನಿಚ್ಚಳವಾಗಿ ಕಾಣುವಂತೆ ಮಾಡಿತ್ತು. ಆ ಸ್ಥಳದಿಂದ ಜಗತ್ತು ಒಂದು ದೊಡ್ಡ ಬಟ್ಟಲಿನಂತೆ ತೋರುತ್ತಿತ್ತು. ಕಣ್ಣು ಹರವಿದಷ್ಟು ದೂರದೂರಕ್ಕೂ ಆ ಬಟ್ಟಲಿನಲ್ಲಿ ಹಾಲು ಚೆಲ್ಲಿದಂತೆ ಹಿಮಾವೃತಗೊಂಡಿತ್ತು. ನಾನಂದುಕೊಂಡಂತೆ ಅಲ್ಲಿ ಯಾವ ಹಸಿರೂ ಕಾಣಲಿಲ್ಲ. ಇದುವರೆವಿಗೂ ನಾವು ಅನುಭವಿಸಿದ ಘನಘೋರ ಸಂಕಟದ ಪ್ರತಿಬಿಂಬವೇ ಸುತ್ತಲೂ ಆವರಿಸಿತ್ತು. ನಮ್ಮ ವಿಮಾನದ ಪೈಲಟ್ ತಪ್ಪುತಿಳಿದಿದ್ದ ಎಂಬುದು ನನಗೆ ಬೇಗ ಅರಿವಾಯಿತು. ನಾವು ಕುರಿಕೋ ದಾಟಿರಲಿಲ್ಲ. ಪಶ್ಚಿಮದ ಚಿಲಿಗೆ ಹತ್ತಿರವಿರಲಿಲ್ಲ. ನಮ್ಮ ವಿಮಾನ ಆಂಡೀಸ್‌ನ ಹೃದಯಭಾಗದಲ್ಲೆಲ್ಲೋ ಮುರಿದು ಬಿದ್ದಿತ್ತು!

ಅದೆಷ್ಟು ಸಮಯ ಆ ಸ್ಥಳದಲ್ಲಿ ನಾನು ನಿಂತಿದ್ದೆ ನೆನಪಿಲ್ಲ. ಒಂದೆರಡು ನಿಮಿಷಗಳ ನಂತರ ನನ್ನ ಶ್ವಾಸಕೋಶ ಉರಿಯಲು ಪ್ರಾರಂಭಿಸಿದಾಗ, ನಾನು ಉಸಿರಾಡುತ್ತಲೇ ಇಲ್ಲ ಎಂಬುದು ಅರಿವಾಯಿತು. ಗಾಳಿಯನ್ನು ನುಂಗಿದೆ. ಜಾರಿ ನೆಲಕ್ಕೆ ಆನಿಸಿಕೊಂಡು ಬಿದ್ದೆ. ದೇವರನ್ನು, ಸುತ್ತಲೂ ಆವರಿಸಿದ್ದ ಪೈಶಾಚಿಕ ಬೆಟ್ಟಗಳನ್ನು ಶಪಿಸಿದೆ. ನನ್ನೆಲ್ಲಾ ಆಸೆಗಳು, ನನ್ನ ತಂದೆಯನ್ನು ಕಾಣುವ ಹಂಬಲ, ನಾವೆಲ್ಲರೂ ಇಲ್ಲಿಂದ ಬದುಕಿ ಹೋಗುವ ಭರವಸೆ ಎಲ್ಲವೂ ಕರಗಿ ನೀರಾಗಿಹೋಯಿತು. ಇಲ್ಲೇ ನಾವು ಸಾಯುವುದು ಖಚಿತ ಎನಿಸಿತು. ನಾವಿಲ್ಲೇ ಹಿಮದಲ್ಲಿ ಸೇರಿಹೋಗುತ್ತೇವೆ. ನಮ್ಮ ನಂತರ ಮತ್ತೆ ಈ ಬೆಟ್ಟಗಳ ನಿರ್ದಯ

ಮೌನವು ಕವಿಯುತ್ತದೆ. ನಮ್ಮ ಪ್ರೀತಿಪಾತ್ರರಿಗೆ ನಾವೆಷ್ಟೆಲ್ಲಾ ಕಷ್ಟಪಟ್ಟೆವು ಎಂಬುದು ಒಂದಿನಿತೂ ತಿಳಿಯದೇ ಹೋಗುತ್ತದೆ.

ಆ ಕ್ಷಣದಲ್ಲಿ ನನ್ನೆಲ್ಲಾ ಕನಸುಗಳು, ಊಹೆಗಳು, ಆಸೆಗಳು ಆಂಡೀಸ್ ಗಾಳಿಯಲ್ಲಿ ಗಾಳಿಯೇ ಆಗಿ ಲೀನವಾಗಿ ಹೋಯಿತು. ನನಗೆ ಬದುಕು ನಿಜದ್ದು, ಸ್ಥಾಯಿಯಾದದ್ದು, ಸಾವು ಬದುಕಿನ ಕೊನೆ ಎನಿಸಿತ್ತು. ಆದರೆ ಆ ನಿರ್ಜೀವ ಸ್ಥಳದಲ್ಲಿ ಆ ಘಳಿಗೆ ಅನಿಸಿದ್ದು, ಬದುಕು ಒಂದು ಅಲ್ಪ ವಿರಾಮ ಅಷ್ಟೆ. ಸಾವು ಸ್ಥಾಯಿಯಾದದ್ದು. ಸಾವು ಚಿರಂತನವಾದದ್ದು. ನಾನಾಗಲೇ ಸತ್ತಿದ್ದೆ. ನಾನು ಸತ್ತೇ ಹುಟ್ಟಿದ್ದೆ. ಆ ನಿರ್ದಯ, ನಿರ್ದಾಕ್ಷಿಣ್ಯ ಘಳಿಗೆಯಲ್ಲಿ ನನ್ನ ತಾಯಿಯ, ತಂಗಿಯ ನುಣುಪಾದ ಅಪ್ಪುಗೆ ಬೇಕಾಗಿತ್ತು. ನನ್ನ ತಂದೆಯ ಭದ್ರ ಹಿಡಿತ ಬೇಕಾಗಿತ್ತು. ತಂದೆಯ ಬಗೆಗಿನ ಪ್ರೀತಿಯುಕ್ಕಿ ನನ್ನ ಹೃದಯ ತುಂಬಿಬಂದಿತ್ತು. ಆ ಹತಾಶ ಭಾವದಲ್ಲೂ ತಂದೆಯ ನೆನಪು ತೃಪ್ತಿಯನ್ನು ಕೊಟ್ಟಿತ್ತು. ಆ ಕ್ಷುದ್ರ ಶಕ್ತಿಯ ಬೆಟ್ಟಗಳೆಲ್ಲವೂ ಸೇರಿದರೂ ನನ್ನನ್ನೂ ನನ್ನ ತಂದೆಯ ಪ್ರೀತಿಯನ್ನೂ ಬೇರ್ಪಡಿಸಲಾರವು ಎನಿಸಿತು. ಏನೇ ಮಾಡಿದರೂ ಪ್ರೀತಿಯಿಂದ ನನ್ನನ್ನು ವಂಚಿತಗೊಳಿಸಲು ಅದಕ್ಕೆ ಸಾಧ್ಯವಿಲ್ಲ ಎನಿಸಿತು. ಆ ಕ್ಷಣ ನನ್ನ ನಿರಾಸೆಗೊಂಡ ಮನಸ್ಸು ಒಂದು ಶಾಂತಿ, ಸ್ಥಿಮಿತಕ್ಕೆ ಬಂದು ನಿಂತಿತ್ತು. ಆ ಶಾಂತ ಸ್ಥಿತಿಯಲ್ಲಿ ನನಗೊಂದು ಭವ್ಯ ಗುಟ್ಟು ತಿಳಿದುಹೋಯಿತು. ಸಾವಿಗೆ ವಿರುದ್ಧವಾದದ್ದಿದೆ. ಆದರೆ ಅದು ಕ್ಷಣಿಕವಾದ ಜೀವವಲ್ಲ. ಧೈರ್ಯ, ನಂಬಿಕೆ ಅಥವಾ ಸಂಕಲ್ಪ ಇದ್ಯಾವುದೂ ಅಲ್ಲ. ಸಾವಿಗೆ ವಿರುದ್ಧವಾದದ್ದು ಪ್ರೀತಿ. ನನಗೇಕೆ ಅದುವರೆಗೂ ಅದು ಹೊಳೆದಿರಲಿಲ್ಲ! ಯಾರಿಗೂ ಅದ್ಯಾಕೆ ಅರ್ಥವಾಗುತ್ತಿಲ್ಲ. ಪ್ರೀತಿಯೊಂದೇ ನಮ್ಮ ಏಕೈಕ ಆಯುಧ. ಪ್ರೀತಿಯೊಂದೇ ಸಾಧಾರಣವಾದ ಜೀವನಕ್ಕೆ ಮಾಂತ್ರಿಕ ಶಕ್ತಿಯನ್ನು ತರಬಲ್ಲದು. ಆ ದಿವ್ಯ ಅನುಭವದ ನಂತರ ಕೆಲ ನಿಮಿಷಗಳು ಅದೇ ಮಾಂತ್ರಿಕ ಆನಂದವನ್ನು ಅನುಭವಿಸಿತು. ಯಾವ ಭಯ, ಆತಂಕ, ನನ್ನ ಬಳಿ ಸುಳಿಯಲಿಲ್ಲ. ಸಾವು ನನ್ನನ್ನು ನಿಯಂತ್ರಿಸಲು ಸಾಧ್ಯವಿಲ್ಲ ಎನಿಸಿತ್ತು. ನನ್ನನ್ನು ನನ್ನ ಮನೆಯಿಂದ, ಪ್ರೀತಿಪಾತ್ರರಿಂದ ದೂರಮಾಡಿದ ಈ ನೆಲದ ಮೇಲೆ ನಾನು ಪ್ರೀತಿ ಹೊತ್ತೇ ಸಾಗುತ್ತೇನೆ. ನಡೆಯುತ್ತೇನೆ. ನಡೆದೇ ಹೋಗುತ್ತಾ ಜೀವವಿರುವವರೆಗೂ ಸಾಗುತ್ತೇನೆ. ನಾನು ನಡುದಾರಿಯಲ್ಲಿ ಕೊನೆಯುಸಿರೆಳೆದರೆ, ನನ್ನ ತಂದೆಗೆ ಅಷ್ಟಾದರೂ ಹತ್ತಿರ ಹೋಗಿ ಸಾಯುತ್ತಿದ್ದೇನೆ ಎಂಬ ಸಮಾಧಾನವನ್ನು ಹೊತ್ತೇ ಸಾಗುತ್ತೇನೆ. ಇದೇ ಆಲೋಚನೆಯಲ್ಲಿ ನನ್ನ ಮನಸ್ಸು ಹಿಗ್ಗಿತ್ತು. ಹೊಸ ಹುರುಪು ಮೂಡಿ, ಹೊಸ ದಾರಿಯನ್ನು ಹುಡುಕಲು ಕಣ್ಣು ಆಗಲೇ ಪ್ರಾರಂಭಿಸಿತ್ತು. ಆಗ ನಾನು ಆಂಡೀಸ್ ಜಗತ್ತಿಗೆ ಮರಳಿದ್ದೆ. ಹಿಂದೆ ಟಿನ್‌ಟಿನ್ ಧ್ವನಿ ಕೇಳಿಬಂತು.

"ನಿನಗೆ ಏನಾದರೂ ಹಸಿರು ಕಾಣುತ್ತಿದೆಯೇ ನ್ಯಾಂಡೊ? ಏನಾದರೂ ಕಾಣುತ್ತಿದೆಯೆ?" ಎಂದು ಕೂಗುತ್ತಿದ್ದ.

"ಎಲ್ಲವೂ ಸರಿಹೋಗುತ್ತದೆ. ರಾಬರ್ಟೊನಿಗೆ ಇಲ್ಲಿಗೆ ಹತ್ತಿ ಬರಲು ಹೇಳು" ಎನ್ನುತ್ತಾ ಅಲ್ಲೇ ಕಾದು ಕೂತೆ. ಕೂತಿದ್ದಾಗ ಚೀಲದಿಂದ ಅಮ್ಮನ ಲಿಪ್ಸ್ಟಿಕ್ ತೆಗೆದು ಹಿಮದ ಅಂಚಿನ ಮೇಲೆ, "ಮಿಸ್ಟರ್ ಸೆಲರ್" ಎಂದು ಬರೆದೆ. ಆ ಪರ್ವತ ನನ್ನ ಶತ್ರುವಾಗಿತ್ತು. ಆದರೆ ಆ ಶತ್ರುತ್ವವನ್ನು ಹೊತ್ತು ನಾನು ಅಲ್ಲಿಂದ ಹೋಗಲಿಚ್ಛಿಸಲಿಲ್ಲ. ಆ ತುದಿಯಲ್ಲಿ ನನ್ನ ತಂದೆಯ ಹೆಸರು ಬರೆದು, ಅದನ್ನು ಅಮರಗೊಳಿಸಿದ್ದೆ. ಅದು ಎಂದೆಂದಿಗೂ ಆಂಡೀಸ್‌ನಲ್ಲಿ ಚಿರಾಯುವಾಗಿತ್ತು.

ರಾಬರ್ಟೊ ಹತ್ತಿ ಬರಲು ಮೂರು ಘಂಟೆಗಳಾದವು. ಅವನೂ ಸಹ ಕೆಲ ನಿಮಿಷಗಳು ಸುಮ್ಮನೇ ನೋಡುತ್ತಾ ನಿಂತ. ತಲೆಯಾಡಿಸುತ್ತಾ, "ನಾವಿನ್ನು ಸಂಪೂರ್ಣವಾಗಿ ಮುಳುಗಿಹೋದೆವು," ಎಂದ.

"ದಾರಿ ಇದ್ದೇ ಇರಬೇಕು. ಅಲ್ಲಿ ದೂರದಲ್ಲಿ ಕಾಣುತ್ತಿದೆಯಾ? ಎರಡು ಸಣ್ಣ ಕಪ್ಪು ತುದಿಗಳು. ಅಲ್ಲಿ ಹಿಮವಿಲ್ಲ. ಬಹುಶಃ ಅಲ್ಲಿಗೆ ಈ ಪರ್ವತಗಳು ಮುಗಿಯಬಹುದು. ಅಲ್ಲಿಗೆ ತಲುಪಲು ದಾರಿ ಹುಡುಕೋಣ" ಎಂದೆ.

ರಾಬರ್ಟೊ ತಲೆಯಾಡಿಸಿದ. "ಅದು ಸುಮಾರು ಐವತ್ತಕ್ಕೂ ಹೆಚ್ಚು ಮೈಲಿ ದೂರವಿದೆ. ಆಮೇಲೆ ಅದರಿಂದಾಚೆಗೆ ಏನಿದೆಯೋ ಯಾರಿಗೆ ಗೊತ್ತು! ಅಲ್ಲಿಯವರೆಗೂ ನಾವು ಈ ಸ್ಥಿತಿಯಲ್ಲಿ ಹೋಗುವುದಾದರೂ ಹೇಗೆ?"

ನನ್ನ ಮನಸ್ಸು ಶಾಂತವಾಗಿತ್ತು. ಕೆಲ ನಿಮಿಷಗಳ ನಂತರ, "ಅಲ್ಲಿ ನೋಡು ಕೆಳಗೆ. ಆಚೆ. ಆ ಬೆಟ್ಟದ ತುದಿಯಲ್ಲಿ ಒಂದು ಸಣ್ಣ ಕಣಿವೆ ಇದೆ. ಕಾಣುತ್ತಿದೆಯಾ?" ಎಂದೆ.

ರಾಬರ್ಟೊ ಹೌದೆಂದ. ಆ ಕಣಿವೆಯು ಬೆಟ್ಟದುದ್ದಕ್ಕೂ ಮೈಲಿಗಟ್ಟಲೆ ಸಾಗುತ್ತದೆ. ಆ ಕಣಿವೆಯನ್ನು ಕಣ್ಣಳತೆಯಲ್ಲೇ ಕಾಣುವಷ್ಟು ಪರೀಕ್ಷಿಸಿದೆವು. ದೂರದೂರಕ್ಕೆ ಆ ಕಣಿವೆ ಸಣ್ಣದಾಗಿ ಇಬ್ಭಾಗವಾಗಿರುವುದು ಕಂಡಿತು. ಅದರಾಚೆಗೆ ಏನೂ ಕಾಣಲಿಲ್ಲ. ಆದರೆ ನನ್ನ ಶಾಂತಚಿತ್ತ ಆ ಕಣಿವೆಯನ್ನು ಹಿಂಬಾಲಿಸುವಂತೆ ಸೂಚಿಸಿತು. ಅದು ಹರಿಯುವ ನೀರು. ಅದನ್ನು ಹಿಂಬಾಲಿಸುತ್ತಾ ಹೋದರೆ ಜೀವವಿರುವ ಸ್ಥಳ ಸೇರಬಹುದು ಎಂಬ ಆಸೆ ಮೂಡಿತು.

"ಆ ಇಬ್ಭಾಗದ ಯಾವುದಾದರೂ ಒಂದು ಭಾಗ ಆ ದೂರದ ಹಿಮರಹಿತ ಸಣ್ಣ ಬೆಟ್ಟಗಳತ್ತ ಸಾಗಬಹುದೇನೋ. ಆಚೆಗೇ ಚಿಲಿ ಇರುವುದು. ಆದರೆ ನಾವು ಊಹಿಸಿದಷ್ಟು ಹತ್ತಿರವಿಲ್ಲವಷ್ಟೇ" ಎಂದು ಅವರಿಬ್ಬರಿಗೂ ಧೈರ್ಯ ತುಂಬಿದೆ.

ರಾಬರ್ಟೋ "ಅದು ತುಂಬಾ ದೂರ. ಅಲ್ಲಿಗೆ ನಾವು ತಲುಪುವುದು ಅಸಾಧ್ಯ. ನಮ್ಮಲ್ಲಿ ಅಷ್ಟು ಆಹಾರವೂ ಉಳಿದಿಲ್ಲ." ಎಂದು ಅರಚಿದ.

"ನಾವು ಟಿನ್‌ಟಿನ್‌ನನ್ನು ವಾಪಸ್ ಕಳುಹಿಸೋಣ. ಅವನ ಪಾಲನ್ನೂ ಸೇರಿಸಿದರೆ, ನಮ್ಮಲ್ಲಿ ಉಳಿದಿರುವ ಆಹಾರ ಇಪ್ಪತ್ತು ದಿನಗಳಿಗೆ ಸರಿಹೋಗಬಹುದು" ಎಂದೆ.

ರಾಬರ್ಟೋ ಆಚೆ ತಿರುಗಿ ಪೂರ್ವದತ್ತ ಮುಖ ಮಾಡಿದ. ಅವನು ಹೇಳಿದ ಆ ರಸ್ತೆಯ ಬಗ್ಗೆ ಆಲೋಚಿಸುತ್ತಿದ್ದಾನೆ ಎಂದು ನನಗೆ ತಿಳಿದಿತ್ತು. ನಾನು ಪಶ್ಚಿಮದತ್ತ ತಿರುಗಿದೆ. ಆ ಘೋರ ಕಣಿವೆಗಳಲ್ಲಿ ನಾನೊಬ್ಬನೇ ನಡೆಯುವುದನ್ನು ನೆನೆದು ಗಾಬರಿಯಾಯಿತು.

ಅಂದು ಸಂಜೆಯ ವೇಳೆಗೆ ನಾವು ತಂಗುವ ಸ್ಥಳಕ್ಕೆ ಮರಳಿದೆವು. ನಾವು ತಿನ್ನುವಾಗ ರಾಬರ್ಟೋ ಟಿನ್‌ಟಿನ್‌ಗೆ "ನಾಳೆ ಬೆಳಗ್ಗೆ ನೀನು ವಾಪಸ್ ತೆರಳಬೇಕು. ನಾವಂದುಕೊಂಡದ್ದಕ್ಕಿಂತ ದೂರವಿದೆ ನಮ್ಮ ದಾರಿ. ನಿನ್ನ ಪಾಲಿನ ಆಹಾರವೂ ನಮಗೆ ಬೇಕಾಗುತ್ತದೆ. ಇಬ್ಬರಾದರೆ ಇನ್ನೂ ಬೇಗ ನಡೆಯಬಹುದು" ಎಂದ. ಟಿನ್ ಟಿನ್ ಮರುಮಾತಾಡದೆ ಒಪ್ಪಿಕೊಂಡ.

ಬೆಳಗ್ಗೆ ರಾಬರ್ಟೋ ನನ್ನೊಡನೆ ಹೊರಡುವುದಾಗಿ ಹೇಳಿದ. ಟಿನ್ ಟಿನ್ ನನ್ನು ಅಪ್ಪಿ ಬೀಳ್ಕೊಟ್ಟೆವು.

"ನೆನಪಿಡು ಟಿನ್ ಟಿನ್. ನಾವು ಪಶ್ಚಿಮದತ್ತಲೇ ಸಾಗುತ್ತಿರುತ್ತೇವೆ. ಸಹಾಯಕ ತಂಡ ಏನಾದರೂ ಬಂದರೆ. ನಮ್ಮನ್ನು ಹುಡುಕುತ್ತಾ ಪಶ್ಚಿಮಕ್ಕೆ ಕಳುಹಿಸು" ಎಂದು ಹೇಳಿ ಕಳುಹಿಸಿದೆ.

ಆ ಇಡೀ ದಿನ ನಾವು ವಿಶ್ರಮಿಸಿದೆವು. ನಮ್ಮ ಮುಂದಿನ ಪಯಣಕ್ಕೆ ಮಾನಸಿಕವಾಗಿ ಸಿದ್ಧರಾಗಲು ಅನುವಾದೆವು. ಮಧ್ಯಾಹ್ನದ ವೇಳೆಗೆ ಒಂದಷ್ಟು ಆಹಾರ ತಿಂದೆವು. ಸಂಜೆಯ ವೇಳೆಗೆ ಮಲಗಿದೆವು. ಆ ತುದಿಯಿಂದ ಸೂರ್ಯಾಸ್ತ ಅದ್ಭುತವಾಗಿ ಕಂಡಿತು. ಬಿಳಿಬೆಟ್ಟಗಳೆಲ್ಲವೂ ಚಿನ್ನದ ಬಣ್ಣವಾಗತೊಡಗಿದ್ದವು. ಬಹುಶಃ ನಾನು ಮತ್ತು ರಾಬರ್ಟೋ ಇಬ್ಬರೇ ಇಂತಹ ಅದ್ಭುತ ದೃಶ್ಯದ ಅನುಭವ ಪಡೆದಿದ್ದೆವು. ಆ ದಿನ ನನ್ನ ಮನಸ್ಸು ಪ್ರಸನ್ನವಾಗಿ ಸಂತೋಷ, ತೃಪ್ತಿಗಳಿಂದ ಕೂಡಿತ್ತು. ಆ ಸುಖದಿಂದ ಬೇಗ ಹೊರಬಂದು ಆ ಸೌಂದರ್ಯ, ರಮಣೀಯತೆ, ನಮಗಲ್ಲ ಎಂಬ ಸ್ಥಿತಪ್ರಜ್ಞೆ ಮೂಡಿತು. ಆಂಡೀಸ್ ಈ ಪ್ರಕ್ರಿಯೆಯನ್ನು ಕಾಲಾನುಗತವಾಗಿ ನಡೆಸಿಕೊಂಡು ಬಂದಿದೆ. ನಮ್ಮ ನಂತರವೂ ಅದನ್ನೇ ನಡೆಸಿಕೊಂಡು ಹೋಗುತ್ತದೆ. ನನ್ನ ಸಾವು ಅಥವಾ ಬದುಕು ಈ ಜಗತ್ತಿಗೆ ಒಂದು ಕಿಂಚಿತ್ತು ಪ್ರಭಾವವನ್ನೂ ಬೀರುವುದಿಲ್ಲ. ಸೂರ್ಯ ಮುಳುಗುತ್ತಾನೆ. ಮಂಜು ಕರಗುತ್ತದೆ... ನಾನು ಲಹರಿಗೆ ಬಿದ್ದೆ.

ಚೇತರಿಸಿಕೊಂಡು, "ರಾಬರ್ಟೊ, ನಾವು ಈ ಕೆಟ್ಟ ಸ್ಥಿತಿಯಲ್ಲಿ ಇಲ್ಲದೆ ಹೋಗಿದ್ದರೆ, ಈ ಕ್ಷಣ ಎಷ್ಟು ಸುಂದರವಾಗಿದ್ದಿರಬಹುದಿತ್ತು ಊಹಿಸಬಲ್ಲೆಯಾ?" ಎಂದು ಕೇಳಿದೆ. ಅವನು ನನ್ನ ಕೈಹಿಡಿದ. ಆ ಮೌನವೇ ನಮಗೆ ಒಂದು ಬಗೆಯ ಸಮಾಧಾನ, ಸಾಂಗತ್ಯ ತಂದಿತ್ತು. ಆ ಕ್ಷಣದ ನಮ್ಮ ಸ್ಥಿತಿ ಮತ್ತು ನಮ್ಮ ಮುಂದಿನ ಪಯಣದ ಬಗೆಗಿನ ಅಂದಾಜು ಮಾಡಬಲ್ಲ ಏಕೈಕ ವ್ಯಕ್ತಿ, ನನ್ನನ್ನು ಹೊರತುಪಡಿಸಿದರೆ, ರಾಬರ್ಟೊನೇ ಆಗಿದ್ದ. ರಾಬರ್ಟೊ ನನ್ನಷ್ಟೇ ಹೆದರಿದ್ದ ಆದರೂ ಅವನೂ ನನ್ನಂತೆಯೇ ಭರವಸೆಗಳನ್ನು ಹೊತ್ತು ನನ್ನೊಂದಿಗೆ ಕೈ ಜೋಡಿಸಿದ್ದ. ಈ ರೀತಿಯಲ್ಲಿ ನಾವಿಬ್ಬರೂ ಹತ್ತಿರವಾದೆವು. ಒಬ್ಬರಿಂದ ಮತ್ತೊಬ್ಬರು ಉತ್ತಮ ವ್ಯಕ್ತಿತ್ವವನ್ನು ಬೆಳೆಸಿಕೊಳ್ಳುವುದರಲ್ಲಿ ಸಹಾಯಕರಾಗುತ್ತಿದ್ದೆವು ಎನಿಸಿತು.

ಬೆಳಗಾಯಿತು. ನಾವು ನಮ್ಮ ನಡಿಗೆ ಮುಂದುವರೆಸಿದೆವು. ರಾಬರ್ಟೊ ನನ್ನ ಜೊತೆಗೇ ನಡೆಯುತ್ತಿದ್ದ. ಅವನ ಕಣ್ಣಲ್ಲಿ ಭಯ ಜಿನುಗುತ್ತಿತ್ತು. ಆದರೆ ಜೊತೆಗೆ ಧೈರ್ಯವೂ ಹೊಳೆಯುತ್ತಿತ್ತು. ಆ ಕ್ಷಣ ನನಗೆ ಅವನು ಅತ್ಯಂತ ದೊಡ್ಡ ಶಕ್ತಿಯಾಗಿ ಕಂಡ. ಹಿಂದಿನ ಅವನ ಎಲ್ಲಾ ಅಹಂಕಾರದ ಮಾತುಗಳು, ವರ್ತನೆಗಳನ್ನೂ ನಾನು ಕ್ಷಮಿಸಿಬಿಟ್ಟೆ. "ನಾವು ಸಾವಿನೆಡೆಗೇ ಚಲಿಸುತ್ತಿರಬಹುದು. ಆದರೆ, ಇಲ್ಲೇ ಕೊಳೆತು ಪ್ರಾಣ ಬಿಡುವ ಬದಲು, ಸಾವಿನೆಡೆಗೆ ನಡೆಯುತ್ತಲೇ ಸಾಯುವುದು ಉತ್ತಮ ಎಂದು ನನಗನ್ನಿಸುತ್ತದೆ" ಎಂದೆ.

ರಾಬರ್ಟೊ ಹೌದು ಎಂದು ತಲೆದೂಗಿದ. "ನಾವಿಬ್ಬರೂ ಸ್ನೇಹಿತರು ನ್ಯಾಂಡೊ. ನಾವು ಒಟ್ಟಿಗೆ ಎಷ್ಟೆಲ್ಲಾ ಅನುಭವಿಸಿದ್ದೇವೆ. ಈಗ ಒಟ್ಟಿಗೆ ಸಾಯೋಣ ನಡಿ" ಎಂದ.

ನಾವು ಪಶ್ಚಿಮದತ್ತ ಸಾಗುತ್ತಿದ್ದೆವು. ಒಂದಷ್ಟು ದೂರ ತುದಿಯಲ್ಲೇ ನಡೆದಾಡಿ, ನಂತರ ಕಣಿವೆಯೊಳಗೆ ಇಳಿಯಲು ಪ್ರಾರಂಭಿಸಿದೆವು.

ಅಧ್ಯಾಯ 9

"ನನಗೊಬ್ಬ ವ್ಯಕ್ತಿ ಕಾಣುತ್ತಿದ್ದಾನೆ..."

ಎತ್ತರೆತ್ತರದ ಪರ್ವತ ಶಿಖರಗಳ ನೋಟ ಹಿಂದೆಂದಿಗಿಂತಲೂ ವಿಸ್ಮಯಕಾರಿಯಾಗಿತ್ತು. ಅಷ್ಟೇ ಭಯಾನಕವಾಗಿತ್ತು ಸಹ. ಮೋಡಗಳನ್ನು ದಾಟಿ ಎತ್ತರಕ್ಕೆ ಸಾಗಿದ್ದ ನಾವು, ಇದೀಗ ಬಿಳಿಮೋಡಗಳೆಡೆಗೆ ಇಳಿಮುಖವಾಗಿ ತೆರಳುತ್ತಿದ್ದೆವು. ಗಾಳಿ ವಿರಳವಾಗಿದ್ದು ಹೊಟ್ಟೆ ತೊಳೆಸುವುದು ಹೆಚ್ಚಾಗಿ ತಲೆ ಸುತ್ತುತ್ತಿತ್ತು. ಮುಂದಿನ ಹೆಜ್ಜೆ ಸರಿಯಾಗಿ ಕಾಣದಷ್ಟು ಮೋಡದ ಮುಸುಕು. ಶಿಖರದಿಂದ ಸ್ವಲ್ಪ ಕೆಳಗಿಳಿಯುವಷ್ಟರಲ್ಲೇ ಈ ಪರ್ವತಗಳನ್ನು ಹತ್ತುವುದಕ್ಕಿಂತ ಇಳಿಯುವುದು ಇನ್ನೂ ಹೆಚ್ಚು ಕಷ್ಟಕರ ಕೆಲಸ ಎಂಬುದು ಅರ್ಥವಾಗಿಹೋಯಿತು. ಬೆಟ್ಟವನ್ನು ಹತ್ತುವುದು, ಗುರುತ್ವಾಕರ್ಷಣೆಗೆ ಎಸೆವ ಸವಾಲು. ಇಟ್ಟ ಪ್ರತಿ ಹೆಜ್ಜೆಯೂ ಒಂದೊಂದು ಗೆಲುವು. ಆದರೆ ಇಳಿಯುವಿಕೆ, ಶರಣಾಗತಿ. ಗುರುತ್ವಾಕರ್ಷಣ ಶಕ್ತಿ ನಮ್ಮನ್ನು ಶರಣಾಗುವಂತೆ ಮಾಡುತ್ತದೆ. ಒಂದೊಂದು ಹೆಜ್ಜೆಯನ್ನೂ ಎಚ್ಚರಿಕೆಯಿಂದ ಮುಂದಿಡಬೇಕು. ಇಲ್ಲವಾದರೆ ಭೂಮಿಯ ಸೆಳೆತ ಇನ್ನೂ ಬಲವಾಗುತ್ತಲೇ ಹೋಗುತ್ತದೆ.

"ಅಯ್ಯೋ! ನಾನು ಸತ್ತುಹೋಗಿದ್ದೇನೆ. ನಾವೀ ಜಾಗದಲ್ಲೇನು ಮಾಡುತ್ತಿದ್ದೇವೆ?" ನನ್ನ ಜೀವ ಮತ್ತೆ ಮತ್ತೆ ಕುಸಿಯುತ್ತಿತ್ತು. ಒಂದಷ್ಟು ಹೊತ್ತು ಚೇತರಿಸಿಕೊಂಡು ಮತ್ತದೇ ಕೆಚ್ಚೆದೆಯನ್ನು ಬಗೆದು ಹುಡುಕಿ ಮುಂದೆ ಸಾಗುವಿಕೆ. ಪರ್ವತಗಳ ಇಳಿಜಾರು ತುಂಬಾ ಕಡಿದಾಗಿತ್ತು. ಕೆಲವೊಮ್ಮೆ ಹಿಮಬಂಡೆಗಳಿಗೆ ಬೆನ್ನೊರಗಿಸಿ ಇಂಚಿಂಚೇ ತೆವಳಿಕೊಂಡು ನಿಧಾನವಾಗಿ ಹೋಗಬೇಕಾಗಿತ್ತು. ಪ್ರತಿ ಹೆಜ್ಜೆಯೂ ಒಂದು ಮಹತ್ ಯೋಜನೆಯಾಗಿತ್ತು. ಮುಟ್ಟಿ ನೋಡಿದಾಗ ಭದ್ರವಾಗಿ ಕಂಡ ನೀರ್ಗಲ್ಲು, ಕಾಲಿಟ್ಟ ಕೂಡಲೇ ಕುಸಿದು ಪಾತಾಳ ಸೇರುತ್ತಿತ್ತು. ಈ ಪರ್ವತಾರೋಹಣ ಅಥವಾ ಅವರೋಹಣಕ್ಕೆ ನಮಗೆ ಯಾವ ತರಬೇತಿಯೂ ದೊರೆಯದಿದ್ದುದರಿಂದ ಪ್ರತಿಯೊಂದು ತಪ್ಪು ಅಥವಾ ಅಜಾಗರೂಕತೆ ಜರುಗಿದ ನಂತರವೇ ನಮಗೆ ಅರ್ಥವಾಗುತ್ತಿತ್ತು. ಬೀಳುವುದು, ಏಳುವುದು, ಜಾರುವುದು, ಹೆದರುವುದು.... ಆದರೂ ಮುಂದೆ ಸಾಗುವುದು ನಮ್ಮ ಮಂತ್ರವಾಗಿ ಹೋಯಿತು. ಇಳಿಯುವಾಗ ಕೆಲವೊಮ್ಮೆ ನಮ್ಮ ಕಾಲಿನಡಿ ಸಾವಿರಾರು ಅಡಿಗಳ ವಿರಳ ಗಾಳಿಯಲ್ಲದೇ ಮತ್ತೇನೂ ಇರುತ್ತಿರಲಿಲ್ಲ. ಆಗ, ಒಂದು ಬಂಡೆಯಿಂದ ಮತ್ತೊಂದಕ್ಕೆ ಹಾರದೆ ಬೇರೆ ದಾರಿ ಇರಲಿಲ್ಲ. ಆ ಹಾರಿದ ಎರಡು ಬಂಡೆಗಳ ನಡುವಿನ ಪ್ರಪಾತವನ್ನು ನೆನೆಸಿಕೊಂಡರೆ ಈಗಲೂ ಎದೆ ಬೆಚ್ಚಗಾಗುತ್ತದೆ.

ಗಂಟೆಗಟ್ಟಲೆ ಇದೇ ರೀತಿ ಇಳಿದುಕೊಂಡೇ ಹೋದೆವು. ಹಲವು ಕಿಲೋಮೀಟರುಗಳ ಇಳಿಜಾರಿನ ನಂತರ ನಮ್ಮ ನಡುಮಟ್ಟ ಮುಳುಗಿಸುವ ಹಿಮದ ರಾಶಿ ಕಾಣಿಸಿಕೊಂಡಿತು. ಆ ಹಿಮದಲ್ಲಿ ಈಜುವಂತೆ ಸಾಗಬೇಕಿತ್ತು. ಆದರೆ ಆವರೆಗಿನ ಕಷ್ಟಕೋಟಲೆಗಳನ್ನು ದಾಟಿ ಬಂದ ನಮಗೆ ಇದು ಕಷ್ಟವೆನಿಸಲಿಲ್ಲ. ಆದರೆ ಇದು ತುಂಬಾ ಶ್ರಮದಾಯಕವಾಗಿತ್ತು. ನಡೆಯುತ್ತಾ ಹೋದಂತೆ ದಾರಿ ಕಾಣಿಸುವಂತಾಗಿ, ನಡೆದರೆ ಅದು ಒಂದು ದೊಡ್ಡ ಬಂಡೆಯ ತುದಿಯನ್ನು ಮುಟ್ಟುತ್ತಿತ್ತು. ಪುನಃ ಮರಳಿ ಮತ್ತೆ ಬೇರೆ ದಾರಿಯಲ್ಲಿ ನಡೆಯಬೇಕಿತ್ತು. ಹಲವಾರು ಮೈಲಿ ನಡೆದ ನಂತರ ಹಿಮರಾಶಿಯು ಇದ್ದಕ್ಕಿದ್ದಂತೆ ಕಡಿಮೆಯಾಗಿಹೋದದ್ದು ಕಂಡುಬಂತು. ಇದಕ್ಕೆ ಕಾರಣ, ಆ ಪ್ರದೇಶವು ಬೆಳಗು, ಸಂಜೆಯವೇಳೆಯಲ್ಲಿ ಹೆಚ್ಚಿನ ಸೂರ್ಯನ ಶಾಖವನ್ನು ಪಡೆಯುತ್ತಿತ್ತು. ಹಿಮವೆಲ್ಲ ಕರಗಿ ಇದೀಗ ಕಡುಗಪ್ಪು ಬಂಡೆಗಳು ಎದುರಾದವು. ಆದರೂ, ಜಾರುವ ಮಂಜುಗಡ್ಡೆಗಳಿಗಿಂತ ಇದು ಎಷ್ಟೋ ಮೇಲೆನಿಸಿತ್ತು.

ತೇವಾಂಶ ಇದ್ದುದರಿಂದ ನಡೆಯುವುದು ಅಷ್ಟೇನೂ ಸುಲಭವಾಗಿರಲಿಲ್ಲ. ನನ್ನ ಹಿಡಿತ ತಪ್ಪಿ ಜಾರಿಬಿಡುತ್ತಿದ್ದೆ. ಆಗ ಗಟ್ಟಿಯಾಗಿ ಕಲ್ಲುಬಂಡೆಗಳನ್ನು ಹಿಡಿಯದೇ ಹೋಗಿದ್ದಿದ್ದರೆ ಪರಿಸ್ಥಿತಿ ಏನಾಗಿರುತ್ತಿತ್ತೋ ಗೊತ್ತಿಲ್ಲ. ನಮಗೆ ತೋಚಿದಂತೆ

ದಾರಿಮಾಡಿಕೊಂಡು, ತೆವಳಿಕೊಂಡು, ನುಸುಳಿಕೊಂಡು, ಹಾರಿಕೊಂಡು ಮುಂದೆ ನಡೆಯುತ್ತಿದ್ದೆವು. ಹೀಗೇ ಐದು ಘಂಟೆಗಳು ಮುಂದೆ ಸಾಗಿದ ನಂತರ ಮತ್ತೆ ಗಾಢ ಮಂಜು ತುಂಬಿದ ವಿಶಾಲ ಪ್ರದೇಶ ಕಾಣಿಸಿತು. ಅಷ್ಟರಲ್ಲೇ ನಮ್ಮ ಶಕ್ತಿ ಪೂರ್ತಿ ಉಡುಗಿಹೋಗಿತ್ತು. ಮತ್ತೆ ಹಿಮದಲ್ಲಿ ಮುಳುಗಿ, ಶಕ್ತಿ ಪೂರ್ತಿ ಹಾಕಿ ಜೀಕಿ ಮುಂದೆ ಚಲಿಸುವ ಯಾವ ಚೈತನ್ಯವೂ ಇರಲಿಲ್ಲ. ಮನಸ್ಸು ಮತ್ತೆ ಮುದುಡಿತು. ಸುಮ್ಮನೆ ಆ ವಿಶಾಲ ಬಿಳಿ ಪ್ರದೇಶವನ್ನೇ ನೋಡುತ್ತಾ ಕುಳಿತೆ. ಇದ್ದಕ್ಕಿದ್ದಂತೆ ಒಂದು ಉಪಾಯ ಹೊಳೆಯಿತು. ಮತ್ತೆ ಆಲೋಚಿಸದೆ, ನಾವು ಕಾಲಿಗೆ ಬೂಟುಗಳಂತೆ ಕಟ್ಟಿಕೊಂಡಿದ್ದ ವಿಮಾನದ ಸೀಟಿನ ದಿಂಬನ್ನು ತೆಗೆದು ಅದರ ಮೇಲೆ ಕೂತೆ. ಅಲ್ಯೂಮಿನಿಯಂ ಕಡ್ಡಿಗಳನ್ನು ತೆಗೆದುಕೊಂಡು ಅದನ್ನು ಹಿಮದಲ್ಲಿ ಚುಚ್ಚುತ್ತಾ ಹಿಂದಕ್ಕೆಳೆದು ಮುಂದೆ ಹೋಗಲು ಪ್ರಯತ್ನಿಸಿದೆ. ಮುಂದಿನ ದಾರಿ ಸ್ವಲ್ಪ ಇಳಿಜಾರಾಗಿದ್ದರಿಂದ ಒಂದಷ್ಟು ಮುಂದೆ ಹೋಗಲು ಸಾಧ್ಯವಾಯಿತು. ಆದರೆ ಕೆಲವೇ ನಿಮಿಷಗಳಲ್ಲಿ ಅದೊಂದು ಮೂರ್ಖ ನಿರ್ಧಾರ ಎಂಬುದು ತಿಳಿಯಿತು. ಹಿಮದ ಮೇಲ್ಭಾಸು ನುಣುಪಾಗಿ, ತೊಡಕಿಲ್ಲದೆ ಇರಲಿಲ್ಲ. ಕಲ್ಲುಗಳು, ಗಟ್ಟಿ ನೆಲ, ತಡೆಗಳು ನನ್ನ ಚಲನೆಯನ್ನು ತುಂಬಾ ನಿಧಾನ ಮಾಡಿದವು. ನನ್ನ ದೇಹವನ್ನು ಮುಂದಕ್ಕೆ ನೂಕುವುದರಿಂದಲೇ ಹೆಚ್ಚು ಶ್ರಮವಾಗುತ್ತಿತ್ತು. ಅಪ್ಪಿತಪ್ಪಿ ಎಲ್ಲಾದರೂ ತಡೆ ಹಿಡಿದು ಆ ದಿಂಬು ಅತ್ತಿತ್ತಾದರೆ, ನನ್ನ ದೇಹ ತಿರುಗುಮುರುಗಾಗಿ ಜಾರಿ ಬೀಳುವುದು ಖಂಡಿತ ಎಂದು ತಿಳಿಯಿತು. ಆ ಪ್ರಯತ್ನವನ್ನು ಅಲ್ಲಿಗೇ ನಿಲ್ಲಿಸಿದೆ. ಹಿಂದಿನಂತೆ ನಡೆದೇ ಮುಂದೆ ಹೋಗಲು ಪ್ರಯತ್ನಿಸಿದೆ. ನಡೆಯುತ್ತಿದ್ದೆ. ನನ್ನ ನಡಿಗೆ ಕಷ್ಟವಾಗಿದ್ದರಿಂದ ದೇಹದ ಬಲವೆಲ್ಲಾ ಹಾಕಿ ಮುಂದೆ ಹೆಜ್ಜೆ ಇಡುತ್ತಿದ್ದೆ. ಮುಂದೆ ಒಂದು ದೊಡ್ಡ ಬಂಡೆ ಎದುರಾಯಿತು. ಅದಕ್ಕೆ ಹೋಗಿ ಢಿಕ್ಕಿ ಹೊಡೆಯುತ್ತೇನೆ ಎನಿಸುವಷ್ಟರಲ್ಲಿ, ಎಡವಿ ಧೊಪ್ಪನೆ ಆ ಬಂಡೆಗಪ್ಪಳಿಸಿದ್ದೆ. ಹೆಚ್ಚು ಪೆಟ್ಟಾಗಲಿಲ್ಲ. ಚೇತರಿಸಿಕೊಂಡು ಮೇಲಕ್ಕೇಳುವಷ್ಟರಲ್ಲಿ ರಾಬರ್ಟೊ ನನಗೇನಾಯಿತೋ ಎಂದು ಗಾಬರಿಯಿಂದ ಕೂಗುತ್ತಿದ್ದ.

ನನಗೇನೂ ತೊಂದರೆಯಾಗಿಲ್ಲ ಎಂದು ತೋರಿಸಲು, ನನ್ನ ಕೈ ಮೇಲೆತ್ತಿ ಸನ್ನೆ ಮಾಡಿದೆ. ಅವನು ನನ್ನ ಹತ್ತಿರ ಬರುವವರೆಗೂ ನಾನಲ್ಲೇ ಕೂತು ವಿಶ್ರಮಿಸಿದೆ. ಅವನು ಬಂದ ನಂತರ ನಾವಿಬ್ಬರೂ ಒಟ್ಟಿಗೆ ಮುಂದೆ ನಡೆದೆವು. ಮುಸ್ಸಂಜೆಯ ವೇಳೆಗೆ ಬೆಟ್ಟದ ಮುಕ್ಕಾಲು ಭಾಗದಷ್ಟು ಇಳಿದಿದ್ದೆವು. ನನಗೆ ನಮ್ಮ ನಡಿಗೆಯನ್ನು ಅಲ್ಲಿ ನಿಲ್ಲಿಸುವ ಯಾವುದೇ ಇರಾದೆ ಇರಲಿಲ್ಲ. ದಿನದ, ಬೆಳಕಿನ ಪ್ರತಿ ಕ್ಷಣವನ್ನೂ ಉಪಯೋಗಿಸಿಕೊಳ್ಳಲೇಬೇಕೆಂದು ನಿರ್ಧರಿಸಿದ್ದೆ.

"ಸೂರ್ಯ ಮುಳುಗುವವರೆಗೂ ನಡೆಯುತ್ತಾ ಹೋಗೋಣ" ಎಂದೆ.

"ನನಗೆ ವಿಶ್ರಾಂತಿ ಬೇಕು" ಎಂದು ತಲೆಯಾಡಿಸಿದ ರಾಬರ್ಟೊ.

ಅವನು ತುಂಬಾ ಬಳಲಿದ್ದ. ನಾನೂ ಸಹ. ಆದರೆ ಬಳಲಿಕೆಗಿಂತ ಹೆಚ್ಚಾಗಿ ಹೇಗಾದರೂ ಇದಕ್ಕೊಂದು ಅಂತ್ಯ ಕಾಣಿಸಬೇಕು ಎಂಬ ಹಟ ನನ್ನಲ್ಲಿತ್ತು. ತಿಂಗಳುಗಳಿಂದ ಈ ಸ್ಥಳದಿಂದ ಹೇಗಾದರೂ ಮಾಡಿ ಹೊರಹೋಗಬೇಕೆಂಬ ಆಸೆ ನನ್ನಾಳದ ಮನಸ್ಸಿಗೆ ನಾಟಿತ್ತು. ಅದಕ್ಕೆ ಈಗ ಅವಕಾಶ ದೊರೆತಿತ್ತು. ನಮ್ಮನ್ನು ಸೋಲಿಸಲು ಹೊಂಚುಹಾಕಿದ್ದ ಬೆಟ್ಟಗಳ ಗುಟ್ಟನ್ನು ಅರಿತಿದ್ದೆವು. ಅದರ ವಿರುದ್ಧ ಸಮರವನ್ನು ಪ್ರಾರಂಭಿಸಿದ್ದೆವು. ಮನೆಯತ್ತ ಸಾಗುವ ಉಪಾಯವನ್ನು ಕಂಡುಕೊಂಡಿದ್ದೆವು. ಈ ಹಂತದಲ್ಲಿ ನಡಿಗೆಯನ್ನು ನಿಲ್ಲಿಸುವುದಾದರೂ ಹೇಗೆ!

"ಇನ್ನೊಂದು ಘಂಟೆ ನಡೆದುಬಿಡೋಣ" ಎಂದೆ.

"ನಾವಿಲ್ಲಿಗೆ ನಿಲ್ಲಿಸಬೇಕು. ಇಲ್ಲಿ ಬುದ್ಧಿ ಉಪಯೋಗಿಸಬೇಕು. ನಮ್ಮ ಶಕ್ತಿಯನ್ನು ನಾವು ಪೂರ್ತಿ ಸುಟ್ಟುಕೊಂಡು ಬಿಟ್ಟರೆ ನಮ್ಮ ಗುರಿ ತಲುಪುವವರೆಗೂ ಹೇಗೆ ಮುಂದುವರೆಯುವುದು." ರಾಬರ್ಟೋನ ಕಣ್ಣೂ ಸೋತಿತ್ತು. ಆದರೆ, ಇನ್ನು ಮುಂದೆ ಸಾಗುವುದಿಲ್ಲ ಎಂಬ ಅವನ ನಿರ್ಧರಿತ ತೀರ್ಮಾನವೂ ಆ ಕಣ್ಣುಗಳಲ್ಲಿ ಕಂಡಿತು. ಇನ್ನು ವಾದ ಮಾಡಿ ಸಾಧ್ಯವಿಲ್ಲ ಎಂಬುದು ನನಗೆ ತಿಳಿಯಿತು. ಆ ದಿನ ಅಲ್ಲೇ ತಂಗಿದೆವು.

ಅದು ಇಳಿಜಾರಾದ್ದರಿಂದ ಮತ್ತು ಹತ್ತಿರದಲ್ಲಿದ್ದ ಕಲ್ಲುಬಂಡೆಗಳು ಬಿಸಿಲಿಗೆ ಕಾದಿದ್ದರಿಂದ ಹಿಂದಿನಂತೆ ಮೂಳೆ ಹಿಡಿಯುವ ಚಳಿ ಕಾಡಲಿಲ್ಲ. ಮರುದಿನ ಡಿಸೆಂಬರ್ 15, ನಮ್ಮ ಈ ಪ್ರಯಾಣ ಪ್ರಾರಂಭ ಮಾಡಿ ನಾಲ್ಕನೇ ದಿನ. ರಾಬರ್ಟೋನನ್ನು ಎಬ್ಬಿಸಿದೆ. ನಡುಗೆ ಪ್ರಾರಂಭವಾಯಿತು. ಮಧ್ಯಾಹ್ನದ ವೇಳೆಗೆ ಬೆಟ್ಟದ ಅಡಿ ತಲುಪಿ, ನಮ್ಮನ್ನು ನಾಗರೀಕತೆಯೆಡೆಗೆ ಕರೆದೊಯ್ಯಬಹುದು ಎಂದು ನಾವು ನಂಬಿದ್ದ ಕಣಿವೆಯ ಬಳಿ ಸೇರಿದೆವು.

ಸಣ್ಣ ತೊರೆಯಂತೆ ನೀರು ಹರಿಯುತ್ತಿದ್ದು ಅದರ ಮೇಲ್ಪದರದ ಸುಮಾರು ಭಾಗ ಮಂಜುಗಡ್ಡೆಗಳ ತಟ್ಟೆಗಳಿಂದ ಕೂಡಿತ್ತು. ಕೆಲವೊಮ್ಮೆ ತೊರೆಯ ಬಂಡೆಗಳು ಹಿರಿದಾಗಿದ್ದು, ಹತ್ತಲು ಸಾಧ್ಯವಾಗದೇ ಆ ಮಂಜುಗಡ್ಡೆಯ ತಟ್ಟೆಗಳ ಮೇಲೇ ನಡೆಯಬೇಕಾಗಿತ್ತು. ನಾವು ಕಾಲಿಟ್ಟ ಕೂಡಲೇ ಆ ದೊಡ್ಡ ಗಾತ್ರದ ತಟ್ಟೆಗಳು ಜಾರುತ್ತಿದ್ದವು. ಅದು ತುಂಬಾ ಕಷ್ಟದ ನಡಿಗೆಯಾಗಿತ್ತು. ಪ್ರತಿಯೊಂದು ಹೆಜ್ಜೆಯನ್ನೂ ಬಹಳ ಎಚ್ಚರಿಕೆಯಿಂದ ಇಡಬೇಕಾಗಿತ್ತು. ಒಂದು ಕ್ಷಣ ಎಚ್ಚರ ತಪ್ಪಿ, ಕಾಲು ಮುರಿದುಕೊಂಡರೆ, ನಮ್ಮ ಸಾವು ಖಚಿತವಾಗಿತ್ತು ಎಂಬುದು ನಮ್ಮಿಬ್ಬರಿಗೂ ತಿಳಿದಿತ್ತು. ನಮ್ಮಿಬ್ಬರಲ್ಲಿ ಒಬ್ಬರಿಗೆ ಆ ರೀತಿ ಏನಾದರೂ ತೊಂದರೆಯಾಗಿಹೋದರೆ ಏನು ಮಾಡುವುದು ಎಂದು ನಾನು ಆಲೋಚಿಸಿದೆ. ನಾನು ಆ ಘಳಿಗೆಯಲ್ಲಿ ರಾಬರ್ಟೋನನ್ನು ಬಿಟ್ಟು ಹೋಗುತ್ತೇನೆಯೆ? ಅವನು ನನ್ನನ್ನು ಬಿಟ್ಟು ಮುಂದೆ ಹೋಗಿಬಿಡುತ್ತಾನೆಯೆ?

ಅದೇ ಹಾದಿಯಲ್ಲಿ ಪೂರ್ತಿ ದಿನ ನಡೆದೆವು. ಬಹಳ ಕಷ್ಟವಾಗುತ್ತಿತ್ತು, ಆದರೆ ನನ್ನ ಹುಚ್ಚು ಮೊಂಡುತನವನ್ನು ಬಿಡದೆ ನಾನು ಸಾಗುತ್ತಿದ್ದೆ. ಆ ಹುಚ್ಚುತನವೇ ರಾಬರ್ಟೋನಿಗಿಂತ ನನ್ನನ್ನು ಮುಂದೆ ಮುಂದೆ ಸಾಗಿಸುತ್ತಿತ್ತು. "ಸ್ವಲ್ಪ ನಿಧಾನಿಸು ನ್ಯಾಂಡೊ. ನಾವು ಸತ್ತುಹೋಗುವಂತೆ ಮಾಡುತ್ತೀಯಾ ನೀನು!" ಎಂದು ರಾಬರ್ಟೋ ಕೂಗಿಕೊಳ್ಳುತ್ತಿದ್ದ. ಅದಕ್ಕೆ ಪ್ರತಿಯಾಗಿ, ಬೇಗ ನಡೆಯುವಂತೆ ನಾನು ಅವನಿಗೆ ಉತ್ತರ ನೀಡುತ್ತಿದ್ದೆ. ಅವನಿಗಾಗಿ ಕಾಯುತ್ತಾ ಕೂತಿದ್ದ ಪ್ರತಿ ಘಳಿಗೆಯೂ ಅಮೂಲ್ಯ, ಆ ಸಮಯವನ್ನು ಪೋಲು ಮಾಡುತ್ತಿದ್ದೇನೆ ಎಂದು ಹೆದರಿಕೆಯಾಗುತ್ತಿತ್ತು. ನನ್ನ ಶಕ್ತಿಯೂ ಉಡುಗಿಹೋಗುತ್ತಿತ್ತು. ನನ್ನ ಕಾಲು ಜೋಮುಹಿಡಿದಿತ್ತು. ಪ್ರತಿಯೊಂದು ಹೆಜ್ಜೆಯೂ ಸಾಯುವಷ್ಟು ನೋವು ಜೊತೆಗೆ ನಿಲ್ಲದ ಏದುಸಿರು. ಸಾವಿನೆಡೆಗೇ ನಡೆಯುತ್ತಿದ್ದೆವು ಎಂಬುದು ಗೊತ್ತಿತ್ತು. ಆದರೂ ನನ್ನಿಂದ ನಿಲ್ಲಲು ಸಾಧ್ಯವಾಗಲಿಲ್ಲ. ಸಮಯ ನಮ್ಮ ಕೈಮೀರುತ್ತಿತ್ತು. ಹಾಗಾಗಿ ನಾನು ಸುಸ್ತಾಗಿ ಕುಸಿದಷ್ಟೂ ಹೆಚ್ಚು ನಡೆಯಲು ಪ್ರಯತ್ನ ಮಾಡುತ್ತಿದ್ದೆ. ನನ್ನ ನೋವು, ದೇಹ ಇದ್ಯಾವುದೂ ಆ ಸಮಯದಲ್ಲಿ ಮುಖ್ಯವಾಗಲಿಲ್ಲ. ದೇಹ ಒಂದು ವಾಹನವಾಗಿತ್ತಷ್ಟೆ.

ಸೂರ್ಯ ಮುಳುಗಿದ ನಂತರವೂ ನಡೆಯಬಹುದಾದ ವಾತಾವರಣವೇ ಇತ್ತು. ಕೆಲವೊಮ್ಮೆ ರಾಬರ್ಟೋನನ್ನು ಕತ್ತಲೆಯಲ್ಲೂ ನಡೆಯಲು ಒಪ್ಪಿಸುವಲ್ಲಿ ಸಫಲನಾಗುತ್ತಿದ್ದೆ. ಆ ಭಯಾನಕ ಸ್ಥಿತಿಯಲ್ಲೂ ನಿಸರ್ಗದ ಸೌಂದರ್ಯವನ್ನು ಆಸ್ವಾದಿಸದೆ ಬೇರೆ ದಾರಿಯಿರಲಿಲ್ಲ. ದಟ್ಟ, ಗಾಢ ನೀಲಿಯ ಆಕಾಶದ ತುಂಬಾ ಚೆಲ್ಲಿರುವ ನಕ್ಷತ್ರಗಳು. ಆ ಚಂದ್ರ ನಕ್ಷತ್ರಗಳ ಮಂದಬೆಳಕಿನಲ್ಲಿ, ದೂರದೂರದಲ್ಲಿ ಯಾರೋ ವ್ಯಕ್ತಿಗಳು, ಯೋಗಿಗಳು ದೇವರ ಪ್ರಾರ್ಥನೆ ಮಾಡುತ್ತಾ ನಿಂತಂತೆ ಕಾಣುತ್ತಿತ್ತು. ಹತ್ತಿರ ಹೋಗಿ ನೋಡಿದರೆ, ಅವು ದೊಡ್ಡ ಮಂಜು ಬಂಡೆಗಳಾಗಿರುತ್ತಿದ್ದವು. ಆ ದೊಡ್ಡ ಕಂಬಗಳಂಥ ಬಂಡೆಗಳು ಒತ್ತಾಗಿ ಪಕ್ಕಪಕ್ಕದಲ್ಲಿ ಪೇರಿಸಿದಂತಿತ್ತು. ನಾವು ಅದರ ನಡುವೆ, ಕಾಡಿನಲ್ಲಿ ಮರಗಳ ನಡುವೆ ಹಾದು ಹೋದಂತೆ ದಾರಿಮಾಡಿಕೊಂಡು ಸಾಗಬೇಕಾಗುತ್ತಿತ್ತು. ನನ್ನ ನೆರಳು ನನ್ನ ಪಕ್ಕದ ಬಂಡೆಗಳ ಮೇಲೆ ಬಿದ್ದಾಗ, ನಾನಿನ್ನೂ ಬದುಕಿದ್ದೇನೆ. ಇವೆಲ್ಲವೂ ನಿಜ ಎಂಬ ಸಮಾಧಾನ ಸಿಗುತ್ತಿತ್ತು. ಸುಮಾರು ಸಲ ನಾನೊಂದು ದೆವ್ವವಾಗಿಬಿಟ್ಟಿರುವೆನೇನೋ, ಸಾವು ಬದುಕಿನ ನಡುವೆ ಸಿಕ್ಕಿ ನಲುಗುತ್ತಿರುವ ಚೇತನವಾಗಿಹೋಗಿರುವೆನೇನೋ ಎಂಬೆಲ್ಲ ಹುಚ್ಚು ಆಲೋಚನೆಗಳು ಮೂಡುತ್ತಿದ್ದವು.

ಡಿಸೆಂಬರ್ 18ರ ಮುಂಜಾನೆ, ನಮ್ಮ ಚಾರಣದ ಏಳನೇ ದಿನ. ನಮ್ಮ ದಾರಿಯಲ್ಲಿದ್ದ ಬಿಳಿಹಾಸು ಕಡಿಮೆಯಾಗಿ ನಡುನಡುವೆ ಒರಟು ನೆಲ, ಕಲ್ಲುಗಳು, ಕಸ ತುಂಬಿಕೊಂಡಿತ್ತು. ನಮಗೆ ನಡೆಯುವ ತಾಕತ್ತು ಸಂಪೂರ್ಣ ಕಳೆದುಹೋಗುತ್ತಿತ್ತು. ಈಗ ಪ್ರತಿ ಹೆಜ್ಜೆಗೂ ನಾವು ತುಂಬಾ ಶ್ರಮಪಡಬೇಕಾಗುತ್ತಿತ್ತು. ಮುಂದೆ ಇಡಬೇಕಾದ ಒಂದು ಹೆಜ್ಜೆಯ ಹೊರತು ಮತ್ತೇನೂ ಮೆದುಳಿಗೆ ಹೋಗುವ ಪರಿಸ್ಥಿತಿಯಲ್ಲಿರಲಿಲ್ಲ. ನಮ್ಮ ಕಷ್ಟ, ನಡಿಗೆ, ವಿಮಾನದ ಬಳಿ ಇದ್ದ ನನ್ನ ಸ್ನೇಹಿತರು, ಎಲ್ಲವೂ ಮರೆತುಹೋಗಿತ್ತು. ನನ್ನ ಜೊತೆ ಇದ್ದ ರಾಬರ್ಟೋ ಆಗಾಗ ನನ್ನನ್ನು ಕೂಗಿ ಕರೆಯದೇ ಇದ್ದಿದ್ದರೆ ಅವನನ್ನೂ ಮರೆತುಬಿಡುತ್ತಿದ್ದೆ. ಅದೊಂದು ಸ್ವ–ಸಮ್ಮೋಹನ ವಶೀಕರಣವಾಗಿಹೋಗಿತ್ತು. ನನ್ನ ಹೆಜ್ಜೆ, ನನ್ನ ಉಸಿರು, ನನ್ನ ಹೆಜ್ಜೆಯ ಸಪ್ಪಳ ಬಿಟ್ಟರೆ ನನ್ನ ಜಗತ್ತಿನಲ್ಲಿ ಬೇರಾವ ವಸ್ತುವಾಗಲಿ, ವ್ಯಕ್ತಿಯಾಗಲಿ ಇರಲೇ ಇಲ್ಲ. ಕೆಲವೊಮ್ಮೆ ಈ ವಶೀಕರಣ ಸ್ಥಿತಿ ಸ್ಥಗಿತಗೊಳ್ಳುತ್ತಿತ್ತು ಮತ್ತು ಸುತ್ತಲಿನ ವಾತಾವರಣದ ಪರಿವೆ ಉಂಟಾಗುತ್ತಿತ್ತು. ಆ ಕ್ಷಣಗಳಲ್ಲೂ ಮನದಲ್ಲಿ ಮೂಡುತ್ತಿದ್ದ ಆಲೋಚನೆಗಳಿಗೂ ತಮ್ಮದೇ ಆದ ಮಿತಿಗಳಿರುತ್ತಿದ್ದವು. ಆ ಸಡಿಲವಾದ ಬಂಡೆಯ ಬಳಿ ಜೋಪಾನ, ನಮ್ಮ ಬಳಿ ಆಹಾರ ಇನ್ನೂ ಉಳಿದಿದೆ ತಾನೆ? ನಾವಿಲ್ಲೇನು ಮಾಡುತ್ತಿದ್ದೇವೆ? ಇಷ್ಟು ಸಾಗಿದರೂ ಆ ಮುಂದಿನ ವಿಶಾಲ ಬೆಟ್ಟಗಳು ನೋಡು, ಇದು ಕರಗದ ಹಾದಿ, ನಮ್ಮ ಕತೆ ಇಲ್ಲಿಗೆ ಮುಗಿಯಿತು... ಹೀಗೆ ಮತ್ತೆ ವ್ಯೂಹದಲ್ಲಿ ಕಳೆದುಹೋಗುವವರೆಗೂ ನಿಲ್ಲದ ಆಲೋಚನೆಗಳು.

ಆ ನಡಿಗೆಯ ನಡುವೆ ನನ್ನ ಬಲಗಾಲಿನ ಬೂಟಿನ ಹೊಲಿಗೆ ಬಿಚ್ಚಿ ಹೋಗುತ್ತಿರುವುದು ಕಂಡಿತು. ಬೂಟು ಹರಿದುಹೋದರೆ ನನ್ನ ಕತೆ ಮುಗಿದಂತೆಯೇ ಲೆಕ್ಕ. ಆದರೆ ಆಶ್ಚರ್ಯಕರವಾಗಿ, ನನಗೆ ಆ ಸಂಗತಿ ಹೆಚ್ಚು ಕಾಡಲಿಲ್ಲ. ಇಷ್ಟೆಲ್ಲಾ ಮಾಡಿರುವ ನನಗೆ ಬರಿಗಾಲಿನಲ್ಲಿ ನಡೆದೇಬಿಡುವೆನೆಂದೂ ಅನಿಸಿಬಿಟ್ಟಿತ್ತು. ನನ್ನ ಮನಸ್ಸಿನಲ್ಲಿ, ಬರಿಗಾಲಿನಲ್ಲಿ ವೇಗವಾಗಿ ಮುಂದೆ ಸಾಗುತ್ತಿರುವ ಚಿತ್ರ ಮೂಡಿತು. ಕಾಲುಗಳಲ್ಲಿ ರಕ್ತ ಬಂದ ನಂತರ, ನನ್ನ ಮೊಣಕೈ, ಮೊಣಕಾಲೂರಿ ತೆವಳಿಕೊಂಡು ಹೋಗುತ್ತಿರುವಂತೆ ಚಿತ್ರ, ಅದೂ ಅಸಾಧ್ಯವೆನಿಸಿದಾಗ ನನ್ನ ಹೊಟ್ಟೆಯ ಮೇಲೆಯೇ ತೆವಳಿಕೊಂಡು ನನ್ನ ದೇಹ ಸಂಪೂರ್ಣ ಅಚಲವಾಗುವವರೆಗೂ ಮುಂದೆ ಸಾಗುವೆ. ಯಾವಾಗ ಸಾಗುವಿಕೆ ನಿಲ್ಲುವುದೋ ಆ ಕ್ಷಣ ನಾನು ಸತ್ತಿರುವೆನೆಂದು ಅಂದುಕೊಂಡುಬಿಡುವೆ, ಎಂದು ಏನೇನೋ ಆಲೋಚನೆಗಳು ಸುಳಿದಾಡಿದವು. ಈ ಆಲೋಚನೆಗಳು ನನ್ನನ್ನು ಕುಗ್ಗಿಸಲಿಲ್ಲ. ಬದಲಾಗಿ ನನ್ನಲ್ಲಿ ಇನ್ನೂ ಚೈತನ್ಯ ಮೂಡಿಸಿದವು. ನನ್ನ ಬೂಟು ಹರಿದುಹೋದರೆ ಮುಂದಿನ ಉಪಾಯವನ್ನು ಕಂಡುಕೊಂಡಿದ್ದೆ. ಬೂಟು ಇಲ್ಲದೆ ಹೋದರೂ ನಾನು ಇನ್ನೂ

ಮುಂದೆ ಮಾಡಬಲ್ಲ ಯಾವುದೋ ಕೆಲಸ ಉಳಿದುಕೊಂಡಿತ್ತು. ನನ್ನ ಮತ್ತು ಸಾವಿನ ನಡುವಿನ ಅಂತರವನ್ನು ಕಾಪಾಡಿಕೊಳ್ಳುವ ಅಥವಾ ಇನ್ನೂ ಆದಷ್ಟೂ ಮುಂದುವರೆಸುವ ಮಂತ್ರ ದೊರೆತಿತ್ತು. ನನ್ನ ಚೈತನ್ಯ ಉಡುಗಿಹೋದ ಪ್ರತಿ ನಿಮಿಷವೂ ನನ್ನ ತಂದೆಯನ್ನು ನೆನೆಸಿಕೊಳ್ಳುತ್ತಿದ್ದೆ. ಅವರ ಅರ್ಜೆಂಟಿನಾ ನದಿಯ ಕಥೆಯನ್ನು ನೆನಪಿಸಿಕೊಳ್ಳುತ್ತಿದ್ದೆ. ಏನೇ ಆಗಲಿ, ಎಷ್ಟೇ ಕಷ್ಟವಾಗಲಿ, ಇನ್ನೊಂದು ಹೆಜ್ಜೆ ಪ್ರಯತ್ನಿಸುತ್ತೇನೆ. ಇನ್ನೂ ಮುಂದೆ ಸಾಗುತ್ತೇನೆ. ಪ್ರತಿ ಹೆಜ್ಜೆಯೂ ನನಗೆ ತಂದೆಯ ಹತ್ತಿರ ಹತ್ತಿರಕ್ಕೆ ಕರೆದೊಯ್ಯುತ್ತಿತ್ತು ಎಂಬ ಅನಿಸಿಕೆ ಸಮಾಧಾನ ತರುತ್ತಿತ್ತು.

ಡಿಸೆಂಬರ್ 18ರ ಮಧ್ಯಾಹ್ನ, ದೂರದಿಂದ ಏನೋ ಸದ್ದಾದಂತೆ ಭಾಸವಾಯಿತು. ಆತುರಾತುರವಾಗಿ ಆ ಸದ್ದಿನ ಹಾದಿ ಹುಡುಕತೊಡಗಿದೆ. ಅದರ ಹಾದಿಯಲ್ಲೇ ನಡೆದೆ. ಮುಂದೆ ಮುಂದೆ ಹೋದಂತೆಲ್ಲಾ ಆ ಸದ್ದು ಹೆಚ್ಚಾಗುತ್ತಾ ಹೋಯಿತು. ಕೆಲವೇ ನಿಮಿಷಗಳಲ್ಲಿ ಅದು ನೀರು ರಭಸವಾಗಿ ಹರಿಯುವ ಸದ್ದು ಎಂಬುದು ತಿಳಿಯಿತು. ಅದೇನಾದರೂ ನಮಗಾಗಿ ಬಂದೊದಗುವ ಮತ್ತೊಂದು ಆತಂಕದ ಘಟನೆಯಾಗಬಹುದೇ ಎಂಬ ಅನುಮಾನ ಕಾಡಿತು. ಆದರೆ ಅದು ಹರಿಯುವ ನೀರು ಎಂದು ತಿಳಿದಾಗ ಸಮಾಧಾನವಾಯಿತು. ಬೆಟ್ಟದ ತುದಿಯಿಂದ ಕಂಡ ಕಣಿವೆಯ ಕೆಳಗಿನ ಕವಲು ಈ ಸ್ಥಳದ್ದೇ ಆಗಿತ್ತು. ಕೊನೆಗೂ ಆ ಕವಲನ್ನು ನಾವು ಮುಟ್ಟಿದ್ದೆವು. ಕೊನೆಗೂ ಮನೆಯತ್ತ ಸಾಗುವ ಒಂದು ದಾರಿ ಸಿಕ್ಕಿತ್ತು. ನಮ್ಮಲ್ಲಿ ಚೈತನ್ಯ ಉಳಿದಿರಲಿಲ್ಲವಷ್ಟೇ.

ನನ್ನ ಎಡ ಭಾಗಕ್ಕೆ ತಿರುಗಿ ಆ ನೀರ ಧಾರೆಯೆಡೆಗೆ ನಡೆದೆ. ದೊಡ್ಡ ಮಂಜಿನ ಬಂಡೆಯೊಂದರಾಚೆಯಿಂದ ಆ ನೀರು ರಭಸವಾಗಿ ಹರಿದುಬರುತ್ತಿತ್ತು.

"ಇದು ಈ ನದಿಯ ಉಗಮಸ್ಥಾನ. ಇದು ನಮಗೆ ದಾರಿ ತೋರಬಹುದು" ರಾಬರ್ಟೋ ಖುಷಿಯಿಂದ ಹೇಳಿದ. ಆ ನದಿ ಹರಿದು ಸಾಗುವ ದಾರಿಯಲ್ಲೇ ನಾವೂ ನಡೆದೆವು. ಆ ದಾರಿ ಹರಿದುಕೊಂಡು ಹೋಗಿ ಕೊನೆಗೆ ಯಾವುದಾದರೂ ನಾಗರೀಕ ಜೀವನದತ್ತ ನಮ್ಮನ್ನು ಒಯ್ಯಬಹುದು ಎಂಬ ಆಸೆ ನಮ್ಮದು. ಹಿಮದ ಜಾರು, ಮಂಜುಗಡ್ಡೆಗಳು, ಚೂಪಾದ, ಮೊನಚಾದ ಉಬ್ಬು ತಗ್ಗುಗಳು, ಇವೆಲ್ಲವನ್ನೂ ದಾಟಿ ಮುಂದೆ ನಡೆಯುತ್ತಾ ಹೋದಂತೆ ಇದ್ದಕ್ಕಿದ್ದಂತೆ ಒಣ ನೆಲ ನಮಗೆ ಕಂಡಿತು. ಆದರೆ ಆ ಒಣ ನೆಲ ನಮ್ಮ ನಡಿಗೆಗೆ ಯಾವ ಸಹಾಯವನ್ನೂ ಮಾಡಲಿಲ್ಲ. ದೊಡ್ಡ ದೊಡ್ಡ ಆಳೆತ್ತರದ ಬಂಡೆಗಳು. ಅವನ್ನೆಲ್ಲಾ ಹಾರಿ, ಜಾರಿ ಸಾಗಬೇಕಾಗಿತ್ತು. ಈ ಕಡುಕಷ್ಟದ ದಾರಿಯಲ್ಲೇ ಗಂಟೆಗಟ್ಟಲೆ ನಡೆದ ನಂತರ ಕೊಂಚ ಸುಗಮವಾದ ನೆಲ ದೊರಕಿತು. ನಾವು ನಡೆದಂತೆಲ್ಲಾ ನದಿಯ ಆರ್ಭಟ ಹೆಚ್ಚಾಗುತ್ತಲೇ ಹೋಗುತ್ತಿತ್ತು. ಎಂದಿನಂತೆ ಯಾಂತ್ರಿಕವಾಗಿ ನಡೆಯುತ್ತಲೇ ಸಾಗಿದೆವು. ಸಂಜೆಗತ್ತಲಾಗುತ್ತಿತ್ತು. ನಾವು ಆ ರಾತ್ರಿ ಅಲ್ಲೇ ಕಳೆಯಲು ನಿರ್ಧರಿಸಿ, ವಿಶ್ರಮಿಸಿದೆವು.

ರಾಬರ್ಟೊ ದಾರಿಯಲ್ಲಿ ಅವನು ಹಿಡಿದು ತಂದಿದ್ದ ಕಲ್ಲೊಂದನ್ನು ತೋರಿಸಿದ. "ನಾನು ಇದನ್ನು ಲಾರಾಳಿಗಾಗಿ ತೆಗೆದುಕೊಂಡು ಹೋಗುತ್ತೇನೆ." ಎಂದ. ಲಾರಾ ರಾಬರ್ಟೊನ ನಲ್ಲೆಯಾಗಿದ್ದಳು.

"ಅವಳಿಗೆ ನಿನ್ನ ಬಗ್ಗೆ ಆತಂಕವಾಗಿರಬಹುದು" ಎಂದೆ.

"ಅವಳು ತುಂಬಾ ಒಳ್ಳೆಯವಳು. ಅವಳ ನೆನಪು ಅಂದಿನಿಂದ ಕಾಡುತ್ತಲೇ ಇದೆ" ಎಂದ ರಾಬರ್ಟೊ.

"ನಿನ್ನ ಮೇಲೆ ಹೊಟ್ಟೆಕಿಚ್ಚು ಕಣೋ ರಾಬರ್ಟೊ. ನಿನಗೆ ಗೆಳತಿ ಸಿಕ್ಕಂತೆ ನನಗಾರೂ ಸಿಕ್ಕಿಲ್ಲ. ನಾನೆಂದಿಗೂ ಪ್ರೇಮದಲ್ಲಿ ಬಿದ್ದಿಲ್ಲ." ಎಂದೆ.

"ಹೌದಾ? ಪಂಚಿಟೋ ಜೊತೆ ನೀನು ಹಿಂದೆ ಬಿದ್ದಿದ್ದ ಆ ಹುಡುಗಿಯರು? ಅವರ್ಯಾರೂ ನಿನ್ನ ಹೃದಯ ಕದಿಯಲಿಲ್ಲವೆ?" ನಗುತ್ತಾ ರಾಬರ್ಟೊ ಛೇಡಿಸಿದ.

"ಬಹುಶಃ ನಾನು ಯಾರಿಗೂ ಆ ಅವಕಾಶ ಕೊಡಲಿಲ್ಲ. ನನ್ನನ್ನು ಮುಂದೊಮ್ಮೆ ಮದುವೆಯಾಗಬಲ್ಲ, ನನಗೆ ಇದುವರೆಗೂ ಗೊತ್ತಿಲ್ಲದ ಆ ಹುಡುಗಿ, ತನ್ನನ್ನು ಮದುವೆಯಾಗಬಲ್ಲ ಹುಡುಗ ಅಂದರೆ ಇವನೇ ಎಂದು ನನ್ನ ಬಗ್ಗೆ ಆಲೋಚಿಸಿರಬಹುದಲ್ಲವಾ? ನಾನು ಹೀಗೆ, ಈ ಕೊರೆಯುವ ಚಳಿ, ಹಿಮದ ರಾಶಿಯ ನಡುವೆ, ತಪ್ಪಿಹೋಗಿ, ಬದುಕಲು ಪ್ರಯತ್ನಿಸುತ್ತಾ, ಜೀವಸೆಲೆಯ ದಾರಿ ಹುಡುಕುತ್ತಾ, ಅವಳಿಗಾಗಿ ಜೀವಂತ ಇರಬಯಸುತ್ತಿದ್ದೇನೆ ಎಂಬ ವಿಷಯವನ್ನು ಅವಳು ಊಹಿಸಲೂ ಸಾಧ್ಯವಿಲ್ಲ ಅಲ್ಲವಾ? ನಾವು ಇಲ್ಲಿಂದ ಆಚೆ ಹೋಗಲು ಸಾಧ್ಯವಾಗದಿದ್ದಲ್ಲಿ, ನಾನೆಂದಿಗೂ ಅವಳನ್ನು ಮದುವೆಯಾಗಲೂ ಸಾಧ್ಯವಿಲ್ಲ. ಅವಳಿಗೆ ನನ್ನ ಪರಿಚಯವೂ ಆಗುವುದಿಲ್ಲ. ಅವಳು ನನ್ನ ಇರುವಿಕೆಯೇ ತಿಳಿಯದೆ ಇನ್ಯಾರನ್ನೋ ಮದುವೆಯಾಗಿಬಿಡುತ್ತಾಳೆ" ನನ್ನದೇ ಆಲೋಚನೆಯಲ್ಲೇ ಕಳೆದುಹೋದೆ.

"ಚಿಂತಿಸಬೇಡ ನ್ಯಾಂಡೊ. ನಾವು ಇಲ್ಲಿಂದ ಪಾರಾಗುತ್ತೇವೆ. ನಿನಗೆ ನಿನ್ನ ಕನಸಿನ ಹುಡುಗಿ ಸಿಗುತ್ತಾಳೆ. ನೀನು ಅವಳನ್ನು ಸಂತೋಷವಾಗಿಟ್ಟುಕೊಳ್ಳುತ್ತೀಯ" ಎಂದು ರಾಬರ್ಟೊ ನನ್ನ ಬೆನ್ನು ಸವರಿದ.

ರಾಬರ್ಟೊನ ಮಾತು ಕೇಳಿ ಅವನತ್ತ ತಿರುಗಿ ಮಂದಹಾಸ ಬೀರಿದೆ. ಆದರೆ ನನ್ನ ಒಳಮನಸ್ಸು ಸಮಾಧಾನಗೊಳ್ಳಲಿಲ್ಲ. ಬಹುಶಃ ಆ ಹುಡುಗಿ ನನಗೆಂದೂ ಸಿಗದೆ ಹೋದರೆ, ನಮಗೆ ಹುಟ್ಟಬಹುದಾದ ಮಕ್ಕಳು ಎಂದಿಗೂ ಹುಟ್ಟುವುದಿಲ್ಲ. ನಾವೆಲ್ಲರೂ ಕೂಡಿ ಬಾಳುವುದಿಲ್ಲ. ಈ ಪರ್ವತಗಳು ನನ್ನಿಂದ ಅವನ್ನೆಲ್ಲಾ ಕಸಿದುಕೊಂಡು ಬಿಟ್ಟಿವೆ. ಅದೇ ಸತ್ಯ. ಆ ಕಹಿ ಸತ್ಯವನ್ನು ನಾನು ಒಪ್ಪಿಕೊಳ್ಳಬೇಕು. ನಿಜ. ಆದರೆ, ಹೆಂಡತಿಯ ಪ್ರೀತಿ, ನನ್ನದೇ ಕುಟುಂಬ, ನನ್ನ ಅಜ್ಜಿ, ಅಪ್ಪ,

ಅಕ್ಕಂದಿರೊಡನೆ ಕೂಡಿ ಬಾಳುವುದು. ಇವೆಲ್ಲವೂ ನನಗೆ ಬೇಕಾಗಿತ್ತು. ಅದೇಕೋ ಆ ಕ್ಷಣ ನನಗೆ ಎಲ್ಲ ನೋವು, ದುಃಖ, ಸಾವಿನ ಆತಂಕಗಳಿಗಿಂತ ಈ ಕುಟುಂಬ, ಪ್ರೀತಿಯ ತೀವ್ರ ಹಂಬಲ ಕಾಡಿತು. ಅದು ನನ್ನಲ್ಲಿ ಒಂದು ಹೊಸ ಚೈತನ್ಯವನ್ನೇ ತುಂಬುತ್ತಿತ್ತು. ಆದರೆ ಆ ಸುಂದರ ಅನುಭೂತಿ ಅದೆಷ್ಟು ಕ್ಷಣಗಳು ಉಳಿದಿತ್ತೋ ತಿಳಿಯದು.

ಡಿಸೆಂಬರ್ 19, ಮತ್ತೊಂದು ಶುಭ್ರ ಆಗಸದ ದಿನವಾಗಿತ್ತು. ನಾವು ನಡಿಗೆ ಪ್ರಾರಂಭಿಸಿ ಅಂದಿಗೆ ಎಂಟನೇ ದಿನ. ಮತ್ತೆ ಎಂದಿನಂತೆ ಗಂಟೆಗಟ್ಟಲೆ ಉಬ್ಬುತಗ್ಗುಗಳ ನಡುವೆ ನಮ್ಮ ಪ್ರಯಾಣ ಸಾಗಿತ್ತು. ನಾನು ಮುಂದೆ ಮುಂದೆ ರಾಬರ್ಟೊ ನನ್ನ ಹಿಂದೆ. ರಾಬರ್ಟೊನಿಗಾಗಿ ಕಾಯುತ್ತಾ ನಿಂತಿದ್ದೆ. ಆಗ ನನ್ನ ಬೂಟುಗಳನ್ನು ಗಮನಿಸಿದೆ. ಅದು ಸಾಕಷ್ಟು ಹರಕಲಾಗಿತ್ತು. ಹೊಲಿಗೆಬಿಟ್ಟು ಪಟದಂತೆ ನೇತಾಡುತ್ತಿತ್ತು. ಮುಂದೆ ದೂರದೂರದವರೆಗೂ ಕಾಣುತ್ತಿದ್ದ ಕಠಿಣ ರಸ್ತೆಯನ್ನು ಗಮನಿಸಿದೆ. "ನಾನು ಮೊದಲು ಸೋಲೊಪ್ಪುತ್ತೇನಾ ಅಥವಾ ನನ್ನ ಬೂಟುಗಳಾ?" ಎಂದು ಆಲೋಚಿಸುತ್ತಾ ನಿಂತೆ. ಇದುವರೆಗೂ ಸಾಕಷ್ಟು ಅಪಾಯಗಳನ್ನು ಮೀರಿ ಬಂದಿದ್ದೆವು. ಭಯಾನಕ ಸವಾಲುಗಳನ್ನೆಲ್ಲಾ ಗೆದ್ದು, ಸಾವಿನಂಚಿನಿಂದ ಪಾರಾಗಿ, ಇಲ್ಲಿಯವರೆಗೂ ಬಂದಿದ್ದೆವು. ಹಿಂದೆ ಕಂಡಿದ್ದಂಥ ಜೀವಾಂತಕ ಅಪಾಯ ಮುಂದೆ ಕಾಣಲಿಲ್ಲ. ಆದರೆ, ಇನ್ನು ಮುಂದೆ ಬೇಕಾಗಿದ್ದೆಲ್ಲಾ ನಮ್ಮ ದೇಹದ ಶಕ್ತಿ ಮತ್ತು ಮನಸ್ಸಿನ ತಾಳ್ಮೆ. ನಮ್ಮಲ್ಲಿ ಉಳಿದಿದ್ದ ಚೂರೇಚೂರು ಜೀವಗ್ರಂಥಿಗಳೂ ಅವಸಾನಗೊಳ್ಳುವ ಮುನ್ನ ಏನಾದರೂ ಸಹಾಯ ದೊರೆಯುತ್ತದೆ ಎಂಬ ಒಂದೇ ಆಕಾಂಕ್ಷೆಯಿಂದ ಮುಂದೆ ಸಾಗಿದೆವು.

ಮಧ್ಯಾಹ್ನದ ವೇಳೆಗೆ ದೂರದಲ್ಲಿ ನಮಗೆ ಮರಗಳು ಕಾಣಿಸಿದವು. ಆ ಕ್ಷಣ ನಮ್ಮ ಪ್ರತಿಕ್ರಿಯೆಯನ್ನು ವಿವರಿಸಲಾಗದು. ರಾಬರ್ಟೊ ಇನ್ನೂ ಹೆಚ್ಚು ಏನನ್ನೋ ಕಂಡ.

"ಅಲ್ಲಿ ನೋಡು! ಅಲ್ಲಿ ಬಹುಶಃ ಹಸುಗಳಿವೆ" ಎಂದು ಕೂಗಿದ.

ನನ್ನ ಕಣ್ಣಿನ ದೋಷ ನನಗೆ ಅಷ್ಟು ದೂರಕ್ಕೆ ಏನೂ ಕಾಣಲಿಲ್ಲ. ಆದರೆ ರಾಬರ್ಟೊ ಹೆಚ್ಚು ಖುಷಿಯಲ್ಲಿ ತನ್ನೆಲ್ಲಾ ಶಕ್ತಿಯನ್ನು ಕಳೆದುಕೊಂಡು ಬಿಡಬಹುದು ಎನ್ನುವ ಆತಂಕ ನನಗೆ. "ಜಿಂಕೆಯೂ ಇರಬಹುದು. ಏನಾದರೂ ಆಗಲಿ. ಈಗ ನಾವು ಮುಂದೆ ನಡೆಯೋಣ" ಎಂದೆ.

ಕೆಲವು ಘಂಟೆಗಳು ಕಳೆದವು. ನಾವು ನಡೆಯುತ್ತಲೇ ಹೋದೆವು. ಕೆಳಗೆ ಬಿದ್ದ ವಸ್ತುವನ್ನು ಕೈಗೆತ್ತಿಕೊಂಡು ರಾಬರ್ಟೋ "ಇಲ್ಲಿ ಗಮನಿಸು" ಎಂದ. ಅದು ತುಕ್ಕು ಹಿಡಿದ ಕ್ಯಾನಿನ ತುಂಡಾಗಿತ್ತು.

"ಇಲ್ಲಿಗೆ ಜನರು ಬಂದಿದ್ದಾರೆ" ರಾಬರ್ಟೋ ಖುಷಿಯಿಂದ ಕುಣಿದ.

ನನಗೆ ಸಂತೋಷವಾದರೂ ಅನುಮಾನ ಉಳಿದಿತ್ತು. ಭಾವೋದ್ವೇಗಕ್ಕೆ ಒಳಗಾಗುವುದಕ್ಕೆ ಮನಸ್ಸು ಹಿಂಜರಿಯಿತು. "ವರ್ಷಗಟ್ಟಲೆಗಳಿಂದ ಅದು ಇದ್ದಿರಬಹುದು, ಅಥವಾ ವಿಮಾನದಿಂದ ಬಿದ್ದಿರಬಹುದು." ಎನ್ನುತ್ತಾ ಲಗುಬಗೆಯಿಂದ ಮುಂದೆ ನಡೆದೆ.

ರಾಬರ್ಟೋ ಆ ಲೋಹದ ತುಣುಕನ್ನು ಚೆಂಡಿನಂತೆ ಎಸೆಯುತ್ತಾ, "ಲೋ ಹುಚ್ಚ! ವಿಮಾನದ ಕಿಟಕಿಗಳ ಗಾಜು ತೆರೆದಿರುವುದಿಲ್ಲ" ಎಂದು ನಕ್ಕ. ಹಾಗೇ ಮುಂದೆ ನಡೆದಂತೆ ನಮಗೆ ಕುದುರೆಯ ಕಾಲಿಗೆ ಕಟ್ಟುವ ಲೋಹ ದೊರೆಯಿತು. ಇನ್ನೂ ಮುನ್ನಡೆದಂತೆ ಒಂದಷ್ಟು ಸಗಣಿಯೂ ಕಂಡಿತು.

ರಾಬರ್ಟೋ ಇನ್ನೂ ನನ್ನ ಮುಖದ ಬಿಗುವನ್ನು ಕಂಡು, "ಈ ಸಗಣಿ ಹೇಗೆ ವಿಮಾನದಿಂದ ಬಿದ್ದಿರಬಹುದು ಎಂಬುದನ್ನು ಸ್ವಲ್ಪ ಹೇಳುತ್ತೀಯಾ ದೊರೆ?" ಎಂದ.

"ಸುಮ್ಮನೆ ಮುಂದೆ ನಡೆ. ನನಗೆ ಯಾರಾದರೂ ಮನುಷ್ಯರು ಕಾಣಲಿ. ಆಗ ಸಂತೋಷಪಡುವೆ" ಎನ್ನುತ್ತಾ ಬೇಗ ಬೇಗ ಮುಂದೆ ನಡೆದೆ.

ಮುಂದೆ ಸಾಗಿದಂತೆಲ್ಲಾ ನಮಗೆ ಜೀವಿಗಳು ತಿರುಗಾಡಿದ ಗುರುತುಗಳು ಸಾಕಷ್ಟು ಕಂಡವು. ಹಸುವಿನ ಮತ್ತು ಕುದುರೆಯ ಸಗಣಿ, ಕಡಿದ ಮರಗಳು, ಇತ್ಯಾದಿ. ಇನ್ನೂ ಮುಂದೆ ನಡೆದಂತೆ ಸುಮಾರು ದೂರದಲ್ಲಿ ಹಸುವಿನ ಹಿಂಡೂ ಕಾಣಿಸಿತು.

"ನಾನು ಹೇಳಲಿಲ್ಲವಾ. ಹಸುವಿನ ಹಿಂಡು ಕಂಡಿತು ಅಂತಾ. ಇಲ್ಲೇ ಎಲ್ಲಾದರೂ ರೈತರು ಇರಬಹುದು" ರಾಬರ್ಟೋ ಕೂಗಿದ.

"ಹಸುಗಳನ್ನು ಇಲ್ಲಿ ತಂದು ಬಿಟ್ಟಿರಬಹುದು. ಇಲ್ಲಿ ಬಿಡಾರ ಕಟ್ಟಿಕೊಂಡಿರುವುದು ಏನು ಸುಲಭದ ಮಾತೇ. ಇಲ್ಲಿ ಯಾರೂ ಇರಲಿಕ್ಕಿಲ್ಲ" ಎಂದೆ.

"ಸಾಕ್ಷಿ ನಿನ್ನ ಕಣ್ಣ ಮುಂದೆಯೇ ಇದೆ. ಇಂದಲ್ಲದಿದ್ದರೆ ನಾಳೆ ಬೆಳಗ್ಗೆಯಾದರೂ ಈ ಹಸುಗಳನ್ನು ಕರೆದೊಯ್ಯಲು ರೈತರು ಬಂದೇ ಬರುತ್ತಾರೆ" ಎಂದ ರಾಬರ್ಟೋ.

ಆ ರಾತ್ರಿ ಅಲ್ಲೇ ಕಳೆದೆವು. ರಾಬರ್ಟೋ ತುಂಬಾ ಸಂತಸದಿಂದಿದ್ದ. ಇನ್ನೂ ಹೆಚ್ಚಿನ ಕೆಲ ಘಂಟೆಗಳು ಪರ್ವತಗಳ ನಡುವೆಯೇ ಇದ್ದಿರಬೇಕಾದ ಸ್ಥಿತಿ ಒದಗಿದ್ದಿದ್ದರೆ, ರಾಬರ್ಟೋ ಕುಸಿದುಹೋಗುತ್ತಿದ್ದ.

"ನನ್ನ ಕಾಲುಗಳು ಸತ್ತುಹೋಗಿವೆ. ತುಂಬಾ ನೋಯುತ್ತಿದೆ. ಸುಸ್ತು. ಒಂದು ಹೆಜ್ಜೆ ಇಡಲೂ ಕಷ್ಟ. ಸದ್ಯ ಇಲ್ಲಿಗೆ ಇದು ಮುಗಿಯಿತಲ್ಲ. ಇಲ್ಲದಿದ್ದಲ್ಲಿ ದೇವರೇ ಗತಿ" ಎನ್ನುತ್ತಾ ಕಾಲುಚಾಚಿದ ರಾಬರ್ಟೋ.

"ನಾಳೆ ನಮಗೆ ಸಹಾಯ ದೊರೆಯಬಹುದು. ಈಗ ವಿಶ್ರಮಿಸು" ಎಂದೆ.

ಮರುದಿನ ಮುಂಜಾನೆ, ಡಿಸೆಂಬರ್ 20, ನಮ್ಮ ಚಾರಣದ ಒಂಭತ್ತನೇ ದಿನ. ನಮ್ಮ ನಡಿಗೆ ಪ್ರಾರಂಭಿಸಿದೆವು. ನೆಲ ಸಮತಟ್ಟಾಗಿತ್ತು. ನಾವು ಮೊದಲ ಬಾರಿಗೆ ಭೂಮಿಯ ಮೇಲೆ ಕಾಲಿಡುತ್ತಿದ್ದೆವೋ ಎಂಬಂತೆ ಭಾಸವಾಗುತ್ತಿತ್ತು. ರಾಬರ್ಟೋಗೆ ಹತ್ತಿರದಲ್ಲೇ ರೈತರ ಬಿಡಾರ ಸಿಗಬಹುದು ಎಂಬ ಆಸೆ. ಆದರೆ ಘಂಟೆಗಳ ಕಾಲ ನಡೆದರೂ ನಮಗೆ ಅಂಥದ್ದೇನೂ ಕಾಣಿಸಲಿಲ್ಲ. ರಾಬರ್ಟೋ ದಣಿದುಹೋದ. ಅವನು ಅಲ್ಲಲ್ಲಿ ಕೂತುಬಿಡುತ್ತಿದ್ದ. ನಾನು ಅವನಿಗಾಗಿ ಕಾಯುತ್ತಾ ನಿಂತಿರುತ್ತಿದ್ದೆ. ನಮ್ಮ ನಡಿಗೆ ನಿಧಾನವಾಯಿತು. ಆದರೂ ನಿಲ್ಲಲಿಲ್ಲ. ಮಧ್ಯಾಹ್ನವಾಗುವ ವೇಳೆಗೆ ದೊಡ್ಡದೊಂದು ಬಂಡೆ ನಮ್ಮ ಹಾದಿಗೆ ಅಡ್ಡವಾಗಿದ್ದುದು ಕಾಣಿಸಿತು.

"ನಾವಿದನ್ನು ಹತ್ತಬೇಕು" ಎಂದೆ.

ರಾಬರ್ಟೋ ಆ ಬಂಡೆಯನ್ನು ಸೂಕ್ಷ್ಮವಾಗಿ ಗಮನಿಸಿದ. ಆ ಬಂಡೆಯ ಒಂದು ಭಾಗವನ್ನು ಸುತ್ತುವರೆದಿದ್ದ ರಭಸವಾದ ನೀರಿನಂಚು ಕಾಣಿಸಿತು. "ನಾನು ಆ ದಾರಿಯಲ್ಲಿ ಬರುವೆ" ಎಂದ.

"ಅದು ತುಂಬಾ ಅಪಾಯಕಾರಿ. ನೀರು ತುಂಬಾ ರಭಸವಾಗಿದೆ. ಒಂದು ಹೆಜ್ಜೆ ಜಾರಿದರೆ ಸಲೀಸಾಗಿ ನೀರಿನಲ್ಲಿ ಮುಳುಗಿಹೋಗುವೆ. ನಾವು ಹೀಗೆ ಮೇಲೆ ಹತ್ತಿಯೇ ಹೋಗಬೇಕು" ಎಂದು ಗಾಬರಿಯಿಂದ ಹೇಳಿದೆ.

"ನನಗೆ ಇನ್ನು ಹತ್ತಲು ಅಸಾಧ್ಯ ನ್ಯಾಂಡೊ. ಇಷ್ಟೇ ಕಷ್ಟಗಳನ್ನು ಕಂಡಿದ್ದೇವೆ. ಇದನ್ನೂ ನಾನು ನೋಡಿಬಿಡುವೆ. ಏನಾದರೂ ಆಗಿಹೋಗಲಿ" ಎಂದು ಅವನು ಹೇಳಿದ ದಾರಿಯಲ್ಲಿ ನಡೆದ. ಅವನು ಕಾಣುವವರೆಗೂ ಅವನನ್ನೇ ಗಮನಿಸುತ್ತಾ ಇದ್ದ ನಾನು ನಂತರ ಬಂಡೆಯನ್ನು ಹತ್ತಲು ಪ್ರಾರಂಭಿಸಿದೆ. ನಾನು ಹೇಗೋ ಹತ್ತಿ ಆಚೆ ಬದಿಗೆ ಇಳಿದು ಬಂದಾಗ ರಾಬರ್ಟೋ ಕಾಣಲಿಲ್ಲ. ಅವನ ದಾರಿ ನಾನು ಬಂದ ದಾರಿಗಿಂತ ಚಿಕ್ಕದಾಗಿತ್ತು. ಆದರೂ ಇನ್ನೂ ಬಂದಿರಲಿಲ್ಲ. ಮೊದಲಿಗೆ ಅವನ ಮೇಲೆ ನನಗೆ ಸಿಟ್ಟು ಬಂತು, ನಂತರ ಆತಂಕ. ಅವನಿಗಾಗಿ ಕಾದೆ. ಕೊನೆಗೂ ಅವನು ಕಂಡ. ಸಂಪೂರ್ಣ ಮುದುಡಿಹೋಗಿದ್ದ. ಜೋರಾಗಿ ಏದುಸಿರು ಬಿಡುತ್ತಾ, ಹೊಟ್ಟೆ ಹಿಡಿದುಕೊಂಡು ಹೆಜ್ಜೆ ಮೇಲೆ ಹೆಜ್ಜೆ ಇಡುತ್ತಾ ಬಂದ. ಅವನ ಮುಖ ಬಿಳಿಚಿಕೊಂಡಿತ್ತು. ಅವನ ಕಣ್ಣುಗಳಲ್ಲಿ ನೋವಿತ್ತು.

"ಏನಾಯಿತೊ?" ನಾನು ಗದ್ಗದಿತನಾಗಿ ಕೇಳಿದೆ.

"ನನಗೆ ವಾಂತಿಯಾಗುತ್ತಿದೆ. ನನ್ನ ಶಕ್ತಿಯೆಲ್ಲಾ ಉಡುಗಿಹೋಗಿದೆ. ನಾನು ನದಿಯಂಚಿನಲ್ಲಿ ಬರುತ್ತಿದ್ದಾಗ ಇದು ಪ್ರಾರಂಭವಾಯಿತು. ಹೆದರಿಕೆಯಾಗುತ್ತಿದೆ." ಅವನು ನಡುಗುತ್ತಿದ್ದ.

"ನಿನಗೆ ನಡೆಯಲು ಆಗುತ್ತಾ? ಈಗ ಮುಂದಿನ ದಾರಿ ಸಲೀಸೆನಿಸುತ್ತದೆ" ಎಂದೆ.

ರಾಬರ್ಟೋ ತಲೆದೂಗುತ್ತಾ, ತನಗೆ ಇನ್ನೊಂದು ಹೆಜ್ಜೆ ಇಡಲೂ ಸಾಧ್ಯವಿಲ್ಲ, ಎಂದುಬಿಟ್ಟ.

ನೋವಿನಲ್ಲಿ ನೆಲಕ್ಕೆ ಕುಸಿದು ಕೂತುಬಿಟ್ಟ. ಅವನ ಅಲ್ಪಸ್ವಲ್ಪ ಉಳಿದ ಶಕ್ತಿಯೂ ಎಲ್ಲಿ ಕಳೆದುಹೋಗುವುದೋ ಎಂದು ನಾನು ಹೆದರಿದ್ದೆ. ಅವನನ್ನು ಅಲ್ಲಿ ಬಿಟ್ಟು ಮುಂದೆ ಹೋಗಲು ಸಾಧ್ಯವಾಗಲಿಲ್ಲ.

"ಇನ್ನು ಸ್ವಲ್ಪವೇ ದೂರ ರಾಬರ್ಟೋ, ಬಾ, ನಡೆ" ಎಂದೆ.

"ಇಲ್ಲ ದಯವಿಟ್ಟು ಬಿಡು. ನನ್ನಿಂದ ಸಾಧ್ಯವಿಲ್ಲ. ನಾನು ಇಲ್ಲೇ ವಿಶ್ರಮಿಸಬೇಕು" ಎಂದ.

ನಾನು ಮುಂದಿನ ದಾರಿಯನ್ನು ಗಮನಿಸಿದೆ. ಇನ್ನು ಸ್ವಲ್ಪ ದೂರದಲ್ಲಿ ಯಾವುದಾದರೂ ಸಹಾಯ ದೊರೆಯಬಹುದು ಎಂದು ನನಗೆ ಅನಿಸಿತು.

"ರಾಬರ್ಟೋ, ನಿನ್ನ ಚೀಲವನ್ನು ನಾನು ಹೊತ್ತುಕೊಂಡು ಬರುವೆ. ನಾವೀಗ ಇನ್ನು ಸ್ವಲ್ಪ ದೂರ ನಡೆಯಲೇ ಬೇಕು. ಅಗೋ ಅಲ್ಲಿ ಕಾಣುತ್ತಿದೆಯಲ್ಲಾ, ಆ ಸ್ಥಳದವರೆಗೂ ಮಾತ್ರ ನಡೆಯೋಣ ಸಾಕು, ಬಾ" ಎನ್ನುತ್ತಾ ಅವನ ಚೀಲವನ್ನು ಎತ್ತಿ ಬೆನ್ನಿಗೇರಿಸಿದೆ.

ಅವನಿಗೆ ಉತ್ತರಿಸಲು ಅವಕಾಶ ಕೊಡದೆ, ಸುಮ್ಮನೆ ನಡೆಯಲು ಪ್ರಾರಂಭಿಸಿದೆ. ಅವನು ನನ್ನನ್ನು ಹಿಂಬಾಲಿಸದೆ ಬೇರೆ ದಾರಿ ಇರಲಿಲ್ಲ. ಆದರೆ ಅವನ ಮೇಲೆ ಒಂದು ಕಣ್ಣಿಡುತ್ತಲೇ ಮುಂದೆ ಸಾಗಿದೆ. ಅವನ ಬೆನ್ನು ಬಾಗಿತ್ತು, ಕುಂಟುತ್ತಲೇ ಇದ್ದ, ಏದುಸಿರು ಜೊತೆಗೆ. "ಹಾಗೇ ಇನ್ನು ಕೊಂಚ ದೂರ... ಅವನನ್ನು ಕಾಪಾಡಿಬಿಡು" ಎಂದು ಮನಸ್ಸಿನಲ್ಲೇ ಆತಂಕಗೊಂಡೆ. ಅವನು ಛಲಗಾರ, ಅಷ್ಟು ಸುಲಭವಾಗಿ ಬಿಡಲೊಲ್ಲ ಎಂಬುದೂ ನನಗೆ ತಿಳಿದಿತ್ತು. ಅವನೂ ಶಕ್ತಿ ಮೀರಿ ಪ್ರಯತ್ನಿಸುತ್ತಿದ್ದ.

ಮಧ್ಯಾಹ್ನ ಕಳೆದಂತೆ ನಾವು ಆ ತಪ್ಪಲಿನ ತುದಿಯನ್ನು ಮುಟ್ಟಿದ್ದೆವು. ಅಲ್ಲಿಂದಾಚೆಗೆ ಸ್ವಲ್ಪ ದೂರದಲ್ಲಿ ನಮಗೆ ಕಂಡಿದ್ದು ದಟ್ಟ ಹಸಿರು. ಅಲ್ಲಿ ಮರಗಳಿದ್ದವು, ವಿಂಡ್ ಫ್ಲವರ್ ಹೂಗಳಿದ್ದವು. ನಮ್ಮ ಎಡಭಾಗಕ್ಕೆ ಕಲ್ಲು ಕಟ್ಟಡವೂ ಕಂಡಿತು. ನಾವು ನದಿಯ ಒಂದು ಭಾಗದ ಎತ್ತರದಲ್ಲಿ ಇದ್ದೆವು. ಇನ್ನೊಂದು ಭಾಗದ ದಡದಲ್ಲಿ ಆ ಎಲ್ಲ ದೃಶ್ಯವೂ ಕಂಡಿತ್ತು. ಅಲ್ಲಿಂದ ಇನ್ನು ಕೊಂಚ ಮುಂದೆ ನಡೆದು ಒಂದು ಮರದ

ಅಡಿಯಲ್ಲಿ ಕೂತೆವು. ರಾಬರ್ಟೊನಿಂದ ಇನ್ನು ಮುಂದೆ ಸಾಗಲು ಸಾಧ್ಯವಿರಲಿಲ್ಲ.

"ನೀನಿಲ್ಲೇ ಮಲಗಿರು. ನಾನು ಇನ್ನು ಸ್ವಲ್ಪ ಮುಂದೆ ಹೋಗಿ, ಯಾರಾದರೂ ಕಾಣಬಹುದಾ ನೋಡುವೆ" ಎನ್ನುತ್ತಾ ನಡೆದೆ.

ಸರಿ ಎನ್ನುತ್ತಾ ರಾಬರ್ಟೊ ತಲೆದೂಗಿದ. ಅವನು ಪೂರ್ತಿ ಉಡುಗಿಹೋಗಿದ್ದ. ಅವನಿಂದ ಇನ್ನು ಮುಂದೆ ಸಾಗಲು ಆಗುತ್ತಿರಲಿಲ್ಲ. ಅವನಿಲ್ಲದ ಕ್ಷಣಗಳನ್ನು ಊಹಿಸಿಕೊಳ್ಳಲೂ ನನ್ನಿಂದ ಸಾಧ್ಯವಿರಲಿಲ್ಲ.

ಸಂಜೆಯಾಗುತ್ತಾ ಬಂತು. ದೂರದಲ್ಲಿ ಮತ್ತೆ ಹಸುಗಳ ಹಿಂಡು ಕಂಡಿತು. ಸಂತಸಗೊಂಡೆ. ಆದರೆ, ಇನ್ನು ಸ್ವಲ್ಪ ಮುಂದೆ ನಡೆದಂತೆ ನನ್ನ ಅನುಮಾನಕ್ಕೆ ಸರಿಯಾಗಿ ನಮ್ಮ ಎಡಭಾಗದಿಂದ ಇನ್ನೊಂದು ವಿಶಾಲ ತೊರೆ ಬಂದು ನಾವು ನಡೆದುಬಂದ ನದಿಯನ್ನು ಸೇರಿತ್ತು. ಈ ಸಂಗಮವು ನಮ್ಮ ಮುಂದಿನ ದಾರಿಗೆ ಅಡ್ಡವಾಗಿತ್ತು. ಅದರ ರಭಸ ಮತ್ತು ನಾವಿದ್ದ ಸ್ಥಿತಿಯನ್ನು ಗಮನಿಸಿದರೆ, ಅದನ್ನು ದಾಟಬಹುದಾದ ಯಾವುದೇ ಸಾಧ್ಯತೆಯೂ ಕಾಣಲಿಲ್ಲ. ನಮ್ಮ ಇಡೀ ಚಾರಣದ ಕೊನೆಯ ಘಟ್ಟಕ್ಕೆ ನಾವು ಬಂದಿದ್ದೆವು. ಅಲ್ಲಿಂದ ಮುಂದೆ ಒಂದು ಅಗಾಧವಾದ, ರಭಸವಾದ ಸಂಗಮವಷ್ಟೇ.

ರಾಬರ್ಟೊನತ್ತ ಮರಳಿ ಅವನಿಗೆ ಇದರ ಬಗ್ಗೆ ತಿಳಿಸಿದೆ. ನಮಗಿಬ್ಬರಿಗೂ ತುಂಬಾ ಹಸಿವಾಗಿತ್ತು. ನಮ್ಮಲ್ಲಿದ್ದ ಮಾಂಸವೆಲ್ಲವೂ ಮುಗಿದುಹೋಗಿತ್ತು. ಉಳಿದ ಅಲ್ಪಸ್ವಲ್ಪ ಮಾಂಸವೂ ಬೆಚ್ಚಗಿನ ಈ ವಾತಾವರಣಕ್ಕೆ ಕೆಡುತ್ತಿತ್ತು. ಸುಮ್ಮನೆ ಬಂಡೆಗೊರಗಿದೆವು. ಕತ್ತಲಾಗುತ್ತಿತ್ತು. ಚಳಿ ಹೆಚ್ಚುತ್ತಿತ್ತು.

"ನಾನು ಬೆಂಕಿಗೆ ಕಟ್ಟಿಗೆ ಹುಡುಕಿ ತರುವೆ" ಎಂದು ನಡೆದೆ. ಸ್ವಲ್ಪ ದೂರ ಹೋಗುತ್ತಲೇ ರಾಬರ್ಟೊ ಕೂಗಿದ.

"ನ್ಯಾಂಡೊ, ನನಗೊಬ್ಬ ವ್ಯಕ್ತಿ ಕಾಣುತ್ತಿದ್ದಾನೆ!"

"ಏನು? ಏನಂದೆ?"

"ಅಲ್ಲಿ! ನೋಡು! ಒಬ್ಬ ಮನುಷ್ಯ, ಕುದುರೆಯ ಮೇಲೆ!"

ರಾಬರ್ಟೊ ನಾನು ಹೋಗಿ ನೋಡಿ ಬಂದಿದ್ದ ಆ ನದಿಯ ಆಚೆ ಬದಿಯತ್ತ ಬೆರಳು ಮಾಡಿ ತೋರುತ್ತಿದ್ದ.

"ನನಗೇನೂ ಕಾಣುತ್ತಿಲ್ಲ" ಎಂದೆ.

"ಹೋಗು! ಓಡು! ಆ ಜಾಗಕ್ಕೆ ಮತ್ತೆ ಬೇಗ ಹೋಗಿ ನೋಡು!" ಎಂದು ಕೂಗಿದ ರಾಬರ್ಟೊ.

ತಕ್ಷಣ ನಾನು ಅತ್ತ ಓಡಿದೆ. ರಾಬರ್ಟೊ ನನ್ನ ದಾರಿಯನ್ನು ಸರಿತಿದ್ದುತ್ತಿದ್ದ. "ಹೂಂ, ಹಾಗೇ ಹೋಗು, ಮುಂದೆ, ಸ್ವಲ್ಪ ಬಲಕ್ಕೆ, ಇನ್ನೂ ಬಲಕ್ಕೆ ನಡೆ" ಎನ್ನುತ್ತಾ ಕೂಗುತ್ತಿದ್ದ.

ರಾಬರ್ಟೋನ ಮಾತುಗಳಂತೆಯೇ ನಾನು ವೇಗವಾಗಿ ನಡೆದೆ. ಆದರೆ ನನಗೆ ಯಾರೂ ಕಾಣಲಿಲ್ಲ. ನಾನು ಅವನ ಬಳಿಗೆ ಮರಳಿದೆ.

ನನ್ನ ಹಾದಿಯನ್ನೇ ಕಾಯುತ್ತಿದ್ದ ರಾಬರ್ಟೋ, "ಪ್ರಮಾಣವಾಗಿ ನಾನು ಒಬ್ಬನನ್ನು ಕಂಡೆ" ಎಂದ.

"ಅಲ್ಲಿ ಕತ್ತಲು. ಅದು ಬಹುಶಃ ಬಂಡೆಯ ನೆರಳಾಗಿರಬಹುದು" ಎನ್ನುತ್ತಾ ರಾಬರ್ಟೋನ ಭುಜ ಹಿಡಿದು ಅವನನ್ನು ಬಂಡೆಗೊರಗುವಂತೆ ಸಹಕರಿಸಿದೆ. ನಿಟ್ಟುಸಿರು ಬಿಡುವಷ್ಟರಲ್ಲೇ, ನದಿಯ ರಭಸವಾದ ಹರಿಯುವಿಕೆಯ ನಡುವೆ ಮನುಷ್ಯನ ದನಿ ಕೇಳಿ ನಾವಿಬ್ಬರೂ ಪುಟಿದೆದ್ದೆವು. ಈ ಬಾರಿ ನನಗೂ ವ್ಯಕ್ತಿಯೊಬ್ಬ ಕಂಡ. ಕುದುರೆಯೇರಿದ್ದ. ಅವನು ಏನನ್ನೋ ಹೇಳುತ್ತಾ ನಮ್ಮತ್ತ ಅರಚುತ್ತಿದ್ದ. ಆದರೆ ನೀರಿನ ಶಬ್ದದಿಂದಾಗಿ ಏನೂ ಕೇಳುತ್ತಿರಲಿಲ್ಲ. ಇವೆಲ್ಲಾ ನಡೆದ ಕೆಲವೇ ಸೆಕೆಂಡುಗಳಲ್ಲಿ ಆ ಮನುಷ್ಯ ಕುದುರೆಯನ್ನು ಅತ್ತ ತಿರುಗಿಸಿ ಕಣ್ಮರೆಯಾಗಿಹೋದ.

"ಅವನ ಮಾತು ಕೇಳಿತೇ? ಅವನೇನಂದ?" ಆತಂಕದಿಂದ ಕೇಳಿದ ರಾಬರ್ಟೋ.

"ನನಗೆ 'ಮನಾನಾ' ಎಂಬ ಒಂದೇ ಪದ ಕೇಳಿತಷ್ಟೇ" ಎಂದೆ ನಾನು.

ನಮ್ಮಿಬ್ಬರಿಗೂ ಆ ಕ್ಷಣ ನಂಬಲಸಾಧ್ಯವಾಗಿತ್ತು.

"ನಾವು ಬದುಕಿಬಿಟ್ಟೆವು" ಎಂದು ಕೂಗಿದ ರಾಬರ್ಟೋ. ನನಗೂ ಸಂತೋಷವಾಯಿತು. ಇಂದಲ್ಲ ನಾಳೆ ಸಹಾಯ ದೊರೆಯುವುದು ಖಚಿತವಾಯಿತು. ಆಯ್ದು ತಂದ ಕಟ್ಟಿಗೆ ಒಟ್ಟುಗೂಡಿಸಿ ಬೆಂಕಿ ಉರಿಸಿ, ಮಲಗಿದೆವು. ಮೊದಲ ಬಾರಿಗೆ ನನಗೆ ನಿಜಕ್ಕೂ ಒಂದು ಭರವಸೆ, ಧೈರ್ಯ ಬಂದಿತ್ತು. ಅದುವರೆವಿಗೂ ಯಾವುದೋ ಮೊಂಡು ಧೈರ್ಯದಿಂದ, ಹೇಗೋ ಎಲ್ಲವನ್ನೂ ನಿಭಾಯಿಸಿ ಅಲ್ಲಿಯವರೆಗೂ ಬಂದಿದ್ದೆ. ಆದರೆ ಮನಸ್ಸಿನಲ್ಲಿ ಆತಂಕ ಇದ್ದೇ ಇತ್ತು. ಆದರೆ ಇಂದು ಆ ಆತಂಕ ಕಳೆದಿತ್ತು. ನಾನು ಬದುಕಬಲ್ಲೆ. ಮತ್ತೆ ನಮ್ಮ ತಂದೆಯನ್ನು ಸೇರಬಲ್ಲೆ ಎಂದು ಸಂತೋಷವಾಯಿತು. ಆ ಸಂತೋಷದ ಛಾಯೆಯಲ್ಲೇ ನಾವು ಬಿಟ್ಟು ಬಂದಿದ್ದ ನಮ್ಮ ಗುಂಪು ನೆನಪಾಯಿತು. ಅವರ ಬಗ್ಗೆ ಆತಂಕ ಮೂಡಿತು. ಅಲ್ಲಿ ಈಗ ಪರಿಸ್ಥಿತಿ ಏನಾಗಿದೆಯೋ? ಅವರನ್ನು ಬಿಟ್ಟು ಬಂದು ಒಂಭತ್ತು ದಿನಗಳು ಕಳೆದಿದ್ದವು.

"ನಮ್ಮ ಹುಡುಗರ ಬಗ್ಗೆ ನನಗೆ ಆತಂಕವಾಗುತ್ತಿದೆ. ರಾಯ್ ಮತ್ತು ಕೊಚೆ ಅವರು ತುಂಬಾ ಕ್ಷೀಣಗೊಂಡಿದ್ದರು. ಅವರು ಇನ್ನೂ ಬದುಕುಳಿದಿದ್ದರೆ ಸಾಕು" ಎಂದೆ.

"ಚಿಂತಿಸಬೇಡ. ನಾಳೆ ಆ ವ್ಯಕ್ತಿ ಮತ್ತೆ ಬಂದಾಗ, ಒಂದು ಕ್ಷಣ ನಿಧಾನಿಸುವಂತಿಲ್ಲ ಎಂದು ಅವನಿಗೆ ವಿವರಿಸೋಣ" ಎಂದ ರಾಬರ್ಟೋ.

ಮರುದಿನ ಮುಂಜಾನೆ, ಡಿಸೆಂಬರ್ 21, ನಮ್ಮ ಚಾರಣದ ಹತ್ತನೇ ದಿನ. ನಾನು ಮತ್ತು ರಾಬರ್ಟೋ ಸೂರ್ಯೋದಯಕ್ಕೆ ಮುನ್ನವೇ ಎದ್ದು ನದಿಯ ಕಡೆಗೆ ನಡೆದೆವು. ನದಿಯ ಆಚೆ ದಡದಲ್ಲಿ ಮೂವರು ವ್ಯಕ್ತಿಗಳು ಬೆಂಕಿ ಕಾಯಿಸಿಕೊಳ್ಳುತ್ತಾ ಕೂತಿರುವುದು ಕಂಡಿತು. ನಾನು ಅತ್ತ ಓಡಿದೆ. ಮೂವರಲ್ಲಿ ಒಬ್ಬ ನನ್ನನ್ನು ಗಮನಿಸಿದ. ನಾನು ಕೂಗಲು ಪ್ರಯತ್ನಿಸಿದೆ. ಆದರೆ ಹರಿಯುವ ನದಿಯ ಭೋರೆಂಬ ಶಬ್ದ ನನ್ನ ದನಿಯನ್ನು ನುಂಗಿತ್ತು. ನಾನು ಆಕಾಶಕ್ಕೆ ಬೆರಳು ಮಾಡುತ್ತಾ, ಕೈಸನ್ನೆಯ ಮೂಲಕ ಎಲ್ಲವನ್ನೂ ಹೇಳಲು ಪ್ರಯತ್ನಪಟ್ಟೆ. ಆಚೆ ಬದಿಯ ರೈತನಂತೆ ಕಂಡ ಆ ವ್ಯಕ್ತಿ ಸುಮ್ಮನೆ ನನ್ನತ್ತ ಶೂನ್ಯ ದೃಷ್ಟಿ ಬೀರಿದ. ನಾನು ದಡದ ಆಚೀಚೆ ಓಡುತ್ತಾ ಎಲ್ಲಿಂದಲಾದರೂ ನನ್ನ ಕೂಗು ಕೇಳುತ್ತದೆಯಾ ಎಂದು ನೋಡುತ್ತಿದ್ದೆ. ಆತ ಅವನ ಸ್ನೇಹಿತರತ್ತ ಮುಖ ಮಾಡಿ ಏನನ್ನೋ ಕಿರುಚಿ ಹೇಳುತ್ತಿದ್ದ. ಒಂದು ಕ್ಷಣ ನನಗೆ ಗಾಬರಿಯಾಗಿಹೋಯಿತು. ನಾನ್ಯಾರೋ ಹುಚ್ಚನಿರಬಹುದು ಎಂದು ಬಗೆದು ಅವರು ಅಲ್ಲಿಂದ ಹೊರಟುಹೋದರೆ! ನಮಗೆ ಮತ್ಯಾವ ಸಹಾಯವೂ ದೊರಕದೆ ಹೋದರೆ! ನನಗೆ ಭಯದಿಂದ ದಿಕ್ಕು ತೋಚದಂತಾಯಿತು. ಅಷ್ಟರಲ್ಲಿ ಆ ವ್ಯಕ್ತಿ ಅವನ ಜೇಬಿನಿಂದ ಒಂದು ಕಾಗದದ ಹಾಳೆಯನ್ನು ತೆಗೆದು ಅದರಲ್ಲಿ ಏನೋ ಗೀಚಿ, ಒಂದು ಕಲ್ಲಿಗೆ ಸುತ್ತಿ ನನ್ನತ್ತ ಎಸೆದ. ನಾನು ತಕ್ಷಣ ಅದನ್ನು ಹಿಡಿದು ಓದಿದೆ. ಅದರಲ್ಲಿನ ಒಕ್ಕಣೆಯು ಹೀಗಿತ್ತು:

"ಸ್ವಲ್ಪ ಹೊತ್ತಿನಲ್ಲಿ ಒಬ್ಬ ವ್ಯಕ್ತಿ ಬರುತ್ತಿದ್ದಾನೆ. ನಿನಗೇನು ಬೇಕಾಗಿದೆ ಹೇಳು."

ಉತ್ತರ ಬರೆಯಲು ಏನಾದರೂ ದೊರಕೀತೆ ಎಂದು ನನ್ನ ಜೇಬು, ಬ್ಯಾಗನ್ನೆಲ್ಲಾ ಹುಡುಕಿದೆ. ನನಗೆ ನನ್ನ ತಾಯಿಯ ಲಿಪ್ ಸ್ಟಿಕ್ ದೊರಕಿತು. ಅದರಿಂದ ಬರೆಯಲು ಸಾಧ್ಯವಿರಲಿಲ್ಲ. ಅದಕ್ಕೆ ಅವನತ್ತ ಮತ್ತೆ ಕೈಸನ್ನೆ ಮಾಡಿ ಬರೆಯಲು ನನ್ನ ಬಳಿ ಏನೂ ಇಲ್ಲ ಎಂದು ಸೂಚಿಸಿದೆ. ಅವನು ಮತ್ತೆ ಅದೇ ರೀತಿ ಒಂದು ಪೆನ್ಸಿಲ್ ಎಸೆದ. ಆ ಪೆನ್ಸಿಲ್‌ನಿಂದ ಬೇಗಬೇಗನೆ ಬರೆದೆ. ನಾನು ಬಹಳ ಆಲೋಚಿಸಿ, ನಮ್ಮ ಪರಿಸ್ಥಿತಿಯ ಗಹನತೆಯನ್ನು ಅವನಿಗೆ ಮನವರಿಕೆ ಮಾಡಿಸಬೇಕಿತ್ತು. ಒಂದು ನಿಮಿಷವೂ ತಡ ಮಾಡದೆ ಸಹಾಯ ಕಳಿಸಿ ಎಂದು ಸರಿಯಾಗಿ ಅವರಿಗೆ ತಿಳಿಯುವಂತೆ ಹೇಳಬೇಕಿತ್ತು. ನನ್ನ ಕೈ ನಡುಗುತ್ತಿತ್ತು. ಎದೆಯಲ್ಲಿ ದುಗುಡ. ಪೆನ್ಸಿಲ್ ಹಾಳೆಗೆ ತಾಕಿಸಿದ ಕ್ಷಣ ನಾನೇನು ಬರೆಯಬೇಕು ಎಂಬುದು ಸರಿಯಾಗಿ ಹೊಳೆಯಿತು:

"ನಾನೊಂದು ವಿಮಾನಾಪಘಾತದಲ್ಲಿ ಸಿಲುಕಿ, ಈಗ ಇಲ್ಲಿಗೆ ಬಂದಿದ್ದೇನೆ. ನಾನು ಉರಗ್ವೇಯವನು. ತಿಂಗಳಾನುದಿನಗಳು ಕಳೆದ ಮೇಲೆ ಈಗ ಹತ್ತು ದಿನಗಳಿಂದ ಸಹಾಯಕ್ಕಾಗಿ ಹುಡುಕಿ ನಡೆದು ಬರುತ್ತಿದ್ದೇವೆ. ನಮ್ಮ ವಿಮಾನ ಬಿದ್ದಿರುವ ಸ್ಥಳದಲ್ಲಿ ಇನ್ನೂ ಗಾಯಗೊಂಡ, ಘಾಸಿಗೊಂಡ ಸ್ನೇಹಿತರಿದ್ದಾರೆ.

ನಾವು ಇಲ್ಲಿಂದ ತಕ್ಷಣ ಹೋಗಬೇಕಾಗಿದೆ, ಆದರೆ ಹೇಗೆ ಎಂದು ತಿಳಿಯದು. ನಮ್ಮ ಬಳಿ ಏನೂ ಆಹಾರವಿಲ್ಲ. ನಮಗೆ ದಯವಿಟ್ಟು ಸಹಾಯ ಮಾಡಿ. ನೀವು ಯಾವಾಗ ಬರುತ್ತೀರಾ? ನಮಗೆ ನಡೆಯಲೂ ಸಾಧ್ಯವಾಗುತ್ತಿಲ್ಲ. ನಾವೀಗ ಇರುವ ಸ್ಥಳ ಯಾವುದೆಂದೂ ನಮಗೆ ತಿಳಿಯದು."

ನಾನು ಬರೆದು ಮುಗಿಸಿದ ತಕ್ಷಣ, ಬೇಗನೆ ನನ್ನ ಬಳಿ ಇದ್ದ ಲಿಪ್‌ಸ್ಟಿಕ್‌ನಿಂದ, "ನೀವು ಯಾವಾಗ ಬರುತ್ತೀರಾ?" ಎಂಬ ಮಾತನ್ನು ತೀಡಿ ಅವರಿಗೆ ಅದು ಬೇಗ ತಿಳಿಯುವಂತೆ ಮಾಡಿದೆ. ಆ ಕಾಗದವನ್ನು ನಾನೂ ಅದೇ ರೀತಿ ಕಲ್ಲಿಗೆ ಸುತ್ತಿ ಅದನ್ನು ಎಸೆಯಲು ನೋಡಿದೆ. ಆದರೆ ಬಲಹೀನನಾದ ನಾನು ಎಸೆದರೆ ಆ ವಿಸ್ತಾರವಾದ ನದಿಯನ್ನು ದಾಟಿ ಕಾಗದವು ಆ ದಡವನ್ನು ಮುಟ್ಟುತ್ತದೆ ಎಂಬ ಭರವಸೆಯಿರಲಿಲ್ಲ. ನಾನು ಅದನ್ನು ಎಸೆದ ನಂತರ ಅದು ಅಷ್ಟು ದೂರ ಹೋಗದೆ, ನೀರಿನಲ್ಲಿ ಬಿದ್ದು ಹೋದರೆ? ಆ ವ್ಯಕ್ತಿಯು ತನ್ನ ತಾಳ್ಮೆ ಕಳೆದುಕೊಂಡು ನಮ್ಮನ್ನು ಇಲ್ಲೇ ಬಿಟ್ಟು ಹೊರಟುಹೋದರೆ! ಮತ್ತೆ ಇನ್ನೊಂದು ಕಾಗದವನ್ನು ಇತ್ತ ಎಸೆಯುವಷ್ಟು ಸಮಾಧಾನ ಅವನು ತೋರದೆ ಹೋದರೆ! ಹೇಗೋ ಧೈರ್ಯ ಮಾಡಿ ನನ್ನಲ್ಲಿದ್ದ ಎಲ್ಲಾ ಶಕ್ತಿಯನ್ನೂ ಸೇರಿಸಿ, ಜೋರಾಗಿ ಆ ಕಾಗದವನ್ನು ಎಸೆದೆ. ಅದು ನದಿಯಂಚನ್ನು ಮುಟ್ಟಿ ಕೊನೆಗೂ ಆಚೆ ದಡ ಸೇರಿತು. ಆ ವ್ಯಕ್ತಿ ನನ್ನ ಬರಹವನ್ನು ಓದಿ, ಕೂಡಲೇ ನನ್ನತ್ತ ನೋಡಿ ಕೈಸನ್ನೆಯಲ್ಲಿ, ನನಗೆ ಅರ್ಥವಾಗಿದೆ. ಇಲ್ಲೇ ಇರಿ ಎಂದು ಹೇಳುತ್ತಾ, ನನ್ನತ್ತ ಒಂದು ಚೀಲದಲ್ಲಿ ಬ್ರೆಡ್ಡನ್ನು ಎಸೆದು ಹೊರಟ. ನನಗೆ ತುಂಬಾ ಸಮಾಧಾನವಾಯಿತು. ಆ ಬ್ರೆಡ್ಡನ್ನು ರಾಬರ್ಟೋನ ಬಳಿ ತೆಗೆದುಕೊಂಡು ಹೋಗಿ, ಗಬಗಬನೆ ತಿಂದೆವು. ಇಬ್ಬರಿಗೂ ಅದೇನೋ ಸಮಾಧಾನ, ಜೀವಗೆದ್ದ ಆನಂದದಲ್ಲಿ ಕಣ್ಣೀರು ತುಂಬಿಕೊಂಡಿತ್ತು. ಇಬ್ಬರೂ ನದಿಯ ದಡಕ್ಕೆ ಮರಳಿ ಸಹಾಯಕ್ಕಾಗಿ ಕಾದು ಕೂತೆವು.

ಸುಮಾರು ಬೆಳಗ್ಗೆ ಒಂಭತ್ತು ಘಂಟೆಯಷ್ಟು ಹೊತ್ತಿಗೆ ಮತ್ತೊಬ್ಬ ವ್ಯಕ್ತಿ ಕುದುರೆಯೇರಿ ನಾವಿರುವ ಸ್ಥಳಕ್ಕೇ ಬಂದ. ಅವನ ಹೆಸರು ಆರ್ಮಂಡೋ ಸೆರ್ಡಾ. ನಮಗೆ ತಿನ್ನಲು ಸ್ವಲ್ಪ ಆಹಾರವನ್ನು ಕೊಟ್ಟ. ನಮ್ಮನ್ನು ಅಲ್ಲೇ ಕಾಯಲು ಹೇಳಿ, ಕೆಲ ಘಂಟೆಗಳ ನಂತರ ಮತ್ತೆ ಬಂದ. ನಮ್ಮನ್ನು ಕುದುರೆಯ ಮೇಲೇರಿಸಿಕೊಂಡು ನದಿಯ ಹರಿವು ಕಡಿಮೆಯಾದ ಸ್ಥಳದವರೆಗೂ ಕರೆದೊಯ್ದು ನದಿ ದಾಟಿಸಿದ. ಅರ್ಧ ಘಂಟೆ ಸಮಯದಲ್ಲಿ ನಾವು ಆಚೆ ದಡ ತಲುಪಿದೆವು. ಅಲ್ಲಿ ಎರಡು ಪುಟ್ಟ ಗುಡಿಸಲುಗಳಿದ್ದವು. ಅದರ ಬಳಿಗೆ ಹೋದಾಗ "ನಾವೆಲ್ಲಿದ್ದೇವೆ?" ಎಂದು ಕೇಳಿದೆ.

ಆರ್ಮಂಡೋ "ಇದು ಲಾಸ್ ಮೈಟೆನೇಸ್ ಎಂಬ ಸ್ಥಳ" ಎಂದು ಹೇಳಿದ. ಅದು ಚಿಲಿಗೆ ಸೇರಿದ ಸ್ಥಳವಾಗಿತ್ತು. "ಈ ಗುಡಿಸಲುಗಳನ್ನು ನಾವು ಕುರಿಗಳಿಗಾಗಿ ಕಟ್ಟಿದ್ದೇವೆ," ಎಂದು ಹೇಳಿದ.

"ಆ ಪರ್ವತಗಳ ನಡುವೆ ಇನ್ನೂ ನಮ್ಮ ಸ್ನೇಹಿತರಿದ್ದಾರೆ. ಅವರು ಸಾಯುತ್ತಿದ್ದಾರೆ. ಅವರಿಗೆ ಸಹಾಯ ಬೇಕು ಈ ಕೂಡಲೇ" ಎಂದು ನಾನು ಅವಸರವಾಗಿ ಹೇಳಿದೆ.

"ಸಹಾಯಕ್ಕೆ ಈಗಾಗಲೇ ಸಿದ್ಧತೆ ನಡೆಯುತ್ತಿದೆ. ನೀವು ಚಿಂತಿಸಬೇಡಿ. ಈಗ ವಿಶ್ರಮಿಸಿ" ಎಂದ ಆ ವ್ಯಕ್ತಿ.

ಆದರೂ ನನ್ನ ಆತಂಕ ಕಡಿಮೆಯಾಗಲಿಲ್ಲ. "ಸಹಾಯ ಸಿಗುವುದು ಎಷ್ಟು ಹೊತ್ತಾಗುತ್ತದೆ?" ಎಂದು ಕೇಳಿದೆ.

"ಸುಮಾರು ಹತ್ತು ಘಂಟೆ ಆಗಬಹುದು. ಇಲ್ಲಿಂದ ಹತ್ತಿರದ ಆರಕ್ಷಕ ಠಾಣೆ ಪೆಂಟೆ ನೆಗ್ರೋನ ಬಳಿ ಇದೆ" ಎಂದ.

ಆ ಗುಡಿಸಲಿನಿಂದ ಮತ್ತೊಬ್ಬ ನಮ್ಮ ಬಳಿಗೆ ಬಂದ.

ಅವನು ಬೆಂಕಿ ಕಾಯಿಸಿಕೊಳ್ಳಲು ಹೇಳಿದ. ಕುಡಿಯಲು ಹಾಲು ಕೊಟ್ಟ. ಅದೇ ಬೆಂಕಿಯ ಹತ್ತಿರ ಆರ್ಮಂಡೊ ಅಡುಗೆ ಮಾಡುತ್ತಿದ್ದ. ಕೆಲ ನಿಮಿಷಗಳ ನಂತರ ನಮಗೆ ಬಿಸಿ ಆಹಾರವನ್ನು ಕೊಟ್ಟ. ನಾವು ತಟ್ಟೆ ಖಾಲಿ ಮಾಡುತ್ತಲೇ ಇದ್ದೆವು. ಅವನು ನಗುತ್ತಾ ಮತ್ತೆ ಮತ್ತೆ ನಾವು ಸಾಕೆನ್ನುವವರೆಗೂ ತುಂಬಿಸುತ್ತಾ ಚೆನ್ನಾಗಿ ತಿನ್ನಿಸಿದ. ಸಂತೃಪ್ತಿಯಿಂದ ಅದನ್ನೆಲ್ಲಾ ತಿಂದೆವು. ನಂತರ ಮತ್ತೊಂದು ಗುಡಿಸಲಿಗೆ ಕರೆದುಕೊಂಡು ಹೋದರು. ಅಲ್ಲಿ ಎರಡು ಹಾಸಿಗೆಗಳಿದ್ದವು. ಹೊಟ್ಟೆ ತುಂಬಾ ಊಟ, ಆ ಮೆತ್ತನೆಯ ಹಾಸಿಗೆಯನ್ನೆಲ್ಲಾ ಕಂಡು ನಮ್ಮ ಹೃದಯ ತುಂಬಿಬಂತು. ಆರ್ಮಂಡೊ ಮತ್ತು ಅಲ್ಲಿದ್ದ ಇತರರಿಗೆ ಸಂತೋಷದಿಂದ ಧನ್ಯವಾದ ಅರ್ಪಿಸಿದೆವು. ನಮಗೆ ಕೆಲವೇ ಕ್ಷಣಗಳಲ್ಲಿ ಗಾಢ ನಿದ್ದೆ.

ನಮಗೆ ಎಚ್ಚರವಾದಾಗ ಸಂಜೆಯಾಗಿತ್ತು. ಆರ್ಮಂಡೊ ನಮಗಾಗಿ ಮತ್ತೆ ಆಹಾರ ತಯಾರಿಸಿದ್ದ. ಬಿಸಿ ಬಿಸಿ ಆಹಾರ ಮತ್ತು ಬಿಸಿ ಕಾಫಿ, ನಮಗೆ ಸ್ವರ್ಗಕ್ಕೆ ಎರಡೇ ಗೇಣು.

"ನಿಮ್ಮ ಆಹಾರವನ್ನೆಲ್ಲಾ ನಾವು ಖರ್ಚು ಮಾಡಿಬಿಟ್ಟೆವು" ಎಂದು ನಾನು ನಕ್ಕೆ. ಅವರು ಸಂತೋಷದಿಂದ ನಕ್ಕು, ಇನ್ನೂ ತಿನ್ನಲು ನಮಗೆ ಕೊಡುತ್ತಲೇ ಇದ್ದರು. ಹೊಟ್ಟೆ ತುಂಬ ತಿಂದ ನಂತರ ಬೆಂಕಿ ಕಾಯಿಸಲು ಕೂತೆವು. ಆರ್ಮಂಡೊ ಮತ್ತು ಇತರರು ರಾಬರ್ಟೋ ಮತ್ತು ನನ್ನ ರೋಚಕ ಕಥೆಯನ್ನು ಉತ್ಸುಕತೆಯಿಂದ ಕೇಳಿದರು. ನಮ್ಮ ಮಾತುಕತೆಯ ನಡುವೆ ಚಿಲಿಯ ಆರಕ್ಷಕ ಸಿಬ್ಬಂದಿ ಇಬ್ಬರು ಓಡಿ

ಬರುತ್ತಿರುವುದು ಕಂಡಿತು. ಅವರನ್ನು ಕಂಡ ಕೂಡಲೇ ನಾವು ನಮ್ಮೊಡನಿರುವವರನ್ನು ಸಂತೋಷದಲ್ಲಿ ತಬ್ಬಿಕೊಂಡು ಧನ್ಯವಾದ ತಿಳಿಸಿದೆವು. "ನಮಗೆ ಧನ್ಯವಾದ ತಿಳಿಸುವ ಅಗತ್ಯವಿಲ್ಲ. ದೇವರಿಗೆ ತಿಳಿಸಿ" ಎಂದು ಅವರು ನಮ್ಮನ್ನು ತಬ್ಬಿ ಸಂತೈಸಿದರು.

ಆರಕ್ಷಕರಿಗೆ ಇನ್ನೂ ಹದಿನಾಲ್ಕು ಜನ ವಿಮಾನದ ಬಳಿ ಇರುವುದನ್ನು ತಿಳಿಸಿದೆ. ಅವರು ಅಲ್ಲಿರುವವರ ಹೆಸರುಗಳನ್ನು ಕೇಳಿದರು. ನಾನು ತಿಳಿಸಲು ಹಿಂಜರಿದೆ. "ನಾವು ಹೊರಡುವ ಸಮಯದಲ್ಲಿ ಕೆಲವರು ಸಾವಿಗೆ ತುಂಬಾ ಸಮೀಪವಾಗಿದ್ದವರು. ಈಗ ಅವರ ಪರಿಸ್ಥಿತಿ ಏನಾಗಿದೆಯೋ ತಿಳಿಯದು. ಅವರ ಹೆಸರುಗಳನ್ನು ನೀವು ಪ್ರಕಟಪಡಿಸಿದರೆ, ಅವರ ಮನೆಯವರಿಗೆ ಅನಗತ್ಯವಾದ ಆಸೆಯನ್ನು ಹುಟ್ಟಿಸಿದಂತಾಗುವುದು. ಮತ್ತೆ ಎರಡನೆಯ ಬಾರಿ ಅವರು ತಮ್ಮ ಮಕ್ಕಳನ್ನು ಕಳೆದುಕೊಳ್ಳಬೇಕಾಗುವುದು," ಎಂದೆ.

ಕ್ಯಾಪ್ಟನ್‌ನನ್ನ ಮಾತನ್ನು ಗ್ರಹಿಸಿ "ವಿಮಾನವೆಲ್ಲಿದೆ?" ಎಂದು ಕೇಳಿದ. ನಾನು ರಾಬರ್ಟೋನತ್ತ ಕಣ್ಣು ಹಾಯಿಸಿದೆ. ಅವರಿಗೆ ಅಷ್ಟು ಸುಲಭವಾಗಿ ವಿವರಿಸುವುದು ಸಾಧ್ಯವಿಲ್ಲ ಎನಿಸಿತು. ನಮ್ಮ ಹತ್ತು ದಿನದ ಪರಿಪಾಟಲನ್ನು ಅವರಿಗೆ ಹೇಳಿದ ನಂತರ ಇದು ನಡಿಗೆಯಿಂದ ಅಥವಾ ಕುದುರೆಯ ಮೂಲಕ ಹೋಗಲು ಸಾಧ್ಯವಾಗುವ ಸ್ಥಳವಲ್ಲ ಎಂದು ಅವರಿಗೆ ಅರಿವಾಯಿತು.

"ನಾನು ಈ ಕೂಡಲೇ ಕೆಲವರನ್ನು ಸಂಟಿಯಾಗೋದಿಂದ ಹೆಲಿಕಾಪ್ಟರ್ ತರಲು ಕಳಿಸುತ್ತೇನೆ" ಎಂದು ಬೇಗಬೇಗನೇ ಹೊರಡಲು ಅನುವಾದ.

"ಎಷ್ಟು ಹೊತ್ತಾಗಬಹುದು?" ಎಂದು ನಾನು ಕೇಳಿದೆ.

"ವಾತಾವರಣ ತಿಳಿಯಾಗಿದ್ದರೆ. ನಾಳೆಯಷ್ಟರ ಹೊತ್ತಿಗೆ ಅವರು ಇಲ್ಲಿರುತ್ತಾರೆ." ಎಂದರು.

ಅಲ್ಲಿದ್ದ ನಮ್ಮ ಸ್ನೇಹಿತರ ಬಗ್ಗೆ ಆತಂಕ ಹೆಚ್ಚಾಗುತ್ತಿತ್ತು. ಆದರೆ ಸುಮ್ಮನೆ ಕಾಯುವ ಹೊರತು ನಮಗೆ ಇನ್ನ್ಯಾವ ದಾರಿಯೂ ಇರಲಿಲ್ಲ. ಸ್ವಲ್ಪ ಹೊತ್ತು ಆರ್ಮಂಡೊ ಮತ್ತು ಇತರರೊಡನೆ ಮಾತಾಡಿ ನಾವು ಮಲಗಿದೆವು. ಚಿಂತೆಯಲ್ಲಿ ರಾತ್ರಿ ಸುಮಾರು ಹೊತ್ತು ನಿದ್ದೆ ಬರಲಿಲ್ಲ. ಅದ್ಯಾವ ಘಳಿಗೆಯಲ್ಲಿ ನಿದ್ದೆ ಹತ್ತಿತೋ ತಿಳಿಯದು. ಬೆಳಕು ಮುಖದ ಮೇಲೆ ಹರಿದಾಗ ತಕ್ಷಣ ಹೊರಗೋಡಿ ಆಗಸ ನೋಡಿದೆ. ನನ್ನ ಆತಂಕ ಇನ್ನೂ ಹೆಚ್ಚಾಯಿತು. ಆಕಾಶ ದಟ್ಟ ಮೋಡಗಳಿಂದ ಕೂಡಿತ್ತು.

"ರಾಬರ್ಟೋ ಇಲ್ಲಿ ನೋಡು. ಅವರು ಹೆಲಿಕಾಪ್ಟರ್ ತರಲು ಸಾಧ್ಯವಾಗುತ್ತಾ?" ಎಂದು ರಾಬರ್ಟೋನನ್ನು ಕರೆದೆ.

"ನೋಡೋಣ" ಎಂದು ನಿಟ್ಟುಸಿರು ಬಿಟ್ಟ ರಾಬರ್ಟೋ.

ಆರ್ಮಂಡೊ ನಮಗಾಗಿ ತಿಂಡಿ ತಯಾರಿಸಿದ್ದ. ಅಲ್ಲಿದ್ದ ಎಲ್ಲರೂ ಕೂಡಿ ತಿಂಡಿ ತಿನ್ನುತ್ತಿದ್ದೆವು. ಅಷ್ಟರಲ್ಲಿ ಜೋರು ಸದ್ದಾಯಿತು. ಕ್ಷಣಾರ್ಧದಲ್ಲಿ ಹಲವಾರು ವರದಿಗಾರರು ನಮ್ಮನ್ನು ಸುತ್ತುವರೆದರು.

"ಇವರೇನಾ ವಿಮಾನಾಪಘಾತಕ್ಕೆ ಸಿಲುಕಿದ್ದವರು? ರಾಬರ್ಟೋ? ನ್ಯಾಂಡೊ?" ಕ್ಯಾಮೆರಾ, ಮೈಕುಗಳು ನಮ್ಮ ಮುಖದತ್ತ ಚಾಚಿ ಹಿಡಿದಿದ್ದರು. ಪುಸ್ತಕ ಪೆನ್ನುಗಳನ್ನು ಹಿಡಿದು ಏನೇನೋ ಬರೆದುಕೊಳ್ಳುತ್ತಿದ್ದರು. ಒಂದರ ಮೇಲೊಂದು ಪ್ರಶ್ನೆಗಳ ಸುರಿಮಳೆ.

"ಎಷ್ಟು ದಿನದಿಂದ ನೀವು ಸಿಲುಕಿಕೊಂಡಿದ್ದಿರಿ?"

"ಇನ್ಯಾರ್ಯಾರು ಬದುಕುಳಿದಿದ್ದಾರೆ?"

"ಈ ಕೊರೆಯುವ ಚಳಿಯಲ್ಲಿ ಹೇಗೆ ಬದುಕುಳಿದಿರಿ? ತಿನ್ನಲು ಏನು ಮಾಡಿದಿರಿ?"

ನಾನು ಆಶ್ಚರ್ಯದಿಂದ ರಾಬರ್ಟೋನನ್ನು ನೋಡಿದೆ. "ಇವರು ನಮ್ಮನ್ನು ಹೇಗೆ ಹುಡುಕಿದರು? ಹೆಲಿಕಾಪ್ಟರಿಗಿಂತ ಮೊದಲೇ ಇವರೆಲ್ಲ ಇಲ್ಲಿಗೆ ಹೇಗೆ ಬಂದರು?" ಎಂದು ರೇಗಿದೆ.

ದಿನಪತ್ರಿಕೆ, ದೂರದರ್ಶನ ಮುಂತಾದ ಸುದ್ದಿ ಮಾಧ್ಯಮಗಳೆಲ್ಲದರಿಂದ ಬಂದ ವರದಿಗಾರರು ನಮ್ಮನ್ನು ಮುತ್ತಿಕೊಂಡಿದ್ದರು. ನಮಗೆ ಈ ಅನಿರೀಕ್ಷಿತ ಬೆಳವಣಿಗೆಯಿಂದ ಗಾಬರಿಯಾಯಿತು. ಆದರೂ ಸಮಾಧಾನದಿಂದ ಅವರ ಪ್ರಶ್ನೆಗಳಿಗೆ ಉತ್ತರಿಸಲು ಪ್ರಯತ್ನಿಸಿದೆವು. ಕೆಲವು ಸೂಕ್ಷ್ಮ ವಿವರಗಳನ್ನು ಈಗಲೇ ಹೇಳುವುದು ಸರಿಯಲ್ಲ ಎಂಬುದು ನಮ್ಮಿಬ್ಬರ ಮನದಲ್ಲಿಯೂ ಮೂಡಿತ್ತು. ಕೆಲವು ನಿಮಿಷಗಳ ಈ ಪ್ರಶ್ನೋತ್ತರಾವಳಿ ಆದ ನಂತರ ಕ್ಯಾಪ್ಟನ್ ಅವರನ್ನು ಕಳುಹಿಸಿ, ನಮ್ಮನ್ನು ಬೇರೆಡೆ ಕರೆದುಕೊಂಡು ಹೋದ.

"ಈವತ್ತು ಮೋಡಗಟ್ಟಿದೆ. ಹೆಲಿಕಾಪ್ಟರ್ ಬರುವುದು ಕಷ್ಟ. ನೀವು ಪೆಂಟೆ ನೆಗ್ರೊಗೆ ಹೊರಟು ಅಲ್ಲಿ ರಕ್ಷಣಾ ಸಿಬ್ಬಂದಿಗಾಗಿ ಕಾಯಬೇಕು. ಅಲ್ಲಿಗೆ ಬರುವುದು ಅವರಿಗೆ ಸುಲಭವಾಗಬಹುದು" ಎಂದು ಹೇಳಿದರು.

ಕೆಲವೇ ನಿಮಿಷಗಳಲ್ಲಿ ಕುದುರೆಯೇರಿ ನಾವು ಅಲ್ಲಿಂದ ಹೊರಟೆವು. ಸ್ವಲ್ಪ ಹೊತ್ತು ಸಾಗಿದ ನಂತರ ಎಲ್ಲಾ ಗದ್ದಲ, ಗಲಭೆ ನಿಂತು ಮತ್ತೆ ಹಿಂದಿನ ಮೌನ, ನಿಶ್ಶಬ್ದ, ಪ್ರಕೃತಿಯ ಇರವು ನಮ್ಮನ್ನಾವರಿಸಿತು. ಇವೆಲ್ಲವನ್ನೂ ನಾವು ಹಿಮ್ಮೆಟ್ಟಿ ಬಂದೆವಾ ಎಂದು ನಮಗೆ ರೋಮಾಂಚನವಾಯಿತು. ಕೆಲ ಘಂಟೆಗಳ ನಂತರ ನಾವು ಮೂರು ದೊಡ್ಡ ಹೆಲಿಕಾಪ್ಟರ್ ಇರುವ ಸ್ಥಳಕ್ಕೆ ತಲುಪಿದೆವು. ನಮಗೆ ಸಂತೋಷವಾಯಿತು.

ಕುದುರೆಯಿಂದಿಳಿಯಲು ನಮಗೆ ಹೆಲಿಕಾಪ್ಟರಿನಿಂದ ಬಂದ ಸಿಬ್ಬಂದಿ ಸಹಾಯ ಮಾಡಿದರು. ನಮ್ಮನ್ನು ಮಲಗಿಸಿ, ನಮ್ಮ ತಪಾಸಣೆ ಮಾಡಿದರು. ರಾಬರ್ಟೊನ ಸ್ಥಿತಿ ಹದಗೆಟ್ಟಿತ್ತು. ಅವನಿಗೆ ತುರ್ತಾಗಿ ಶುಶ್ರೂಷೆ ಮಾಡಬೇಕಿತ್ತು. ನನಗೆ ಈಗಲೇ ಯಾವ ತಪಾಸಣೆಯೂ ಬೇಡ ಎಂದು ಹೇಳಿ ಹೆಲಿಕಾಪ್ಟರಿನ ಕ್ಯಾಪ್ಟನ್ ಬಳಿ ಹೋಗಿ, ನಾವು ಕೂಡಲೇ ಅಪಘಾತದ ಸ್ಥಳಕ್ಕೆ ಹೊರಡುವುದು ಮುಖ್ಯ. ಅದು ಸಾಧ್ಯವೆ ಎಂದು ವಿಚಾರಿಸಿದೆ.

ಕಮಾಂಡರ್ ಗಾರ್ಸಿಯಾ ತಲೆಯಾಡಿಸಿ, "ಈ ಮಂಜಿನಲ್ಲಿ ನಾವು ಹೊರಡುವುದು ಸಾಧ್ಯವೇ ಇಲ್ಲ. ಆಕಾಶ ಸ್ವಲ್ಪ ತಿಳಿಯಾಗುವವರೆಗೆ ನಾವು ಕಾಯಬೇಕು. ಅಷ್ಟರಲ್ಲಿ ಅಪಘಾತವಾದ ಸ್ಥಳದ ವಿವರಣೆ ಕೊಡಿ" ಎಂದು ಕೇಳಿದರು.

ಮತ್ತೊಮ್ಮೆ ನಾನು ನಮ್ಮ ಚಾರಣದ ಬಗ್ಗೆ ವಿವರವಾಗಿ ತಿಳಿಸಿದೆ. ಗಾರ್ಸಿಯಾ ಅವರು ನನ್ನತ್ತ ಅನುಮಾನದಿಂದ ನೋಡಿ, "ಇಷ್ಟೆಲ್ಲಾ ದೂರವನ್ನು ನೀವು ಬರಿಗಾಲಿನಲ್ಲೇ ನಡೆದುಬಂದಿರಾ" ಎಂದು ಆಶ್ಚರ್ಯಪಟ್ಟರು. ಭೂಪಟವನ್ನು ತೆಗೆದು, ಹುಲ್ಲಿನ ಮೇಲೆ ಹರಡಿ, "ಆ ಸ್ಥಳವನ್ನು ಇದರಲ್ಲಿ ತೋರಿಸಲು ಸಾಧ್ಯವೇ?" ಎಂದು ಕೇಳಿದರು. ನಾವಿದ್ದ ಸ್ಥಳದಿಂದ ತಿರುಗುಮುರುಗಾಗಿ ನಾವು ನಡೆದು ಬಂದ ಹಾದಿಯನ್ನು ಬೆರಳು ಮಾಡಿಕೊಂಡೇ ಹೋದೆ. "ಇಲ್ಲಿ. ಅವರು ಇಲ್ಲಿದ್ದಾರೆ" ಎಂದು ತೋರಿದೆ.

ಗಾರ್ಸಿಯಾ ಮತ್ತು ಅಲ್ಲಿನ ಜನರು, ಸಂಶಯಾಸ್ಪದ ನೋಟವನ್ನು ಬೀರಿದರು. "ಅದು ಅರ್ಜೆಂಟಿನಾ. ಆಂಡೀಸ್ ಭಾಗ. ಇಲ್ಲಿಂದ ಸುಮಾರು ಎಪ್ಪತ್ತು ಮೈಲಿಯಾಗುತ್ತದೆ." ಎಂದರು.

"ನಾವು ಆದಷ್ಟು ಬೇಗ ಹೊರಡಬೇಕು. ಅಲ್ಲಿ ನಮ್ಮ ಸ್ನೇಹಿತರು ಸಾಯುತ್ತಿದ್ದಾರೆ" ಎಂದೆ.

ಅಲ್ಲಿದ್ದ ಮಾಸಾ ಎಂಬುವವರು, ಗಾರ್ಸಿಯಾನನ್ನು ಕುರಿತು, "ಇವರು ಗಲಿಬಿಲಿಗೊಂಡು ತಪ್ಪು ಹೇಳುತ್ತಿದ್ದಾರೆ. ಆ ಆಂಡೀಸ್ ಪರ್ವತಗಳನ್ನು ಬರಿಗಾಲಿನಲ್ಲಿ ದಾಟಿ ಬರುವುದು ಅಸಾಧ್ಯ!" ಎಂದು ಕೂಗಿದರು.

"ಈ ಭೂಪಟವನ್ನು ಸರಿಯಾಗಿ ನೋಡಿ ಹೇಳುತ್ತಿದ್ದೀರಿ ತಾನೆ?" ಎಂದು ಗಾರ್ಸಿಯಾ ಪುನಃ ಕೇಳಿದರು.

"ಖಂಡಿತ ನಾನು ಸರಿಯಾಗಿ ಹೇಳುತ್ತಿದ್ದೇನೆ. ಈ ಬೆಟ್ಟಗಳನ್ನು ಹತ್ತಿ, ಈ ಕಣಿವೆಯ ಬಳಿ ಬಂದು ಇಳಿದು. ಇಲ್ಲಿಂದ ನಡೆದು ಬಂದು ಹೀಗೆ ಬಂದೆವು" ಎನ್ನುತ್ತಾ ಭೂಪಟಕ್ಕೆ ಬೆರಳು ಮಾಡಿ ಪೂರ್ತಿ ವಿವರಿಸಿದೆ. ಗಾರ್ಸಿಯಾ ಮತ್ತೊಮ್ಮೆ

ನಮ್ಮನ್ನು ನೋಡಿ, ತಲೆದೂಗಿಸಿ ಭೂಪಟವನ್ನು ಮಡಚಿಟ್ಟರು. ಅವರು ನಮ್ಮನ್ನು ನಂಬಿದ್ದಾರೊ ಇಲ್ಲವೋ ತಿಳಿಯಲಿಲ್ಲ.

ತಕ್ಷಣ, "ನೀವು ಯಾವಾಗ ಅಲ್ಲಿಗೆ ಹೊರಡುತ್ತೀರಿ?" ಎಂದು ಮತ್ತೆ ಕೇಳಿದೆ.

"ಮೋಡಗಳು ಚದುರಿ ಆಕಾಶ ತಿಳಿಯಾದಾಗ ಹೊರಡಬಹುದು" ಎಂದು ಹೇಳಿ ಅವರು ಹೊರಟರು. ಅವರ ನಡಿಗೆ, ಅವರೊಡನೆ ಆದ ಮಾತುಕತೆ ಗಮನಿಸಿದರೆ, ನಮ್ಮ ಹೇಳಿಕೆ ಬಗ್ಗೆ ಅವರ ಮನದಲ್ಲಿ ಇನ್ನೂ ಅನುಮಾನ ಉಳಿದಿದೆ ಎನಿಸುತ್ತಿತ್ತು.

ಮೂರು ಘಂಟೆಗಳ ನಂತರ ಮಂಜು ಕಡಿಮೆಯಾಗಿತ್ತು. ಮೋಡಗಳು ಸ್ವಲ್ಪ ಚದುರಿದ್ದವು. ಕ್ಯಾಪ್ಟನ್ ಈಗ ಹೊರಡಬಹುದು ಎಂದು ತಿಳಿಸಿದರು. ಗಾರ್ಸಿಯಾ ನನ್ನ ಬಳಿಗೆ ಬಂದು, "ನಾವು ಈಗ ಹೊರಟಿದ್ದೇವೆ. ಆದರೆ ನೀನು ತೋರಿದ ಸ್ಥಳ ತುಂಬ ಕಠಿಣವಾದದ್ದು. ನಿನ್ನ ಸ್ನೇಹಿತರನ್ನು ಹುಡುಕುವುದು ಕಷ್ಟವಾಗುತ್ತದೆ. ನೀನು ನಮ್ಮೊಡನೆ ಬರಲು ಸಾಧ್ಯವೇ?" ಎಂದು ಕೇಳಿದರು.

ಅವರಿಗೆ ಏನೆಂದು ಉತ್ತರಿಸಿದೆನೋ, ಅಥವಾ ಉತ್ತರವನ್ನೇ ಕೊಡಲಿಲ್ಲವೋ ತಿಳಿಯದು. ಆದರೆ ಕೆಲವೇ ಕ್ಷಣಗಳಲ್ಲಿ ಕೆಲವರು ನನ್ನ ಹೆಗಲಾನಿಸಿ ಹಿಡಿದುಕೊಂಡು ಹೆಲಿಕಾಪ್ಟರನ್ನೇರಿಸಿದರು. ಮತ್ತೆ ವಿಮಾನವನ್ನೇರಲು ನನಗೆ ಭಯವಾಗಿತ್ತು. ನನಗೆ ಭದ್ರವಾದ ಬೆಲ್ಟನ್ನು ಕಟ್ಟಿ, ನನ್ನ ಮುಖದ ಬಳಿ ಒಂದು ಮೈಕನ್ನು ಸಿಕ್ಕಿಸಿದರು. ನನ್ನೊಡನೆ ರಕ್ಷಣಾ ಸಿಬ್ಬಂದಿಯ ಮೂವರು ಹತ್ತಿದರು. ಗಾರ್ಸಿಯಾ ನನ್ನ ಮುಂದೆ ಕೂತ. ನಾನು ಕಿಟಕಿಯಿಂದ ರಾಬರ್ಟೊನನ್ನು ನೋಡಿದೆ. ಅವನೊಬ್ಬನೇ ಆ ಕ್ಷಣದ ನನ್ನ ಭಯವನ್ನು ಗ್ರಹಿಸಬಲ್ಲವನಾಗಿದ್ದನು. ಇಷ್ಟೆಲ್ಲ ಆದ ನಂತರ ಮತ್ತೆ ವಿಮಾನವೇರುತ್ತಿರುವುದು ನನಗೆ ಎದೆ ನಡುಗಿಸುವಷ್ಟು ಭಯವನ್ನು ತಂದಿತ್ತು. ರಾಬರ್ಟೊ ನನಗೆ ಕೈಸನ್ನೆ ಮಾಡಲಿಲ್ಲ. ಏನೂ ಹೇಳಲೂ ಇಲ್ಲ. ನಾವಿಬ್ಬರೂ ಒಬ್ಬರನ್ನೊಬ್ಬರು ಸುಮ್ಮನೆ ನೋಡಿಕೊಂಡೆವಷ್ಟೆ. ಹೆಲಿಕಾಪ್ಟರ್ ಚಾಲನೆಗೊಂಡಾಗ ನನ್ನ ಜಂಘಾಬಲ ಉಡುಗಿಹೋಗಿತ್ತು. ಕಣ್ಣು ಮುಚ್ಚಿ ಒಂದೆರಡು ನಿಮಿಷ ಸುಮ್ಮನೆ ಕೂತೆ.

ಗಾರ್ಸಿಯಾ, "ನ್ಯಾಂಡೊ, ನಮಗೆ ದಾರಿ ತೋರಿಸು" ಎಂದು ಹೇಳಿದ.

ನಾನು ನಡೆದು ಬಂದ ದಾರಿಯನ್ನೇ ಅವರಿಗೆ ತೋರಿಸತೊಡಗಿದೆ. ಗಾಳಿ ಜೋರಾಗಿ ಬೀಸುತ್ತಿತ್ತು. ಹೆಲಿಕಾಪ್ಟರ್ ಕೆಲವೊಮ್ಮೆ ಅದುರುತ್ತಿತ್ತು. ಆಗೆಲ್ಲಾ ನನ್ನ ಪ್ರಾಣ ಹೋದಂತಾಗುತ್ತಿತ್ತು. ಇಪ್ಪತ್ತು ನಿಮಿಷಗಳಲ್ಲಿ ಆಂಡೀಸ್ ಬಳಿಗೆ ನಾವು ತಲುಪಿದ್ದೆವು. ಆದರೆ ಆ ಸ್ಥಳದಲ್ಲಿ ಮೊನಚಾದ ಬಿಳಿ ಹಿಮರಾಶಿ ಬಿಟ್ಟರೆ ಆಳದಲ್ಲಿದ್ದ ಏನೂ ಕಾಣುತ್ತಿರಲಿಲ್ಲ. ಅಲ್ಲಿಂದ ನಾವು ಸಾವಿರಾರು ಅಡಿ ಕೆಳಕ್ಕೆ ಹೋಗಬೇಕಾಯಿತು.

"ಅಯ್ಯೋ ದೇವರೇ! ಈ ಸ್ಥಳದಿಂದ ನೀವು ಬಂದಿದ್ದಾ!" ಎಂದು ಗಾರ್ಸಿಯಾ ಹೌಹಾರಿದ.

ನಾನು ಸಮಾಧಾನದಿಂದ, "ಹೌದು. ಇದೇ ದಾರಿ" ಎಂದೆ.

"ನಿಜಕ್ಕೂ?! ನಿನಗೆ ನೆನಪಿದೆ ತಾನೇ?" ಎಂದು ಮತ್ತೊಮ್ಮೆ ಕೇಳಿದ.

"ಖಂಡಿತವಾಗಿ. ಅವರು ಬೆಟ್ಟದ ಆಚೆ ಬದಿ ಇದ್ದಾರೆ." ಎಂದೆ ನಾನು ಗಂಭೀರವಾಗಿ.

ಗಾರ್ಸಿಯಾ ಅವನ ಜೊತೆಗಾರನತ್ತ ಮುಖ ಮಾಡಿ, "ನಾವು ಆ ಸ್ಥಳಕ್ಕೆ ಹೋಗುವುದು ಸಾಧ್ಯವೆ?" ಎಂದು ಕೇಳಿದ.

ಮತ್ತೊಮ್ಮೆ ನನ್ನತ್ತ ತಿರುಗಿ, "ನ್ಯಾಂಡೋ, ಮತ್ತೊಮ್ಮೆ ಯೋಚಿಸು. ನಿಜಕ್ಕೂ ಇದೇ ದಾರಿಯೆ?" ಎಂದ ಗಾರ್ಸಿಯಾ.

ನಾನು, "ಹೌದು, ಹೌದು!" ಎಂದು ಅಸಮಾಧಾನದಿಂದ ಕೂಗಾಡಿದೆ.

ಗಾರ್ಸಿಯಾ ತಲೆದೂಗಿ, "ಸರಿ. ಆಗಲಿ" ಎನ್ನುತ್ತಾ ನಾನು ಬೆರಳು ಮಾಡಿದತ್ತ ತಿರುಗಿಸಿದ. ಬಿರುಸಾದ ಗಾಳಿ ಅಪ್ಪಳಿಸಿ ಹೆಲಿಕಾಪ್ಟರ್ ಜೋರಾಗಿಯೇ ಅಲುಗಾಡಲು ಪ್ರಾರಂಭಿಸಿತು. ಗಾರ್ಸಿಯಾಗೆ ಹಿಡಿತ ತಪ್ಪುತ್ತಿತ್ತು. ನನಗೆ ಗಾಬರಿ. ಎಂಜಿನ್ನು ಜೋರಾಗಿ ಸದ್ದು ಮಾಡಲು ತೊಡಗಿತು. ನನ್ನ ಕುರ್ಚಿ ಜೋರಾಗಿ ಅಲುಗಾಡಿತು. ಇವೆಲ್ಲವನ್ನೂ ಕಂಡು ನನ್ನ ಕಣ್ಣು ಮಂಜಾಯಿತು. ಮತ್ತೆ ಎಲ್ಲಿ ಈ ಹೆಲಿಕಾಪ್ಟರ್ ಮುರಿದು ಬೀಳುವುದೋ ಎಂದು ನಾನು ಹೆದರಿ ಮುದ್ದೆಯಾಗಿದ್ದೆ. ನನಗೆ ಹೆದರಿಕೆಗೆ ವಾಂತಿಯಾಗುವಂತೆ ಭಾಸವಾಯಿತು. ಗಾರ್ಸಿಯಾ ಮತ್ತು ಅವನ ಜೊತೆಗಾರರ ಮಾತು ನನಗೇನೂ ತಿಳಿಯಲಿಲ್ಲ.

"ಗಾಳಿ ತುಂಬಾ ವಿರಳವಾಗಿದೆ! ಇದು ಕಷ್ಟವಾಗುತ್ತಿದೆ"

"ಪ್ರಯತ್ನಿಸು!"

"ನೂರು... ನೂರಾಹತ್ತು..."

"ಸಮತಟ್ಟು ಮಾಡು! ಇನ್ನೂ... ಹೂಂ!"

ರಕ್ಷಣಾ ಸಿಬ್ಬಂದಿಯವರನ್ನು ಗಮನಿಸಿದೆ. ಅವರಿಂದ ಏನಾದರೂ ಉಪಾಯ, ಸೂಚನೆ ಹೊರಡಬಹುದೇ ಎಂದು. ಅವರ ಮುಖಗಳೂ ಬಿಳುಪಾದದ್ದು ಕಂಡು ಇನ್ನೂ ಭಯವಾಯಿತು. ಇನ್ನೇನು ಹಿಡಿತಕ್ಕೆ ಸಿಕ್ಕಿತು ಎನ್ನುವಷ್ಟರಲ್ಲಿ ಭಯಾನಕವಾದ ಒಂದು ರಣ ಗಾಳಿ ಅಪ್ಪಳಿಸಿ ಹೆಲಿಕಾಪ್ಟರ್ ಅಲ್ಲೋಲಕಲ್ಲೋಲವಾಗಿ ತಿರುಗಲು ಪ್ರಾರಂಭಿಸಿತು. ನಾನು ಜೋರಾಗಿ ಕೂಗಲು ಪ್ರಾರಂಭಿಸಿಬಿಟ್ಟೆ. ನಾನು ಕೂಗುತ್ತಲೇ ಇದ್ದೆ.

ಗಾರ್ಸಿಯಾ, "ನಾವು ಇನ್ನು ಮುಂದೆ ಹೋಗಲು ಸಾಧ್ಯವಿಲ್ಲ. ನಾವು ಬೇರೆ ದಾರಿ ಹುಡುಕಬೇಕು. ಇದು ಜೀವಭಯಾನಕವಾದ ದಾರಿ. ಇಲ್ಲಿರುವ ಎಲ್ಲರೂ ಸಮ್ಮತಿಸಿದರೆ ಮಾತ್ರ ಮುಂದೆ ಹೋಗಲು ಪ್ರಯತ್ನಿಸುತ್ತೇನೆ. ನಿಮಗೆ ಬಿಟ್ಟಿದ್ದು, ಹೊರಡೋಣವೇ ಅಥವಾ ಹಿಂದಕ್ಕೆ ತೆರಳೋಣವೇ?" ಎಂದು ಕೂಗಿದ.

ನಾನು ಎಲ್ಲರನ್ನು ಗಮನಿಸಿ, ಹೋಗೋಣ ಎಂದು ಸನ್ನೆ ಮಾಡಿದೆ. ಎಲ್ಲರೂ ಗಾರ್ಸಿಯಾನತ್ತ ದೃಷ್ಟಿ ಹಾಯಿಸಿದರು. ಆತ, "ಸರಿ! ಆದದ್ದಾಗಲಿ!" ಎಂದು ನಿಟ್ಟುಸಿರು ಬಿಟ್ಟು, "ಆದರೆ ಮುಂದಿನ ದಾರಿ ಇನ್ನೂ ಕಷ್ಟವಾಗಿರುತ್ತದೆ" ಎಂದು ಎಚ್ಚರಿಕೆ ನೀಡಿದ. ಸೆಲೆರ್‌ನ ಬಳಿ ಸೇರುವ ಹೊತ್ತಿಗೆ, ನನ್ನ ಜೀವವನ್ನು ಅಂಗೈಲಿ ಹಿಡಿದಿದ್ದೆ. ಹೆಲಿಕಾಪ್ಟರ್ ಹೋಗಬಲ್ಲ ದಾರಿ ಅದೊಂದೇ ಆಗಿತ್ತು. ಆದರೆ, ರಾಬರ್ಟೋ ಮತ್ತು ನಾನು ನಡೆದು ಬಂದ ದಾರಿ ಅದಾಗಿರಲಿಲ್ಲ. ನನಗೆ ಮುಂದಿನ ದಾರಿ ತಪ್ಪಿ ತಿಳಿಯದೆ ಹೋಯಿತು.

"ಮುಂದೆ ಹೇಗೆ ಹೋಗುವುದು?" ಗಾರ್ಸಿಯಾ ಕೇಳಿದ.

"ನನಗೆ ಅರ್ಥವಾಗುತ್ತಿಲ್ಲ... ತಪ್ಪಿಹೋಗಿದೆ" ಎಂದೆ.

ನಾನು ನನಗೆ ತಿಳಿದ ಸ್ಥಳ ಎಲ್ಲಿಯಾದರೂ ಕಾಣುತ್ತದೆಯೇ ಎಂದು ಸುತ್ತಲೂ ಕಣ್ಣು ಹಾಯಿಸಿದೆ. ಏನೂ ತಿಳಿಯಲಿಲ್ಲ. ನನ್ನ ಸ್ನೇಹಿತರು ಸಂಪೂರ್ಣವಾಗಿ ಕಳೆದೇಹೋದರೇ... ಎಂದು ನನಗೆ ಗಾಬರಿಯಾಯಿತು. ಎಲ್ಲೆಲ್ಲೂ ಒಂದೇ ದೃಶ್ಯ... ಬೆಳ್ಳಂಬಿಳಿ ಬಿಳಿ ಹಾಸು... ನಡುನಡುವೆ ಸಣ್ಣ ಕಪ್ಪು ಬಂಡೆಗಳು... ನೋಡುತ್ತಲೇ ಹೋದೆ. ಇದ್ದಕ್ಕಿದ್ದಂತೆ ನನಗೆ ತಿಳಿದ ಪರ್ವತವೊಂದು ಕಣ್ಣಿಗೆ ಬಿತ್ತು.

"ನಿಲ್ಲಿ!" ಎಂದು ಕೂಗಿದೆ. "ಆ ಬೆಟ್ಟ ನನಗೆ ಗೊತ್ತು. ಈ ಸ್ಥಳದ ಪರಿಚಯವಿದೆ ನನಗೆ. ನಾವೆಲ್ಲಿದ್ದೇವೆಂದು ಗೊತ್ತಾಯಿತು. ಹೀಗೇ ಕೆಳಗೆ ನಡೆಯಿರಿ" ಎಂದು ಸಂತೋಷದಿಂದ ಹೇಳಿದೆ. ನಾವು ದಕ್ಷಿಣದ ಕಡೆಗಿದ್ದೆವು. ಹಾಗೇ ಅಲ್ಲಿಂದ ಪಶ್ಚಿಮದತ್ತ ತಿರುಗಿ ಮುಂದೆ ಸಾಗಿದೆವು. ನಂತರ ಪೂರ್ವಕ್ಕೆ ಬೆರಳು ಮಾಡಿ, "ಅವರು ಅಲ್ಲೇ ಇದ್ದಾರೆ!" ಎಂದೆ.

"ನನಗೇನೂ ಕಾಣುತ್ತಿಲ್ಲ" ಎಂದ ಗಾರ್ಸಿಯಾ. "ಹಾಗೇ ಮುಂದೆ ನಡೆಯಿರಿ ದಯವಿಟ್ಟು" ಎಂದೆ ಅವಸರವಾಗಿ.

"ಇಲ್ಲಿ ಹೆಲಿಕಾಪ್ಟರ್ ಇಳಿಸುವುದು ಕಷ್ಟವಾಗುತ್ತದೆ. ಗಾಳಿ ಪ್ರತಿಕೂಲವಾಗಿದೆ" ಎಂದ ಗಾರ್ಸಿಯಾನ ಜೊತೆಗಾರ. ಅಷ್ಟರಲ್ಲಿ ನನಗೆ ದೂರದಲ್ಲಿ ಒಂದು ಸಣ್ಣ ಕಪ್ಪು ಚುಕ್ಕೆ ಕಂಡುಬಂತು. "ಅದೇ! ಅವರೇ! ಅಲ್ಲೇ..." ಎಂದು ಕೂಗಿದೆ. "ಅಲ್ಲೇ ಎಡಗಡೆ ನೋಡಿ! ನನಗೆ ನಮ್ಮ ವಿಮಾನ ಕಾಣುತ್ತಿದೆ!" ಎಂದೆ.

ಗಾರ್ಸಿಯಾನಿಗೆ ಇನ್ನೂ ಏನೂ ಗೋಚರಿಸಲಿಲ್ಲ. "ಎಲ್ಲಿ? ನನಗೇನೂ ಕಾಣುತ್ತಿಲ್ಲ!" ಎಂದು ಹಾಗೇ ನೋಡುತ್ತಾ ಇದ್ದಕ್ಕಿದ್ದಂತೆ "ಆ! ಅಲ್ಲಿ! ಹೌದು....ಕಾಣುತ್ತಿದೆ! ಈಗ ಎಲ್ಲರೂ ಸುಮ್ಮನಿರಿ! ಶ್!" ಎಂದು ಆ ಸ್ಥಳ ಸೇರುವತ್ತ ಗಮನ ಹರಿಸಿದ.

ಹೆಲಿಕಾಪ್ಟರ್ ಮೇಲೆ, ಕೆಳಗೆ ಏರುತ್ತ, ಹಾರುತ್ತ, ಜಾರುತ್ತಾ ಹೋಗುತ್ತಿದ್ದರೆ, ನನ್ನ ಹೃದಯ ಬಡಿತ ಹೆಚ್ಚಾಗುತ್ತಾ ಹೋಗುತ್ತಿತ್ತು. ಆದರೆ ಸ್ವಲ್ಪ ಹೊತ್ತಿನಲ್ಲಿ ಆ ಕಪ್ಪು ಚುಕ್ಕೆ

ಚದುರಿದಂತಾಗಿ, ಆ ಸ್ಥಳದಲ್ಲೇ ಹಲವಾರು ಪುಟಾಣಿ ಚುಕ್ಕೆಗಳು ಕಾಣತೊಡಗಿದವು. ಆಗ ನನಗೆ ಸ್ವಲ್ಪ ಧೈರ್ಯ ಬಂದಿತು. ಅದು ವಿಮಾನದೊಳಗಿನಿಂದ ಹೊರಬಂದು ಕುಣಿಯುತ್ತಿದ್ದ ನನ್ನ ಸ್ನೇಹಿತರು. ಕೆಳಗೆ ಹೋಗುತ್ತಾ ಇದ್ದಂತೆ ನನಗೆ ಒಬ್ಬೊಬ್ಬರೂ ತಿಳಿಯಹತ್ತಿದರು. ಕ್ಯಾಪು ತೊಟ್ಟವನು ಗಸ್ತೆವೋ, ಪಕ್ಕದಲ್ಲಿ ಡೇನಿಯಲ್, ಪೆಡ್ರೋ, ಫಿಟೋ, ಜೇವಿಯರ್... ಇನ್ನೂ ಎಲ್ಲರೂ ಓಡಿ ಬಂದು ನಮ್ಮತ್ತ ಕೈ ಹಾರಿಸುತ್ತಿದ್ದರು. ಅವರನ್ನು ಅಲ್ಲಿಂದಲೇ ಎಣಿಸಲು ಪ್ರಯತ್ನಿಸಿದೆ. ಆದರೆ ಸಾಧ್ಯವಾಗಲಿಲ್ಲ. ರಾಯ್ ಮತ್ತು ಕೊಚೆ ಕಾಣಲಿಲ್ಲ. ಅವರ ಬಗ್ಗೆ ನನಗೆ ಅನುಮಾನವಿತ್ತು.

ಗಾರ್ಸಿಯಾ, ಸಿಬ್ಬಂದಿಯನ್ನು ಕುರಿತು, "ಇಲ್ಲಿ ಹೆಲಿಕಾಪ್ಟರ್ ನಿಲ್ಲಿಸಲು ಕಷ್ಟ. ನಾನು ಆದಷ್ಟೂ ಕೆಳಗೆ ಹೋಗುತ್ತೇನೆ. ಅಲ್ಲಿಂದ ನೀವು ಹಾರಿ ಕೆಳಗೆ ಹೋಗಬೇಕು" ಎಂದು ವಿವರಿಸಿದ.

ಕೆಳಗೆ ಹೋಗುತ್ತಾ ಇದ್ದಂತೆ ಗಾಳಿಯ ರಭಸ ಹೆಚ್ಚಾಯಿತು.

"ಅಯ್ಯೋ! ಇದು ಅಸಾಧ್ಯ! ಸ್ಥಿಮಿತಕ್ಕೆ ತಂದುಕೊಳ್ಳಬೇಕು!"

"ಹುಷಾರು! ಆ ಇಳಿಜಾರು ನೋಡು!"

"ಸ್ಥಿಮಿತಕ್ಕೆ ತಂದುಕೊ"

"ಜೋಪಾನ! ನಿಧಾನ!"

ಅವರವರ ಮಾತಿನ ನಡುವೆ ನಾನು ಮೌನವಾಗಿ ನನ್ನ ಸ್ನೇಹಿತರನ್ನು ನೋಡುತ್ತಾ ಕೂತೆ.

ಆದಷ್ಟೂ ಕೆಳಗೆ ಹೋದ ನಂತರ, "ಹೊರಡಿ" ಎಂದು ಗಾರ್ಸಿಯಾ ಸನ್ನೆ ಮಾಡಿದ. ರಕ್ಷಣಾ ಸಿಬ್ಬಂದಿಯು ಬೇಗಬೇಗ ಹೆಲಿಕಾಪ್ಟರಿನಿಂದ ಜೀಕಿ ಕೆಳಗಿಳಿದು ಹೋದರು. ಡೇನಿಯಲ್ ನಮ್ಮತ್ತ ಓಡಿ ಬರುತ್ತಿದ್ದ. ಅವನು ಹೆಲಿಕಾಪ್ಟರಿನೊಳಕ್ಕೆ ಹಾರಲು ಓಡಿ ಬಂದು ಸರಿಯಾಗಿ ಹಾರದೆ, ತಗುಲಿಸಿಕೊಂಡು ಜಾರಿ ಬಿದ್ದ. "ನನ್ನ ಮೂಳೆ ಮುರಿಯಿತು!" ಎಂದು ಕೂಗಿದ.

"ಇಷ್ಟು ದಿನ ಜೋಪಾನವಾಗಿದ್ದು. ಈಗ ಪ್ರಾಣ ಕಳೆದುಕೊಳ್ಳಬೇಡ!" ಎಂದು ನಾನು ಕೂಗಿದೆ. ಇಳಿದು ಅವನನ್ನು ಹತ್ತಿಸಿಕೊಂಡೆ. ಅಲ್ವಾರೊನೂ ಹತ್ತಿದ. "ಇಂದಿಗೆ ಇಷ್ಟೇ ಆಗುವುದು. ಇನ್ನು ಉಳಿದವರನ್ನು ಆಮೇಲೆ ಕರೆತರಲಾಗುವುದು. ಬಾಗಿಲು ಹಾಕಿ," ಎಂದು ಗಾರ್ಸಿಯಾ ಆಗ್ರಹಿಸಿದ. ಇನ್ನೊಂದು ಹೆಲಿಕಾಪ್ಟರಿನಲ್ಲಿ ಕಾರ್ಲಿಟೊ, ಪೆಡ್ರೊ ಮತ್ತು ಎಡುರಾಡೋ ಹತ್ತಿದರು. ಕೊಚೆ ನಿಧಾನವಾಗಿ ಕುಂಟುತ್ತಾ ಹೊರಬರುತ್ತಿದ್ದುದು ಕಂಡಿತು.

"ಕೊಚೆ ಬದುಕಿದ್ದಾನೆ! ರಾಯ್ ಹೇಗಿದ್ದಾನೆ?" ಎಂದು ಕೇಳಿದೆ. "ರಾಯ್ ಸಹ ಬದುಕಿದ್ದಾನೆ. ಆದರೆ ಪರಿಸ್ಥಿತಿ ಗಂಭೀರವಾಗಿದೆ" ಎಂದ ಡೇನಿಯಲ್.

ನಾವು ವಾಪಾಸಾಗುವುದು ಸಹ ಕಷ್ಟವಾಗಿತ್ತು. ಆದರೆ ಸುಮಾರು ಇಪ್ಪತ್ತು ನಿಮಿಷಗಳಲ್ಲಿ ನಾವು ಆ ನದಿಯ ದಡದ ಗುಡಿಸಲಿನ ಬಳಿ ಜೋಪಾನವಾಗಿ ತಲುಪಿದ್ದೆವು. ಕೊಚೆ ಇನ್ನೊಂದು ಹೆಲಿಕಾಪ್ಟರಿನಿಂದ ಇಳಿಯುತ್ತಾ ಬಂದು ನನ್ನ ತಬ್ಬಿ ಅಳಲು ಪ್ರಾರಂಭಿಸಿದ. ನಮ್ಮ ಸುತ್ತ ಮತ್ತೆ ಹಸಿರು, ಮಣ್ಣನ್ನು ಕಂಡು ನಮಗೆ ಅತ್ಯಂತ ಸಂತೋಷವಾಗಿತ್ತು. ಕೆಲವರು ನೆಲದ ಮೇಲೆ ಕುಸಿದು ಮಲಗಿದರು. ಇನ್ನು ಕೆಲವರು ಒಬ್ಬರನ್ನೊಬ್ಬರು ತಬ್ಬಿಕೊಂಡು ನೆಲಕ್ಕೆ ಉರುಳಿದರು. ಎಲ್ಲರೂ ಸಂತೋಷದಿಂದ ಕೂಗುತ್ತಿದ್ದರು. ಕಾರ್ಲಿಟೊ ನನ್ನನ್ನು ಬಲವಾಗಿ ತಬ್ಬಿ, "ನೀನು ಗೆದ್ದುಬಿಟ್ಟೆ ನ್ಯಾಂಡೊ! ನೀನು ಮಾಡಿ ತೋರಿಸಿಬಿಟ್ಟೆ!" ಎಂದು ಕೂಗಿದ. ಅವನ ಜೇಬಿನಿಂದ ನಾನು ಅವನಿಗೆ ಕೊಟ್ಟಿದ್ದ ಪುಟಾಣಿ ಕೆಂಪು ಬೂಟನ್ನು ತೆಗೆದು ನಗುತ್ತಾ ತೋರಿದ. ಆ ಬೂಟನ್ನು ಹಿಡಿದ ಅವನ ಕೈಗಳು ನಡುಗುತ್ತಿದ್ದವು. ಅವನ ಕಣ್ಣುಗಳು ಸಂತೋಷದಿಂದ ಹೊಳೆಯುತ್ತಿದ್ದವು. ನನ್ನ ಮುಖದ ಸಮೀಪ ತನ್ನ ಮುಖವಿಟ್ಟು ನಿಂತಿದ್ದ.

"ನಿನ್ನನ್ನು ಕಂಡು ಖುಷಿಯಾಯಿತು ಕಾರ್ಲಿಟೊ. ಆದರೆ, ನೀನು ಈಗ ನನಗೆ ಮುತ್ತು ಕೊಡಬೇಡ ಮಾರಾಯ" ಎಂದು ನಗುತ್ತಾ ಛೇಡಿಸಿದೆ.

ನಮ್ಮ ಸಂಭ್ರಮ ಮುಗಿದ ನಂತರ ನಮ್ಮೆಲ್ಲರಿಗೂ ಕುಡಿಯಲು ಬಿಸಿಯಾದ ಸೂಪ್, ತಿನ್ನಲು ಬೆಣ್ಣೆ ಮತ್ತು ಚಾಕೋಲೇಟನ್ನು ಕೊಟ್ಟರು. ನಾನು ಗಾರ್ಸಿಯಾನನ್ನು ಕಂಡು ಉಳಿದವರನ್ನು ಯಾವಾಗ ಕರೆತರುವುದೆಂದು ಕೇಳಿದೆ. ಅಂದು ರಾತ್ರಿ ಪುನಃ ಆ ಸ್ಥಳಕ್ಕೆ ಹೋಗುವುದು ಕಷ್ಟವೆಂದೂ, ಅಲ್ಲಿಯೇ ಉಳಿದಿರುವ ರಕ್ಷಣಾ ಸಿಬ್ಬಂದಿ ಅಲ್ಲಿರುವವರನ್ನು ಆರೈಕೆ ಮಾಡುತ್ತಾರೆಂದೂ ನನಗೆ ಗಾರ್ಸಿಯಾ ಸಮಾಧಾನ ಮಾಡಿದರು. ಆ ಸ್ಥಳದಲ್ಲಿ ಉಳಿದ ನನ್ನ ಇತರ ಸ್ನೇಹಿತರ ಬಳಿ ಸಿಬ್ಬಂದಿ ಉಳಿದದ್ದು ನನಗೆ ಸಮಾಧಾನವಾಗಿತ್ತು.

ನಾವೆಲ್ಲರೂ ತಿಂದುಂಡ ಬಳಿಕ ಮತ್ತೆ ಎಲ್ಲರೂ ಹೆಲಿಕಾಪ್ಟರನ್ನು ಹತ್ತಿದೆವು. ಅಲ್ಲಿಂದ ಸ್ಯಾನ್ ಫ಼ರ್ನ್ಯಾಂಡೋ ಎಂಬ ಸ್ಥಳದ ಬಳಿ ಇದ್ದ ಮಿಲಿಟರಿ ವಿಶೇಷ ತಂಡದ ಬಳಿಗೆ ನಮ್ಮನ್ನು ಕರೆದೊಯ್ದರು. ಅಲ್ಲಿ ನಮ್ಮ ಆರೈಕೆಗಾಗಿ ಡಾಕ್ಟರು, ನರ್ಸುಗಳು, ಸಂಚಾರಿ ಚಿಕಿತ್ಸಾಲಯಗಳಿದ್ದವು. ಅಲ್ಲಿಗೆ ಹೋದ ಹತ್ತು ನಿಮಿಷದಲ್ಲಿ ನಮ್ಮನ್ನು 'ಸೇಂಟ್ ಜಾನ್ ಆಫ಼್ ಗಾಡ್' ಎಂಬ ಆಸ್ಪತ್ರೆಗೆ ಸೇರಿಸಲಾಯಿತು. ಕೆಲವರನ್ನು ಸ್ಟ್ರೆಚರ್ ಮೇಲೆ ಮಲಗಿಸಿಕೊಂಡು ಕರೆದೊಯ್ದರು. ನಾನು ನಡೆದೇ ಬರುತ್ತೇನೆ ಎಂದು ನರ್ಸುಗಳಿಗೆ ತಿಳಿಸಿದೆ. ಅಷ್ಟೆಲ್ಲಾ ಪರ್ವತಗಳನ್ನು ದಾಟಿ ಬಂದ ನಾನು ಈ ಕೊನೆಯ ಕೆಲ ಹೆಜ್ಜೆಗಳನ್ನು ಇಡಲು ಏಕೆ ಹಿಂಜರಿಯಬೇಕು ಎಂಬ ಹೆಮ್ಮೆ ನನಗೆ! ಏನೋ ಸಮಾಧಾನ, ಸಂತೃಪ್ತಿ. ನನ್ನಲ್ಲಿ ಒಂದು ಹೊಸ ಚೈತನ್ಯ ಮೂಡಿತ್ತು.

ಒಂದು ಸಣ್ಣ, ಶುಭ್ರ ಕೋಣೆಗೆ ಕರೆದೊಯ್ದು ನನ್ನನ್ನು ಮಲಗಿಸಿ ದೇಹಕ್ಕೆ ಅಂಟಿಕೊಂಡಿದ್ದ ಬಟ್ಟೆಯ ಪದರಗಳನ್ನು ಕಳಚಿದರು. ಅದನ್ನು ಮೂಲೆಗೆ ಬಿಸಾಡಿದರು. ಆ ಪ್ಯಾಂಟು, ಶರ್ಟು, ಕೋಟು ನನ್ನ ದೇಹದ ಎರಡನೆಯ ಚರ್ಮವಾಗಿಹೋಗಿತ್ತು. ಅದನ್ನು ಕಳಚಿದ ನಂತರ ದೇಹ ಹಗುರವಾಯಿತು. ಬಿಸಿ ನೀರಿನಲ್ಲಿ ನನಗೆ ಸ್ನಾನ ಮಾಡಿಸಿದರು. ಹದವಾದ ಬಿಸಿನೀರು ಹೊಯ್ದು, ಮೃದುವಾದ ಬಟ್ಟೆಯಿಂದ ತಿಕ್ಕುತ್ತಾ ದೇಹದ ಕೊಳೆಯನ್ನು ತೆಗೆಯಲಾಯಿತು. ಸ್ನಾನದ ನಂತರ ಮೃದುವಾದ ಮತ್ತೊಂದು ಒಣ ಬಟ್ಟೆಯಿಂದ ಮೈಯೊರೆಸಿ ಶುಭ್ರಗೊಳಿಸಿದರು. ಹಲವು ದಿನಗಳ ನಂತರ ನಿಲುವುಗನ್ನಡಿಯಲ್ಲಿ ನನ್ನನ್ನು ನಾನು ನೋಡಿಕೊಂಡೆ. ನನ್ನ ಕಣ್ಣುಗಳನ್ನು ನಾನು ನಂಬಲಾಗಲಿಲ್ಲ. ನನ್ನ ದೇಹ ಅಂಥ ಸ್ಥಿತಿಗೆ ತಲುಪಿತ್ತು. ವಿಮಾನಾಪಘಾತದ ಮುನ್ನ ನಾನೊಬ್ಬ ಆಟಗಾರನಾಗಿದ್ದೆ. ಕಟ್ಟುಮಸ್ತಾದ ದೇಹ ನನ್ನದಾಗಿತ್ತು. ಆದರೆ ಈಗ ದೇಹವೆಲ್ಲವೂ ಕೃಶವಾಗಿ ಮೂಳೆ ಚಕ್ಕಳವಾಗಿ ನಿಂತಿದ್ದೆ. ಸಂಪೂರ್ಣ ದೇಹ ಬರೀ ಮೂಳೆಗಳಿಂದ ತುಂಬಿತ್ತು. ಕಾಲುಗಳಲ್ಲಿ ಮಾಂಸವೇ ಇಲ್ಲದಂತಾಗಿತ್ತು. ನನ್ನನ್ನು ಗಮನಿಸಿದ ನರ್ಸೊಬ್ಬಳು ಕನ್ನಡಿಯಿಂದ ನನ್ನನ್ನು ದೂರ ಕರೆದೊಯ್ದು, ಹೊಸ ಬಟ್ಟೆಯನ್ನು ತೊಡಿಸಿ ಮಲಗಿಸಿದಳು. ತಪಾಸಣೆ ಆರಂಭಿಸಿದ ಆಕೆಗೆ ಸ್ವಲ್ಪ ಕಾಲ ನನ್ನಷ್ಟಕ್ಕೆ ಬಿಟ್ಟುಬಿಡಲು ಕೇಳಿಕೊಂಡೆ. ನಾನೊಬ್ಬನೇ ಅಲ್ಲಿನ ಆ ಬೆಚ್ಚನೆಯ ಸ್ಥಳ, ಮೆತ್ತನೆಯ ಹಾಸಿಗೆ, ಶಾಂತಿಯ ಸುಖವನ್ನು ಅನುಭವಿಸಿದೆ. ನಾನು ಬದುಕುಳಿದಿದ್ದೆ. ನಾನು ಮನೆಗೆ ಮರಳಬಹುದಾಗಿತ್ತು. ಜೋರಾದ ಉಸಿರನ್ನೆಳೆದುಕೊಂಡು, ನಿಧಾನವಾಗಿ, ಸಮಾಧಾನವಾಗಿ, ಸಂತೋಷವಾಗಿ ಹೊರಬಿಟ್ಟೆ. ಪರ್ವತಗಳ ನಡುವೆ ಸಿಲುಕಿದ್ದಾಗ, "ಇನ್ನೊಂಚೂರು ಉಸಿರಾಡು, ಪ್ರಯತ್ನಿಸು" ಎಂದು ಒಳಮನಸ್ಸು ನನಗೆ ಧೈರ್ಯ ಹೇಳುತ್ತಿತ್ತು. ನಾವೆಲ್ಲರೂ ಒಬ್ಬರನ್ನೊಬ್ಬರು ಸಂತೈಸಿಕೊಳ್ಳಲು "ಉಸಿರಾಡುತ್ತಿರಿ. ಉಸಿರಾಡುತ್ತಿರುವವರೆಗೂ ನಾವು ಬದುಕಿರುತ್ತೇವೆ" ಎಂದು ಹೇಳಿಕೊಳ್ಳುತ್ತಿದ್ದೆವು. ಆ ದಿನಗಳಲ್ಲಿ ಪ್ರತಿಯೊಂದು ಉಛ್ವಾಸ, ನಿಶ್ವಾಸವೂ ನಮಗೆ ಅಮೂಲ್ಯವಾದದ್ದಾಗಿತ್ತು. ಆಂಡೀಸ್‌ನಲ್ಲಿನ 72 ದಿನಗಳು, ಪ್ರತಿಕ್ಷಣ ಭಯ, ಆತಂಕದಲ್ಲೇ ಉಸಿರಾಡಿದ್ದಾಗಿತ್ತು. ಈಗ, ನಾನು ಸುರಕ್ಷಿತವಾಗಿದ್ದೆ. ಬದುಕಿದ್ದೆ. ಮೆತ್ತನೆಯ ಹಾಸಿಗೆಯ ಮೇಲೆ, ಮೃದುವಾದ ಹೊದಿಕೆಯನ್ನು ಹೊದೆದು ಸುಖವಾಗಿ ಮಲಗಿದ್ದೇನೆ. ಮತ್ತೆ ಮತ್ತೆ, ಜೋರಾಗಿ, ನಿಧಾನವಾಗಿ ಉಸಿರಾಡಿದೆ. ನನ್ನ ಮೂಗು, ಹೊಳ್ಳೆಗಳು, ನಾಳ, ಶ್ವಾಸಕೋಶಗಳನ್ನು ಕೊಂಚಕೊಂಚವೇ ಅನುಭವಿಸಿದೆ. ಅತ್ಯಂತ ಸಂತೋಷ, ಆಶ್ಚರ್ಯಗಳಿಂದ ನನಗೆ ನಾನೇ "ನಾನು ಬದುಕಿದ್ದೇನೆ! ನಾನು ಬದುಕಿದ್ದೇನೆ! ನಾನು ಬದುಕಿದ್ದೇನೆ!" ಎಂದು ಹರ್ಷದಿಂದ ಹೇಳಿಕೊಂಡೆ.

ಕಣ್ಮುಚ್ಚಿ ಆ ಶಾಂತ ಭಾವವನ್ನು ಅನುಭವಿಸುತ್ತಿದ್ದೆ. ಅಷ್ಟರಲ್ಲಿ ನನ್ನ ಕೋಣೆಯ ಬಾಗಿಲ ಹೊರಗೆ ಅರಚಾಟ, ಕೂಗಾಟ ಕೇಳಿಬಂತು. "ಶ್! ಸುಮ್ಮನಿರಿ! ಕ್ಷಮಿಸಿ. ಇಲ್ಲಿ ಒಳಗೆ ಯಾರನ್ನೂ ಬಿಡಲಾಗದು"

ಹಿಂದೆಯೇ ಒಂದು ಹೆಣ್ಣು ಧ್ವನಿ, "ನನ್ನ ತಮ್ಮ ಒಳಗಿದ್ದಾನೆ! ಅವನನ್ನು ನೋಡಬೇಕು. ದಯಮಾಡಿ ಬಿಡಿ!" ಎಂದದ್ದು ಕೇಳಿಸಿತು.

ನಾನೇ ಎದ್ದು ನಡೆದು ಹೋದೆ. ಮುಂದೆ ನನ್ನ ಅಕ್ಕ ಗ್ರೆಸಿಲ್ಲಾ ನಿಂತಿದ್ದಳು. ನಾನು ಗ್ರೆಸಿಲ್ಲಾ ಎಂದು ಕೂಗಿದೆ. ಅವಳು ಅಳುತ್ತಾ ಓಡಿ ಬಂದು ನನ್ನನ್ನು ಅಪ್ಪಿದಳು. ನನ್ನ ಹೃದಯ ತುಂಬಿ ಬಂತು. ಪ್ರೀತಿಯಿಂದ, ದುಃಖದಿಂದ ಅವಳನ್ನು ಗಟ್ಟಿಯಾಗಿ ತಬ್ಬಿಕೊಂಡೆ. ಜೋರಾಗಿ ಅತ್ತುಬಿಟ್ಟೆ. ಅವಳ ಗಂಡನೂ ಜೊತೆಗಿದ್ದ. ಆತನೂ ನನ್ನನ್ನು ಕಂಡು ಕಣ್ಣೀರು ಹಾಕಿ ನಕ್ಕ. ನಾವು ಮೂವರೂ ಹೆಚ್ಚು ಮಾತನಾಡದೆ ತಬ್ಬಿಕೊಂಡೆವು. ಕೆಲ ಕ್ಷಣಗಳ ನಂತರ ನನ್ನ ದೃಷ್ಟಿ ಸ್ವಲ್ಪ ದೂರದಲ್ಲಿದ್ದ ಸಣ್ಣ, ಬಾಗಿದ ವ್ಯಕ್ತಿಯತ್ತ ಹರಿಯಿತು. ನನ್ನ ತಂದೆ! ನಾನು ಅವರತ್ತ ಓಡಿ ಅವರನ್ನು ತಬ್ಬಿದೆ. ಅವರನ್ನು ಎಷ್ಟು ಗಟ್ಟಿಯಾಗಿ ತಬ್ಬಿ ಎತ್ತಿಬಿಟ್ಟೆ ಎಂದರೆ, ಅವರ ಎರಡೂ ಕಾಲು ನೆಲದಿಂದ ಮೇಲಕ್ಕೆ ಬಂದಿತ್ತು. "ನೋಡಿದ್ಯಾ ಅಪ್ಪಾ! ನಿನ್ನನ್ನು ಎತ್ತುವಷ್ಟು ಶಕ್ತಿ ಇನ್ನೂ ನನ್ನಲ್ಲಿ ಉಳಿದಿದೆ!" ಎಂದು ಅವನ ಕಿವಿಗಳಲ್ಲಿ ಉಸುರಿ ಜೋರಾಗಿ ಅತ್ತುಬಿಟ್ಟೆ. ಅವರು ನನ್ನನ್ನು ಅಪ್ಪಿ ಗೋಳಾಡಿದರು. ನನ್ನನ್ನು ಮುಟ್ಟಿ ಮುಟ್ಟಿ, ನಾನು ಬದುಕಿದ್ದೇನೆ ಎಂಬುದನ್ನು ಖಾತರಿ ಪಡಿಸಿಕೊಂಡರು. ನಾನು ನಿಜಕ್ಕೂ ಸಾವನ್ನು ದಾಟಿ ಅವರ ಬಳಿಗೆ ಮರಳಿದ್ದೆ. ಅವರ ನಡುಗುವ ಶರೀರವನ್ನು ಭದ್ರವಾಗಿ ಹಿಡಿದು ಸಾಕಷ್ಟು ಹೊತ್ತು ಅವರನ್ನು ತಬ್ಬಿ ನಿಂತಿದ್ದೆ. ಕೆಲ ಘಳಿಗೆಗಳು ಇಬ್ಬರೂ ಮಾತನಾಡಲಿಲ್ಲ. ನಂತರ, ನನ್ನ ಭುಜಕ್ಕೆ ಅವರ ಹಣೆಯನ್ನೊರಗಿಸಿಯೇ, "ಅಮ್ಮಾ? ಸೂಜಿ?" ಎಂದು ಕೇಳಿದರು.

ನಾನು ಮೌನವಾಗಿಯೇ ಅವರಿಗೆ ಉತ್ತರಿಸಿದೆ. ಅವರಿಗೆ ಅರ್ಥವಾಯಿತು. ನಮ್ಮನ್ನು ಅಕ್ಕ ಕೋಣೆಗೆ ಕರೆದೊಯ್ದಳು. ನನ್ನನ್ನು ಮಲಗಿಸಿ ಅವರು ಸುತ್ತುವರೆದರು. ನನ್ನ ಸಾಹಸಗಾಥೆಯನ್ನು ಅವರಿಗೆ ವಿಶದವಾಗಿ ವಿವರಿಸಿದೆ. ನಮ್ಮ ವಿಮಾನಾಪಘಾತ, ಆ ಕೊರೆವ ಚಳಿ, ಭಯ, ಆತಂಕ, ರಾಬರ್ಟೊ ಜೊತೆಗಿನ ನನ್ನ ಚಾರಣ, ಎಲ್ಲವನ್ನೂ ಹೇಳಿದೆ. ನನ್ನ ತಾಯಿ ಮತ್ತು ಸೂಜಿಯ ಸಾವು ಆದದ್ದು ಹೇಗೆ ಎಂಬುದನ್ನೂ ವಿವರಿಸಿದೆ. ಸೂಜಿಯ ಹೆಸರು ಹೇಳಿದ ಕೂಡಲೇ ನಮ್ಮ ತಂದೆ ಅಳಲು ಪ್ರಾರಂಭಿಸಿದರು. ಆದ್ದರಿಂದ ಅವಳ ಬಗೆಗಿನ ಎಲ್ಲ ವಿವರಗಳನ್ನೂ ನಾನು ಹೇಳಲಿಲ್ಲ. ನನ್ನ ಮಾತು ಕೇಳಿ ಗ್ರೆಸಿಲ್ಲಾ ಅಳುತ್ತಲೇ ಇದ್ದಳು. ನನ್ನನ್ನೇ ನೋಡುತ್ತಾ ನನ್ನ ತಲೆ ಸವರುತ್ತಿದ್ದಳು. ನನ್ನ ತಂದೆ ನನ್ನ ಪಕ್ಕ ಸುಮ್ಮನೆ ಕೂತಿದ್ದರು. ಅವರ ಮುಖದಲ್ಲಿ ಒಂದು ಸಮಾಧಾನದ ನಗು ತುಂಬಿತ್ತು.

"ನೀನು ಹೇಗೆ ಬದುಕಿಬಂದೆ ನ್ಯಾಂಡೊ? ಊಟವಿಲ್ಲದೇ ಇಷ್ಟೊಂದು ವಾರಗಳು ಹೇಗಿದ್ದೆ?" ಎಂದು ತಂದೆ ಕೇಳಿದರು.

ನಾವು ಊಟಕ್ಕಾಗಿ ಮಾಡಿಕೊಂಡ ವ್ಯವಸ್ಥೆಯನ್ನು ವಿವರಿಸಿದೆ. ಅವರ ಮುಖದ ಭಾವ ಬದಲಾಗಲಿಲ್ಲ. "ಬದುಕುಳಿಯಲು ಏನು ಮಾಡಬೇಕಾಗಿತ್ತೋ ಅದನ್ನೇ ಮಾಡಿದ್ದೀರಿ" ಎಂದು ಸಮಾಧಾನಪಡಿಸಿದರು. "ನಿನ್ನನ್ನು ಮರಳಿ ಪಡೆದದ್ದು ತುಂಬಾ ಸಂತೋಷವಾಗುತ್ತಿದೆ" ಎನ್ನುತ್ತಾ ಮತ್ತೆ ಕಣ್ಣೀರು ಹಾಕಿದರು.

ಅವರಿಗೆ ಹೇಳಬೇಕಾದ ವಿಷಯಗಳು ಅದೆಷ್ಟಿದ್ದವು! ನಾನು ಪ್ರತಿ ಕ್ಷಣ, ಪ್ರತಿ ನಿಮಿಷವೂ ಅವರನ್ನೇ ನೆನೆಯುತ್ತಿದ್ದುದು, ಅವರ ಪ್ರೀತಿಯೇ ನನ್ನಲ್ಲಿ ಧೈರ್ಯ ಶಕ್ತಿಯನ್ನು ತುಂಬುತ್ತಿದ್ದುದು, ಅವರ ಕಥೆ ನನಗೆ ದಾರಿ ತೋರಿದ್ದು, ಇನ್ನೂ ಏನೆಲ್ಲಾ... ಎಷ್ಟೆಲ್ಲಾ... ಆದರೆ ಅವಕ್ಕೆಲ್ಲಾ ಇನ್ನೂ ಸಾಕಷ್ಟು ಸಮಯವಿತ್ತು. ಈ ಕ್ಷಣ ನಾನು ಬದುಕಿ ಬಂದಿದ್ದೆ. ನಮ್ಮ ಕುಟುಂಬವನ್ನು ಸೇರಿದ್ದೆ. ಈ ಸೇರುವಿಕೆಯ ಸಂತೋಷದ ಘಳಿಗೆಯನ್ನು ಹೀಗೇ ಹಿಡಿದಿಡಬೇಕಾಗಿತ್ತು. ನನಗೆ ಪ್ರಪಂಚದ ಎಲ್ಲ ಸಂತೋಷವೂ ಈ ಕ್ಷಣದಲ್ಲಿಯೇ ಅಡಗಿದೆ ಎಂದೆನಿಸಿತ್ತು. ಎಪ್ಪತೆರಡು ದಿನಗಳಿಂದ ನಾನು ಕಾದು, ಅನುಮಾನಿಸಿ, ಶ್ರಮಿಸಿದ ದಿನ ಈಗ ನಿಜಕ್ಕೂ ಬಂದೊದಗಿತ್ತು. ನನಗೆ ಅತ್ಯಂತ ಶಾಂತಿ, ಸಮಾಧಾನಗಳು ದೊರೆತಿದ್ದವು. ಗೆಲುವಿನ ಯಾವುದೇ ಅಹಂ ನನ್ನಲ್ಲಿ ತುಂಬಲಿಲ್ಲ. ಬದಲಾಗಿ ಒಂದು ನವಿರಾದ ಸುಖ, ಶಾಂತಿ, ನೆಮ್ಮದಿ ಕಂಡಿತ್ತು. ನನ್ನ ಆ ಕ್ಷಣಗಳ ಪರಿಸ್ಥಿತಿಯನ್ನು ವಿವರಿಸಬಹುದಾದ ಪದಗಳು ದೊರೆಯಲಿಲ್ಲ. ನಾನು ಸುಮ್ಮನೇ ಮೌನವಾಗಿ ಅದನ್ನು, ಎಲ್ಲವನ್ನೂ ಅನುಭವಿಸಿದೆ. ಕೆಲ ಹೊತ್ತಿನ ನಂತರ, ಕೋಣೆಯ ಹೊರಗೆ ಮತ್ತೆ ಗಲಾಟೆ, ಸಂಭ್ರಮ ಕೇಳಿ ಬರುತ್ತಿತ್ತು. ಅದು ನನ್ನ ಜೊತೆಗಾರರ ಕುಟುಂಬದವರಾಗಿದ್ದರು. ನನ್ನ ಅಕ್ಕ ಎದ್ದು ಹೋಗಿ, ಬಾಗಿಲು ಜಡಿದು ಬಂದಳು. ಆ ಪುಟ್ಟ ಕೋಣೆಯಲ್ಲಿ ತುಂಬಿದ್ದ ಶಾಂತತೆಯ ನಡುವೆ ನಾನು ಕಳೆದುಕೊಂಡ ಅದ್ಭುತ, ಪವಾಡ ಸದೃಶವಾದ ಒಂದು ವಸ್ತುವನ್ನು ಮತ್ತೆ ಪಡೆದಿದ್ದೆ. ಅದು ನನ್ನ ಕುಟುಂಬದೊಂದಿಗೆ ಬೆಳಗುವ ಬೆಚ್ಚಗಿನ ಭಾವ.

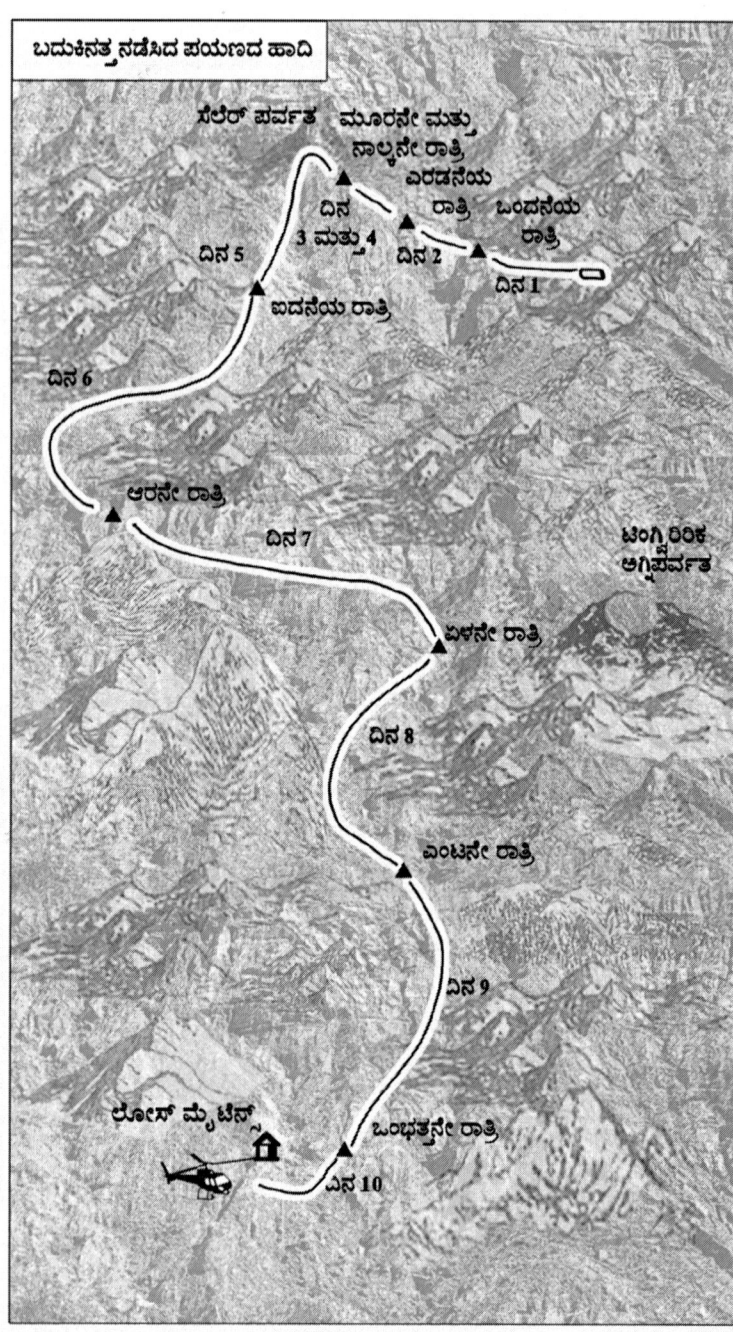

ಬದುಕಿನತ್ತ ನಡೆಸಿದ ಪಯಣದ ಹಾದಿ

ಸೆಲೆರ್ ಪರ್ವತ

ಮೂರನೇ ಮತ್ತು
ನಾಲ್ಕನೇ ರಾತ್ರಿ

ಎರಡನೆಯ
ರಾತ್ರಿ

ಒಂದನೆಯ
ರಾತ್ರಿ

ದಿನ
3 ಮತ್ತು 4

ದಿನ 5

ದಿನ 2

ದಿನ 1

ಐದನೆಯ ರಾತ್ರಿ

ದಿನ 6

ಆರನೇ ರಾತ್ರಿ

ದಿನ 7

ಟಿಂಗ್ಲಿ ರಿರಿಕ
ಅಗ್ನಿಪರ್ವತ

ಏಳನೇ ರಾತ್ರಿ

ದಿನ 8

ಎಂಟನೇ ರಾತ್ರಿ

ದಿನ 9

ಲೋಸ್ ಮೈಟಿನ್ಸ್

ಒಂಭತ್ತನೇ ರಾತ್ರಿ

ದಿನ 10

ಅಧ್ಯಾಯ 10

ನಂತರ

ಡಿಸೆಂಬರ್ 23ರಂದು, ಉಳಿದ ಎಂಟು ಜನ ಬದುಕುಳಿದ ಸ್ನೇಹಿತರು ನಾವಿರುವಲ್ಲಿಗೆ ಬಂದು ಸೇರಿದರು. ರಾಯ್ ಮತ್ತು ಜೇವಿಯರ್ ಅನ್ನು ತುರ್ತು ಚಿಕಿತ್ಸಾ ಘಟಕದಲ್ಲಿಟ್ಟು ಗಮನಿಸಬೇಕು ಎಂದು ವೈದ್ಯರು ತಿಳಿಸಿದರು. ಅದರಲ್ಲೂ ರಾಯ್‌ನ ಪರಿಸ್ಥಿತಿ ತುಂಬಾ ಗಂಭೀರವಾಗಿತ್ತು. ಅವನ ರಕ್ತ ಪರಿಚಲನೆ ಹೆಚ್ಚು ಕಡಿಮೆಯಾಗುತ್ತಲೇ ಇತ್ತು. ಆ ರೀತಿಯ ಬದಲಾವಣೆ ಹೃದಯಕ್ಕೆ ತುಂಬಾ ಅಪಾಯಕಾರಿಯಂತೆ. ನಮ್ಮ ಗುಂಪಿನ ಕೆಲವರು ಆಗಲೇ ತಮ್ಮ ಕುಟುಂಬವನ್ನು ಸೇರಿದ್ದರು. ಅಲ್ವಾರೋ ಮತ್ತು ಕೊಚೆಯನ್ನು ಸಹಾ ತುರ್ತು ಚಿಕಿತ್ಸೆಗೆ ಒಳಪಡಿಸಿದ್ದರು.

ಅಲ್ಲಿನ ಸಂಪೂರ್ಣ ವಾತಾವರಣ ಒಂದು ಹಬ್ಬದ ಸಂಭ್ರಮವನ್ನು ಆವಾಹಿಸಿಕೊಂಡುಬಿಟ್ಟಿತ್ತು. ಅದು ಕ್ರಿಸ್ಮಸ್ ಸಮಯವಾದ್ದರಿಂದ ವೃತ್ತಪತ್ರಿಕೆಗಳಲ್ಲಿ "ಕ್ರಿಸ್ಮಸ್ ಮಾಯೆ" ಎಂದೆಲ್ಲಾ ವರದಿಗಳು ಪ್ರಕಟಗೊಂಡವು. ಹಲವರು ನಮ್ಮನ್ನು ಅತೀತರಂತೆ ನೋಡುತ್ತಿದ್ದರು. ಆ ದೇವರ ದಯೆಯಿಂದ ಬದುಕುಳಿದ ಯುವಕರು, ದೇವರು ದೊಡ್ಡವನು ಎಂಬಿತ್ಯಾದಿ ಹಲವಾರು ದೈವೀಕ ಮುಖ್ಯಾಂಶಗಳು ಜಗತ್ತಿನಾದ್ಯಂತ ಹರಡಿತು. ನಾವಿದ್ದ ಸ್ಥಳವು ಜನರಿಂದ ತುಂಬಿ ಹೋಗಿತ್ತು. ಸುದ್ದಿ

ಮಾಧ್ಯಮದವರಂತೂ ನಮ್ಮನ್ನು ಸಂಪೂರ್ಣ ಮುತ್ತಿಗೆ ಹಾಕಿಬಿಟ್ಟಿದ್ದರು. ನಾವು ಚಹಾ ಕುಡಿಯಲು ಹೊರಗೆ ಹೋಗಲೂ ಆಗುತ್ತಿರಲಿಲ್ಲ. ನಮ್ಮ ಕುಟುಂಬದವರೊಂದಿಗೆ ಸಮಾಧಾನವಾಗಿ ಮಾತನಾಡಲೂ ಆಗುತ್ತಿರಲಿಲ್ಲ. ನಾವೆಲ್ಲಿ ಹೋದರೂ ನಮ್ಮ ಮುಂದೆ ಕ್ಯಾಮೆರಾಗಳು, ಮೈಕುಗಳು ಮತ್ತು ಜನರು ಆವರಿಸಿ ಬಿಡುತ್ತಿದ್ದರು.

ಕ್ರಿಸ್ಮಸ್ ಹಬ್ಬದ ಸಂಜೆ ನಮಗಾಗಿ ಒಂದು ಸಮಾರಂಭವನ್ನು ಏರ್ಪಡಿಸಲಾಗಿತ್ತು. ಸಾಕಷ್ಟು ಜನರು ಅಲ್ಲಿ ನೆರೆದಿದ್ದರು. ಎಲ್ಲೆಲ್ಲೂ ಸಂಭ್ರಮ, ಸಡಗರ ತುಂಬಿಕೊಂಡಿತ್ತು. ನಮ್ಮಲ್ಲಿ ಹಲವರು ಬದುಕುಳಿದು ಬಂದಿದ್ದಕ್ಕೆ ದೇವರಿಗೆ ವಿಶೇಷವಾಗಿ ಪ್ರಾರ್ಥನೆ ಸಲ್ಲಿಸಿದರು. ಕಾರ್ಲಿಟೊ ನನ್ನತ್ತ ಸಂಭ್ರಮದಿಂದ ನೋಡುತ್ತಾ, "ನಾವು ಕ್ರಿಸ್ಮಸ್ ವೇಳೆಗೆ ಮನೆಗೆ ಸೇರುತ್ತೇವೆ ಎಂದು ನಾನು ಹೇಳಿರಲಿಲ್ಲವೆ?" ಎಂದು ಅಪ್ಪಿಕೊಂಡ. ಅವನಿಗಾಗಿ ನಾನೂ ಸಂಭ್ರಮಿಸಿದೆ. ಆದರೆ ಜೇವಿಯರ್ ಮಾತ್ರ ಮೌನವಾಗಿದ್ದ. ಎಲ್ಲರನ್ನೂ ಗಮನಿಸಿದೆ. ಎಲ್ಲರೂ ತಮ್ಮ ಸ್ನೇಹಿತರನ್ನು, ಪ್ರಿಯರನ್ನು ಕಳೆದುಕೊಂಡಿದ್ದರು. ಎಲ್ಲರೂ ಪಡಬಾರದ ಕಷ್ಟಗಳನ್ನು ಪಟ್ಟಿದ್ದರು. ಆದರೆ ಎಲ್ಲರಿಗೂ ಈಗ ಆ ಕೋಟಲೆ ಮುಗಿದಿತ್ತು. ಈಗ ಎಲ್ಲರೂ ತಮ್ಮ ಜೀವನಕ್ಕೆ ಮರಳಿದ್ದರು. ಎಲ್ಲರೂ ಕುಟುಂಬದೊಂದಿಗೆ ಸೇರಿ ಸಂಭ್ರಮ ಹಂಚಿಕೊಳ್ಳುತ್ತಿದ್ದರು. ಎಲ್ಲರ ಕುಟುಂಬ ಅವರಿಗಾಗಿ ಕಾದಿತ್ತು. ಅವರನ್ನು ಅಪ್ಪಿ ಸಂಭ್ರಮಿಸಲು, ತಂದೆ, ಅಕ್ಕ, ತಂಗಿ, ತಾಯಿ, ಪ್ರೇಮಿಗಳು ಎಲ್ಲರೂ ಇದ್ದರು. ನನಗೆ? ನಾನು ಏನನ್ನು ಕಳೆದುಕೊಂಡಿದ್ದೆ ಎಂದು ನನಗೆ ಮಾತ್ರ ತಿಳಿದಿತ್ತು. ಇನ್ನೆಂದಿಗೂ ನಾನು ನನ್ನ ತಾಯಿಯೊಡನೆ ಕ್ರಿಸ್ಮಸ್ ಆಚರಿಸಲು ಸಾಧ್ಯವಿಲ್ಲ. ನನ್ನ ತಂಗಿಯ ಪ್ರೀತಿಯ ಅಣ್ಣನ ಪಾತ್ರವನ್ನು ನನ್ನಿಂದ ಸಂಪೂರ್ಣವಾಗಿ ಕಸಿದುಕೊಳ್ಳಲಾಗಿತ್ತು. ನನ್ನ ತಂದೆಗೂ ಇದು ಮಾಸಲಾರದ ಗಾಯವಾಗಿಹೋಗಿತ್ತು. ಆತ ಹಿಂದಿನಂತೆ ಆಗಬಲ್ಲನೇ ಎಂಬ ಅನುಮಾನ ನನ್ನನ್ನು ಕಾಡುತ್ತಲೇ ಇತ್ತು. ಆ ರಾತ್ರಿಯ ಸಂಭ್ರಮದಲ್ಲಿ ನಾನೂ ಖುಷಿಯಿಂದ ಪಾಲ್ಗೊಳ್ಳಲು ಪ್ರಯತ್ನಿಸಿದೆ. ಆದರೆ ಒಳಗೆ ನಾನು ಒಬ್ಬಂಟಿಯಾಗಿಹೋಗಿದ್ದೆ. ಇದುವರೆವಿಗೂ ಇದ್ದ ಅನಿಶ್ಚಿತತೆ, ಆತಂಕಗಳು ಕಳೆಯಿತು ಎಂಬ ಸಮಾಧಾನವಿದ್ದೇ ಇತ್ತು. ಆದರೆ ಅಮ್ಮನಿಲ್ಲದ, ತಂಗಿಯಿಲ್ಲದ ಇನ್ನು ಮುಂದಿನ ನನ್ನ ಮನೆ, ನನ್ನ ಭವಿಷ್ಯ ಹೇಗಿರುವುದೋ! ಇನ್ನೇನು ನನಗಾಗಿ ಕಾದಿದೆಯೋ!

ಸಾಂಟಿಯಾಗೋದಲ್ಲಿ ಮೂರು ದಿನಗಳು ಕಳೆದ ನಂತರ ಆ ಹೋಟೇಲಿನಲ್ಲಿ ಉಳಿಯುವುದು ಕಷ್ಟವಾಯಿತು. ನಮ್ಮ ತಂದೆ ಚಿಲಿಯ ಬೀಚಿನ ಬಳಿಯ ರೆಸಾರ್ಟ್ ಒಂದರ ಮನೆಗೆ ನಮ್ಮನ್ನು ಕರೆದೊಯ್ದರು. ಅಲ್ಲಿ ಮೂರು ದಿನಗಳನ್ನು ಶಾಂತವಾಗಿ ಕಳೆದೆವು. ಆದರೆ ಅಷ್ಟು ಸುಲಭವಾಗಿ ನನಗೆ ಏಕಾಂತ ದೊರೆಯಲಿಲ್ಲ. ನನ್ನ ಮೂಳೆ ಚಕ್ಕಳದ ದೇಹ, ಗಡ್ಡದ ಮುಖವಿಟ್ಟುಕೊಂಡು ಬೀಚಿನ ಬಳಿ ಸ್ವಲ್ಪ ನಡೆದಾಡುವಷ್ಟರಲ್ಲೇ ಜನ ಸೇರಿಬಿಡುತ್ತಿದ್ದರು. ವೃತ್ತಪತ್ರಿಕೆಗಳಲ್ಲಿ ನನ್ನ ಚಿತ್ರ ಎಲ್ಲ ಕಡೆ ಹರಡಿ, ಎಲ್ಲರಿಗೂ ನಾನು ಪರಿಚಿತನಾಗಿಹೋಗಿದ್ದೆ. ಹಾಗಾಗಿ ನಾನು ಎಲ್ಲೂ ಹೊರಗಡೆ ಹೋಗದೆ, ಮನೆಯಲ್ಲೇ ತಂದೆಯ ಜೊತೆಗೇ ದಿನಗಳು ಕಳೆದೆ. ಅವರು ತುಂಬಾ ಪ್ರಶ್ನೆಗಳನ್ನು ಎಂದಿಗೂ ಕೇಳಿದವರಲ್ಲ. ಏನಾಯಿತು, ಹೇಗಿದ್ದೆ, ಎಂಬ ಯಾವ ಪ್ರಶ್ನೆಗಳನ್ನೂ ಹೆಚ್ಚು ಕೇಳಲಿಲ್ಲ. ಆದರೆ, ನಾನಿಲ್ಲದೆ ಅವರು ಕಳೆದ ಪ್ರತಿ ದಿನವನ್ನೂ ಈಗ ಮರಳಿ ಪಡೆಯುವಂತೆ ನನಗೆ ಪ್ರೀತಿಯನ್ನು ನೀಡುತ್ತಾ, ನನ್ನೊಟ್ಟಿಗೇ ಇದ್ದರು. ಆ ಕಳೆದ ದಿನಗಳ ಬಗ್ಗೆ ನನಗೆ ಹೇಳಿದರು. ನಮ್ಮ ವಿಮಾನಾಪಘಾತವಾದ ದಿನ, ಅಕ್ಟೋಬರ್ 13ನೇ ತಾರೀಕು ಮಧ್ಯಾಹ್ನ ಅವರು ದುಡ್ಡು ಜಮಾ ಮಾಡಲು, ಮಾಂಟೆವಿಡಿಯೋದಲ್ಲಿನ ಬ್ಯಾಂಕಿಗೆ ಹೋಗಿದ್ದರಂತೆ. ದಾರಿಯಲ್ಲಿ ಇದ್ದಕ್ಕಿದ್ದಂತೆ ಅವರಿಗೆ ಏನೋ ಚಿಂತೆಯಾಗತೊಡಗಿತ್ತಂತೆ.

"ಬ್ಯಾಂಕಿನ ಬಾಗಿಲು ಕೆಲ ಹೆಜ್ಜೆಗಳ ಮುಂದಿತ್ತಷ್ಟೇ. ಆದರೆ ಮುಂದಕ್ಕೆ ಹೆಜ್ಜೆ ಇಡಲೂ ಸಾಧ್ಯವಾಗಲಿಲ್ಲ. ನನಗೇನಾಯಿತೋ ತಿಳಿಯಲಿಲ್ಲ. ಆದರೆ ಬ್ಯಾಂಕಿಗೆ ಹೋಗುವ ಯಾವ ಆಸಕ್ತಿಯೂ ನನ್ನಲ್ಲಿ ಉಳಿದಿರಲಿಲ್ಲ. ಹೊಟ್ಟೆಯಲ್ಲಿ ಸಂಕಟ. ನಾನು ಆ ಕ್ಷಣ ಮರಳಿ ಮನೆಗೆ ಹೋಗಬೇಕೆನಿಸಿತು." ನನ್ನ ತಂದೆ ಎಂದೂ ಕೆಲಸವನ್ನು ತಪ್ಪಿಸಿದವರೇ ಅಲ್ಲ. ಅಂಥದ್ದರಲ್ಲಿ, ಆ ದಿನ ನೇರ ಮನೆಗೆ ಮರಳಿಬಿಟ್ಟರಂತೆ. ಒಂದು ಕಪ್ಪು ಕಾಫಿ ಹಿಡಿದು, ದೂರದರ್ಶನದ ಮುಂದೆ ಕೂತರಂತೆ. ಆಗ ನಮ್ಮ ವಿಮಾನ ಕಣ್ಮರೆಯಾದ ಸುದ್ದಿ ಪ್ರಕಟವಾಗುತ್ತಿತ್ತಂತೆ. ನಾವು ನಡುವಿನಲ್ಲಿ ಮೆಂಡೋಜಾನಲ್ಲಿ ಉಳಿದುಕೊಂಡದ್ದು ಅವರಿಗೆ ತಿಳಿದಿರಲಿಲ್ಲ. ಹಾಗಾಗಿ, ನಮಗೇನೂ ಆಗಿಲ್ಲವಲ್ಲ ಎಂದು ಸಮಾಧಾನಿಸಿಕೊಂಡರಂತೆ. ಆದರೂ ಅದೇನೋ ತಿಳಿಯದ ಸಂಕಟ ಅವರನ್ನು ಬಾಧಿಸುತ್ತಿತ್ತಂತೆ. ಒಂದು ಘಂಟೆಯ ಬಳಿಕ ಮನೆಯ ಬಾಗಿಲ ಸದ್ದಾಯಿತಂತೆ.

ಅವರ ಸ್ನೇಹಿತ ಮನೆಗೆ ಬಂದಿದ್ದರಂತೆ. "ಆಗ ಕಾಲೊನೆಲ್ ಜುಮೆ ಬಂದಿದ್ದ. ಆತ ತನ್ನ ಜೊತೆಗೆ ಕಾರಿನಲ್ಲಿ ಹೋಗಬೇಕೆಂದು, ಯಾವುದೋ ಕೆಟ್ಟ ಸುದ್ದಿ ಇದೆ ಎಂಬ ಅನುಮಾನವಿದೆಯೆಂದು ತಿಳಿಸಿದ." ಎಂದರು. ನನ್ನ ತಂದೆ ಅವರೊಂದಿಗೆ ಹೋದಾಗ, ಅವರು ಅಪಘಾತವಾದ ವಿಮಾನ ನಮ್ಮದೇ ಎಂಬ ವಿಷಯವನ್ನು

ತಿಳಿಸಿ ಸಮಾಧಾನ ಹೇಳಿದರಂತೆ. ಮರುದಿನ ನನ್ನ ತಂದೆ ಸಂಟಿಯಾಗೋಗೆ ಬಂದು ಚಿಲಿಯ ಅಧಿಕಾರಿಗಳ ಜೊತೆ ಮಾತನಾಡಿದರಂತೆ. ಅವರು ತಮಗಿನ್ನೂ ಏನೂ ಮಾಹಿತಿ ದೊರೆತಿಲ್ಲ ಎಂದು ತಿಳಿಸಿದ ನಂತರ ಮರಳುವಾಗ ಅದೇ ಆಂಡೀಸ್ ಪರ್ವತವನ್ನು ಅವರ ವಿಮಾನ ದಾಟಿ ಬಂತಂತೆ. ಆಗ ನನ್ನ ತಂದೆ, ಇದೇ ಸ್ಥಳದಲ್ಲಿ ನಾವು ಬಿದ್ದಿರುವುದು ಎಂದು ನೆನೆದು ಗೋಳಾಡಿಬಿಟ್ಟರಂತೆ. "ಆ ಎತ್ತರ, ಆಳ, ವಿಸ್ತಾರವಾದ ಆಂಡೀಸ್ ಪರ್ವತಗಳನ್ನು ಕಂಡಾಗಲೇ, ನನಗೆ ನಿಮ್ಮ ಬಗ್ಗೆ ಎಲ್ಲ ಆಸೆಗಳೂ ಬತ್ತಿ ಹೋದವು. ನಿಮ್ಮೆಲ್ಲರನ್ನೂ ಮತ್ತೆಂದೂ ನೋಡುವುದಿಲ್ಲ, ಎಂದು ನನಗೆ ಖಾತ್ರಿಯಾಗಿಬಿಟ್ಟಿತ್ತು," ಎಂದು ಕಣ್ಣೀರು ಹಾಕಿದರು.

ಆ ಘಟನೆಯಾದ ಕೆಲ ದಿನಗಳ ನಂತರ ಅವರ ಪರಿಸ್ಥಿತಿ ನಾನು ಊಹಿಸಿದ್ದಕ್ಕಿಂತ ಕೆಟ್ಟದಾಗಿತ್ತು. ಅವರಿಗೆ ನಿದ್ದೆ, ಆಹಾರ ಏನೂ ಸೇರಲಿಲ್ಲವಂತೆ. ಯಾರ ಜೊತೆಗೂ ಇರಬೇಕೆನಿಸಲಿಲ್ಲ. ಯಾವ ದೇವರಿಗೂ ಪ್ರಾರ್ಥನೆ ಮಾಡಬೇಕೆನಿಸಲಿಲ್ಲ. ನನ್ನ ಸ್ನೇಹಿತರ ತಾಯಿ ತಂದೆಯರು ಇನ್ನೂ ಆಶಾಭಾವದಿಂದ ಏನೇನೋ ವಿಶೇಷ ಪೂಜೆ ಪುನಸ್ಕಾರಗಳನ್ನು ಮಾಡಿಕೊಂಡಿದ್ದರಂತೆ. ಕೆಲವು ತಾಯಂದಿರು ನಮಗಾಗಿ ಒಟ್ಟಿಗೆ ಸೇರಿ ಪ್ರಾರ್ಥಿಸುತ್ತಿದ್ದರಂತೆ. ತಂದೆಯಂದಿರು ಕೆಲವರು ಸೇರಿ ತಾವೇ ಖುದ್ದು ನಮ್ಮನ್ನು ಹುಡುಕಲು ತೆರಳಿದ್ದರಂತೆ. ಅದಕ್ಕೆ ನನ್ನ ತಂದೆಯೂ ಹಣ ಸಹಾಯ ಮಾಡಿದ್ದರಂತೆ. ಆದರೆ ನನ್ನ ತಂದೆಗೆ ಇದರಲ್ಲಿ ಯಾವ ನಂಬಿಕೆಯೂ ಉಳಿದಿರಲಿಲ್ಲ. "ಆಂಡೀಸ್‌ನಲ್ಲಿ ಕಳೆದುಹೋದ ವಿಮಾನ ಮತ್ತೆಂದೆಂದಿಗೂ ಸಿಗದು. ಮುರಿದು ಬಿದ್ದ ವಿಮಾನದ ಒಂದು ಸಣ್ಣ ತುಣುಕು ಎಲ್ಲಾದರೂ ನಮಗೆ ಕಂಡರೂ ಅದು ನಮ್ಮ ಅದೃಷ್ಟವೇ ಸರಿ ಎಂದು ನನಗೆ ಚೆನ್ನಾಗಿ ತಿಳಿದುಹೋಗಿತ್ತು." ಎಂದರು ನನ್ನ ತಂದೆ.

ನಾವು ಬದುಕಿರುವ ಬಗ್ಗೆ ಆಸೆಯನ್ನು ಕಳೆದುಕೊಂಡಿದ್ದ ನನ್ನ ತಂದೆಯ ಮಾನಸಿಕ ಪರಿಸ್ಥಿತಿ ಹದಗೆಟ್ಟಿತ್ತು. ಸದಾ ಮೌನವಾಗಿ ಶೂನ್ಯದತ್ತ ಕಣ್ಣು ನೆಟ್ಟು ಘಂಟೆಗಟ್ಟಲೆ ಸುಮ್ಮನೆ ಕುಳಿತಿರುತ್ತಿದ್ದರಂತೆ. ಯಾವುದೋ ಒಂದು ದಾರಿ ಹಿಡಿದು ನಡೆದು ಹೋಗಿಬಿಡುತ್ತಿದ್ದರಂತೆ. ಅವರ ಏಕೈಕ ಜೊತೆಗಾರನಾದ ನಾಯಿ ಜಿಮ್ಮಿಯ ಬಳಿ ಕೂತು ಅಳುತ್ತಿದ್ದರಂತೆ. "ನಿಮ್ಮ ತಾಯಿ ನನ್ನ ಶಕ್ತಿಯಾಗಿದ್ದಳು. ನಾನು ಇದ್ದ ಆ ಪರಿಸ್ಥಿತಿಯಲ್ಲಿ ಅವಳ ಅನುಪಸ್ಥಿತಿ ನನಗೆ ಇನ್ನಿಲ್ಲದಂತೆ ಕಾಡಿತ್ತು. ಅವಳಿಲ್ಲದೆ ನಾನು ನಾನಾಗಿರಲಿಲ್ಲ." ಎಂದರು ನನ್ನ ತಂದೆ. ದಿನಕಳೆದಂತೆ ಅವರಿಗೆ ಹುಚ್ಚೇ ಹಿಡಿದಂತೆ ಭಾಸವಾಗುತ್ತಿತ್ತಂತೆ. ಅವರು, "ಒಂದು ದಿನ ಲೀನಾಳ ಜೊತೆ ಊಟ ಮಾಡುತ್ತಿದ್ದಾಗ, ಮನೆ ಎಷ್ಟು ನಿಶ್ಶಬ್ದವಾಗಿತ್ತು. ನಾವು ಊಟ ಮಾಡುತ್ತಿದ್ದ ಮೇಜು ಕುರ್ಚಿಗಳು ಖಾಲಿಯಾಗಿ ಭಣಗುಟ್ಟುತ್ತಿತ್ತು. ನಾನು ಇದ್ದಕ್ಕಿದ್ದಂತೆ, ಅಮ್ಮಾ ನನಗೆ ಇಲ್ಲಿರಲು ಸಾಧ್ಯವಿಲ್ಲ ಎಂದು ಹೇಳಿ ಮನೆ ಬಿಟ್ಟು ಹೊರ ಹೋಗಿಬಿಟ್ಟೆ," ಎಂದರು.

ಘಂಟೆಗಳ ಕಾಲ ನಡೆದರಂತೆ, ಕತ್ತಲಾಗುವವರೆಗೂ, ಇಡೀ ದಿನ, ರಸ್ತೆಗುಂಟ ನಡೆಯುತ್ತಿದ್ದರಂತೆ. ಸುಮ್ಮನೆ ನಡೆಯುತ್ತಿರಬೇಕು ಎಂಬ ಒಂದು ವಿಚಾರ ಬಿಟ್ಟರೆ ಅವರ ತಲೆ ಸಂಪೂರ್ಣ ಖಾಲಿಯಾಗಿತ್ತಂತೆ. ಹಾಗೇ ನಡೆಯುತ್ತ ಕೊನೆಗೆ ಅವರು ಮಾಂಟೆವಿಡಿಯೋನ ಚಾರಿತ್ರಿಕ ಸೆಂಟ್ರಲ್ ಸ್ಕ್ವೇರ್ ತಲುಪಿದ್ದರಂತೆ. ಅದು 1940ರಲ್ಲಿ ಕಟ್ಟಲ್ಪಟ್ಟ ಒಂದು ದೇವಾಲಯ. ನನ್ನ ತಂದೆಗೆ ಧಾರ್ಮಿಕ ನಂಬಿಕೆಗಳಿರಲಿಲ್ಲ. ಆದರೆ ಆ ಪ್ರದೇಶದ ಪ್ರಶಾಂತ ವಾತಾವರಣ, ನೆಮ್ಮದಿಯ ಮೌನ ಅವರನ್ನು ಅಲ್ಲಿಗೆ ಸೆಳೆದೊಯ್ದಿತ್ತಂತೆ. ಅಲ್ಲಿ ಒಂದಷ್ಟು ಹೊತ್ತು ಕೂತ ನಂತರ ದೇವರಿಗೆ ಪ್ರಾರ್ಥನೆ ಸಲ್ಲಿಸಲು ಪ್ರಯತ್ನಿಸಿ ವಿಫಲರಾದರಂತೆ. ಅಲ್ಲಿಂದ ಹೊರಡೋಣವೆಂದು ಗಡಿಯಾರ ನೋಡಿ ಹೌಹಾರಿದರಂತೆ. ಅಂದು ಅವರು ಸುಮಾರು ಹತ್ತು ಘಂಟೆಗಳು ನಡೆದಿದ್ದರು. ತಮ್ಮ ಬುದ್ಧಿ ಸ್ಥಿಮಿತ ತಪ್ಪುತ್ತಿದೆ ಎಂದು ಹೆದರಿ ಅಲ್ಲಿಂದ ಬೇಗ ಮನೆಗೆ ವಾಪಾಸಾದರಂತೆ.

"ನಾನು ಬದಲಾಗಬೇಕು. ಎಲ್ಲವನ್ನೂ ಬದಲಾಯಿಸಬೇಕು" ಎಂದು ತಮಗೆ ತಾವೇ ಹೇಳಿಕೊಂಡರಂತೆ. ಅಂದು ತಮ್ಮ ಹಿಂದಿನ ಜೀವನಕ್ಕೆ ಸೇರಿರುವ ಎಲ್ಲದರಿಂದಲೂ ದೂರಸರಿಯಲು ನಿರ್ಧರಿಸಿದರು. ಅವರು ಪಡೆದಿದ್ದ ಪ್ರಶಸ್ತಿ ಬಹುಮಾನಗಳನ್ನು ಮಾರಿಬಿಟ್ಟರು. ನಮ್ಮ ತಾಯಿಯ ಮೆಚ್ಚಿನ ರೋವರ್ ಗಾಡಿಯನ್ನು ಮಾರಿಬಿಟ್ಟರು. ನಮ್ಮ ಮನೆಯನ್ನು ಸಹ ಮಾರಾಟಕ್ಕಿಟ್ಟರು. ಅವರು ಜೀವನ ಪೂರ್ತಿ ಕಷ್ಟ ಪಟ್ಟು ಬೆಳೆಸಿದ್ದ ಅವರ ಬಹು ಮೆಚ್ಚಿನ ವ್ಯಾಪಾರವನ್ನು ಸಹ ತೊರೆದು ಹೊರಬರಬೇಕೆಂದಿದ್ದರು. ಆದರೆ ಗ್ರೆಸಿಲ್ಲಾ ಮತ್ತು ಜುವಾನ್ ತಡೆದರಂತೆ. "ನಾನೇನು ಮಾಡುತ್ತಿದ್ದೆ ಎಂಬುದು ನನಗೆ ತಿಳಿದಿರಲಿಲ್ಲ. ಕೆಲವು ಸಂದರ್ಭಗಳು ಹಿಂದಿನಂತೆ ಮಾಮೂಲಾಗಿದ್ದೆ. ಮತ್ತೆ ಕೆಲವು ಸಂದರ್ಭಗಳು ಸಂಪೂರ್ಣವಾಗಿ ಕಳೆದುಹೋಗಿರುತ್ತಿದ್ದೆ. ಆ ದಿನಗಳಲ್ಲಿ ನನಗೆ ಯಾವುದೂ ಮುಖ್ಯವೆಂದೆನಿಸುತ್ತಿರಲಿಲ್ಲ. ಯಾವುದಕ್ಕೂ ಅರ್ಥವಿದೆ ಎನಿಸುತ್ತಿರಲಿಲ್ಲ." ಎಂದು ಶೂನ್ಯ ನೋಟ ಬೀರಿದರು.

ನಾನು ಮತ್ತು ರಾಬರ್ಟೊ ಬದುಕುಳಿದಿದ್ದೇವೆ ಎಂಬ ವಿಷಯ ತಿಳಿದ ಕೂಡಲೇ ನನ್ನ ತಂದೆ ನಂಬಲು ಸಿದ್ಧರಿರಲಿಲ್ಲವಂತೆ. ಎರಡನೆಯ ಬಾರಿ ಆಶೆಗಳು ಹುಸಿಗೊಂಡು ನೆಲಮಟ್ಟ ಕುಸಿದುಬಿಡುವ ಭಯ. ತಾನು ಧೈರ್ಯವನ್ನೇ ಕಳೆದುಕೊಂಡುಬಿಟ್ಟಿದ್ದೆ ಎಂದು ಅವರು ಹೇಳಿದಾಗ ನನ್ನ ಹೃದಯ ಭಗ್ ಎಂದಿತ್ತು. ನಿಧಾನವಾಗಿ ನನ್ನ ಅಕ್ಕ, ಭಾವ ಮತ್ತು ಅವರ ಸ್ನೇಹಿತರು ಸುದ್ದಿ ನಿಜವೆಂದು ತಿಳಿಹೇಳಿದರಂತೆ. ಆ ವಿಚಾರ ಅವರೊಳಗೆ ಇಳಿದ ಕೂಡಲೇ ಅವರು ಒಂದು ಪುಟ್ಟ ವಿಮಾನವನ್ನು ಬಾಡಿಗೆಗೆ ಪಡೆದು ಗ್ರೆಸಿಲ್ಲಾ ಮತ್ತು ಜುವಾನ್ ಜೊತೆಗೆ ಸೆಂಟಿಯಾಗೋಗೆ ಹೊರಟುಬಂದರಂತೆ. ಅವರು ಬರುವಾಗ ದಾರಿಯಲ್ಲಿ ಆಂಡೀಸ್

ಮೇಲೆಯೇ ಬರಬೇಕಾಗಿದ್ದದ್ದು. ದಾರಿಯಲ್ಲಿ ಅವರು ಅಕ್ಕನಿಗೆ, "ಯಾರಾದರೂ ಇಂದು ನಿಜಕ್ಕೂ ಬದುಕುಳಿದಿದ್ದರೆ, ಅದು ನಿಮ್ಮ ಅಮ್ಮನ ಮೂಲಕವೇ" ಎಂದು ಹೇಳಿದ್ದರಂತೆ. ಅವರು ಸೆಂಟಿಯಾಗೋಗೆ ಸೇರಿದ ಕೆಲ ಘಂಟೆಗಳ ನಂತರ ಅವರು ನನ್ನ ತೋಳ್ಬಂಧಿಯಲ್ಲಿ ಭದ್ರವಾಗಿದ್ದರು. ನಾನು, ಮೌನವಾಗಿ ಅವರ ಬಿಸಿಯಪ್ಪುಗೆಯಲ್ಲಿ ನನ್ನ ದುಗುಡವನ್ನು ಕಳೆದುಕೊಂಡಿದ್ದೆ.

ಒಂದು ದಿನ ಅವರೊಟ್ಟಿಗೆ ಕೂತು ಮಾತನಾಡುತ್ತಿದ್ದಾಗ, "ಅಪ್ಪಾ, ನನ್ನನ್ನು ಕ್ಷಮಿಸಿ. ನನ್ನಿಂದಾಗಿ ಇಂದು ಅಮ್ಮಾ ಮತ್ತು ಸೂಜಿ ನಮ್ಮೊಡನಿಲ್ಲ..." ಎಂದು ಗದ್ಗದಿತನಾದೆ. ಅವರು ಒಂದು ವಿಷಾದದ ನಗೆ ನಕ್ಕು ನನ್ನನ್ನು ಬಿಗಿಯಾಗಿ ಅಪ್ಪಿದರು. ನನ್ನ ಕಿವಿಯ ಬಳಿ ಮೆದುವಾಗಿ, "ನಾನು ಎಲ್ಲರನ್ನೂ ಕಳೆದುಕೊಂಡು ಒಬ್ಬಂಟಿಯಾಗಿಹೋಗಿದ್ದೇನೆ ಎಂದು ಸಂಪೂರ್ಣ ನಂಬಿದ್ದೆ. ನನ್ನ ಮನೆಗೆ ಬೆಂಕಿ ಬಿದ್ದು ನನ್ನ ಎಲ್ಲವನ್ನೂ ಕಳೆದುಕೊಂಡಂಥಾ ಭಾವದಲ್ಲಿ ಬೆಂದುಹೋಗಿದ್ದೆ. ಆದರೆ ಈಗ, ನೀನು ನನಗೆ ಮರಳಿ ದೊರಕಿದ್ದೀಯ. ಸುಟ್ಟು ಭಸ್ಮವಾಗಿದ್ದ ಎಲ್ಲವನ್ನೂ ತಡಕಾಡಿದಾಗ ಒಂದು ಅಮೂಲ್ಯ ವಸ್ತು ಮರಳಿ ದೊರೆತಂತೆ, ಇಂದು ನೀನು ನನಗಾಗಿ ಮರಳಿ ಬಂದಿದ್ದೀಯ. ನನಗೆ ಈಗ ಮರುಹುಟ್ಟು ದೊರೆತಿದೆ. ನಾನು ಮತ್ತೆ ಬದುಕನ್ನು ಪ್ರಾರಂಭಿಸಬಲ್ಲೆ. ನನಗೆ ನಾನು ಕಳೆದುಕೊಂಡ ದುಃಖಕ್ಕಿಂತ ಮರಳಿ ಪಡೆದ ಸಂತೋಷ ಸುಖವನ್ನು ನೀಡುತ್ತಿದೆ" ಎಂದು ಸಂತೈಸಿದರು. ನನಗೂ ಹಾಗೇ ಆಲೋಚಿಸುವಂತೆ ತಿಳಿಸಿದರು. "ಸೂರ್ಯ ನಾಳೆ ಮತ್ತೆ ಹುಟ್ಟುತ್ತಾನೆ, ಬೆಳಕು ಚೆಲ್ಲುತ್ತಾನೆ. ನಾಳಿದ್ದು ಮತ್ತೆ, ಆಚೆ ನಾಳಿದ್ದು ಪುನಃ... ಇದು ಅಂತ್ಯವಲ್ಲ. ಹಳೆಯದನ್ನು ಮರೆತು, ಹೊಸ ಜೀವನದತ್ತ ಮುಖಮಾಡು. ನಿನಗೆ ಉಜ್ವಲ ಭವಿಷ್ಯವಿದೆ. ಚೆಂದದ ಬದುಕಿದೆ" ಎಂದಾಗ ನನಗೆ ಹೇಳಲಾರದಷ್ಟು ಸಮಾಧಾನವಾಗಿತ್ತು.

ಡಿಸೆಂಬರ್ 30ರಂದು ನಾವು ಮಾಂಟೆವಿಡಿಯೋಗೆ ತೆರಳಿದೆವು. ನಾನು ಮತ್ತೆ ಆಂಡೀಸ್ ಮೂಲಕ ಹಾಯ್ದುಹೋಗಲು ತುಂಬ ಹೆದರಿದ್ದೆ. ಆದರೆ ವೈದ್ಯರು ನನಗೆ ಮತ್ತು ಬರಿಸುವ ಔಷಧಿ ಕೊಟ್ಟು ಮಲಗಿಸಿಬಿಟ್ಟಿದ್ದರು. ನಾವು ಮನೆ ತಲುಪಿದಾಗ, ನಮ್ಮ ಸ್ನೇಹಿತರು, ನೆಂಟರು, ಇಷ್ಟರು ಎಲ್ಲರೂ ನೆರೆದಿದ್ದರು. ಎಲ್ಲರೊಟ್ಟಿಗೆ ಸಂಭ್ರಮಿಸಿದೆ. ಒಳಗೆ ಬಂದ ಕೂಡಲೇ ನನ್ನ ಅಜ್ಜಿ ಲೀನಾ ನನಗಾಗಿ ಕಾದಿದ್ದಳು. ಅವಳನ್ನು ತಬ್ಬಿದೆ. ಅವಳು ನೋವು ಸಂತೋಷ ಮಿಶ್ರಿತವಾದ ಭಾವದಲ್ಲಿ ಬಿಗಿಯಾಗಿ ನನ್ನನ್ನು ಅಪ್ಪಿ ಮುದ್ದಾಡಿದಳು. ಆ ಅಪ್ಪುಗೆಯಲ್ಲಿ ನನ್ನೊಟ್ಟಿಗೆ ನನ್ನ

ತಾಯಿ, ತಂಗಿಯರೂ ಇದ್ದರು ಎಂದು ನನಗೆ ತಿಳಿದಿತ್ತು. ಎಲ್ಲರೂ ಒಳಗೆ ಸೇರಿದ ಕೂಡಲೇ ನನ್ನ ನಾಯಿ ಜಿಮ್ಮಿ ಕಂಡಿತು. ಅದು ನನ್ನತ್ತ ಕಿವಿ ನೇರ ಮಾಡಿ ಗಮನಿಸಿತು. ಅದಕ್ಕೆ ನಾನೇ ಎಂದು ನಂಬಲು ಸ್ವಲ್ಪ ಹೊತ್ತು ಬೇಕಾಯಿತು. ನನ್ನನ್ನು ಮೂಸಿ ನೋಡಿ ಪರೀಕ್ಷಿಸಿ, ಕೆಲ ಘಳಿಗೆಗಳ ನಂತರ ಕುಣಿದು ಕುಪ್ಪಳಿಸಿತು. ಹುಚ್ಚನಂತೆ ಮನೆ ಪೂರಾ ಕೂಗಾಡಿಕೊಂಡು ಓಡಿ ನನ್ನ ಮೇಲೆ ಹಾರಿ, ಜೀಕಿ ಮುದ್ದುಗರೆಯಿತು. ನನ್ನ ಮುಖ ಸಂಪೂರ್ಣವಾಗಿ ಅದರ ಜಿಹ್ವೆಯ ಪ್ರೇಮದಲ್ಲಿ ತುಳುಕಾಡಿತು. ಎಲ್ಲರಿಗೂ ಸಂಭ್ರಮ. ಜಿಮ್ಮಿಯನ್ನು ಕಂಡು ಎಲ್ಲರೂ ನಕ್ಕರು.

ನಮ್ಮ ಸಂಭ್ರಮ, ಸಡಗರಗಳು ಉಕ್ಕಿದ ಬಿಸಿ ಆರಿದ ನಂತರ ಮೊದಲ ಕೆಲದಿನಗಳು ನನಗೆ ಆ ಮನೆಯಲ್ಲಿ ಇರಲು ಭಯವಾಗುತ್ತಿತ್ತು. ಹೆಜ್ಜೆಹೆಜ್ಜೆಗೂ ಅಮ್ಮ ಮತ್ತು ಸೂಜಿಯ ನೆನಪು ಆವರಿಸುತ್ತಿತ್ತು. ಗ್ರೆಸಿಲ್ಲಾ ದುರ್ಘಟನೆ ನಡೆದ ನಂತರ ನಮ್ಮ ಮನೆಗೇ ಬಂದು ಇರತೊಡಗಿದ್ದಳು. ಅವಳ ಇಬ್ಬರು ಮಕ್ಕಳು ನನ್ನ ಕೋಣೆಯಲ್ಲಿದ್ದರು. ನನ್ನ ಹಳೆಯ ವಸ್ತುಗಳೆಲ್ಲಾ ಮಾಯವಾಗಿದ್ದವು. ನಮ್ಮ ತಂದೆ ತಮ್ಮ ಪರಿಸ್ಥಿತಿಯಿಂದ ಸುಧಾರಿಸಿಕೊಳ್ಳಲು, ನನ್ನ ಬಟ್ಟೆಗಳು, ಪುಸ್ತಕಗಳು, ನನ್ನ ಕ್ರೀಡಾ ಸಾಮಗ್ರಿಗಳು, ನನ್ನ ನೆಚ್ಚಿನ ಆಟಗಾರರ ಪಟಗಳು, ಎಲ್ಲವನ್ನೂ ಮಾರಿಬಿಟ್ಟಿದ್ದರು. ನಡುಮನೆಯಲ್ಲಿ ನನ್ನ ಚಿತ್ರಪಟವನ್ನು ಗೋಡೆಗೆ ತೂಗುಹಾಕಿದ್ದರು. ಜೊತೆಗೆ ಅಮ್ಮನ ಹಾಗೂ ಸೂಜಿಯ ಪಟಗಳೂ ಇದ್ದವು. ಅದು ಸ್ವಾಭಾವಿಕವೇ ಆದರೂ ನನಗೆ ಜೀರ್ಣಿಸಿಕೊಳ್ಳಲು ಕಷ್ಟವಾಯಿತು. ಕಿಟಕಿಯಾಚೆ ನೋಡಿದೆ. ರಸ್ತೆಯಲ್ಲಿ ಕಾರುಗಳು ಓಡಾಡುತ್ತಿದ್ದವು. ಅಕ್ಕಪಕ್ಕದ ಮನೆಯಲ್ಲಿ ದೀಪಗಳು ಉರಿಯುತ್ತಿದ್ದವು. ಎಲ್ಲರ ಜೀವನ ಎಂದಿನಂತೆ ಸಾಗಿತ್ತು. ನಾನು ನಿಜಕ್ಕೂ ಸತ್ತೇ ಹೋಗಿದ್ದರೂ ಹೀಗೆಯೇ ಇರುತ್ತಿತ್ತಲ್ಲವೇ... ನಾನಿಲ್ಲದೇ ಹೋಗಿದ್ದರೆ ಹೆಚ್ಚಿನ ಕೊರತೆಯೇನೂ ಆಗುತ್ತಿರಲಿಲ್ಲ. ನಾನಿಲ್ಲದೆ ಈ ಜಗತ್ತು ಏನೂ ಬದಲಾಗುತ್ತಿರಲಿಲ್ಲ. ನನ್ನ ಪಾತ್ರ ಎಷ್ಟು ಸಣ್ಣದಲ್ಲವೇ... ಎನಿಸಿತು. ನಾನು ಆ ಕೆಲದಿನಗಳು ಪೆಚ್ಚಾಗಿದ್ದದ್ದು ನಿಜವೇ.

ಮುಂದಿನ ಕೆಲವು ವಾರಗಳು ಮರುಜೀವನ ಆರಂಭಿಸುವುದು ಕಷ್ಟವೆನಿಸಿತು. ಎಲ್ಲವೂ ಬದಲಾಗಿಹೋಗಿತ್ತು. ನನ್ನ ಹಳೆಯ ಜೀವನಕ್ಕೆ ಮರಳುವ ದಾರಿ ಕಳೆದುಹೋಗಿತ್ತು. ಗೈಡೋ ಮತ್ತು ಪಂಚೀಟೊ ಈಗ ನನ್ನೊಡನೆ ಇರಲಿಲ್ಲ. ಹೆಚ್ಚಿನ ಸಮಯ ನಾನೊಬ್ಬನೇ ಇರುತ್ತಿದ್ದೆ. ಜಿಮ್ಮಿಯ ಜೊತೆ ಆಟ, ನನ್ನ ಮೋಟಾರುಬೈಕಿನಲ್ಲಿನ ಓಡಾಟ ನಡೆಯುತ್ತಿತ್ತು. ನನ್ನ ಮೋಟಾರುಬೈಕನ್ನು ಸಹ ತಂದೆ ಮಾರಿಬಿಟ್ಟಿದ್ದರು.

ಆದರೆ ಅದನ್ನು ಕೊಂಡ ಸ್ನೇಹಿತನು ನಾನು ಬಂದನಂತರ ಅದನ್ನು ನನಗೆ ಮರಳಿಸಿದ್ದ. ರಸ್ತೆಯಲ್ಲಿ ನಡೆದು ಹೋದರೆ ಎಲ್ಲರಿಗೂ ಕಾಣುತ್ತಿದ್ದೆ. ಹಾಗಾಗಿ ಮನೆಯಲ್ಲಿರುವುದೇ ಹೆಚ್ಚು ಅನುಕೂಲಕರವಾಯಿತು. ನನ್ನ ಜೀವನದಲ್ಲಿ ನಡೆದ ಆ ದುರ್ಘಟನೆಯನ್ನು ಮರೆಯಲು ಯಾರೂ ಬಿಡುತ್ತಿರಲಿಲ್ಲ. ಹೊರಗೆ ಹೋದರೆ ಎಲ್ಲರೂ ನನಗೆ ಆ ಘಟನೆಯನ್ನು ನೆನಪಿಸುವವರೇ. ಒಮ್ಮೆ, ಬಾಲ್ಯದಿಂದಲೂ ನನ್ನ ಅಚ್ಚುಮೆಚ್ಚಾಗಿದ್ದ ಪಿಜ್ಜಾ ಅಂಗಡಿಯೊಂದಕ್ಕೆ ಹೋದರೆ ಆ ಅಂಗಡಿಯವರು ನನ್ನ ಬಗ್ಗೆ ಇನ್ನಿಲ್ಲದಂತೆ ಕಾಳಜಿ ತೋರಿದರು. ನನ್ನ ಬಳಿ ಹಣ ಪಡೆಯಲು ಸಹ ನಿರಾಕರಿಸಿದರು. ಅವರ ಉದ್ದೇಶ ಒಳ್ಳೆಯದೇ ನನಗೆ ಗೊತ್ತು. ಆದರೆ ಅದು ನನ್ನನ್ನು ನಾನಾಗಿರಿಸಲು ಬಿಡುತ್ತಿರಲಿಲ್ಲ. ರಸ್ತೆಯಲ್ಲಿ ನಡೆಯುತ್ತಿದ್ದರೆ, ನನಗೆ ಪರಿಚಯವೇ ಇಲ್ಲದ ವ್ಯಕ್ತಿಗಳು ಬಂದು ಕೈ ಕುಲುಕಿ ಹೋಗುತ್ತಿದ್ದರು. ಉರಗ್ವೇಗೆ ಯಾವುದೋ ಪದಕ ಗೆದ್ದುಕೊಟ್ಟ ನಾಯಕನಂತೆ ನನ್ನನ್ನು ನಡೆಸಿಕೊಳ್ಳುತ್ತಿದ್ದರು. ನಮ್ಮ ಮರಳುವಿಕೆಯನ್ನು ವಿಜೃಂಭಿಸಿ ಜನರು ಸಂಭ್ರಮಿಸುತ್ತಿದ್ದರು. ಕೆಲವರು ನನ್ನ ಬಳಿ ಬಂದು, ನನ್ನ ಬಗ್ಗೆ ಅವರಿಗೆ ಅಸೂಯೆಯುಂಟಾಗಿದೆ ಎಂದೂ, ಆ ಘಳಿಗೆಗಳಲ್ಲಿ ಅವರೂ ನನ್ನೊಟ್ಟಿಗೆ ಇದ್ದಿರಬೇಕಿತ್ತು ಎಂದೆಲ್ಲ ಹೇಳುತ್ತಿದ್ದರು. ಆ ಭಯಾನಕ ಪರ್ವತಗಳಲ್ಲಿ ಉಳಿದುಕೊಂಡದ್ದು ವೈಭವವೇನೂ ಆಗಿರಲಿಲ್ಲ ಎಂದು ನಾನು ಅವರಿಗೆ ಹೇಗೆ ತಿಳಿಹೇಳಲಿ! ಅಲ್ಲಿದ್ದದ್ದು ಬರಿ ಭಯ, ಆತಂಕ, ಅಸಹ್ಯ, ಅವಲಕ್ಷಣ ಮತ್ತು ನೋವು, ಸಾವು ಎಂದು ಹೇಗೆ ಮನವರಿಕೆ ಮಾಡಲಿ.

ಅಲ್ಲಿ ಜರುಗುತ್ತಿದ್ದ ಆ ಅತಿರೇಕದ ಸಂಭ್ರಮದ ಬಗ್ಗೆಯೂ ನನಗೆ ಆತಂಕವಾಗುತ್ತಿತ್ತು. ಜೀವಂತವಾಗಿ ಉಳಿಯಲು ನಾವು ಅಲ್ಲಿ ತಿನ್ನುತ್ತಿದ್ದ ಆಹಾರದ ಬಗ್ಗೆಯೂ ಕೆಲವು ಪತ್ರಿಕೆಗಳಲ್ಲಿ ಪ್ರಕಟವಾಗಿತ್ತು. ಕ್ಯಾಥೋಲಿಕ್ ಚರ್ಚುಗಳು ನಾವು ಹೆಣಗಳನ್ನು ತಿಂದದ್ದು ಪಾಪವಲ್ಲ. ಬದಲಾಗಿ ನಮ್ಮನ್ನು ನಾವು ಸಾಯಲು ಬಿಟ್ಟಿದ್ದಿದ್ದರೆ ಅದು ಪಾಪವಾಗುತ್ತಿತ್ತು ಎಂದು ವಿವರಣೆ ನೀಡಿದವು. ಇನ್ನೂ ಸಮಾಧಾನಕರ ವಿಷಯವೆಂದರೆ, ಜೀವ ತೊರೆದ ನನ್ನ ಕೆಲ ಸ್ನೇಹಿತರ ಪೋಷಕರು ಈ ವಿಷಯವನ್ನು ಅರ್ಥಮಾಡಿಕೊಂಡು ನಮ್ಮನ್ನು ಬೆಂಬಲಿಸಿದರು. ಇಷ್ಟೆಲ್ಲವೂ ಜರುಗಿದ್ದರೂ, ಕೆಲ ವೃತ್ತಪತ್ರಿಕೆಗಳು ನಮ್ಮ ಆಹಾರವನ್ನೇ ಮುಖ್ಯವಾಗಿ ತೋರಿ, ಅನಗತ್ಯ ವಿವರಗಳನ್ನು ಬರೆದು ಸುದ್ದಿ ಪ್ರಕಟಿಸುತ್ತಿದ್ದರು. ನಾವು ತೆಗೆದುಕೊಂಡ ಫೋಟೋಗಳಲ್ಲಿ, ನಮ್ಮ ಸತ್ತ ಸ್ನೇಹಿತರ ಮೂಳೆ ಮಾಂಸಗಳು ಹರಡಿ ಬಿದ್ದಿದ್ದ ಫೋಟೋ ಬೇಕೆಂದು ಆಯ್ದು ಮುಖ ಪುಟದಲ್ಲಿ ಪ್ರಕಟಿಸುತ್ತಿದ್ದರು. ಇವೆಲ್ಲವುಗಳಿಂದ ಹುಸಿ ಗಾಳಿಸುದ್ದಿಗಳು ಹಬ್ಬಿಕೊಂಡವು. ಆಹಾರಕ್ಕಾಗಿ ನಾವು ಕೆಲವರನ್ನು ಕೊಂದು ತಿಂದಿದ್ದೆವು ಎಂಬ ಪುಕಾರು ಹುಟ್ಟಿಕೊಂಡಿತ್ತು.

ಆ ದಿನಗಳಲ್ಲಿ ನನ್ನ ಅಕ್ಕ ಗ್ರೆಸಿಲ್ಲಾ ಮತ್ತು ಅವಳ ಗಂಡ ನನಗೆ ಬೆಂಬಲವಾಗಿದ್ದರು. ಆದರೆ ಆ ದಿನಗಳಲ್ಲಿ ನನ್ನ ಅಮ್ಮ ಮತ್ತು ಸೂಜಿಯ ನೆನಪು ಪದೇ ಪದೇ ಆಗುತ್ತಿತ್ತು. ನಾನು ಮರಳಿ ಬರುವುದಕ್ಕೆ ಸಾಧ್ಯವಾದ ನನ್ನ ಕಥಾ ನಾಯಕ ನನ್ನ ತಂದೆಯಾಗಿದ್ದರು. ಆದರೆ ಈಗ, ಅವರೂ ನನ್ನಂತೆ ಕಳೆದುಹೋದ ಪರಿಸ್ಥಿತಿಯಲ್ಲೇ ಇದ್ದರು. ಅವರ ನೋವಿನ ಕ್ಷಣಗಳಲ್ಲಿ ಆ ನೋವನ್ನು ಮರೆಯಲು ಅವರು ಮತ್ತೊಬ್ಬ ಮಹಿಳೆಯನ್ನು ಹಚ್ಚಿಕೊಂಡಿದ್ದರು ಎಂಬ ವಿಚಾರವೂ ಕೆಲ ದಿನಗಳಲ್ಲಿ ನನಗೆ ತಿಳಿದು ಬಂತು. ಇದರಲ್ಲಿ ಅವರದೇನೂ ತಪ್ಪಿರಲಿಲ್ಲ. ಅವರಿಗೆ ತಮ್ಮ ಜೀವನದಲ್ಲಿ ಒಂದು ಬಲವಾದ ಶಕ್ತಿ, ಒಂದು ಚೇತನದ ಅಗತ್ಯವಿತ್ತು. ಆ ಶಕ್ತಿ ನನ್ನ ತಾಯಿಯಾಗಿದ್ದಳು. ಆದ್ದರಿಂದ ಅವರು ಮತ್ತೆ ಮನುಷ್ಯರಾಗಿ ಮರಳಲು ಅಂಥದ್ದೇ ಮತ್ತೊಂದು ಶಕ್ತಿ ಅವರಿಗಾಗಿ ಬೇಕಾಗಿತ್ತು. ಆದರೂ ಇಷ್ಟು ಬೇಗ ನನ್ನ ತಂದೆಯನ್ನು ಇನ್ನೊಬ್ಬರೊಟ್ಟಿಗೆ ನೋಡಲು ನನಗೆ ವಿಚಿತ್ರವೆನಿಸುತ್ತಿತ್ತು. ಅದು ಮಾನವ ಸಹಜ ಪ್ರಕ್ರಿಯೆ. ಆದರೆ ನನಗೆ ಇರಿಸುಮುರುಸಾಗುತ್ತಿತ್ತು. ಆದ್ದರಿಂದ ಬೇಸಿಗೆಯ ಕೆಲದಿನಗಳನ್ನು ಮಾಂಟೆವಿಡಿಯೋದಿಂದ ದೂರಹೋಗಿ ಕಳೆಯಲು ನಿರ್ಧರಿಸಿದೆ. ನನ್ನ ತಂದೆಯದೇ ಆದ ಪುಂಟಾ ದೆಸ್ ಎಸ್ತೆಯ ಮನೆಯಲ್ಲಿ ಒಬ್ಬನೇ ಕಳೆಯಲು ಹೊರಟೆ. ಆ ಮೊದಲು ಸಾಕಷ್ಟು ಬೇಸಿಗೆಗಳನ್ನು ಅಲ್ಲಿ ಕಳೆದಿದ್ದೆವು. ಸೂಜಿ ಮತ್ತು ನಾನು ಆ ಮನೆಯ ಹತ್ತಿರದಲ್ಲೇ ಇದ್ದ ಸಮುದ್ರ ತೀರದಲ್ಲಿ ಆಟವಾಡಿದ ನೆನಪು ಕಣ್ಣ ಮುಂದೆ ಕಟ್ಟಿನಿಂತಂತಿತ್ತು. ಈಗ ಆ ದಿನಗಳು ಮರಳಿ ಸಿಗುವುದಿಲ್ಲ. ಆದರೆ ನನ್ನ ನೆಮ್ಮದಿಯನ್ನು ಮರಳಿ ಪಡೆಯಬಹುದು ಎನಿಸಿತ್ತು.

ಅಲ್ಲಿಯೂ ಎಲ್ಲರಿಗೂ ನಾನು ಪರಿಚಿತನಾಗಿಹೋಗಿದ್ದೆ. ಹೆಜ್ಜೆಹೆಜ್ಜೆಗೂ ನನ್ನನ್ನು ಅಭಿನಂದಿಸುವವರು, ಗಮನಿಸುವವರು, ಮಾತನಾಡಿಸುವವರು ಸಿಗುತ್ತಿದ್ದರು. ನಿಜ ಹೇಳಬೇಕೆಂದರೆ, ಕೆಲವೊಮ್ಮೆ ಆ ಎಲ್ಲಾ ಗಮನ ಲಕ್ಷ್ಯಗಳು ನನಗೆ ಒಳಗೊಳಗೇ ಸಂತೋಷವನ್ನೂ ಉಂಟುಮಾಡುತ್ತಿದ್ದವು. ಅದರಲ್ಲೂ ಕೆಲವು ಸುಂದರ ತರುಣಿಯರು ನನ್ನನ್ನು ಮಾತನಾಡಲು ತವಕಿಸುವಾಗ ಮನಸ್ಸು ಅರಳುತ್ತಿತ್ತು. ಪಂಚಿಟೊನಂತೆ ನನಗೆ ಹುಡುಗಿಯರು ಸಿಗುವುದಿಲ್ಲ ಎಂದು ಸದಾ ಅಸೂಯೆ ಪಡುತ್ತಿದ್ದೆ. ಆದರೆ ಈಗ ಅದೇ ಸುಂದರ, ಮುದ್ದಾದ ಹುಡುಗಿಯರು ನನ್ನ ಹಿಂದೆ ಬೀಳುತ್ತಿದ್ದರು. ಅದು ಹೇಗೆ, ಯಾಕೆ, ಎಂಬ ಸರಿ ತಪ್ಪುಗಳ ಲೆಕ್ಕಾಚಾರದಿಂದ ದೂರ ಉಳಿದುಬಿಟ್ಟೆ. ಮೊದಲ ಬಾರಿಗೆ ನನ್ನ ಜೀವನದಲ್ಲಿ ಅಷ್ಟೊಂದು ಹುಡುಗಿಯರು

ನನಗಾಗಿ ದುಂಬಾಲು ಬೀಳುತ್ತಿದ್ದರು. ಅದನ್ನು ಸರಿಯಾಗಿ ಉಪಯೋಗಿಸಿಕೊಂಡೆ. ಆ ಹುಡುಗಿಯರೊಡನೆ ತಿರುಗಾಡುತ್ತಿದ್ದೆ, ವಿನೋದ ಕೂಟಗಳಲ್ಲಿ ಪಾಲ್ಗೊಳ್ಳುತ್ತಿದ್ದೆ. ನಾನೆಲ್ಲಿ ಹೋದರೂ, ನ್ಯಾಂಡೊ ಇಂತಹ ಸ್ಥಳದಲ್ಲಿ ಸಂಭ್ರಮಿಸುತ್ತಿದ್ದಾನೆ ಎಂದು ಸುದ್ದಿ ಪ್ರಕಟಿಸಿ ನನ್ನನ್ನು ಒಬ್ಬ ನಾಯಕನನ್ನಾಗಿ ಮಾಡಿಬಿಟ್ಟಿತ್ತು ಸಮಾಜ.

ನನ್ನೊಟ್ಟಿಗೆ ಬದುಕುಳಿದ ಸ್ನೇಹಿತರು, ನನ್ನ ಈ ತುಂಟಾಟಗಳನ್ನು ಸಹಿಸದಾದರು. ಅವರೆಲ್ಲರಿಗೆ ನಮ್ಮ ಮರಳುವಿಕೆ ಒಂದು ಗಂಭೀರ ಅನುಭವವಾಗಿತ್ತು. ಜೀವನದಲ್ಲಿ ಅದರಿಂದ ಕಲಿತು, ತಿದ್ದಿಕೊಳ್ಳಬೇಕಾದ ಬಹಳ ವಿಷಯಗಳನ್ನು ಬದಿಗಿಟ್ಟು, ಕಲಿತ ಪಾಠಗಳನ್ನು ಮರೆತು, ನಾನು ಹೀಗೆ ಕಾಲಹರಣ ಮಾಡುತ್ತಿದ್ದದ್ದು ಅವರಿಗೆ ಇಷ್ಟವಾಗಲಿಲ್ಲ. ಬೇಸಿಗೆಯ ಒಂದು ದಿನ, ಒಂದು ಸೌಂದರ್ಯ ಸ್ಪರ್ಧೆಗೆ ನನ್ನನ್ನು ಅತಿಥಿಯಾಗಿ ಕರೆದರು. ನಾನು ಸಂತೋಷದಿಂದ ಒಪ್ಪಿಕೊಂಡೆ. ಇದರ ಕುರಿತಾಗಿ ನಾನು ಆರು ಬಿಕಿನಿ ಹುಡುಗಿಯರೊಡನೆ ಕೂಡಿ ನಗುತ್ತಾ ನಿಂತಿದ್ದ ಚಿತ್ರವನ್ನು ಪತ್ರಿಕೆ ಪ್ರಕಟಿಸಿತ್ತು. ಇದು ನನ್ನ ಜೊತೆಗಾರರಿಗೆ ಜೀರ್ಣಿಸಿಕೊಳ್ಳಲಾಗದ ವಿಷಯವಾಯಿತು. ಅದಕ್ಕಾಗಿ ನಾನು ಆ ಸ್ಪರ್ಧೆಯಲ್ಲಿ ಭಾಗವಹಿಸಲಿಲ್ಲ. ಆಗ ನನಗೆ ನನ್ನ ಸ್ನೇಹಿತರ ಬಗ್ಗೆ ಕನಿಕರ ಮೂಡಿತ್ತು. ಅವರು ಸ್ವಲ್ಪ ಹೆಚ್ಚೇ ಗಂಭೀರವಾಗಿ ಜೀವನವನ್ನು ತೆಗೆದುಕೊಳ್ಳುತ್ತಿದ್ದಾರೆ ಎನಿಸಿತ್ತು. ನಾವು ಅಷ್ಟೆಲ್ಲಾ ಅನುಭವಿಸಿ ಬಂದಿದ್ದಕ್ಕೆ, ಈ ಜಗತ್ತು, ನಮಗೆ ಸ್ವಲ್ಪ ಮೋಜನ್ನು ಒದಗಿಸಿದರೆ ತಪ್ಪೆ? ಎಂದು ನನಗೆ ನಾನೇ ಕೇಳಿಕೊಳ್ಳುತ್ತಿದ್ದೆ. ಪರ್ವತಗಳಲ್ಲಿ ದಿಕ್ಕಾಪಾಲಾಗಿ ಕಳೆದ ಒಂದೊಂದು ಕ್ಷಣವನ್ನೂ ಈಗ ದುಪ್ಪಟ್ಟು ಅನುಭವಿಸಬೇಕು ಎಂದು ಅನಿಸಿತ್ತು. ಆದರೆ ನಾನು ಮೂರ್ಖತನ ಮಾಡುತ್ತಿದ್ದೆ ಎಂದು ನಂತರ ಅರಿವಾಯಿತು. ಆ ದಿನಗಳಲ್ಲಿ ನಾನು ಮಾಡುತ್ತಿದ್ದದ್ದು ಯಾವ ಮೋಜು, ಮಸ್ತಿಯಲ್ಲ ಬದಲಾಗಿ, ನನ್ನಲ್ಲಿದ್ದ ಖಾಲಿತನವನ್ನು ಮರೆಮಾಚಲು ಏನೇನೋ ಮಾಡುತ್ತಿದ್ದೆ ಎನಿಸುತ್ತದೆ.

ಒಂದು ದಿನ ಸಂಜೆ, ಒಂದು ಕ್ಲಬ್ಬಿನಲ್ಲಿ ಕೋಕ್ ಹಿಡಿದು ಒಬ್ಬ ಸುಂದರ ಹುಡುಗಿಯೊಡನೆ ಮಾತನಾಡುತ್ತಿದ್ದೆ. ಹಲವಾರು ನಿಮಿಷಗಳು ಮಾತನಾಡಿದ ನಂತರ, ನನ್ನಲ್ಲಿನ ಯಾವುದೋ ಆಂತರಿಕ ಜಗತ್ತು ಜಾಗೃತವಾಯಿತು. ಆ ಕ್ಲಬ್ಬಿನಲ್ಲಿ ಹಿಂದೆ ಹಲವಾರು ಬಾರಿ ಪಂಚಿಟೊನೊಂದಿಗೆ ದಿನಕಳೆದಿದ್ದೆ. ಆ ದಿನವೂ ಒಂದು ಅರೆಕ್ಷಣ ನಾನು ಪಂಚಿಟೊನ ಬರುವಿಕೆಗಾಗಿ ಅಕ್ಷರಶಃ ಕಾದು ನಿಂತೆ. ಒಂದೇ ಕ್ಷಣಕ್ಕೆ ಆ ಘಳಿಗೆ ಇನ್ನು ಎಂದೆಂದಿಗೂ ಬರುವುದಿಲ್ಲ ಎಂದು ತಿಳಿಯಿತು. ನಾನು ನನ್ನಲ್ಲಿ ಅದುಮಿಟ್ಟಿದ್ದ ಜೀವನದ ಒರಟು ಭಾಗ ಹೊರಗೆ ಚಿಮ್ಮಿತ್ತು. ಅವನು ಇನ್ನೆಂದಿಗೂ ಬರುವಂತಿಲ್ಲ. ಅವನಷ್ಟೇ ಅಲ್ಲ ನಾನು ಕಳೆದುಕೊಂಡ ಇನ್ಯಾರೂ ಇನ್ನು ನನ್ನವರಲ್ಲ ಎಂಬ ಕಹಿ ನಿಜ ಮುಖಕ್ಕೆ ರಾಚಿತ್ತು. ನಾನು ಒಬ್ಬನೇ ನಿಂತು

ಜೋರಾಗಿ ಅತ್ತುಬಿಟ್ಟೆ. ಸ್ವಲ್ಪ ಹೊತ್ತಿನ ನಂತರ ನನ್ನ ಜೊತೆಗಿದ್ದ ಹುಡುಗಿ ನನ್ನನ್ನು ಮನೆಗೆ ಕರೆತಂದಳು. ಮನೆಯ ಜಗಲಿಯ ಮೇಲೆ ಘಂಟೆಗಟ್ಟಲೆ ಮೌನವಾಗಿ ಕೂತಿದ್ದೆ. ಸಮುದ್ರದಲೆಗಳನ್ನು ನೋಡುತ್ತಾ ಕೂತ ನನಗೆ, ನನ್ನೊಟ್ಟಿಗೇ ಈ ರೀತಿ ಎಲ್ಲಾ ಆದದ್ದು ಏತಕ್ಕೆ? ಉಳಿದೆಲ್ಲರೂ ಸಂತೋಷವಾಗಿದ್ದಾರಲ್ಲಾ ಎಂಬ ಪ್ರಶ್ನೆ ಕಾಡಿತು. ಹುದುಗಿಸಿಟ್ಟಿದ್ದ ದುಃಖ ಒಳಗಿನಿಂದ ಒತ್ತರಿಸಿಕೊಂಡು ಬಂದಿತ್ತು. ಹಲವಾರು ಘಂಟೆಗಳ ನಂತರ, ಹಿಂದೆ ನಡೆದ ಘಟನೆಗಳನ್ನು ನೆನೆಯುತ್ತಾ ನನಗೆ ನಾನೇ ಶಪಿಸಿಕೊಂಡೆ. ಆ ಪೈಲಟ್ ಸರಿಯಾಗಿ ವಿಮಾನ ಓಡಿಸಿದ್ದರೆ, ಪಂಚಿಟೊ ನನ್ನ ಕುರ್ಚಿಯನ್ನು ಅದಲುಬದಲು ಮಾಡಿಕೊಳ್ಳದಿದ್ದಿದ್ದರೆ, ನನ್ನ ತಾಯಿ ಮತ್ತು ತಂಗಿಯನ್ನು ನಮ್ಮ ಪಂದ್ಯಕ್ಕಾಗಿ ನಾನು ಕರೆಯದೇ ಹೋಗಿದ್ದರೆ, ನಮ್ಮೊಡನೆ ಬರದೆ ಉಳಿದ ಕೆಲ ಹುಡುಗರಂತೆ ನಾನೂ ಯಾಕೆ ವಿಮಾನವೇರದೆ ಉಳಿದುಕೊಳ್ಳಲಿಲ್ಲ? ನನ್ನ ಜೀವನ ಜೀವಂತವಾಗಿದ್ದೂ ಹೀಗೆ ಸತ್ತುಹೋದದ್ದು ಯಾತಕ್ಕಾಗಿ? ಆಲೋಚನೆಗಳು ಮುತ್ತಿ ನನ್ನ ತಲೆ ಬಿಸಿಯಾಯಿತು.

ಘಂಟೆಗಳ ನಂತರ ನನ್ನಲ್ಲಿ ನೋವು ಕಳೆದು ಕೋಪಕ್ಕೆ ತಿರುಗಿತ್ತು. ನನಗೆ ಇಷ್ಟೆಲ್ಲಾ ಕಷ್ಟಗಳನ್ನು ಕೊಟ್ಟ ಮೋಸಮಾಡಿದ ಜೀವನವನ್ನು ಶಪಿಸಿದೆ. ನನ್ನೊಳಗಿನ ಸುಂಟರ ಸುಳಿಗಾಳಿಯ ರಭಸ ಕಡಿಮೆಯಾದ ಮೇಲೆ.... ಸುಮ್ಮನೆ ಮಲಗಿದ್ದ ನನ್ನ ತಲೆಯಲ್ಲಿ ನನ್ನ ತಂದೆಯ ಮಾತುಗಳು ರಿಂಗಣಿಸಿದವು.... "ನಿನಗೆ ಉಜ್ವಲ ಭವಿಷ್ಯವಿದೆ.... ನಿನಗೆ ಒಳ್ಳೆಯ ಜೀವನವಿದೆ".

ಅವರ ಆ ಮಾತುಗಳ ಬಗ್ಗೆ ಆಲೋಚಿಸುತ್ತಿರುವಾಗ ನಾನು ಮಾಡುತ್ತಿದ್ದ ತಪ್ಪುಗಳು ನನಗೆ ಅರಿವಾದವು. ಆ ಘಟನೆಯನ್ನು ನನ್ನ ಜೀವನದ ಒಂದು ಕೆಟ್ಟ ಕನಸೆಂದು ನೋಡುತ್ತಿದ್ದೆ. ನಾನು ಮನದಲ್ಲಿ ಸದಾ ನೆನೆದಿದ್ದ ಸುಖ ಜೀವನದ ಪುಸ್ತಕದ ಬರೆಯದ ಸಾಲುಗಳ ದಾರಿತಪ್ಪಿಸುವಿಕೆಯಂತೆ ನಾನು ಕೆಡುಕನ್ನೇ ತಲೆಯಲ್ಲಿ ತುಂಬಿಕೊಂಡು ದಾರಿತಪ್ಪುತ್ತಿದ್ದೆ. ಆದರೆ ನನ್ನ ಜೀವನದಲ್ಲಿ ನಡೆದ ಆ ಘಟನೆ ನನ್ನ ಜೀವನದ ಗುರಿಯ ದಾರಿತಪ್ಪಿಸುವಿಕೆಯಲ್ಲ, ಬದಲಾಗಿ ಅದು ನಡೆದುಹೋದ ಚರಿತ್ರೆಯ ಪುಟಗಳಷ್ಟೇ. ಅದನ್ನು ಬಿಟ್ಟರೆ ಇನ್ನು ನನ್ನ ಮುಂದಿನ ಜೀವನದ ಭವಿಷ್ಯದ ಖಾಲಿ ಹಾಳೆಗಳಷ್ಟೇ ನನಗೆ ಉಳಿದಿದ್ದದ್ದು. ನಾನು ಕಳೆದುಹೋದುದರ ದುಃಖದಲ್ಲೇ ಇರುವುದೆಂದು ನಿರ್ಧರಿಸಿದರೆ, ಆ ಪುಟಗಳು ಹಳೆಯದರದೇ ಪಡಿಯಚ್ಚಾಗುತ್ತವೆಯೇ ವಿನಾ ಒಂದು ಹೊಸ ಅಧ್ಯಾಯದ ಪ್ರಾರಂಭವಾಗುವುದೇ ಇಲ್ಲ. ಘಟನೆ ಜರುಗುವುದಕ್ಕೆ ಮುನ್ನ ಜೀವನ ನನಗೆ ತುಂಬ ಸುಲಭದ್ದಾಗಿತ್ತು, ನಾನೆಂದಿಗೂ ಅದನ್ನು ಗಂಭೀರವಾಗಿ ಪರಿಗಣಿಸಿಯೇ ಇರಲಿಲ್ಲ. ಆದರೆ ಆ ಪರ್ವತಗಳು ನನಗೆ ಎಷ್ಟೆಲ್ಲಾ ಕಲಿಸಿದ್ದವು! ಏನೆಲ್ಲಾ ಜೀವನ ಪಾಠ

ಹೇಳಿಕೊಟ್ಟಿದ್ದವು! ಯಾರದ್ದೇ ಆಗಲಿ, ಯಾವುದರದ್ದೇ ಆಗಲಿ ಬದುಕು, ಪ್ರಾಣ ಎಷ್ಟು ಅಮೂಲ್ಯ ಎಂಬುದರ ಅರಿವು ಮೂಡಿಸಿದ್ದವು ಆ ಭಯಾನಕ ಬೆಟ್ಟಗಳು. ನನಗೆ ಈಗ ಬದುಕಲು ಪವಾಡವೆಂಬಂತೆ ಎರಡನೇ ಅವಕಾಶ ದೊರೆತಿದೆ. ನಾನು ಹಿಂದೆ ಎಣಿಸಿದಂಥ ಜೀವನ ನನಗೆ ಮರಳಿ ದೊರೆಯದೇ ಹೋಗಬಹುದು. ಆದರೆ, ಇನ್ನು ಮುಂದಿನ ದಿನಗಳನ್ನು ನಾನೇ ಕೆತ್ತಿ, ರೂಪಿಸಿಕೊಳ್ಳಬೇಕು. ಭವಿಷ್ಯವನ್ನು ನಾನೇ ಬರೆದುಕೊಳ್ಳಬೇಕು ಎಂಬ ಸತ್ಯದ ಗೋಚರವಾಯಿತು. ನಾನು ಅಂದೇ ನಿರ್ಧರಿಸಿದೆ: ನನ್ನ ಮುಂದಿನ ಜೀವನವನ್ನು ಸಂಪೂರ್ಣವಾಗಿ, ಸಂತೋಷವಾಗಿ ಕಳೆಯಲು ಪ್ರಯತ್ನಿಸುತ್ತೇನೆ. ನನ್ನ ಜೀವನದಲ್ಲಿ ಇನ್ನು ಮುಂದೆ ತೆರೆದುಕೊಳ್ಳುವ ಪ್ರತಿ ಅವಕಾಶವನ್ನೂ ನಾನು ಸ್ವಾಗತಿಸುತ್ತೇನೆ. ಪ್ರತಿ ಕ್ಷಣವನ್ನೂ ಸುಖಿಸುತ್ತೇನೆ. ಪ್ರತಿ ಘಳಿಗೆಯನ್ನೂ ಆದಷ್ಟೂ ಮಾನವೀಯವಾಗಿ, ಅರ್ಥಪೂರ್ಣವಾಗಿ ಕಳೆಯಲು ಪ್ರಾರಂಭಿಸುತ್ತೇನೆ. ಹಾಗೆ ಮಾಡದೇ ಹೋದರೆ, ನಮ್ಮ ಜೊತೆ ಬದುಕುಳಿದು ಬರಲಾಗದೇ ಹೋದ ಸ್ನೇಹಿತರಿಗೆ ಮೋಸಮಾಡಿದಂತೆ ಎನಿಸಿತು. ಅಂದಿನ ನಿರ್ಧರಿತ ಮನಸ್ಸು ದಿನಕಳೆದಂತೆಲ್ಲಾ ಗಟ್ಟಿಗೊಳ್ಳುತ್ತಲೇ ಹೋಯಿತು.

ಯಾವುದೇ ನಿರೀಕ್ಷೆಗಳನ್ನಿಟ್ಟುಕೊಂಡು ಈ ನಿರ್ಧಾರಗಳಿಗೆ ನಾನು ಬರಲಿಲ್ಲ. ಬದಲಾಗಿ, ಅದು ನನ್ನ ಕರ್ತವ್ಯ, ನನ್ನ ಮರು ಹುಟ್ಟಿನ ಜವಾಬ್ದಾರಿ ಎಂದು ಅನಿಸಿತ್ತು. ಅಂದಿನಿಂದ ಮುಂದಿನ ಜೀವನಕ್ಕೆ ನಾನು ತೆರೆದುಕೊಳ್ಳುತ್ತಾ ಹೋದೆ. ಅದೃಷ್ಟವೆಂದರೆ, ಕೆಲವೇ ದಿನಗಳಲ್ಲಿ ಆ ಹೊಸ ಜೀವನದ ಮೊದಲ ಮೆಟ್ಟಿಲನ್ನು ನಾನು ಏರಿನಿಂತಿದ್ದೆ.

1973ನೇ ಜನವರಿಯಲ್ಲಿ ನನ್ನ ಸ್ನೇಹಿತರು ಅರ್ಜೆಂಟಿನಾಕ್ಕೆ ನನ್ನನ್ನು ಫ಼ಾರ್ಮುಲಾ ಕಾರ್ ಪಂದ್ಯವನ್ನು ನೋಡಲು ಕರೆದೊಯ್ದರು. ಆಗ ನನಗೆ ಹೆಚ್ಚು ಓಡಾಡಬೇಕು ಎಂದೆನಿಸಿರಲಿಲ್ಲವಾದರೂ ಮೋಟಾರು ಗಾಡಿಗಳ ಬಗೆಗಿನ ನನ್ನ ಪ್ರೀತಿ ಕಡಿಮೆಯೇನಿರಲಿಲ್ಲ. ನಾನು ಸದಾ ಪ್ರೀತಿಸಿದ್ದ ಜಗತ್ತಿನ ಘಟಾನುಘಟಿ ಕಾರು ಚಾಲಕರನ್ನು ಭೇಟಿ ಮಾಡುವ ಅವಕಾಶ ದೊರೆಯುತ್ತದೆ ಎಂದು ಸಂತೋಷವಾಗಿ, ಸ್ನೇಹಿತರೊಡನೆ ಹೊರಡಲು ಒಪ್ಪಿಕೊಂಡಿದ್ದೆ. ನಾವು ಹೋಗಿ ಸೀಟು ಹಿಡಿದು ಕುಳಿತ ಕೆಲವೇ ನಿಮಿಷಗಳಲ್ಲಿ ನನ್ನ ಇರುವಿಕೆ ಎಲ್ಲರ ಗಮನಕ್ಕೆ ಬಂದುಹೋಗಿತ್ತು. ಕ್ಯಾಮರಾಗಳು ನನ್ನನ್ನು ಸುತ್ತುವರಿದಿದ್ದವು. ಕೆಲವು ನಿಮಿಷಗಳ ನಂತರ ಮೈಕಿನಲ್ಲಿ ನನ್ನ ಹೆಸರು ಕೂಗಿದ್ದು ಕೇಳಿ ಆಶ್ಚರ್ಯವಾಯಿತು.

"ನ್ಯಾಂಡೊ ಪರಾಡೊ ಅವರು ದಯಮಾಡಿ ಫ಼ಾರ್ಮುಲಾ ಪಿಟ್ ಸ್ಥಳಕ್ಕೆ ಬರಬೇಕು..." ಎಂದು ಘೋಷಿಸಿದರು. "ಬಹುಶಃ ಯಾವುದೋ ಪತ್ರಿಕೆಯವರು ನನ್ನೊಡನೆ ಸಂವಾದ ನಡೆಸಲು ಕರೆದಿರಬೇಕು" ಎಂದು ನನ್ನ ಸ್ನೇಹಿತರಿಗೆ ಹೇಳುತ್ತಾ ಹೊರಟೆ.

ಆ ಸ್ಥಳದಲ್ಲಿ ಎರಡು ಸುಂದರ ಕೆಂಪು ಬಣ್ಣದ, ಪಂದ್ಯಕ್ಕೆ ಸಿದ್ಧವಾಗಿದ್ದ ಕಾರುಗಳಿದ್ದವು. ಅಲ್ಲಿದ್ದ ಒಬ್ಬ ಮೆಕ್ಯಾನಿಕ್‌ನಿಗೆ ನನ್ನ ಪರಿಚಯ ಮಾಡಿಕೊಂಡೆ. ಆತ ಸಂತೋಷದಿಂದ ನನ್ನನ್ನು ಆಲಂಗಿಸಿ ಒಂದು ಕೋಣೆಗೆ ಕರೆದೊಯ್ದು ಒಳಗೆ ಹೋಗುವಂತೆ ತಿಳಿಸಿ ಹೊರಟುಹೋದ. ನಾನು ಅನುಮಾನದಿಂದ ಒಳಗೆ ಹೋದೆ. ನನ್ನ ಎಡಕ್ಕೆ ನೀಳ ಕಾಯದ, ಕಪ್ಪು ಕೂದಲಿನ ವ್ಯಕ್ತಿಯೊಬ್ಬ ಕುಳಿತಿದ್ದ. ಅವನು ಯಾರೆಂದು ತಿಳಿದ ಕೂಡಲೇ ನನಗೆ ಒಂದು ನಿಮಿಷ ಕೈಕಾಲು ಕಟ್ಟಿಹೋಯಿತು.

"ನೀವು ಜಾಕಿ ಸ್ಟೀವರ್ಟ್!" ಎಂದು ಸಂತೋಷದಿಂದ ಕೂಗಿದೆ.

"ಹೌದು. ನೀವು ನ್ಯಾಂಡೊ ಪರಾಡೊನಾ?" ಎಂದು ಮೃದುವಾಗಿ ನಗುತ್ತಾ ನನ್ನತ್ತ ಬಂದರು.

ಹೂ ಎಂದು ತಲೆ ಆಡಿಸಿದೆ.

"ನೀವು ಇಲ್ಲಿದ್ದೀರಿ ಎಂದು ತಿಳಿಯಿತು. ನಿಮ್ಮನ್ನು ಭೇಟಿ ಮಾಡಬೇಕು ಎನಿಸಿತು." ಎಂದು ಹೇಳುತ್ತಾ, ನನ್ನ ಕಥೆ ಕೇಳಿದಾಗಲಿನಿಂದ ನನ್ನನ್ನು ಭೇಟಿ ಮಾಡಬೇಕೆಂದಿದ್ದುದು ಎಲ್ಲವನ್ನೂ ತಿಳಿಸಿದರು. "ಆ ಕಥೆಯನ್ನು ಕೇಳಲು ಉತ್ಸುಕನಾಗಿದ್ದೇನೆ" ಎಂದು ಮಂದಹಾಸ ಬೀರಿದರು.

"ಖಂಡಿತ... ನನಗೆ ಸಂತೋಷ...." ಎನ್ನುತ್ತಾ ತೊದಲಿದೆ.

ಆತ ನಕ್ಕು "ನಿಮಗೆ ರೇಸಿಂಗ್ ಇಷ್ಟವೆ?" ಎಂದು ಕೇಳಿದರು.

ನಾನೊಂದು ದೀರ್ಘ ಉಸಿರನ್ನು ಎಳೆದುಕೊಂಡೆ. ಎಲ್ಲಿಂದ ಪ್ರಾರಂಭಿಸಲಿ ಎಂಬುದು ತಿಳಿಯಲಿಲ್ಲ. "ನನಗೆ ಪ್ರಾಣ. ನಾನು ಚಿಕ್ಕವನಿದ್ದಾಗಿನಿಂದ ನೀವು ನನ್ನ ಅಚ್ಚುಮೆಚ್ಚಿನ ರೇಸರ್. ನಿಮ್ಮ ಎಲ್ಲಾ ಪುಸ್ತಕಗಳನ್ನೂ ಓದಿದ್ದೇನೆ. ನಿಮ್ಮ ಎಲ್ಲಾ ಪಂದ್ಯಗಳನ್ನೂ ಮತ್ತೆ ಮತ್ತೆ ನೋಡಿ ಸವಿದಿದ್ದೇನೆ. ನಿಮ್ಮ ಫೋಟೋವನ್ನು ನನ್ನ ಕೋಣೆಯ ಗೋಡೆಯ ಮೇಲೆ ಅಂಟಿಸಿಕೊಂಡಿದ್ದೇನೆ..." ಎಂದೆಲ್ಲಾ ನಿಲ್ಲಿಸದಂತೆ ಅದೆಷ್ಟು ಹೊತ್ತು ಮಾತಾಡಿದೆನೋ ಗೊತ್ತಿಲ್ಲ. ನಾನು ಅವರಿವರಂತೆ ಒಬ್ಬ ಸಾಧಾರಣ ಅಭಿಮಾನಿಯಲ್ಲ ಎಂಬುದನ್ನು ಮನವರಿಕೆ ಮಾಡಿಸಲೇಬೇಕೆಂದಿದ್ದೆ. ಅವರು ನನ್ನ ಜೀವನದ ಒಬ್ಬ ಗಂಭೀರ ನಾಯಕ ಎಂಬುದನ್ನು ಅವರಿಗೆ ತಿಳಿಯಪಡಿಸುತ್ತಿದ್ದೆ. ಅವರ ಆಟ, ಅವರ ಚಾಕಚಕ್ಯತೆ, ತುರ್ತು ಪರಿಸ್ಥಿತಿಯನ್ನು ಅವರು ನಿಭಾಯಿಸುವ ಪರಿ ಇವೆಲ್ಲವನ್ನೂ ನಾನೂ ಒಬ್ಬ ಆಟಗಾರನಾಗಿ ಬಹಳವಾಗಿ ಮೆಚ್ಚಿದ್ದೆ.

ಜಾಕಿ ನಗುತ್ತಲೇ ನನ್ನ ಮಾತು ಕೇಳುತ್ತಾ... "ಈಗ ಪಂದ್ಯ ಪ್ರಾರಂಭವಾಗುತ್ತಿದೆ. ಹೊರಡಬೇಕು. ಆದರೆ ಇಲ್ಲೇ ಇರಿ. ನಿಮ್ಮೊಡನೆ ಇನ್ನೂ ಮಾತನಾಡಬೇಕು" ಎಂದು ಹೇಳಿದರು. ಒಂದು ತಾಸಿನ ನಂತರ ಮರಳಿದರು. ಅವರ ಕಾರನ್ನು ನನಗೆ ತೋರಿಸುತ್ತಾ ನನ್ನನ್ನು ಕೂರಿಸಿಕೊಂಡರು. ನನಗೆ ಸ್ವರ್ಗವೇ ಸಿಕ್ಕಂತಾಗಿತ್ತು. ಅವರ ಮಾತು, ಅವರ ಚಲನವಲನಗಳು, ಅವರು ತಮ್ಮ ತಂಡದೊಡನೆ ಒಡನಾಡಿದ ಮಾದರಿ ಎಲ್ಲವನ್ನೂ ನಾನು ಪುಳಕಗೊಂಡು ನೋಡುತ್ತಲೇ ಇದ್ದೆ. ನನ್ನ ಜೀವನದ ಮಾದರಿಗಳಲ್ಲಿ ಒಬ್ಬರಾದ ಜಾಕಿ ಸ್ಟೀವರ್ಟ್ ಇಂದು ನನ್ನ ಸ್ನೇಹಿತನಾಗಿರುವುದು ನನಗೆ ರೋಮಾಂಚನವೆನಿಸಿತು.

ಕೆಲವು ತಿಂಗಳುಗಳು ಕಳೆದ ನಂತರ ಜಾಕಿ ನನ್ನನ್ನು ಸ್ವಿಡ್ಜರ್ಲೆಂಡಿನ ಅವರ ಮನೆಗೆ ಆಹ್ವಾನಿಸಿದರು. ಅಲ್ಲಿ ಅವರ ಕುಟುಂಬದವರೊಡನೆ ಚೆನ್ನಾಗಿ ಬೆರೆತೆ. ಜಾಕಿ ಮತ್ತು ನಾನು ಘಂಟೆಗಟ್ಟಲೆ ಮಾತನಾಡಿಕೊಂಡು ಸಮಯ ಕಳೆದದ್ದೇ ತಿಳಿಯಲಿಲ್ಲ. "ನಾನು ಚಿಕ್ಕಂದಿನಿಂದಲೂ ಈ ನಿಮ್ಮ ಕಾರನ್ನು ಚಾಲನೆ ಮಾಡಬೇಕು ಎಂದು ಕನಸುಕಂಡಿದ್ದೆ" ಎಂದು ಹಿಂಜರಿಯುತ್ತಲೇ ಅವರಿಗೆ ತಿಳಿಸಿದೆ. ನಾನು ಸ್ಪರ್ಧಾ ಕಾರು ಚಾಲನೆ ಮಾಡುವುದನ್ನು ಕಲಿಯಬೇಕು ಎಂದು ಹೇಳಿ, ಬ್ರಿಟನ್ನಿನ ಅತ್ಯುತ್ತಮ ಚಾಲನಾ ಶಾಲೆಗೆ ನನ್ನನ್ನು ಸೇರಿಸಿದರು. ನಾನು ಸಂತೋಷದಿಂದ ಪಾಲ್ಗೊಂಡೆ. ನನ್ನ ಬಾಲ್ಯಕಾಲದ ಕನಸುಗಳನ್ನು ನನಸಾಗಿಸಿಕೊಳ್ಳುತ್ತಿದ್ದುದಕ್ಕೆ ನನಗೆ ತುಂಬಾ ತೃಪ್ತಿಯಾಗಿತ್ತು. ನಾನೊಬ್ಬ ಉತ್ತಮ ಸ್ಪರ್ಧಾಪಟುವಾಗಬಲ್ಲೆ ಎನಿಸಿತ್ತು.

ನನ್ನ ತರಗತಿಗಳು ಮುಗಿದ ನಂತರ ದಕ್ಷಿಣ ಅಮೇರಿಕಾಕ್ಕೆ ಹೋಗಿ ಎರಡು ವರ್ಷ ಅಲ್ಲೇ ರೇಸಿಂಗ್ ಮೋಟಾರುಗಾಡಿಗಳ ಒಡನಾಟ ಅನುಭವಿಸಿದೆ. ಕೆಲವು ಸಣ್ಣಪುಟ್ಟ ಪಂದ್ಯಗಳನ್ನು ಗೆದ್ದ ಖುಷಿಯೂ ನನ್ನದಾಗಿತ್ತು. ಆದರೆ ಯೂರೋಪಿನ ದೊಡ್ಡ ಪಂದ್ಯಗಳಲ್ಲಿ ಪಾಲ್ಗೊಳ್ಳಬೇಕೆಂಬ ನನ್ನ ಹಂಬಲ ಹಾಗೇ ಉಳಿದಿತ್ತು. ನನ್ನ ಆ ಆಸೆಯನ್ನು ಜಾಕಿಯೊಡನೆ ಕಂಡುಕೊಂಡವರು ಬೆರ್ನಿ ಎಂಬ ಒಂದು ರೇಸ್ ತಂಡದ ಮಾಲೀಕ. ಆತನೂ ನನ್ನೊಡನೆ ಸ್ನೇಹ ಬೆಳೆಸಿದ. ಆತ ನನ್ನನ್ನು ದೊಡ್ಡ ಪಂದ್ಯಗಳಲ್ಲಿ ಪಾಲ್ಗೊಳ್ಳಲು ಅನುವು ಮಾಡಿಕೊಟ್ಟ. ನಾನು ಜೀವನದಾದ್ಯಂತ ಕಂಡ ಕನಸುಗಳೆಲ್ಲ ನಿಜವಾಗುತ್ತಿದ್ದವು. ದಿನಕಳೆದಂತೆ ನನ್ನ ಚಾಲನೆಯ ರೀತಿಯೂ ಇನ್ನೂ ನಾಜೂಕಾಗಿ, ಶೈಲಿ ಸುಂದರವಾಗುತ್ತಿತ್ತು. ರೇಸಿನಲ್ಲಿ ಕಾರನ್ನು ವೇಗವಾಗಿ ಮತ್ತು ಕರಾರುವಾಕ್ಕಾಗಿ ಓಡಿಸುವುದೊಂದು ಕಾವ್ಯಾನುಭವ ಎಂದು ಬಾಲ್ಯದಲ್ಲಿ ಕನಸು ಕಂಡಿದ್ದೆ. ಅದೀಗ ನನಸಾಗತೊಡಗಿತ್ತು.

ಆ ಕಳೆದ ವರ್ಷಗಳು ನನ್ನ ಜೀವನದಲ್ಲೇ ಅತ್ಯಂತ ಸುಂದರವಾದ್ದಾಗಿದ್ದವು. ಸಂತೋಷ, ಆನಂದ, ಸವಾಲುಗಳು, ಪಂದ್ಯಗಳು, ಪಣಗಳು, ಶ್ರೇಷ್ಠ ವ್ಯಕ್ತಿಗಳು,

ಪ್ರಯಾಣಗಳು ಹೀಗೆ ನನ್ನ ಕನಸಿನ ಜೀವನವನ್ನು ಅನುಭವಿಸಿದ್ದೆ. ಒಮ್ಮೆ ಸೆಪ್ಟೆಂಬರ್ ತಿಂಗಳಿನಲ್ಲಿ ಬೆಲ್ಜಿಯಂನಲ್ಲಿ ಪಂದ್ಯವಿದೆಯೆಂದು ಹೋಗಿದ್ದೆ. ನನ್ನೆಲ್ಲ ಆಟಗಳಿಗೆ ಒಂದು ಬ್ರೇಕ್ ಹಾಕುವ ಘಳಿಗೆ ಬರುತ್ತದೆ ಎಂದು ನನಗೆ ಆಗ ತಿಳಿದಿರಲಿಲ್ಲ. ಪಂದ್ಯಕ್ಕೆ ಮುಂಚೆ, ಒಂದು ಕೋಕ್ ಬಾಟಲಿಯನ್ನು ತರಲು ಅತಿಥಿ ಗೃಹಕ್ಕೆ ಹೋದಾಗ ಅಲ್ಲಿ ಹೊಂಬಣ್ಣದ ತಲೆಗೂದಲಿನ, ಕೆಂಪು ಕೋಟನ್ನು ಧರಿಸಿದ್ದ ಉದ್ದ ಹುಡುಗಿಯೊಬ್ಬಳು ಕಂಡಳು. ಅವಳನ್ನು ನೋಡಿದ ಕೂಡಲೇ ನನ್ನ ನಡಿಗೆ ತಂತಾನೇ ನಿಂತುಬಿಟ್ಟಿತ್ತು. ಅವಳು ನನ್ನತ್ತ ತಿರುಗಿ ನಗೆ ಬೀರಿದಳು.

"ನ್ಯಾಂಡೊ?" ಎಂದು ಕೇಳಿದಳು.

"ವೆರೋನಿಕ್... ನೀನು ಇಲ್ಲಿ?" ಎಂದು ತಡವರಿಸಿದೆ.

ಆಕೆ ನನ್ನ ಪರಿಚಯದವಳು. ವೆರೋನಿಕ್ ಫಾನ್ ವಾಸೆನ್ಹೋವ್ ಎಂಬ ಉರಗ್ವೇಯ ಮೂಲದ ಹುಡುಗಿಯೇ ಆಗಿದ್ದಳು. ಅವಳ ಪೋಷಕರು ಬೆಲ್ಜಿಯಂನವರಾಗಿದ್ದರು. ಅವಳ ನೀಳ ಕಾಯ, ಉದ್ದನೆಯ ತಲೆಗೂದಲು, ಅವಳ ಸೌಂದರ್ಯ, ಎಲ್ಲಕ್ಕಿಂತ ಮಿಗಿಲಾಗಿ ಅವಳ ಹಸಿರು ಕಣ್ಣುಗಳು ನನ್ನನ್ನು ಸೆಳೆದಿದ್ದವು. ಮೂರು ವರ್ಷಗಳ ಹಿಂದೆ 1974ರಲ್ಲಿ ಮಾಂಟೆವಿಡಿಯೋದಲ್ಲಿ ಅವಳನ್ನು ಭೇಟಿಯಾಗಿದ್ದೆ. ಆಗ ಅವಳು ಗಸ್ತೆವೋನ ತಮ್ಮ ರಾಫೆಲ್‌ನ ಜೊತೆಗೆ ಓಡಾಡುತ್ತಿದ್ದಳು. ಒಂದು ಸಮಾರಂಭಕ್ಕೆ ಹೋಗುವಾಗ ರಾಫೆಲ್‌ಗೆ ಸಣ್ಣ ಅಪಘಾತವಾಗಿ, ಅವಳನ್ನು ಸಮಾರಂಭಕ್ಕೆ ಕರೆತರಲು ಸಾಧ್ಯವೇ ಎಂದು ನನ್ನನ್ನು ಕೇಳಿದ್ದ. ನಾನು ರಾಬರ್ಟೊ ಮತ್ತು ಲಾರಾ ಜೊತೆ ಹೋಗುತ್ತಿದ್ದೆ. ಆಗ ದಾರಿಯಲ್ಲಿ ವೆರೋನಿಕ್‌ಳನ್ನು ನಮ್ಮ ಕಾರು ಹತ್ತಿಸಿಕೊಂಡು ಹೋಗಿದ್ದೆವು. ರಾಫೆಲ್ ಬರಲು ಸಾಧ್ಯವಾಗದೇ ನಾನೇ ಆ ದಿನ ಸಂಜೆ ಪೂರ್ತಿ ವೆರೋನಿಕ್‌ಳ ಜೊತೆಗಿದ್ದೆ. ಆಗ ಅವಳಿಗೆ ಕೇವಲ ಹದಿನಾರು ವರ್ಷವಾಗಿತ್ತು. ಆದರೂ ಅವಳಲ್ಲಿ ವಯಸ್ಸಿಗೂ ಮೀರಿದ ಪ್ರೌಢತೆ ಇದೆ ಎಂದು ಆ ದಿನವೇ ನನಗೆ ತಿಳಿದುಹೋಗಿತ್ತು. ಆಗಲೇ ಅವಳು ನನಗೆ ಮೆಚ್ಚುಗೆಯಾಗಿದ್ದಳು. ನಾವು ಆ ದಿನ ಮಾತು, ಹರಟೆ, ನೃತ್ಯ ಎಂದೆಲ್ಲಾ ಸುಂದರ ಕ್ಷಣಗಳನ್ನು ಕಳೆದಿದ್ದೆವು. ಅವಳು ತುಂಬಾ ಚಿಕ್ಕವಳಾಗಿದ್ದು, ನನ್ನ ಸ್ನೇಹಿತನ ತಮ್ಮನ ಗೆಳತಿಯಾಗಿದ್ದರಿಂದ ನಾನು ಅವಳ ಬಗ್ಗೆ ಹೆಚ್ಚು ಆಲೋಚಿಸಿರಲಿಲ್ಲ. ಅದಾದ ನಂತರ ವೆರೋನಿಕ್‌ಳನ್ನು ಕಂಡಾಗಲೆಲ್ಲಾ ಒಂದೆರಡು ಸ್ನೇಹದ ಮಾತು ನಡೆದಿತ್ತು ಅಷ್ಟೇ. ಒಮ್ಮೆ ದಕ್ಷಿಣ ಅಮೆರಿಕಾದ ಸೌಂದರ್ಯ ಸ್ಪರ್ಧೆಗೆ ನಾವು ಸ್ನೇಹಿತರೆಲ್ಲಾ ಹೋಗಿದ್ದೆವು. ಒಬ್ಬರಿಗಿಂತ ಒಬ್ಬರು ಸುಂದರಿಯರು ವೇದಿಕೆಯ ಮೇಲೆ ನಡೆದು ಬರುವುದು ಕಣ್ಣಿಗೆ ಹಬ್ಬವಾಗಿತ್ತು. ಸ್ಪರ್ಧೆ ನಡೆದಿತ್ತು. ಕೆಲ ನಿಮಿಷಗಳ ನಂತರ ವೇದಿಕೆಯ ಮೇಲೆ ಒಬ್ಬ ನೀಳ ಕಾಯದ, ಹೊಂಬಣ್ಣದ ಕೂದಲಿನ ಹುಡುಗಿ,

ನೀಲಿ ಬಟ್ಟೆ ಧರಿಸಿ ನಗುತ್ತಾ ಬಂದಳು. ಆಕೆ ವೆರೋನಿಕ್‌ಳೇ ಆಗಿದ್ದಳು. ಅವಳ ಕಣ್ಣುಗಳಲ್ಲಿ ನಗು, ಹೊಳಪು, ಆತ್ಮವಿಶ್ವಾಸ ಎಲ್ಲವೂ ತುಂಬಿ ತುಳುಕುತ್ತಿತ್ತು. ಅವಳ ಸೌಂದರ್ಯಕ್ಕೆ, ಅವಳ ನೋಟಕ್ಕೆ ನಾನು ಆ ದಿನ ಸಂಪೂರ್ಣ ಮಾರುಹೋಗಿದ್ದೆ. ಆ ಸ್ಪರ್ಧೆಯಲ್ಲಿ ಅವಳೇ ಗೆದ್ದಿದ್ದಳು.

ಈಗ, ಇಷ್ಟು ವರ್ಷಗಳ ನಂತರ, ಬೆಲ್ಜಿಯಂನಲ್ಲಿ ಮತ್ತೆ ಕಂಡಿದ್ದಳು. ಈಗ ಅವಳು ರಾಫ಼ೆಲ್‌ನೊಂದಿಗಿರಲಿಲ್ಲ. ನನ್ನ ನೆನಪಿನಲ್ಲಿ ಇದ್ದುದಕ್ಕಿಂತಲೂ ಇನ್ನೂ ಸುಂದರಿಯಾಗಿದ್ದಳು. ಅವಳ ತಾಯಿಯೊಡನೆ ಇರುವುದಾಗಿಯೂ, ಸದ್ಯಕ್ಕೆ ಒಂದು ಕೆಲಸ ಮಾಡುತ್ತಿರುವುದಾಗಿಯೂ, ಇಂಗ್ಲಿಷ್ ಓದಲು ಲಂಡನ್ನಿಗೆ ಹೊರಡಬೇಕೆಂದಿರುವುದಾಗಿಯೂ ಹೇಳಿದಳು. ನಾನು ಅವಳನ್ನು ಸುಮ್ಮನೇ ನೋಡುತ್ತಿದ್ದೆ. ಅವಳ ಮಾತುಗಳು ಅರ್ಧಕ್ಕರ್ಧ ನನಗೆ ಕೇಳಿಸುತ್ತಲೇ ಇರಲಿಲ್ಲ. ನಾನು ಮದುವೆಯಾಗಬಲ್ಲ ಹುಡುಗಿಯನ್ನು ಭೇಟಿ ಮಾಡಿದಾಗ ನನಗೆ ಹೇಗನಿಸಬಹುದು ಎಂದು ಹಲವು ಬಾರಿ ಆಲೋಚಿಸಿದ್ದೆ. ಸಿನೆಮಾಗಳಲ್ಲಿ ತೋರಿಸುವಂತೆ ಮೋಡಗಳು ಸನ್ನೆ ಮಾಡುತ್ತವೆಯಾ? ನನ್ನ ಎದೆಯಲ್ಲಿ ಒಂದು ಸಣ್ಣ ಬೆಂಕಿ ಹತ್ತಿಕೊಳ್ಳುತ್ತದೆಯಾ? ಎಂದೆಲ್ಲಾ ಏನೇನೋ ಯೋಚಿಸಿದ್ದೆ. ಆ ಸಂದರ್ಭದಲ್ಲಿ ಏನಾಗಬಹುದು ಎಂದು ಈಗ ತಿಳಿದಿತ್ತು. ಹಾಗೇನೂ ಆಗಿರಲಿಲ್ಲ. ನನ್ನ ಒಳಮನಸ್ಸಿನ ಶಾಂತ ಧ್ವನಿ ಹೇಳಿತ್ತು... "ಹೌದು. ಅದು ವೆರೋನಿಕ್‌ಳೇ. ಮತ್ಯಾರು...." ಎಂದು.

ಕೆಲವೇ ಕ್ಷಣಗಳಲ್ಲಿ ನನ್ನ ಭವಿಷ್ಯವನ್ನು ಅವಳ ಕಣ್ಣುಗಳಲ್ಲಿ ಕಂಡಿದ್ದೆ. ಅವಳಿಗೂ ಬಹುಶಃ ಹಾಗೇ ಅನಿಸಿತ್ತು. ನಾವು ಸ್ವಲ್ಪ ಹೊತ್ತು ನಿಂತು ಮಾತನಾಡಿದೆವು. ಅವಳು ತನ್ನ ಮನೆಗೆ ಸೋಮವಾರದಂದು ಊಟಕ್ಕೆ ಬರಬೇಕೆಂದು ಕರೆದಳು. ನಾನು ಪಂದ್ಯದಲ್ಲಿ ಭಾಗವಹಿಸಲು ತೆರಳಿದೆ. ಅದೊಂದು ಅದ್ಭುತವಾಗಿತ್ತು. ಜೋರು ಮಳೆ ಆರಂಭವಾಗಿ, ಮಳೆಯಲ್ಲಿ ನನ್ನ ಗಮನ ಕಾರು ಚಲನೆಯ ಮೇಲೆ ಇರದೆ, ಬರುವ ಸೋಮವಾರದ ಬಗೆಗೇ ಇತ್ತು. ವೆರೋನಿಕ್‌ಳನ್ನು ಮತ್ತೆ ಯಾವಾಗ ಕಾಣುತ್ತೇನೆ? ಆಗ ನಾನು ಏನೆಲ್ಲಾ ಮಾತನಾಡುತ್ತೇನೆ? ಎಂದು ನನ್ನ ಮನಸ್ಸು ತೇಲಾಡುತ್ತಿತ್ತು. ಪಂದ್ಯ ಮುಗಿದಿತ್ತು. ನನ್ನ ಮನಸ್ಸು ಮಳೆಯಲ್ಲಿ ತೊಯ್ದು ಹೋಗಿತ್ತು. ಕೊನೆಗೂ ಸೋಮವಾರ ಬಂದಿತ್ತು. ನಾನು ವೆರೋನಿಕ್‌ಳನ್ನು ಭೇಟಿ ಮಾಡಿದೆ. ಅವಳ ತಾಯಿ ನನ್ನನ್ನು ತುಂಬು ಹೃದಯದಿಂದ ಸ್ವಾಗತಿಸಿದರು. ಇಪ್ಪತ್ತೇಳು ವರ್ಷದ ನಾನು

ಹತ್ತೊಂಭತ್ತು ವಯಸ್ಸಿನ ಅವರ ಮಗಳಿಗೆ ಹತ್ತಿರವಾಗುತ್ತಿದ್ದೇನೆ ಎಂಬ ಚಿಂತೆ ಅವರ ಮುಖದಲ್ಲಿದೆಯೇ ಎಂದು ಹುಡುಕಿದೆ. ನಾನು ವೆರೋನಿಕ್‌ಳನ್ನು ತುಂಬಾ ಹಚ್ಚಿಕೊಂಡುಬಿಟ್ಟೆ. ಅವಳೊಡನೆ ಮಾತಿನಲ್ಲಿ ಮುಳುಗಿ, ಅವಳ ಹೊರತಾಗಿ ಕೋಣೆಯಲ್ಲಿ ಮತ್ತೊಬ್ಬರಿದ್ದಾರೆ ಎಂಬುದು ಅರಿವಾಗುವುದೂ ಕಷ್ಟವಾಗಿತ್ತು.

ಊಟವಾದ ನಂತರ ನಾವು ಬ್ರಗ್ ನಗರದತ್ತ ಹೊರಟೆವು. ಅದೊಂದು ಸುಂದರ ತಾಣ. ನಾವು ನಡೆದಂತೆಲ್ಲಾ ನಮ್ಮ ನಡುವಿನ ಸಂಬಂಧ ಬಲವಾಗುತ್ತಿತ್ತು. ಮಧ್ಯಾಹ್ನ ಕಳೆಯುವ ಹೊತ್ತಿಗೆ, ಅವಳನ್ನು ಮನೆಗೆ ಕಳುಹಿಸಿಕೊಡುವ ಸಮಯ ಬಂದಿತ್ತು. ಮಿಲಾನ್‌ಗೆ ಬಂದು ನನ್ನನ್ನು ಭೇಟಿ ಮಾಡಲು ಅವಳನ್ನು ಕೇಳಿಕೊಂಡೆ.

ಅವಳು ನಗುತ್ತಾ "ನಿನಗೆ ಹುಚ್ಚು ಹಿಡಿದಿದೆಯಾ? ನಮ್ಮ ತಾಯಿಗೆ ಹೇಳಿದರೆ ನನ್ನನ್ನು ಸಾಯಿಸಿಬಿಡುತ್ತಾಳೆ ಅಷ್ಟೇ" ಎಂದಳು.

"ಹೋಗಲಿ ಸ್ಪೇನಿಗೆ ಬಾ. ಮುಂದಿನ ವಾರ ನನಗೆ ಅಲ್ಲಿ ಪಂದ್ಯವಿದೆ" ಎಂದೆ.

"ಆಗುವುದಿಲ್ಲ ನ್ಯಾಂಡೊ. ಆದರೆ ನಾವಿಬ್ಬರೂ ಮತ್ತೆ ಬೇಗ ಭೇಟಿಯಾಗೋಣ" ಎಂದುಬಿಟ್ಟಳು.

ಮಂಗಳವಾರ ನಾನು ಮಿಲಾನಿಗೆ ಹೊರಟೆ. ಅವಳ ನೆನಪು ನನ್ನನ್ನು ಕಾಡುತ್ತಿತ್ತು. ಬುಧವಾರ, ನನ್ನ ಆಶ್ಚರ್ಯವೆಂಬಂತೆ ಅವಳ ದೂರವಾಣಿ ಕರೆ ಬಂದಿತ್ತು. ಅವಳು ಬರುತ್ತಿದ್ದಾಳೆ ಎಂಬುದು ತಿಳಿದಾಗ ನಾನು ಭೂಮಿಯ ಮೇಲೇ ಇರಲಿಲ್ಲ. ಅವಳು ನಿಧಾನವಾಗಿ ಈ ಕುರಿತು ಆಲೋಚಿಸಿದ್ದಳು. ಅವಳು ನನ್ನನ್ನು ಒಪ್ಪಿಕೊಂಡಿದ್ದಳು. ಬೆಲ್ಜಿಯಂನಲ್ಲಿ ನಾವು ಒಟ್ಟಾಗಿ ಕಳೆದ ಒಂದೇ ದಿನದಲ್ಲಿ ನಮ್ಮಿಬ್ಬರಲ್ಲಿಯೂ ಹೊಸದೊಂದು ಭಾವ ಮೂಡಿತ್ತು. ಅದೇನೆಂದು ಇಬ್ಬರಿಗೂ ತಿಳಿದಿತ್ತು. ಅವಳ ಭವಿಷ್ಯವನ್ನು ಅರಸುತ್ತಾ ಅವಳು ಬರುತ್ತಿದ್ದಳು. ನಾನು ಅದಕ್ಕೆ ಸಿದ್ಧನಾಗಿದ್ದೆನಾ?

ಗುರುವಾರ ರಾತ್ರಿ ಮಿಲಾನೊನ ರೈಲ್ವೇ ನಿಲ್ದಾಣದಲ್ಲಿ ಅವಳನ್ನು ಭೇಟಿ ಮಾಡಿದೆ. ಅವಳು ತುಂಬಾ ಸುಂದರವಾಗಿ ಕಾಣುತ್ತಿದ್ದಳು. ಆದಿನದ ನೋಟದಲ್ಲೇ ಮತ್ತೊಮ್ಮೆ ಅವಳ ಬಗ್ಗೆ ನನಗೆ ಪ್ರೇಮಾಂಕುರವಾಗಿತ್ತು. ನಾನು ಆ ಕ್ಷಣದಲ್ಲೇ ನಿರ್ಧಾರ ಮಾಡಿದ್ದೆ. ನನ್ನೊಡನೆ ವೆರೋನಿಕ್ ಪಂದ್ಯಕ್ಕೆ ಬಂದಿದ್ದಳು. ಅಲ್ಲಿಂದ ಎರಡು ವಾರಗಳು ನಾವು ಮೊರೊಕೊನಲ್ಲಿ ಕಳೆದೆವು. ಅವಳೊಡನೆ ಕಳೆಯುತ್ತಿದ್ದ ಪ್ರತಿ ಕ್ಷಣವೂ ನನ್ನ ನಿರ್ಧಾರ ತುಂಬಾ ಸರಿಯಾದದ್ದು ಎಂದು ನನಗೆ ಅನಿಸುತ್ತಿತ್ತು. ನಾನು ಒಳ್ಳೆಯ ಫ಼ಾರ್ಮುಲಾ ಕಾರು ಚಾಲಕನಾಗಬಲ್ಲ ಎಲ್ಲಾ ಗುಣಗಳನ್ನೂ ನನ್ನಲ್ಲಿ ಕಂಡುಕೊಂಡಿದ್ದೆ. ಆದರೆ, ಆ ವಿಷಯವಾಗಿ ನಾನು ಬೆಳೆಯಬೇಕಾದರೆ ಕಾರು ಪಂದ್ಯವೇ ನನ್ನ ಜೀವನದ ಅತಿ ಮುಖ್ಯ ಅಂಶವಾಗಬೇಕಾಗಿತ್ತು. ನನ್ನ ಎಲ್ಲಾ ಸಮಯ, ಗಮನವನ್ನು ಅದಕ್ಕೆ ಮೀಸಲಿಡಬೇಕಾಗಿತ್ತು. ವೆರೋನಿಕ್‌ಳನ್ನು

ವರಿಸಿದರೆ ಅದು ಸಾಧ್ಯವಾಗದ ಮಾತು ಎಂಬುದು ತಿಳಿದಿತ್ತು. ನಾನು ನನ್ನ ಕನಸಿನ ಪಂದ್ಯವನ್ನು ಆರಿಸಬೇಕಾ ಅಥವಾ ನನ್ನ ಪ್ರೀತಿಯನ್ನು ಆಲಂಗಿಸಬೇಕಾ ಎಂಬುದು ನನ್ನ ಪ್ರಶ್ನೆಯಾಗಿತ್ತು. ಆದರೆ ಆ ಪ್ರಶ್ನೆ ಹೆಚ್ಚು ಹೊತ್ತಿರಲಿಲ್ಲ. ನಾನು ಪ್ರೀತಿಸಿದ ಹುಡುಗಿಯ ಜೊತೆ ನನ್ನ ಮುಂದಿನ ಭವಿಷ್ಯ ಎಂಬುದನ್ನು ಮನಸ್ಸು ಬೇಗ ನಿರ್ಧರಿಸಿತ್ತು.

1978ರ ಬೇಸಿಗೆಯಷ್ಟರಲ್ಲಿ ಕಾರು ಪಂದ್ಯಗಳು ನನ್ನ ಪಾಲಿಗೆ ಕೇವಲ ನೆನಪುಗಳಾಗಿದ್ದವು. ವೆರೋನಿಕ್ ಮತ್ತು ನಾನು ಮಾಂಟೆವಿಡಿಯೋಗೆ ಮರಳಿದ್ದೆವು. 1979ರಲ್ಲಿ ನಾವು ಮದುವೆಯಾದೆವು. ಕರಾಸ್ಕೊನಲ್ಲಿ ನಾವೊಂದು ಸಣ್ಣ ಮನೆ ಮಾಡಿದೆವು. ವೆರೋನಿಕ್ ರೂಪದರ್ಶಿಯ ಕೆಲಸ ಆಯ್ದುಕೊಂಡಳು. ನಾನು ನನ್ನ ತಂದೆಯ ಹಾರ್ಡ್‌ವೇರ್ ಕೆಲಸವನ್ನು ಮುಂದುವರೆಸಿದೆ. ಗ್ರೆಸಿಲ್ಲಾ ಮತ್ತು ಜುವಾನ್ ಕೆಲವು ವರ್ಷಗಳು ಅದನ್ನು ನೋಡಿಕೊಂಡಿದ್ದರು. ಈಗ ಪುನಃ ನನ್ನ ತಂದೆಯ ಸಹಾಯ ಪಡೆದು ನಮ್ಮ ವ್ಯಾಪಾರವನ್ನು ವಿಸ್ತರಿಸಿದೆವು.

ವರ್ಷಗಳು ಕಳೆದಂತೆ ಇನ್ನೂ ಹೆಚ್ಚು ಹೆಚ್ಚು ಅವಕಾಶಗಳು ತೆರೆದುಕೊಂಡವು. 1984ರಲ್ಲಿ ಉರುಗ್ವೇನ ಕೇಂದ್ರೀಯ ದೂರದರ್ಶನದಲ್ಲಿ ಫಾರ್ಮುಲಾ ಮೋಟಾರು ಗಾಡಿಗಳ ಕುರಿತಾದ ಒಂದು ಕಾರ್ಯಕ್ರಮವನ್ನು ನಡೆಸಿಕೊಡುವಂತೆ ನನ್ನನ್ನು ಕೇಳಿದರು. ಅದುವರೆಗೆ ನನಗೆ ದೂರದರ್ಶನದ ಕಾರ್ಯಕ್ರಮದಲ್ಲಿ ಭಾಗವಹಿಸಿದ ಅನುಭವವಿರಲಿಲ್ಲ. ಆದರೆ ಅದನ್ನು ಮಾಡಲು ಒಪ್ಪಿಕೊಂಡೆ. ಅದು ನನ್ನಲ್ಲಿ ಹೊಸ ಆಸಕ್ತಿಯನ್ನು ಮೂಡಿಸಿತ್ತು. ಅದನ್ನು ನನ್ನ ಎರಡನೇ ಉದ್ಯೋಗದಂತೆ ಮುಂದುವರೆಸಿದೆ. ಉರುಗ್ವೇಯನ್ ದೂರದರ್ಶನ ಚಾನಲ್ಲಿನಲ್ಲಿ ಇಂದು ನಾನು ಮತ್ತು ವೆರೋನಿಕ್ ಐದು ಬೇರೆ ಬೇರೆ ಕಾರ್ಯಕ್ರಮಗಳನ್ನು ನಡೆಸಿಕೊಡುತ್ತಿದ್ದೇವೆ. ಇವನ್ನೆಲ್ಲಾ ಬೆಳೆಸಲು ನಾವು ತುಂಬಾ ಕಷ್ಟಪಟ್ಟೆವು. ನಾವು ಮಾಡಿದ ಕೆಲಸದಲ್ಲೆಲ್ಲಾ ಗೆಲುವುಗಳನ್ನು ಕಂಡೆವು. ಆದರೆ ನನ್ನ ಜೀವನದ ಬಹು ಮುಖ್ಯ ಗೆಲುವು ಎಂದರೆ ನನ್ನ ಇಬ್ಬರು ಹೆಣ್ಣು ಮಕ್ಕಳು.

1981ರಲ್ಲಿ ನನ್ನ ಮಗಳು ವೆರೋನಿಕಾ ಹುಟ್ಟಿದಳು. ಅಲ್ಲಿಯವರೆಗೂ ನನ್ನ ಹೆಂಡತಿಯನ್ನು ಪ್ರೀತಿಸಿದಷ್ಟು ಇನ್ಯಾವುದನ್ನೂ ಪ್ರೀತಿಸಲು ನನ್ನಿಂದ ಸಾಧ್ಯವಿಲ್ಲ ಎಂದು ಎಣಿಸಿದ್ದೆ. ಆದರೆ ಮೊದಲ ಬಾರಿಗೆ ನನ್ನ ಮಗುವಿನ ಮುಖ ಕಂಡಾಗ ನನಗೇ ಆಶ್ಚರ್ಯವಾಗುವಂತೆ ಅವಳು ನನ್ನ ಪ್ರೀತಿಯ ಕಣ್ಮಣಿಯಾಗಿಬಿಟ್ಟಿದ್ದಳು. ಅವಳು ಹುಟ್ಟಿದ ಕೆಲವೇ ನಿಮಿಷಗಳಲ್ಲಿ ಅವಳು ನನ್ನ ಜೀವನದ ಮತ್ತೊಂದು ಅಮೂಲ್ಯ ವ್ಯಕ್ತಿಯಾಗಿಬಿಟ್ಟಿದ್ದಳು. ತಂದೆಯಾದ ಪ್ರತಿ ಘಳಿಗೆಯನ್ನು ನಾನು ಸಂತೋಷದಿಂದ ಅನುಭವಿಸಿದೆ. ಅವಳಿಗೆ ತಿನ್ನಿಸುವುದು, ಅವಳ ಬಟ್ಟೆ ಬದಲಿಸುವುದು,

ಮಲಗಿಸುವುದು, ಸ್ನಾನ ಮಾಡಿಸುವುದು ಎಲ್ಲವೂ ನನ್ನ ಪ್ರೀತಿಯ ಒಂದು ಭಾಗವಾಗಿಹೋಯಿತು. ಅವಳನ್ನು ಕೈತುಂಬ ಹೊತ್ತು, ಮುದ್ದಾಡಿ ಅವಳ ಮುದ್ದು ಮುಖ, ಪುಟಾಣಿ ದೇಹವನ್ನು ಕಂಡು, ನಾನು ಆಂಡೀಸ್‌ನಿಂದ ಹೊರಬರಲು ಪ್ರಯತ್ನಿಸದೇ ಹೊಗಿದ್ದಲ್ಲಿ ಈ ಪುಟಾಣಿ ಅದ್ಭುತ ಇಂದು ಇರುತ್ತಿರಲೇ ಇಲ್ಲವಲ್ಲಾ ಎಂದು ನನಗೆ ನಾನೇ ಬೆನ್ನು ಚಪ್ಪರಿಸಿಕೊಳ್ಳುತ್ತಿದ್ದೆ. ನಾನು ಆ ದಿನಗಳು ಕಂಡ ಕಠೋರತೆ, ಕಷ್ಟಗಳು ಮತ್ತು ಅವನ್ನೆಲ್ಲಾ ಮೆಟ್ಟಿ ಹೊರ ಬರಲು ಮಾಡಿದ ಪ್ರತಿ ಪ್ರಯತ್ನವೂ ಈ ಪುಟ್ಟ ಜಾದೂಗಾರಿಣಿಯ ಪ್ರೀತಿಯಲ್ಲಿ ಮುಳುಗಿಹೋಗುವುದಕ್ಕೇ ಎನಿಸಿ ಅವಳನ್ನು ಇನ್ನಷ್ಟು ರಮಿಸುತ್ತಿದ್ದೆ.

ಎರಡೂವರೆ ವರ್ಷಗಳ ನಂತರ ನನ್ನ ಎರಡನೆಯ ಮಗಳು ಸಿಸೀಲಿಯಾ ಹುಟ್ಟಿದಳು. ಈ ಮಗು ಐದೂವರೆ ತಿಂಗಳಿಗೇ ಹುಟ್ಟಿತ್ತು. ಒಂದೂವರೆ ಕೆಜಿ ತೂಕವಷ್ಟೇ ಇದ್ದಳು. ಅವಳನ್ನು ಮೊದಲೆರಡು ತಿಂಗಳು ತುಂಬಾ ನಾಜೂಕಾಗಿ ಆಸ್ಪತ್ರೆಯಲ್ಲಿಯೇ ಇರಿಸಿಕೊಂಡು ನೋಡಿಕೊಳ್ಳಲಾಯಿತು. ಕೆಲವೊಮ್ಮೆ ಡಾಕ್ಟರುಗಳು ಅವಳ ಆಸೆ ಬಿಟ್ಟುಬಿಡಿ ಎಂದು ಹೇಳಿದ್ದೂ ಇದೆ. ಆ ಕ್ಷಣಗಳು ನನಗೆ ಎರಡನೆಯ ಆಂಡೀಸ್ ಆಗಿತ್ತು. ಆದರೆ ವೆರೋನಿಕ್ ಮಗುವನ್ನು ಅತ್ಯಂತ ಜೋಪಾನವಾಗಿ ಕಾಪಿಟ್ಟುಕೊಂಡಳು. ನಿಧಾನವಾಗಿ ಸಿಸೀಲಿಯಾ ಬೆಳೆದಳು. ಈಗ ನನ್ನ ಇಬ್ಬರು ಹೆಣ್ಣುಮಕ್ಕಳೂ ಸುಂದರ ಯುವತಿಯರಾಗಿದ್ದಾರೆ. ಜೀವನವನ್ನು ತಮ್ಮದೇ ವಿಧಾನಗಳಲ್ಲಿ ರೂಪಿಸಿಕೊಳ್ಳಲು ಸಿದ್ಧರಾಗಿದ್ದಾರೆ.

ನನ್ನ ಮಕ್ಕಳು ತಮ್ಮ ಜೀವನ ರೂಪಿಸಿಕೊಳ್ಳುವ ಹೊಸ್ತಿಲಲ್ಲಿ ಇರುವಾಗಲೇ ನನ್ನ ತಂದೆ ತಮ್ಮ ಎಂಭತ್ತೆಂಟನೇ ವಯಸ್ಸಿಗೆ ತಲುಪಿದ್ದಾರೆ. ಈಗಲೂ ಅವರದ್ದು ಗಟ್ಟಿ ದೇಹ ಮತ್ತು ದೃಢವಾದ ಮನಸ್ಸು. ನಮ್ಮಿಬ್ಬರ ನಡುವಿನ ನಂಟು ಬಣ್ಣಿಸಲು ಸಾಧ್ಯವಿಲ್ಲದ್ದು. ಆಂಡೀಸ್ ಘಟನೆಯ ನಂತರದ ದಿನಗಳಿಂದ ಅವರು ನನಗೆ ತಂದೆಗಿಂತಲೂ ಮೀರಿದ ಸ್ಥಾನಕ್ಕೇರಿದ್ದಾರೆ. ನನ್ನ ಅತ್ಯಂತ ಹತ್ತಿರದ, ಪ್ರೀತಿಯ ಸ್ನೇಹಿತರಾಗಿಹೋಗಿದ್ದಾರೆ. ನಮ್ಮಿಬ್ಬರ ಕಷ್ಟಗಳ ಮೂಲಕವೇ ನಾವು ಹೆಚ್ಚು ಹತ್ತಿರವಾಗಿದ್ದೇವೆ. ಪರಸ್ಪರ ಗೌರವ, ಪ್ರೀತಿಗಳು ನಮ್ಮಲ್ಲಿ ಮಡುಗಟ್ಟಿವೆ. ನಾನು ಆಂಡೀಸ್‌ನಲ್ಲಿ ಕಳೆದುಹೋಗಿದ್ದಾಗ ಅವರು ನನಗೆ ಅದೆಷ್ಟು ಮುಖ್ಯರಾಗಿದ್ದರು ಎಂಬುದು ಅವರಿಗೆ ತಿಳಿದಿದೆಯೋ ಇಲ್ಲವೋ ಗೊತ್ತಿಲ್ಲ. ನಾನು ಮರಳಿ ಬಂದ ಕೆಲವು ದಿನಗಳಲ್ಲಿ ಅವರು ಹೇಳಿದ ಮಾತು ನಾನು ಮರೆಯಲು ಸಾಧ್ಯವೇ ಇಲ್ಲ.

"ನಾನು ಎಲ್ಲವನ್ನೂ ಯೋಚಿಸಿ ಯೋಜನೆ ರೂಪಿಸಿದ್ದೆ ನ್ಯಾಂಡೊ. ನಿನಗಾಗಿ, ನಿನ್ನ ಅಮ್ಮನಿಗಾಗಿ, ಸೂಜಿ, ಗ್ರೆಸಿಲ್ಲಾಳಿಗಾಗಿ ಎಲ್ಲವನ್ನೂ, ನಿಯೋಜಿಸಿದ್ದೆ. ಎಲ್ಲರ ಕಥೆಗಳೂ ನನ್ನ ಮನಸ್ಸಿನಲ್ಲೇ ರೂಪುಗೊಂಡಿದ್ದವು. ಆದರೆ ಆ ಕಥೆಯಲ್ಲಿ ಈ ದುರ್ಘಟನೆಯ ಅಧ್ಯಾಯ ಬರೆದಿರಲಿಲ್ಲ ನ್ಯಾಂಡೊ. ಈ ರೀತಿ ಜರುಗುತ್ತದೆ ಎಂದು ನಾನು ಕನಸಿನಲ್ಲೂ ಎಣಿಸಿರಲಿಲ್ಲ" ಎಂದಿದ್ದರು.

ಅವರು ನಮಗಾಗಿ ದುಡಿಯುತ್ತಿದ್ದ ಸಮಯದಲ್ಲಿ ಹೆಚ್ಚು ಸಮಯ ನಮ್ಮೊಡನೆ ಇರಲು ಸಾಧ್ಯವಾಗಲಿಲ್ಲ ಎಂಬ ಅಳುಕು ಸಹ ಆ ಮಾತುಗಳ ಅಂತರಾಳದಲ್ಲಿ ಕಂಡಿತ್ತು. ಅವರ ಎಣಿಕೆ ತಪ್ಪು ಎಂಬುದನ್ನು ಮನವರಿಕೆ ಮಾಡಲು ಈ ಪುಸ್ತಕವನ್ನು ಬರೆಯಬೇಕಾಗಿತ್ತು. ಅವರು ಸೋಲಲಿಲ್ಲ. ಬದಲಾಗಿ ನನಗೆ ಮರುಜೀವ ಕೊಟ್ಟಿದ್ದರು. ನಾನು ಮಗುವಾಗಿದ್ದಾಗ ಅವರು ಹೇಳಿದ ಕಥೆಗಳು ನನ್ನನ್ನು ಇಂದಿಗೂ ಜೀವಂತವಾಗಿರಿಸಿದ್ದವು. ಅವರು ಎಂದಿಗೂ ತಮ್ಮ ಪ್ರೀತಿಯನ್ನು ತೋರ್ಪಡಿಸಿಕೊಂಡವರಲ್ಲ. ಆದರೆ ಅವರ ಮೌನದಲ್ಲಿಯೇ ನಮ್ಮ ಬಗೆಗಿನ ಅವರ ಪ್ರೇಮ ಕಾಣುತ್ತಿತ್ತು. ಅವರು ನನ್ನ ಎಲ್ಲಾ ಬೆಳವಣಿಗೆಗೆ, ಬದುಕಿಗೆ ಬೆನ್ನೆಲುಬಾಗಿದ್ದವರು.

ನಾವು ಆಂಡೀಸ್‌ನಿಂದ ಮರಳಿ ಬಂದಾಗ ನಮ್ಮ ಕುಟುಂಬದವರು ನಮ್ಮ ಮಾನಸಿಕ ಸ್ಥಿತಿಯ ಬಗ್ಗೆ ಆತಂಕಗೊಂಡಿದ್ದರು. ಮಾನಸಿಕ ಚಿಕಿತ್ಸಕರನ್ನು ಭೇಟಿ ಮಾಡಲು ಸೂಚಿಸಿದ್ದರು. ನಮ್ಮೆಲ್ಲ್ಯಾರಿಗೂ ಅದರ ಅಗತ್ಯ ಕಾಣಲಿಲ್ಲ. ನಮ್ಮ ಒಗ್ಗಟ್ಟು, ಪರಸ್ಪರ ಸ್ನೇಹವೇ ನಮ್ಮ ಸಹಾಯಕ್ಕೆ ಎಂದೂ ನಿಲ್ಲುತ್ತದೆ ಎಂಬುದು ನಮಗೆ ತಿಳಿದಿತ್ತು. ಅಷ್ಟೇ ಅಲ್ಲದೆ ಆ ಪರ್ವತಗಳು ನಮ್ಮನ್ನು ಇನ್ನೂ ಗಟ್ಟಿಗೊಳಿಸಿದ್ದವೇ ಹೊರತು ಕುಗ್ಗಿಸಿರಲಿಲ್ಲ. ಆದರೆ ಜನಕ್ಕೆ ನಮ್ಮ ಬಗ್ಗೆ ಅನುಮಾನವಿದ್ದೇ ಇತ್ತು. ನಮಗೆ ದುಃಸ್ವಪ್ನ ಬೀಳುತ್ತದೆಯೆ? ಹಳೆಯದು ನೆನಪಾಗಿ ಭಯವಾಗುತ್ತದೆಯೆ? ಕಳೆದುಹೋದ ಸ್ನೇಹಿತರನ್ನಗಲಿ ಬದುಕಿ ಬಂದ ಅಪರಾಧಿ ಮನೋಭಾವ ಕಾಡುತ್ತದೆಯೆ? ಎಂಬೆಲ್ಲಾ ಪ್ರಶ್ನೆಗಳನ್ನು ಕೇಳುತ್ತಿದ್ದರು. ನನಗೆ ಆ ರೀತಿಯ ಯಾವ ಅನುಭವವೂ ಆಗಿರಲಿಲ್ಲ. ಸಿನಿಮೀಯತೆ, ಸಿನಿಕತನಗಳನ್ನು ಮೀರಿದ ನೈಜತೆ, ಬದುಕಿನ ಆಳದ ಗುಟ್ಟುಗಳನ್ನು ಆಂಡೀಸ್‌ನಲ್ಲಿ ನಾವು ಕಂಡುಕೊಂಡು ಬಂದಿದ್ದೆವು. ಸಣ್ಣ ಪುಟ್ಟ ಭೌತಿಕ ದೃಷ್ಟಿಕೋನಗಳನ್ನು ಮೀರಿ ಬೆಳೆದಿದ್ದೆವು. ನಾನು ಆಂಡೀಸ್‌ನಿಂದ ಮರಳಿದಾಗಿನಿಂದ ಸಂತೋಷವಾಗಿಯೇ ಇದ್ದೆ. ನನಗೆ ನಾಳೆಗಳನ್ನು ರೂಪಿಸುವ ಹುಮ್ಮಸ್ಸಿತ್ತೇ ಹೊರತು ಕಳೆದು ಹೋದುದರ ಬಗ್ಗೆ ಕೊರಗಿರಲಿಲ್ಲ.

"ಅದು ಹೇಗೆ ಸಾಧ್ಯ? ಅಲ್ಲಿಂದ ಮರಳಿ ಬಂದ ನಂತರ ನೀನು ಎಲ್ಲರಂತೆ ನೆಮ್ಮದಿಯ ಬದುಕನ್ನು ನಡೆಸಲು ಹೇಗೆ ಸಾಧ್ಯ?" ಎಂಬ ಪ್ರಶ್ನೆಹಾಕುತ್ತಿದ್ದರು. ನಾನು ಅವರಿಗೆ, "ಅಲ್ಲಿನ ಜೀವನ ಅನುಭವಿಸಿ ಬಂದ ಮೇಲೆಯೇ ನಾನು ಈಗ ನೆಮ್ಮದಿಯಾಗಿ ಜೀವನ ನಡೆಸಬಲ್ಲವನಾಗಿದ್ದೇನೆ" ಎಂದು ಹೇಳುತ್ತಿದ್ದೆ. ಆಂಡೀಸ್ ನನ್ನಿಂದ ಎಲ್ಲವನ್ನೂ ಕಿತ್ತುಕೊಂಡಿತ್ತು. ಆದರೆ ಅದರ ಹೊರತಾದ ಬದುಕಿನ ಕರಾಳ ಸತ್ಯಗಳನ್ನು ನನಗೆ ಆಂಡೀಸ್ ಪರಿಚಯ ಮಾಡಿಸಿತ್ತು. ಸಾವು ಖಚಿತ ಮತ್ತು ಅದು ಅತ್ಯಂತ ಹತ್ತಿರದಲ್ಲೇ ಇದೆ ಎಂಬುದು ಆಳದ ಮನಸಿಗೆ ಮನವರಿಕೆಯಾಗಿತ್ತು.

ಈಗ ನಾನು ಮರಳಿ ಪಡೆದ ಎರಡನೆಯ ಬದುಕಿನಲ್ಲಿ ನನಗೆ ಎಲ್ಲ ರೀತಿಯ ಪ್ರಾಪಂಚಿಕ ಗೆಲುವು ದೊರೆತಿತ್ತು. ನನಗೆ ಅದ್ಭುತ ಕಾರುಗಳು, ಹಳೆಯ ವೈನು, ರುಚಿಕರ ಭೋಜನ ಎಲ್ಲವೂ ಪ್ರಿಯ. ಪ್ರವಾಸ ನನ್ನ ಮೆಚ್ಚಿನ ಹವ್ಯಾಸಗಳಲ್ಲೊಂದು. ಮಾಂಟೆವಿಡೀಯೋನಲ್ಲಿ ಒಂದು ಸುಂದರ ಮನೆ ಮತ್ತು ಬೀಚಿನ ಬಳಿ ಇನ್ನೊಂದು ಮನೆ ಇದೆ. ಜೀವನವನ್ನು ಪ್ರೀತಿಸಬೇಕು, ಸಂಪೂರ್ಣವಾಗಿ ಅನುಭವಿಸಬೇಕು ಎಂಬುದು ನನಗೆ ಮನವರಿಕೆಯಾದ ಸತ್ಯ. ಆದರೆ, ಅದನ್ನು ಮೀರಿದ ಇನ್ನೊಂದು ಅನುಭವ ಎಂದರೆ, ಎಲ್ಲಾ ಸುಖಗಳನ್ನೂ ಅನುಭವಿಸಬೇಕಾದರೆ ಜೊತೆಗೆ ಕುಟುಂಬ ಮತ್ತು ಸ್ನೇಹಿತರ ಸಾಂಗತ್ಯ, ಪ್ರೀತಿ ತುಂಬಾ ಅಗತ್ಯವಾದವು. ನನ್ನ ಬಳಿ ಇದ್ದ ಎಲ್ಲವನ್ನೂ ಕಳೆದುಕೊಂಡರೂ ನನ್ನವರ ಪ್ರೀತಿ ಇದ್ದರೆ ಎಲ್ಲವನ್ನೂ ಮರಳಿ ಪಡೆಯಬಲ್ಲೆ ಎಂಬ ಧೈರ್ಯ ನನ್ನದೇ ಅನುಭವವಾಗಿತ್ತು.

ಜೀವನವನ್ನು ಎಲ್ಲರೂ ಹೀಗೆಯೇ ನೋಡಬೇಕು ಎಂಬುದು ನನ್ನ ಅನಿಸಿಕೆ. ನಾನು ಆಂಡೀಸ್‌ನಲ್ಲಿ ಕಳೆದುಹೋಗದಿದ್ದ ಪಕ್ಷದಲ್ಲಿ, ಬದುಕಿನ ಸಣ್ಣ ಸಣ್ಣ ನೆಮ್ಮದಿಗಳನ್ನು ಸುಲಭವಾಗಿ ಕಂಡುಕೊಳ್ಳುವ ಚೈತನ್ಯ ನನ್ನಲ್ಲಿರುತ್ತಿರಲಿಲ್ಲ. ಪ್ರತಿದಿನವೂ ಎಷ್ಟೊಂದು ಸಣ್ಣ ಸುಖಗಳಿರುತ್ತವೆ. ನಾವು ಏನನ್ನೋ ಹುಡುಕುತ್ತಾ ಅವೆಲ್ಲವನ್ನೂ ಕಳೆದುಕೊಳ್ಳುತ್ತಿರುತ್ತೇವೆ. ನನ್ನ ಮಕ್ಕಳ ನಗು, ನನ್ನ ಹೆಂಡತಿಯ ಅಪ್ಪುಗೆ, ನನ್ನ ಮುದ್ದು ನಾಯಿಮರಿಯ ಪ್ರೀತಿ, ಹಳೆಯ ಸ್ನೇಹಿತನ ಜೊತೆ, ಸಮುದ್ರ ತೀರದ ಗಾಳಿ, ಆ ಅಲೆಗಳು ನನ್ನ ಕಾಲ್ಬೆರಳುಗಳನ್ನು ಅಪ್ಪಳಿಸುವ ಸಂಭ್ರಮ ಇವೆಲ್ಲವನ್ನೂ ನಾನು ಪೂರ್ತಿಯಾಗಿ ನನ್ನದಾಗಿಸಿಕೊಳ್ಳುತ್ತೇನೆ. ಗಡಿಯಾರದ ಮುಳ್ಳುಗಳನ್ನು ಹಿಡಿದಿಡುವ ಶಕ್ತಿ ಈ ಎಲ್ಲವುಗಳಿಗೂ ಇದೆ. ಈ ರೀತಿಯಾಗಿ ಜೀವನವು ನನಗೆ ತುಂಬಾ ಹತ್ತಿರವಾಗಿದೆ. ಸಾವು ನನಗೆ ಪರಿಚಿತವಾದ ವಸ್ತುವಾಗಿದೆ. ಅದು ಇದ್ದಲ್ಲಿರಲಿ, ಅದರ ಕೆಲಸ ಅದು ಮಾಡಲಿ, ನನ್ನ ಕೆಲಸ ನಾನು ಮುಂದುವರೆಸುವೆ.

ಹಲವಾರು ಬಾರಿ ನಾನು ಕಳಕೊಂಡ ಸ್ನೇಹಿತ ಆರ್ತುರೋನನ್ನು ನೆನಪಿಸಿಕೊಳ್ಳುತ್ತೇನೆ. ನಮ್ಮಿಬ್ಬರ ನಡುವೆ ನಡೆದ, ದೇವರ ಬಗೆಗಿನ ಚರ್ಚೆಯೂ ನನ್ನ ನೆನಪಿನಲ್ಲಿ ಅಚ್ಚಳಿಯದಂತೆ ಕೂತಿದೆ. ನನ್ನ ಸ್ನೇಹಿತರು ಕೆಲವರು ಪರ್ವತಗಳ ನಡುವೆ ತಮಗೆ ದೇವರ ಇರುವಿಕೆಯ ಪ್ರತ್ಯಕ್ಷ ಅನುಭವವಾಯಿತು ಎಂದು ಹೇಳುತ್ತಾರೆ. ಅವರ ಪ್ರಾರ್ಥನೆಗಳು, ದೇವರಲ್ಲಿನ ನಂಬಿಕೆಯೇ ಅವರು ಸುರಕ್ಷಿತವಾಗಿ ಮರಳಲು ಸಹಾಯ ಮಾಡಿತು ಎಂಬುದು ಅವರ ನಂಬಿಕೆ. ಅವರ ಅನಿಸಿಕೆಯನ್ನು ನಾನು ಗೌರವಿಸುತ್ತೇನೆ. ಆದರೆ, ನನಗೆ ಆ ರೀತಿಯ ಯಾವ ಅನುಭವವೂ ಆಗಲಿಲ್ಲ. ನನಗೆ ದೇವರ ಇರುವಿಕೆಯ ಯಾವ ಸೂಚನೆಗಳೂ ಸಿಗಲಿಲ್ಲ. ಆದರೆ, ನನ್ನ ಮಿತಿಯನ್ನೇ ಮೀರಿದ ಏನನ್ನೋ ನನ್ನೊಳಗೇ ಕಂಡುಕೊಂಡಿದ್ದೆ. ಆ ರಾಶಿ ರಾಶಿ ನಕ್ಷತ್ರಗಳು, ಶುಭ್ರವಾದ ಆಕಾಶ, ಸುತ್ತುವರೆದಿದ್ದ ಬೆಳ್ಳಂಬಿಳಿ ಮಂಜು, ಎಲ್ಲವೂ ಈ ಜಗತ್ತಿನಲ್ಲಿ ಏನೋ ಒಂದು ಶಿಸ್ತಿದೆ, ಪ್ರೀತಿಯಿದೆ ಎಂಬುದನ್ನು ತೋರುತ್ತಿತ್ತು. ಅದೇ ದೇವರಾಗಿದ್ದರೆ, ಎಲ್ಲರೂ ಹೇಳುವಂತೆ ದೇವರು ಯಾವ ಅತಿಮಾನವನಾಗಿಯೂ, ಸರ್ವಾಂತರ್ಯಾಮಿಯಾಗಿಯೂ ನನಗೆ ಕಾಣಲಿಲ್ಲ. ನಮ್ಮ ಪ್ರಾರ್ಥನೆಗೆ ಪ್ರತಿಕ್ರಿಯಿಸಿ ಉಳಿಸುವ ಅಥವಾ ನಮ್ಮನ್ನು ಸಾಯಿಸುವ ದೇವರು ಖಂಡಿತವಾಗಿಯೂ ಇಲ್ಲ. ಅದೊಂದು ಗಾಢ ಮೌನ, ಒಂದು ಸಂಪೂರ್ಣತ್ವ, ಬೆರಗುಗೊಳಿಸುವ ಸರಳತೆ. ಅದು ನನ್ನದೇ ಪ್ರೇಮ ಭಾವದ ಮೂಲಕ ಹೊರಹೊಮ್ಮಿದ ಶಕ್ತಿ. ಅದನ್ನು ಏನೆಂದು ಅರ್ಥಮಾಡಿಕೊಳ್ಳುವ ವಿವರಗಳಿಗೆ ನಾನು ಹೋಗುವುದೇ ಇಲ್ಲ. ಅದು ನನಗೆ ಅಗತ್ಯವೂ ಇಲ್ಲ. ಅರ್ಥಗಳಿಗೆ ನಿಲುಕುವ, ಪುಸ್ತಕಗಳಲ್ಲಿ, ದೇವಸ್ಥಾನಗಳಲ್ಲಿ ಕಾಣಸಿಗುವ ಯಾವ ದೇವರುಗಳೂ ನನಗೆ ಬೇಕಾಗಿರಲಿಲ್ಲ. ಯಾವುದೋ ಒಂದು ಧಾರ್ಮಿಕ ಆಚರಣೆಯನ್ನು ಒಪ್ಪುವ, ಒಪ್ಪಿಸುವ ದೇವರನ್ನು ನಾನು ಹೇಗೆ ನಂಬಲಿ? ಕೆಲವರ ಪ್ರಾರ್ಥನೆಗಳನ್ನು ಸ್ವೀಕರಿಸುವ, ಕೆಲವರ ಪ್ರಾರ್ಥನೆಗಳನ್ನು ನಿರಾಕರಿಸುವವನೆಂತಹ ದೇವರು? ಹದಿನಾರು ಜನರನ್ನು ಮರಳಿ ಕಳುಹಿಸಿ ಉಳಿದ ಇಪ್ಪತ್ತೊಂಭತ್ತು ಮುಗ್ಧರನ್ನು ಬಲಿತೆಗೆದುಕೊಂಡತಹ ದೇವರು ಎಂಬುವವನಿದ್ದರೆ ಎಂತಹವನವನು?

ಹಿಂದೆಲ್ಲಾ ಆ ದೇವರನ್ನು ಅರ್ಥ ಮಾಡಿಕೊಳ್ಳಲು ಪ್ರಯತ್ನಿಸಿದ್ದೆ. ಆದರೆ, ಈಗ ನನಗೆ ನನ್ನೊಳಗಿನ ದೇವರು, ನನ್ನ ಮಾನಸಿಕ ಶಕ್ತಿಯ ದೇವರೇ ಸತ್ಯವೆಂದು ಅರಿವಾಗಿದೆ. ದೇವರ ಬಗೆಗಾಗಲಿ, ಅಥವಾ ಯಾವುದರ ಬಗೆಗಾಗಲಿ ಯಾವುದೇ ಖಚಿತ ನಿರ್ಧಾರವನ್ನು ತೆಗೆದುಕೊಳ್ಳುವುದು ಸಾಧ್ಯವೇ ಇಲ್ಲ ಎಂಬುದು ನನಗೆ ಪೂರ್ತಿ ಮನವರಿಕೆಯಾಗಿದೆ. ದೇವರನ್ನು ಅರಿಯುವ ಅಗತ್ಯವನ್ನು ಕಳೆದುಕೊಂಡಿದ್ದೇನೆ. ಪ್ರಶ್ನಿಸುವ ಮನೋಭಾವದಿಂದಲೇ ನಾವು ಸತ್ಯವನ್ನು ಅರಿಯಲು ಸಾಧ್ಯ ಎಂಬ ಆರ್ತುರೋನ ಮಾತುಗಳು ಎಷ್ಟು ಸತ್ಯ ಎಂದು

ನನಗೆ ಅರ್ಥವಾಗಿದೆ. ಆ ಮಾತುಗಳನ್ನು ಪ್ರತಿನಿತ್ಯ ನೆನಪಿಸಿಕೊಳ್ಳುತ್ತೇನೆ. ನಾನು ಚಿಕ್ಕಂದಿನಲ್ಲಿ ಕಲಿತ ಪ್ರಾರ್ಥನೆಗಳನ್ನು ಈಗಲೂ ಹೇಳುತ್ತೇನೆ. ಆದರೆ, ಅದರ ಯಾವ ವಿಶೇಷ ಅರ್ಥಗಳಿಗೂ ಅಲ್ಲ, ಫಲಗಳಿಗೂ ಅಲ್ಲ. ಅದೊಂದು ನೆಮ್ಮದಿಯ ಭಾವ ಮೂಡಿಸುತ್ತದೆ ಎಂಬುದಕ್ಕಾಗಿ ಮಾತ್ರ ಅವುಗಳನ್ನು ನೆನೆಯುತ್ತೇನೆ. ಅದರ ಮನನ ಮಾಡುವಾಗಲೂ ನನ್ನ ಮನಸ್ಸಿನಲ್ಲಿ ಉಳಿಯುವುದು ಪ್ರೀತಿ, ಅಗಾಧವಾದ ಪ್ರೀತಿ; ನಾನು ಅದರೊಂದಿಗೆ ಬೆಸೆದುಹೋಗುತ್ತೇನೆ. ನನಗೆ ಹತ್ತಿರವಾದ ಎಲ್ಲರಿಗೂ ಆ ಪ್ರೀತಿಯನ್ನು ಹಂಚುತ್ತೇನೆ. ಅವರೆಲ್ಲರನ್ನೂ ನನ್ನೊಳಗೆ ಸೇರಿಸಿಕೊಳ್ಳುತ್ತೇನೆ. ಇದು ನನ್ನ ವೈಯಕ್ತಿಕ ವಿಷಯ. ಇದನ್ನು ಹೆಚ್ಚಿಗೆ ಕೆದಕಿ ಅರ್ಥಮಾಡಿಕೊಳ್ಳಲೂ ಪ್ರಯತ್ನಿಸುವುದಿಲ್ಲ. ಇದರಿಂದ ನನ್ನಲ್ಲಿ ಮೂಡುವ ಶಕ್ತಿ ಮತ್ತು ಆನಂದವನ್ನು ಮಾತ್ರ ಅನುಭವಿಸುತ್ತೇನೆ. ಪ್ರೀತಿಯಿಂದ ಮಾತ್ರ ದೇವರನ್ನು ಕಂಡುಕೊಳ್ಳಲು ಸಾಧ್ಯ ಎಂಬುದು ನನ್ನ ಅನುಭವಕ್ಕೆ ನಿಲುಕಿದ ಬಲವಾದ ವಿಚಾರವಾಗಿದೆ. ಆತ್ಮೀಯ ಪ್ರೀತಿಯಿಂದ ಎಲ್ಲರನ್ನೂ ಆವರಿಸಿಕೊಳ್ಳುತ್ತೇನೆ. ಅದೇ ರೀತಿಯ ಪ್ರೀತಿಯನ್ನು ಮರಳಿ ಪಡೆದಿದ್ದೇನೆ ಸಹ. ನನಗೆ ದೇವರನ್ನು ಗ್ರಹಿಸಲು ಇಷ್ಟು ಸಾಕು.

ಆಂಡೀಸ್ ಘಟನೆ ಜರುಗಿದ ಎರಡು ವರ್ಷಗಳ ನಂತರ ನನ್ನ ತಂದೆಯನ್ನು ಕರೆದುಕೊಂಡು ಆ ಸ್ಥಳಕ್ಕೆ ಹೋಗಿದ್ದೆ. ಸರಿಯಾದ ದಾರಿಯನ್ನು ತಿಳಿದುಕೊಂಡು, ಬೇಸಿಗೆಯ ಪ್ರಖರ ಸೂರ್ಯನ ಜೊತೆಯಿದ್ದಾಗ, ಅಗತ್ಯವಾದ ಎಲ್ಲ ಸಾಮಾನು, ಸರಂಜಾಮುಗಳನ್ನು ತೆಗೆದುಕೊಂಡು ಮೂರು ದಿನಗಳು ಹೋಗಿದ್ದೆವು. ಅರ್ಧ ದಾರಿ ವಿಮಾನ, ಕಾರಿನಲ್ಲಿ ಹೋಗಿ ನಂತರ ವಿಶೇಷ ತರಬೇತಿ ಪಡೆದಿದ್ದ ಆಂಡೀಸ್ ಕುದುರೆಗಳ ಮೇಲೇರಿ ಹೋಗಿದ್ದೆವು. ಆ ಬೃಹತ್ ಬಿಳಿರಾಶಿಯ ಕೆಳಗೆ ನನ್ನ ತಾಯಿ ಮತ್ತು ಸೂಜಿ ಮಲಗಿದ್ದರು. ನನ್ನ ತಂದೆ ಅವರಿಗಾಗಿ ಹೂವುಗಳನ್ನು ತಂದಿದ್ದರು. ಸೂಜಿಯ ಮೆಚ್ಚಿನ ಟೆಡ್ಡಿ ಗೊಂಬೆಯನ್ನೂ ತಂದಿದ್ದರು. ಅದನ್ನು ಅಲ್ಲಿ ಅಲಂಕರಿಸಿ, ಹಲವಾರು ಕ್ಷಣಗಳು ಮಾತಿಲ್ಲದೆ ಮೌನವಾಗಿ ನಿಂತಿದ್ದೆವು. ಪರ್ವತಗಳ ಆ ಗಾಢ ಮೌನದ ಪರಿಚಯ ನನಗೆ ಚೆನ್ನಾಗಿತ್ತು. ನನ್ನ ತಂದೆಯ ಮುಖ ಕೆಂಪಾಗಿತ್ತು. ದುಃಖ ತಡೆಯಲಾಗದೆ ಅವರು ಮನಸಾರೆ ಅತ್ತರು. ಆದರೆ ನನಗೆ ಯಾವ ನೋವು, ದುಃಖ ಉಂಟಾಗಲಿಲ್ಲ. ನನಗೆ ಆ ಸ್ಥಳದಲ್ಲಿ ಒಂದು ಪರಿಚಿತ ಶಾಂತಿ ದೊರೆತಿತ್ತು. ಯಾವ ಆತಂಕ, ಭಯ, ಕಷ್ಟಗಳಿರದೆ ಎಲ್ಲವೂ ಪ್ರಶಾಂತವಾಗಿತ್ತು.

ನನ್ನ ತಂದೆ ನನ್ನತ್ತ ನೋಡಿ ದುಃಖದ ನಗೆ ಬೀರಿದರು. ನಂತರ ಸುಮ್ಮನೆ ಸುತ್ತಲೂ ಗಮನಿಸಿದರು. ಆ ಪರ್ವತಗಳು, ಕೊರೆಯುವ ಚಳಿ, ಚಮತ್ಕಾರವಾಗಿ ಕಾಣುವ ಆಕಾಶ, ಮುರಿದುಬಿದ್ದ ವಿಮಾನ ಎಲ್ಲವನ್ನೂ ಗಮನಿಸುತ್ತಿದ್ದರು. ಬಹುಶಃ

ಅವರು ಆ ಕಳೆದುಹೋದ ದಿನಗಳನ್ನು ಊಹಿಸಿಕೊಳ್ಳುತ್ತಿದ್ದರೆನಿಸಿತು. ಅಲ್ಲಿನ ಅತಿಯಾದ ಚಳಿಯಲ್ಲಿ ನಾವು ಸಣ್ಣ ಹುಡುಗರು, ಭಯಾನಕ ಕರಾಳ ರಾತ್ರಿಗಳನ್ನು ಕಳೆಯುತ್ತಾ, ಆಹಾರವಿಲ್ಲದೆ, ಜೀವದ ಸೂಚನೆಯೂ ಇಲ್ಲದೆ, ಎಲ್ಲವನ್ನೂ ಸಹಿಸಿಕೊಂಡು ಜೀವ ಹಿಡಿದುಕೊಂಡಿದ್ದನ್ನು ನೆನೆಯುತ್ತಿರಬಹುದು. ಸಾಕಷ್ಟು ಸಮಯದ ನಂತರ ಒಂದು ಮಾತನ್ನೂ ಆಡದೆ, ಸಣ್ಣ ನಗು ಬೀರಿ ನನ್ನನ್ನು ಬಿಗಿಯಾಗಿ ಆಲಂಗಿಸಿಕೊಂಡರು. ಕಿವಿಯ ಬಳಿ ಮೆಲ್ಲನೆ "ನ್ಯಾಂಡೊ, ನನಗೆ ಈಗ ಚೆನ್ನಾಗಿ ಅರ್ಥವಾಗುತ್ತಿದೆ..." ಅಂದರು.

ಕೆಲವು ಘಂಟೆಗಳ ನಂತರ ಆ ಸ್ಥಳದಿಂದ ನಾವು ಹೊರಟುಬಂದೆವು. ನನ್ನ ತಾಯಿ ಮತ್ತು ತಂಗಿಯ ದೇಹಗಳನ್ನು ಅಲ್ಲಿಂದ ಹೊರತೆಗೆದು ಸಂಸ್ಕಾರ ಮಾಡುವ ಯಾವ ಯೋಚನೆಯೂ ನಮ್ಮಿಬ್ಬರಿಗೂ ಬರಲಿಲ್ಲ. ಅವರ ದೇಹಗಳಿಗೆ ಬಹುಶಃ ಆ ಆಂಡೀಸ್ ಪರ್ವತಗಳ ಅಗಾಧತೆಗಿಂತಲೂ ಮಿಗಿಲಾದ ಶ್ರೇಷ್ಠ ಸಮಾಧಿ ಇನ್ಯಾವುದೂ ಇದ್ದಿರಲಾರದು.

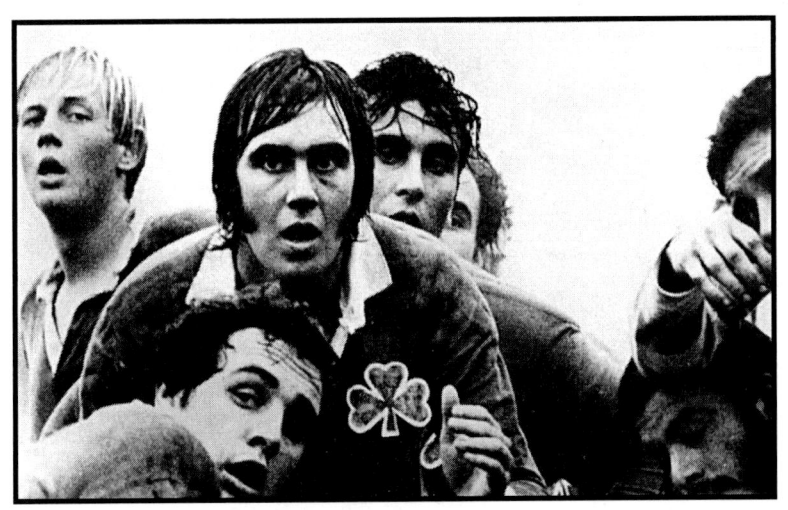

1971ರಲ್ಲಿ ಉರಗ್ವೇ ರಗ್ಬೀ ಪಂದ್ಯದಲ್ಲಿ ನ್ಯಾಂಡೊ ಮತ್ತು ತಂಡದವರು

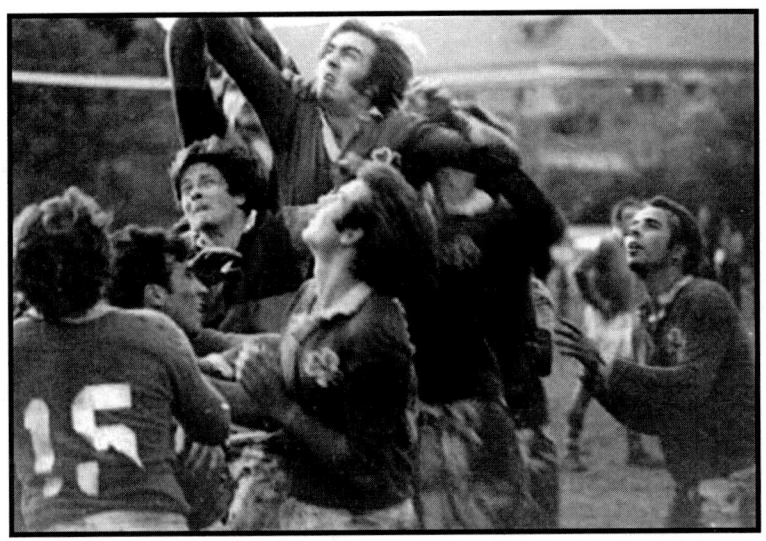

1970ರಲ್ಲಿ, ಸಹೋದರಿಯರಾದ ಗ್ರೆಸಿಲ್ಲಾ ಮತ್ತು ಸೂಜಿ ಜೊತೆ ಒಂದು ಸಂತೋಷ ಕೂಟದಲ್ಲಿ ಪಾಲ್ಗೊಂಡದ್ದು

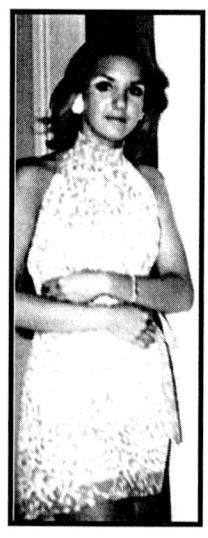

ತಂಗಿ ಸೂಜಿ

ತಂದೆ ಸೆಲೆರ್ ಮತ್ತು ತಾಯಿ ಕ್ಸೆನಿಯಾ

ಚಿತ್ರ ಕೃಪೆ – GammaPress

ಆಂಡೀಸ್‌ನಲ್ಲಿ ಮುರಿದು ಬಿದ್ದ ಫೇರ್ ಚೈಲ್ಡ್ ವಿಮಾನ

ಮುರಿದುಬಿದ್ದ ವಿಮಾನದ ಮುಂದೆ ಬಿಸಿಲು ಕಾಯಿಸುತ್ತಾ ಕೂತಿರುವವರು (ಎಡದಿಂದ)
ಅಲ್ವಾರೋ, ಕಾರ್ಲಿಟೊ, ಡೇನಿಯಲ್, ಕೊಚೆ ಮತ್ತು ಪಾಂಚೊ

ಚಿತ್ರ ಕೃಪೆ – GammaPress

ಸ್ಯಾನ್ ಫೆರ್ನಾಂಡೋನಲ್ಲಿ ಹೆಲಿಕಾಪ್ಟರ್ ಇಳಿದ ಕೂಡಲೇ ಆಂಬುಲೆನ್ಸ್‌ನತ್ತ ನಡೆಯುತ್ತಿರುವುದು. ನನ್ನ ಜೊತೆಗೆ ಕಾರ್ಲಿಟೊ ಮತ್ತು ಅವನ ತಂದೆ. ಬಿಳಿ ಟೋಪಿ ಹಾಕಿರುವುದು ರಾಬರ್ಟೊ

ಮಾರ್ಚ್ 2003. ಅಪಘಾತ ಸ್ಥಳಕ್ಕೆ ಭೇಟಿ ಕೊಟ್ಟು ಕಳೆದುಕೊಂಡವರಿಗೆ ಹೂಗುಚ್ಛದೊಂದಿಗೆ ನಮನ ಸಲ್ಲಿಸುತ್ತಿರುವುದು

ಡಿಸೆಂಬರ್ 30, 1972. ಮರಳಿದ ನಂತರದ ಮೊದಲದಿನ. ನನ್ನ ಮೋಟಾರುಗಾಡಿ ಮರಳಿದೊರೆತ ಕ್ಷಣ

1974ರಲ್ಲಿ ನನ್ನ ಮೆಚ್ಚಿನ ಫ಼ಾರ್ಮುಲಾ ರೇಸ್ ಚಾಲಕ ಜಾಕಿ ಸ್ಟೀವರ್ಟ್‌ನೊಂದಿಗೆ

1975ರ ಡಿಸೆಂಬರ್. ಫ಼ಾರ್ಮುಲಾ ರೇಸಿನಲ್ಲಿ ಭಾಗವಹಿಸಿದ ಜೋಸ್ ಪಸಾಡೋರ್ ನನ್ನೊಡನೆ

ವೆರೋನಿಕ್ ಜೊತೆಗೆ

ಪರಾಡೊ ಕುಟುಂಬ. (ಎಡದಿಂದ) ಸಿಸಿಲಿಯಾ, ವೆರೋನಿಕ್, ವೆರೋನಿಕಾ ಮತ್ತು ನಾನು

2005ರ ಮಾರ್ಚ್, ಆಂಡೀಸ್‌ನಲ್ಲಿ. ಸೆರ್ಗೋನ ಐವತ್ತನೇ ವಿವಾಹ
ವಾರ್ಷಿಕೋತ್ಸವಕ್ಕೆ ಭೇಟಿ ಮಾಡಿದ್ದಾಗ. ನಾನು, ಸೆರ್ಗೋ ಮತ್ತು ರಾಬರ್ಟೋ

2003ರಲ್ಲಿ ನನ್ನ ತಂದೆಯ ಜೊತೆಗೆ ನಾನು ಮತ್ತು ವೆರೋನಿಕ್

ಡಿಸೆಂಬರ್ 22, 2004. ವಿಮಾನಾಪಘಾತದಲ್ಲಿ ಸಿಲುಕಿ ಬದುಕುಳಿದು ಬಂದಿದ್ದ
ನಮ್ಮೆಲ್ಲರ ಒಂದು ಸಂತೋಷ ಕೂಟದ ಸಂದರ್ಭದಲ್ಲಿ

2003ರ
ಬೇಸಿಗೆಯಲ್ಲಿ
ನನ್ನ ಮೆಚ್ಚಿನ
ಮೋಟಾರು
ಸೈಕಲ್ಲಿನೊಂದಿಗೆ

ಉಪಸಂಹಾರ

ಆಂಡೀಸ್‌ನಿಂದ ಬದುಕುಳಿದು ಬಂದ ನಾವುಗಳು ಕುಟುಂಬ ಸಮೇತರಾಗಿ ಪ್ರತಿ ವರ್ಷ ಡಿಸೆಂಬರ್ 22ರಂದು ಸಂತೋಷಕೂಟವನ್ನು ಏರ್ಪಡಿಸುವ ಸಂಪ್ರದಾಯವನ್ನು ಕಳೆದ ಸುಮಾರು ಮುವ್ವತ್ತು ವರ್ಷಗಳಿಂದ ಪಾಲಿಸುತ್ತಿದ್ದೇವೆ. ಆ ದಿನವನ್ನು ನಮ್ಮೆಲ್ಲರ ಹುಟ್ಟುಹಬ್ಬವೆಂಬಂತೆ ಸಂಭ್ರಮದಿಂದ ಆಚರಿಸುತ್ತೇವೆ. ಏಕೆಂದರೆ ಆ ದಿನದಂದೇ ನಮಗೆಲ್ಲರಿಗೂ ಮರುಹುಟ್ಟು ದೊರೆತಿತ್ತು. ಆ ಮರುಹುಟ್ಟು ಸಾಧಾರಣದ್ದಂತೂ ಆಗಿರಲಿಲ್ಲ. ಆಂಡೀಸ್‌ನಿಂದ ಮರಳಿದ ಪ್ರತಿಯೊಬ್ಬರೂ ಹೊಸ ವ್ಯಕ್ತಿಗಳೇ ಆಗಿ ಬಂದಿದ್ದರು. ಪ್ರತಿಯೊಬ್ಬರಿಗೂ ಮನುಷ್ಯನ ನಿಜವಾದ ಬೆಲೆ ಅರ್ಥವಾಗಿತ್ತು. ಜೀವಂತಿಕೆಯನ್ನು ತೀವ್ರವಾಗಿ ಪ್ರೀತಿಸುವವರಾಗಿದ್ದೆವು. ಅದು ನಮಗೆ ಆಂಡೀಸ್ ಕೊಟ್ಟ ಬಳುವಳಿಯಾಗಿತ್ತು. ನಮ್ಮ ಸ್ನೇಹಿತರಿಗೆ ಈ ಒಳಗುಟ್ಟು ಪರಸ್ಪರ ಚೆನ್ನಾಗಿ ಅರ್ಥವಾಗುತ್ತಿತ್ತು. ಆದ್ದರಿಂದ ಏನೇ ಭಿನ್ನಾಭಿಪ್ರಾಯಗಳಿರಲಿ, ವೈಮನಸ್ಯವಿರಲಿ ಅವೆಲ್ಲಕ್ಕಿಂತ ಮೀರಿದ ಪ್ರೀತಿ ಒಗ್ಗಟ್ಟು ನಮ್ಮಲ್ಲಿದ್ದೇ ಇತ್ತು. ಎಂದಿಗೂ ಒಂದಾಗಿಯೇ ಇದ್ದೆವು. ನಮ್ಮಲ್ಲಿ ಕೆಲವರು ಕೆಲಸದ ಮೇರೆಗೆ ಮಾಂಟೆವಿಡಿಯೋ ತೊರೆದು ಹೋಗಬೇಕಾಯಿತು. ಆದರೆ ಭಾವನಾತ್ಮಕವಾಗಿ ನಾವೆಲ್ಲರೂ ಒಟ್ಟಾಗಿಯೇ ಇದ್ದೇವೆ.

ಎಲ್ಲರೂ ನನಗೆ ಇಂದಿಗೂ ಅಣ್ಣ ತಮ್ಮಂದಿರೇ. ಆದರೆ ಎಲ್ಲರಿಗಿಂತ ಸ್ವಲ್ಪ ಹೆಚ್ಚೇ ಎಂಬಂತೆ ರಾಬರ್ಟೊ ಕನೇಸಾ ಇದ್ದಾನೆ. ನಾವಿಬ್ಬರೂ ನಮ್ಮ ನಮ್ಮ ಬದುಕನ್ನು ಅರಸುವ ಪ್ರಯತ್ನದಲ್ಲಿ ತೊಡಗಿದ್ದಾಗ, ಒಮ್ಮೆ ರಾಬರ್ಟೊ ತನ್ನ ಸೊಂಟವನ್ನು ತೋರುತ್ತಾ, "ನೋಡು, ನಿನ್ನ ಆಪ್ತಮಿತ್ರ ಪಂಚಿಟೊನ ಬೆಲ್ಟನ್ನು ನಾನು ಧರಿಸಿದ್ದೇನೆ. ಇನ್ನು ಮೇಲೆ ನಾನೇ ನಿನ್ನ ಆಪ್ತ ಮಿತ್ರ" ಎಂದು ಹೇಳಿದ್ದ. ಆ ದಿನಗಳಲ್ಲಿ ನಾವಿಬ್ಬರೂ ಆ ಮಾತನ್ನು ಒಪ್ಪಿರಲಿಲ್ಲ. ಆದರೆ ಅದು ಇಂದು ನಿಜವೇ ಆಗಿದೆ. ಸುಮಾರು

ಮುವ್ವತ್ತು ವರ್ಷಗಳ ದೀರ್ಘ ಆತ್ಮೀಯ ಸ್ನೇಹ ನಮ್ಮದಾಯಿತು. ವರ್ಷಗಳು ಕಳೆದಂತೆ ಅವನು ಇನ್ನೂ ಹೆಚ್ಚು ಬುದ್ಧಿವಂತನೂ, ಆತ್ಮವಿಶ್ವಾಸಿಯೂ ಹಾಗೂ ಅಹಂಕಾರಿಯೂ ಆಗಿದ್ದನೆಂಬುದು ನಿಜ. ಆದರೆ ಅವನ ಈ ಎಲ್ಲ ಗುಣಗಳೇ ಅವನನ್ನು ಹೆಚ್ಚು ಬಲಗೊಳಿಸಿವೆ. ಇಂದು ಅವನು ಮಕ್ಕಳ ಹೃದಯ ತಜ್ಞನಾಗಿದ್ದಾನೆ. ಉರಗ್ವೇನಲ್ಲಿ ಹೆಸರಾಂತ ಡಾಕ್ಟರಾಗಿದ್ದಾನೆ. ಅವನು ತನ್ನ ಬಳಿ ಬಂದ ಯಾರನ್ನೂ ಸಂಪೂರ್ಣ ಗುಣಮುಖರನ್ನಾಗಿ ಮಾಡದೆ ಕಳುಹಿಸುವುದಿಲ್ಲ. ಡಾಪ್ಲರ್ ಇಮೇಜಿಂಗ್ ಎಂಬ ಹೃದಯಕ್ಕೆ ಸಂಬಂಧಪಟ್ಟ ಯಂತ್ರವನ್ನು ನ್ಯೂಯಾರ್ಕಿನಿಂದ ಉರಗ್ವೇಗೆ ತರಲು ರಾಬರ್ಟೊ ಮುಂದಾಳತ್ವ ವಹಿಸಿದ. ಅದರಿಂದ ಅದೆಷ್ಟೋ ಜನರಿಗೆ ಜೀವದಾನವಾಗಿತ್ತು. ಆ ಯಂತ್ರವನ್ನು ತರುವುದೂ ಸಹ ಹರಸಾಹಸವಾಗಿತ್ತು. ಮಾಂಟೆವಿಡಿಯೋನ ಭದ್ರತಾ ನಿಗಮವು ಆ ಯಂತ್ರವನ್ನು ತರಲು ಸುಲಭವಾಗಿ ಒಪ್ಪಲಿಲ್ಲ. ರಾಬರ್ಟೊ ಆ ಯಂತ್ರದ ಉಪಯೋಗವನ್ನು ವಿವಿಧ ಅಧಿಕಾರಿಗಳಿಗೆ ಬಿಡಿಸಿ ತಿಳಿಸಿದರೂ ಒಪ್ಪಲಿಲ್ಲ. ಆದ್ದರಿಂದ ಉರಗ್ವೇಯ ಪ್ರಧಾನಮಂತ್ರಿಯನ್ನೇ ಭೇಟಿ ಮಾಡಿದ. ಆತನಿಗೆ ವಿವರವಾಗಿ ಆ ಯಂತ್ರದ ಉಪಯೋಗಗಳನ್ನು ತಿಳಿಸಿ ಒಪ್ಪಿಗೆ ಪಡೆದು ತನ್ನ ಆಸ್ಪತ್ರೆಗೆ ತೆಗೆದೊಯ್ದ. ಹಿಡಿದ ಕೆಲಸ ಪಟ್ಟು ಬಿಡದೆ ಮಾಡುವುದರಲ್ಲಿ ರಾಬರ್ಟೊ ಎತ್ತಿದ ಕೈ ಎಂದು ನಾನು ಆಂಡೀಸ್‌ನಲ್ಲೇ ಗುರುತಿಸಿದ್ದು ನನ್ನ ಅದೃಷ್ಟವೇ ಇರಬೇಕು. ಆಗ ಅವನು ನನ್ನೊಟ್ಟಿಗೆ ಇರದಿದ್ದಲ್ಲಿ ಪರಿಸ್ಥಿತಿ ಅದೇನಾಗುತ್ತಿತ್ತೋ ತಿಳಿಯೆ.

ಆಂಡೀಸ್‌ನಿಂದ ಮರಳಿದ ಮೂರು ವರ್ಷಕ್ಕೆ ರಾಬರ್ಟೊ ಲಾರಾಳನ್ನು ಮದುವೆಯಾದ. ರಾಬರ್ಟೊನ ಮೊಂಡುತನಕ್ಕೆ ಸರಿಹೊಂದುವ ಹುಡುಗಿಯವಳು. ಅವನ ಅಸಾಧ್ಯ ಶಕ್ತಿಯನ್ನು, ಅಹಂಕಾರವನ್ನು ಸದ್ಗುಣವಾಗಿ ಪರಿವರ್ತಿಸುವ ಯುಕ್ತಿ, ಸಮಾಧಾನಗಳು ಲಾರಾಳಿಗೆ ಮಾತ್ರ ಇದ್ದಿತ್ತು. ಆಕೆಗೂ ರಾಬರ್ಟೊನ ಒಳಗಿನ ಮೃದು ಹೃದಯ ತಿಳಿದಿತ್ತು. ಅವನಿಗೆ ಇಬ್ಬರು ಗಂಡು ಮಕ್ಕಳು ಮತ್ತು ಒಬ್ಬ ಮಗಳು ಇದ್ದಾರೆ. ಅವನ ಮಗ ಹಿಲೆರಿಯೋಗೆ ನಾನು ಎಂದರೆ ಅಚ್ಚುಮೆಚ್ಚು. ಈಗ ನಮ್ಮ ಹಳೆಯ ಓಲ್ಡ್ ಕ್ರಿಶ್ಚಿಯನ್ ತಂಡದಲ್ಲಿ ಆಟಗಾರನಾಗಿದ್ದಾನೆ. ರಾಬರ್ಟೊನ ಅಹಂಕಾರವನ್ನು ಅವನೆದುರೇ ಅಣಕವಾಡುತ್ತಿರುತ್ತೇನೆ. ಅವನು ನನ್ನ ಜೀವನದ ಅತಿ ಮುಖ್ಯ ಭಾಗವಾಗಿ ಹೋಗಿದ್ದಾನೆ.

ಗಸ್ತೆವೋ ನನ್ನ ಮತ್ತೊಬ್ಬ ಮೆಚ್ಚಿನ ಗೆಳೆಯ. ಅವನು ಗಟ್ಟಿಗ ಮತ್ತು ಶಿಸ್ತಿನ ಮನುಷ್ಯ. ಅವನನ್ನು ಎಂದಿಗಾದರೂ ನಾನು ನಂಬಿ ಭಾರ ಹೊರಿಸಬಹುದಾಗಿತ್ತು.

ಆಂಡೀಸ್‌ನಲ್ಲಿ ಅವನು ತೋರಿದ ಸ್ಥೈರ್ಯ, ತಾಳ್ಮೆ ಮತ್ತು ಬುದ್ಧಿವಂತಿಕೆಗಳು ಅವನನ್ನು ಸಾಕಷ್ಟು ಬೆಳೆಸಿದ್ದವು. ತನ್ನ ಗೆಳೆಯರನ್ನು ಎಂದಿಗೂ ಒಂಟಿಯಾಗಿರಲು ಬಿಡುತ್ತಿರಲಿಲ್ಲ ಗಸ್ತೆವೋ. ಸದಾ ಎಲ್ಲರ ದುಃಖವನ್ನು, ನೋವುಗಳನ್ನು ಹಂಚಿಕೊಂಡು ಸಹಾಯ ಮಾಡುತ್ತಿದ್ದ. ಇತರರ ಬಗೆಗಿನ ಅವನ ಸ್ನೇಹಪರತೆ, ಕರುಣೆ, ಪ್ರೀತಿಗಳೇ ಅವನನ್ನು ಒಬ್ಬ ಉತ್ತಮ ವ್ಯಕ್ತಿಯನ್ನಾಗಿ ಮಾಡಿವೆ. ಇಂದು ಗಸ್ತೆವೋ ಒಂದು ದೊಡ್ಡ ರಾಸಾಯನಿಕ ಕಾರ್ಖಾನೆಯ ಮಾಲೀಕನಾಗಿದ್ದಾನೆ. ಓಲ್ಡ್ ಕ್ರಿಶ್ಚಿಯನ್ ರಗ್ಬೀ ತಂಡದ ಉಪಾಧ್ಯಕ್ಷನಾಗಿದ್ದಾನೆ. ಅವನಿಗೆ ನಾಲ್ಕು ಮಂದಿ ಗಂಡು ಮಕ್ಕಳು.

ಕಾರ್ಲಿಟೊ ಇನ್ನೊಬ್ಬ ಜೀವದ ಗೆಳೆಯ. ನನ್ನನ್ನು ತುಂಬಾ ಪ್ರೀತಿಸುತ್ತಾನೆ. ಅವನ ಕ್ರಿಯಾಶೀಲತೆ ಮತ್ತು ದಕ್ಷತೆ ನನ್ನನ್ನು ಬೆರಗುಗೊಳಿಸುತ್ತದೆ. ಕಾರ್ಲಿಟೊನ ಹಾಸ್ಯ ಪ್ರವೃತ್ತಿ ಅತ್ಯದ್ಭುತವಾದದ್ದು. ನನ್ನ ಮಕ್ಕಳೆಂದರೆ ಅವನಿಗೆ ವಿಶೇಷ ಪ್ರೀತಿ. ಅವನ ಜೀವನದಲ್ಲಿ ಹಲವಾರು ಸವಾಲುಗಳನ್ನು ಎದುರಿಸಿಯೂ ಅವನು ಸದಾ ಹಸನ್ಮುಖಿಯಾಗಿರುತ್ತಿದ್ದ. ಮದುವೆಯಾದ ಎರಡು ವರ್ಷಗಳಲ್ಲಿ ಅವನ ಹೆಂಡತಿ ತೊರೆದುಹೋದಳು. ಅಂದಿನಿಂದ ಒಬ್ಬಂಟಿಯಾಗಿಯೇ ಇದ್ದಾನೆ. ಹದಿನೈದು ವರ್ಷಗಳ ಹಿಂದೆ ನೊಂದ ಕಾರ್ಲಿಟೊ ಕುಡಿತ ಮತ್ತು ಮಾದಕ ದ್ರವ್ಯಗಳಿಗೆ ಬಲಿಯಾಗಿದ್ದ. ಅವನ ಬಗ್ಗೆ ನಮಗೆ ಚಿಂತೆಯಾಗಿತ್ತು. ಒಮ್ಮೆ ನಾನು ಮತ್ತು ಗಸ್ತೆವೋ ಅವನ ಮನೆಗೆ ಹೋಗಿ ಅವನೊಡನೆ ಹೆಚ್ಚು ಮಾತನಾಡದೆ, ಅವನು ಆಸ್ಪತ್ರೆಗೆ ಸೇರಿ ಈ ಚಟವನ್ನು ಬಿಡಬೇಕು ಎಂದು ಹಟ ಮಾಡಿದೆವು. ಈ ಅಚಾನಕ್ ಘಟನೆಯಿಂದ ವಿಚಲಿತನಾದ ಕಾರ್ಲಿಟೊ ನಮ್ಮೊಡನೆ ಜಗಳಕ್ಕಿಳಿದ. ನಮ್ಮ ಮಾತು ಒಪ್ಪಲಿಲ್ಲ. ನಾವೂ ಹಟ ಬಿಡಲಿಲ್ಲ. ಅವನಿಗೆ ಮಾತನಾಡಲೂ ಅವಕಾಶ ಕೊಡದೆ ಅವನನ್ನು ಆಸ್ಪತ್ರೆಗೆ ಕರೆದೊಯ್ದೆವು. ಅದಾದ ನಂತರ ಕಾರ್ಲಿಟೊ ಸಂಪೂರ್ಣ ಗುಣವಾದ. ಆ ಚಟಗಳಿಂದ ಹೊರಬಂದ. ಮಾಂಟೆವಿಡಿಯೋನ ಒಂದು ಕಚೇರಿಯಲ್ಲಿ ಇಂದು ಕೆಲಸ ಮಾಡುತ್ತಿದ್ದಾನೆ. ಅಷ್ಟೇ ಅಲ್ಲದೆ ಮಾದಕ ದ್ರವ್ಯಗಳ ಚಟಕ್ಕೆ ಬಿದ್ದ ವ್ಯಕ್ತಿಗಳಿಗೆ ಆಪ್ತ ಸಮಾಲೋಚನೆಯನ್ನು ಮಾಡುತ್ತಾ ಸಮಾಜಮುಖಿಯಾಗಿದ್ದಾನೆ. ಕಾರ್ಲಿಟೊ ಇಂದು ಅವನ ಮೊಮ್ಮಗಳೊಡನೆ ಸುಖವಾಗಿದ್ದಾನೆ. ನನಗೆ ಒಮ್ಮೆ "ಈ ಜಗತ್ತಿನಲ್ಲಿ ಪ್ರೀತಿ, ಒಗ್ಗಟ್ಟು, ಸ್ನೇಹವಿದ್ದರೆ ಏನಾದರೂ ಸಾಧಿಸಬಹುದು, ಎಂತಹ ಕಷ್ಟಗಳನ್ನೂ ಹಿಮ್ಮೆಟ್ಟಿ ಸಂತೋಷವಾಗಿ ಬದುಕಬಹುದು ಎಂಬುದಕ್ಕೆ ನಾವುಗಳೇ ಉದಾಹರಣೆ" ಎಂದು ಬರೆದಿದ್ದ. ಕಾರ್ಲಿಟೊ ತನ್ನ ಜೀವನದಲ್ಲಿ ಹಲವಾರು ಆಂಡೀಸ್‌ಗಳನ್ನು ಕಂಡು ಎಲ್ಲವನ್ನೂ ಗೆದ್ದು ಇಂದು ಸಂತೋಷವಾಗಿದ್ದಾನೆ. ಅವನ ಬಗ್ಗೆ ನನಗೆ ಹೆಮ್ಮೆಯೆನಿಸುತ್ತದೆ.

ಅಲ್ವಾರೋ ನಮ್ಮ ಗುಂಪಿನ ಕಿರಿಯರಲ್ಲಿ ಒಬ್ಬನಾಗಿದ್ದ. ಅವನ ಬಗ್ಗೆ ನನಗೆ ಸದಾ ವಿಶೇಷ ಒಲವಿತ್ತು. ಅವನ ಬಗೆಗೆ ಹಿರಿಯಣ್ಣನ ಜವಾಬ್ದಾರಿ ಇತ್ತು. ಆಂಡೀಸ್‌ನಿಂದ ಪಾಠ ಕಲಿತ ಇವನು ತುಂಬಾ ಲೋಕಜ್ಞಾನವುಳ್ಳವನು. ಅವನು ಬೆಳೆದ ರೀತಿ ನನಗೆ ಬೆರಗುಂಟು ಮಾಡುತ್ತದೆ. ಏನೇ ತೊಂದರೆ ಬಂದರೂ ಅತ್ಯಂತ ಶಾಂತವಾಗಿ ನಿಭಾಯಿಸುವ ಶಕ್ತಿಯನ್ನು ಬೆಳೆಸಿಕೊಂಡಿದ್ದಾನೆ. ಮದುವೆಯಾಗಿ ಇಂದು ಅವನಿಗೆ ನಾಲ್ಕು ಮುದ್ದು ಮಕ್ಕಳು. ಬ್ರೆಜಿಲ್‌ಗೆ ತೆರಳಿದ್ದ ಇವನು ಹಲವು ವರ್ಷಗಳ ನಂತರ ಈಗ ಮಾಂಟೆವಿಡಿಯೋಗೆ ಮರಳಿದ್ದಾನೆ. ಕಚೇರಿಯೊಂದರಲ್ಲಿ ಕೆಲಸ ಮಾಡುತ್ತಾ ಓಲ್ಡ್ ಕ್ರಿಶ್ಚಿಯನ್ ತಂಡಕ್ಕೂ ಬೆನ್ನೆಲುಬಾಗಿದ್ದಾನೆ.

ಅಲ್ವಾರೋನ ಆತ್ಮೀಯ ಸ್ನೇಹಿತ ಕೊಚೆ, ನನಗೂ ಒಳ್ಳೆಯ ಗೆಳೆಯನಾಗಿದ್ದಾನೆ. ಅವನು ನಮ್ಮ ನಡುವೆ ಇದ್ದ ಒಬ್ಬ ಅತ್ಯುತ್ತಮ ವ್ಯಕ್ತಿ ಎಂದೇ ಹೇಳಬಹುದು. ಮೃದು ಹೃದಯಿ, ಹಿತಮಿತವಾದ ಮಾತು. ಕೊಚೆ ಮದುವೆಯಾಗಿ ಮೂರು ಮಕ್ಕಳ ತಂದೆ. ಅವನು ಉರಗ್ವೇನಲ್ಲಿ ಹಾಲು ಉತ್ಪಾದನಾ ಕೇಂದ್ರವನ್ನು ಸ್ಥಾಪಿಸಿ ಬೆಳೆಸುತ್ತಿದ್ದಾನೆ. ಅವನ ಮತ್ತೊಂದು ಹವ್ಯಾಸವೆಂದರೆ ಚಿತ್ರ ಬಿಡಿಸುವುದು. ಅವನು ಬಿಡಿಸಿ ಬಣ್ಣ ಹಚ್ಚಿಕೊಟ್ಟ ಸುಂದರ ಚಿತ್ರವೊಂದು ನನ್ನ ಕಚೇರಿಯ ಕೋಣೆಯಲ್ಲಿದೆ.

ಎಡುರಾಡೋ ಮತ್ತು ಡೇನಿಯಲ್ ಅಣ್ಣತಮ್ಮಂದಿರು ಅಂದು ಹೇಗಿದ್ದರೋ ಇಂದಿಗೂ ಅದೇ ರೀತಿಯ ವ್ಯಕ್ತಿತ್ವವನ್ನು ಹೊಂದಿದ್ದಾರೆ. ಅವರ ಒಡನಾಟ ನಮಗೆ ಆತ್ಮವಿಶ್ವಾಸ ಮೂಡಿಸಿದೆ. ಎಂತಹ ಸಂದರ್ಭದಲ್ಲೇ ಆಗಲಿ ಮೌನವಾಗಿಯೇ ಇದ್ದು ಇಬ್ಬರೂ ತಮ್ಮ ಸಹಾಯಹಸ್ತವನ್ನು ಚಾಚುತ್ತಾರೆ. ಡೇನಿಯಲ್ ಯಾವುದೇ ಒತ್ತಡ ಪರಿಸ್ಥಿತಿಯನ್ನೂ ಹಾಸ್ಯಕ್ಕೆ ತಿರುಗಿಸಬಲ್ಲ ಜಾಣ. ಅವನೊಬ್ಬ ಅದ್ಭುತ ಕಥೆಗಾರ. ಎಡುರಾಡೊ ಮದುವೆಯಾಗಿ ಈಗ ಐದು ಜನರ ತಂದೆ ಮತ್ತು ಡೇನಿಯಲ್ ಮೂರು ಜನ ಮಕ್ಕಳ ತಂದೆ. ಅವನು ಮತ್ತು ಅವನ ಹೆಂಡತಿ ಕಂಪ್ಯೂಟರ್ ತರಬೇತಿ ಕೇಂದ್ರವನ್ನು ನಡೆಸುತ್ತಿದ್ದಾರೆ.

ಆರ್ತುರೋನ ಸ್ನೇಹಿತ ಪೆಡ್ರೋ ನನ್ನ ಮೆಚ್ಚಿನ ಗೆಳೆಯ. ಅವನ ಬುದ್ಧಿವಂತಿಕೆ, ಚಾಣಾಕ್ಷತನ, ಸ್ವತಂತ್ರ ಚಿಂತನೆಗಳು ನನಗೆ ತುಂಬಾ ಇಷ್ಟವಾಗುತ್ತವೆ. ಅವನು ಸದಾ ಆರ್ತುರೋನ ನೆನಪನ್ನು ಕಾಪಿಡಲು ಸಹಾಯ ಮಾಡುತ್ತಾನೆ. ಅವನು ಅರ್ಜೆಂಟಿನಾದಲ್ಲಿರುವುದರಿಂದ ಹೆಚ್ಚು ಭೇಟಿ ಮಾಡಲು ಸಾಧ್ಯವಾಗುತ್ತಿಲ್ಲ. ಅಲ್ಲಿ ಒಂದು ದೊಡ್ಡ ಕಂಪನಿಯಲ್ಲಿ ಮ್ಯಾನೇಜರ್ ಆಗಿ ಕೆಲಸ ಮಾಡುತ್ತಿದ್ದಾನೆ. ಅವನಿಗೆ ಮದುವೆಯಾಗಿ ಇಬ್ಬರು ಹೆಣ್ಣುಮಕ್ಕಳು ಮತ್ತು ಒಬ್ಬ ಗಂಡುಮಗ. ಎಲ್ಲರೂ ಬುದ್ಧಿವಂತರಾಗಿ ವಿದೇಶಗಳಲ್ಲಿ ವಿದ್ಯಾಭ್ಯಾಸ ಮಾಡುತ್ತಿದ್ದಾರೆ.

ಆಂಡೀಸ್‌ನಲ್ಲಿ ಬಾಬಿಯಷ್ಟು ನಮ್ಮಲ್ಲಿ ಯಾರೂ ಸಮಾಧಾನವಾಗಿದ್ದಿರಲಿಲ್ಲ. ಬಾಬಿಗೂ ನಮ್ಮಷ್ಟೇ ಭಯ, ಆತಂಕಗಳಿತ್ತು. ನಮ್ಮಷ್ಟೇ ಕಷ್ಟಗಳನ್ನೂ ಅನುಭವಿಸಿದ್ದ. ಆದರೆ ಅವನು ಅದಕ್ಕೆ ಹೆಚ್ಚು ನಾಟಕೀಯವಾಗಿ ಪ್ರತಿಕ್ರಿಯಿಸುತ್ತಿರಲಿಲ್ಲ. "ನಾವು ಸತ್ತರೆ ಸಾಯುತ್ತೇವೆ ಅಷ್ಟೇ. ಅದಕ್ಕಾಗಿ ತಲೆ ಏಕೆ ಕೆಡಿಸಿಕೊಳ್ಳುವುದು? ಏನು ಆಗಬೇಕೋ ಅದೇ ಆಗುತ್ತದೆ" ಎನ್ನುತ್ತಿದ್ದ. ಅವನಿಗೆ ಇಂದು ಐದು ಜನ ಮಕ್ಕಳು. ಕೆಲಸದಲ್ಲಿ ತನ್ನನ್ನು ತೊಡಗಿಸಿಕೊಂಡು ಇಂದು ಎಂದಿನಂತೆ ಸಮಾಧಾನವಾಗಿ, ಸಂತೋಷವಾಗಿದ್ದಾನೆ. ಕೊಚೆ ಮತ್ತು ರಾಯ್‌ರ ಜೊತೆಗಾರನಾಗಿದ್ದಾನೆ.

ನನ್ನನ್ನು ಹೊರತಾಗಿ ಕುಟುಂಬದ ವ್ಯಕ್ತಿಯನ್ನು ಆಂಡೀಸ್‌ನಲ್ಲಿ ಕಳೆದುಕೊಂಡ ಮತ್ತೊಬ್ಬ ವ್ಯಕ್ತಿಯೆಂದರೆ ಜೇವಿಯರ್. ಲಿಲಿಯಾನಾಳನ್ನು ಕಳೆದುಕೊಂಡ ಅವನ ದುಃಖ ನಮ್ಮ ಗುಂಪಿನ ಇತರರಿಗಿಂತ ನನಗೆ ಹೆಚ್ಚು ಅರ್ಥವಾಗುತ್ತದೆ ಎನಿಸುತ್ತದೆ. ಏಕೆಂದರೆ ನನ್ನ ತಾಯಿ ಮತ್ತು ಸೂಜಿ ಲಿಲಿಯಾನಳೊಂದಿಗೆ ಅಲ್ಲೇ ಉಳಿದಿದ್ದಾರೆ. ಆದರೆ ಲಿಲಿಯಾನಳ ಶಕ್ತಿ, ಧೈರ್ಯಗಳನ್ನು ಜೇವಿಯರ್ ಕಂಡುಕೊಂಡಿದ್ದಾನೆ. ಲಿಲಿಯಾನಳ ಆಸೆಯಂತೆ ಅವರ ಮಕ್ಕಳನ್ನು ಇಂದು ಸುಖವಾಗಿ ಬೆಳೆಸುತ್ತಿದ್ದಾನೆ. ಈಗ ಆನಾ ಮಾರಿಯಾ ಎಂಬ ಮತ್ತೊಬ್ಬಳನ್ನು ಮದುವೆಯಾಗಿದ್ದಾನೆ. ಇವರಿಬ್ಬರಿಗೆ ನಾಲ್ಕು ಜನ ಮಕ್ಕಳು. ಅವನು ಒಂದು ದೊಡ್ಡ ಕಂಪನಿಯಲ್ಲಿ ಕೆಲಸ ಮಾಡಿ ಈಗ ನಿವೃತ್ತಿ ಹೊಂದಿದ್ದಾನೆ. ಜೇವಿಯರ್ ದೇವರನ್ನು ತುಂಬಾ ನಂಬಿದ್ದ. "ನೀನು ಮತ್ತು ರಾಬರ್ಟೋ ಆ ದೇವರ ದೂತರಾಗಿ ನಮ್ಮನ್ನು ಕಾಪಾಡಿದ್ದೀರಿ. ಎಲ್ಲಾ ಆ ದೇವರ ಲೀಲೆ" ಎಂದು ಬರೆದಿದ್ದ. ಜೇವಿಯರ್ ಮತ್ತು ನನ್ನ ದೇವರ ಪರಿಕಲ್ಪನೆಗಳು ಭಿನ್ನವಾಗಿದ್ದವು. ಆದರೂ ಅವನಲ್ಲಿನ ಮನುಷ್ಯತ್ವ, ಪ್ರೇಮಗಳನ್ನು ನಾನು ಗೌರವಿಸುತ್ತೇನೆ. ಅವನನ್ನು ಪ್ರೀತಿಸುತ್ತೇನೆ.

ಆಂಟೋನಿಯೋ ನನ್ನ ಮತ್ತು ರಾಬರ್ಟೋನ ಜೊತೆಗಾರನಾಗಿ ಪರ್ವತಾರೋಹಣ ಮಾಡಿದ್ದ. ಗುಂಪಿನ ಇತರರಿಗಿಂತ ಹೆಚ್ಚು ಸಂವೇದನಾಶೀಲನಾಗಿದ್ದ ಇವನು, ನಮ್ಮ ಅನುಭವವನ್ನು ಇನ್ನೂ ಸ್ವಲ್ಪ ಹತ್ತಿರದಿಂದ ಬಲ್ಲವ. ಇವನ ಮೊದಲ ಮದುವೆ ಮುರಿದು, ಎರಡನೆಯ ಹೆಂಡತಿಯೂ ತೀರಿಕೊಂಡಳು. ಈಗ ಮೂರನೆಯ ಮದುವೆ ಮಾಡಿಕೊಂಡಿದ್ದಾನೆ. ಅವನ ಮುಂದಿನ ಬದುಕು ಸುಖಕರವಾಗಿರಲಿ ಎಂದು ನಾವು ಪ್ರಾರ್ಥಿಸುತ್ತೇವೆ.

ನಾನು ಮತ್ತೆ ಮತ್ತೆ ನೆನಪಿಸಿಕೊಳ್ಳುವ ಹುಡುಗರಲ್ಲಿ ರಾಯ್ ಒಬ್ಬ. ರಾಯ್‌ನನ್ನು ಗ್ರಹಿಸುವುದರಲ್ಲಿ ನಾವೆಲ್ಲರೂ ದೊಡ್ಡ ತಪ್ಪೇ ಮಾಡಿದ್ದೇವೆ ಎಂಬುದು ನನ್ನ ಅನಿಸಿಕೆ. ಆ ದಿನಗಳಲ್ಲಿ ನಾನು ಅವನೊಡನೆ ಸ್ವಲ್ಪ ಕಠಿಣವಾಗಿದ್ದೆ. ರಾಯ್ ತುಂಬಾ ಚಿಕ್ಕವನಾಗಿದ್ದರಿಂದ ನಮ್ಮೆಲ್ಲರಿಗಿಂತ ಹೆಚ್ಚು ಹೆದರಿದ್ದ. ಅವನ ಬೆದರಿದ ಜೀವ

ಅವನನ್ನು ಅತಿರೇಕದಿಂದ ವರ್ತಿಸುವಂತೆ ಮಾಡುತ್ತಿತ್ತು. ಮೇಲ್ನೋಟಕ್ಕೆ ಅವನು ಹೆದರಿ ಮುದ್ದೆಯಾದಂತೆ ಕಂಡರೂ ನಮ್ಮ ಜೊತೆಯಾಗಿ ಕಷ್ಟಗಳನ್ನು ಎದುರಿಸುವಾಗ ಅತೀವ ಧೈರ್ಯ ತೋರುತ್ತಿದ್ದ. ಅವನು ಇಂದು ಬದುಕುಳಿದು ಬಂದಿರುವುದೇ ಅದಕ್ಕೆ ಸಾಕ್ಷಿ. ಆ ದಿನಗಳ ಸಂದರ್ಶನಗಳಲ್ಲಿ ರಾಯ್‌ನ ಬಗ್ಗೆ ಎಲ್ಲರೂ ಕೆಟ್ಟದಾಗಿ ಮಾತನಾಡಿದ್ದರೆ ಅದು ನಮ್ಮ ಅಪಕ್ವತೆಯಷ್ಟೇ. ಈಗ ಈ ಪುಸ್ತಕದ ಮೂಲಕ ರಾಯ್‌ನ ನಿಜವಾದ ಚಿತ್ರಣವನ್ನು ನೀಡಲು ನಾನು ಪ್ರಯತ್ನಿಸಿದ್ದೇನೆ. ರಾಯ್ ಎಂದಿಗೂ ಅಧೀರನಾಗಿ, ಪುಕ್ಕಲುತನದಿಂದ ಇರಲಿಲ್ಲ. ನಾನು ಹಿಂದೆ ಹೇಳಿದಂತೆ, ನನ್ನ ಬಗ್ಗೆ ನಾನು ಸಾಕಷ್ಟು ಅರಿತುಕೊಳ್ಳಲು ರಾಯ್ ಪರೋಕ್ಷವಾಗಿ ಸಹಾಯ ಮಾಡಿದ್ದ. ನಮ್ಮೆಲ್ಲರಿಗಿಂತ ಚಿಕ್ಕ ವಯಸ್ಸಿನವನಾದರೂ ನಮ್ಮ ಜೊತೆಜೊತೆಯಾಗಿ ಹೋರಾಡಿ ಗೆದ್ದು ಬಂದ. ಇಂದು ನಮ್ಮೊಡನಿದ್ದಾನೆ. ಅವನನ್ನು ಸದಾ ನಾನು ಪ್ರೀತಿಸುವೆ. ಇಂದು ರಾಯ್ ಒಬ್ಬ ಉತ್ತಮ ಇಂಜಿನಿಯರ್ ಆಗಿದ್ದಾನೆ. ರಾಬರ್ಟೋನ ಹೆಂಡತಿ ಲಾರಾಳ ತಂಗಿ ಸಿಸಿಲಿಯಾಳನ್ನು ಮದುವೆಯಾಗಿದ್ದಾನೆ. ಅವನಿಗೆ ಇಬ್ಬರು ಹೆಣ್ಣುಮಕ್ಕಳು ಮತ್ತೊಬ್ಬ ಮಗ. ಅವನು ಇಂದಿಗೂ ಓಲ್ಡ್ ಕ್ರಿಶ್ಚಿಯನ್ ತಂಡದ ಸಲಹೆಗಾರನಾಗಿದ್ದಾನೆ. ನಮ್ಮೆಲ್ಲರಿಗಿಂತ ಹೆಚ್ಚು ದೈಹಿಕ ಪುಷ್ಟಿಯನ್ನು ಬೆಳೆಸಿಕೊಂಡು ಆರೋಗ್ಯವಾಗಿದ್ದಾನೆ. ಅವನ ಸಪೂರ ದೇಹ, ತೆಳುವಾದ ಹೊಟ್ಟೆ, ಗಟ್ಟಿ ಖಂಡಗಳನ್ನು ಕಂಡರೆ ಅವನಿನ್ನೂ ಚಿಕ್ಕವನು ಎಂದೇ ಅನಿಸುತ್ತದೆ.

ಆಲ್ಫ್ರೆಡೊ (ಪಾಂಚೋ)ನನ್ನು ಸಹ ಅರ್ಥಮಾಡಿಕೊಳ್ಳುವಲ್ಲಿ ನಾವೆಲ್ಲರೂ ತಪ್ಪು ಮಾಡಿದ್ದೇವೆ. ಅವನು ಇತರರನ್ನು ತುಳಿದು ತಾನು ಬದುಕುಳಿಯುವ ಸ್ವಾರ್ಥವನ್ನು ತೋರಿದ ಎಂದು ಎಲ್ಲರೂ ಬಗೆದಿದ್ದಾರೆ. ಹೌದು ಅವನು ಅದನ್ನು ಮಾಡಿದ್ದ. ಆದರೆ, ಆ ಕೆಲಸವನ್ನು ನಾವೆಲ್ಲರೂ ಮಾಡಿದ್ದೆವು. ಒಂದಲ್ಲ ಒಂದು ಬಾರಿ ನಮ್ಮಲ್ಲಿ ಎಲ್ಲರೂ ಸ್ವಾರ್ಥಪರರಾಗಿದ್ದೆವು. ಆ ಸಮಯವೇ ಹಾಗಿತ್ತು. ಬದುಕಿನ ಕರಾಳ ಸತ್ಯಗಳನ್ನು, ನಮ್ಮಲ್ಲಿ ನಮಗೇ ಕಾಣದ ತಪ್ಪನ್ನು ಎತ್ತಿ ತೋರುವಂತೆ ಆ ಆಂಡೀಸ್ ಪರ್ವತಗಳು ಮಾಡಿದ್ದವು. ಆಲ್ಫ್ರೆಡೊನದು ಪ್ರತಿಯೊಬ್ಬ ಮನುಷ್ಯನಲ್ಲಿರಬಹುದಾದ ಸ್ವಾಭಾವಿಕ ಪ್ರತಿಕ್ರಿಯೆಯಾಗಿತ್ತೇ ಹೊರತು ನಮಗಿಂತ ಯಾವುದೇ ರೀತಿಯಲ್ಲಿ ಭಿನ್ನವಾಗಿರಲಿಲ್ಲ. ಅವನು ಗುಂಪಿನಲ್ಲಿ ಒಂದಾಗಿ ಸಹಾಯಕ್ಕಿಳಿದ ಸಂದರ್ಭಗಳೂ ಸಾಕಷ್ಟಿವೆ. ಇಂದು ಅವನು ಒಬ್ಬ ವಕೀಲನಾಗಿದ್ದಾನೆ. ಮದುವೆಯಾಗಿ ಇಬ್ಬರು ಹೆಣ್ಣುಮಕ್ಕಳು ಮತ್ತು ಇಬ್ಬರು ಗಂಡುಮಕ್ಕಳಿದ್ದಾರೆ. ಆಲ್ಫ್ರೆಡೋ ಇಂದಿಗೂ ನಮ್ಮಲ್ಲಿ ಒಂದಾಗಿ ನಮ್ಮ ಪ್ರೀತಿಯನ್ನು ಹಂಚಿಕೊಂಡಿದ್ದಾನೆ.

ರಾಮೊನ್ ಮೊಂಚೊ ಮದುವೆಯಾಗಲಿಲ್ಲ. ನಮ್ಮ ಗುಂಪಿನ ಬ್ರಹ್ಮಚಾರಿಯೆಂದರೆ ಇವನೊಬ್ಬನೇ. ಆ ವಿಷಯವನ್ನು ಮಾತನಾಡಿದಾಗಲೆಲ್ಲಾ ತಾನೊಬ್ಬನೇ

ಸುಖವಾಗಿದ್ದೇನೆ ಎಂದು ನಗುತ್ತಾನೆ. ಅವನು ಫಿಟೋನೊಡನೆ ಇಂದು ಜಮೀನು ಮಾರಾಟ ವ್ಯಾಪಾರದಲ್ಲಿ ತೊಡಗಿಸಿಕೊಂಡಿದ್ದಾನೆ. ಅವನೊಬ್ಬ ಉತ್ತಮ ಸ್ನೇಹಿತ ಮತ್ತು ಮೋಜಿನ ಜೊತೆಗಾರ.

ಫಿಟೋ ಆಂಡೀಸ್‌ನ ಆ ದಿನಗಳಲ್ಲಿ ಒಬ್ಬ ಪ್ರಮುಖ ವ್ಯಕ್ತಿಯಾಗಿ ನಮ್ಮ ಜೊತೆಗೆ ಒಡನಾಡಿದ್ದ. ಫಿಟೋ ದೈವಭಕ್ತ. ನಾನು ದೇವರನ್ನು ನಂಬುವುದಿಲ್ಲ, ದೈವನುಡಿಗಳನ್ನು ಪಾಲಿಸುವುದಿಲ್ಲ ಎಂದು ನನ್ನ ಬಗ್ಗೆ ಅವನಿಗೆ ಅಸಮಾಧಾನ. ಧರ್ಮ ಮತ್ತು ಆಧ್ಯಾತ್ಮಗಳನ್ನು ಇಬ್ಭಾಗವಾಗಿ ನೋಡಲು ಫಿಟೋ ತಯಾರಿರಲಿಲ್ಲ ಮತ್ತು ನಾನು ಅದೇ ಇಬ್ಭಾಗದ ಮಾರ್ಗದಲ್ಲಿ ಚಲಿಸುತ್ತಿದ್ದೇನೆ. ಅದು ನನಗೆ ಆಂಡೀಸ್ ಕಲಿಸಿಕೊಟ್ಟ ಪಾಠವಾಗಿದೆ. ಈ ಕುರಿತಾಗಿ ಫಿಟೋನೊಡನೆ ನಾನು ಬಹುಶಃ ಎಂದಿಗೂ ಚರ್ಚಿಸುವುದಿಲ್ಲ. ಆದರೆ ನಮ್ಮಿಬ್ಬರ ನಡುವಣ ಭಿನ್ನಾಭಿಪ್ರಾಯ ನಮ್ಮ ಸ್ನೇಹ ಮತ್ತು ಗೌರವಕ್ಕೆಂದೂ ಕುಂದು ತಂದಿಲ್ಲ. ಅವನಿಗೆ ಮದುವೆಯಾಗಿ ಈಗ ನಾಲ್ವರು ಮಕ್ಕಳು.

ಆಂಡೀಸ್‌ನಿಂದ ಹೊರಬರುವ ಹಾದಿ ಹುಡುಕುತ್ತ ಬಂದಾಗ ನನಗೆ ಮತ್ತು ರಾಬರ್ಟೋಗೆ ಮೊದಲು ಸಹಾಯ ಮಾಡಿದ್ದು ಚಿಲಿಯ ರೈತ ಸೆರ್ಗೋ. ಅವನ ಆ ಕ್ಷಣದ ಸಹಾಯ ನಾವೆಂದೂ ಮರೆಯಲು ಸಾಧ್ಯವಿಲ್ಲ. ಇಂದು ಅವನು ನಮ್ಮ ಕುಟುಂಬದ ಸದಸ್ಯನಂತಾಗಿದ್ದಾನೆ. ಅವನನ್ನು ಆಗಾಗ ಭೇಟಿ ಮಾಡಿ ಬರುತ್ತೇವೆ. ಅವನನ್ನು ಮಾಂಟೆವಿಡಿಯೋಗೆ ಸಹ ಕರೆತರುತ್ತೇವೆ. ನಮ್ಮನ್ನು ಆತ ಇಂದಿಗೂ ಅದೇ ಪ್ರೀತಿ, ಸ್ನೇಹದಿಂದ ಆದರಿಸುತ್ತಾನೆ. ಅವನಿಗೆ ಒಂಭತ್ತು ಮಕ್ಕಳು. ಆ ಕಷ್ಟಕರ ಬೆಟ್ಟದ ತಪ್ಪಲಿನ ಪ್ರದೇಶದಲ್ಲೂ ಅವನು ತನ್ನ ಮಕ್ಕಳನ್ನು ಕಾಲೇಜಿಗೆ ಕಳುಹಿಸಿ ಓದಿಸಿದ್ದಾನೆ ಎಂಬುದು ನನಗೆ ಆಶ್ಚರ್ಯ ಮತ್ತು ಸಂತೋಷಗಳನ್ನು ಉಂಟುಮಾಡುತ್ತದೆ. ಈಗ ಅವರೆಲ್ಲರೂ ಉದ್ಯೋಗದಲ್ಲಿದ್ದು ಮದುವೆಯಾಗಿ ಸುಖವಾಗಿದ್ದಾರೆ.

2005ರ ಮಾರ್ಚ್ ತಿಂಗಳಿನಲ್ಲಿ ಸೆರ್ಗೋನ ಹೆಂಡತಿ ವರ್ಜೀನಿಯಾ ಅವರ ಮದುವೆಯ ಐವತ್ತನೇ ವಾರ್ಷಿಕೋತ್ಸವಕ್ಕೆ ನಮ್ಮನ್ನು ಆಹ್ವಾನಿಸಿದ್ದಳು. "ನಿಮ್ಮನ್ನು ಆಹ್ವಾನಿಸಿರುವುದು ಸೆರ್ಗೋನಿಗೆ ತಿಳಿಯದು," ಎಂದು ಹೇಳಿದ್ದಳು. ಅವನಿಗೆ ಅಚ್ಚರಿ ಉಂಟುಮಾಡುವುದು ಅವಳ ಉದ್ದೇಶವಾಗಿತ್ತು. ನಾವು ಸಮಾರಂಭದ ಹಿಂದಿನ ದಿನ ಕುಟುಂಬ ಸಮೇತರಾಗಿ ಹೋಗಿದ್ದೆವು. ದಾರಿಯಲ್ಲೇ ಸೆರ್ಗೋ ನಮಗೆ ಕಂಡಿದ್ದ. ಮೆಲ್ಲಗೆ ಹೋಗಿ ಅವನ ಹಿಂದೆ ನಿಂತು, ಅವನು ನಮ್ಮತ್ತ ತಿರುಗಿ ಮಾತನಾಡುವಷ್ಟರಲ್ಲಿ, "ಇಲ್ಲಿ ನೋಡಿ. ನಾವು ಮತ್ತೆ ಕಳೆದುಹೋಗಿದ್ದೇವೆ. ದಯವಿಟ್ಟು ಮತ್ತೊಮ್ಮೆ ಸಹಕರಿಸುತ್ತೀರಾ?" ಎಂದು ಕೇಳಿದ್ದೆ. ಅವನ ಮುಖ ನಗುವಿನಿಂದ ಅರಳಿತ್ತು. ಎಲ್ಲರೂ ಸೇರಿ ಅವರ ವಿವಾಹ ವಾರ್ಷಿಕೋತ್ಸವವನ್ನು ಸಂಭ್ರಮದಿಂದ ಆಚರಿಸಿದೆವು.

ನಮ್ಮ ಆಂಡೀಸ್ ಕಥೆಯನ್ನು ನನ್ನ ಹತ್ತಿರದವರಲ್ಲದೇ ಇತರರೆಲ್ಲರಿಗೂ ಸುದೀರ್ಘವಾಗಿ ವಿವರಿಸುವ ಆಸಕ್ತಿ ನನಗಿರಲಿಲ್ಲ. ನಾವು ಸ್ನೇಹಿತರು ಭೇಟಿಯಾದಾಗ ಪರಸ್ಪರ ಆ ಅನುಭವದ ನೆನಪುಗಳನ್ನು ಮೌನವಾಗಿಯೇ ರವಾನಿಸಿಕೊಳ್ಳುತ್ತಿದ್ದೆವು. ಆದರೂ ಕೆಲವೊಮ್ಮೆ ಪತ್ರಿಕೆ, ದೂರದರ್ಶನಗಳಿಗೆ ಸಂದರ್ಶನಗಳನ್ನು ನೀಡುತ್ತಿದ್ದೆ. 'ಅಲೈವ್' ಎನ್ನುವ ಪುಸ್ತಕ (ಈಗಾಗಲೇ ಪ್ರಕಟವಾಗಿದೆ) ಜನರಿಗೆ ಬೇಕಾದ ಎಲ್ಲ ಮಾಹಿತಿಯನ್ನೂ ಕಟ್ಟಿಕೊಡುತ್ತದೆ ಎಂದು ನಂಬಿದ್ದೆ. ನಿಜ, ಅಲೈವ್ ಪುಸ್ತಕದಲ್ಲಿ ನಾವು ಅನುಭವಿಸಿದ ಎಲ್ಲ ತೊಂದರೆಗಳ ಮಾಹಿತಿಯೂ ಸವಿವರವಾಗಿ ತಿಳಿಯುತ್ತದೆ. ಆದರೆ ನಮ್ಮ ಆಂತರಿಕ ತಳಮಳಗಳು, ನಾವು ಅನುಭವಿಸಿದ ಆತಂಕದ ಕ್ಷಣಗಳು, ಆ ಸಮಯದಲ್ಲಿ ನಮ್ಮ ಮಾನಸಿಕ ಸ್ಥಿತಿ–ಮಿತಿಗಳು ಇವ್ಯಾವುದನ್ನೂ ಆ ಪುಸ್ತಕ ಹೇಳುವುದಿಲ್ಲ. ಆದರೆ ನನ್ನ ಆ ಎಲ್ಲ ಒಳ ಅನುಭವಗಳನ್ನು ಬಿಡಿಸಿ ಹೇಳುವ ಅಗತ್ಯ ಆಗ ನನಗೆ ಕಾಣಲಿಲ್ಲ. ಜನರು ಮೈನವಿರೇಳಿಸುವ ರೋಮಾಂಚಕಾರೀ ಘಟನೆಯೆಂಬಂತೆ ಚಿತ್ರಿಸಿರುವ ಆ ಪುಸ್ತಕವನ್ನೇ ಓದಲಿ: ನೋವು, ನಾವು ಅನುಭವಿಸಿದ ಆತಂಕ ಎಲ್ಲವೂ ನನ್ನೊಳಗೇ ಹುದುಗಿರಲಿ ಎಂದು ಎಣಿಸಿದ್ದೆ.

ವರ್ಷಗಳು ಕಳೆದಂತೆ, ಹಲವಾರು ಜನರು ಆ ಕಥೆಯನ್ನು ನನ್ನ ದೃಷ್ಟಿಕೋನದಿಂದ ಮರಳಿ ಹೇಳುವಂತೆ ನನ್ನ ಬಳಿ ಬರುತ್ತಿದ್ದರು. ನಾನು ನಿರಾಕರಿಸುತ್ತಿದ್ದೆ. ಆ ಜನರಿಗೆ ನಾನೊಬ್ಬ ಸಿನೆಮಾ ನಾಯಕನಂತೆ ಕಾಣುತ್ತಿದ್ದೆ. ನಮ್ಮ ಅನುಭವದ ಆ ಕಥೆಯನ್ನು ಜನರು ಒಂದು ಸ್ಫೂರ್ತಿಯಾಗಿ ಸವಿಯಬೇಕು ಎಂಬುದು ಅವರ ಉದ್ದೇಶವಾಗಿತ್ತು. ಆದರೆ ಅವರಿಗೆ ಅರ್ಥವಾಗದ ಸಂಗತಿಯೆಂದರೆ, ನಾನು ಯಾವ ನಾಯಕನೂ ಆಗಿರಲಿಲ್ಲ. ನಾನು ಸದಾ ಹೆದರಿದ್ದೆ. ಕೃಶವಾಗಿದ್ದೆ, ಕೆಟ್ಟ ಪರಿಸ್ಥಿತಿಯಲ್ಲಿದ್ದೆ. ಆ ಘಟನೆಯನ್ನು ನೆನೆದರೆ, ನಮ್ಮ ನೋವು, ಅಲ್ಲಿ ನಾವು ಕಳೆದುಕೊಂಡ ನಮ್ಮ ಪ್ರಿಯರು, ಅವರ ಭಯ ಹುಟ್ಟಿಸುವ ಕಳೇಬರಗಳು, ಇವೆಲ್ಲವೂ ನನ್ನಲ್ಲಿ ಯಾವ ಗೆಲುವಿನ ಭಾವವನ್ನೂ ಉದ್ದೀಪಿಸುತ್ತಿರಲಿಲ್ಲ. ನಮ್ಮ ಕಥೆ ಮಿಲಿಯಗಟ್ಟಲೆ ಜನರಿಗೆ ಜಗತ್ತಿನಾದ್ಯಂತ ಪ್ರೇರಣೆಯಾಗಿ ಕಂಡಿರಬಹುದು. ಆದರೆ ಅದನ್ನು ಒಂದು ಆಚರಣೆಯಾಗಿ, ಸಂಭ್ರಮವಾಗಿ ನೆನೆಯುವ ಯಾವ ಘಳಿಗೆಯೂ ಆಗಿರದೆ ಒಂದು ಕಹಿ ಅನುಭವವಷ್ಟೇ ಆಗಿ ಬಂದು ಹೋಗಿತ್ತು. ನಾನು ಕಳೆದುಕೊಂಡ ಎಲ್ಲ ಪ್ರೀತಿ, ಸ್ನೇಹವನ್ನು ಮತ್ತೆ ಮುಂದಿನ ಜೀವನದಲ್ಲಿ ಪಡೆಯಲು ಮಾತ್ರ ಪ್ರಯತ್ನಿಸುತ್ತಿದ್ದೆ.

ಹಳೆಯ ನೆನಪುಗಳನ್ನು ನಾನು ತಿರಸ್ಕರಿಸುತ್ತಿಲ್ಲ. ಇಂದಿಗೂ ಪ್ರತಿದಿನವೂ ಆ ನೆನಪುಗಳು ನನ್ನನ್ನು ಕಾಡುತ್ತವೆ. ಆದರೆ ಆ ದುಃಸ್ವಪ್ನದಂಥ ನೆನಪುಗಳು ನನ್ನ ಬದುಕು–ಭವಿಷ್ಯ ರೂಪಿಸಿಕೊಳ್ಳಲು ಅಡ್ಡಿಯಾಗದಂತೆ ಸದಾ ಜಾಗೃತನಾಗಿರುತ್ತಿದ್ದೆ. "ಮುಂದೆ ನಡೆ ನ್ಯಾಂಡೊ. ಇದು ನಿನ್ನ ಜೀವನದಲ್ಲಿ ನಡೆದ ಅತಿ ಮುಖ್ಯ

ಘಟನೆಯಾಗಲು ಬಿಡಬೇಡ," ಎಂದು ನನ್ನ ತಂದೆ ಹೇಳಿದ ಮಾತನ್ನು ನಾನು ಸದಾ ನೆನಪಿನಲ್ಲಿಡುತ್ತಿದ್ದೆ, ಪಾಲಿಸುತ್ತಿದ್ದೆ. ಆ ಘಟನೆಯಿಂದ ಕಲಿತ ಪಾಠಗಳು ಸಾಕಷ್ಟು. ಆದರೆ, ಅವುಗಳಾವುವೂ ನನ್ನನ್ನು ನಿಯಂತ್ರಿಸಲು ಅವಕಾಶ ಮಾಡಿಕೊಡಲಿಲ್ಲ. ಆ ಕಹಿ ಘಟನೆಯನ್ನು ಮನದಾಳದಲ್ಲಿ ಮೂಲೆಗೆ ತಳ್ಳಿ ಅದರ ಹೊರತಾಗಿ ನನ್ನ ಭವಿಷ್ಯವನ್ನು ರೂಪಿಸಿಕೊಂಡೆ.

ಮುವ್ವತ್ತಕ್ಕೂ ಹೆಚ್ಚು ವರ್ಷಗಳು ಕಳೆದ ನಂತರ ಈ ಪುಸ್ತಕವನ್ನು ಏಕೆ ಬರೆಯುತ್ತಿದ್ದೇನೆ ಎಂಬ ಪ್ರಶ್ನೆಗೆ ಉತ್ತರ ದೊರೆಯುವುದು, 1991ರಲ್ಲಿ ಜುವಾನ್ ಸಿಂಟ್ರನ್ ಎಂಬ ವ್ಯಕ್ತಿ ನನಗೆ ಕರೆಮಾಡಿದಾಗ ನಡೆದ ಘಟನೆಯಿಂದ. ಜುವಾನ್ ಮೆಕ್ಸಿಕೋ ನಗರದಲ್ಲಿ ಯುವ ಉದ್ಯಮಿಗಳಿಗೆ ಒಂದು ಸಮ್ಮೇಳನವನ್ನು ಏರ್ಪಡಿಸಿದ್ದ. ಆ ಸಮಾರಂಭದಲ್ಲಿ, ನನ್ನ ಕಥೆ ವಿವರಿಸಿದರೆ, ಜನರಿಗೆ ಒಂದು ಒಳ್ಳೆಯ ಮಾದರಿಯಾಗುತ್ತದೆ ಎಂದು ಆತ ಮಾಂಟೆವಿಡಿಯೋಗೆ ಕರೆ ಮಾಡಿ ಆಹ್ವಾನಿಸಿದ. ನನಗೆ ಅದರಲ್ಲಿ ಆಸಕ್ತಿ ಇರಲಿಲ್ಲ. ಆಗಲೇ ಹೇಳಿದಂತೆ, ನನ್ನ ಕಹಿ ಅನುಭವಗಳನ್ನು ವೈಭವೀಕರಿಸಲು ನನಗೆ ಇಷ್ಟವಿರಲಿಲ್ಲ. ನಯವಾಗಿ ನಿರಾಕರಿಸಿದೆ. ಆದರೆ ಆತ, ಮತ್ತೆ ಮತ್ತೆ ನನಗೆ ಕರೆ ಮಾಡುತ್ತಿದ್ದ. ದಯಮಾಡಿ ಮಾತನಾಡಲೇ ಬೇಕು ಎಂದು ಬೇಡುತ್ತಿದ್ದ. ಕೊನೆಗೆ ಮಾಂಟೆವಿಡಿಯೋಗೇ ಬಂದು ನನ್ನ ಮುಂದೆ ನಿಂತು ಬೇಡಲು ಪ್ರಾರಂಭಿಸಿದ. ಆತನ ಒತ್ತಾಯಕ್ಕೆ ನಾನು ಮಣಿಯಬೇಕಾಯಿತು. ಒಪ್ಪಿದೆ.

ಅವನ ಪ್ರಕಾರ, ಮುಂದಾಳತ್ವ, ಹೊಸ ಯೋಜನೆಗಳನ್ನು ರೂಪಿಸುವ ಬಗೆ, ಅದನ್ನು ಕಾರ್ಯಗತಗೊಳಿಸಲು ಅಗತ್ಯವಾಗುವ ಆತ್ಮವಿಶ್ವಾಸ, ಗುಂಪಿನಲ್ಲಿ ಸೇರಿ ಕೆಲಸ ಮಾಡುವ ರೀತಿ, ಈ ಎಲ್ಲ ವಿಚಾರಗಳ ಬಗ್ಗೆ ಯುವ ಉದ್ಯಮಿಗಳಿಗೆ ನನ್ನ ಕಥೆ ಒಂದು ನಿದರ್ಶನವಾಗುತ್ತದೆ ಎಂದು. ಯೋಚಿಸಿದೆ, ನಾನು ಇದಕ್ಕೆ ಒಪ್ಪಿಕೊಂಡಿದ್ದಕ್ಕೆ ನನಗೆ ಬೇಸರವಾಯಿತು. ಆದರೆ ಈಗ ಇಲ್ಲವೆನ್ನುವಂತಿಲ್ಲ. ನಾನು ನನ್ನ ಚುಟುಕಾದ ಮಾತನ್ನು ತಯಾರು ಮಾಡಿಕೊಂಡೆ. ಆ ದಿನ ಬಂದೇ ಬಂತು. ಮೆಕ್ಸಿಕೋ ನಗರದ ಆ ಸಮಾರಂಭದ ವೇದಿಕೆಯ ಮೇಲೆ ನಾನು ನಿಂತೆ. ನನ್ನನ್ನು ಸಭೆಗೆ ಪರಿಚಯಿಸಿದರು. ನಾನು ಮಾತನಾಡಬೇಕು, ಒಂದು ಚೀಟಿಯಲ್ಲಿ ವಿಷಯಗಳನ್ನು ಬರೆದು ತಂದಿದ್ದೆ. ಮಾತು ಬಾಯಿಂದ ಹೊರಡದಾಯಿತು. ನನ್ನ ಎದೆ ಬಡಿತ ಹೆಚ್ಚಾಗಿತ್ತು. ಕೈ ಕಾಲು ನಡುಗುತ್ತಿತ್ತು. ಚೀಟಿಯನ್ನು ಗಮನಿಸಿದರೆ, ಅದರಲ್ಲಿ ಬರೆದದ್ದು ಏನೂ ಅರ್ಥವಾಗಲಿಲ್ಲ. ನಾನು ಚಡಪಡಿಸತೊಡಗಿದೆ. ಜನರಲ್ಲಿ ಸಣ್ಣ ಗದ್ದಲ ಪ್ರಾರಂಭವಾಯಿತು. ಕ್ಷಣಗಳು ಮೌನವಾಗಿಯೇ ಕಳೆದು, ನನ್ನ ಆತಂಕ ಹೆಚ್ಚಾಯಿತು. ಇದ್ದಕ್ಕಿದ್ದಂತೆ ಮಾತು ಹೊರಬಂದಿತು.

"ನಾನು ಇಲ್ಲಿ ಇರಬಾರದು. ಆಂಡೀಸ್‌ನಲ್ಲಿ ಸತ್ತಿರಬೇಕಿತ್ತು" ಎಂದು ದಿಢೀರನೆ ಹೇಳಿಬಿಟ್ಟೆ. ನಂತರ, ನನ್ನೊಳಗೆ ಹುದುಗಿಸಿಟ್ಟಿದ್ದ ನೋವಿನ ಕಟ್ಟೆಯೊಡೆದಂತೆ ನನ್ನ ಕಥೆಯನ್ನು ಹೇಳುತ್ತಾ ಹೋದೆ. ನನಗೆ ಅನಿಸಿದ್ದು, ನಾನು ಅನುಭವಿಸಿದ್ದು, ನಾವೆಲ್ಲರೂ ಸೇರಿ ಕಳೆದ ದಿನಗಳು ಎಲ್ಲವನ್ನೂ, ಯಾವ ಭಾವನೆಗಳನ್ನೂ ಮರೆಮಾಚದೆ ಹೇಳುತ್ತಲೇ ಹೋದೆ. ನನ್ನ ಹೃದಯಾಂತರಾಳದಿಂದ ಮಾತನಾಡಿದ್ದೆ. ನನ್ನ ತಂಗಿ ಸೂಜಿ ಸತ್ತದ್ದು, ನಮಗಾಗಿ ಯಾವ ರಕ್ಷಣೆಯೂ ಬರುತ್ತಿಲ್ಲ ಎಂದು ತಿಳಿದಾಗ ನಾವು ಅನುಭವಿಸಿದ ಆತಂಕದ ಕ್ಷಣಗಳು, ಸತ್ತ ಸ್ನೇಹಿತರ ಮಾಂಸವನ್ನು ತಿನ್ನಲಾರದೆ ತಿಂದದ್ದು, ನಾನೂ ರಾಬರ್ಟೊ ನಡೆಸಿದ ಹುಡುಕಾಟ ಎಲ್ಲವನ್ನೂ ವಿವರಿಸುತ್ತಾ, ಅಲ್ಲಿ ನೆರೆದಿರುವ ಜನರನ್ನು ಆಂಡೀಸ್‌ನ ಮುರಿದು ಬಿದ್ದ ವಿಮಾನದೆಡೆಗೆ ಕರೆದೊಯ್ದಿದ್ದೆ. ನಾನು ಒಂದು ಕ್ಷಣವಾದರೂ ಉದ್ಯಮಿಗಳಿಗೆ ಅಗತ್ಯವಾದ ಮುಂದಾಳುತನ, ಗುಂಪಿನೊಡನೆ ಒಡನಾಟ ಇತ್ಯಾದಿಗಳ ಕುರಿತು ಮಾತನಾಡಲಿಲ್ಲ. ನಾನು "ಗೆಲುವು" ಎಂಬ ಪದವನ್ನು ಬಳಸಲೇ ಇಲ್ಲ. ಅದು ನಮ್ಮ ಗೆಲುವಲ್ಲ ಬದಲಾಗಿ ನಮ್ಮಲ್ಲಿ ಉಳಿದು ಬೆಳೆದ ಪ್ರೀತಿ ಎಂಬುದನ್ನು ವಿವರಿಸಿದೆ. ಪರಸ್ಪರ ಪ್ರೀತಿಯ ಮಹತ್ವವನ್ನು ತಿಳಿಸಿದ್ದೆ. ಆಂಡೀಸ್‌ನ ನಮ್ಮ ಅನುಭವ ಜೀವನದ ಕಷ್ಟಗಳನ್ನು, ಕೀಳು ಆಲೋಚನೆಗಳನ್ನು ಮೀರಿ ನಿಲ್ಲುವ ಶಕ್ತಿಯನ್ನು ನಮಗೆ ನೀಡಿತು. ಪ್ರೀತಿಯನ್ನು ಹಂಚಿಕೊಳ್ಳುವುದು, ಪ್ರೀತಿಯನ್ನು ಸ್ವೀಕರಿಸುವುದು ಒಂದೇ ನಿಜವಾದ ಜೀವನ ಎಂಬುದನ್ನು ತೋಡಿಕೊಂಡೆ.

ತೊಂಭತ್ತು ನಿಮಿಷಗಳಿಗೂ ಹೆಚ್ಚು ಸಮಯ ಮಾತನಾಡಿದೆ. ನಾನು ಮಾತು ಮುಗಿಸಿದ ಬಳಿಕ ಕೆಲ ಕ್ಷಣಗಳು ಸಭೆ ಗಂಭೀರ ಮೌನದಲ್ಲಿ ಮುಳುಗಿಹೋಗಿತ್ತು. ಹಲವಾರು ಕ್ಷಣಗಳು ಯಾರೂ ತಮ್ಮ ಜಾಗದಿಂದ ಕದಲಲಿಲ್ಲ. ಕೊನೆಗೆ ಜೋರಾದ ಚಪ್ಪಾಳೆಗಳ ಸುರಿಮಳೆಯಾಯಿತು. ನಂತರ, ಎಲ್ಲರೂ ನನ್ನ ಬಳಿ ಬಂದು ಕಣ್ಣೀರು ಹಾಕುತ್ತಾ ಅಪ್ಪಿಕೊಂಡರು. ನನ್ನನ್ನು ಪಕ್ಕಕ್ಕೆ ಕರೆದೊಯ್ದು ತಮ್ಮ ಜೀವನದ ಕಷ್ಟಗಳನ್ನು ಹಂಚಿಕೊಂಡರು. ತಾವು ಅನುಭವಿಸುತ್ತಿದ್ದ ರೋಗ ರುಜಿನಗಳು, ಪ್ರೀತಿಪಾತ್ರರನ್ನು ಕಳೆದುಕೊಂಡ ದುಃಖ, ಭಿನ್ನಾಭಿಪ್ರಾಯ, ಅಸಮಾಧಾನಗಳಿಂದ ಕಳೆದುಕೊಂಡ ನಂಟು, ಹೀಗೆ ನಾನಾ ರೀತಿಯ ತಮ್ಮ ಸಂಕಷ್ಟಗಳನ್ನು ಹಂಚಿಕೊಂಡರು. ಆ ಎಲ್ಲರೊಡನೆ ನನಗೆ ಒಂದು ಗಾಢವಾದ ಸಂಬಂಧ ಬೆಸೆದುಹೋಯಿತು. ಅವರು ನನ್ನ ಕಥೆಯನ್ನು ಸುಮ್ಮನೆ ಕೂತು ಕೇಳಲಿಲ್ಲ. ಬದಲಾಗಿ ಆ ಕಥೆಯನ್ನು ತಮ್ಮದೇ ಆಗಿಸಿಕೊಂಡಿದ್ದರು. ಇದರಿಂದ ನನಗೆ ಹೊಸ ಶಾಂತಿ ಮತ್ತು ಬದುಕಿನ ಹೊಸ ಸಾಧ್ಯತೆಯ ಬಗೆಗಿನ ಅರಿವು ಮೂಡಿತು. ನನ್ನಿಂದ ಜನರಿಗೆ ಈ ರೀತಿಯಲ್ಲೂ ಸಹಾಯವಾಗಬಹುದು ಎಂಬುದನ್ನು ನಾನು ಊಹಿಸಿರಲಿಲ್ಲ.

ಮೆಕ್ಸಿಕೋದ ಭಾಷಣದ ನಂತರ ಜಗತ್ತಿನಾದ್ಯಂತ ನನ್ನನ್ನು ಭಾಷಣಕ್ಕೆ ಕರೆಯಲು ಪ್ರಾರಂಭಿಸಿದರು. ಆದರೆ ನನ್ನ ಮಕ್ಕಳು ಇನ್ನೂ ಚಿಕ್ಕವರಾಗಿದ್ದರು. ನನ್ನ ಕೆಲಸ ಹೆಚ್ಚಾಗಿತ್ತು. ಆದ್ದರಿಂದ ಎಲ್ಲವನ್ನೂ ಒಪ್ಪಿಕೊಳ್ಳಲು ಸಾಧ್ಯವಾಗುತ್ತಿರಲಿಲ್ಲ. ವರ್ಷಗಳು ಕಳೆದಂತೆ, ನಾನು ಈ ರೀತಿಯ ಭಾಷಣಗಳನ್ನು ಹೆಚ್ಚು ಒಪ್ಪಿಕೊಳ್ಳಲು ಪ್ರಾರಂಭಿಸಿದೆ. ಈಗ ವಿವಿಧೆಡೆಗಳಲ್ಲಿ ಭಾಷಣ ಮಾಡುತ್ತೇನೆ. ಪ್ರತಿಬಾರಿಯೂ ಮೊದಲ ಮಾತಿನಂತೆ ಪ್ರಾಮಾಣಿಕವಾಗಿ, ಸಹಜವಾಗಿ ನನ್ನ ಅನುಭವಗಳಷ್ಟನ್ನೇ ವಿವರಿಸುತ್ತೇನೆ. ಅದರಿಂದ ನಾನು ಕಲಿತ ಪಾಠವನ್ನು ಹೇಳಿಕೊಳ್ಳುತ್ತೇನೆ. ಪ್ರತಿಬಾರಿಯೂ ಒಂದೇ ಪ್ರತಿಕ್ರಿಯೆ. ಹೀಗೆ ಜನರ ಮನಸುಗಳೊಡನೆ ನನ್ನ ಬೆಸುಗೆ ಹೆಚ್ಚಾಗುತ್ತಲೇ ಹೋಯಿತು. ಒಮ್ಮೆ ಒಬ್ಬ ಹುಡುಗಿ, ನಾನು ಮಾತು ಮುಗಿಸಿದ ನಂತರ ನನ್ನ ಬಳಿ ಬಂದಳು. "ಕೆಲವು ವರ್ಷಗಳ ಹಿಂದೆ, ನಾನು ನನ್ನ ಕಾರನ್ನು ಗ್ಯಾರೇಜಿನೊಳಗೆ ಇಡಲು ಪ್ರಯತ್ನಿಸುತ್ತಿದ್ದೆ. ಅಲ್ಲಿ ನನ್ನ ಎರಡು ವರ್ಷದ ಮಗಳು ಇದ್ದದ್ದು ನನಗೆ ತಿಳಿಯಲಿಲ್ಲ. ಅವಳ ಮೇಲೆ ಹಾಯಿಸಿಬಿಟ್ಟೆ. ಅವಳನ್ನು ಕಳೆದುಕೊಂಡು ಬಿಟ್ಟೆ. ಆ ಕ್ಷಣ ನನ್ನ ಜೀವನ ನಿಂತು ಹೋಯಿತು. ಆಗಿಂದ ನನಗೆ ಸರಿಯಾಗಿ ಊಟ ಸೇರುತ್ತಿಲ್ಲ. ನಿದ್ದೆ ಹತ್ತುತ್ತಿಲ್ಲ. ನನ್ನನ್ನು ನಾನೇ ಪ್ರಶ್ನೆಗಳಿಂದ ಹಿಂಸಿಸಿಕೊಂಡಿದ್ದೇನೆ. ಅಲ್ಲಿ ಅವಳ್ಯಾಕಿದ್ದಳು? ನಾನ್ಯಾಕೆ ಅವಳನ್ನು ನೋಡಲಿಲ್ಲ? ಹೀಗೆ ಆದದ್ದು ಯಾಕೆ? ನನಗೆ ನನ್ನ ಬಗ್ಗೆ ಬಹಳ ಬೇಸರ ಮತ್ತು ನೋವು. ನನ್ನಿಂದ ನನ್ನ ಕುಟುಂಬ ನೋವನ್ನು ಅನುಭವಿಸಿದೆ. ಆದರೆ ಈಗ ನಿಮ್ಮ ಮಾತುಗಳನ್ನು ಕೇಳಿ ನಾನು ಮಾಡುತ್ತಿರುವುದು ತಪ್ಪು ಎಂದು ಅನಿಸುತ್ತಿದೆ. ನೋವನ್ನು ಅನುಭವಿಸುತ್ತಲೇ ಬದುಕಲು ಸಾಧ್ಯ. ನಾನು ನನ್ನ ಜೀವನದೊಂದಿಗೆ ಮುಂದೆ ಸಾಗಬೇಕು. ನನ್ನ ಗಂಡ ಮತ್ತು ಮಕ್ಕಳಿಗಾಗಿ ನಾನು ಬದುಕಬೇಕು. ನಾನು ಆ ಧೈರ್ಯವನ್ನು ಕಂಡುಕೊಳ್ಳಬೇಕು. ನಿಮ್ಮ ಕಥೆ ಕೇಳಿ ನನಗೆ ಇದು ಸಾಧ್ಯ ಎನಿಸುತ್ತಿದೆ" ಎಂದಳು.

ನನಗೆ ಮಾತು ಹೊರಡಲಿಲ್ಲ. ಅವಳನ್ನು ತಕ್ಷಣ ಆಲಿಂಗಿಸಿಕೊಂಡೆ. ಆಕೆಯ ಕಥೆ ನನ್ನ ಕಥೆಯಾಗಿತ್ತು. ಇನ್ನೂ ಎಲ್ಲರ ಕಥೆಯೂ ಆಗಿದೆ. ಆಕೆ ಯಾವ ಆಂಡೀಸ್ ಪರ್ವತಗಳಲ್ಲೂ ಸಿಲುಕಿಕೊಂಡಿಲ್ಲ. ಯಾವ ಹಸಿವೆಯನ್ನೂ ಅನುಭವಿಸಬೇಕಾಗಲಿಲ್ಲ. ಆದರೆ ಅವಳದೇ ಆದ ಆಂಡೀಸ್ ದುರ್ಘಟನೆಯನ್ನು ಅವಳೂ ಅನುಭವಿಸಿದ್ದಳು. ನನ್ನ ಕಥೆ ನನ್ನದಷ್ಟೇ ಅಲ್ಲ, ಎಲ್ಲರೊಳಗೂ ಒಂದೊಂದು ಆಂಡೀಸ್ ಇರುತ್ತದೆ ಎಂದು ನನಗೆ ಆಗ ಸಂಪೂರ್ಣವಾಗಿ ಅನಿಸಿತು. ಆಕೆಯನ್ನು ಸಂತೈಸುತ್ತಾ, "ನಮ್ಮೆಲ್ಲರಲ್ಲೂ ವೈಯಕ್ತಿಕವಾದ ಒಂದೊಂದು ಆಂಡೀಸ್ ಇದ್ದೇ ಇದೆ" ಎಂದು ಹೇಳಿದೆ.

ಈಗ ಹತ್ತು ವರ್ಷಗಳ ಈ ರೀತಿಯ ಹಲವಾರು ಭಾಷಣಗಳ, ಸಾವಿರಾರು ಜನರ ಒಡನಾಟದ ನಂತರ ನನಗನಿಸುವುದು: ನನ್ನ ಕಥೆಯನ್ನೆಲ್ಲ ಜನರು ಮೆಚ್ಚಿ ಕೊಂಡಾಡುತ್ತಿರುವುದು. ಅದು ಅವರೊಳಗೇ ಅಡಗಿರುವ ನೋವಿನ ಛಾಯೆಯನ್ನು, ಅದರಿಂದ ಹೊರಬರಲು ಅವರು ಕಂಡುಕೊಳ್ಳುತ್ತಿರುವ ಆಸ್ಥೆಯನ್ನು. ನನ್ನ ಕಥೆ ಅವರನ್ನು ಭೀತಿಗೊಳಿಸುತ್ತದೆ, ಆದರೆ ಅದರ ಜೊತೆಗೇ ಅದನ್ನು ಮೀರಿ ನಿಲ್ಲುವ ಧೈರ್ಯ, ವಿಧಾನಗಳು ಅವರೊಳಗೇ ಅರಿವಾಗುತ್ತದೆ. ಅದರಿಂದ ಅವರು ತಮ್ಮದೇ ನೋವುಗಳಿಗೆ ಉಪಶಮನವನ್ನು ಕಂಡುಕೊಳ್ಳುತ್ತಾರೆ. ನನ್ನಿಂದ ಇದು ಸಾಧ್ಯವಾಗುತ್ತಿದೆ ಎಂಬ ಸತ್ಯವು ನನಗೆ ಸಮಾಧಾನವನ್ನು ಕೊಡುತ್ತದೆ. ಇದರ ಇನ್ನೊಂದು ಮುಖವೆಂದರೆ, ಆ ಎಲ್ಲ ಜನರಿಗೂ ನಾನು ಅಷ್ಟೇ ಮರಳಿ ಕೃತಜ್ಞನಾಗಿದ್ದೇನೆ. ಅವರಿಂದ ಪಡೆದುಕೊಂಡಿದ್ದೇನೆ. ನನ್ನ ಕಥೆ ನೋವಿನ, ದುಃಖದ ಕಥೆಯಷ್ಟೇ ಅಲ್ಲ. ಅದನ್ನು ಮೀರಿದ ಶಕ್ತಿಯಿದೆ ಎಂದು ಮನವರಿಕೆಯಾಗಿ ನನ್ನ ಗಾಯಗಳು ಮಾಸಿವೆ.

ಜನರಿಂದ ನನಗೆ ಸಾಕಷ್ಟು ಪ್ರೀತಿ, ವಿಶ್ವಾಸಗಳು ದೊರೆತಿವೆ. ನನ್ನ ಜೀವನಕ್ಕೆ ಒಂದು ಹೊಸ ಅರ್ಥ ದೊರಕಿದೆ. ನಾನು ಆಂಡೀಸ್ ಅನುಭವದ ಬಗ್ಗೆ ಮಾತನಾಡಲು ಹಿಂಜರಿದಿದ್ದೆ ಎಂಬ ನೆನಪು ನನಗೆ ಈಗ ಆಶ್ಚರ್ಯವನ್ನುಂಟು ಮಾಡುತ್ತದೆ. ಈಗ ನನ್ನ ಕಥೆಯನ್ನು ಜನರೊಡನೆ ಹಂಚಿಕೊಳ್ಳಲು ಸಂತೋಷ, ಸಮಾಧಾನ ದೊರೆಯುತ್ತದೆ. ಅದೇ ಸಮಾಧಾನವೇ ನನಗೆ ಈ ಪುಸ್ತಕವನ್ನು ಬರೆಯಲು ಪ್ರೇರೇಪಿಸಿದೆ. ಹಲವಾರು ವರ್ಷಗಳ ಕೆಳಗೆ ಈ ಪುಸ್ತಕವನ್ನು ನನ್ನ ಮನಸ್ಸಿನಲ್ಲೇ ಬರೆಯಲು ಪ್ರಾರಂಭಿಸಿದ್ದೆ. ಈಗ ಅದನ್ನು ಕಾಗದದ ಮೇಲೆ ತರುತ್ತಿದ್ದೇನೆ. ಇದೊಂದು ಮರೆಯಲಾಗದ ಅನುಭವವಾಗಿದೆ. ನೋವು, ನಲಿವು, ಆತಂಕಗಳು, ಆಶ್ಚರ್ಯಗಳು, ಒಟ್ಟಾರೆ ಎಲ್ಲವೂ ಪರಸ್ಪರ ಪೂರಕವೂ ಹೌದು ಮತ್ತು ಪರಿಪೂರ್ಣವೂ ಹೌದು. ಈ ಪುಸ್ತಕವನ್ನು ಬರೆಯುವಾಗ ಸಂಪೂರ್ಣವಾಗಿ ಪ್ರಾಮಾಣಿಕವಾಗಿರಲು ಪ್ರಯತ್ನಿಸಿದ್ದೇನೆ.

ಈಗ ಇದನ್ನು ಒಂದು ಉಡುಗೊರೆಯಾಗಿ ಇವರಿಗೆ ಕೊಡುತ್ತಿದ್ದೇನೆ:

ನನ್ನ ಜೀವನದಲ್ಲಿ ಅವರು ಎಷ್ಟು ಮಹತ್ವವಾದವರು ಎಂಬುದನ್ನು ಇದನ್ನು ಓದಿ ತಿಳಿಯಬಹುದಾದ ನನ್ನ ತಂದೆಗೆ.

ನನ್ನ ಜೊತೆಯಿದ್ದು ನನ್ನ ನೋವುಗಳನ್ನೇ ಅನುಭವಿಸಿದ, ನಾನು ಸದಾ ಪ್ರೀತಿ, ಆದರ, ಗೌರವಗಳನ್ನು ಹೊಂದಿರುವ ನನ್ನ ಸ್ನೇಹಿತರಿಗೆ.

ಆ ಕ್ಷಣಗಳಲ್ಲಿ ನನ್ನ ಜೊತೆ ಇರಲಿಲ್ಲವಾದರೂ, ನಾನು ಆಗ ಅನುಭವಿಸಿದ ಪ್ರತಿ ನಿಮಿಷವೂ, ನಾನು ಇಟ್ಟ ಪ್ರತಿಯೊಂದು ಹೆಜ್ಜೆಯೂ ಇವರಿಗಾಗಿಯೇ ಎನಿಸುವಷ್ಟು ನನ್ನವರಾಗಿರುವ ನನ್ನ ಹೆಂಡತಿ ಮತ್ತು ಮಕ್ಕಳಿಗೆ.

ಕೊನೆಯದಾಗಿ, ನನ್ನಂತೆಯೇ ಜೀವನದಲ್ಲಿ ನೋವು ನಲಿವುಗಳನ್ನು ಅನುಭವಿಸುತ್ತಾ ನನ್ನೊಡನೆ ಬೆಸೆದಿರುವ ನನ್ನೆಲ್ಲಾ ಜನರಿಗೆ. ಅಂದರೆ, ಈ ಪುಸ್ತಕವನ್ನು ಓದುತ್ತಿರುವ ಪ್ರತಿಯೊಬ್ಬರಿಗೆ. ನಾನು ಯಾವ ಬುದ್ಧಿವಂತನೂ ಅಲ್ಲ. ಪ್ರತಿದಿನವೂ ಜೀವನದ ಬಗ್ಗೆ ನನಗೆಷ್ಟು ಕಡಿಮೆ ಜ್ಞಾನ ಇದೆ ಎಂಬುದು ಅರಿವಾಗುತ್ತಲೇ ಇರುತ್ತದೆ. ಎಷ್ಟು ತಪ್ಪುಗಳನ್ನು ಮಾಡುತ್ತಲೇ ಇರುತ್ತೇನೆ ಎನಿಸುತ್ತದೆ. ನಮ್ಮ ಸಾವು ಖಚಿತ. ಅದಕ್ಕೆ ಮುಂಚೆ ನಾವು ಮಾಡಬಲ್ಲ ಒಂದೇ ಸರಿಯಾದ ಕೆಲಸವೆಂದರೆ ಪ್ರೀತಿಯನ್ನು ಹಂಚುವುದು. ನಮ್ಮೆಲ್ಲರಿಗಿಂತ ಧೈರ್ಯಸ್ಥನಾಗಿದ್ದ ನನ್ನ ಸ್ನೇಹಿತ ಆರ್ತುರೋ, ಸಾಯುವ ಮೊದಲು, "ಇಲ್ಲಿಯೂ ಸಹ, ಈ ಆಂಡೀಸ್‌ನಲ್ಲಿ ನಾವು ನೋವು ಅನುಭವಿಸುವಾಗಲೂ ಸಹ, ನಮಗಿರುವ ಜೀವನವನ್ನು ಸಂತೋಷದಿಂದ ಸ್ವೀಕರಿಸಬೇಕು" ಎಂದು ಹೇಳುತ್ತಿದ್ದ. ಅದರ ಅರ್ಥವೇನೆಂದರೆ, ನಮ್ಮಿಂದ ಎಲ್ಲವನ್ನೂ ಕಸಿದುಕೊಂಡುಬಿಟ್ಟಿದ್ದರೂ, ನಮ್ಮ ಪ್ರೀತಿಪಾತ್ರರನ್ನು ನಾವು ನೆನೆಯಬಹುದು. ಅವರು ನಮ್ಮ ಜೀವನದ ಅಮೂಲ್ಯ ಭಾಗವಾಗಿದ್ದಾರೆ, ನಮ್ಮೊಳಗೇ, ನಮ್ಮ ಜೊತೆಗೇ ಇರುತ್ತಾರೆ. ಆರ್ತುರೋ ಈ ಸತ್ಯವನ್ನು, ಆ ಚಿಕ್ಕವಯಸ್ಸಿನಲ್ಲೇ ಕಂಡುಕೊಂಡಿದ್ದ. ಈ ಪುಸ್ತಕ ಓದುತ್ತಿರುವ ನನ್ನ ಎಲ್ಲ ಗೆಳೆಯರ ಬಗ್ಗೆ ನನಗಿರುವ ಒಂದೇ ನಿರೀಕ್ಷೆಯೆಂದರೆ, ನಿಮ್ಮಲ್ಲಿರುವ ಅಮೂಲ್ಯರನ್ನು ಕಂಡುಕೊಳ್ಳುವಲ್ಲಿ ತಡಮಾಡಬೇಡಿ. ಆಂಡೀಸ್‌ನಲ್ಲಿ ಕಳೆದ ಪ್ರತಿಕ್ಷಣ, ಪ್ರತಿ ಉಸಿರೂ ಸಹ ನಮಗೆ ಒಂದು ಭಾಗ್ಯವಾಗಿತ್ತು. ಆ ಪ್ರತಿ ಉಸಿರಿಗೂ ಒಂದು ಅರ್ಥ, ಕಾರಣಗಳಿದ್ದವು. ಅಲ್ಲಿಂದ ಮರಳಿದ ಮೇಲೂ ಸಹ ಅದೇ ರೀತಿ ಬದುಕಲು ನಾನು ಪ್ರಯತ್ನಿಸಿದ್ದೇನೆ. ಈ ಪ್ರಯತ್ನ ನನ್ನ ಜೀವನದಲ್ಲಿ ಆನಂದ, ಸಂತೋಷ ಸಮಾಧಾನಗಳನ್ನೇ ತಂದಿದೆ. ನೀವೂ ಹಾಗೇ ಮಾಡಿರೆಂದು ಕೋರುತ್ತೇನೆ. ನಾವು ಆಂಡೀಸ್‌ನಲ್ಲಿ ಹೇಳಿಕೊಳ್ಳುತ್ತಿದ್ದಂತೆ, "ಉಸಿರಾಡು. ಮತ್ತೆ ಮತ್ತೆ ಉಸಿರಾಡು. ಪ್ರತಿ ಉಸಿರೂ ಹೇಳುತ್ತದೆ, ನೀನು ಜೀವಂತವಾಗಿದ್ದೀಯಾ ಎಂದು".

ಇಷ್ಟೆಲ್ಲಾ ವರ್ಷಗಳು ಕಳೆದ ನಂತರವೂ ಇದೊಂದೇ ನಾನು ನೀಡಬಲ್ಲ ಸಲಹೆ:

ನಿಮ್ಮ ಅಸ್ತಿತ್ವವನ್ನು ಆಸ್ವಾದಿಸಿ. ಪ್ರತಿ ಕ್ಷಣವೂ ಜೀವಿಸಿ, ಪ್ರೀತಿಸಿ. ಒಂದು ಕ್ಷಣವೂ ಜೀವಂತಿಕೆಯನ್ನು ಕಳೆದುಕೊಳ್ಳಬೇಡಿ.

ಕೆಲವು ಟಿಪ್ಪಣಿಗಳು

ಹಿಮಕುಸಿತ

ಪರ್ವತದ ಓರೆ ಅಂಚಿನಲ್ಲಿ ವಾಲಿ ನಿಂತಿದ್ದ ಹಿಮದ ರಾಶಿ ಹಠಾತ್ ಆಗಿ ಕುಸಿಯುವುದು. ಇದಕ್ಕೆ Avalanche ಎಂದು ಕರೆಯುತ್ತಾರೆ.

ಹೈಪೋಥರ್ಮಿಯಾ

ಅತಿಯಾದ ಶೀತದ ವಾತಾವರಣಕ್ಕೆ ದೇಹವು ದೀರ್ಘಾವದಿ ಒಡ್ಡಿಕೊಂಡರೆ, ಸಾಧಾರಣ ದೇಹದ ಉಷ್ಣಾಂಶವು ಅತ್ಯಂತ ಕಡಿಮೆಯಾಗಿ ಮಾರಣಾಂತಿಕ ಖಾಯಿಲೆಗಳಿಗೆ ತುತ್ತಾಗುತ್ತದೆ. ಇದಕ್ಕೆ Hypothermia ಎಂದು ಕರೆಯುತ್ತಾರೆ.

ಗ್ಯಾಂಗ್ರೀನ್

ದೇಹದ ಜೀವಕೋಶಗಳು ತನ್ನ ಶಕ್ತಿಯನ್ನು ಕಳೆದುಕೊಂಡಾಗ ರೋಗನಿರೋಧಕ ಶಕ್ತಿಯು ಕಡಿಮೆಯಾಗಿ ದೇಹದಲ್ಲಿ ಸೋಂಕುಂಟಾಗುತ್ತದೆ. ಇದು ದೇಹದ ಅಂಗಾಂಗಗಳಿಗೆ ಹರಡಿಕೊಳ್ಳುತ್ತಾ, ನಿಶ್ಶಕ್ತವಾಗಿಸುತ್ತದೆ. ಇದಕ್ಕೆ Gangrene ಎಂದು ಕರೆಯುತ್ತಾರೆ

ಫಾರ್ಮುಲಾ ಪಿಟ್

ಫಾರ್ಮುಲಾ ಕಾರು ಸ್ಪರ್ಧೆಯು ಜರುಗುವ ಸ್ಥಳದಲ್ಲಿ, ಸ್ಪರ್ಧೆಗೆ ಸಿದ್ಧವಾದ ಕಾರುಗಳನ್ನು ನಿಲ್ಲಿಸುವ ಸ್ಥಳ.

ಹಿಮದಲ್ಲಿ ಹೆಣ–ಆಹಾರ

ಹಿಮದಲ್ಲಿನ ಶೀತಲ ವಾತಾವರಣದಿಂದ ವಸ್ತುಗಳು ಕೆಡುವುದಿಲ್ಲ. ಆಂಡೀಸ್‌ನಲ್ಲಿ ಸತ್ತವರ ಹೆಣಗಳು ಹಿಮಾವೃತವಾದದ್ದರಿಂದ ಕೊಳೆತಿರುವುದಿಲ್ಲ. ಆದ್ದರಿಂದ ಅಪಘಾತದ ಸ್ಥಳದಲ್ಲಿ ಹೆಣಗಳೇ ಜನರ ಆಹಾರವಾಗಿರುತ್ತದೆ.

ವಿಮಾನ ಚಾಲಕನ ಕೋಣೆ

ವಿಮಾನದಲ್ಲಿ ಚಾಲಕ ಅಥವಾ ಪೈಲಟ್, ವಿಮಾನ ಚಾಲನೆ ಮಾಡುವ ಸ್ಥಳಕ್ಕೆ ಕಾಕ್ಪಿಟ್ (cockpit) ಅಥವಾ ಚಾಲಕನ ಕೋಣೆ ಎಂದು ಕರೆಯುತ್ತಾರೆ.

ಛಾಯಾಚಿತ್ರಗಳನ್ನು ಕುರಿತು

ಫ್ಲೇರ್ ಚೈಲ್ಡ್ ವಿಮಾನಾಪಘಾತದ ಸ್ಥಳದಲ್ಲಿ ಒಂದು ಅಗ್ಗದ ಕ್ಯಾಮರಾ ದೊರೆತಿತ್ತು. ಈ ಪುಸ್ತಕದಲ್ಲಿ ಕಾಣುವ ಹಲವಾರು ಫೋಟೋಗಳನ್ನು ಅದೇ ಕ್ಯಾಮರಾದಲ್ಲಿ ಸೆರೆ ಹಿಡಿದದ್ದು. ಸಾವು ಹತ್ತಿರವಾಗಿದ್ದ, ಎಲ್ಲ ಆಸರೆಗಳೂ ನಮ್ಮಿಂದ ದೂರಾಗುತ್ತಿದ್ದ, ಹತಾಶೆ–ಭೀತಿ ದಿನೇದಿನೇ ಹೆಚ್ಚಾಗುತ್ತಿದ್ದ ದಿನಗಳು ಆ ಕ್ಯಾಮರಾ ಕಣ್ಣಿನಲ್ಲಿ ಸೆರೆಯಾಗಿವೆ. ಈಗ ಆ ಫೋಟೋಗಳನ್ನು ಗಮನಿಸಿದರೆ ಆಶ್ಚರ್ಯವಾಗುತ್ತದೆ. ಆ ಫೋಟೋಗಳಲ್ಲಿ ಯಾವ ಭಯ, ಆತಂಕಗಳೂ, ದುಃಖಗಳೂ ಕಂಡುಬರುವುದಿಲ್ಲ. ಬದಲಾಗಿ ಕಾಲೇಜು ವಿದ್ಯಾರ್ಥಿಗಳಂತೆ ಹಿಮದ ಮೇಲೆ ಹಿತವಾಗಿ ಮಲಗಿ ವಿರಮಿಸುತ್ತಿರುವ, ಸೂರ್ಯನ ಶಾಖ ಕಾಯಿಸಿಕೊಳ್ಳುತ್ತಿರುವಂತೆ ಕಾಣುತ್ತದೆ. ನೀವು, ಯಾರೋ ಪ್ರವಾಸಿಗರು ಮೋಜುಮಾಡುತ್ತಿದ್ದಾರೆ ಎಂದು ತಿಳಿಯಬಹುದು. ಬಹುಶಃ ಮೂಳೆ ಚಕ್ಕಳದಂತಾಗಿರುವ ದೇಹಗಳು ನಮ್ಮ ಶೋಚನೀಯ ಪರಿಸ್ಥಿತಿಯ ಸೂಚನೆ ನೀಡಬಹುದೇನೋ.

ಆ ಚಿತ್ರಗಳಲ್ಲಿ ಕೆಲವನ್ನು ನಾನೇ ಸೆರೆ ಹಿಡಿದಿದ್ದೇನೆ. ಆದರೆ, ಪ್ರತಿಯೊಂದು ಫೋಟೋವನ್ನು ಕ್ಲಿಕ್ಕಿಸಿದಾಗಲೂ ಈ ಚಿತ್ರ ನಮ್ಮೆಲ್ಲರ ಸಾವನ್ನು ಮೀರಿ, ನಮ್ಮ ಬದುಕನ್ನು ಸ್ಥಾಯಿಯಾಗಿಸುತ್ತದೆ ಎಂಬ ಅನಿಸಿಕೆಯಂತೂ ಇತ್ತು. ಆಂಡೀಸ್ ಹಿಮಲೋಕದಲ್ಲಿ ನಾವೊಂದಷ್ಟು ಜನ ಹುಡುಗರು ಹೇಳಹೆಸರಿಲ್ಲದೆ ಮಡಿದು, ನಮ್ಮ ಕಷ್ಟಕಥೆ ಯಾರಿಗೂ ತಿಳಿಯದೇ ಹೋಗುತ್ತದೆ. ಕೊನೆಗೂ ನಾವು ಆ ನಿರ್ಜರ ಪ್ರದೇಶದಲ್ಲಿ ಅನಾಥರಾಗಿ ಅಳಿದುಹೋಗುತ್ತೇವೆ ಎಂಬ ಆಲೋಚನೆಯೇ ನಡುಕ ಹುಟ್ಟಿಸುತ್ತಿತ್ತು. ಅಂತಹ ಸಂದರ್ಭದಲ್ಲಿ, ಆ ಕ್ಯಾಮರಾದ ಮೂಲಕ ನಮ್ಮ ಕಥೆಯನ್ನು ಸೆರೆ ಹಿಡಿಯುತ್ತಿದ್ದೇವೆ ಎಂಬ ವಿಷಯವು ಸಮಾಧಾನವನ್ನುಂಟು ಮಾಡುತ್ತಿತ್ತು. ನಮ್ಮ ನಂತರ, ಎಂದಾದರೊಂದು ದಿನ, ನಮ್ಮಂತೆ ಮತ್ಯಾರೋ ಹೀಗೆಯೇ ಹಾದಿ ತಪ್ಪಿ ಬಂದವರು ಈ ಕ್ಯಾಮರಾವನ್ನು ಕಂಡು ನಮ್ಮನ್ನು ಅರ್ಥಮಾಡಿಕೊಳ್ಳಬಲ್ಲರು ಎಂಬ ಹಂಬಲವಿತ್ತು. ನಾವೊಂದಷ್ಟು ಮಂದಿ ಅಲ್ಲಿ ಸಿಲುಕಿದ್ದೆವು, ಬದುಕುಳಿಯಲು ಇನ್ನಿಲ್ಲದಂತೆ ಪ್ರಯತ್ನಿಸಿದ್ದೆವು, ನಮ್ಮೆಲ್ಲ ಹೆದರಿಕೆ–ಆತಂಕಗಳ ನಡುವೆಯೂ ಫೋಟೋಗಾಗಿ ನಕ್ಕಿದ್ದೆವು ಎಂಬಿತ್ಯಾದಿ ವಿಚಾರಗಳು ಜಗತ್ತಿಗೆ ತಿಳಿಯಬೇಕು, ಆ ಕ್ಯಾಮರಾದ ಮೂಲಕ ತಿಳಿಯುತ್ತದೆ ಎಂಬ ವಿಷಯ ನಮಗೆ ಆಗ ಬಹಳ ಮುಖ್ಯವೆನಿಸಿತ್ತು. ಆ ಕೆಲವು ಅಭೂತಪೂರ್ವ ಘಳಿಗೆಗಳು ಫೋಟೋಗಳಾಗಿ ಈಗ ನಿಮ್ಮ ಮುಂದೆ ಇವೆ.

‘ಮಿರಾಕಲ್ ಇನ್ ದಿ ಆಂಡೀಸ್’ ಪುಸ್ತಕದ ಬಗೆಗಿನ ಮೆಚ್ಚು ನುಡಿಗಳು

“ಬಹಳ ಕಾಲದ ನಂತರ, ನಾನು ಜಗತ್ತನ್ನು ನೋಡುವ ದೃಷ್ಟಿಯನ್ನು ಬದಲಿಸಬಲ್ಲ ಪುಸ್ತಕವೊಂದು ದೊರೆತಿದೆ... ಪರಾಡೊನ ವಿಶೇಷ ಗುಣವೆಂದರೆ: ಸಮಾಜದ ಸುರಕ್ಷಿತ ಕೋಶಗಳಲ್ಲಿ ಕುಳಿತಿರುವ ನಮ್ಮೆಲ್ಲರಿಗೂ ಬದುಕಿನ ಸಾಧ್ಯತೆಗಳ ಅರಿವನ್ನು ಮೂಡಿಸುವುದು. ಅದಕ್ಕಿಂತಲೂ ಮುಖ್ಯವಾಗಿ ಈ ಪುಸ್ತಕವು, ನಾವು ಬದುಕಿನಲ್ಲಿ ಒಂದೇ ಒಂದು ಕ್ಷಣ, ಒಂದು ಉಸಿರನ್ನೂ ವ್ಯರ್ಥಮಾಡಬಾರದು ಎಂಬ ಪಾಠವನ್ನು ಹೇಳಿಕೊಡುತ್ತದೆ.”

– ವಾಷಿಂಗ್ಟನ್ ಪೋಸ್ಟ್

“ದೀರ್ಘಕಾಲ ಇನ್ನಿಲ್ಲದಂತೆ ಮೃತ್ಯುವಿಗೆ ಹತ್ತಿರವಾಗಿ, ಪರಾಡೊ ಅದರ ಕಿವಿಯಲ್ಲಿ ಪಿಸುಗುಡುವುದು, ‘ನಾನು ಜೀವಂತವಾಗಿದ್ದೇನೆ,’ ಎಂದು. ‘ಮಿರಾಕಲ್ ಇನ್ ದಿ ಆಂಡೀಸ್’ ಪುಸ್ತಕವು ಆ ಮಾತನ್ನು, ಮುಂಬರುವ ಹಲವಾರು ವರ್ಷಗಳ ಕಾಲ ಒಂದು ಬಲವಾದ ರುಜುವಾತಾಗಿಸುತ್ತದೆ.”

– ಮೆನ್ಸ್ ಜರ್ನಲ್

“ಭಯಂಕರ ದುರಂತ ಕಥಾನಕವೊಂದು ತೀವ್ರವಾಗಿ ಕಾಡುವ ಕಥೆಯಾಗಿ, ಅತೀಂದ್ರಿಯ ಪರಿಶ್ರಮವಾಗಿ, ಮಾನಸಿಕ ಶಕ್ತಿಯಾಗಿ ವಿಕಾಸವಾಗುತ್ತದೆ... ಪರಾಡೊ ತಾನು ಸಾವಿನಂಚಿನಿಂದ ಮರಳಿ ಬದುಕನ್ನು ಪಡೆದ ವಿಷಯವನ್ನು ಹೇಳುತ್ತಾನೆ. ಆದರೆ ಆ ಪಡೆಯುವಿಕೆಯ ನಡುವಿನ ಕಥೆ ಎಂತಹ ದಣಿದ ಸಾಹಸಿಗನಿಗೂ ತ್ರಾಣವನ್ನು ಕೊಡಬಲ್ಲ ಶಕ್ತಿಯುಳ್ಳದ್ದು.”

– ನ್ಯೂ ಯಾರ್ಕ್ ಟೈಮ್ಸ್ ಬುಕ್ ರಿವ್ಯೂ

“ಅತ್ಯಂತ ವಿರಳ ಆಮ್ಲಜನಕ ಹೊಂದಿರುವ ಬೆಟ್ಟದ ತುದಿಯಲ್ಲಿ ನಿಂತು ಅವನು ಬದುಕಿನ ನಿಜ ಅರ್ಥದ ಒಗಟುಗಳನ್ನು ಬಿಡಿಸಲೆತ್ನಿಸುವ ಸಂದರ್ಭದಲ್ಲಿ ನಮ್ಮ ಉಸಿರಾಟವೂ ಅವನಂತೆ ಬಿಗಿಗೊಳ್ಳುತ್ತದೆ.”

– ವಾಷಿಂಗ್ಟನ್ ಟೈಮ್ಸ್

“‘ಮಿರಾಕಲ್ ಇನ್ ದಿ ಆಂಡೀಸ್’ ಪುಸ್ತಕವು ಊಹಿಸಲಸಾಧ್ಯವಾದ ಅಗ್ನಿಪರೀಕ್ಷೆಯ ಬೆರಗುಗೊಳಿಸುವ ಚಿತ್ರಣ. ನೇರವಾದ, ಆಶ್ಚರ್ಯವೆನಿಸುವಷ್ಟು ಪ್ರಾಮಾಣಿಕವಾದ ಈ ಪುಸ್ತಕದಲ್ಲಿ, ನ್ಯಾಂಡೋ ಪರಾಡೊ ಸಾವಿನ ಜೊತೆಗಿರುತ್ತಲೇ 72 ಸುದೀರ್ಘ ದಿನಗಳು ಸೆಣಸಾಡಿ ಬದುಕಿ ಬಂದ ಕಥೆಯನ್ನು ಹೇಳುತ್ತಾರೆ. ಈ ಪುಸ್ತಕವನ್ನು ಒಮ್ಮೆ ಕೈಗೆ ತೆಗೆದುಕೊಂಡರೆ, ಮುಗಿಯುವವರೆಗೂ ಕೆಳಗಿಡಲು ಸಾಧ್ಯವಾಗದು.”

– ಜಾನ್ ಕ್ರಾಕೌರ್, ‘ಎವರೆಸ್ಟ್’ ಪುಸ್ತಕದ ಲೇಖಕ

"1972ರ ವಿಮಾನಾಪಘಾತದ ನಂತರ ಕಳೆದುಕೊಂಡ ತನ್ನವರನ್ನು ತೊರೆದು ಬಂದ ನ್ಯಾಂಡೊ ಪರಾಡೊನ ಸ್ಥೈರ್ಯ, ಶಕ್ತಿಗಳು, ತಾನು ಜೀವಂತವಾಗಿ ಬದುಕುಳಿದು ಬಂದದ್ದಷ್ಟೇ ಅಲ್ಲದೆ ತನ್ನೊಡನಿದ್ದ ಉಳಿದ ಹದಿನೈದು ಸ್ನೇಹಿತರನ್ನೂ ಕರೆತರುತ್ತವೆ. ಆ ವಿಷಮಸ್ಥಿತಿಯ ಮೈನವಿರೇಳಿಸುವ, ಮನಕಲಕುವ ಸಾಹಸಗಾಥೆಯನ್ನು ನ್ಯಾಂಡೋ ಈ ಪುಸ್ತಕದಲ್ಲಿ ಹಂಚಿಕೊಂಡಿದ್ದಾರೆ. ಪ್ರೀತಿಯೆಂಬ ಶಕ್ತಿಯು ಬದುಕಿನಲ್ಲಿ ಏನೆಲ್ಲಾ ಸಾಧಿಸುವಂತೆ ಮಾಡಬಲ್ಲದು ಎಂಬುದಕ್ಕೆ ಈ ಕಥೆಯೊಂದು ಸಾಕ್ಷಿಯಾಗಿದೆ."

– ಪಿಯರ್ಸ್ ಪಾಲ್ ರೀಡ್, 'ಅಲೈವ್' ಪುಸ್ತಕದ ಲೇಖಕ

"'ಮಿರಾಕಲ್ ಇನ್ ದಿ ಆಂಡೀಸ್' ಪುಸ್ತಕವು, ನಾನು ಹಿಂದೆಂದೂ ಓದಿರದ, ಬದುಕು, ಸ್ನೇಹ ಮತ್ತು ಪ್ರೀತಿಯ ಸ್ಪಂದನೆಗಳ ಒಂದು ಸ್ಫೂರ್ತಿದಾಯಕ ಚಿತ್ರಣ. ಇದೊಂದು ಸರಳ, ಸುಂದರ ಕಥಾನಕ."

– ಟೊರೊಂಟೋ ಸ್ಟಾರ್

"ನ್ಯಾಂಡೊ ತನ್ನ ಮತ್ತು ತನ್ನ ಸ್ನೇಹಿತರ ಅಗ್ನಿಪರೀಕ್ಷೆಯ ಕಥೆಯನ್ನು ಭಾವಪೂರ್ಣವಾಗಿ ವಿವರಿಸಿದ್ದಾರೆ. ಪ್ರಭಾವಶಾಲಿಯಾದ ಮತ್ತು ಆಧ್ಯಾತ್ಮಿಕವಾದ ಈ ಕಥಾನಕವು ಶ್ಲಾಘನೀಯವಾಗಿದೆ."

– ಡೆನ್ವರ್ ಪೋಸ್ಟ್

"ನ್ಯಾಂಡೊರ ಕಥೆ ಅಚ್ಚರಿಮೂಡಿಸುವಂತಿದೆ. ಉಸಿರುಬಿಗಿಯುವಷ್ಟು ಪ್ರಾಮಾಣಿಕವಾಗಿ ಮತ್ತು ವಿನಯಪೂರ್ವಕವಾಗಿ ನಮ್ಮನ್ನು ತಮ್ಮ ಕಥೆಯೊಳಕ್ಕೆ ಸೆಳೆದುಕೊಳ್ಳುತ್ತಾರೆ. ಇದನ್ನು ಮನುಷ್ಯನ ಧೈರ್ಯ–ಸ್ಥೈರ್ಯಗಳನ್ನು ಮೆರೆಸುವ ಒಂದು ವೀರಗಾಥೆ ಎಂದು ಮುಗಿಸಿಬಿಟ್ಟರೆ ನಾವು ಕಥೆಯ ಕೇಂದ್ರವನ್ನು ತಪ್ಪುತ್ತೇವೆ. ಈ ಕಥೆ, ಹೆಜ್ಜೆ ಹೆಜ್ಜೆಗೂ ಬದುಕಿನ ಕರಾಳ ಮುಖವನ್ನು ಎದುರಿಸಿದ, ನಿಜವಾಗಿ ಮನುಷ್ಯನಾಗುವುದು, ಬದುಕುವುದು ಎಂದರೇನು ಎಂದು ಅನುಭವಿಸಿ ಗೆದ್ದುಬಂದ ರಗ್ಬೀ ಆಟದ ತರುಣ ಹುಡುಗರ ಬದುಕಿನ ಪಾಠವಾಗಿದೆ."

– ವೆಸ್ಟರ್ನ್ ಡೈಲಿ ಪ್ರೆಸ್

"ಭಯಾನಕ ಮತ್ತು ಸಂಕಟಕರ ಗದ್ಯವನ್ನೋದಲು ಸಿದ್ಧರಾಗಿ. ಈ ಸಿದ್ಧತೆ ಪುಸ್ತಕದ ನೈಜತೆಯನ್ನು ಅರಗಿಸಿಕೊಳ್ಳಲು ಮಾತ್ರ. ಆದರೆ, ಇದು ಮನುಷ್ಯನ ಶಕ್ತಿ–ಚೈತನ್ಯಗಳನ್ನು, ಅದರ ಸಾಧ್ಯತೆಗಳನ್ನು ನಂಬುವ ಪ್ರತಿಯೊಬ್ಬರೂ ಓದಲೇಬೇಕಾದಂತಹ ಪುಸ್ತಕವಾಗಿದೆ"

– ಡೆಸರ್ಟ್ ಮಾರ್ನಿಂಗ್ ನ್ಯೂಸ್ (ಸಾಲ್ಟ್‌ಲೇಕ್ ಸಿಟಿ)

ಓದಿ ಓದಿ ಮರುಳಾಗಿ!

ಛಂದ ಪುಸ್ತಕ ಬಹುಮಾನ

ಹೊಸ ಕತೆಗಾರರನ್ನು ಗುರುತಿಸುವ ಸಲುವಾಗಿ ನಮ್ಮ ಪ್ರಕಾಶನ ಸಂಸ್ಥೆಯು ಕಳೆದ ಹದಿಮೂರು ವರ್ಷಗಳಿಂದ ಕತೆಗಳ ಹಸ್ತಪ್ರತಿ ಸ್ಪರ್ಧೆಯನ್ನು ನಡೆಸುತ್ತಾ ಬಂದಿದೆ. ಈವರೆಗೆ ಒಂದೂ ಕಥಾಸಂಕಲನವನ್ನು ಪ್ರಕಟಿಸದವರು ಈ ಸ್ಪರ್ಧೆಯಲ್ಲಿ ಭಾಗವಹಿಸಬಹುದು. ಇತರ ಪ್ರಕಾರಗಳಲ್ಲಿ ಒಂದೆರಡು ಪುಸ್ತಕಗಳನ್ನು ಪ್ರಕಟ ಮಾಡಿದವರೂ ಇದರಲ್ಲಿ ಭಾಗವಹಿಸುವ ಅವಕಾಶವಿರುತ್ತದೆ. ಮೊದಲ ಸುತ್ತಿನ ಆಯ್ಕೆಯನ್ನು ಪ್ರಕಾಶನದ ಸದಸ್ಯರು ಮಾಡಿ, ಕೊನೆಯ ಆಯ್ಕೆಗಾಗಿ ಸುಮಾರು ಹತ್ತು ಹಸ್ತಪ್ರತಿಗಳನ್ನು ನಾಡಿನ ಹಿರಿಯ ಸಾಹಿತಿಗಳಿಗೆ ಒಪ್ಪಿಸುತ್ತಾರೆ. ಆಯ್ಕೆಯಾದ ಹಸ್ತಪ್ರತಿಯನ್ನು ಪುಸ್ತಕ ರೂಪದಲ್ಲಿ ಪ್ರಕಟಿಸಿ, ಪ್ರಶಸ್ತಿ ಪತ್ರ, ಫಲಕ ಹಾಗೂ ಮೂವತ್ತು ಸಾವಿರ ರೂಪಾಯಿ ಬಹುಮಾನವನ್ನು ನೀಡಲಾಗುತ್ತದೆ. ಈವರೆಗೂ ಈ ಪ್ರಶಸ್ತಿಯಲ್ಲಿ ಬಹುಮಾನ ಪಡೆದವರ ವಿವರಗಳ ಪಟ್ಟಿಯನ್ನು ಮುಂದಿನ ಪುಟದಲ್ಲಿ ನೀಡಿದ್ದೇವೆ.

ಇವರಲ್ಲಿ ಮೌನೇಶ ಬಡಿಗೇರ, ಶಾಂತಿ ಕೆ ಅಪ್ಪಣ್ಣ, ಪದ್ಮನಾಭ ಭಟ್ ಶೇವ್ಕಾರ ಮತ್ತು ಸ್ವಾಮಿ ಪೊನ್ನಾಚಿ ಅವರಿಗೆ ಕೇಂದ್ರ ಸಾಹಿತ್ಯ ಅಕಾಡೆಮಿಯ ಯುವ ಪುರಸ್ಕಾರ ದೊರೆತಿದೆ. ವಿನಯಾ, ಶಾಂತಿ ಕೆ ಅಪ್ಪಣ್ಣ ಮತ್ತು ಪದ್ಮನಾಭ ಭಟ್ ಶೇವ್ಕಾರರ ಪುಸ್ತಕಗಳಿಗೆ ಕರ್ನಾಟಕ ಸಾಹಿತ್ಯ ಅಕಾಡೆಮಿಯ ಪುಸ್ತಕ ಬಹುಮಾನ ಅಥವಾ ದತ್ತಿ ಬಹುಮಾನಗಳು ಸಂದಿವೆ. ಇನ್ನೂ ಹಲವಾರು ನಾಡಿನ ಪ್ರಮುಖ ಪ್ರಶಸ್ತಿ ಮತ್ತು ಬಹುಮಾನಗಳೂ ಈ ಕೃತಿಗಳಿಗೆ ಲಭ್ಯವಾಗಿವೆ.

ನೀವು ಈ ಸ್ಪರ್ಧೆಯಲ್ಲಿ ಭಾಗವಹಿಸಬೇಕೆ? ಹಾಗಿದ್ದರೆ ನಮ್ಮ ಮುಂದಿನ ವರ್ಷದ ಸ್ಪರ್ಧೆಯ ಆಹ್ವಾನವನ್ನು ಖ್ಯಾತ ಕನ್ನಡ ನಿಯತಕಾಲಿಕಗಳಲ್ಲಿ ಅಥವಾ ಸಾಮಾಜಿಕ ಜಾಲತಾಣಗಳಲ್ಲಿ ನಿರೀಕ್ಷಿಸಿರಿ. ಹೆಚ್ಚಿನ ವಿವರಗಳಿಗೆ 98444 22782 ಗೆ ಸಂದೇಶ ಕಳುಹಿಸಿರಿ.

ಛಂದ ಪುಸ್ತಕ ಬಹುಮಾನ ಪಡೆದ ಕೃತಿಗಳು

ಕತೆಗಾರರು	ಕಥಾಸಂಕಲನ	ತೀರ್ಪುಗಾರರು
ಸುನಂದಾ ಪ್ರಕಾಶ ಕಡಮೆ	ಪುಟ್ಟ ಪಾದದ ಗುರುತು	ಅಶೋಕ ಹೆಗಡೆ/ ಸುಮಂಗಲಾ
ಅಲಕ ತೀರ್ಥಹಳ್ಳಿ	ಈ ಕತೆಗಳ ಸಹವಾಸವೇ ಸಾಕು	ಕೇಶವ ಮಳಗಿ/ ಸುಮಂಗಲಾ
ಲೋಕೇಶ ಅಗಸನಕಟ್ಟೆ	ಹಟ್ಟಿಯೆಂಬ ಭೂಮಿಯ ತುಣುಕು	ಬೊಳುವಾರು ಮಹಮದ್ ಕುಂಞಿ
ವಿನಯಾ	ಊರ ಒಳಗಣ ಬಯಲು	ನೇಮಿಚಂದ್ರ
ಸಂದೀಪ ನಾಯಕ	ಗೋಡೆಗೆ ಬರೆದ ನವಿಲು	ಅಮರೇಶ ನುಗಡೋಣಿ
ಕಣಾದ ರಾಘವ	ಮೊದಲ ಮಳೆಯ ಮಣ್ಣು	ಕೆ. ಸತ್ಯನಾರಾಯಣ
ಬಸವಣ್ಣೆಪ್ಪಾ ಕಂಬಾರ	ಆಟಿಕೆ	ಕುಂ. ವೀರಭದ್ರಪ್ಪ
ಮೌನೇಶ ಬಡಿಗೇರ	ಮಾಯಾಕೋಲಾಹಲ	ಓ.ಎಲ್. ನಾಗಭೂಷಣಸ್ವಾಮಿ
ಪದ್ಮನಾಭ ಭಟ್ ಶೇವ್ಕಾರ	ಕೇಪಿನ ಡಬ್ಬಿ	ಎಂ. ಎಸ್. ಆಶಾದೇವಿ
ಶಾಂತಿ ಕೆ ಅಪ್ಪಣ್ಣ	ಮನಸು ಅಭಿಸಾರಿಕೆ	ಎಚ್.ಎಸ್. ರಾಘವೇಂದ್ರ ರಾವ್
ದಯಾನಂದ	ದೇವರು ಕಚ್ಚಿದ ಸೇಬು	ನಾ. ಡಿಸೋಜಾ
ಸ್ವಾಮಿ ಪೊನ್ನಾಚಿ	ಧೂಪದ ಮಕ್ಕಳು	ಎಂ. ಎಸ್. ಶ್ರೀರಾಮ್
ಶಶಿ ತರೀಕೆರೆ	ಡುಮಿಂಗ	ಲಲಿತಾ ಸಿದ್ಧಬಸವಯ್ಯ
ಛಾಯಾ ಭಟ್	ಬಯಲಲರಸಿ ಹೊರಟವಳು	ತಾರಿಣಿ ಶುಭದಾಯಿನಿ
ಕಾವ್ಯಾ ಕಡಮೆ	ಮಾಕೋನ ಏಕಾಂತ	ಟಿ.ಪಿ. ಅಶೋಕ

ಛಂದ ಪುಸ್ತಕ ಬಹುಮಾನ

ಪುಟ್ಟ ಪಾದದ ಗುರುತು – ಸುನಂದಾ ಪ್ರಕಾಶ ಕಡಮೆ – ₹ 120
ಈ ಕತೆಗಳ ಸಹವಾಸವೇ ಸಾಕು – ಅಲಕ ತೀರ್ಥಹಳ್ಳಿ – ₹ 60
ಹಟ್ಟಿಯೆಂಬ ಭೂಮಿಯ ತುಣುಕು – ಲೋಕೇಶ ಅಗಸನಕಟ್ಟೆ – ₹ 180
ಗೋಡೆಗೆ ಬರೆದ ನವಿಲು – ಸಂದೀಪ ನಾಯಕ – ₹ 60
ಮೊದಲ ಮಳೆಯ ಮಣ್ಣು – ಕಣಾದ ರಾಘವ – ₹ 140
ಆಟಿಕೆ – ಬಸವಣ್ಣೆಪ್ಪಾ ಕಂಬಾರ – ₹ 100
ಮಾಯಾಕೋಲಾಹಲ – ಮೌನೇಶ ಬಡಿಗೇರ – ₹ 140
ಕೇಪಿನ ಡಬ್ಬಿ – ಪದ್ಮನಾಭ ಭಟ್, ಶೇವ್ಕಾರ – ₹ 150
ಮನಸು ಅಭಿಸಾರಿಕೆ – ಶಾಂತಿ ಕೆ ಅಪ್ಪಣ್ಣ – ₹ 230
ದೇವರು ಕಚ್ಚಿದ ಸೇಬು – ದಯಾನಂದ – ₹ 140
ಧೂಪದ ಮಕ್ಕಳು – ಸ್ವಾಮಿ ಪೊನ್ನಾಚಿ – ₹ 120
ಡುಮಿಂಗ – ಶಶಿ ತರೀಕೆರೆ – ₹ 130
ಬಯಲರಸಿ ಹೊರಟವಳು – ಛಾಯಾ ಭಟ್ – ₹ 120
ಮಾಕೋನ ಏಕಾಂತ – ಕಾವ್ಯಾ ಕಡಮೆ – ₹ 130

ಕಥಾಸಂಕಲನ

ಶಕುಂತಳಾ – ಗುರುಪ್ರಸಾದ್ ಕಾಗಿನೆಲೆ – ₹ 80
ಜುಮುರು ಮಳೆ – ಸುಮಂಗಲಾ – ₹ 160
ಶಾಲಭಂಜಿಕೆ – ಡಾ. ಕೆ. ಎನ್. ಗಣೇಶಯ್ಯ – ₹ 130 (6ನೆಯ ಮುದ್ರಣ)
ಕಾರಂತಜ್ಜನಿಗೊಂದು ಪತ್ರ – ಸಚ್ಚಿದಾನಂದ ಹೆಗಡೆ – ₹ 150
ಹಕೂನ ಮಟಾಟ – ನಾಗರಾಜ ವಸ್ತಾರೆ – ₹ 80
ಕಾಲಿಟ್ಟಲ್ಲಿ ಕಾಲುದಾರಿ – ಸುಮಂಗಲಾ – ₹ 80
ಹುಲಿರಾಯ – ಕೀರ್ತಿರಾಜ್ – ₹ 80
ನಿರವಯವ – ನಾಗರಾಜ ವಸ್ತಾರೆ – ₹ 125
ಹನ್ನೊಂದನೇ ಅಡ್ಡರಸ್ತೆ – ಸುಮಂಗಲಾ – ₹ 170
ಗಾಳಿಗೆ ಮೆತ್ತಿದ ಬಣ್ಣ – ಕರ್ಕಿ ಕೃಷ್ಣಮೂರ್ತಿ – ₹ 120
ಕನ್ನಡಿ ಹರಳು – ಪದ್ಮನಾಭ ಭಟ್, ಶೇವ್ಕಾರ – ₹ 130
ಒಂದು ಚಿಟಿಕೆ ಮಣ್ಣು – ಲಕ್ಷ್ಮಣ ಬಾದಾಮಿ – ₹ 130
ಬಂಡಲ್ ಕತೆಗಳು – ಎಸ್ ಸುರೇಂದ್ರನಾಥ್ – ₹ 160
ದೇವರ ರಜಾ – ಗುರುಪ್ರಸಾದ್ ಕಾಗಿನೆಲೆ – ₹ 150

ಕಟ್ಟು ಕತೆಗಳು – ಎಸ್ ಸುರೇಂದ್ರನಾಥ್ – ₹ 210
ಮಡಿಲು (ನೀಳ್ಗತೆ) – ನಾಗರಾಜ ವಸ್ತಾರೆ – ₹ 15
ತಿರಾಮಿಸು – ಶಶಿ ತರೀಕೆರೆ – ₹ 210

ಪ್ರಬಂಧ

ಪೂರ್ವ ಪಶ್ಚಿಮ – ಎಂ. ಆರ್. ದತ್ತಾತ್ರಿ – ₹ 80
ರಾಗಿಮುದ್ದೆ – ರಘುನಾಥ ಚ. ಹ. – ₹ 120
ಕುಟ್ಟವಲಕ್ಕಿ / ಗೊಜ್ಜವಲಕ್ಕಿ – ಪ್ರಶಾಂತ ಆಡೂರ – ₹ 140 / ₹ 140
ಕಿಲಿಮಂಜಾರೋ – ಪ್ರಶಾಂತ್ ಬೀಚಿ – ₹ 80
ಮಿಸಳ್ ಭಾಜಿ – ಭಾರತಿ ಬಿ ವಿ – ₹ 190
ನೀ ಮಾಯೆಯೊಳಗೋ... – ವಿಕ್ರಮ ಹತ್ವಾರ – ₹ 120
ಸಾವೆಂಬ ಲಹರಿ – ಗುರುಪ್ರಸಾದ ಕಾಗಿನೆಲೆ – ₹ 140
ವೈದ್ಯ, ಮತ್ತೊಬ್ಬ – ಗುರುಪ್ರಸಾದ ಕಾಗಿನೆಲೆ – ₹ 120
ಅಪ್ಪನ ರ್‍ಯಾಲೀಸ್ ಸೈಕಲ್ – ದರ್ಶನ್ ಜಯಣ್ಣ – ₹ 110

ಅನುವಾದ

ದಿ ಚಾಯ್ಸ್ – ಈಡಿತ್ ಎವಾ ಎಗರ್ (ಜಯಶ್ರೀ ಭಟ್) – ₹ 280
ದೇಹವೇ ದೇಶ – ಗರಿಮಾ ಶ್ರೀವಾಸ್ತವ (ವಿಕ್ರಮ ವಿಸಾಜಿ) – ₹ 250
ಪರ್ಸೆಪೊಲಿಸ್– ಮಾರ್ಜಾನ್ ಸತ್ರಪಿ (ಪ್ರೀತಿ ನಾಗರಾಜ) – ₹ 395
ಗಾಳಿ ಪಳಗಿಸಿದ ಬಾಲಕ – ವಿಲಿಯಂ ಕಾಂಕ್ವಾಂಬಾ (ಕರುಣಾ ಬಿ ಎಸ್) – ₹ 180
ಅಮೋಸ್ ಫಾರ್ಚೂನ್ – ಎಲಿಝಬೆತ್ ಯೇಟ್ಸ್ (ಜಯಶ್ರೀ ಭಟ್) – ₹ 100
ನವ ಜೀವಗಳು – ವಿಲಿಯಂ ಡಾಲ್ರಿಂಪಲ್ (ನವೀನ ಗಂಗೋತ್ರಿ) – ₹ 250
ಮೈಕೆಲ್ ಕೆ – ಜೆ.ಎಂ. ಕುಟ್‌ಸೀ (ಸುನಿಲ್ ರಾವ್) – ₹ 170
ಲೇರಿಯೊಂಕ – ಹೆನ್ರಿ ಆರ್. ಓಲೆ ಕುಲೆಟ್ (ಪ್ರಶಾಂತ ಬೀಚಿ) – ₹ 140
ಅರೆಶತಮಾನದ ಮೌನ – ಯಾನ್ ರಫ್–ಓ'ಹರ್ನ್ (ಅರುಣ್) – ₹ 190
ಪರ್ವತದಲ್ಲಿ ಪವಾಡ – ನ್ಯಾಂಡೊ ಪರಾಡೊ (ಸಂಯುಕ್ತಾ ಪುಲಿಗಲ್) – ₹ 340
ಚಂದಿರ ಬೇಕೆಂದವನು – ಮಿಮಿ ಬೇರ್ಡ್ (ಪ್ರಜ್ಞಾ ಶಾಸ್ತ್ರಿ) – ₹ 180
ಬಂಡೂಲ – ವಿಕಿ ಕಾನ್‌ಸ್ಟಂಟೇನ್ ಕ್ರುಕ್ (ರಾಜ್ಯಶ್ರೀ ಕುಳಮರ್ವ) – ₹ 425
ರೆಬೆಲ್ ಸುಲ್ತಾನರು – ಮನು ಎಸ್ ಪಿಳ್ಳೈ (ಸಂಯುಕ್ತಾ ಪುಲಿಗಲ್) – ₹ 420
ಫಾಲೋಯಿಂಗ್ ಫಿಶ್ – ಸಮಂತ್ ಸುಬ್ರಮಣಿಯನ್ (ಸಹನಾ ಹೆಗಡೆ) – ₹ 280
ಜಗವ ಚುಂಬಿಸು – ಸುಬ್ರೊತೋ ಬಾಗ್ಚಿ (ವಂದನಾ ಪಿ ಸಿ) – ₹ 190

ಪರ್ದಾ ಅಂಡ್ ಪಾಲಿಗಮಿ – ಇಕ್ಬಾಲುನ್ನೀಸಾ ಹುಸೇನ್ (ದಾದಾಪೀರ್) – ₹ 380
ವಾಡಿವಾಸಲ್ – ಚಿ. ಸು. ಚೆಲ್ಲಪ್ಪ (ಸತ್ಯಕಿ) – ₹ 70
ನಾಲ್ಕನೇ ಎಕರೆ – ಶ್ರೀರಮಣ (ಅಜಯ್ ವರ್ಮಾ ಅಲ್ಲೂರಿ) – ₹ 100
ಮಾವೋನ ಕೊನೆಯ ನರ್ತಕ – ಲೀ ಚ್ವಿನ್‌ಶಿಂಗ್ (ಜಯಶ್ರೀ ಭಟ್) – ₹ 340
ಕೋಬಾಲ್ಟ್ ಬ್ಲೂ – ಸಚಿನ್ ಕುಂಡಲ್‌ಕರ್ (ಸಪ್ನಾ ಕಟ್ಟಿ) – ₹ 150

ವಸುಧೇಂದ್ರ

ಮನೀಷೆ – ಕತೆಗಳು – ₹ 120 (8ನೆಯ ಮುದ್ರಣ)
ಯುಗಾದಿ – ಕತೆಗಳು – ₹ 190 (9ನೆಯ ಮುದ್ರಣ)
ಚೇಳು – ಕತೆಗಳು – ₹ 120 (8ನೆಯ ಮುದ್ರಣ)
ಹಂಪಿ ಎಕ್ಸ್‌ಪ್ರೆಸ್ – ಕತೆಗಳು – ₹ 195 (9ನೆಯ ಮುದ್ರಣ)
ಮೋಹನಸ್ವಾಮಿ – ಕತೆಗಳು – ₹ 200 (6ನೆಯ ಮುದ್ರಣ)
ವಿಷಮ ಭಿನ್ನರಾಶಿ – ಕತೆಗಳು – ₹ 280 (4ನೆಯ ಮುದ್ರಣ)
ಕೋತಿಗಳು – ಪ್ರಬಂಧ – ₹ 120 (8ನೆಯ ಮುದ್ರಣ)
ನಮ್ಮಮ್ಮ ಅಂದ್ರೆ ನಂಗಿಷ್ಟ – ಪ್ರಬಂಧ – ₹ 75 (25ನೆಯ ಮುದ್ರಣ)
ರಕ್ಷಕ ಅನಾಥ – ಪ್ರಬಂಧ – ₹ 110 (5ನೆಯ ಮುದ್ರಣ)
ವರ್ಣಮಯ – ಪ್ರಬಂಧ – ₹ 200 (5ನೆಯ ಮುದ್ರಣ)
ಐದು ಪೈಸೆ ವರದಕ್ಷಿಣೆ – ಪ್ರಬಂಧ – ₹ 280 (5ನೆಯ ಮುದ್ರಣ)
ಹರಿಚಿತ್ತ ಸತ್ಯ – ಕಾದಂಬರಿ – ₹ 200 (6ನೆಯ ಮುದ್ರಣ)
ತೇಜೋ–ತುಂಗಭದ್ರಾ – ಕಾದಂಬರಿ – ₹ 450 (13ನೆಯ ಮುದ್ರಣ)
ಮಿಥುನ – ಶ್ರೀರಮಣರ ಕತೆಗಳು – ₹ 120 (8ನೆಯ ಮುದ್ರಣ)
ಎವರೆಸ್ಟ್ – ಜಾನ್ ಕ್ರಾಕೌರ್ – ₹ 420 (4ನೆಯ ಮುದ್ರಣ)

ಕಾದಂಬರಿ

ಎನ್ನ ಭವದ ಕೇಡು – ಎಸ್ ಸುರೇಂದ್ರನಾಥ್ – ₹ 75
ನ್ಯಾಸ – ಹರೀಶ ಹಾಗಲವಾಡಿ – ₹ 250
ಗುಣ – ಗುರುಪ್ರಸಾದ್ ಕಾಗಿನೆಲೆ – ₹ 150
ದ್ವೀಪವ ಬಯಸಿ – ಎಂ. ಆರ್. ದತ್ತಾತ್ರಿ – ₹ 320
ತಾರಾಬಾಯಿಯ ಪತ್ರ – ದತ್ತಾತ್ರಿ ಎಂ ಆರ್ – ₹ 160
ಅಗೆದಷ್ಟೂ ನಕ್ಷತ್ರ – ಸುಮಂಗಲಾ – ₹ 230
ಪ್ರಿಯೇ ಚಾರುಶೀಲೆ – ನಾಗರಾಜ ವಸ್ತಾರೆ – ₹ 295

ಋಷ್ಯಶೃಂಗ – ಹರೀಶ ಹಾಗಲವಾಡಿ – ₹ 125

ಅಂತು – ಪ್ರಕಾಶ ನಾಯಕ್ – ₹ 200

ಚುಕ್ಕಿ ಬೆಳಕಿನ ಜಾಡು – ಕರ್ಕಿ ಕೃಷ್ಣಮೂರ್ತಿ – ₹ 200

ಬರೀ ಎರಡು ರೆಕ್ಕೆ – ಸುನಂದಾ ಪ್ರಕಾಶ ಕಡಮೆ – ₹ 220

ದೀಪವಿರದ ದಾರಿಯಲ್ಲಿ – ಸುಶಾಂತ್ ಕೋಟ್ಯಾನ್ – ₹ 160

ದಾರಿ – ಕುಸುಮಾ ಆಯರಹಳ್ಳಿ – ₹ 395

ಬರೀ ಎರಡು ರೆಕ್ಕೆ – ಸುನಂದಾ ಪ್ರಕಾಶ ಕಡಮೆ – ₹ 260

ಕವಿತೆ

ಮದ್ಯಸಾರ – ಅಪಾರ – ₹ 60

ಪೂರ್ಣನ ಗರಿಗಳು – ಪೂರ್ಣಪ್ರಜ್ಞ – ₹ 30

ಹಲೋ ಹಲೋ ಚಂದಮಾಮ – ರಾಧೇಶ ತೋಳ್ಪಾಡಿ – ₹ 50

* ನಮ್ಮ ಪ್ರಕಟಣೆಯ ಎಲ್ಲ ಪುಸ್ತಕಗಳ ಪ್ರತಿಗಳೂ ಲಭ್ಯ
* ಪುಸ್ತಕದ ಪ್ರತಿಗಾಗಿ ವಾಟ್ಸಾಪ್ ಮಾಡಿ 98444 22782